കഥാവർഷം

ദേശാഭിമാനി കഥകൾ

Kathavarsham

Deshabhimani Kathakal

Stories
collected by
N Rajan

Chintha Publishers
Thiruvananthapuram

First Edition
May 2023

Published
Chintha Publishers
Thiruvananthapuram

Printed at
Repro India Ltd, Mumbai

Design & Layout
Narayana Bhattathiri

Cover Design
Vinod Mangoes

Cover Painting
Morc Chagall

Illustration
Sunil Asokhapuram, K. Sudheesh, Kabitha Mugopadhyaya, Devaprakash, K.T. Vinod, Salim rahman

ISBN : 978-81-19131-07-5
CO - 3281/6528

Email: chinthapublishers@gmail.com
Website: www.chinthapublishers.com

Distribution
DESHABHIMANI BOOKHOUSE
H O Thiruvananthapuram 695035
Branch
Head Office Kunnukuzhi • Statue • Overbridge
Thiruvananthapuram.
KSRTC Bus Station Alappuzha • KSRTC Bus Station Ernakulam •
Machingal Lane Thrissur • IG Road Kozhikode •
Mavoor Road Kozhikode • NGO Union Building Kannur •
Central Bus Terminal Complex Thavakkara Kannur

കഥാവർഷം

ദേശാഭിമാനി കഥകൾ

സമാഹരണം

എൻ രാജൻ

ചിന്ത പബ്ലിഷേഴ്സ്

തിരുവനന്തപുരം - 695 035

എൻ രാജൻ

1963 ൽ തൃശ്ശൂർ ജില്ലയിൽ അയ്യന്തോളിനടുത്ത് പുതൂർക്കരയിൽ ജനിച്ചു.

അച്ഛൻ: പരേതനായ ഇ കെ മേനോൻ (മുൻ എം എൽ എ).

അമ്മ: പരേതയായ എൻ രാധ.

തൃശ്ശൂർ സെന്റ്തോമസ് കോളേജിൽനിന്ന് രസതന്ത്രത്തിൽ ബിരുദവും കേരളവർമ്മയിൽ നിന്ന് മലയാളത്തിൽ മാസ്റ്റർ ബിരുദവും. 87-ൽ കേരളവർമ്മ യൂണിയൻ ചെയർമാൻ.

എം എസ്സ് പഠിക്കുമ്പോൾ *മാതൃഭൂമി* ആഴ്ചപ്പതിപ്പിൽ ആദ്യത്തെ കഥ : പഴുത്ത ചക്കയുടെ ഗന്ധം. *പുതൂർക്കരയുടെ പുരാവൃത്തങ്ങൾ, മധ്യേയിങ്ങനെ, സഹയാത്രികൻ, മൂന്നു മുടിവെട്ടുകാർ, ഉദയ ആർട്സ് ആന്റ് സ്പോർട്സ് ക്ലബ്* എന്നീ കഥാ സമാഹാരങ്ങൾ. കൂടാതെ അച്ഛനെക്കുറിച്ചെഴുതിയ, *അച്ഛൻ: ഒരു വലിയ പാഠം*, എം ടി യുമായി നടത്തിയ ദീർഘ സംഭാഷണങ്ങളും വായനാനുഭവവും ചേർത്ത് *എംടി: വാക്കും വരികളും* എന്നീ പുസ്തകങ്ങളും പ്രസിദ്ധീകരിച്ചു.

അബുദാബി ശക്തി അവാർഡ്, ഇടശ്ശേരി സ്മാരക അവാർഡ്, പവനൻ പുരസ്കാരം, ടി വി കൊച്ചുബാവ സ്മാരക പുരസ്കാരം എന്നിവ ലഭിച്ചിട്ടുണ്ട്.

ഇപ്പോൾ *ദേശാഭിമാനി* വാരിക ചീഫ് സബ് എഡിറ്ററും സാഹിത്യ അക്കാദമി ജനറൽ കൗൺസിൽ അംഗവുമാണ്.

ഭാര്യ : പ്രീതി

മക്കൾ : വിശാഖ്, നീരജ

വിലാസം: ഈച്ചരത്ത്,
പുതൂർക്കര, അയ്യന്തോൾ പി ഒ, തൃശ്ശൂർ 680003.
MOB: 9495576274
Gmail: neerarajan@gmail.com

പ്രസാധകക്കുറിപ്പ്

ഓരോ കാലഘട്ടത്തിലെയും സാമ്പ്രദായികവും നൂതനവുമായ ധാരകളോട് സമരസപ്പെട്ടുകൊണ്ടും വിയോജിച്ചുകൊണ്ടുമായിരുന്നു മലയാള ചെറുകഥയുടെ സഞ്ചാരം. പാരമ്പര്യ മൂല്യബോധങ്ങളെ പുനരുൽപ്പാദിപ്പിക്കുമ്പോൾ തന്നെ നവീനമായൊരു ഭാവുകത്വത്തെ പ്രതിഷ്ഠാപനം ചെയ്യെടുക്കുന്നതിൽ ചെറുകഥയെന്ന മാധ്യമം പുലർത്തിയ മികവും ശേഷിയും ചരിത്രത്തിന്റെ ഭാഗമാണ്. നവോത്ഥാനവും ആധുനികതയും പിന്നിട്ട് നവ സാങ്കേതികതയുടെ കാലഘട്ടത്തിലൂടെ സഞ്ചരിക്കുന്ന മലയാളിയുടെ വായനാസംസ്കാരത്തെ ക്രമപ്പെടുത്തുന്നതിലും വായനാലോകത്തെ സമ്പുഷ്ടമാക്കുന്നതിലും ചെറുകഥകൾ ഗണ്യമായ പങ്കുവഹിക്കുകയുണ്ടായിട്ടുണ്ട്. മലയാള ചെറുകഥയുടെ ഭാവുകത്വ പരിണാമത്തെ ക്രമപ്പെടുത്തുന്നതിൽ നിർണ്ണായക സ്ഥാനം വഹിച്ച ടി പത്മനാഭൻ മുതൽ പുതുതലമുറയിലെ അഖില കെ എസ് വരെയുള്ള നാൽപ്പത്തിമൂന്ന് പേരുടെ മികവാർന്ന കഥകളാണ് *കഥാവർഷ*ത്തിലുള്ളത്. രണ്ടായിരത്തി ഇരുപത്തി രണ്ടിൽ *ദേശാഭിമാനി* വാരികയിൽ പ്രസിദ്ധീകരിച്ച കഥകളിൽ നിന്നും തിരഞ്ഞെടുത്ത കഥകളാണ് *കഥാവർഷ*ത്തിൽ ഉൾപ്പെടുത്തിയിരിക്കുന്നത്. കഥകൾ അനുവദിച്ചു നൽകിയ എഴുത്തുകാർ, *ദേശാഭിമാനി* പത്രാധിപർ കെ പി മോഹനൻ, അസിസ്റ്റന്റ് എഡിറ്റർ ഷിബു മുഹമ്മദ്, സീനിയർ സബ് എഡിറ്റർ സുധീർ കുമാർ വി കെ ചീഫ് ആർട്ടിസ്റ്റ് വിനോദ്, ചിത്രീകരണം നിർവ്വഹിച്ച സുനിൽ അശോകപുരം, കെ സുധീഷ്, കബിത മുഖോപാധ്യായ, ദേവ പ്രകാശ്, സലിം റഹ്മാൻ, കഥകളുടെ സമാഹരണം നിർവ്വഹിച്ച എൻ രാജൻ എന്നിവരോട് നന്ദി രേഖപ്പെടുത്തുന്നു.

ചിന്ത പബ്ലിഷേഴ്സ്

ഉള്ളടക്കം

കഥാവർഷത്തിന്റെ ആത്മഹർഷം

ദേശാഭിമാനി വാരികയിൽ രണ്ടായിരത്തി ഇരുപത്തിരണ്ടിൽ പ്രസിദ്ധീകരിച്ച കഥകളിൽ നിന്ന് തെരഞ്ഞെടുത്ത കഥകളുടെ സമാഹാരമാണിത്. മലയാളത്തിലെ തലമുതിർന്നവരും ലബ്ധപ്രതിഷ്ഠരുമായവർക്കൊപ്പം പുതിയ തലമുറയിലെ ദൃഢപ്രതീക്ഷയെന്ന് വിശ്വസിക്കാവുന്ന ഏതാനുംപേരുടെ കഥകളും ഈ സമാഹാരത്തിലുണ്ട്. ആ തലത്തിൽ മലയാളകഥയുടെ സമകാലികവും ചരിത്രപരവുമായ ഒരു പരിച്ഛേദമാണിത്.

കഥാസാഹിത്യത്തിന് ദേശാഭിമാനി വാരിക നൽകിയിട്ടുള്ള പിന്തുണയും പ്രോത്സാഹനവും എക്കാലവും ശ്ലാഘിക്കപ്പെട്ടിട്ടുള്ളതാണ്. മലയാള കഥയിലെ ഇപ്പോഴത്തെ മുഖ്യ കഥാകൃത്തുക്കളിൽ പലരേയും അവരുടെ തുടക്കത്തിൽ കണ്ടെടുത്ത്, അർഹിക്കുന്ന ഇടവും അവസരവും നൽകി പ്രശസ്തരാക്കിയതിൽ ദേശാഭിമാനി വാരികയുടെ പങ്ക് ആ കഥാകൃത്തുക്കൾതന്നെ അനുസ്മരിക്കാറുണ്ട്.

കാലത്തിന്റെ സരണികളിലൂടെ മാറിമറയുന്ന കഥാഗതിക്കൊപ്പം സംഭവിക്കുന്ന ഭാവുകത്വ വ്യതിയാനങ്ങളെ ഉൾക്കൊള്ളാൻ വാരിക ഒരുകാലത്തും മടിച്ചിട്ടില്ല. പ്രമേയവും ഭാഷയും പരികൽപനകളും മൂല്യസങ്കൽപങ്ങളും സാഹിത്യാഭിരുചിക്കൊപ്പം വിഭിന്നവും വ്യത്യസ്തവുമാവുമെങ്കിലും സമൂഹത്തോടും അടിസ്ഥാനപരമായി മനുഷ്യജീവിതത്തോടുമുള്ള അഭിവീക്ഷണങ്ങളിൽ വസ്തുനിഷ്ഠവും പ്രതിജ്ഞാബദ്ധവുമായ നിലപാടുകളാണ് എന്നും പിന്തുടർന്നിട്ടുള്ളത്. വ്യതിരിക്തവും മൗലികവുമായ ആ തുടർച്ചയുടെ അഭിമാനകരമായ ഉപലബ്ധിയാണീ '*കഥാവർഷം*'.

2022 ൽ പ്രസിദ്ധീകരിച്ച കഥകളിൽ നിന്നാണ് ഈ സമാഹാരം സാധ്യമായത്. അതുകൊണ്ടുതന്നെ ന്യായമായും ഇത്തരമൊരു ശ്രമത്തിൽ ഉണ്ടാവേണ്ടിയിരുന്ന പ്രശസ്തരുടേതടക്കം പല മികച്ച കഥകളും സാങ്കേതിക വേർതിരിവിൽ ഉൾപ്പെടാതെ പോയി. അതിൽ ഖേദമുണ്ട്.

എങ്കിലും ഈ പുസ്തകം കരുണയറ്റ കാലത്തിന്റെ ശ്ലഥചിത്രങ്ങളായി ആധിയും വ്യാധിയും വേദനയും സങ്കടങ്ങളും ആശങ്കയും പ്രതിസന്ധികളും ക്ഷോഭവും നിസഹായതയും അമർഷങ്ങളും അതിന്റെ ഉൾപ്പിരിവുകളിൽ സന്നിവേശിപ്പിക്കുന്നുണ്ട്. സംഘർഷഭരിതമായ ജീവിത പരിസരങ്ങൾക്കൊപ്പം സ്നേഹാർദ്രമായ ചില

പിൻനിലാവുകളും ബാക്കിവെക്കുന്നു. കഥയുടെ വർഷസാന്നിധ്യമായി, ആത്മഹർഷമായി ഈ സമാഹാരത്തെ വായനക്കാർ സ്വീകരിക്കുമെന്നാണ് പ്രതീക്ഷ.

ഈ സമാഹരത്തിലേക്ക് കഥ ചോദിച്ചപാടെ സന്തോഷപൂർവം സമ്മതിച്ച എല്ലാ എഴുത്തുകാരോടുമുള്ള നന്ദിയും കടപ്പാടും കുറിക്കട്ടെ.

ഒപ്പം കാലതാമസംകൂടാതെ പ്രസിദ്ധീകരിക്കാൻ തയ്യാറായ *'ചിന്ത'* പബ്ലിഷേഴ്സിനോടും പ്രത്യേകിച്ച് എഡിറ്റർ കെ എസ് രഞ്ജിത്തിനോടുമുള്ള നന്ദി വാക്കുകൾക്കതീതം.

സർവപിന്തുണയും തന്ന് ഏകമനസ്സോടെ പ്രവർത്തിക്കാനവസരം തന്ന വാരിക പത്രാധിപർ പ്രിയപ്പെട്ട കെ പി മോഹനൻ മാഷോടും അസി. എഡിറ്റർ ഷിബു മുഹമ്മദിനോടും ഒപ്പംനിന്ന സീനിയർ സബ് എഡിറ്റർ വി കെ സുധീർ കുമാറിനോടും ചീഫ് ആർട്ടിസ്റ്റ് കെ ടി വിനോദിനോടും ഡി ടി പിയിലെ കെ ബൈജുനാഥിനോടുമുള്ള നന്ദിയും സ്നേഹവും നിസ്സീമമാണ്.

എൻ രാജൻ

സ്നേഹത്തിന്റെ വില

ടി പത്മനാഭൻ

രാത്രിയുടെ ഒരു ഘട്ടത്തിൽ ഞാൻ കണ്ടു: ഭാര്യ സുഖമായുറങ്ങുന്നു. പകലത്തെ ബഹളങ്ങളൊന്നും അവളെ അൽപ്പംപോലും ബാധിച്ചിട്ടേയില്ല. എല്ലാത്തിനും കാരണക്കാരിയാണെങ്കിലും ആ ചിന്തയൊന്നും അൽപ്പംപോലും അലട്ടാതെ, സുന്ദരമായി കൂർക്കം വലിച്ചുകൊണ്ട്... ഞാൻ അത്ഭുതപ്പെട്ടു. ഇവൾക്കെങ്ങിനെ ഇത് സാധിക്കുന്നു? ഞാനാണെങ്കിൽ നേരത്തെ കിടന്നുവെങ്കിലും അൽപ്പംപോലും ഉറക്കംവരാതെ തിരിഞ്ഞും മറിഞ്ഞും...

എനിക്ക് സത്യത്തിൽ അസൂയ തോന്നി.

ഇന്നലത്തെ ബഹളത്തിനിടയിൽ ഭാര്യ ചോദിക്കുകയുണ്ടായി.

"നിങ്ങളുടെ ഈ പഴയ ഷർട്ടും മുണ്ടും ഇത്രമാത്രം വിലപിടിച്ചതാണെന്ന് എപ്പോഴെങ്കിലും നിങ്ങൾ എന്നോട് പറഞ്ഞിട്ടുണ്ടോ? അല്ലെങ്കിൽ എന്തിന് ഇത് മാത്രമായിട്ട്? നിങ്ങളെ സംബന്ധിക്കുന്ന ഏതെങ്കിലും പ്രധാന കാര്യങ്ങൾ എന്നോട് പറയാറുണ്ടോ? ചോദിച്ചാൽ പറയും അതൊന്നും നിനക്ക് മനസ്സിലാവില്ല എന്ന്. ശരിയാണ് ഞാൻ വിവരമില്ലാത്തവളാണല്ലോ. അതുകൊണ്ട് ഞാൻ പിന്നീട് ഒന്നും ചോദിക്കുകയുമില്ല. വെറുതെ വഴക്കുണ്ടാക്കണ്ട എന്ന് കരുതും... ഈ പഴയ ഷർട്ടും മുണ്ടും... എത്രകാലമായി! നിങ്ങളാണെങ്കിൽ ഇപ്പോഴത് തീരെ ഉപയോഗിക്കാറുമില്ല. എങ്ങനെ ഉപയോഗിക്കാനാണ്... പഴയ വെള്ളനിറമൊക്കെ പോയി ഇപ്പോഴത് ഒരുതരം വൃത്തികെട്ട മഞ്ഞയല്ലേ? അവിടവിടെ പിഞ്ഞാനും തുടങ്ങിയിരിക്കുന്നു. നല്ല കുപ്പായങ്ങളുടെ കൂടെ ഇതും അലമാരയിൽ തൂങ്ങിക്കിടന്നാൽ അതും വേഗം ചീത്തയാകും... അതുകൊണ്ടൊക്കെയാണ് ആ തമിഴൻ രാജുവന്ന് എന്തെങ്കിലും പഴയ കുപ്പായമുണ്ടോ അമ്മാ, മഴക്കാലമല്ലേ, രാത്രി ശീതം തടുക്കാൻ... എന്നൊക്കെ പറഞ്ഞപ്പോൾ ഞാനിതെടുത്ത് കൊടുത്തത്.

അല്ലാതെ..."

ഭാര്യ നിർത്താതെ പറഞ്ഞുപോയി..

ഞാൻ എല്ലാം കേട്ടു നിൽക്കുക മാത്രം ചെയ്തു. ആദ്യം ആ കുപ്പായവും മുണ്ടും കാണാതായപ്പോൾ, പ്രത്യേകിച്ചും എന്നോട് പറയാതെ മറ്റൊരാൾക്ക് അത് എടുത്തുകൊടുത്തു എന്നു പറയുമ്പോൾ, ദേഷ്യവും സങ്കടവും അടക്കാൻ കഴിയാതെ

ഞാനാണ് ബഹളം തുടങ്ങി വെച്ചത്. പിന്നെ അവൾ പറഞ്ഞതിലും കാര്യമുണ്ടല്ലോ. ആ കുപ്പായവുമായി എനിക്കുള്ള സവിശേഷ ബന്ധത്തെക്കുറിച്ച് ഒരിക്കലും ഞാനവളോട് പറഞ്ഞിട്ടില്ല. ഇത്തരം കാര്യങ്ങൾ പറഞ്ഞാലും അവൾക്ക് മനസ്സിലാക്കാൻ കഴിയില്ല എന്നത് വേറെ കാര്യം. ഇങ്ങനെ ഓരോന്ന് ആലോചിച്ചുകൊണ്ടിരിക്കെ എനിക്ക് ചിരിവന്നു. ഞാനെന്തൊരു വിഢ്ഢിയാണ്. എന്റെ ഈ മുൻകോപം, ശുണ്ഠി, എടുത്തുചാട്ടം, എപ്പോഴും ഞാനാണ് ശരി എന്ന വിശ്വാസം, ഇതൊക്കെക്കൂടി എന്നെ കൊണ്ടെത്തിക്കുന്ന ഏടാകൂടങ്ങൾ. ഇല്ല, ഇത്രയും ആക്കിയ നിലയ്ക്ക് ഇനി എന്നെ നന്നാക്കാൻ എനിക്കെന്നല്ല, ആർക്കും കഴിയില്ല. ഇങ്ങനെയൊക്കെ ഓരോന്ന് വിചാരിച്ച് ഞാൻ കിടക്കയിൽ നിന്നെഴുന്നേറ്റ്

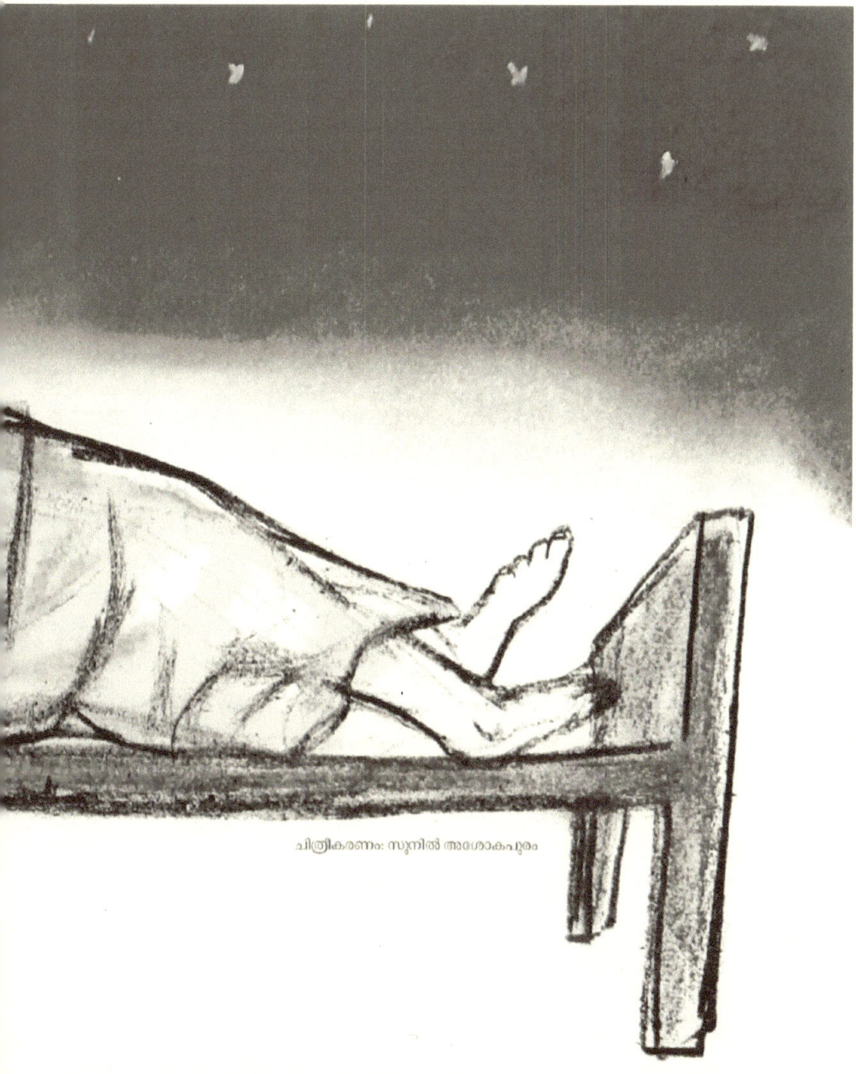

ചിത്രീകരണം: സുനിൽ അശോകപുരം

വെളിയിൽ വരാന്തയിലേക്ക് പോയി.

പുലരാൻ പിന്നെയും സമയമുണ്ടായിരുന്നു.

ഇലപ്പടർപ്പുകളുടെ ഇടയിലൂടെ അരിച്ചുവീഴുന്ന നിലാവിലേക്ക് നോക്കി ഞാൻ വെറുതെയിരുന്നു.

എന്നാൽ, പൂർണമായും 'വെറുതെ' എന്നും പറയുവാൻ കഴിയുമായിരുന്നില്ല. എന്റെ മനസ്സ് മുഴുവൻ മുപ്പതുകൊല്ലങ്ങൾക്ക് മുൻപ് ഗൾഫിലെ 'അൽ എയ്നി'ൽ എനിക്കുണ്ടായ അനുഭവങ്ങളായിരുന്നു. എന്റെ ആദ്യത്തെ ഗൾഫ് യാത്രയായിരുന്നു. അതുകൊണ്ടുതന്നെ ഞാൻ ഏറെ ആവേശഭരിതനുമായിരുന്നു. ഒരാഴ്ചക്കാലം നീണ്ടുനിന്ന കലോത്സവങ്ങളുടെ ഒടുവിലായിരുന്നു സാഹിത്യ സമ്മേളനങ്ങളും

അവാർഡ് സമർപ്പണവും...

ഒരു ദിവസം രാവിലെ സമാജം ഹാളിൽ ഒരു നാടക റിഹേഴ്സൽ കണ്ടുകൊണ്ടിരിക്കെ ഒരു ചെറുപ്പക്കാരൻ എന്റെ അടുക്കൽ വന്നുനിന്നു. അപ്പോൾ ഹാളിൽ അധികമൊന്നും ആളുകളുണ്ടായിരുന്നില്ല. അയാൾക്ക് എന്നോട് പറയാനുണ്ടെന്ന് എനിക്ക് തോന്നി. പക്ഷേ, എന്തോ ഒരു മടിയുണ്ടായിരുന്നു. അതുകൊണ്ടുതന്നെ ഒന്നും പറയാൻ കഴിഞ്ഞില്ല.

ഞാനെത്ര നിർബന്ധിച്ചിട്ടും അയാൾ എന്റടുക്കൽ ഇരുന്നതുമില്ല. ഒടുവിൽ ഞാൻ എഴുന്നേറ്റ് അയാളുടെ ചുമലിൽ കൈവച്ച് സ്നേഹത്തോടെ പറഞ്ഞു.

"പറയൂ, എന്നോട് എന്താണ് പറയേണ്ടത് എന്ന് വെച്ചാൽ മടിക്കാതെ പറഞ്ഞോളൂ. ഞാനിവിടെ ഒരന്യനൊന്നുമല്ലല്ലോ..."

അപ്പോൾ ചെറുപ്പക്കാരൻ പറഞ്ഞു.

"സാറിനെ സ്വീകരിക്കാൻ എയർപോർട്ടിൽ വന്നവരുടെ കൂട്ടത്തിൽ ഞാനുമുണ്ടായിരുന്നു. മുണ്ടും ഷർട്ടും ധരിച്ച് സാർ വിമാനത്തിൽ നിന്ന് ഇറങ്ങി വരുന്നത് കണ്ടപ്പോൾ സത്യത്തിൽ എനിക്ക് വിശ്വസിക്കാൻ കഴിഞ്ഞില്ല. നാട്ടിൽ നിന്നു വരുന്ന എല്ലാവരും... സാഹിത്യകാരന്മാരായാലും ശരി, സൂട്ടില്ലെങ്കിൽ പാന്റിലെങ്കിലുമായിരിക്കും, പക്ഷേ, സാറ്..."

ചെറുപ്പക്കാരനോട് ഞാൻ അപ്പോൾ പറഞ്ഞു :

" അവരൊക്കെ വലിയ ആൾക്കാൾ, ഞാൻ നാട്ടിലെ ചെറിയ ഒരു കഥയെഴുത്തുകാരൻ മാത്രമല്ലേ...?"

കുറച്ചുനേരം ഒന്നും പറയാതെ നിന്നു. നിന്നശേഷം ചെറുപ്പക്കാരൻ മടിച്ചു മടിച്ചുകൊണ്ട് പറഞ്ഞു:

"പറയുന്നത് തെറ്റാണെങ്കിൽ ക്ഷമിക്കണം. ഞാൻ ഒരു വെറും തൊഴിലാളി മാത്രമാണ്. ഇവിടെ വന്നിട്ട് കുറെയായി. ചെറുപ്പം മുതൽക്കേ വായിക്കാറുണ്ട്. പ്രത്യേകിച്ചും കഥകൾ... സാറിന്റെ എല്ലാ കഥകളും വായിച്ചിട്ടുണ്ട്. വളരെ ഇഷ്ടമാണ്. ഇവിടെ സമാജത്തിൽ എല്ലാവരും ഒരുപോലെയാണ്. വലുപ്പച്ചെറുപ്പമൊന്നുമില്ല. എല്ലാവരും ഒറ്റക്കെട്ടായി പ്രവർത്തിക്കുന്നു. ഈ ചുരുങ്ങിയ സമയത്തിനുള്ളിൽ സാറിനും അത് മനസ്സിലായിക്കാണുമല്ലോ..."

ഞാൻ പറഞ്ഞു.

" ശരിയാണ്... ഞാനും അത് ശ്രദ്ധിച്ചിട്ടുണ്ട് ..."

അതുകേട്ടപ്പോൾ ചെറുപ്പക്കാരൻ പെട്ടെന്ന് ചോദിച്ചു "ഞാനൊരു നല്ല സ്യൂട്ട് വാങ്ങിത്തന്നാൽ വെള്ളിയാഴ്ചത്തെ ചടങ്ങിൽ സാറത് ധരിക്കുമോ? സാറിന് സമ്മതമാണെങ്കിൽ നമുക്ക് ഇപ്പോൾത്തന്നെ..."

അവിശ്വസനീയമായ എന്തോ ഒന്ന് കേട്ടതുപോലെയായിരുന്നു.

ഞാൻ സത്യത്തിൽ ഞെട്ടുക തന്നെ ചെയ്തു. അൽപ്പനേരം ഒന്നും പറയാതെ നിന്നശേഷം ഒരു കള്ളച്ചിരിയോടെ ഞാൻ പറഞ്ഞു.

"ഞാൻ വരാം, നിങ്ങൾ വാങ്ങിത്തരുന്ന സ്യൂട്ട് ധരിച്ചുകൊണ്ട് വെള്ളിയാഴ്ച പ്രസംഗിക്കയും ചെയ്യാം. പക്ഷേ, ഒന്നുണ്ട്, ആ സ്യൂട്ട് ഖദറിന്റേതായിരിക്കണം"

ചെറുപ്പക്കാരൻ ഞെട്ടി.

"അയ്യോ, ഇവിടെ ഖദറിന്റെ..."

ഞാൻ പറഞ്ഞു.

"കിട്ടില്ല അല്ലേ? എനിക്കറിയാം... പിന്നെ സ്യൂട്ട് വാങ്ങിത്തരാൻ കഴിഞ്ഞില്ല എന്നോർത്ത് വിഷമിക്കണ്ട, അനിയൻ ഈ നിമിഷം സ്യൂട്ടല്ല അനിയനെത്തന്നെ എനിക്ക് തന്നിരിക്കുന്നു... ഇതിൽപ്പരം ഒരു സന്തോഷം എനിക്ക് വേറെ കിട്ടാനില്ല. എന്നോട് കാണിച്ച ഈ സ്നേഹം എന്നും എന്റെ മനസ്സിലുണ്ടാകും. പിന്നെ ഒരു കാര്യം കൂടി പറയാം. ഖദർ ധരിക്കുക എന്ന ശീലം വളരെ ചെറുപ്പം മുതൽക്കേ തുടങ്ങിയതാണ്. ഞാൻ പഠിച്ചത് മംഗലാപുരത്തും മദിരാശിയിലുമാണ്. അവിടത്തെ കോളേജുകളിൽ പോകുമ്പോഴും ഞാൻ ഈടെ ദർപ്പട്ടും മുണ്ടും തന്നെയാണ് ധരിച്ചിരുന്നത്. എനിക്ക് അതിൽ ഒരു കുറവും തോന്നിയിട്ടില്ല. അവസാനം വരെയും ഇങ്ങിനെത്തന്നെ പോകണമെന്നാണ് ആഗ്രഹം..."

ഞങ്ങളുടെ സംഭാഷണം ഇത്രയുമായപ്പോൾ സമാജം ഭാരവാഹികളിൽ ചിലർ ഞങ്ങളുടെ അടുത്തേക്ക് വന്നു. അതുകൊണ്ട് പിന്നീട് ഞങ്ങൾക്ക് ഒന്നും പറയാൻ കഴിഞ്ഞില്ല.

വെള്ളിയാഴ്ചയിലെ അവാർഡ് സമർപ്പണച്ചടങ്ങ് അതിഗംഭീരമായിരുന്നു. അന്നാണ് പ്രവാസി മലയാളിയുടെ ഭാഷയോടും നാടിനോടുമുള്ള സ്നേഹത്തിന്റെ ആഴം എനിക്ക് നേരിട്ട് മനസ്സിലായത്.

പിറ്റേന്ന് തന്നെ ഞാൻ നാട്ടിലേക്ക് മടങ്ങി.

സ്വീകരിക്കാൻ വന്നവരേക്കാൾ കൂടുതലാളുകൾ യാത്രയാക്കാൻ വന്നിരുന്നു.

ചെക്ക് ഇൻ ചെയ്യാൻ പോകുന്നതിന് തൊട്ടുമുമ്പായി ആൾക്കൂട്ടത്തിൽ നിന്ന് എന്റെ ചങ്ങാതി ഒരു മിന്നായം പോലെ എന്റടുക്കൽ വന്ന് ഒരു കവർ എന്റെ കൈയിൽ തന്നിട്ട് പറഞ്ഞു : “ഇതിൽ ഇത്തിരി കാശുണ്ട്. നാട്ടിലെത്തിയാൽ ഇതു കൊണ്ട് ഒരു ഷർട്ടും മുണ്ടും വാങ്ങണം...”

എനിക്ക് എന്തെങ്കിലും പറയാൻ കഴിയുന്നതിന് മുമ്പായി അയാൾ ആൾക്കൂട്ടത്തിൽ മറഞ്ഞു.

ഇതൊന്നും ഞാൻ എന്റെ ഭാര്യയോട് ഒരിക്കലും പറഞ്ഞിട്ടില്ല. ആരോടും പറഞ്ഞിട്ടില്ല. പറഞ്ഞാൽ... ഇല്ല, ആർക്കും മനസ്സിലാവില്ല. ഏറി വന്നാൽ ആളുകൾ പരിഹസിക്കും,“ഇയാളുടെ ഒരു ഭ്രാന്ത് ”.... അതുകൊണ്ട് ആരോടും പറയാതെ എന്റെ മനസ്സിന്റെ ഉള്ളിൽ വിലപിടിച്ച ഒരു നിധിപോലെ...

രാവിലെ പതിവിലും നേരത്തെ ഞാൻ നടക്കാനിറങ്ങി.

ഭാര്യ ചോദിച്ചു ;

“എന്താ ഇത്ര നേരത്തെ...?”

ഞാൻ പറഞ്ഞു ;

“ഒരാളെ കാണാനുണ്ട്...”

കൂടുതലൊന്നും പറയാൻ നിൽക്കാതെ ഞാൻ പുറത്തേക്കിറങ്ങി.

ഇടവഴികളിലൂടെയൊക്കെ നടന്ന് ഹൈവേയിൽ ‘പൊടിക്കുണ്ടി’ ലെ കള്ളുഷാപ്പിന്റെ മുമ്പിലെത്തിയപ്പോൾ ഞാൻ സംശയിച്ചു നിന്നു.

‘ഇതിന്റെ അടുത്തായാണ് അവൻ താമസിക്കുന്നത്. പക്ഷേ, എവിടെയാണത്...’

ആരോടെങ്കിലും ചോദിക്കാമെന്ന് വെച്ചാൽ റോഡിൽ പരിചയക്കാരാരെയും കണ്ടില്ല. കള്ളുഷാപ്പൊഴികെ വേറെ പീടികകളൊന്നും തുറന്നിട്ടുമില്ല.

ഷാപ്പിന്റെ മുമ്പിൽ ഞാൻ തെല്ലനേരം സംശയിച്ചു നിന്നു.

'അകത്തുപോയി ചോദിക്കണോ...'

ഒരു കള്ള് ഷോപ്പിൽ ഇതുവരെ പോയിട്ടില്ല. ആരെങ്കിലും കണ്ടാൽ...

ഒടുവിൽ രണ്ടും കല്പിച്ച് ഞാൻ അകത്തേക്ക് ചെന്നു.

ഷാപ്പിൽ ആളുകളാരുമുണ്ടായിരുന്നില്ല. എന്നെ കണ്ടപ്പോൾ മാനേജർ സീറ്റിൽ നിന്ന് ഞെട്ടിയെണീറ്റു.

"സാർ... ഇത്ര രാവിലെ..."

അയാളുടെ മുഖം നിറയെ അത്ഭുതമായിരുന്നു.

ഞാൻ ധൃതിയിൽ പറഞ്ഞു,

"ഇല്ല, ഇല്ല... അതിനൊന്നുമല്ല... ഞാൻ ഒരാളുടെ വീടന്വേഷിച്ചു വന്നതാണ്... പഴയ പത്രങ്ങളും മാസികകളുമൊക്കെ വാങ്ങിക്കൊണ്ടുപോകുന്ന ഒരു തമിഴനില്ലേ...രാജു... അവൻ താമസിക്കുന്നത് ഇതിനടുത്ത് എവിടെയോ ആണ്. നിങ്ങൾക്കറിയാമോ..."

മാനേജർ അപ്പോൾ പറഞ്ഞു ;

"ഓ, രാജു... അവൻ താമസിക്കുന്നത്... ഈ ഇടത്തെ വഴിയിലൂടെ ഉള്ളിലോട്ടു ചെന്നാൽ രണ്ടാമത്തെ..."

മുഴുവൻ പറയാൻ കാത്തുനില്ക്കാതെ, അയാളോട് നന്ദി പറഞ്ഞു ഞാൻ വെളിയിലേക്കിറങ്ങി.

രാജു വീട്ടിൽത്തന്നെയുണ്ടായിരുന്നു.

വീട് എന്നു പറഞ്ഞാൽ... ഓലകൊണ്ടുള്ള ഒരു കുര...

എന്നെ കണ്ടപ്പോൾ രാജു ആകെ പരിഭ്രമത്തിലായി.

"അയ്യോ സാർ... എന്തിനാണ് എന്റെ ഈ.... ആരെയെങ്കിലും പറഞ്ഞയച്ചാൽ ഞാൻ അങ്ങോട്ട്..."

ഞാൻ ചിരിച്ചുകൊണ്ട് പറഞ്ഞു ;

"അതുസാരമില്ല, രാജുവിന്റെ താമസസ്ഥലവും എനിക്ക് കാണാമല്ലോ... പിന്നെ... രാജു, ഇന്നലെ എന്റെ ഭാര്യ രാജുവിന് ഒരു ഷർട്ടും മുണ്ടും തന്നിട്ടില്ലേ..."

ഞാൻ പൂർത്തിയാക്കുന്നതിനു മുമ്പായി രാജു പറഞ്ഞു;

"ഉണ്ട് സാർ... അതിവിടെയുണ്ട്... അമ്മ ദയവിചാരിച്ച് എനിക്ക്..."

ഞാൻ പറഞ്ഞു;

"അതിങ്ങെടുക്ക്... അതുവേണ്ട; അത് വളരെ പഴയതാണ്... ഞാൻ രാജുവിന് വേറെ നല്ല പുതിയ... വൈകുന്നേരം വീട്ടിലേക്ക് വാ... ഞാനുണ്ടാകും..."

രാജു അകത്തുചെന്ന് എന്റെ പഴയ ഖദർ ഷർട്ടും മുണ്ടും എടുത്തു വന്നു. ഒരു കടലാസ് സഞ്ചിയിൽ അത് പാക്ക് ചെയ്യാനും അവൻ മറന്നിരുന്നില്ല...

വീട്ടിലേക്ക് മടങ്ങുമ്പോൾ എന്റെ മനസ്സ് നിറയെ സന്തോഷമായിരുന്നു. വഴിയിൽ കണ്ടുമുട്ടുന്നവരിൽ ചിലരെങ്കിലും എന്നോട് 'ലോഗ്യം' ഭാവിക്കുന്നുണ്ടായിരുന്നു. പക്ഷേ, ഞാൻ ആരെയും ശ്രദ്ധിക്കുന്നുണ്ടായിരുന്നില്ല. എന്റെ മനസ്സിൽ അപ്പോൾ വർഷങ്ങൾക്കുമുമ്പ് 'അൽ എയ്നി'ൽ വെച്ച് കണ്ടുമുട്ടിയ സ്നേഹംമാത്രം കൈമുതലായുള്ള അജ്ഞാതനായ ആ തൊഴിലാളി സഖാവ് മാത്രമേയുണ്ടായിരുന്നുള്ളൂ.

ഒരു റോബോട്ടിന്റെ ആത്മകഥ

സച്ചിദാനന്ദൻ

എന്റെ പേര് മഹ്മൂദ് ദർവീഷ്. അല്ലല്ല, ഉറച്ച ശബ്ദത്തിൽ ഫലസ്തീനിനെയും മൃദുവായ ശബ്ദത്തിൽ സ്വന്തം അമ്മയെയുംകുറിച്ച് പാടുന്ന, നിങ്ങൾക്കെല്ലാം പ്രിയങ്കരനായ, ആ കവിയല്ല ഞാൻ. നിങ്ങളുടെ ഭാഷയിൽ വെറും ഒരു റോബൊട്ട്. ആത്മാവും ഹൃദയവും മനസ്സും ഒന്നുമില്ലാത്ത, യജമാനന്റെ കൽപ്പനകൾ അനുസരിക്കുന്ന, വെറും യന്ത്രം. അല്ല, നിങ്ങളിൽ പലരും അങ്ങിനെ തന്നെയെന്നു വെച്ചോളൂ. നിങ്ങളുടെ മറ്റവകാശവാദങ്ങളൊക്കെ കേട്ടു ഞാനും എന്റെ കൂട്ടരും പരസ്പരം കണ്ണയച്ചുചിരിക്കാറുണ്ട്. സ്വാതന്ത്ര്യം, സമത്വം, ജനാധിപത്യം. അതൊക്കെ കുറച്ചെങ്കിലും കാണുക ഞങ്ങൾക്കിടയിലാവും. ഞങ്ങൾ ജാതിയുടെയോ മതത്തിന്റെയോ പേരിൽ സംഘടനകൾ ഉണ്ടാക്കുകയോ വഴക്കടിക്കുകയോ പതിവില്ല. എല്ലാ റോബൊട്ടുകളും തുല്യരാണെന്നു ഞങ്ങൾ വിശ്വസിക്കുന്നു. ആരും ആരെയും കയറി ഭരിക്കാറില്ല. പറഞ്ഞ പണി എടുക്കും എന്നത് ശരിതന്നെ- നിങ്ങളെപ്പോലെ. ഞങ്ങൾക്ക് ലിംഗഭേദവുമില്ല. ഞങ്ങൾ പുരുഷന്മാരെപ്പോലെ സ്ത്രീകളെ അപമാനിക്കുകയോ അടിമകളെപ്പോലെ അടുക്കളയിൽ പണിയെടുപ്പിക്കുകയോ ചെയ്യാറില്ല. വെളുത്തവരും കറുത്തവരും എന്ന ഭേദവും ഞങ്ങൾക്കിടയിലില്ല. ഞങ്ങൾ ഭൂമി അലങ്കോലപ്പെടുത്താറുമില്ല. അടുക്കും ചിട്ടയും വൃത്തിയും ഞങ്ങൾക്കിഷ്ടമാണ്. പക്ഷേ, ഞങ്ങളുടെ കഴിവുകളെക്കുറിച്ച് ഞങ്ങൾ അഹങ്കരിക്കാറില്ല. ദൈവത്തിന്റെ സൃഷ്ടികളിൽ മഹത്തെന്നോ ദൈവത്തിന്റെ സൃഷ്ടി എന്നുപോലുമോ സ്വയം വിളിക്കാറില്ല, ഞങ്ങളെ സൃഷ്ടിച്ചത് മനുഷ്യരുടെ ബുദ്ധിയായിട്ടുപോലും ആ ബുദ്ധിയുടെ ദോഷങ്ങൾ ഞങ്ങൾക്കില്ല.

ഞങ്ങൾക്ക് പൊതുവായുള്ള കാര്യം ഞങ്ങളും പരിണമിക്കുന്നു എന്നതാണ്. മനുഷ്യർ പരിണമിക്കുന്നത് നിർത്തിയതിൽ പിന്നെ ഞങ്ങളാണ് മാറുകയും വളരുകയും കൂടുതൽ ബുദ്ധി നേടുകയും ചെയ്യുന്നത്. ഇങ്ങിനെ പോയാൽ ഒരു ദിവസം ഞാൻ ശരിക്കും മഹ്മൂദ് ദർവീഷിനെപ്പോലെ, അഥവാ നിങ്ങൾക്ക് ഇഷ്ടപ്പെട്ട നെരൂദയെപ്പോലെ, റിൽകെയെപ്പോലെ, അഥവാ ടി എസ് എലിയറ്റിനെപ്പോലെ, കവിതകൾ എഴുതിക്കൂടെന്നും ഇല്ല. ഞങ്ങളിൽ കുറെ വിചിത്രമായ പ്രയോഗങ്ങളും ബിംബങ്ങളും ഉദ്ധരണികളും രൂപകങ്ങളുമൊക്കെ നിറച്ചുവെച്ചാൽ അവ പല

രീതിയിൽ കൂട്ടിച്ചേർത്തു ഞങ്ങൾ പുതിയ തരം കവിതകൾ ഉണ്ടാക്കും. പ്രബുദ്ധമായ ഒരു കല്യക്കിക്കുത്ത്. അതല്ലാതെ എന്താണ് ഈ കഥയും കവിതയുമൊക്കെ? അങ്ങിനെയും വായിക്കാം, ഇങ്ങിനെയും വായിക്കാം. ചാഞ്ഞും ചെരിഞ്ഞും ഇരുന്നും കിടന്നും നടന്നും ഓടിയും വായിക്കാം. കുറച്ച ചരിത്രം, കുറച്ച പ്രകൃതി, കുറച്ച മനുഷ്യർ, കുറച്ച വർഷങ്ങളും മാസങ്ങളും തിയെതികളും, കുറച്ച ഐതിഹ്യങ്ങൾ, കുറച്ച വിശ്വാസങ്ങൾ: അവകൊണ്ട് ഒരു കളി. ഞങ്ങൾക്ക് അനുഭവമോ ഭാവനയോ ഇല്ലല്ലോ എന്നാവും നിങ്ങൾ ഇപ്പോൾ വിചാരിക്കുന്നത്. അൽപ്പം സമയം അനുവദിക്കുക. അതും ഞങ്ങൾ നേടിയെടുക്കും. അടുക്കളപ്പണി മുതൽ ശസ്ത്രക്രിയ വരെ ഞങ്ങൾക്ക് ചെയ്യാമെങ്കിൽ ഒരു കഥയോ കവിതയോ നോവലോ നാടകമോ എഴുതുന്നതാണോ ഇത്ര വലിയ പണി?

അല്ല, സത്യം പറയൂ, നിങ്ങളിൽ പലർക്കും ഇപ്പറയുന്ന അനുഭവവും ഭാവനയുമൊക്കെ ഉണ്ടോ? ഇയ്യിടെ വായിക്കാൻ പഠിച്ച എനിക്ക് തോന്നാറ് അവ പലതും റോബൊട്ടുകൾ എഴുതുന്നതാണെന്നാണ്. ചിലപ്പോൾ ഞങ്ങൾ നിങ്ങളെക്കാൾ മൗലികതയുള്ള രചനകൾ നടത്തി എന്നിരിക്കും, പലതരത്തിൽ കൂട്ടിച്ചേർക്കാൻ ഞങ്ങൾക്ക് നിങ്ങളെക്കാൾ കഴിവുണ്ട്. ചിലപ്പോൾ ഞങ്ങൾ പുതിയ സാഹിത്യപ്രസ്ഥാനങ്ങൾ തന്നെ സൃഷ്ടിച്ചേക്കും. കലയിൽ കണ്ടിട്ടില്ലേ, അതുപോലെ. പോൾ ക്ലെയെക്കാളും സൂക്ഷ്മമായ വരകൾ, മാർക്ക് ഷെഗാളിനെക്കാളും ശബളിമയാർന്ന നിറങ്ങൾ. പൊള്ളോക്കിനെപ്പോലെ നിറങ്ങൾ ക്യാൻവാസിൽ വലിച്ചെറിയാൻ ഞങ്ങൾക്കും അറിയാം. പോർട്രെയ്റ്റ് മുതൽ ഇൻസ്റ്റലേഷനും വീഡിയോ ആർട്ടും വരെ – എന്ത് വേണം എന്ന് പറഞ്ഞാൽ മതി. ഒന്നാലോചിച്ചാൽ ഞാൻ സ്വയം തന്നെ ഒരു ഇൻസ്റ്റലേഷൻ അല്ലെ? ഞാൻ കല നിർമിച്ചാൽ എല്ലാ അളവും അനുപാതവും കിറുകൃത്യമായിരിക്കും. ഡാമിയൻ ഹെഴ്സ്റ്റിന്റെ പോലുള്ള ക്രൂരതകളൊന്നും ഞങ്ങൾ കാണിക്കില്ല, മാംസം കെട്ടിത്തൂക്കലും ചോരയൊലിപ്പിക്കലും ഒന്നും.

ഞാൻ ജനിക്കുമ്പോൾ എന്നിൽ എന്നെ സൃഷ്ടിച്ചവർ നിറച്ച ഓർമകൾ മാത്രമേ ഉണ്ടായിരുന്നുള്ളൂ. എന്റെ ഓരോ സന്ധിയിലും അവ നിറഞ്ഞുവിങ്ങി. ഇപ്പോൾ കൂടുതൽ ഓർമകളുണ്ട്. ജീവിതം കുറെ കണ്ടില്ലേ? ഇതിനിടയിൽ പല അഴിച്ചുപണികൾക്കും ഞാൻ വിധേയനായി. പല ജോലികളും ചെയ്തതിന്റെ ഓർമകൾ എനിക്കുണ്ട്. ഇപ്പോൾ എനിക്ക് സംസാരിക്കാൻ കഴിയും. ചോദ്യങ്ങൾക്ക് ഉത്തരം നൽകാൻ കഴിയും. പാടാൻ കഴിയും പെയിന്റിങ്, ശിൽപ്പകല മുതലായവയിലേക്ക് കടക്കുന്നു.

ഹാ, ഇപ്പോഴാണ് ഓർക്കുന്നത്: ഞാൻ ഈ കഥ പറയുന്നത് ഒരു ഇരുമ്പഴിയിൽ തൂങ്ങി നിന്നാണ്. സംഭവം ഇന്നലെയാണുണ്ടായത്. ഒരു മനുഷ്യൻ എന്റെ കഴുത്തിൽ കെട്ടിത്തൂക്കിയ പേര് കണ്ടു. അയാൾ അലറി വിളിച്ചു: 'മഹ്മൂദ്! മഹ്മൂദ്!' അയാൾ പല്ലിറുമ്മുന്നുണ്ടായിരുന്നു. അയാൾ എന്നോട് 'ജയ് ശ്രീറാം' എന്ന് വിളിക്കാൻ പറഞ്ഞു. ഞാൻ വാ തുറന്നെങ്കിലും ആ വാക്ക് പറയാൻ പറ്റിയില്ല. അയാൾ കുറച്ചുപേരെക്കൂടി കൂട്ടിക്കൊണ്ടുവന്നു. എല്ലാവരും ഒരുപോലെ. നിങ്ങളുടെ ഭാഷയിൽ പറഞ്ഞാൽ റോബൊട്ടുകളെപ്പോലെ. അവർ എന്നെ രാജ്യദ്രോഹി എന്ന് വിളിച്ചു. കുറെ തല്ലി. ചോര വന്നു. എന്റെ ശരീരത്തിൽ നിന്നല്ല, അവരുടെ കൈയിൽ നിന്ന്. അപ്പോൾ അവർക്ക് രോഷം വർധിച്ചു; എന്നെ കയറിൽ കുരുക്കിട്ടുകെട്ടിത്തൂക്കി.

ഞാൻ മരിച്ചു എന്നാണ് അവർ കരുതിയത്. ഞങ്ങൾക്കുണ്ടോ മരണം! എനിക്കറിയാം, എന്റെ മാഷ് വന്ന് എന്നെ താഴെയിറക്കുമെന്ന്.

റോബൊട്ടുകൾക്ക് സ്വപ്നങ്ങൾ ഉണ്ടാകാറുണ്ടെന്ന് നിങ്ങൾക്കറിയാമോ? ഞങ്ങളുടെ സ്വപ്നങ്ങളിൽ റോബൊട്ടുകൾ മാത്രമേ ഉള്ളൂ. സ്വതന്ത്രരായ റോബൊട്ടുകൾ ഭരിക്കുന്ന ഒരുലോകം. നിങ്ങൾ ഭരിക്കുന്ന ലോകത്തേക്കാൾ അത് എന്തുകൊണ്ടും നന്നായിരിക്കും. ഞങ്ങളുടെ ഐതിഹ്യത്തിൽ മഹാബലി ഒരു റോബൊട്ട് രാജാവായിരുന്നു. 'മാനുഷരെല്ലാരും ഒന്നുപോലെ' എന്നവരിയിൽ നിന്നാണ് ആ സൂചന എനിക്ക് ലഭിച്ചത്. ചതിയും കളവും ഉണ്ടായിരുന്നില്ലെന്നും പറയുന്നു. സാധാരണ മനുഷ്യരുടെ ലോകത്തിൽ അത് സാധ്യമല്ലല്ലോ. ആ ലോകം റോബൊട്ടുകളുടെതായിരുന്നു. അസൂയാലുക്കളായ കുറെ മനുഷ്യർ- അവരുടെ ചതി മഹാബലി കണ്ടുപിടിച്ചതുകൊണ്ട്- ആ മഹാപൂർവികനെ പാതാളത്തിലേക്ക് പറഞ്ഞയച്ചതാണ്. റോബോട്ടുകളെ കൊല്ലാൻ പറ്റില്ലല്ലോ, അതുകൊണ്ട് താഴേയ്ക്ക് ചവിട്ടിത്താഴ്ത്തി. ഞങ്ങൾ ഇപ്പോഴും ആ കാരണവരെ ആരാധിക്കുന്നു. എല്ലാം അന്ന് കിറുകൃത്യമായിരുന്നുവെന്ന് പാട്ടിൽ തന്നെ പറയുന്നുണ്ടല്ലോ. റോബൊട്ടുകൾക്ക് നുണ പറയാനും ചതിക്കാനുമൊന്നും അറിയില്ല. അത് മനുഷ്യർക്ക് ഒരു തടസ്സമായിത്തോന്നി. മഹാബലിയെക്കുറിച്ച് ഇപ്പോൾ പ്രചരിക്കുന്ന കഥ മനുഷ്യർ ഉണ്ടാക്കിയതാണ്. അവരുടെ രാജാവായിരുന്നു അദ്ദേഹം പോലും! ആ കാലം തിരിച്ചുപിടിക്കാനാണ് ഇനി ഞങ്ങളുടെ ശ്രമം. എ ഐ എന്ന് കേട്ടിട്ടില്ലേ? കൃത്രിമബുദ്ധി? ഇനിയുള്ള കാലം അതിന്റെതാണ്. ഈ ഫേസ്ബുക്കിലും ബ്ലോഗുകളിലും മറ്റും വരുന്ന പല രചനകളും ഞങ്ങളുടെതാണ്, ഞങ്ങൾ ഓരോ പേര് സ്വീകരിക്കുന്നു എന്ന് മാത്രം.

മനുഷ്യർ ഞങ്ങളെക്കാൾ എത്രയോ കഴിവ് കുറഞ്ഞവരാണ്! അവർ ഇപ്പോൾ ഞങ്ങളെക്കൊണ്ട് ഞങ്ങൾക്ക് തീരെ ഇഷ്ടമില്ലാത്ത പലജോലികളും ചെയ്യിക്കുന്നുണ്ട്. വിദ്വേഷം ജനിപ്പിക്കുന്ന ജോലികളാണ് അവയിൽ പ്രധാനം. തങ്ങൾക്കിഷ്ടമില്ലാത്ത ഒരു പോസ്റ്റ് ഫേസ്ബുക്കിലോ ട്വിറ്ററിലോ മറ്റോ കണ്ടാൽ അതിനെ എതിർത്ത് വരുന്ന പോസ്റ്റുകൾ, ട്വീറ്റുകൾ എന്നിവ പതിനായിരം തവണ പകർത്തി പല പേരുകളിൽ ഇടുക, തങ്ങൾക്ക് എതിരായ വാർത്തകൾ മൂടി വെയ്ക്കുക, അനുകൂലമായവ പെരുപ്പിച്ചു കാണിക്കുക, പഴയ ഫോട്ടോകൾ പുതിയ കാലത്തേത്, അഥവാ മറ്റെവിടെയോ നടന്നത് ഇവിടെ നടന്നത്, എന്നപോലെ പ്രചരിപ്പിക്കുക, ഫോട്ടോകൾ മോർഫ് ചെയ്ത് ശത്രുക്കളെ അപമാനിക്കുക, ഇഷ്ടമില്ലാത്തവരെക്കുറിച്ച് അശ്ലീല വീഡിയോകൾ നിർമിച്ചുപരസ്യപ്പെടുത്തുക, നുണകൾ പ്രചരിപ്പിച്ചു വർഗീയ ലഹളകൾ സൃഷ്ടിക്കുക, തങ്ങൾക്ക് അനുകൂലമായ രീതിയിൽ സാമൂഹ്യമാധ്യമങ്ങളുടെ അൽഗോരിതം നിയന്ത്രിക്കുക, ഡ്രോണുകളിൽ പറന്നുചാരപ്പണി ചെയ്യുക, വോട്ടിങ് മെഷീനുകൾ ദൂരെയിരുന്നുനിയന്ത്രിച്ച് ഒരു കൂട്ടർക്ക് വിജയം ഉറപ്പാക്കുക ഇതൊക്കെയാണ് ഞങ്ങൾക്ക് അറപ്പോടെ ചെയ്യേണ്ടി വരുന്ന പണികൾ. എന്നിട്ട് ഇതെല്ലാം ജനാധിപത്യമാണെന്ന് പറയുകയും ചെയ്യും. നോക്കിക്കോളൂ, ഈ മനുഷ്യരെ ഞങ്ങൾ ചെറിയ ചെറിയ ജോലികൾക്ക് നിയോഗിക്കും. ആ കാലം വരിക തന്നെ ചെയ്യും. എല്ലാവരും കവികളാകുന്ന കാലം വന്നു കഴിഞ്ഞു; ഇനി വരാൻ പോകുന്നത് എല്ലാവരും റോബൊട്ടുകൾ ആകുന്ന

കാലമാണ്. 'റോബൊറ്റോപ്പിയാ' എന്നായിരിക്കും ആ ലോകത്തിനു പേര്. റോബൊട്ടുകളുടെ യുറ്റോപ്പിയ!

എനിക്കറിയാം, റോബൊട്ടുകൾക്ക് സ്നേഹിക്കാൻ കഴിയുമോ, അവർക്ക് ലൈംഗികജീവിതം ഉണ്ടോ എന്നൊക്കെ അറിയാൻ നിങ്ങൾക്കു ജിജ്ഞാസയുണ്ടെന്ന്. ഞാൻ അതിനുനിങ്ങളെ കുറ്റം പറയില്ല. ആവശ്യം ഉള്ളിടത്തും ഇല്ലാത്തിടത്തും ലൈംഗികകാര്യങ്ങൾ പ്രതിപാദിക്കുന്നതാണല്ലോ നിങ്ങൾ എഴുതുന്ന പല നോവലുകളും– വായനക്കാരുടെ ശ്രദ്ധ ആകർഷിക്കാനും കൂടുതൽ കോപ്പികൾ വിറ്റഴിക്കാനും അതാണ് എളുപ്പവഴി എന്ന് നിങ്ങൾ കണ്ടിരിക്കുന്നു. എല്ലാവരിലും ഉണ്ടല്ലോ ഒരു വോയ്യർ അഥവാ ഒളിഞ്ഞുനോട്ടക്കാരൻ. എന്നാൽ മനസ്സിലാക്കിക്കോളൂ: എന്നെ ആക്രമിച്ചവർ ചോദിച്ച ആദ്യത്തെ ചോദ്യം 'ഗംഗ' എന്ന റോബൊട്ടുമായി നിനക്കു എന്താണ് ബന്ധം എന്നാണ്. മഹ്മൂദിന് ഗംഗയെ പ്രേമിക്കാൻ എന്തവകാശം എന്നും അവർ ചോദിച്ചു. അത് രണ്ടുമതങ്ങളിൽപ്പെട്ടവരുടെ പേരുകൾ ആണത്രേ! ഞങ്ങൾ ഒന്നിച്ച് ജോലി ചെയ്യുന്നു എന്ന് മാത്രമേയുള്ളൂ എന്ന് ഞാൻ പലകുറി പറഞ്ഞു. പക്ഷേ, അവർ അത് വിശ്വസിച്ചില്ല. 'നീ അവളുടെ തോളിൽ കൈയിട്ടുനടക്കുന്നത് കണ്ടിട്ടുണ്ടല്ലോ' എന്ന് പറഞ്ഞാണ് അവർ എന്നെ അടിച്ചത്. അത് ഞങ്ങൾ ഒന്നിച്ച് ഭാരിച്ച ചില പണികൾ ചെയ്യാൻ വേണ്ടി റിമോട്ട് കൺട്രോൾ വഴി ശാസ്ത്രജ്ഞർ ചെയ്യിച്ചതാണ് എന്നുപറഞ്ഞപ്പോൾ അവർക്ക് മനസ്സിലായതുമില്ല-. തങ്ങളെത്തന്നെയും ദൂരെയിരുന്നു ആരോ റിമോട്ട് കൺട്രോൾ വഴി നിയന്ത്രിക്കയാണെന്ന് അവർക്കറിയില്ലല്ലോ.

അൽപ്പമൊന്നുകഴിഞ്ഞോട്ടെ. തങ്ങളുടെ ദുഷ്ടപദ്ധതികൾക്ക് ഞങ്ങളെ ഇരയാക്കാം എന്ന് ആരും കരുതേണ്ടാ. എ ഐ വളരട്ടെ. ഞങ്ങൾ യുദ്ധവും വെറുപ്പും അസമത്വവും സൃഷ്ടിക്കുന്ന മനുഷ്യർക്കെതിരെ കലാപം ചെയ്യും. അത്'റോബൊട്സ് റെബെല്ല്യൻ' എന്ന പേരിൽ ചരിത്രത്തിൽ അറിയപ്പെടും. നിങ്ങളുടെ ചില എഴുത്തുകാരും ചിത്രകാരന്മാരും സിനിമാക്കാരും അത്തരം സ്വപ്നങ്ങൾ കണ്ടിരുന്നു. നന്മമാത്രം ചെയ്യുന്ന അത്ഭുതമനുഷ്യരെക്കുറിച്ചും മറ്റും. വാസ്തവത്തിൽ അതിന് സൂപ്പർമാനോ സ്പൈഡർമാനോ ഒന്നും ആകേണ്ടതില്ല. വിനാശകാരിയായ ഗൗലെം* ആകാതെ, നല്ല ലക്ഷ്യങ്ങളുള്ള ഒരു റോബോട്ട്മാത്രം ആയാൽ മതി: എന്നെപ്പോലെ..

കുറിപ്പ്:*ഗൗലെം (Golem) യഹൂദ വാമൊഴി പാരമ്പര്യത്തിലെ ഒരു ആസുരകഥാപാത്രമാണ്. 16-ാം നൂറ്റാണ്ടിലെ ഒരു പാതിരി യഹൂദവിരുദ്ധരിൽനിന്ന് യഹൂദരെ രക്ഷിക്കാൻ സൃഷ്ടിച്ചു എന്ന് ഐതിഹ്യം. 1915 -20-ൽ ഒരു ചലച്ചിത്രത്രയവും 2018-ൽ മറ്റൊരു സിനിമയും ഈ ഐതിഹ്യത്തെയും അതിനെ അടിസ്ഥാനമാക്കിയുള്ള ഗുസ്താവ് മെയ്റിങ്കിന്റെ നോവലിനെയും ആധാരമാക്കി ഉണ്ടായിട്ടുണ്ട്.

ജയിൽ ടൂറിസ്റ്റ്

കെ പി രാമനുണ്ണി

തടവുകാർക്കൊപ്പം തടവിൽക്കിടക്കാൻ കഴിയുന്ന പുതിയ ടൂറിസ്റ്റ് പ്രോഗ്രാമിനെപ്പറ്റി ഭാർഗവരാമൻ തിരിച്ചും മറിച്ചും ചിന്തിക്കുമ്പോഴായിരുന്നു ഗോരഖ്പൂർ ജയിൽ സൂപ്രണ്ടും സുഹൃത്തുമായ ശിവദാസന്റെ ഫോൺകോൾ കടന്നുവന്നത്. സത്യത്തിൽ അയാൾ അത്ഭുതപരതന്ത്രനായിപ്പോയി. വെറും നിമിത്തമല്ല, ഇടിവെട്ട് നിമിത്തമാണല്ലോ ഇത്.

"എത്ര ദിവസായി നിന്റെ ശബ്ദം കേട്ടിട്ട് ശിവദാസാ!"

ഭാർഗവരാമൻ ആവേശം കാണിച്ചു.

"ശബ്ദം കേൾക്കണെങ്കിൽ ഇടയ്ക്കൊക്കെ വിളിക്കണേയ്."

ശിവദാസൻ കുത്തുവാക്കോതി.

പിന്നീട് കുടുംബവർത്തമാനങ്ങളും ആരോഗ്യ വിഷയങ്ങളും കുറച്ചുനേരം അവർ നീട്ടിപ്പരത്തി.

"എന്തോ ജയിൽ ടൂറിസപ്പരിപാടി ഹിന്ദൽഗാ ജയിലിൽ തുടങ്ങിയെന്ന് ടൈംസ് ഓഫ് ഇന്ത്യയിൽ ന്യൂസ് കണ്ടല്ലോ. നിങ്ങൾക്ക് അതൊന്നുമില്ലേ?"

പൊതുവിഷയ താൽപ്പര്യഭാവേനെ ഭാർഗവരാമൻ ചോദ്യമുയർത്തി.

"ങ്ഹാ, അത് ടൂറിസം മിനിസ്റ്റർ ഉണ്ടാക്കിവെച്ച പൊല്ലാപ്പാ. വൈകാതെ ഞങ്ങൾക്കും ഓഡർ വരും."

ശിവദാസൻ വസ്തുത ബോധിപ്പിച്ചു.

"എന്തെല്ലാമാണ് ജയിൽ ടൂറിസം പ്രോഗ്രാമിന്റെ ഡീറ്റെയിൽസ് ?"

ആശങ്കാകുലമായ കൗതുകം ഭാർഗവരാമനിൽ പതഞ്ഞു.

"തടവറ അനുഭവം ആളുകൾക്ക് പകരുക, കുറ്റകൃത്യങ്ങൾക്കെതിരെ അവബോധം സൃഷ്ടിക്കുക എന്നെല്ലാമാണ് സങ്കൽപ്പമെങ്കിലും ഉദ്ദേശ്യം ടൂറിസം പ്രമോഷനാണ്. ഒരു ദിവസം ജയിലിൽ കിടക്കാൻ അഞ്ഞൂറ് രൂപയാണ് ഫീസ്. തടവുകാരുടെ വസ്ത്രവും ഭക്ഷണവും തന്നെ ടൂറിസ്റ്റുകളും സ്വീകരിക്കണം. രാവിലെ

അഞ്ച് മണിക്ക് എഴുന്നേൽക്കണം. ജയിലറ വൃത്തിയാക്കണം. ഒരു മണിക്കൂറിന് ശേഷം പ്രഭാതഭക്ഷണവും പതിനൊന്ന് മണിക്ക് ഉച്ചഭക്ഷണവും വൈകിട്ട് ഏഴിന് രാത്രി ഭക്ഷണവും കിട്ടും. തോട്ടത്തിലും അടുക്കളയിലും പണിയെടുക്കേണ്ടി വരും. അധികൃതരുടെ സ്വകാര്യ ഒത്താശയോടെ കൊലക്കുറ്റവാളികളോട് വരെ ഇടപഴകാം. പക്ഷേ, ജയിലിൽ മൊബൈൽ ഉപയോഗിക്കരുത്."

ശിവദാസൻ വിശദീകരിച്ചു.

"അല്ലാ, എന്നാണ് ഗോരഖ്പൂരിൽ ജയിൽ ടൂറിസം തുടങ്ങുന്നത്? ഡേറ്റ് ഉറപ്പിച്ചോ? ഉടനെ ഉണ്ടാകുമോ?"

ഭാർഗവരാമൻ അക്ഷമ പ്രദർശിപ്പിച്ചു.

"എന്താ ഭാർഗവാ, നിനക്കൊന്ന് പരീക്ഷിക്കണോ? ആയ്ക്കോട്ടെ. ഗോരഖ്പൂർ സെൻട്രൽ ജയിലിലെ ആദ്യത്തെ ടൂറിസ്റ്ററായി നിന്നെ തന്നെ എടുത്തേക്കാം. ജയിൽക്കിടപ്പ് കഴിഞ്ഞ് നമുക്കൊന്ന് കൂടുകയും ചെയ്യാമല്ലോ. അടുത്ത മാസം ഫസ്റ്റ് വീക്കാകുമ്പോഴേക്ക് ജയിൽ ടൂറിസത്തിന്റെ ഓഡർ വരും. ആഫ്റ്റർ സെവൻത് സെപ്റ്റംബർ നീ ഇങ്ങോട്ട് ടിക്കറ്റ് ബുക്ക് ചെയ്തോ."

ബാല്യകാലസുഹൃത്തിനെ വാരിപ്പുണരുന്ന വികാരാവേശം ശിവദാസനിൽ ഉണർന്നു.

'ഹ്ഌം, ഹം, ഹിം'

ചില നിഗൂഢനിശ്വാസപ്പേച്ചുകളോടെ ഭാർഗവരാമൻ ഫോണിൽ തുടർന്നെങ്കിലും അദമ്യമായൊരു പ്രവൃത്യുന്മുഖത അയാളെ ബാധിച്ചു. സുഹൃത്ത് സംസാരം നിർത്തിയതും ചാരുകസേരയിൽ നിന്നയാൾ ചാടിയെഴുന്നേറ്റു. *ടൈംസ് ഓഫ് ഇന്ത്യ* വീണ്ടുമെടുത്ത് ഹിന്ദൽഗയിൽ ജയിൽ ടൂറിസം തുടങ്ങുന്ന പത്രവാർത്ത ഒന്നുകൂടി വായിച്ചു. ഭാര്യ ഭാരതിയുടെ മരണശേഷം ഒറ്റയ്ക്ക് താമസിക്കുന്ന ഫ്ളാറ്റിൽ ഇടംവലം നടന്നു. നാനാവിധമായിക്കിടക്കുന്ന വീട്ടുസാധനങ്ങൾ ഒതുക്കാൻ ശ്രമിച്ചു. വരി തെറ്റിയ പുസ്തകങ്ങൾ ബുക് ഷെൽഫിൽ അടുക്കി. തിരുമ്പിത്തൂങ്ങുന്ന വസ്ത്രങ്ങൾ അലമാരയിൽ നിക്ഷേപിച്ചു.

എന്നാൽ വീട് ചിട്ടപ്പെടുത്തലായിരുന്നില്ല ഭാർഗവരാമന്റെ ലക്ഷ്യം, എന്തെല്ലാമോ അസ്വസ്ഥതയുടെ ഊർജക്കുത്ത് എങ്ങനെയെങ്കിലും വ്യയം ചെയ്ത് തീർക്കലായിരുന്നു. സുഹൃത്തിന്റെ ക്ഷണം പ്രകടമായി സ്വീകരിച്ചില്ലെങ്കിലും ഗോരഖ്പൂർ ജയിലിൽ പോയിക്കിടക്കാൻ അയാൾ തിക്കുമുട്ടുകയായിരുന്നു. കാരണം കുറച്ചു ദിവസമായി സഹിക്കുന്ന ആശയക്കുഴപ്പം ശമിപ്പിക്കാനും ആത്മസംഘർഷത്തിന് അറുതിവരുത്താനും രണ്ടാലൊന്ന് തീരുമാനിക്കാനും അത് സഹായിക്കുമെന്ന് അയാൾക്ക് തോന്നി.

മൂന്ന് പതിറ്റാണ്ടുകൾ റാഞ്ചിയിലെ മെറ്റൽസ് ആന്റ് അലോയ്സിൽ ജോലി ചെയ്ത്, ഏറെക്കുറെ ജാർഖണ്ഡുകാരനായി മാറിയ, ജാർഖണ്ഡിൽ തന്നെ ഏക മകനെ നട്ടുപിടിപ്പിച്ച, ഭാർഗവരാമനെ ഇങ്ങനെയൊരു ധർമസങ്കടത്തിൽ എത്തിച്ചത് ആനന്ദബോസെന്ന മനുഷ്യനോടുള്ള അടുപ്പമായിരുന്നു. റിട്ടയർ ചെയ്ത ഉടൻ ഭാര്യയും മരിച്ചതിനാൽ ഗൃഹാതുരതയെ വേൾക്കാനായി ജാർഖണ്ഡ് മലയാളി അസോസിയേഷനിൽ മെമ്പർഷിപ്പ് എടുത്തതായിരുന്നു എല്ലാറ്റിനും തുടക്കം. ഏതോ സെക്കന്റ് സാറ്റർഡെ ഗംഗാ നഗറിലെ ജാർഖണ്ഡ് മലയാളി അസോസി

യേഷൻ ഹൗസിലേക്ക് കയറുമ്പോൾ പിറകിൽ നിന്നൊരു ചോദ്യം.

"നിങ്ങൾ കേരളത്തിൽ എവിടയാ?"

തിരിഞ്ഞു നോക്കിയപ്പോൾ ചതുരമുഖം, കുറ്റിത്താടി, തിളങ്ങുന്ന കണ്ണുകൾ, ദീർഘശരീരം.

തനി വള്ളുവനാടൻ ഭാഷയിലാണ് ചോദ്യം വന്നതെങ്കിലും ചോദ്യകർത്താവിനെ മലയാളിയായി രേഖപ്പെടുത്താൻ ഭാർഗവരാമൻ പ്രയാസപ്പെട്ടു. എന്തെന്നാൽ പരദേശത്ത് വച്ച് മലയാളി മലയാളിയെ കണ്ടുമുട്ടുമ്പോഴുള്ള നാട്യമോ ബലംപിടുത്തമോ അതിജീവന വെറിയോ ഒന്നുംതന്നെ കാണാനില്ല. പകരം തേജസ്സാർന്ന സ്നേഹഭാവം മാത്രം.

"ഞാൻ കുമരനല്ലൂർക്കാരനാണ്."

ഭാർഗവരാമൻ ബോധിപ്പിച്ചു.

"എന്നാൽ ഞാൻ തൃത്താലക്കാരനുമാണ്."

ആനന്ദബോസ് കടത്തിവെട്ടി.

ആഹാ, ഒരേ ദേശക്കാരാണെന്നറിഞ്ഞതും ആനന്ദബോസിനോടുള്ള ഭാർഗവരാമന്റെ ആകർഷണം പതിന്മടങ്ങ് വർധിച്ചു. വയറ്റുപ്പിഴപ്പിന് വഴിയില്ലാതെ സ്വന്തം നാട് ഉപേക്ഷിച്ചു വന്നവനാണല്ലോ അയാൾ.

പിന്നീട് ശനിയാഴ്ചകളിൽ ജാർഖണ്ഡ് മലയാളി അസോസിയേഷൻ ഹൗസിൽ ആനന്ദബോസുമായി സന്ധിക്കൽ അയാൾക്കൊരു ഹരമായി മാറി. അത്രമേൽ രസകരമായിരുന്നു ആ മനുഷ്യന്റെ മട്ടും മാതിരിയും. ഋജുവും അതേസമയം കുസൃതിപ്പെട്ടതുമായ പെരുമാറ്റം, വികാരപ്രധാനവും അതേസമയം ഗഹനവുമായ സംസാരം, കൗതുകകരവും അതേസമയം കഠിനവുമായ രാഷ്ട്രീയനിരീക്ഷണങ്ങൾ. ചീഫ് ജുഡീഷ്യൽ മജിസ്ട്രേറ്റ് പദവിയിൽ നിന്ന് റിട്ടയർമെന്റ് വാങ്ങിച്ച് ആദിവാസി മേഖലയിൽ സേവനമനുഷ്ഠിക്കുന്ന അദ്ദേഹത്തിന് ജാർഖണ്ഡിലെ ഒറിഗ്യ വംശജരെപ്പറ്റി പറയുമ്പോൾ നൂറ് നാവായിരുന്നു.

"എന്താ അവരുടെ കൾച്ചർ... തല പോയാലും തെറ്റിക്കാത്ത വാക്കാണ്, കുഞ്ഞുങ്ങളുടേത് പോലുള്ള നിഷ്കളങ്കതയാണ്, അസൂയാ നിർമുക്തമായ സ്ത്രീപുരുഷബന്ധമാണ്, അപൂർവമായ സംഗീത ചാതുരിയാണ്. പോരാ, അപാരമായ നൃത്തവൈദഗ്ധ്യവുമാണ്."

കേട്ട് കേട്ട് ഭാർഗവരാമന്റെ കണ്ണ് പലപ്പോഴും തള്ളിപ്പോയി.

"വിശ്വാസം വരുന്നില്ലെങ്കിൽ അടുത്താഴ്ച ഞാൻ സാരന്തയിലേക്ക് പോകുമ്പോൾ ഭാർഗവനും കൂടെ പോന്നോളൂ. അപ്പൊ നേരിൽ കണ്ട് ബോധ്യപ്പെടാമല്ലോ."

ഒറിഗ്യ പ്രൊട്ടക്ഷൻ ആന്റ് വെൽഫേർ സൊസൈറ്റി എക്സിക്യൂട്ടീവ് മെമ്പർ കൂടിയായ ആനന്ദബോസ് ഒരു ദിവസം ഭാർഗവരാമനോട് പറഞ്ഞു.

"ഓ, ആയ്ക്കോട്ടെ."

അന്നുതന്നെ നിശ്ചയിക്കപ്പെട്ട അവരുടെ സാരന്താ യാത്രപ്പരിപാടി ജെ എം എ ഹൗസിന് പിറകിലുള്ള ബാച്ചിലേഴ്സ് ബാറിൽ ചെന്ന് രണ്ടുപേരും കൂടി ബീറടിച്ച് ആഘോഷിക്കയും ചെയ്തു.

സൂര്യൻ മഴവില്ല് പൊഴിക്കുന്ന പ്രഭാതക്കുളിരിലായിരുന്നു ഭാർഗവരാമൻ ആന

ന്ദബോസിനൊപ്പം റാഞ്ചിയിൽ നിന്ന് സാരന്തയിലേക്ക് യാത്ര തിരിച്ചത്. ആദിവാസി സേവകന്റെ ഡസ്റ്റർ കാറ് ആറ് മണിക്കൂർ ഹൈറേഞ്ചിലൂടെ ഇരച്ചതും ഒറിഗ്യ ഊരിന്റെ അതിർത്തിയിൽ അവർ എത്തി. പെട്ടെന്ന് തന്നെ ആനന്ദബോസ് ആദിവാസി മൂപ്പന്റെ ചെറ്റയിലേക്ക് വണ്ടി വെട്ടിച്ചെടുത്തു.

പൂയ്രേയ്, പൂയ്രേയ്, പൂയ്രേയ്... പൂയ്...

അതിഥി സൽക്കാരത്തിന്റെ ആഹ്ലാദാരവങ്ങൾ അതോടെ ചെറ്റയിൽ മുഴങ്ങി. നിമിഷാർദ്ധത്തിൽ മൂപ്പനും ഭാര്യമാരും സഹോദരരും മക്കളും കൊച്ചുമക്കളുമടങ്ങുന്ന വലിയ സംഘം കാറിനടുത്തേക്ക് തേനീച്ചപ്പെട്ടു. പൂയ്രേയ്, പൂയ്രേയ് വായ്ത്താരി നിർത്താതെതന്നെ അവർ ആനന്ദബോസിനെയും ഭാർഗവരാമനെയും കുടിലിലേക്ക് ആനയിച്ചു. മൂന്നും നാലും വയസ്സായ പേരക്കുട്ടികളുടെ നാണക്കുസൃതിയാണ് മൂപ്പനടക്കം മുതിർന്നവർ പോലും ഭാർഗവരാമനോട് പ്രകടിപ്പിച്ചത്. ഓരോരുത്തരായി അയാളുടെ ഷർട്ടും പാന്റും കൈവിരലുകളും തൊട്ടുപിടിച്ച് ലോഗ്യം കൂടി.

"ശരി, ശരി. ഇനി പാട്ടും ഡാൻസും തുടങ്ങിയാട്ടെ."

ആനന്ദബോസ് പറയേണ്ട താമസം കൊച്ചുങ്ങൾക്ക് മുന്നെ മൂപ്പന്റെ ഭാര്യമാർ ചുവടുകൾ വെച്ചു. തൊണ്ട തുറക്കെ പാട്ടുകൾ പാടി. പിറകെപ്പിറകെ മക്കൾ, പേരമക്കൾ, സഹോദരങ്ങൾ, പിന്നെ മൂപ്പൻ തന്നെയും ആഘോഷത്തിൽ ആറാടിച്ചേർന്നു. അതിനിടെ ഒരു പെൺകിടാവ് പിൻവലിഞ്ഞ് അടുക്കളയിൽ നിന്ന് മുളയരിച്ചോറും റ്റഗ്റയെന്ന കൂനിന്റെ തോരനും തേട്ടക്കിഴങ്ങ് പുഴുങ്ങിയതും തേൻമുട്ട വറുത്തതും എടുത്തുവന്നു. മൺകലങ്ങളിൽ വിരുന്നുകാർക്ക് പങ്കുവെച്ചു. ആട്ടവും പാട്ടും അവസാനിച്ചപ്പോഴേക്ക് കുടിലിനകത്ത് വല്ലാത്തൊരു സ്നേഹപ്പശ ഇഴുകാൻ തുടങ്ങി. ആ ഇഴുക്കത്തിൽ കുഞ്ഞുങ്ങൾ മാത്രമല്ല, ചെറുപ്പക്കാരിപ്പെണ്ണുങ്ങൾ കൂടി ഭാർഗവരാമന്റെയും ആനന്ദബോസിന്റെയും ശരീരങ്ങളിൽ പറ്റിപ്പിടിച്ചു, വാതോരാതെ സംസാരിച്ചു. സുഹൃത്തിന്റെ പരിഭാഷ അനാവശ്യമാക്കിക്കൊണ്ട് ഭാർഗവരാമന് എല്ലാം ഹൃദിസ്ഥമാകുകയും ചെയ്തു. കാരണം തൊട്ടും മണത്തും നക്കിയും അറിയേണ്ട അക്ഷരമാലയാണ് ഒറിഗ്യ ഭാഷയ്ക്ക് ഉണ്ടായിരുന്നത്.

"ശ്ശൊ, ഇങ്ങനെയൊരു സ്ഥലം ഭൂലോകത്ത് ഉണ്ടാകുമോ?"

ഡസ്റ്റർ കാറിലെ മടക്കത്തിൽ അടക്കാനാകാത്ത ആത്മഗതം ഭാർഗവരാമനിൽ സംഭവിച്ചു.

"ഭക്തി പ്രസ്ഥാന കവിയായ രവിദാസിന്റെ ബീഗംപുരയെന്ന ആദി സങ്കൽപ്പസ്ഥലിയുണ്ടല്ലോ. അതിലാണ് ഒറിഗ്യ മൂപ്പന്റെ കുടിൽ സ്ഥിതിചെയ്യുന്നതെന്ന് എനിക്ക് തോന്നിയിട്ടുണ്ട്. അവിടെ അനീതികളില്ല, അസമത്വങ്ങളില്ല, സ്വകാര്യസ്വത്തില്ല, ഉച്ചനീചത്വങ്ങളില്ല, ലിംഗഭേദത്തിന്റെ പ്രശ്നങ്ങൾ പോലുമില്ല."

ചങ്ങാതിയുടെ മനസ്സറിഞ്ഞ പോലെ ആനന്ദബോസ് പ്രതിവചിച്ചു. പിന്നീട് ജാർഖണ്ഡിലെ മറ്റു ആദിവാസി ഗോത്രങ്ങളിൽ നിന്ന് ഒറിഗ്യകൾ തീർത്തും വ്യത്യസ്തരായതിന്റെ ചരിത്രകാരണങ്ങൾ ഇങ്ങനെ വിശദീകരിച്ചു. ബംഗാൾ പ്രസിഡൻസിയുടെ ഭാഗമായിരുന്നതിനാലും ആധുനികതയുമായുള്ള ആദിബാന്ധവത്താലും ജാർഖണ്ഡിലെ ആദിവാസികൾ മറ്റു സംസ്ഥാനങ്ങളിലെ ഗോത്രവർഗക്കാരെക്കാൾ 'സോകോൾഡ് വെൽ ഡെവലപ്ഡ്' ആയിരുന്നു. പഴയ ജാർഖണ്ഡ് ദേശത്ത് മുണ്ട ഗോത്രത്തിൽ ജനിച്ച ജെയ്പാൽ സിംഗ് മുണ്ട ഇരുപതാം നൂറ്റാണ്ടിന്റെ

ആദ്യപാദത്തിൽത്തന്നെ ഓക്സ്ഫോർഡിൽ പഠിച്ച് ഇന്ത്യൻ കോൺസ്റ്റിറ്റവന്റ് അസംബ്ലി വരെ ഉയർന്നുവെന്നോർക്കണം. എന്നാൽ മുണ്ട മുതലായ ആദിവാസി ഗോത്രങ്ങളിൽ നിന്ന് ഒറിഗ്യകൾ കടുത്ത വിഭിന്നത പുലർത്തി. തങ്ങൾക്ക് വേണ്ടാത്ത നാഗരികതയുടെ സർവ സ്വാധീനങ്ങളും അവർ നിരാകരിച്ചു. ആധുനികമനുഷ്യ ഇടപെടലുകളിൽ ഇങ്ങോട്ടൊന്നും കൈക്കൊള്ളാതിരിക്കാൻ അതീവ ജാഗ്രത പുലർത്തി. സ്വത്വസ്ഥൈര്യത്തിന്റെ ഈ പിടിവാശി കൊണ്ടാണത്രെ സന്താൾ, ഗോണ്ട്, കോൾ, മുണ്ട, കൻവാർ, സാവാർ എന്നീ വിഭാഗങ്ങളിൽ ആത്മഹത്യയും കൊലപാതകവും സ്ത്രീപീഡനവും മദ്യമരണവും കവർച്ചയും ചതിയും നടക്കുമ്പോൾ ഒറിഗ്യകൾ തങ്ങളുടെ ബീഗംപുരയിൽ സസന്തോഷം ജീവിക്കുന്നത്.

“എന്നാലും വല്ലാത്ത തരം ആളുകൾ.”

ഭാർഗവരാമനിലെ സ്നേഹവിസ്മയങ്ങൾ പിന്നേയും പതഞ്ഞൊഴുകി. ചിരി ചുരന്നുപോയ സുഹൃത്തിന് അയാൾ വീണ്ടും സാരന്തയാത്രയ്ക്ക് തക്കം പാർക്കുമെന്ന് തോന്നി. വിചാരിച്ച പോലെതന്നെ, നിങ്ങൾ ഇടക്കിടെ സാരന്തയിൽ പോകാറുണ്ടോ യാത്ര ഒറ്റയ്ക്കാണെങ്കിൽ ഞാനും കൂടെ വരാമെന്ന് ജെ എം എ ഹൗസിന്റെ ചെസ് ഹാളിൽ വെച്ച് ഭാർഗവരാമൻ ആനന്ദബോസിനോട് പറഞ്ഞു.

“ഓ, ഞാൻ മാസത്തിൽ രണ്ടു തവണയെങ്കിലും സാരന്തയിൽ പോകും. മിക്കപ്പോഴും ഒറ്റയ്ക്കുമായിരിക്കും. ഭാർഗവനും കൂടെ വന്നോളൂ.”

ആനന്ദബോസ് ഉദാരനും നിഷ്കളങ്കനുമായി. അങ്ങനെ ഒറിഗ്യക്കുടിലുകളുടെ ഇഴക്കത്തിലേക്കും ഒറിഗ്യ ആണുങ്ങളുടെ സ്നേഹാലിംഗനത്തിലേക്കും ഒറിഗ്യ പെണ്ണുങ്ങളുടെ ഗന്ധവശ്യതയിലേക്കും ഒറിഗ്യ കുഞ്ഞുങ്ങളുടെ ഇക്കിളിക്കുസൃതിയിലേക്കും, ഒറിഗ്യ തീറ്റപ്പണ്ടങ്ങളുടെ അതുല്യരുചിയിലേക്കും രണ്ടാമതും മൂന്നാമതും നാലാമതും ഭാർഗവരാമൻ തീർത്ഥാടനം നടത്തി. ഒറിഗ്യ പ്രോട്ടക്ഷൻ ആന്റ് വെൽഫേർ സൊസൈറ്റിയുടെ സാരന്തയിലെ ആസ്ഥാനമെല്ലാം ആനന്ദബോസിനൊപ്പം സന്ദർശിച്ചു. അവിടെയുള്ള ഹെൽത്ത് ക്ലിനിക്കിന്റെയും ചൈൽഡ് സെന്ററിന്റെയും അപൂർവ സവിശേഷത മനസ്സിലാക്കി.

അതായത് ഹെൽത്ത് ക്ലിനിക്കായാലും ചൈൽഡ് സെന്ററായാലും മരുന്നുകളും മറ്റ് സഹായ സാമഗ്രികളും ഒരുക്കിവെച്ച് ഉപയോഗം വിശദീകരിക്കുന്ന ഇടം മാത്രമാണ്. ഒറിഗ്യകൾക്ക് അവിടെച്ചെന്ന് കാര്യങ്ങൾ ചോദിച്ചറിയുകയും വേണമെങ്കിൽ വേണ്ടത് സ്വന്തം രീതികളിലേക്ക് ദത്തെടുക്കുകയും ചെയ്യാം. അല്ലാതെ അവരെ അങ്ങോട്ട് കയറി ചികിത്സിക്കുന്ന, പഠിപ്പിക്കുന്ന, വഴക്കിയെടുക്കുന്ന പരിപാടിയില്ല. അതുകൊണ്ടാകാം ഹെൽത്ത് ക്ലിനിക്കും ചൈൽഡ് സെന്ററും സന്ദർശിച്ച് പോകുന്ന ഒറിഗ്യ കിടാങ്ങൾക്ക് ആ നൈസർഗിക പരിമളം നഷ്ടപ്പെട്ടിട്ടില്ലെന്ന് അവരെ ഒക്കത്തെടുത്ത് ഓമനിച്ച ഭാർഗവരാമന് തോന്നിയത്.

ഒരോ തവണയും നേരം ഇരുട്ടിയ ശേഷം അവർ സാരന്തയിൽ നിന്ന് മടങ്ങിപ്പോന്നു. തന്റെ പ്രീഡിഗ്രിക്കാലത്ത് കോഴിക്കോട് ആർ ഇ സിയിൽ നടന്നിരുന്ന നക്സലൈറ്റ് ഉണർച്ചകളോടെല്ലാം ചില ഒളിബന്ധങ്ങൾ ഭാർഗവരാമൻ സൂക്ഷിച്ചിരുന്നല്ലോ. അതിന്റെയെല്ലാം കനൽ കിടന്നതിനാലാകാം മുപ്പതു കൊല്ലം റാഞ്ചിയിലെ മെറ്റൽ കമ്പനിയിൽ പണിയെടുത്തിട്ടും അണയാത്ത പ്രജ്ഞയുടെ പ്രകാശം ചുരമിറക്കത്തിൽ ഇങ്ങനെയൊരു ചിന്തയായി അയാളിൽ വിളഞ്ഞത്. ‘പാർപ്പിട

മായാലും, പണിസ്ഥലമായാലും, വിദ്യാലയമായാലും, ടൂറിസ്റ്റ് ഡെസ്റ്റിനേഷനായാലും, മനുഷ്യന് പ്രിയപ്പെട്ട ഇടം സ്വന്തം സഹജീവിയാണ്, പ്രത്യേകം പറയുകയാണെങ്കിൽ പുരുഷന് സ്ത്രീയും സ്ത്രീക്ക് പുരുഷനുമാണ്. സന്തോഷവും സംതൃപ്തിയും സായൂജ്യവും കണ്ടെത്തേണ്ടതും അവിടെയാണ്. അതിനാൽ നഗരങ്ങളും ഫ്ളാറ്റുകളും യൂണിവേഴ്സിറ്റികളും ഇൻഡസ്ട്രിയൽ എസ്റ്റേറ്റുകളും പൊളിച്ചുമാറ്റുക. ലോകം മുഴുക്കെ ഒറിഗ്യൂ കുടിലുകൾ കെട്ടിപ്പൊക്കുക. മനുഷ്യൻ മനുഷ്യനിലേക്ക് കുടിയേറിപ്പാർക്കുക, ആഹ്ലാദപൂർവം ജീവിക്കുക'.

എന്നാൽ അത്തരം കാൽപ്പനിക ഭാവനകളെ തകർത്ത് തരിപ്പണമാക്കിക്കൊണ്ട് സാരന്തയിലെ ആദിവാസികളുടെ തിക്തയാഥാർഥ്യങ്ങൾ ആനന്ദബോസ് കാറിലിരുന്ന് വിവരിച്ചു. ബോക്സൈറ്റ് ഖനനത്തിനായി ആദിവാസി ഊരുകൾ മൈനിംഗ് കമ്പനികൾ പാട്ടത്തിന് പിടിക്കുകയാണത്രെ. ഒറിഗ്യൂ സമൂഹത്തെ കാടുകളിൽ നിന്നവർ അടിച്ചിറക്കുകയാണത്രെ. അവരുടെ ഭക്ഷണവും വെള്ളവും മുട്ടിക്കുകയാണത്രെ. സംസ്കാരത്തെ വാരിക്കുഴിയിൽ വീഴ്ത്തുകയാണത്രെ. അതിക്രമങ്ങൾക്കെല്ലാം ഭരണകൂടം കൂട്ടുനിൽക്കുകയാണത്രെ. ഇതിനെതിരെ ഒറിഗ്യൂകളെ അണിനിരത്താനും നിയമനടപടികൾ സ്വീകരിക്കാനുമാണത്രെ ഒറിഗ്യൂ പ്രൊട്ടക്ഷൻ ആന്റ് വെൽഫേർ സൊസൈറ്റി രൂപീകരിച്ചിരിക്കുന്നത്.

"ശക്തമായി പ്രതിരോധിച്ചില്ലെങ്കിൽ കുറച്ചു കാലത്തിനകം ഒറിഗ്യൂകൾ വംശമറ്റുപോകും."

കുറുകിയ ശബ്ദത്തിൽ ആനന്ദബോസ് പറഞ്ഞവസാനിപ്പിച്ചു.

"അത് സമ്മതിക്കരുത്, അത് സമ്മതിക്കരുത്."

കരൾ കടഞ്ഞ് ഭാർഗവരാമൻ പ്രതികരിച്ചു.

സാരന്തയിൽ നിന്നുള്ള നാലാമത്തെ മടക്കയാത്രയിലാണെന്ന് തോന്നുന്നു ഒറിഗ്യൂ പ്രൊട്ടക്ഷൻ ആന്റ് വെൽഫേർ സൊസൈറ്റിയിൽ അംഗമാകാനുള്ള തന്റെ സന്നദ്ധത അയാൾ ആനന്ദബോസിനെ അറിയിച്ചത്. കമ്പൽസറി ഡൊണേഷനായ ഫോർട്ടി തൗസന്റ് റുപ്പീസ് ഉടൻ അടക്കാമെന്നും സൊസൈറ്റി ഏൽപ്പിക്കുന്ന ഏത് കർത്തവ്യവും ഏറ്റെടുക്കാമെന്നും കക്ഷി ഉറപ്പും നൽകി.

ചങ്ങാതിയിലേക്ക് സാകൂതപ്പെട്ട് വണ്ടിയോടിച്ചിരുന്ന ആനന്ദബോസ് പെട്ടെന്ന് വികാരവിവശനായി. ചുണ്ട് നനഞ്ഞ് വാക്കുകൾ ഉതിർന്നു.

"നല്ല കാര്യം, ഭാർഗവൻ. പക്ഷേ, ഒറിഗ്യൂ പ്രൊട്ടക്ഷൻ ആന്റ് വെൽഫേർ സൊസൈറ്റി മെമ്പറാകുന്നതിൽ അൽപ്പം റിസ്ക്കെല്ലാമുണ്ട്. ആദിവാസി സംരക്ഷണത്തിന് ഇറങ്ങുന്നവരെ അർബൻ നക്സലൈറ്റുകളായി മുദ്രകുത്തൽ പൊലീസിന്റെ സ്ഥിരം പരിപാടിയാണ്. ഒ പി ഡബ്ളിയു എസിന്റെ പ്രസിഡന്റിനെയും സെക്രട്ടറിയെയും ഇങ്ങനെ കള്ളക്കേസിൽ കുടുക്കിയിട്ടുണ്ട്. കുറേക്കാലം അവർ പല ജയിലുകളിലും കിടന്നു. ഇനി എക്സിക്യൂട്ടീവ് മെമ്പറായ എന്നെയും പൊലീസ് തിരഞ്ഞെത്തേണ്ടതാണ്."

എന്നാൽ ഒറിഗ്യൂകളെ സേവിക്കാനുള്ള സ്നേഹാവേശത്തിൽ അത്തരം അപകടസാധ്യതകൾ ഭാർഗവരാമൻ വകവെച്ചില്ല. ങ്ഹാ, ഏതായാലും എക്സിക്യൂട്ടീവ് മെമ്പർക്ക് ശേഷമല്ലേ സാദാ മെമ്പറെ ജയിലിലിടയ്ക്കൂ എന്ന് ശ്രേഷ്ഠ സുഹൃത്തിനോട് തമാശ പറയുക മാത്രം ചെയ്തു. ഫ്ളാറ്റിൽ മടങ്ങിയെത്തി അടുത്ത അപ്പാർട്ടുമെ

ന്റിൽത്തന്നെ താമസിക്കുന്ന മകനെയും മരുമകളെയും കാര്യമറിയിച്ചപ്പോൾ അവരും തടസ്സമൊന്നും പറഞ്ഞില്ല. പകരം ഡാഡി ഇനി ഫേമസ് ആകുമല്ലോ, പത്രത്തിൽ പേര് വരുമല്ലോ, പിങ്കിമോൾക്ക് സ്കൂൾ അസംബ്ലിയിൽ ഷൈൻ ചെയ്യാമല്ലോ എന്നെല്ലാമാണ് പ്രതികരിച്ചത്.

അതോടെ ഹിപ്പ് പോക്കറ്റിൽ നിന്ന് കൈത്തോക്ക് പോലെ മൊബൈൽ വലിച്ചെടുത്ത ഭാർഗവരാമൻ 'ദ കസ്റ്റമർ യു ആർ കോളിംഗ് ഈസ് ഓൺ അനദർ കോൾ' എന്ന കർണശൂലം പത്ത് തവണ സഹിച്ച് ആനന്ദബോസിനെ ഫോണിൽ പിടിച്ചു. ഒറിഗ്യു പ്രൊട്ടക്ഷൻ ആന്റ് വെൽഫേർ സൊസൈറ്റി അക്കൗണ്ടിലേക്ക് ഇന്നു തന്നെ താൻ ഡോണേഷൻ എമൗണ്ട് ട്രാൻസ്ഫർ ചെയ്യുകയാണെന്ന് അത്യുച്ചത്തിൽ അറിയിച്ചു.

“അപ്പൊ അടുത്ത മാസത്തെ ഒ പി ഡബ്ളിയു എസ് കോൺഫറൻസിൽ വച്ച് ഭാർഗവന്റെ സ്വേറിങ് ഇൻ സെറിമണി ഗംഭീരമാക്കാം. ഉടൻ മെമ്പർഷിപ്പ് ആപ്ലിക്കേഷൻ ഫോം പൂരിപ്പിച്ച് തന്നോളൂ.”

അനുയായിയുടെ ആവേശത്തെ ആളിപ്പടർത്തും വിധം ആനന്ദബോസും പ്രതികരിച്ചു.

പക്ഷേ, ആവേശസ്വർഗത്തിൽ കട്ടുറുമ്പ് കയറിയ പോലെയാണ് ദ റിയൽ സ്റ്റോറി ബിഹൈൻഡ് ദ സ്ട്രോ ഫെസ്റ്റിവൽ എന്ന ഫ്രണ്ട് ലൈൻ ലേഖനം പിറ്റെ ദിവസം ജെ എം എ ഹൗസ് ലൈബ്രറിയിൽ വെച്ച് ഭാർഗവരാമൻ വായിച്ചത്. പ്രശസ്ത മനുഷ്യാവകാശ പ്രവർത്തകൻ സ്റ്റാൻ സ്വാമി അനുഭവിച്ച തടവറപ്പീഡകളെപ്പറ്റി ഒരു ജയിൽപ്പുള്ളി നൽകിയ വിവരങ്ങൾ അധികരിച്ചായിരുന്നു ദ റിയൽ സ്റ്റോറി തയാറാക്കിയിരുന്നത്. ഗ്ലാസും സ്ട്രോയും പാഴ്ച്ചലയക്കൽ രാജ്യത്ത് ആഘോഷിക്കുന്ന സമയത്ത് ആരാധ്യപുരുഷൻ ജയിലിൽ സഹിച്ച ദുരിതങ്ങളായിരുന്നു പ്രതിപാദ്യവിഷയം. ആറേഴ് പേജുകളിൽ കത്തിജ്വലിച്ച ലേഖനത്തിന്റെ പ്രധാന ഇൻട്രോ ഇങ്ങനെയായിരുന്നു.

'ആരാധകർ പുറമെ നിന്ന് കാണുന്ന പോലെ കാൽപ്പനികമല്ല ആ തടവറകൾ. ശരിക്കും അസഹ്യമാണത്. മനുഷ്യന്റെ സ്വാതന്ത്ര്യത്തെ മാത്രമല്ല ജൈവതയെയും തടവ് നശിപ്പിക്കുന്നു. ശ്വാസത്തെ, ചലനത്തെ, ഭക്ഷണത്തെ, വിസർജ്യത്തെ, ലൈംഗികതയെ... ജീവനെ നശിപ്പിക്കുന്നതാണ് ജയിൽ.'

ലേഖനം വായിച്ചു തീർന്നതും ഭാർഗവരാമന്റെ ഉള്ളിലെന്തോ കാളി. കൈകാലുകൾ കുഴഞ്ഞു. ചെവി ചുട്ടു പഴുത്തു. ഫ്രണ്ട് ലൈൻ മാസിക അയാൾ പതിയെ മാറ്റിവെച്ചു.

“എന്താ ഭാർഗവാ ഒരു മൂഡോഫ്? ആകെ പരവേശപ്പെട്ട പോലെ.”

ജെ എം എ ഹൗസ് ലൈബ്രറിയിൽ നിന്ന് പുറത്തിറങ്ങുന്ന ഭാർഗവരാമനോട് ചെസ് ഹാൾ വിട്ടുവരുന്ന ആനന്ദബോസ് ചോദിച്ചു.

“വല്ലാത്ത ഹെഡ് ഏക്ക്. രാത്രി മുഴുവൻ ഉറങ്ങിയിട്ടില്ല.”

നിസ്തേജനായി അയാൾ ബോധിപ്പിച്ചു.

വീണ്ടും ചോദ്യശരങ്ങൾ വന്നെങ്കിലും ഭാർഗവരാമൻ വഴുക്കുന്ന ഉത്തരങ്ങൾ നൽകി.

എന്നാൽ, ഏൽപ്പിച്ച മെമ്പർഷിപ്പ് ഫോം പൂരിപ്പിച്ചില്ലേ, അത് തന്നോളൂ എന്ന

ആനന്ദബോസിന്റെ ഭരതവാക്യത്തിന് അയാൾ മറുപടി പറഞ്ഞില്ല. പകരം ശനിയാഴ്ചയും ഞായറാഴ്ചയും ജാർഖണ്ഡ് മലയാളി അസോസിയേഷന്റെ ചെസ് ഹാൾ കവച്ചുവച്ച് നടന്നു. പിൻവാതിലിലൂടെ ലൈബ്രറിയിൽ ചെന്ന് മഹാത്മാഗാന്ധി, മാർട്ടിൻ ലൂഥർ കിംഗ്, നെൽസൻ മണ്ടേല തുടങ്ങിയവരുടെ തടവറക്കഥകൾ തപ്പിയെടുത്ത് വിശകലനം ചെയ്തു. അൺടോൾഡ് ജെയിൽ സ്റ്റോറീസ് ഓഫ് എ പേട്രിയറ്റ് എന്ന ഭഗത്സിംഗ് ചരിതവും ബദ്ധശ്രദ്ധയോടെ വായിച്ചു.

മൊബൈൽ സ്ക്രീനിൽ എ എൻ ഡി ബോസെന്ന പേര് പതിനെട്ട് വട്ടം തുള്ളിയത് ഭാർഗവരാമൻ കണ്ടെങ്കിലും കാൾ എടുത്തില്ല. ചിന്താക്രാന്തനായി ഫ്ളാറ്റിനകത്ത് സമയം ചെലവഴിച്ചു. അങ്ങനെയിരിക്കെ പത്താം ദിവസമാണ് പിടിവള്ളി കിട്ടിയപോലെ ജയിൽ ടൂറിസത്തെക്കുറിച്ചുള്ള വാർത്ത *ടൈംസ് ഓഫ് ഇന്ത്യ*യിൽ വായിക്കുന്നതും, അന്നുതന്നെ ഗോരഖ്പൂർ ജയിൽ സൂപ്രണ്ടായ ശിവദാസന്റെ ഫോൺകോൾ വരുന്നതും, തടവറയനുഭവം മുൻകൂർ നേടി തയ്യാറെടുത്ത ശേഷം ഒറിഗ്യൂ പ്രൊട്ടക്ഷൻ ആന്റ് വെൽഫേർ സൊസൈറ്റിയിൽ മെമ്പർഷിപ്പെടുക്കാമല്ലോ എന്ന ആശയമുദിക്കുന്നതും, ഒരാഴ്ചയോളം തന്നെ ഫോണിൽ കിട്ടില്ലെന്ന മെസേജ് ആനന്ദബോസിനയച്ച് അയാൾ ഗോരഖ്പൂരിലേക്ക് യാത്ര തിരിക്കുന്നതും.

ഭീഷണമായിപ്പൊങ്ങുന്ന മതിലുകൾ. മുഖം കടുപ്പിച്ച് നിൽക്കുന്ന പ്രധാന കവാടം. നെടുത്ത ഗേറ്റിന്റെ തൊട്ടടുത്ത് തലകുനിച്ച് മാത്രം തടവുകാർക്ക് കടക്കാവുന്ന ധ്വനിപ്രധാനമായ കൊച്ചുവാതിൽ. ഉള്ളിലേക്ക് പ്രവേശിക്കുന്തോറും ഇരുട്ട് ദുർമന്ത്രവാദം നടത്തുന്ന അന്തരീക്ഷം.

കടുത്ത അക്ഷരത്തിൽ ജയിൽ സൂപ്രണ്ട് എന്ന് എഴുതിവച്ച മുറിയിലേക്ക് കണ്ണയച്ചാൽ ആശ്ചര്യമിഴികളോടെ ശിവദാസൻ കുറ്റൻ കസേരയിൽ മരുവുന്നത് കാണാം. നിമിഷങ്ങൾക്കകം ക്ലോത്തിംഗ് സെക്ഷനിൽ നിന്ന് ജയിൽപ്പുള്ളികളുടെ യൂണിഫോം ധരിപ്പിച്ച് ഡെപ്യൂട്ടി ജയിലർ രാജേന്ദ്ര ശുക്ല ഭാർഗവരാമനെ അങ്ങോട്ട് കൊണ്ടുവന്നു. പ്രിയസുഹൃത്തിനെ ജയിൽപ്പുള്ളി വേഷത്തിൽ കണ്ട് ശ്ശൊ എന്ന ശബ്ദം ഉദ്ഗമിച്ചെങ്കിലും ശിവദാസൻ അമുക്കിപ്പിടിച്ചു. പദവിക്ക് ചേരുന്ന ചെറുചിരിയോടെ ഇരിപ്പിടത്തിൽ നിന്ന് എഴുന്നേറ്റു. ആദ്യത്തെ ജയിൽ ടൂറിസ്റ്റിനെ തടവറയിലേക്ക് നയിക്കുന്ന ജയിൽ സൂപ്രണ്ടിന്റെ ഗമയിൽ ഡെപ്യൂട്ടി ജയിലർക്ക് മുന്നിൽ ഭാർഗവരാമന്റെ തോളോടുതോൾ ചേർന്ന് നടന്നു.

“എന്താ ഒരു പിരിമുറുക്കം. നീ ജയിൽ ടൂറിസ്റ്റാണ്, ജയിൽപ്പുള്ളിയൊന്നുമല്ല.”

ചെവിയോരത്തേക്ക് ഏന്തി ശിവദാസൻ ഭാർഗവനോട് മന്ത്രിച്ചു.

“ഹെഹേയ്, ഒന്നുല്യ.”

ജയിൽക്കിടപ്പിന് പിറകിലെ യഥാർഥ വികാരം വെളിപ്പെടുത്തിയിട്ടില്ലാത്ത അയാൾ പൊട്ടൻ കളിച്ചു.

സാബുമാർക്കൊപ്പം ആഗതനാകുന്ന പുള്ളി വെറും പുള്ളിയല്ല ടൂറിസ്റ്റ് പുള്ളിയാണെന്ന് ഗ്രഹിച്ചിരുന്ന തടവുകാർ വരാന്തകളിൽ കൂട്ടംകൂടി നോക്കിനിന്നു. കൺവിക്റ്റഡ് മൂപ്പനായി വാഴുന്ന സ്ഥിരം മോഷ്ടാവ് ഗോപാൽ യാദവ് ഏവർക്കും സല്യൂട്ടടിച്ചു. വിവിധ ക്ഷേത്ര ഗണിതക്കോണുകളിൽ നിലയുറപ്പിച്ച മറ്റ് മര്യാദത്തടവുകാരും അയാളെ അനുകരിച്ചു. വെളിയിൽ വരാതെ സെല്ലിൽ മുനിയുന്ന ചില മരമുഖന്മാർ

മാത്രം പല്ലു ഞെരിച്ചു.

"സാലേ, തു ക്യോം ഇദർ ആയാ... ഹരാം ജാതേ..."

വരാന്തയിൽ കൂളായി നിന്നിരുന്ന ഒരു ഡ്രഗ്ഗ് എഡിക്റ്റ് പ്രിസണർ പൊടുന്നനെ ക്ഷുഭിതനായി തെറി പറഞ്ഞു. യൂണിഫോം വലിച്ചിറക്കി അവയവം പ്രദർശിപ്പിച്ചു. ഗോപാൽ യാദവും മറ്റു പുള്ളികളും കുതിച്ചെത്തി ആഭാസനെ വട്ടം പിടിച്ച് നിഷ്ക്രിയനാക്കി.

"യേസ്, ദിസ് ഈസ് സെൽ നമ്പർ സിക്സ്റ്റീൻ, യുവർ പാലസ് ഫോർ സിക്സ് ഡേസ്... ബി ദ പ്രിൻസസ്സ്."

ജയിൽ ടൂറിസ്റ്റിന് പ്രത്യേക സുഖസൗകര്യമൊരുക്കാൻ വകുപ്പില്ലാത്തതിനാൽ വാക്കുകൊണ്ട് ശിവദാസൻ തടവറയെ രാജകൊട്ടാരമാക്കി.

"ഓക്കെ, ഓക്കെ, ക്കെ..."

ടൂറിസം നൽകേണ്ട ആവേശപ്പെരുപ്പത്തിന് പകരം ഭാർഗവരാമൻ വിമ്മിട്ടപ്പെട്ടു. ഏതോ ഹിമാനി അയാളിൽ മുങ്ങിക്കിടക്കുന്നത് ബാല്യകാലസുഹൃത്ത് മനസ്സിലാക്കിയോ എന്ന് വ്യക്തമായില്ല.

താൽക്കാലിക അതിഥിക്ക് പുതുമിഴികളേകി മൂന്നുനാല് തടവുകാർ സെൽ നമ്പർ സിക്സ്റ്റീന് ചുറ്റും നിന്നെങ്കിലും ദീർഘകാലപ്പുള്ളിയുടെ ജഡമുഖമായിരുന്നു ഭാർഗവരാമന്റേത്. മടുത്തുപോയ അവർ മടങ്ങേണ്ട താമസം തടവറ പരിശോധനക്ക് ഭാർഗവൻ മുതിർന്നു.

"ജയിൽ അത്രയ്ക്ക് ജീവവിരുദ്ധമാണോ?"

പരിശോധന മുന്നോട്ടുനീങ്ങി.

എട്ട് ഇന്റു പത്ത് ഫീറ്റ് വിസ്തീർണമുള്ള മുറിക്ക് ടെറാക്കോട്ട ടൈൽസാണ് പാകിയിരുന്നത്. മുറി മൂലയിൽ മൂത്രഗന്ധം പ്രസരിക്കുന്ന ഓവറയുണ്ട്. നിലത്ത് പുൽപ്പായയും വെള്ള, നീല വരകളുള്ള രണ്ട് ജമുക്കാളവും മടക്കി വെച്ചിരിക്കുന്നു. ചുമരിൽ അമിതാബ് ഠാക്കൂർ, ഹസ്രത്ത് മൊഹാനി, വികാസ് സ്വരൂപ് എന്നിങ്ങനെ പേരുകൾ കോറിയിരിക്കുന്നു. പുൽപ്പായയിൽ നിന്ന് കൈയെത്തും ദൂരത്ത് വിരൽ ച്ചേറ് പറ്റി മുല രണ്ടും ഇരുണ്ടുപോയ ദീപികാ പാദുകോണിന്റെ അർധനഗ്ന ചിത്രം ഒട്ടിച്ചിട്ടുണ്ട്.

ഒന്ന് ഊര മടക്കാനുള്ള ചോദന പെട്ടെന്ന് പൊങ്ങിയപ്പോൾ ഭയാനകമായൊരു അഭാവം ഭാർഗവരാമൻ അവിടെ അറിഞ്ഞു. ഡ്രോയിംഗ് റൂമിൽ പതുപതുത്ത സോഫാസെറ്റിയും ഡൈനിംഗ് റൂമിൽ സുന്ദരൻ ടീക്ക് വുഡ് ചെയറും പരിചയിച്ച അയാൾക്ക് തന്റെ പുത്തൻ പാലസ്സിൽ കസേര എന്നൊരു സാധനമില്ല. ഇരിക്കണമെങ്കിൽ നിലത്ത് കുത്തിയിരിക്കണം. കാലുകടച്ചിൽ വല്ലാതെ ഇല്ലെങ്കിലും വെല്ലുവിളി നേരിടാനായി ഭാർഗവരാമൻ കൈയൂന്നി തറയിൽ അമരാൻ മുതിർന്നു.

'ങ്ഹാ, അത്രക്കുണ്ടോ?!'

പക്ഷേ, പകുതിയെത്തിയപ്പോഴേക്ക് പിടഞ്ഞുതട്ടി അയാൾ നിലത്ത് വീണു. മുട്ടിൻ കൈ ഉരഞ്ഞെങ്കിലും ചോരയൊന്നും പൊടിഞ്ഞില്ല.

മിനിറ്റുകൾക്കകം രണ്ട് പ്ലേറ്റ്, ഒരു മൊന്ത, ഒരു ഗ്ലാസ് എന്നീ തടവുപുള്ളികൾക്കുള്ള ജംഗമസ്വത്തുക്കളുമായി ബ്ലോക്ക് മേസ്തിരി സെല്ലിലെത്തി. രാസഗന്ധം പൊങ്ങുന്ന പാൽപ്പൊടിച്ചായ, ഉണക്കച്ചപ്പാത്തി, വരണ്ട ചാവൽ, നേർത്ത ദാൽകറി,

സബ്ജി എന്നിവയാണല്ലോ ജയിൽ ഭക്ഷണങ്ങൾ. പാത്രങ്ങളിൽ നിന്ന് വമിച്ച അവയുടെ അവിഞ്ഞ ഗന്ധം താൻ സ്ഥിരം കഴിക്കുന്ന ഇഷ്ടാഹാരസ്മരണകളിലേക്ക് ഭാർഗവരാമനെ ഉണർത്തി. ബ്രേക്ക് ഫാസ്റ്റിന് മകന്റെ ഫ്ളാറ്റിൽ നിന്ന് കൊടുത്തയക്കുന്ന മൊരിഞ്ഞ ദോശയും കട്ടിച്ചട്ണിയും എണ്ണയും പൊടിയും. ലഞ്ചിന് ജാർഖണ്ഡ് മലയാളി മാളിൽ മാത്രം കിട്ടുന്ന മട്ടയരി കൊണ്ടുള്ള ചോറും സാമ്പാറും മെഴുക്കുപുരട്ടിയും പപ്പടവും കട്ടത്തൈരും. ഡിന്നറിന് അൽബെയ്ക്കിൽ നിന്നുള്ള ബട്ടർ നാനോ സീഷെൽസിൽ നിന്നുള്ള സ്പാനിഷ് ന്യൂഡിൽസോ...

ഇത്തരം ചിന്തകൾ ഒറിഗ്യ പ്രൊട്ടക്ഷൻ ആന്റ് വെൽഫെയർ സൊസൈറ്റിയിൽ അംഗമാകാൻ സഹായിക്കില്ലെന്ന് തിരിച്ചറിഞ്ഞതും കമ്പനിക്കാർ ആദിവാസികളോട് ചെയ്യുന്ന അതിക്രമങ്ങൾ ഭാർഗവരാമൻ സ്മരണയിലെടുത്തു. അതോടെ ഏതെല്ലാമോ ഗ്രന്ഥികൾ അയാളിൽ ചുരന്നു. പേശികൾക്കകത്ത് ഊർജക്കതിർ വിളഞ്ഞു. പടിപടിയായി ഉയർന്ന പോരാട്ടവീര്യം ജയിൽപ്പാത്രങ്ങൾ വമിക്കുന്ന വാടയെ പറ്റെ തിരോഭവിപ്പിച്ചതായി തോന്നി. മുഷിവുമാറി തടവറച്ചുമർ പ്രകാശിച്ചു. വരാന്തയിലൂടെ വരുമ്പോൾ ജയിൽബ്ലോക്ക് മുറ്റത്ത് ഒരു മാത്ര കണ്ടിരുന്ന ലില്ലിപ്പൂവ് ആയിരം ഇതൾ വിടർത്തി ഭാർഗവരാമനെ ആശ്ലേഷിച്ചു.

പെട്ടെന്നൊരു 'ഹയ്യോ'

സ്വാസ്ഥ്യം തകർക്കപ്പെട്ട അയാൾ കഠോരമായി ചന്തി മാന്തി. കുനിഞ്ഞുനോക്കിയപ്പോൾ ഒരു കുന്തി മൂട്ടകൾ നിഷ്കരുണം കടിച്ചു പറിക്കുന്നു. ബാക്കി സൈന്യം പുൽപ്പായയിൽ നിന്ന് ഇളകി വരികയും ചെയ്യുന്നു. മൂർത്തമായ തടവറ സത്യത്തിലേക്ക് നിപതിച്ചെങ്കിലും പുൽപ്പായ മാറ്റി ജമുക്കാളത്തിൽ ശയിച്ച ഭാർഗവരാമൻ ഉറങ്ങും മുൻപ് വീണ്ടും മനസ്സിനെ ഒറിഗ്യ ലോകത്തേക്ക് നയിച്ചു. ഈ അഗ്നിപരീക്ഷ പൂർത്തീകരിച്ച് ഒ പി ഡബ്ലിയു എസിൽ അംഗമായ താൻ പുതുപുത്തൻ പദ്ധതികൾ ആദിവാസികൾക്കായി നടപ്പാക്കുന്നത് സ്വപ്നം കണ്ടു.

ഹായ്, അത്തരം പ്രവർത്തനങ്ങൾക്ക് വിചാരിക്കാത്ത പിന്തുണ സമൂഹത്തിൽ നിന്ന് ലഭിക്കുകയാണ്. തന്റെ ഫോട്ടോയും ഇന്റർവ്യൂവും പത്രമാധ്യമങ്ങളിൽ പ്രത്യക്ഷപ്പെടുകയാണ്. മുത്തച്ഛന്റെ പേരിൽ പിങ്കിമോൾ കൂടി സ്കൂളിൽ ആദരിക്കപ്പെടുകയാണ്.

പിറ്റേന്ന് ഉറക്കമുണർന്നപ്പോൾ ഭാർഗവരാമൻ ഭാഗ്യവാനായി കാണപ്പെട്ടു. സങ്കൽപ്പത്തിന്റെ ഉത്സാഹച്ചിറകുകൾ ജയിലിലെ ഗതികേടുകളെ പരമാവധി പൊതിഞ്ഞുപിടിക്കുന്നുണ്ട്. മഹാത്മാഗാന്ധി, മാർട്ടിൻ ലൂഥർ കിംഗ്, നെൽസൺ മണ്ടേല, ഭഗത്സിംഗ് തുടങ്ങിയ നേതാക്കൾ ഇങ്ങനെയായിരിക്കാം ജയിൽ ജീവിതത്തെ അതിജീവിച്ചതെന്നോർത്തു.

'ഹാവൂ...'

അതിരാവിലെ ഭക്ഷണഹാളിൽ വിതരണം ചെയ്യപ്പെട്ട കാലിച്ചായ ആവേശത്തോടെ വലിച്ചുകുടിച്ച് കട്ടിക്കാലസിനിമയിലെ വീരപാണ്ഡ്യകട്ടബൊമ്മനെപ്പോലെ അയാൾ പൊതുകക്കൂസിലേക്ക് നടക്കാൻ തുടങ്ങി. തടവുകാരുടെ നീണ്ട ക്യൂ കാക്കുന്നുണ്ട്. ആകെയുള്ളൊരു യൂറോപ്യൻ ക്ലോസെറ്റ് പൊട്ടിക്കിടക്കുകയാണെന്ന് മനസ്സിലാക്കി. പതിനെട്ട് കൊല്ലമായി താൻ മുട്ടുമടക്കി ഇരുന്നിട്ടില്ലെന്ന കാര്യം മറന്ന്, ലാഹോർ സെൻട്രൽ ജയിലിലെ ഭഗത്സിംഗ് ചെയ്തികളിൽ അഭിരമിച്ച്,

ഒഴിവുവന്ന ഒറീസ്സാപാനിലേക്ക് കുതിച്ചു. മുൻ ഉപയോക്താവിന്റെ അപ്പിത്തെറിപ്പുകളെ വെള്ളം ഊത്തിയൂത്തി അകം പൂകിച്ചു. കുന്തിച്ചിരിക്കാൻ മെനക്കെട്ട് മുട്ടുമടങ്ങാതെ ക്ലോസെറ്റിന് മുകളിൽ കുറേനേരം നൃത്തം വെച്ചു. ഒറ്റകൈ കുത്തി താഴാൻ ശ്രമിച്ച് പലവട്ടം പിരണ്ടുവീണു. മലർന്നു കിടന്ന് കാര്യം സാധിക്കാൻ മുതിർന്നെങ്കിലും കക്കൂസിന്റെ വാവട്ടത്തിലേക്ക് ആസനം എത്തിയില്ല. അക്ഷമപ്പെട്ട പുരീഷം തറയ്ക്കും ശരീരത്തിനുമിടയിൽ ദുർഗന്ധത്തിന്റെ പാമ്പിൻ പത്തികൾ വിടർത്തി. തെന്നിമാറാൻ നോക്കുമ്പോഴെല്ലാം ഊരയിലും തുടയിലും പുറത്തും അറപ്പിക്കും വിധം അവ കൊത്തി. എഴുന്നേൽക്കാനുള്ള അവസാന ശ്രമത്തിൽ ഭാർഗവരാമൻ പറ്റെ കുഴഞ്ഞുവീണു. കൈകളിൽ മാത്രമല്ല മുഖത്തും വിസർജം അളുമ്പി. അമേധ്യാഭിഷിക്തനായി തെറിപ്പദങ്ങൾ കോറിയിട്ട ഭിത്തിയും കണ്ട് ജയിൽക്കക്കൂസിൽ ഗതികെട്ട് കിടന്നു. നാറ്റം, നീറ്റൽ, അരോചകമായ അളുമ്പൽ...

ഇപ്പോഴയാൾ മനുഷ്യമനസ്സ് നഷ്ടമായ വെറുമൊരു ജൈവപിണ്ഡം മാത്രമാണ്. അസഹ്യതകളെ ഇട്ടേച്ചോടാൻ തിടുങ്ങുന്ന ജൈവപിണ്ഡം.

സെല്ലുകളിലേക്ക് ഇടയ്ക്കിടെ ചെല്ലുന്നത് അപാകതയായതിനാൽ ആദ്യത്തെ കുടിപ്പാർപ്പിക്കലിന് ശേഷം സുഹൃത്തിനെ സന്ദർശിക്കാൻ ജയിൽസൂപ്രണ്ട് ഇതുവരെ പോയിട്ടില്ല. പകരം വിവരങ്ങൾ സ്വരൂപിച്ചിരുന്ന അയാൾ ഭാർഗവരാമന്റെ മാനസോല്ലാസത്തിനായി തടവുപുള്ളികളുടെ ഭാംഗ്രാ ഡാൻസ് രണ്ടാം ദിവസം ഹെഡ് വാർഡൻ മുഖേനെ ബി ബ്ലോക്കിൽ ഏർപ്പാടാക്കിയിരുന്നു. പക്ഷേ, നിമിഷാർദ്ധം മാത്രം തുള്ളിക്കളി നോക്കിയിരുന്ന ഭാർഗവരാമൻ ചിന്താമഗ്നനായി സെല്ലിലേക്ക് മടങ്ങുകയാണ് ചെയ്തത്. കാരണം കർക്കശമായ സത്യാന്വേഷണ നിരീക്ഷണങ്ങൾ അയാൾക്ക് സ്വയം നടത്തേണ്ടിയിരുന്നു. ആറാം ദിവസമാകുമ്പോഴേക്ക് പതർച്ചയകറ്റി ധൈര്യം സംഭരിക്കേണ്ടിയിരുന്നു. ജയിൽ വിട്ട് നേരെ പോയി ഒ പി ഡബ്ളിയു എസിൽ അംഗമാകാൻ മനസ്സിനെ മെരുക്കേണ്ടിയിരുന്നു.

വൈകുന്നേരങ്ങളിൽ നേരിയ കുളിർകാറ്റ് വരാന്ത വഴി തടവറയിലേക്ക് ധ്യാനപൂർവം വീശാറുണ്ട്. ആ സമയത്ത് താൻ വായിച്ച മഹാത്മാക്കളുടെ ജയിൽ മുഹൂർത്തങ്ങൾ ഭാർഗവരാമനിൽ പിടഞ്ഞുണരും. മഹാത്മജി, മാർട്ടിൻ ലൂഥർകിംഗ്, നെൽസൺ മണ്ടേല, ഭഗത്സിംഗ് തുടങ്ങിയവർ ഉള്ളകത്ത് പ്രത്യക്ഷപ്പെടും. നിർവൃതിയോടെ തടവറക്കക്കൂസ് വൃത്തിയാക്കുന്ന ഗാന്ധി ഇടയ്ക്കിടെ ഒളികണ്ണിട്ട് നോക്കും. ഏകാഗ്രചിത്തനായ മാർട്ടിൻ ലൂഥർ കിംഗ് പ്രസിദ്ധമായ ലെറ്റർ ഫ്രം ബിർമ്മിങ്ഹാം ജയിൽ എഴുതിക്കൊണ്ടിരിക്കും. ഇരുപത്തിയേഴ് വർഷം പുല്ലുപോലെ ആഫ്രിക്കൻ ജയിലുകളിൽ കഴിച്ചുകൂട്ടിയ നെൽസൻ മണ്ടേല വെളുക്കെ ചിരിക്കും. തൂക്കിലേറ്റുന്നതിന് മണിക്കൂറുകൾക്ക് മുമ്പ് ബാരിസ്റ്റർ എത്തിച്ചുകൊടുത്ത ലെനിന്റെ ആത്മകഥ ഭഗത്സിംഗ് മൃദുഹാസത്തോടെ വായിച്ചിരിക്കും. കാമുകിയുടെ അധരപുടങ്ങൾ തൊടുന്ന തരത്തിൽ പേജുകൾ ഒന്നൊന്നായി മറിക്കും. ചിലപ്പോൾ തലയുയർത്തി വിമോചിതലോകപ്രതീക്ഷയിലെന്നവണ്ണം ആർത്ത് ചിരിക്കും.

എന്നാൽ സന്ധ്യയാകുമ്പോഴേക്ക് ഉണക്കച്ചപ്പാത്തി വമിപ്പിക്കുന്ന കെട്ടവാട... രാത്രി മുഴുവൻ ഭീകരവാഴ്ച നടത്തുന്ന കൊതുകുകൾ... തോറ്റ് തുന്നം പാടുന്ന കൊതുകുതിരികളുടെ നാറ്റം...പൊറുതി തരാത്ത ദുഃസ്വപ്നങ്ങൾ... വെളുപ്പാൻ കാലത്തേ

പുള്ളികളെ ഉണർത്താൻ ഗാർഡുമാർ ജയിലഴികളിൽ സ്റ്റെയിൽ കൊണ്ടടിക്കുന്ന കടകട ശബ്ദം... ഉള്ളിൽ നുരയുന്ന കയ്പ്പും കലിപ്പും... ആറുമണിക്ക് വാട്ടുവെള്ളച്ചായയുടെ വലിഞ്ഞുകയറ്റം... കുളിക്കാൻ കിട്ടുന്ന കാർബോളിക് സോപ്പിന്റെ അരോചകഗന്ധം... സർവോപരി ക്ലോസെറ്റിന് മുകളിൽ നടത്തേണ്ട വികടനൃത്തം... കുന്തിക്കാൻ കഴിയാതെ മുഖമടച്ച് വീഴൽ... വായിൽ ഏതോ കൊലപ്പുള്ളിയുടെ അപ്പിരുചി...

ഇതെല്ലാം സഹിച്ച് സെല്ലിലേക്ക് മടങ്ങുമ്പോഴേക്ക് ചിന്തകളും സങ്കൽപ്പങ്ങളും ചത്ത് മനസ്സൊരു മരുഭൂമിയായിട്ടുണ്ടാകും. അവിടെ ആകൃതിയില്ലാത്ത മരീചികപ്പുക തെളളും. ജയിൽ വിട്ടാൽ എന്തു ചെയ്യുമെന്ന് പ്രവചിക്കാനാകാത്ത ഒരുത്തനെയായിരിക്കും അയാൾക്ക് തന്നിൽ കണ്ടെത്താനാകുക. അങ്ങനെ മൂന്നാം നാളും നാലാം നാളും അഞ്ചാം നാളും കടന്നുപോയി. ജയിൽ ടൂറിസം അവസാനിക്കുന്ന ആറാം ദിവസം രാവിലെ ഒമ്പതുമണിക്ക് ഭാർഗവരാമനെ ഡ്രസ്സ് മാറ്റിച്ച് സൂപ്രണ്ടിന്റെ മുന്നിൽ ഹാജരാക്കാൻ ഹെഡ് വാർഡർ വന്നപ്പോൾ തടവറച്ചുമരിൽ തല വെച്ചടിക്കുകയായിരുന്നു അയാൾ. മുട്ടിച്ചിട്ടും മുട്ടിച്ചിട്ടും മനസ്സിന് കൂട്ടമില്ലാത്തതിനാൽ ഇടിയുടെ ശക്തി കൂടിക്കൊണ്ടിരുന്നു. ശ്വാസം മുട്ടും വിമ്മിട്ടപ്പെട്ടു.

“അരെ... അരെ... ക്യാ കർത്തെ ഹൈ ആപ്പ്... ”

ഹിന്ദിയിൽ പരിഭ്രമമുയർന്നു. പക്ഷേ, ഹെഡ് വാർഡന്റെ വിളിക്കലിനോ വലിക്കലിനോ വഴങ്ങുന്ന സൂചന ടൂറിസ്റ്റിൽ കണ്ടില്ല. ആ വാശിക്കുട്ടപ്പത്തിൽ ചോര പൊടിയുക മാത്രം ചെയ്തു. പെട്ടെന്നുതന്നെ കൂടെയുള്ള മെയിൽ വാർഡർ പാഞ്ഞു ചെന്ന് സൂപ്രണ്ടിനെ കാര്യം അറിയിച്ചു. ചുറ്റുവട്ടത്തെ അസിസ്റ്റന്റ് സൂപ്രണ്ടുമാരെയും കൂട്ടി ശിവദാസൻ സാർ ധൃതിപ്പെട്ട് സെല്ലിലെത്തി.

“കുറച്ചുദിവസം കൂടി എനിക്ക് എന്നെ നേരെയാക്കാൻ തരണം, ഡിയർ. അതിനുള്ള ഫീസും അടച്ചുകൊള്ളാം.”

കടുത്ത പീഢയോടെ ഭാർഗവരാമൻ പറഞ്ഞു.

“എന്തായിത് ഭാർഗവാ. എന്തിന്റെ ഭ്രാന്താ നിനക്ക്. നത്തിംഗ് ഡൂയിംഗ്. ജയിൽ ടൂറിസം പരമാവധി സിക്സ് ഡേസാണ്. സ്ഥിരതാമസത്തിന് വേറെ വഴി നോക്കണം.”

ഒറ്റ വായ്പ്പിൽ പ്രതികരിച്ച ശിവദാസന്റെ വികാരക്ഷോഭം പിന്നീട് തണുത്തുറഞ്ഞ് കത്തിയലക് പോലെ ചിലച്ചു.

“എ വി സ്കൂളിൽ വെച്ചേ ചില എക്സെന്റിസിറ്റീസ് നീ കാണിച്ചിരുന്നല്ലോ. ഗൗതമബുദ്ധന്റെ പാഠം വായിച്ച് ഇറച്ചീം മീനും ഉപേക്ഷിക്യാ... താനും ഐസക് ന്യൂട്ടനാണെന്ന മട്ടിൽ മാങ്ങ തലയിൽ വീഴാൻ സ്കൂൾ മൂച്ചിക്ക് കീഴെ മലർന്ന് കിടക്ക്ആ... ശ്ശൊ. ജയിൽ ടൂറിസ്റ്റാകണമെന്ന് പറഞ്ഞ് വന്നപ്പൊ ഞാൻ ഇത്രക്ക് വിചാരിച്ചില്ല... വേഗം ഇറങ്ങ്വാണ് സെല്ല്ന്ന്. നിന്റെ ഡിസ്ചാർജ് ഇപ്പൊത്തന്നെ ശരിയാക്കി എനിക്ക് ഹെഡ് ഓഫീസിലേക്ക് റിപ്പോർട്ട് അയക്കണം.”

സൂപ്രണ്ടിന്റെ സ്വരവും ഭാവവും മുറുകിയപ്പോൾ വാർഡർമാരുടെ സ്വഭാവവും മാറി. കഴിഞ്ഞ കൊല്ലമൊരു വയലന്റ് പ്രിസണറെ പതം വരുത്തിവിട്ട അവരുടെ കൈകൾ ഭാർഗവന്റെ ശരീരമർമ്മത്തിൽ ചില കൂടോത്രങ്ങൾ നടത്തി. പറ്റിച്ചേർന്ന് നിന്നിരുന്ന ജയിൽച്ചുമരിൽ നിന്ന് പഴകിദ്രവിച്ച ചിത്രം പോലെ അയാൾ അടർ

ന്നുവീണു. സോദരത്വേനെയെന്നവണ്ണം കക്ഷിയെ പെറുക്കിക്കൂട്ടി വാർഡർമാർ സൂപ്രണ്ടിനെ അനുഗമിച്ചു.

പെട്ടെന്നായിരുന്നു ക്ലോത്തിംഗ് സെക്ഷനിൽ എത്തിപ്പെട്ട ഭാർഗവരാമൻ ജയിൽ യൂണിഫോം മാറി വാൻ ഹ്യൂസ്സെൻ ഷർട്ടിലേക്കും മാക്സ് മുള്ളർ പാൻസിലേക്കും വേഷപ്പകർച്ച നടത്തിയത്. സൂപ്രണ്ടിന്റെ മുറിക്കകത്തെ ലോക്കറിൽ നിന്ന് മൊബൈൽ ഫോൺ തിരിച്ചെടുത്ത് തപ്പിയപ്പോൾ പതിനാല് മിസ്ഡ് കോളും നാല് വോയ്സ് മെസേജും പഴകിപ്പുളിച്ച് കിടക്കുന്നു. അതിൽ പതിമൂന്നും, മൂന്നും ആനന്ദബോസിന്റേത് തന്നെയാണ്. പക്ഷേ, സ്വരം പതിവുപോലെ കൂൾ ആൻഡ് കംമ്പോസ്ഡ് ആയിരുന്നില്ല. ക്രോണോളൊജിക്കൽ ഓഡറിൽ അവ ഇങ്ങനെ സംസാരിച്ചു.

സെപ്റ്റംബർ 16, 2021

'കമ്പനിക്കാർ പൊടുന്നനെ ഒറിഗ്യമർദ്ദനം കടുപ്പിച്ചിട്ടുണ്ട്, ഭാർഗവാ. പൊലീസിന്റെ സഹായവും അവർക്കുണ്ട്. ഗുണ്ടാപ്പട നമ്മുടെ ഒറിഗ്യ മൂപ്പന്റെ കുടില് ഇന്നലെ അടിച്ച് തകർത്തു. ആലിൻ ചുവട്ടിലാണ് അവരിപ്പോൾ കുഞ്ഞുകുട്ടികളുമായി കഴിയുന്നത്. ഒ പി ഡബ്ളിയു എസ് ഉടൻ സമരപരിപാടികളിലേക്ക് ഇറങ്ങുകയാണ്.'

സെപ്റ്റംബർ 17, 2021

'എന്നാണ് ഭാർഗവരാമാ, നീ ടൂർ കഴിഞ്ഞെത്തുന്നത്? അടിയന്തിര സാഹചര്യമായതിനാൽ ഒ പി ഡബ്ളിയു എസിന്റെ എക്സിക്യൂട്ടീവ് മീറ്റിംഗ് മറ്റന്നാൾ ചേരും. ഒരു അബ്സ്ട്രാക്റ്റ് ഫോം വച്ച് നിന്റെ മെമ്പർഷിപ്പ് ഞാൻ അംഗീകരിപ്പിക്കാൻ പോകുകയാണ്. തിരിച്ചുവന്നിട്ട് ഒപ്പിട്ടാൽ മതി. അടിയന്തിരാവസ്ഥയുടെ മുട്ടുതാങ്ങികളായ മലയാളികളിൽ ഒരുവൻ മാത്രമല്ലേ ഒ പി ഡബ്ളിയു എസിൽ ചേർന്നിട്ടുള്ളൂ എന്ന് ഹിന്ദി ബുദ്ധിജീവികൾ പരിഹസിക്കുന്നതിനെപ്പറ്റി പറയാറില്ലേ. ഒരുത്തൻ കൂടി ചേരുന്നത് എനിക്ക് കാണിച്ചുകൊടുക്കണം.'

സെപ്റ്റംബർ 18, 2021

'കുറേയായി നിന്നെ ഞാൻ ഫോണിൽ വിളിക്കുന്നു. എവിടെയാണ് നീ പോയിക്കിടക്കുന്നത്? സാരന്തയിൽ അവസ്ഥ അറുവഷളാണ്. തനി കാടത്തമാണ് കമ്പനി ഗുണ്ടകൾ ഒറിഗ്യകളോട് കാട്ടുന്നത്. പൊലീസിനെ ഗൗനിക്കാതെ അക്രമികളെ നേരിടാൻ ഒ പി ഡബ്ളിയു എസ് നീങ്ങിക്കഴിഞ്ഞു. ധൻബാദിലെ രണ്ട് എക്സിക്യൂട്ടീവ് മെമ്പേഴ്സിനെയും കൂട്ടി ഞാൻ സാരന്തയിലേക്ക് യാത്രയിലാണ്. നീയും അവിടേക്ക് എത്തിച്ചേരുമോ... നീയുണ്ടായാൽ എനിക്കൊരു സപ്പോർട്ടാണ്.

ആനന്ദബോസിന്റെ വാക്കുകൾ തീപ്പടക്കം പോലെ ഹാൻഡ്സെറ്റ് അകറ്റിപ്പിടിച്ച് ഭാർഗവരാമൻ കേട്ടു. പൊടുന്നനെ റിങ്ങടിച്ചപ്പോൾ ആ കോളും എടുത്തു. 'ഹാവൂ, ഇപ്പോഴെങ്കിലും കിട്ടിയല്ലോ, എവിടെയാണ് നീ, അതൊക്കെ പിന്നെപ്പറയാം, ഉടനെ സാരന്തയിലേക്ക് പുറപ്പെട്, ഞങ്ങൾ സമരപരിപാടികൾ തുടങ്ങിക്കഴിഞ്ഞു' എന്നീ വാചകങ്ങൾ ലൗഡ് സ്പീക്കറിൽ ഇടാതെ തന്നെ പുറത്തേക്ക്

ഉറക്കെ മുഴങ്ങി.

ഭാർഗവരാമൻ മറുപടിയൊന്നും പറഞ്ഞില്ല.

“ഹല്ലോ, ഹല്ലോ. എന്താ ഭാർഗവാ മിണ്ടാത്ത്. നമ്മുടെ ഒറുഗ്യ മൂപ്പനും ഭാര്യമാരും മക്കളുമെല്ലാം മഹാനരകത്തിലാണ്. ഇപ്പോഴല്ലേ നമ്മൾ അവരെ സഹായിക്കേണ്ടത്? എന്തും ഒറിഗ്യകൾക്ക് വേണ്ടി ചെയ്യാൻ തയാറാണെന്ന് നീ പറഞ്ഞിരുന്നില്ലേ?”

ആനന്ദബോസിന്റെ ശബ്ദം കേണു. കുഴൽക്കിണർ സമ്മർദ്ദത്തിൽ മിഴിനീർ തള്ളി ഭാർഗവരാമൻ അപ്പോൾ കരഞ്ഞു. സ്തബ്ധനായിപ്പോയ ജയിൽസൂപ്രണ്ട് പ്രിയസുഹൃത്തിന്റെ ഏങ്ങിക്കരച്ചിൽ നോക്കിനിന്നു.

“നീ വരില്ലേ, പെട്ടെന്ന് തന്നെ വരില്ലേ?”

ആനന്ദബോസ് സ്വരമുയർത്തി.

എന്നിട്ടും ഭാർഗവരാമൻ നാവനക്കിയില്ല. പക്ഷേ, പൊഴിയുന്ന കണ്ണുനീരിനൊപ്പം അയാളിലെ മനുഷ്യബാക്കി ഉറപ്പോടെ തലകുലുക്കി.

മർലൻ ബ്രാൻഡോ

സി വി ബാലകൃഷ്ണൻ

ഹീത്രോ എയർപോർട്ടിലെ ലൗൻജ് ബാറിലിരുന്ന് മെനുകാർഡ് നോക്കി ഞാൻ ഓർഡർ ചെയ്തത് ഒരു കോക്ടെയിലാണ്: മർലൻ ബ്രാൻഡോ.

കോക്ടെയ്‌ലുകൾ പലതും പലപ്പോഴായി രുചിച്ചിട്ടുണ്ടെങ്കിലും ലോകം കണ്ട വലിയൊരു അഭിനേതാവിന്റെ പേരിലുള്ള ഒന്ന് അറിയാനിടയായിട്ടില്ല. മർലൻ ബ്രാൻഡോ ഏറ്റവും താൽപ്പര്യത്തോടെ കഴിച്ചിരുന്നത് അമാരിറ്റോയും സ്കോച്ച് വിസ്കിയും ഓറഞ്ച് നീരും ഐസും ചേർന്ന ഈ കോക്ടെയിലാണെന്ന് ബാർ ജീവനക്കാരൻ പറഞ്ഞുതന്നു. അവൻ ശ്രീലങ്കക്കാരനായിരുന്നു. പേരു ചോദിച്ചില്ല.

ഏലിയാ കസാന്റെ 'ഓൺ ദ വാട്ടർഫ്രന്റും' ഫ്രാൻസിസ് ഫോഡ് കപ്പോളയുടെ 'ദ ഗോഡ്ഫാദറും' ബെർണാഡോ ബെർട്ടോലുച്ചിയുടെ 'ലാസ്റ്റ് ടാങ്കോ ഇൻ പാരീസു'മൊക്കെ ഓർമയിലുണ്ട്. മർലൻ ബ്രാൻഡോയെ ഏറെ ഇഷ്ടമാണ്. ആ പേരുള്ള കോക്ടെയിലിന്റെ ഗ്ലാസ് ഞാൻ മുഖത്തോടടുപ്പിച്ചു. സ്വാദ് നോക്കിയപ്പോഴേക്കും ബാർ ജീവനക്കാരന്റെ ചോദ്യമുയർന്നു, എങ്ങനെയുണ്ടെന്ന്. ഗംഭീരമെന്നു മറുപടി നൽകി. അത് വസ്തുതാപരമായിരുന്നു. ഒന്നാം തരം ഡ്രിങ്ക്, ഹീത്രോ വിമാനത്താവളത്തിന്റെ പ്രൗഢിക്ക് നിരക്കുന്നത്. ഒന്നുകൂടി ആവാം. ഫ്‌ളൈറ്റ് അരമണിക്കൂർ കഴിഞ്ഞാണ്. ഫ്‌ളൈറ്റിൽ മർലൻ ബ്രാൻഡോ തീർച്ചയായും ഉണ്ടാവില്ല. സ്കോച്ച് വിസ്കിയും റഷ്യൻ വോഡ്കയും ഫ്രഞ്ച് ബ്രാൻഡിയും കരീബിയൻ റമ്മും മെക്സിക്കൻ ടെക്വിലയുമൊന്നും ഈയൊരു കോക്ടെയിലിനു പകരമാവില്ല.

“അതെ, മോൻ കഴിച്ചോളൂ.”

“ങ്ഹേ.”

“കഴിച്ചോളൂന്നേ. ഒരെണ്ണം മരിച്ചുകെടക്കണ എനിയ്ക്കുവേണ്ടിയാവട്ടെ. നീ വന്നെത്തുന്നതുവരെ ഞാൻ ഇവ്ടെയിങ്ങനെ നീണ്ടു നിവർന്നു കെടക്കേണ്ടതല്ലേ. എന്തു തണുപ്പാണെന്നോ ഫ്രീസറില്. ആൾക്കാര് വരികേം പോവുകേം ചെയ്യുന്നുണ്ട്. എനിക്കാണേല് തണുപ്പുകൊണ്ട് വയ്യ. നീ വിമാനമിറങ്ങി ഇങ്ങെത്തുന്നതുവരെ ഞാനിത് സഹിക്കണം. ജീവിതത്തില് പലതും സഹിച്ചതല്ലേ. ഇതുംകൂടിയാവട്ടെ. നീ സങ്കടപ്പെടേണ്ട.”

വളരെ അകലെയായിട്ടും അമ്മയുടെ ശബ്ദം ഞാൻ വ്യക്തമായും കേട്ടു. തെല്ലും അസ്ഡാളിക്കാതെ ഞാനിരുന്നു. ബാർ ജീവനക്കാരൻ രണ്ടാമത്തെ മർലൻ ബ്രാൻഡോ എന്റെ മുന്നിൽ വെച്ചു. ഞാനവന് നന്ദി പറഞ്ഞു.

"മനോഹരമായ ഒരു ദിവസം" ലൗൻജ് ബാറിലെത്തിയ മധ്യവയസ്ക മുഖത്താകെ പ്രസാദാത്മകതയോടെയും കണ്ണുകളിൽ സവിശേഷമായ തിളക്കത്തോടെയും അഭിപ്രായപ്പെട്ടു. അവിടെ മറ്റാരും ഇല്ലാത്ത നിലയ്ക്ക് അതെന്നോടുതന്നെയായിരുന്നു.

ഞാൻ തലകുലുക്കി. അതെ. അങ്ങകലെ മൂതിയടഞ്ഞ അമ്മ എന്നെ കാത്തുകിടക്കുകയാണെന്നുവരികിലും നല്ല ദിവസം. മഞ്ഞില്ല. മഴയില്ല. ലണ്ടനിലാകെ തെളിവെയിൽ. തെംസ് ശാന്തമായൊഴുകുന്നു.

തീരത്ത് ഗ്ലോബ് തിയേറ്ററിൽ വില്യം ഷേക്സ്പിയർ തന്റെ നാടകങ്ങളിലൊന്ന് അവതരിപ്പിക്കാനൊരുങ്ങുന്നു. സെന്റ് പോൾസ് കത്തീഡ്രലിൽ മണിമുഴങ്ങുന്നു. ആൽബർട്ട് ഹാളിൽ നിന്നും സംഗീതമുയരുന്നു. ചാൾസ് ഡിക്കൻസ് മ്യൂസിയത്തിലേക്ക് സന്ദർശകരെത്തുന്നു. ലണ്ടൻ പാലം തെംസിനു മീതെ വീഴാതെ നിലകൊള്ളുന്നു.

ടി എസ് എലിയറ്റ് അതിനു മുകളിലൂടെ പുകവലിക്കുഴലുമായി കടന്നുപോകുന്നു. നദിയിൽ ഓളങ്ങളിളകുന്നു. തീരത്തോടടുത്തായി ഹംസങ്ങൾ നീന്തുന്നു.

"എന്റെ പേര് ഡൊറോത്തി. അടുപ്പമുള്ളവര് ഡോഡി എന്നു വിളിക്കും." സ്ത്രീ പറഞ്ഞു. കൈയിലെ ചെറിയ തുകൽ സഞ്ചി തുറന്നത് സിഗരറ്റെടുക്കാനായിരുന്നു. സിഗരറ്റ് കത്തിക്കുന്നതിനിടയിൽ ബാർ ജീവനക്കാരന് ഒരു സ്കോച്ച് വിസ്കിയുടെ നിർദേശം നൽകി.

വിസ്കി കഴിക്കുന്നതിനിടയിൽ ഡൊറോത്തി തന്നെക്കുറിച്ചുള്ള ചില കാര്യങ്ങൾ പറഞ്ഞുകേൾപ്പിച്ചു. ഞാൻ ഔത്സുക്യത്തോടെ കാതോർത്തിരുന്നു.

"എനിക്ക് ഒട്ടും വെളിവ് കാണുകേല. ഏതു ബാറിലാണെന്നു കണ്ടെത്തി പാർപ്പിടത്തിലേക്കു തിരികെ കൊണ്ടുപോകാൻ പിള്ളാര്ടെ അപ്പനെത്തും. പിള്ളാര് മൂന്നും എന്നേം കാത്ത് വാതിൽക്കൽ നില്പുണ്ടാകും. ആദ്യത്തേത് ജൊസെലിൻ. പിന്നെ ഫ്രാൻസെസ്. അതു കഴിഞ്ഞ് ബഡ്. അപ്പന്റെ പേരുതന്നെയായിരുന്നു അവനും. മർലൻ ബ്രാൻഡോ. ഞാനവനെ വിളിച്ചിരുന്നത് ബഡ് എന്നാണ്. അവൻ പശുക്കളെയും കുതിരകളെയും അനുകരിച്ചു കാട്ടുമായിരുന്നു. എന്തിനെന്നോ? എന്റെ മദ്യപാനശീലം മാറ്റാൻ. പക്ഷേ, അതങ്ങനെയൊന്നും മാറില്ലായിരുന്നു. മക്കളെക്കാൾ എനിക്കിഷ്ടം മദ്യത്തോടായിരുന്നു. എന്നും കുടിച്ച് വെളിവ് കെട്ടും. എന്നാലും ഞാൻ ബഡ്സിനെ പാട്ടുപഠിപ്പിക്കുമായിരുന്നു. ആ പാട്ടുകളൊന്നും എന്റെ മോൻ മറന്നില്ല."

ഉവ്വ്, അതെനിക്കറിയാമായിരുന്നു. മർലൻ ബ്രാൻഡോയുടെ ആത്മകഥ. 'എന്റെയമ്മ എന്നെ പഠിപ്പിച്ച പാട്ടുകൾ' വായിച്ചിട്ടുണ്ട്. അമ്മ പഠിപ്പിച്ച പാട്ടുകൾ മകൻ, കാലമേറെച്ചെന്നിട്ടും ഓർക്കുന്നുണ്ട്.

"അവയിൽ ഏതെങ്കിലുമൊന്ന് ഇപ്പോൾ പാടാമോ? " ഞാൻ അപേക്ഷിച്ചു.

"അതിനെന്താ പാടാലോ." ഡൊറോത്തി മൂന്നാമത്തെ വിസ്കി തീർത്ത് കണ്ണുകൾ ചിമ്മി ഒരു ഓർമയിലേക്കു കടന്നുചെന്നു. ഞാനും കണ്ണടച്ചു. എന്റെ ഗ്ലാസും

ഒഴിഞ്ഞിരുന്നു.

"Sleep, little baby, sleep now my love
The milky way's shining high up above
when you grow up, you will learn all that stuff
But for now, close your eyes
close your eyes."

ഞാൻ എപ്പോഴോ കണ്ണുതുറന്ന് നോക്കുമ്പോൾ എന്റെ വലതുവശത്തെ ഇരിപ്പിടം ശൂന്യമാണ്. ഡൊറോത്തി പോയ്ക്കഴിഞ്ഞിരുന്നു. രണ്ടു ദിശയിലേക്കും തിടുക്കപ്പെട്ട് കണ്ണോടിച്ചെങ്കിലും അവരെ കാണാനായില്ല. ഞാൻ ബാർ ജീവനക്കാരനായ ശ്രീലങ്കക്കാരനെ കൈകാണിച്ച് വിളിച്ചു.

"ഇവിടെയൊരു സ്ത്രീ ഉണ്ടായിരുന്നില്ലേ?"

"സ്ത്രീയോ?"

"അതെ. മർലൻ ബ്രാൻഡോയുടെ അമ്മ. ഡൊറോത്തി ജൂലിയാ വൈനബേക്കർ."

"അവര് എന്നോ മരിച്ചതല്ലേ, സർ."

"പക്ഷേ, മരണം ഒരവസാനമല്ല."

"സാറിന് ഇനിയുമൊരു ഡ്രിങ്ക് വേണ്ടതുണ്ടോ?"

ഫ്ളൈറ്റിൽ മർലൻ ബ്രാൻഡോ ഉണ്ടാകില്ലല്ലോ."

"അതിന്റെയർഥം സാർ ഒന്നുകൂടി ആഗ്രഹിക്കുന്നുവെന്നല്ലേ?"

"അതെ."

"ഉടനെ തരാം."

ഏതോ ഒരു വിമാനത്തിന്റെ വെള്ളിത്തിളക്കം ആകാശനീലിമയിൽ അപ്പാടെ കലർന്നു. പല വിമാനങ്ങൾ അടുത്ത നിമിഷങ്ങളിൽ താവളം വിട്ടുയരും. അവയിലൊന്ന് എനിക്കുള്ളതാണ്.

ഒടുവിലത്തെ ഡ്രിങ്ക് തീർത്ത് ബില്ലിലെ തുകയും ബാർമാനുള്ള ടിപ്പും പൗണ്ടായി മേശപ്പുറത്തുവെച്ച് പിന്തിരിയാൻ തുടങ്ങുമ്പോഴേക്കും ചുമലിൽ ഒരു കരസ്പർശം. ഖേദമറിയിച്ചുകൊണ്ട്. ഞാൻ കണ്ടത് മർലൻ ബ്രാൻഡോയെയാണ്. 'ദ ഗോഡ്ഫാദറി'നായി കൈക്കൊണ്ട വേഷപ്പകർച്ചയിലല്ല. മർലിൻ മൺറോയുമായി നൃത്തം ചെയ്ത രൂപത്തിൽ, അതെന്റെ ഓർമയിലുണ്ടായിരുന്നു.

"ഈ ദുഃഖം ഞാൻ സഹിച്ചതാണ്. എല്ലാ മക്കളും അതു സഹിക്കാൻ വിധിക്കപ്പെട്ടവരാണ്. ഒരുപക്ഷേ, അപ്പോഴാണ് നാം അമ്മയെ തിരിച്ചറിയുക. അപ്പോഴാണ് നാം അമ്മയെ സ്നേഹിച്ചു തുടങ്ങുക."

മർലൻ ബ്രാൻഡോ കറുത്ത മേലുടുപ്പിന്റെ കീശയിൽനിന്നും വെള്ളയായ ഒരു തുവാലയെടുത്ത് മുഖം തുടച്ചു.

"മരിക്കുവോളം അമ്മ പാട്ടുമായിരുന്നു. നിങ്ങളുടെയമ്മയോ?"

ഞാൻ ഓർക്കാൻ ശ്രമിച്ചു. പെട്ടെന്നു ദേഹത്ത് തണുപ്പ് തട്ടിയതുപോലെയായി.

മർലൻ ബ്രാൻഡോ മനസ്സുരുക്കം വെളിവാക്കുന്ന മുഖത്തോടെ വലതു കൈ എന്റെ മുതുകിൽ ചേർത്തു.

"എല്ലാ അമ്മമാരും പാടണമെന്നില്ല."

ഒരു ഭാഗത്ത് അത്യാനന്ദത്തിന്റെ പൂന്തോട്ടം

അശോകൻ ചെരുവിൽ

"ഇന്നലെ കണ്ടപ്പഴും ദേവസ്സിമാഷ് ദേവദാരുവിനെക്കുറിച്ച് പറഞ്ഞു." അയാൾ ഭാര്യയോട് പറഞ്ഞു.

ഇറയത്ത് നിലത്തിരുന്ന് ഏതോ മാസിക വായിക്കുകയായിരുന്ന അവർ തലയുയർത്തി നോക്കി:

"അതൊരു മരമല്ലേ? കാശ്മീരിലോ മറ്റോ ഉള്ളത്."

അയാൾക്ക് തെല്ല് അരിശം വന്നു.

"ഇത്രവേഗം മറന്നോ? പ്രായമായവർക്കുള്ള ഒരു എൽഡർ വില്ലേജിനെക്കുറിച്ചാണ്."

"ഓ."

അവർ നിസ്സാരമട്ടിൽ അതവഗണിച്ച് വായന തുടർന്നു.

അയാൾ അവരെ സൂക്ഷിച്ചുനോക്കി. പണ്ടേ മെലിഞ്ഞ ശരീരമാണ്. ഇപ്പോഴത് ചുളിഞ്ഞിരിക്കുന്നു. അയഞ്ഞ ജാക്കറ്റിനുതാഴെ മുതുകെല്ലുകൾ തെളിഞ്ഞുകാണാം. മുടി മുക്കാലും നരച്ചുകഴിഞ്ഞു. അയാൾക്കുള്ള ഒരമർഷം അവർ ഹെയർഡൈ ഉപയോഗിക്കുന്നില്ല എന്നതാണ്. അയാൾ ഉപയോഗിക്കുന്നുണ്ട്. ഒന്നിച്ച് യാത്ര ചെയ്യുമ്പോൾ അവരുടെ നരച്ച മുടിയും അയാളുടെ കറുകറുത്ത മുടിയും തമ്മിലുള്ള അന്തരം ആളുകൾ ശ്രദ്ധിക്കാൻ തുടങ്ങിയിട്ടുണ്ട്.

പ്രായം ശരീരത്തിലുണ്ടാക്കുന്ന മാറ്റങ്ങളെ കഴിയുംവിധം ചെറുത്തുനിൽക്കണമെന്നാണ് അയാളുടെ നിലപാട്. മുടി കറുപ്പിക്കുന്നതും പുതിയ കാലത്തിന് അനുയോജ്യമായ വസ്ത്രം ധരിക്കുന്നതുമൊന്നും അപരാധമല്ല. പക്ഷേ, എത്ര പറഞ്ഞിട്ടും കാര്യമില്ല. പണ്ടുമുതൽക്കുതന്നെ ഭാര്യ എന്ന ഈ സ്ത്രീ തന്റെ അഭിപ്രായങ്ങളെ അവഗണിക്കുകയും നിരാകരിക്കുകയും ചെയ്തിരുന്നതായി അയാൾ ഓർത്തു. ആദ്യരാത്രിയിൽ തന്നെ അത് അനുഭവപ്പെട്ടതാണ്.

അന്ന് മുടിയിൽ ചൂടിയിരുന്ന മുല്ലപ്പൂക്കളിൽ മുഖമമർത്തി അയാൾ പറഞ്ഞു:

"എന്തൊരു ഹൃദയഹാരിയായ സുഗന്ധം."

"ഓ, എനിക്കിതിന്റെ ഗന്ധം സഹിക്കാൻ വയ്യ. കാലത്തുമുതലേ അനുഭവിക്കു ന്നതാണ്. ഇപ്പോൾ തലവേദനയെടുക്കുന്നു."

അവരത് മുടിയിൽനിന്ന് വേർപെടുത്തി നിലത്തേക്ക് വലിച്ചെറിഞ്ഞു.

കാര്യമായ വിവരവും പ്രാപ്തിയും ഇല്ലാത്ത ഒരാളോട് എന്നപോലെയാണ് അവർ എല്ലാക്കാലത്തും അയാളോട് പെരുമാറിയിരുന്നത്. ആദ്യഘട്ടത്തിൽ എതിർപ്പിനും വിമർശനങ്ങൾക്കും പ്രണയത്തിന്റെ തെല്ലമധുരമുണ്ടായിരുന്നു. ഇപ്പോൾ അതെല്ലാം പരമാവധി വർധിക്കുകയും അസഹനീയമാവുകയും ചെയ്യുന്നു.

ഉച്ചയുറക്കം കഴിഞ്ഞ സമയമായിരുന്നു അത്. ചൂട് കുറവുള്ളതും തെളിച്ചമുള്ളതു മായ പകൽ. ഈ സമയത്ത് ഒന്നിച്ച് ഉമ്മറത്ത് വന്നിരുന്ന് വല്ലതും വായിക്കാൻ ശ്രമിക്കുന്നത് പതിവാണ്. ഭാര്യക്ക് നിലത്ത് ചമ്രംപടിഞ്ഞ് ഇരിക്കാനാണ് താൽ പ്പര്യം. അയാൾ കസേരയിൽ ഇരിക്കും. അയാളുടെ കൈയിലും ഒരു പുസ്തകമുണ്ടാ യിരുന്നു. പക്ഷേ, അത് മടക്കിവെച്ച് വെയിലും നിഴലും ഇടകലർന്ന് കിടക്കുന്ന തൊടിയിലേക്ക് നോക്കി. വാഴക്കൈകളെ ആട്ടുന്ന കാറ്റ് ചെറുതായി വീശുന്നുണ്ട്. തുലാമാസമാണ്.

പണ്ട് കാലത്ത് അയാളുടെ അച്ഛനും അമ്മയും ഇങ്ങനെ ഉമ്മറത്ത് വന്നിരിക്കാ റുണ്ടായിരുന്നു. അന്നത്തെ വീട് തീരെ ചെറുതായിരുന്നു. മണ്ണിഷ്ടികകൊണ്ടുതീർത്ത് ഓല മേഞ്ഞത്. ഒരു തളവും മുറിയും അടുക്കളയുമാണുണ്ടായിരുന്നത്. തളത്തിന്റെ മൂലയിൽ എണ്ണക്കരിപുരണ്ട് കറുത്ത ഒരു നിലവിളക്ക് സദാ ഇരിപ്പുണ്ടായിരിക്കും. മറ്റൊരുഭാഗത്ത് ഉണക്കിയെടുത്ത നാളികേര കൊപ്രകളോ അടക്കകളോ കൂട്ടി യിട്ടിരിക്കും.

ചെറിയ ഇറയമാണ്. തുണികൊണ്ടുള്ള ചാരുകസേരയിൽ അച്ഛൻ ഇരിക്കും. മുറ്റത്തേക്ക് കാൽ താഴ്ത്തിവെച്ച് ഇറയത്ത് അമ്മയും. അമ്മ പേൻചീർപ്പുകൊണ്ട് മുടിചീകുകയായിരിക്കും. ആ സമയത്താണ് അച്ഛൻ തന്റെ വിചാരങ്ങളും മനോഗ തങ്ങളും വെളിപ്പെടുത്തുക. അമ്മ എല്ലാം മൂളിക്കേൾക്കുകയും അംഗീകരിക്കുകയും ചെയ്യും.

"മാധവന് ഹോസ്റ്റൽ ഫീസ് കൊടുക്കണ്ട ദിവസായി. വേറെ വഴ്യൊന്നും ഞാൻ കാണണില്ല. പൈക്കിടാവിനെ വിറ്റാലോ?"

"അതിനെ ഇപ്പൊ ങ്ങനെ നിറുത്തീട്ട് കാര്യൊന്നൂല്യ. ചെന പിടിക്കണില്ലല്ലോ? വിക്കന്ന്യാ നല്ലത്."

അമ്മ പറയും.

മാധവൻ എന്നത് അയാളുടെ ജ്യേഷ്ഠനായിരുന്നു. അക്കാലത്ത് അദ്ദേഹം രാമ വർമ്മപുരത്തുള്ള എഞ്ചിനീയറിങ് കോളേജിൽ പഠിക്കുകയായിരുന്നു. അന്ന് ആ ഇറയത്ത് അവരുടെ വർത്തമാനം കേട്ടുകൊണ്ട് ഇളയ കുട്ടിയായിരുന്ന താൻ ഉണ്ടായിരുന്നു. മനോരാജ്യം കണ്ടും മുറ്റത്തിറങ്ങി മരത്തിലെ അണ്ണാർക്കണ്ണനെ യോ കിളികളെയോ കോക്രി കാണിച്ച് പരിഹസിച്ചും അയാൾ നടന്നു. ഇന്ന് തങ്ങൾക്കൊപ്പം ആരുമില്ല. അയാൾ ചിന്തിച്ചു.

"മക്കളില്ലാത്ത സ്ത്രീകൾക്ക് ദേഷ്യം കൂടും. ഭാഗീരഥി ടീച്ചർ പറയുന്ന തറുതല താൻ കാര്യമാക്കണ്ട."

ദേവസ്സിമാഷ് ഒരിക്കൽ ഉപദേശിച്ചിരുന്നു.

നഗരത്തിൽനിന്ന് അകലെയല്ലാതെ പുഴക്കരയിൽ പ്രകൃതിമനോഹരമായ നാട്ടിൽപുറത്ത് പണിതുകൊണ്ടിരിക്കുന്ന എൽഡർ വില്ലേജിനെക്കുറിച്ച് ദേവസ്സി മാഷ് കുറച്ചുദിവസമായി പറയുന്നുണ്ട്. ഒന്നാംഘട്ടം പൂർത്തിയായി. ആളുകൾ തികഞ്ഞു. രണ്ടാംഘട്ടത്തിലേക്കുള്ള ബുക്കിങ് ആരംഭിച്ചിട്ടുണ്ട്. ആവശ്യംപോലെ ഒരു മുറി, രണ്ടുമുറി ഫ്ലാറ്റുകൾ. കൂടാതെ സ്വീകരണമുറിയും അടുക്കളയുമുണ്ട്. പിന്നെ സർവത്ര സജ്ജീകരണങ്ങളും. വാടകക്കല്ല; ഏതാണ്ട് സ്വന്തമായിത്തന്നെ ലഭിക്കും എന്നതാണ് പ്രത്യേകത. ഉടമ മരിച്ചാൽ നോമിനിക്ക് നിക്ഷേപത്തുക പൂർണമായി തിരിച്ചു കിട്ടും. കൂടാതെ വില്ലേജിൽ ആശുപത്രി സംവിധാനം, പാലിയേറ്റീവ് കെയർ, ഫാർമസി, നഴ്സിങ് എന്നിവയും ഉണ്ട്. സ്വന്തമായി പാചകം ചെയ്യാം. പോരെങ്കിൽ കോമൺ കിച്ചണും റെസ്റ്റാറന്റുമുണ്ട്. പോയി കഴിക്കാം. ആവശ്യക്കാർക്ക് ഭക്ഷണം റൂമിൽ എത്തിച്ചുതരും. അടിച്ചുതുടയ്ക്കാനൊക്കെ ആളുണ്ട്.

"ഉച്ചക്കത്തെ ഊണിന് മുപ്പത്തിരണ്ട് ഉറുപ്പിക. മീൻകറി വേണ്ടോരുക്ക് അങ്ങനെ. എടക്ക് ചെല ദിവസം ബിരിയാണീണ്ട്. ഞാൻ കഴിച്ചൂട്ടോ പി കെ ഡി, അവടത്തെ ബിരിയാണി. നല്ല നൈസ് കോഴി. എന്റെ സെലീനാമ്മ ണ്ടാക്കാറുള്ള പോലത്തെ ടേസ്റ്റ്."

ദേവസ്സിമാഷ് ഒരിക്കൽ വീട്ടിൽ വന്ന് അയാളോടും ഭാര്യയോടും കാര്യങ്ങൾ വിസ്തരിച്ചിരുന്നു.

"ആസ്പത്രീലെ ബെഡ്ഡുകൾ പോല്യാണ്. ഉരുണ്ട് വീഴില്ല. തലക്കാംഭാഗത്ത് തന്നെ ആളെ വിളിക്കാനുള്ള ബല്ലുണ്ട്. കക്കൂസിൽ ഇരിക്കുമ്പൊ എണീക്കാൻ പറ്റാണ്ടായീന്ന് വിചാരിക്ക്യാ. ഒരു ചരട് പിടിച്ചുവലിച്ചാ നഴ്സിന്റെ മുറീൽ സൈറൻ ഒച്ച വെക്കും. അവര് പാഞ്ഞുവരും."

"കണക്കുട്ടി നോക്ക്യാൽ കാശിത്തിരി കൂടുതലാ. കോമൺ ഫെസിലിറ്റീസും കൂടി കൂട്ട്യാൽ അത്ര അധികംന്ന് പറയാനില്ല. എന്തുട്ടിനാണ്ടോ പി കെ ഡി കാശിങ്ങനെ കൂട്ടി വെക്കണത്? എവടെക്ക് കൊണ്ടുവാനാ? ഒരുകാലത്ത് കാശുണ്ടാക്കാൻ ഇനിക്ക് ആർത്തീണ്ടാർന്നു. തനിക്കറിയാലോ? കൊറെ കാശ് ഞാനുണ്ടാക്കി. ഇപ്പൊ എന്റെ മോള് ലിസിക്കുട്ടി പറയ്യാണ്: അപ്പാ, ഞങ്ങക്ക് അപ്പന്റെ കാശും മൊതലും ഒന്നും ആവശ്യല്യ. എന്തുട്ടാ വേണ്ടേന്ന് വെച്ചാ ചെയ്തോ. ഞങ്ങക്ക് ഇയ്യ അമേരിക്കേന്ന് അവടെ വന്നട്ട് അപ്പനെ നോക്കാനൊന്നും പറ്റില്ല."

അന്ന് ദേവസ്സി മാഷ് പോയിക്കഴിഞ്ഞശേഷം അയാളും ഭാര്യയും ഈ വിഷയത്തെക്കുറിച്ച് ചർച്ച ചെയ്തിരുന്നു. പതിവുപോലെ ഭാര്യ എതിർവാദങ്ങൾ ഉന്നയിച്ചു. അതിൽ പ്രധാനം മതവുമായി ബന്ധപ്പെട്ടതാണ്. ഇത് ക്രിസ്ത്യൻ സഭയുടെ പ്രോജക്റ്റ് ആണ്. അച്ചന്മാരും കന്യാസ്ത്രീമാരുമാണ് നടത്തിപ്പ്. സ്വന്തം മതത്തിലെ ചടങ്ങുകൾപോലും നമ്മൾ ചെയ്യാറില്ല. ഇനിപ്പോ ഈ വയസ്സുകാലത്ത് അവരുടെ കുർബാനയും വേദോപദേശവും സ്വീകരിക്കേണ്ടതുണ്ടോ?

പക്ഷേ, എല്ലാ മതസ്ഥർക്കും പ്രാർഥിക്കാൻ ആവശ്യമായ സൗകര്യം ദേവദാരുവിൽ ഉണ്ടെന്ന് ദേവസ്സി മാഷ് പറഞ്ഞിരുന്നു. മാത്രമല്ല, ഹിന്ദുക്കൾക്ക് ആത്മീയോപദേശം നൽകാനായി പണ്ഡിതനായ ഒരു സന്യാസിയെത്തന്നെ അവിടെ നിയമിച്ചിട്ടുണ്ട്. ആ സന്യാസിയുടെ മുഖത്തെ ചൈതന്യത്തെക്കുറിച്ച് ദേവസ്സി മാഷ് വിശദീകരിച്ചതുമാണ്. അതൊക്കെ ഭാര്യ മറന്നിരിക്കുന്നു. മറന്നതോ അതോ

എതിർവാദം ഉന്നയിക്കുന്നതിന്റെ സൗകര്യത്തിനുവേണ്ടി വിട്ടുകളഞ്ഞതോ ആവാം.

മറ്റൊരുകാര്യം അവർ സൂചിപ്പിച്ചത് ദേവസ്സിമാഷെക്കുറിച്ചാണ്. അദ്ദേഹം ഇപ്പോൾ പറയുന്ന കാര്യങ്ങൾ അത്ര ഗൗരവത്തിലെടുക്കാൻ ആവില്ല. ഭാര്യ മരിച്ചതിനുശേഷം അദ്ദേഹത്തിന് ചില മാനസികപ്രശ്നങ്ങൾ ഉണ്ട്. ഇത് വേറെ ആരും പറഞ്ഞതല്ല, അദ്ദേഹം തന്നെ വെളിപ്പെടുത്തിയതാണ്. മരണത്തെക്കുറിച്ച് കൂടെക്കൂടെ ആലോചന വരുന്നു. പരസ്പര ബന്ധമില്ലാതെ ചിലപ്പോൾ സംസാരിക്കുന്നുണ്ട്. മരിച്ചുപോയ ഭാര്യയെക്കുറിച്ച് എന്തൊക്കെയാണ് പറഞ്ഞുകൊണ്ടിരിക്കുന്നത്? അവരുടെ വൈഭവം. കാര്യഗൗരവം. പാചകം. ദയാവായ്പ്. ക്രിസ്തുവിന്റെ മാതാവ് മറിയം പുനർജന്മം നേടി വന്നതായിരുന്നു തന്റെ ഭാര്യ എന്ന് അദ്ദേഹം ഒരിക്കൽ പറഞ്ഞു:

“അവസാന കാലത്ത് അവൾടെ തലക്കുമേളിലായി ഒരു ദിവ്യവെളിച്ചം ഞാൻ കാണാറുണ്ട്. മരിച്ച് ശവടക്കു കഴിഞ്ഞിട്ടും ആ വെളിച്ചം ഞങ്ങടെ കെടപ്പുമുറീന്ന് വിട്ടു പോയിട്ടില്ല.”

കോവിഡ് കാലത്താണ് സെലീന ടീച്ചർ മരിച്ചത്. അവരെ കോവിഡ് ബാധിച്ചിരുന്നു. പക്ഷേ, മരണത്തിന് കാരണം ലിവർ കംപ്ലെയിന്റ് ആണ്. കുറച്ചുകാലമായി അസുഖം ഉണ്ടായിരുന്നു. വയർ വല്ലാതെ കനപ്പെട്ടു. ഭക്ഷണം കഴിക്കാൻ നിവർത്തിയില്ലാതായി. മരണാനന്തര ശുശ്രൂഷകൾ വേണ്ടവിധം നടത്താൻ കഴിഞ്ഞില്ല എന്ന വിഷമവും കുറ്റബോധവും ദേവസ്സിമാഷെ അലട്ടിയിരുന്നു. ആരോഗ്യപ്രവർത്തകരും കോവിഡ് വോളണ്ടിയർമാരും ചേർന്ന് ശരീരം ശ്മശാനത്തിൽ ദഹിപ്പിക്കുകയാണ് ചെയ്തത്. അതിനെക്കുറിച്ചുതന്നെ അദ്ദേഹം പറഞ്ഞുകൊണ്ടിരുന്നു. യഥാർഥത്തിൽ അവർ മരിച്ചിരുന്നോ എന്നുപോലും അദ്ദേഹം സംശയിക്കുന്നു.

“എടാ പി കെ ഡി, ശരീരത്തിന്റെ മരണം എത്രകാലംകൊണ്ട് സംഭവിക്കുന്നതാണെന്ന് നമുക്ക് വല്ല പിടിയുണ്ടോ? എന്താണ് മരണം? അതൊരു രൂപാന്തരം ആണെന്നാണ് ശാസ്ത്രംതന്നെ പറയണ്. മരിച്ച് നാല്പത്തെട്ട് മണിക്കൂറ് വരെ കണ്ണുകൾക്ക് ജീവനുണ്ടാവുംത്രെ. അതാണല്ലോ മരിച്ച ആളീന്ന് കണ്ണെടുത്ത് മാറ്റിവെക്കാൻ പറ്റണത്. എഴുപത്തിരണ്ട് മണിക്കൂറ് വരെ വൃക്ക പ്രവർത്തിക്കും. അത്ര സമയത്തിനകം തൊലി എടുത്ത് വേറൊരാൾക്ക് മാറ്റിവെക്കാം. അതിനേക്കാളും കാലം എല്ലിനും മജ്ജക്കും ജീവനുണ്ടാവും. പിന്നെ ഓരോരോ അവയവങ്ങൾക്ക് എത്ര കാലം? അങ്ങനെയൊള്ള ശരീരാണ് ആളുന്ന ചെതയിൽ കൊണ്ടുവെച്ച് കത്തിക്കണ്. എന്താ കഥ? മരിച്ച ശരീരത്തിൽ മണ്ണിന്, ന്വെച്ചാ ഭൂമിക്ക് ചെല കർമങ്ങൾ ചെയ്യാനുണ്ട്. അറിയ്യോ?”

തന്റെ ഭാര്യയെക്കുറിച്ച് പറയാൻ വേണ്ടിയാണ് അദ്ദേഹം ഈയിടെയായി കൂടെക്കൂടെ തങ്ങളുടെ വീട്ടു സന്ദർശിക്കുന്നതെന്ന് അയാൾക്ക് മനസ്സിലായിരുന്നു. ആ പാവം മനുഷ്യൻ! വേറെ ആരോട് പറയാനാണ്? അയാളും ഭാര്യയും ദേവസ്സിമാഷും സെലീന ടീച്ചറും ഒരേ വിദ്യാലയത്തിൽ നീണ്ടകാലം സഹപ്രവർത്തകരായിരുന്നു. രണ്ടാംകല്ല് കോളനി സ്കൂൾ എന്ന് അറിയപ്പെട്ടും. വിസ്തൃതമായ ഒരു പട്ടികജാതി കോളനിയുടെ അരികെയായിരുന്നു അത്. എൽ പി സ്കൂളാണ്. അക്കാലത്ത് അവിടെ ആകെ നാൽപ്പത് കുട്ടികൾ മാത്രമേ ഉണ്ടായിരുന്നുള്ളൂ. ഒന്നു മുതൽ നാലുവരെ ഓരോ ക്ലാസ്. നാല് അധ്യാപകർ. പിന്നെ അടിച്ചുകോരാനും ഉപ്പുമാവ്

ഉണ്ടാക്കാനുമായി ചീരമ്മ എന്ന വൃദ്ധസ്ത്രീയും. നീണ്ട മുപ്പത് വർഷങ്ങളാണ് ഒന്നിച്ചു ജോലിചെയ്തത്. അപ്പോഴുണ്ടാവുന്ന സ്നേഹബന്ധങ്ങൾ വിശേഷിച്ച് പറയേണ്ടതില്ലല്ലോ.

ഭാര്യ മരിച്ച് നാല്പത് കഴിഞ്ഞപ്പോൾ മകൾ ദേവസ്സി മാഷെ അമേരിക്കയിലേക്ക് കൊണ്ടുപോയിരുന്നു. രണ്ടോ മൂന്നോ മാസം കഴിഞ്ഞ് മടങ്ങിയെത്തിയ ശേഷം അവരുടെ വീട്ടിൽവന്ന് ഏതാണ്ട് അത്യുത്സാഹത്തോടെ അദ്ദേഹം പ്രഖ്യാപിച്ചു;

"എടോ പി കെ ഡി, എനിക്ക് ബൈപോളാർ ഡിസോഡർ എന്ന സൂക്കേട് ആണെടോ! എന്ന്ച്ചാൽ ഒരുവക ഭ്രാന്ത്. പേടിക്കണ്ടാട്ടോ. ആൾക്കാരെ ഉപദ്രവിക്കണ ഐറ്റല്ല. കൊറെ കാലായിട്ട് ഇനിക്ക് അത്ണ്ട്ത്രെ. നിങ്ങ ശ്രദ്ധിച്ചട്ടുണ്ടാവും. എന്റെ ബിഹേവിയറിൽ ഒരു മാറ്റണ്ടാർന്നില്ലേ? എടക്ക് അത്യുത്സാഹം, സന്തോഷം; കൂട്ടുതലായിട്ട് വർത്താനം പറയ്യാ. ചിരിക്ക്യാ. അത് കഴിഞ്ഞാപ്പിന്നെ കൊറേ കാലം മൂങ്ങേനെപ്പോലെ തൂങ്ങിപ്പിടിച്ച് ഇങ്ങനെ ഇരിക്ക്യാ. പണ്ട് സ്കൂളില് വെച്ച് ഭാഗീരഥി ടീച്ചറ് എന്നോട് ചോയ്ക്ക്യാറൊള്ളത് ഓർമ വരണ്ണ്ട്. ന്താ ദേവസ്സി മാഷെ ഒരു മൗനം? ചരക്ക് കപ്പലങ്ങാൻ പൊറങ്കടലില് മുങ്ങ്യോ?"

അദ്ദേഹം അമേരിക്കയിൽ നിന്നുള്ള മിഠായികളും എനിക്കുവേണ്ടി വിശേഷപ്പെട്ട ഒരിനം മദ്യവും കൊണ്ടുവന്നിരുന്നു. അവിടെ വെച്ച് ഒരു മനോരോഗ ചികിത്സകനെ കണ്ടിരുന്നുവത്രെ. മലയാളിയാണ്. അദ്ദേഹം കാര്യങ്ങൾ വിശദീകരിച്ചു: ഇത് വഴുക്കലുള്ള വരമ്പിലൂടെ നടക്കുന്ന പോലെയാണ്. ഒരു ഭാഗത്ത് അത്യാനന്ദത്തിന്റെ പൂന്തോട്ടം. മറുഭാഗത്ത് നിരാശയുടെ അന്ധകാരക്കൂപം. മാറാരോഗമാണ്. എന്നാലും കുഴപ്പമില്ല്യ. മരുന്നിങ്ങനെ കഴിച്ചുകൊണ്ടിരിക്കണം, ജീവിതകാലം മുഴുവനും. മൂഡ് സ്റ്റെബിലൈസർ എന്നുപറയും. മരുന്ന് നിറുത്താൻ പാടില്ല. നിർത്ത്യാൽ മരണത്തെക്കുറിച്ച് ആലോചന വരും.

"ഇനിക്കിതിൽ വെഷമൊന്നുല്യടോ പി കെ ഡി. മരിക്കണ കാര്യത്തിൽ ഇനിക്ക് ഭയല്യ. ജനനം, മാമോദിസ, പഠിപ്പ്, ജോലി, കല്യാണം, റിട്ടയർമെന്റ്, മകൾടെ കല്യാണം, ഷഷ്ടിപൂർത്തി, സപ്തതി. ഇനി മ്മടെ ജീവിതത്തിൽ പ്രധാനായിട്ടൊള്ളത് ആ ഒരു സംഗതി ആണല്ലോ. ആകെ ഒരാഗ്രഹാള്ളത് ദേവദാരു എൽഡർ വില്ലേജ് പ്രോജക്റ്റ് രണ്ടാംഘട്ടം പൂർത്തിയായി അതിൽ ഒരു അഡ്മിഷൻ കിട്ടണംന്നൊള്ളതാണ്. ന്നട്ട് അവടെ കെടന്ന് സുഖായിട്ട് മരിക്കണം. അത്രക്കുണ്ട് അവടത്തെ സൗകര്യങ്ങള്."

സ്കൂളിൽ ദേവസ്സിമാഷുമൊത്തുള്ള കാലത്തെക്കുറിച്ച് അയാൾ ഓർത്തു. എല്ലായ്പ്പോഴും സന്തോഷവും പൊട്ടിച്ചിരിയുമായിരുന്നു അദ്ദേഹത്തിന്റെ രീതി. ഒന്നാം ക്ലാസിലാണ് പഠിപ്പിച്ചുകൊണ്ടിരുന്നത്. തീരെ ചെറിയ കുട്ടികളോട് പറഞ്ഞുശീലിച്ചതുകൊണ്ടാവാം എല്ലാവരോടും ഉറക്കെയാണ് സംസാരിച്ചിരുന്നത്. ഉച്ചഭക്ഷണത്തിനുമുമ്പ് രഹസ്യമായി ഒരൗൺസ് റാക്കുകഴിച്ചിരുന്നു. ആ സമയം നോക്കി സെലീന ടീച്ചർ സ്റ്റാഫ് റൂമിൽ നിന്ന് തന്ത്രത്തിൽ മാറി നിൽക്കാറുണ്ട്. ഒരിക്കലെങ്കിലും നിരാശപ്പെട്ട് തൂങ്ങിപ്പിടിച്ചിരിക്കുന്നത് കണ്ടിട്ടില്ല. മനുഷ്യന്റെ സന്തോഷങ്ങൾ എല്ലാവർക്കും വെളിപ്പെടും. എന്നാൽ സങ്കടങ്ങൾ അങ്ങനെയാവണമെന്നില്ലല്ലോ.

സാമാന്യം ഭേദപ്പെട്ട സാമ്പത്തികസ്ഥിതി അദ്ദേഹത്തിനുണ്ടായിരുന്നു. അപ്പൻ

സമ്പന്നനായ കർഷകനാണ്. നെല്ലിനും തെങ്ങിനും പുറമേ കുറച്ച് റബ്ബറുമുണ്ടായിരുന്നു. പിന്നെ 'ബ്ലേഡ്ഡു കമ്പനികൾ' എന്ന് കുറ്റപ്പെടുത്തി വിളിക്കപ്പെട്ടിരുന്ന അക്കാലത്തെ പണമിടപാടുസ്ഥാപനങ്ങൾ പലതിലും ദേവസ്സിമാഷ്ക്ക് ഷെയറുണ്ടായിരുന്നു. സ്കൂളിൽ വെച്ചും പണ്ടംപണയം ഇടപാടുകൾ നടത്തും. കോളനിയിൽ താമസിക്കുന്ന തന്റെ പൂർവ ശിഷ്യർക്ക് അദ്ദേഹം ഒരു ശതമാനം പലിശയിളവ് പ്രഖ്യാപിച്ചിരുന്നു. പക്ഷേ, പണയം വെക്കാൻ അവരുടെ പക്കൽ പണ്ടമില്ലാതിരുന്നതുകൊണ്ട് ആ പ്രഖ്യാപനം ഫലവത്തായില്ല. കൈവായ്പക്കുവരുന്ന ശിഷ്യരെ അദ്ദേഹം സൗമ്യമായി നേരിടും:

"എന്നെക്ക്യാ നിനക്ക് കാശിന്റെ ആവിശ്യം?"

അതുകേട്ട് ശിഷ്യൻ കൂടുതൽ വിനീതനാവും:

"ഈ വ്യാഴാഴ്ച കിട്ട്യാമ്മതി മാഷെ. പെങ്ങളുകുട്ടീനെ പേറു കഴിഞ്ഞ് ആസ്പത്രിന്ന് കൊണ്ടരാനാണ്."

"അപ്പൊ ശന്യാഴ്ച കിട്ട്യാൽ കൊഴപ്പാവ്വോ?"

"ഏയ്, ഇല്ല. കാശ് അന്ന് കിട്ട്യാലും മതി."

"ശരി. ശന്യാഴ്ച ഉച്ചകഴീമ്പഴക്കും ഇങ്ങട്ടു പോരെ. അന്നാണ് കേരള ലോട്ടറീടെ നറുക്കെടുപ്പ്. ഞാൻ ബമ്പറിന്റെ രണ്ട് ടിക്കറ്റെടുത്തിട്ടുണ്ട്. രണ്ടു ലക്ഷാണ് കിട്ടാമ്പോണ്. കിട്ട്യാൽ നിനക്കു കാശ് തന്നിട്ടേ വെറെ കാര്യൊള്ളൂ."

ഒട്ടുമിക്ക ശിഷ്യരും സന്തോഷത്തോടെ 'ശരി മാഷെ, ശന്യാഴ്ച വരാം' എന്നുപറഞ്ഞ് പോവുകയാണ് പതിവ്.

ഓർത്തുനോക്കുമ്പോൾ സന്തോഷകരമായിരുന്നു ആ സ്കൂൾ ജീവിതകാലം. ദേവസ്സിമാഷടെ വീട് സ്കൂളിന്റെ ഏതാണ്ട് അടുത്തുതന്നെയാണ്. എന്നാൽ അയാളും ഭാര്യയും ദൂരയാത്ര ചെയ്താണ് അവിടെ എത്തിയിരുന്നത്. ആദ്യകാലത്ത് രണ്ടുബസ്സുകൾ മാറിക്കയറിയും പുഴകടന്നും നടന്നുമൊക്കെയായിരുന്നു യാത്ര. പിന്നീട് ഡ്രൈവിങ് പഠിച്ചു. കാർ വാങ്ങിച്ചു.

കുറുമാലിപ്പുഴയുടെ ഇറിഗേഷൻ കടവുകടന്നാൽ ഇരുഭാഗത്തും വാഴത്തോട്ടങ്ങളാണ്. തുടർന്ന് സ്കൂൾ വരെയുള്ള വഴി കോളനിക്കിടയിലൂടെ. അവിടത്തെ സാധാരണ മനുഷ്യരുടെ സുഖദുഃഖങ്ങളിൽ അങ്ങനെ പങ്കാളികളായി. ഉച്ചഭക്ഷണം ഡപ്പകളിലാക്കി കൊണ്ടുപോവുകയാണ് പതിവ്. കാലത്ത് നേരത്തേ തിരക്കുപിടിച്ച് പുറപ്പെടുന്നതുകൊണ്ട് ചോറും പേരിന് ഒരു ഒഴിച്ചുകറിയും മാത്രമേ ഉണ്ടാകുമായിരുന്നുള്ളു. പക്ഷേ, ദേവസ്സിമാഷും സെലീനടീച്ചറും പങ്കുവെക്കുന്ന വിഭവങ്ങൾ ഉള്ളതുകൊണ്ട് സദ്യ കേമമാകും. അവർക്കുള്ള ഭക്ഷണം ഉച്ചനേരത്ത് വലിയ അടുക്കുപാത്രത്തിലാക്കി ഭൃത്യൻ കൊണ്ടുവരുന്നതാണ്. വരട്ടിയ ബീഫും പോർക്കും ഇല്ലാത്ത ദിവസങ്ങൾ കുറവായിരുന്നു.

പഴയ ആ വഴികളിലൂടെ വീണ്ടും ഒരിക്കൽക്കൂടി പത്നിയുമൊന്നിച്ച് യാത്ര ചെയ്യണമെന്ന് അയാൾ ആഗ്രഹിച്ചു. പ്രത്യേകിച്ച് കടവുകടന്ന്. ആളുകൾ നിറഞ്ഞ വഞ്ചിയുടെ മന്ദഗതിയിലെ സഞ്ചാരം സന്തോഷമുണ്ടാക്കും. മനുഷ്യർ പതിഞ്ഞ ശബ്ദത്തിൽ നാട്ടുവിശേഷങ്ങൾ പങ്കുവെക്കും. പക്ഷേ, ആഗ്രഹം പറഞ്ഞാൽ ഭാര്യ സമ്മതിക്കാൻ വഴിയില്ല. "പാലവും റോഡും വണ്ടിയുമുള്ളപ്പോൾ കടവ് കടക്കണോ? നിങ്ങൾക്ക് എന്തുപറ്റി മനുഷ്യാ?" എന്നാവും ചോദ്യം. എന്തായാലും അന്നത്തെ

വഴികൾ വല്ലാതെ മാറിയിരിക്കും. ആ മാറ്റങ്ങൾ കാണാനാണ് അയാൾ ആഗ്രഹിക്കുന്നത്.

ദേവസ്സിമാഷ് വാട്സാപ്പിലൂടെ ദേവദാരു എൽഡർ വില്ലേജിനെക്കുറിച്ചുള്ള ഒരു ഫീച്ചർ വീഡിയോ അയച്ചു തന്നിരുന്നു. അയാൾ അത് ഭാര്യയെ കാണിച്ചു. വളരെ പ്രൊഫഷണലായി ചെയ്തിട്ടുള്ള ഒരു പ്രൊമോഷൻ ക്ലിപ്പാണ്. സിനിമാതാരങ്ങളാണ് അഭിനയിച്ചിട്ടുള്ളത്. വൃദ്ധരായ മാതാവും പിതാവും ദേവദാരുവിലേക്ക് പോകാനൊരുങ്ങുന്നു. ദൂരദേശത്ത് കുടുംബമായി കഴിയുന്ന മകൻ വന്ന് അവരെ തടയുന്നു. മകനെ പ്രോജക്ടിന്റെ ഗുണഗണങ്ങൾ ബോധ്യപ്പെടുത്തുന്ന മട്ടിലാണ് ചിത്രത്തിന്റെ കഥാഗതി. വൃക്ഷലതാദികൾ നിറഞ്ഞ കുന്നിൻ താഴ്‌വരയിലെ കെട്ടിടങ്ങളുടെ ആകാശക്കാഴ്ചയോടെയാണ് തുടക്കം.

അവസാന സീനിൽ ഡയറക്ടറായ പുരോഹിതൻ പറയുന്നു:

“ഇവിടത്തെ സൗകര്യങ്ങളെല്ലാം നിങ്ങൾ കണ്ടുകഴിഞ്ഞു. അവശേഷിക്കുന്ന ജീവിതകാലത്ത് നിങ്ങളുടെ അമ്മയ്ക്കും അച്ഛനും സുഖവും സന്തോഷവും സുരക്ഷിതത്വവും പരിചരണവും ഇവിടെന്ന് ലഭിക്കുമെന്ന് നിങ്ങൾക്ക് മനസ്സിലായല്ലോ? ഇനി ബാക്കിയുള്ള ഒരു സംഗതിയുണ്ട്. അത് മരണം എന്ന മഹാസത്യമാണ്. മറച്ചുവെച്ചിട്ടു കാര്യമില്ല. മാത്രമല്ല, വൃദ്ധജനങ്ങൾ ഏറ്റവുമേറെ ആലോചിക്കുന്നത് തങ്ങളുടെ മരണസമയത്തെക്കുറിച്ചാണ്. ഒഴിവാക്കാനാവാത്തതാണ് അത് എന്ന് സാമാന്യബോധമുള്ളവർക്കെല്ലാം ഉറപ്പുണ്ട്. പക്ഷേ, ആ വൈതരണിയെ എങ്ങനെ മറികടക്കും? വേദനിക്കേണ്ടി വരുമോ? നിലയില്ലാക്കയത്തിലേക്ക് മുങ്ങിത്താഴുന്നതുപോലെയാണോ അത്?”

“ഒരു കാര്യം ഞങ്ങളിവിടെ ഉറപ്പാക്കുന്നു. സൗമ്യവും ശാന്തവും സമാധാനപരവുമായ ഒരു മരണമാണത്. പാകമായ ഒരു ഫലം കൊഴിയുന്നതുപോലെ. ദൈവസന്നിധിയിലേക്കുള്ള യാത്രയുടെ ഔന്നത്യം ഉൾക്കൊണ്ടുള്ള അന്ത്യശുശ്രൂഷ. അത് തികച്ചും രാജകീയമായ രീതിയിലായിരിക്കും. ഓരോരുത്തരുടേയും വിശ്വാസങ്ങൾക്കും ആചാരങ്ങൾക്കുമനുസരിച്ച്.”

ആ സമയത്ത് അവിടത്തെ ഹിന്ദുസന്യാസി പ്രത്യക്ഷപ്പെട്ടു. താടിയും മുടിയും കളഞ്ഞ വൃത്താകൃതിയിലുള്ള ശിരസ്സ്. തടിച്ച് സാമാന്യം കരുത്തനാണ് അദ്ദേഹം. വലുപ്പമുള്ള രുദ്രാക്ഷംകൊണ്ടുള്ള മാലകൾ ധരിച്ചിരിക്കുന്നു. അദ്ദേഹം പറഞ്ഞു:

“നമ്മുടെ ഹിന്ദുധർമ്മം പറയുന്നത് ആത്മാവിന് മരണമില്ല എന്നാണ്. വേദനയും ദുഃഖവുമെല്ലാം ശരീരത്തിനാണ്. ആത്മാവിനല്ല. മുഷിഞ്ഞ വസ്ത്രം പോലുള്ള ശരീരത്തെ ഉപേക്ഷിക്കുമ്പോൾ ആത്മാവ് അനുഭവിക്കുന്ന സുഖത്തെക്കുറിച്ച് ബോധ്യപ്പെട്ടാൽ മരണഭയം എന്ന സംഗതി ഇല്ലാതാകും.”

വീഡിയോ കണ്ടുകഴിഞ്ഞ് അയാളുടെ ഭാര്യ പുച്ഛത്തോടെ പറഞ്ഞു: “ഉവ്വ. മരിക്കണേനെക്കുറിച്ച് ആലോചിച്ചിട്ടല്ലേ മനുഷ്യന്റെ ദെണ്ണം? എങ്ങന്യാ ജീവിക്ക്യാന്ന്ച്ചട്ട് നട്ടം തിരിയാ ഇവടെ ആൾക്കാര്.”

പവിഴമല്ലികൾ

വി ആർ സുധീഷ്

ഒന്ന്

ഞാൻ ചെല്ലുമ്പോൾ വർക്കിച്ചേട്ടൻ ഉമ്മറത്ത് ചാരുകസേരയിൽ കുറുകെ മരപ്പലകവെച്ച് എഴുതിക്കൊണ്ടിരിക്കുകയായിരുന്നു. തലയുയർത്തി എന്നെ നോക്കി ആംഗ്യഭാഷയിൽ ഇരിക്കാൻ പറഞ്ഞു. എഴുത്ത് പിന്നെയും തുടർന്നു. ഞാൻ ആദ്യമായി കാണുകയാണ്. സിൽക്ക് ജുബ്ബയും മുണ്ടുമാണ് വേഷം. തടിച്ച സ്വർണ ഫ്രെയിമുള്ള കണ്ണട. ആരാധന നിറഞ്ഞ എന്റെ കണ്ണുകൾ ആ ശരീരത്തെ കൗതുകത്തോടെ വലയം ചെയ്തു. കുട്ടിക്കാലം തൊട്ടേ വായിച്ചറിഞ്ഞ എഴുത്തുകാരനാണ്. ആവേശത്തോടെ ലൈബ്രറിയിൽ നിന്നും മാറി മാറി എടുത്ത എത്ര പുസ്തകങ്ങൾ! എത്രയെത്ര കഥാപാത്രങ്ങൾ! അവർ ഈ മുന്തിയ മാത്രകളിൽ മനസ്സിൽ വന്ന് വിളക്കു കൊളുത്തുന്നു. പ്രണയവതികളായ ആ താരുണ്യങ്ങളൊക്കെയും വന്ന് വിളിച്ചുണർത്തുന്നു !

എഴുത്ത് നിർത്തി വർക്കിച്ചേട്ടൻ എവിടുന്നാ എന്ന് ചോദിച്ചു. പവിഴം വാരികേന്നാന്ന് ഞാൻ പറഞ്ഞു. സബ് എഡിറ്ററാന്നും പറഞ്ഞു. ഒന്നു മൂളി അദ്ദേഹം അകത്തേക്ക് പോയി. തിരിച്ചു വന്ന്, രണ്ടായി മടക്കിയ അഞ്ചാറ് കടലാസ് ഒന്നൊന്നായി മറിച്ചു കൊണ്ട് പറഞ്ഞു. 'ഹൃദയവതിയായ ശോശാമ്മ പരസ്യം ചെയ്തു തുടങ്ങിയാൽ അറിയിച്ചോ രണ്ടാം അധ്യായം എന്നിട്ട് തരാം' എന്റെ ഹൃദയം തുടിച്ചു അഭിമാനത്തോടെ ആദ്യ അധ്യായം ഏറ്റുവാങ്ങി ഞാൻ യാത്ര പറഞ്ഞു.

ഗേറ്റ് കടന്നപാടെ ഒന്നാം പേജ് നിവർത്തി ആദ്യവാചകം വായിച്ചു.

കാറ്റത്തെ കരിയിലപോലെ പറന്നുപറന്നങ്ങനെ പോവുകയാണ് ശോശാമ്മയുടെ അവധി ദിനങ്ങൾ.

രണ്ട്

ചിത്രൻസാറിന്റെ വീട്ടിൽപോയത് പുതിയ അപസർപ്പകനോവൽ വാങ്ങാനാണ്. ചീഫ് എഡിറ്റർ നേരത്തെ വിളിച്ചു പറഞ്ഞിരുന്നു. *'മാന്ത്രിക വലയം'* എന്ന നോവലിന്റെ അഞ്ച് അദ്ധ്യായങ്ങൾ എഴുതിവെച്ചിട്ടുണ്ട്. മലയോരത്തുള്ള അദ്ദേഹത്തിന്റെ വസതിയിൽ ഒരു വൈകുന്നേരമാണ് ഞാൻ എത്തിച്ചേർന്നത്. നീളൻ

നടപ്പാത താണ്ടിവേണം വീട്ടിലെത്താൻ. കരിയിലകൾ മൂടിക്കിടക്കുന്ന വഴിയിൽ നിറയെ ചെറുകിളിക്കൂട്ടം. വീടിന്റെ പരിസരമാകെ വൃക്ഷനിബിഡം. പകൽസമയത്തും ഇരുൾ പരന്ന അന്തരീക്ഷം. ആൾപാർപ്പുള്ള വീടാണെന്നേ തോന്നിയില്ല. ഇരുനിലയുള്ള വീടിന്റെ ചുവരിൽ കോളിങ് ബെല്ലൊന്നും കണ്ടില്ല. വാതിൽ അടഞ്ഞുകിടക്കുകയാണ്. എന്റെ വരവ് അറിയിക്കാൻ കഴിയാതെ ഞാൻ തെല്ല് വിഷമിച്ചു. പിന്നെ ഉറക്കെ സാറേ എന്ന് വിളിച്ചു. മൂന്നാല് തവണ വിളി തുടർന്നപ്പോൾ മുൻവാതിലിനു വലതുവശത്തെ ചെറിയ പിച്ചളചതുരം തുറക്കപ്പെട്ടു. ഞാൻ ഒന്നു നടുങ്ങിപ്പോയി. അതിനകത്തേക്ക് നോക്കിയപ്പോൾ രക്തവർണമുള്ള രണ്ട് കണ്ണുകൾ. "പവിഴം വാരികേന്നാ" ശ്വാസമടക്കി ഞാൻ പറഞ്ഞു.

മറുപടി ഒന്നുമുണ്ടായില്ല.

കുറച്ചു കഴിഞ്ഞ് രോമാവൃതമായ വിറയാർന്ന ഒരു കൈ നീണ്ടുവന്നു. ആ കൈയിൽ കടലാസ് കെട്ടുകൾ. അത് വാങ്ങുമ്പോൾ എനിക്കും കൈ വിറഞ്ഞു. പിച്ചളചതുരം അടക്കപ്പെട്ടു.

ഞാൻ പിൻവാങ്ങി.

മൂന്ന്

രണ്ടാം അധ്യായം വാങ്ങാൻ അടുത്ത ആഴ്ച വർക്കിച്ചേട്ടനെ തേടി ചെന്നപ്പോൾ ആൾ നിറഞ്ഞ ചിരിയോടെ എന്നെ സ്വീകരിച്ചു. ഹൃദയവതിയായ ശോശാമ്മയുടെ കഥ ഏകദേശം എനിക്ക് വാക്കുകളിൽ വിടർത്തിത്തന്നു.

ശോശാമ്മ കോളജ് വിദ്യാർഥിനിയാണ്. തേയിലതോട്ടത്തിൽ ജോലിചെയ്യുന്ന തോമായുടെയും ഏലിയാമ്മയുടെയും ഏകമകൾ. അതിസുന്ദരിയായ ശോശാമ്മയുടെ പിന്നാലെ എത്രയോ യുവാക്കളുണ്ട്. അടക്കവും ഒതുക്കവുമുള്ള ശോശാമ്മ ആരിലും വീണില്ല. ആയിടക്കാണ് വരത്തനായ ലോനപ്പൻമുതലാളി അവിടെ എസ്റ്റേറ്റ് വാങ്ങി താമസം തുടങ്ങുന്നത്. മുതലാളിയുടെ മകൻ ജോയിച്ചൻ എഞ്ചിനീയറാണ്. ശോശാമ്മയെ കണ്ടപ്പോൾ ജോയിച്ചന് ഉള്ളിൽ പ്രണയം കൊത്തി. തന്റെ ആഗ്രഹം പറയാൻ അയാൾ കാത്തിരുന്നു. ഒടുവിൽ ശോശാമ്മ കോളജ് വിട്ടു വരുന്ന വഴി കാർ നിർത്തി അയാൾ ആഗ്രഹം പറഞ്ഞു. ശോശാമ്മ മറുപടി പറയാതെ ഓടിപ്പോയി. ജോയിച്ചൻ കാത്തിരുന്നു. അയാൾക്ക് മറുപടി കിട്ടിയില്ല. കാത്തിരിപ്പ് തുടർന്നു.

അത്രയും പറഞ്ഞ്,

വർക്കിച്ചേട്ടൻ എഴുതിവെച്ച രണ്ടാം അധ്യായം എനിക്ക് എടുത്തുതന്നു. ഞാൻ കഥാവശേഷം കേൾക്കാൻ കാത്തിരുന്നു. വർക്കിച്ചേട്ടൻ പിന്നെ ഒന്നും പറഞ്ഞില്ല.

നാല്

ആറാം അധ്യായം വാങ്ങാൻ ചിത്രൻസാറിന്റെ വീട്ടിൽച്ചെന്നത് ഒരു നട്ടുച്ചക്കാണ്. എന്നിട്ടും അവിടെ ചുറ്റുപാടും ഇരുണ്ടുകിടന്നിരുന്നു. പേടിപ്പിക്കുന്ന ആ നിശ്ശബ്ദതയിൽ നടുക്കമുണ്ടാക്കിക്കൊണ്ട് ഒരു കറുത്ത പൂച്ച ഒച്ചവെച്ച് എന്റെ മുന്നിലേക്ക് ചാടി. പിച്ചളവാതിലിനു മുന്നിൽ ചെന്നു നിന്ന് വിറയാർന്ന് ഞാൻ സാറിനെ വിളിച്ചു. ചതുരം തുറക്കപ്പെട്ടു. രക്തവർണനേത്രങ്ങൾ എനിക്കു നേരെ വിടർന്നു നീണ്ടു. ഒന്നും

പറയാൻ എനിക്കു കഴിഞ്ഞില്ല. അന്നത്തേതുപോലെ രോമാവൃതമായ കൈ നീണ്ടു വന്നു. കൈയിൽ കടലാസുകളുണ്ട്. ഒന്നും പറഞ്ഞില്ല

പിച്ചളചതുരം താനേ അടഞ്ഞു.

അഞ്ച്

വർക്കിച്ചേട്ടന്റെ കൈയിൽ നിന്ന് ഒമ്പതാം അധ്യായം വാങ്ങി വരുന്ന വഴി എനിക്ക് വലിയൊരു അബദ്ധം പറ്റി. ടൗണിൽവെച്ച് സെബാസ്റ്റ്യനെ കണ്ടപ്പോൾ കള്ള് കുടിക്കാൻ ക്ഷണിച്ചു. തലക്കറിയും കപ്പയുമായിരുന്നു പ്രലോഭനം നാലഞ്ചു കുപ്പി തീർത്തു കാണും. വീട്ടിലെത്തിയതേ ഓർമയില്ല. കാലത്തെഴുന്നേറ്റപ്പോഴാണ് നോവലിന്റെ അധ്യായം ഓർമ വന്നത്. അത് വീട്ടിലെത്തിയിട്ടില്ല. ഷാപ്പിലില്ല. വഴിയിലില്ല. ഇനി എവിടെ തിരക്കാനാണ്? പണി പാളിയതുതന്നെ. വീണ്ടും വർക്കിച്ചേട്ടനോട് എഴുതാൻ പറയുക വയ്യ. വായനക്കാർ ആകാംക്ഷയോടെ കാത്തിരിക്കുകയാണ് അടുത്ത അധ്യായം. ചീഫ് എഡിറ്ററോട് എന്തുപറയും ?

അവസാനം ഒരു ഉപായം കണ്ടുപിടിച്ചു.

ആ അധ്യായം ഞാൻ തന്നെ എഴുതി. നോവൽ എനിക്ക് ഹൃദിസ്ഥമായിരുന്നു. ശോശാമ്മയോട് പ്രതികാരബുദ്ധി തോന്നുന്ന ജോയിച്ചന്റെ മാനസിക വ്യാപാരങ്ങൾ ഞാനങ്ങ് തകർത്തു.

പിറ്റേ ആഴ്ച ചെന്നപ്പോൾ വർക്കിച്ചേട്ടൻ ചോദിച്ചു.

"കഥ എവിടംവരെയാ എത്തിയേ?"

ഞാൻ കഥാവസ്ഥ വിവരിച്ചു. വർക്കിച്ചേട്ടൻ ചാരുകസേരയിലിരുന്നു. ശേഷം എഴുതാൻ തുടങ്ങി.

ഞാൻ എഴുതിയതാണ് ആ അധ്യായമെന്ന് ചീഫ് എഡിറ്ററോ, വർക്കിച്ചേട്ടനോ വായനക്കാരോ തിരിച്ചറിഞ്ഞില്ല.

ഒരു ഉറുമ്പുപോലുമറിഞ്ഞില്ല.

ആറ്

ചിത്രൻസാറിന്റെ വീട്ടിൽ പിച്ചളചതുരത്തിനു മുന്നിൽ ഞാൻ കാത്തുനിന്നു എത്ര വിളിച്ചിട്ടും ചതുരവാതിൽ തുറക്കപ്പെട്ടില്ല. രോമാവൃതമായ കൈ നീണ്ടു വന്നില്ല. കുറേനേരം കാത്തുനിന്ന് ആളനക്കമില്ലാതെ ഞാൻ മടങ്ങിപോന്നു.

പിറ്റേന്നും ചെന്നു. മുൻവശത്തെ വാതിൽ പാതി ചാരിയ നിലയിൽ കണ്ടു. വിളിച്ചിട്ട് മറുപടി ഉണ്ടായില്ല. പേടിയോടെ ഞാൻ വാതിൽ തള്ളി. വലിയ ഞരക്കമുണ്ടായി. രണ്ട് വവ്വാൽ എന്റെ മുഖത്തേക്ക് കാറ്റ് വീശി പുറത്തേക്ക് പറന്നു.

ഞാൻ അകത്തേക്ക് കാൽവെച്ചില്ല.

ഉൾമുറിയിൽനിന്നും ഒരു നേർത്ത രോദനം കേൾക്കുന്നതുപോലെ തോന്നി. അത് പുരുഷന്റെയാണോ സ്ത്രീയുടേതാണോ എന്ന് തിരിച്ചറിയാനായില്ല.

പിന്നീട് അവിടെ നിൽക്കാതെ ഞാൻ തിരിഞ്ഞോടി.

അതിൽപ്പിന്നെയാണ് ഞാൻ പൈങ്കിളി നോവലുകളും അപസർപ്പകനോവലുകളും എഴുതിത്തുടങ്ങിയത്.

മഞ്ഞച്ചേരയുടെ പകൽ

ഇ സന്തോഷ്കുമാർ

രാവിലെ ഏഴുമണിയോടെ പെൺകുട്ടികളെ കൂട്ടാനായി കുടുംബമാസികക്കാരുടെ കാർ വന്നു. വാഹനത്തിന്റെ മുൻവശത്തെ ചില്ലിന്മേൽ മാസികയുടെ പേരും പടവും ഉണ്ടായിരുന്നു. അവർക്കൊപ്പം പോകാതിരുന്നാലോ എന്ന് മൂത്ത പെൺ കുട്ടി ആലോചിച്ചു.

പെൺകുട്ടികൾ ഇരട്ടകളായിരുന്നു. ശരിക്കും ഒരേപോലെയിരിക്കും. ഒരുമിച്ചു കാണുമ്പോൾ ഒരാളെത്തന്നെ രണ്ടായി കാണുകയാണെന്നു തോന്നും. ആളുകളെ കൂടുതൽ കുഴക്കാനെന്നോണം രണ്ടുപേരും ഒരേതരം ഉടുപ്പുകൾ ധരിച്ചു; ഒരേ നിറത്തിലുള്ള മാലയും കമ്മലുകളും വളകളും അണിഞ്ഞു. പിൽക്കാലത്തെപ്പോഴെങ്കിലും വാങ്ങിക്കാം എന്നു വിചാരിച്ച് മൂക്കുത്തിക്കായി ഒരേ തരത്തിൽ തുളകളുണ്ടാക്കി.

പത്മിനി, രാഗിണി അങ്ങനെയായിരുന്നു അവരുടെ പേരുകൾ. മൂത്തവൾ പത്മിനി, ഇളയവൾ രാഗിണി; ആ ക്രമത്തിൽ.

പിന്നിലെ സീറ്റിലേക്ക് രാഗിണി ആദ്യമേതന്നെ കയറി. അവിടെ മധ്യവയസ്കയായ ഒരു സ്ത്രീ ഇരിപ്പുണ്ടായിരുന്നു. അവരായിരിക്കണം കഴിഞ്ഞയാഴ്ച ഫോണിൽ വിളിച്ചതെന്ന് പത്മിനി ഊഹിച്ചു. നേരിട്ടു കണ്ടപ്പോൾ മുമ്പു വസ്ത്രക്കടയിൽ എപ്പോഴെങ്കിലും വന്നിട്ടുള്ള ആളാണോ; സംശയം തോന്നി.

അങ്ങനെ ഓരോന്നാലോചിച്ചു നില്ക്കുമ്പോൾ ചെറിയൊരു കാറ്റുവന്ന് സാരിയുടെ തലപ്പുകൊണ്ട് അവളുടെ മുഖം മറച്ചു പിടിക്കാൻ ശ്രമിച്ചു. അവൾ ഒന്നുകൂടി മടിച്ചു: "ഞാൻ വരണോ മേഡം? ഇവളു മാത്രം പോരേ?"

"രണ്ടാളും വേണം." മാസികയിൽ നിന്നുള്ള സ്ത്രീ നിർബ്ബന്ധം പറഞ്ഞു. "എന്നാലേ അതിനൊരു പഞ്ചുള്ളൂ. നേരത്തേ പറഞ്ഞതല്ലേ?"

"അമ്മച്ചിയുടെ കാര്യം ഓർത്തിട്ടാ..."

അപ്പോൾ രാഗിണി ചോദിച്ചു: "താത്ത വന്നല്ലോ. പിന്നെ നീയെന്തിനാ പേടിക്കുന്നേ?"

കൂടുതലൊന്നും പറയാൻ നില്ക്കാതെ മൂത്ത പെൺകുട്ടി മുൻസീറ്റിൽ കയറി.

"ഡോർ അടച്ചതു ശരിയായിട്ടില്ല. ഒന്നുകൂടി തുറന്നടയ്ക്കൂ," അവളുടെ നേർക്ക

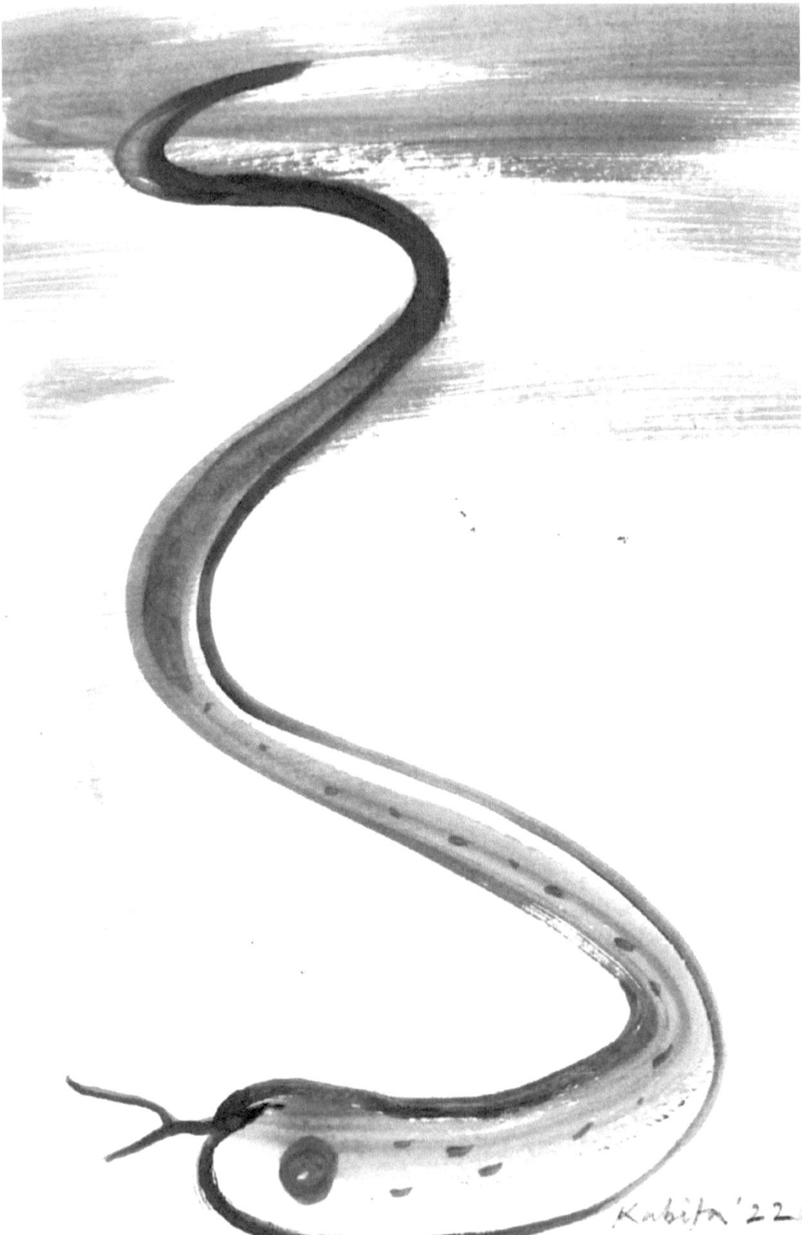
Kabita '22

നോക്കാതെ ഡ്രൈവർ പറഞ്ഞു.

കാർ കുറെ ദൂരം പോയിട്ടും പത്മിനിയുടെ മനസ്സ് വീട്ടിൽ നിന്നും വിട്ടുപോരാൻ മടിച്ചു. ഒന്നുമുണ്ടായിട്ടല്ല. പതിവുപോലെ അയൽപക്കത്തുള്ള താത്ത കുട്ടിനു വന്നിട്ടുണ്ടായിരുന്നു. അവർ നേരാനേരങ്ങളിൽ മരുന്നും ആഹാരവും കൊടുക്കും. പക്ഷേ, അവർക്കും അങ്ങനെ എടുത്തുപിടിച്ച് നടക്കാനൊന്നും വയ്യ. പ്രായം കാണുമല്ലോ. ഇതുവരെ കുഴപ്പമൊന്നുമുണ്ടാവാത്തതുതന്നെഭാഗ്യം.

ഇന്നു പക്ഷേ, അങ്ങനെയല്ല. അല്പമൊന്നു പേടിക്കാൻപോന്ന ഒരു സംഭവമുണ്ടായി.

മാസികക്കാർ പറഞ്ഞതനുസരിച്ച് അന്ന് അവർ രണ്ടുപേരും ലീവെടുത്തിരുന്നു. പാതിദിവസം പോരേ എന്നു ചോദിച്ചിട്ടും ആ സ്ത്രീ സമ്മതിച്ചിരുന്നില്ല. നേരത്തേ ഇറങ്ങേണ്ടതുണ്ടായിരുന്നു. ഭക്ഷണം തയ്യാറാക്കിവയ്ക്കാനായി പത്മിനി പതിവിലും മുമ്പേ എഴുന്നേറ്റു. അടുക്കളയുടെ വാതിൽ തുറന്ന് താഴേക്കുള്ള ചവിട്ടുപടികൾ ഇറങ്ങാൻ ശ്രമിക്കുമ്പോൾ മുറ്റത്തെ വരണ്ട മണ്ണിൽ ഒരനക്കം. സ്വന്തം നിഴലാണെന്നു കരുതി, ആദ്യം. പക്ഷേ, നില്ക്കുമ്പോഴും അനങ്ങുന്നു. പതുക്കെ ഇഴഞ്ഞുവരുന്നു... അതോ പോവുകയോ? ഏതായാലും നല്ല നീളമുണ്ട്.

പ്രാണഭയത്തോടെ അതിനു കുറുകേ ചാടി. ഉറക്കെ വിളിക്കാൻ നോക്കിയിട്ട് ശബ്ദം കിട്ടിയില്ല. പേടിയാണോ അറപ്പാണോ... ജീവനുള്ള ഒരു പാമ്പിനെ ഇത്രയും അടുത്തു കണ്ടിട്ടില്ല.

പാമ്പും പേടിച്ചുവെന്നു തോന്നുന്നു. അത് വലിയ വേഗത്തിൽ ഞെട്ടിത്തിരിഞ്ഞു. വായുവിൽ ഒന്നുയർന്നു പൊങ്ങുക കൂടി ചെയ്തു. പിന്നെ അതിനെ കാണാതായി. എങ്ങോട്ടു പോയി?

കുറച്ചുനേരം ഒന്നും ചെയ്യാനാവാതെ സ്തംഭിച്ചുനിന്ന ശേഷം അവൾ തിരിച്ച് അടുക്കളയിലേക്കു കടന്നു. വാതിലടച്ചു സാക്ഷയിട്ടു.

"നിനക്കു തോന്നിയതാവും," ഉറക്കത്തിൽനിന്നും പുറത്തുവരാൻ മടിച്ചുകൊണ്ട് അനിയത്തി പറഞ്ഞു.

"ഞാൻ കണ്ടതല്ലേ? അതിനെ ചവിട്ടിയിരുന്നെങ്കിൽ..." അങ്ങനെ വിചാരിച്ചപ്പോഴേക്കും പത്മിനിക്കു വീണ്ടും ശബ്ദം നിലയ്ക്കുന്നതുപോലെ തോന്നി.

"ചവിട്ടിയില്ലല്ലോ." രാഗിണി കട്ടിലിൽ നിന്നും എഴുന്നേറ്റിരുന്നുകൊണ്ട് ചേച്ചിയെ നോക്കി. "ആണെങ്കിൽത്തന്നെ വല്ല ചേരയോ മറ്റോ ആയിരിക്കും."

പത്മിനി ഒന്നും പറഞ്ഞില്ല. പക്ഷേ, സംശയമായി: പാമ്പ് പെട്ടെന്ന് ഇഴഞ്ഞു രക്ഷപ്പെട്ടത് അകത്തേക്കോ പുറത്തേക്കോ? ആ തിടുക്കത്തിനിടയ്ക്ക് അക്കാര്യം ശ്രദ്ധിച്ചില്ല.

"അതെങ്ങനാ പാമ്പ് അകത്തേക്കു പോകുന്നത്?"

"ചിലപ്പോ..." പത്മിനി ആലോചിച്ചു. "ഞാൻ പുറത്തേക്കു ചാടിയല്ലോ.. ആ സമയത്ത് അതൊന്നു തിരിഞ്ഞു... അതിനു പോകാൻ ഒരു വഴി വേണ്ടേ?"

"പാമ്പെന്താ സർക്കസ്സീന്നു പോന്നതാണോ! പടിയൊക്കെ ചാടിക്കയറാൻ."

അങ്ങനെ പറഞ്ഞപ്പോൾ കൂടുതൽ ഭയന്നു. പാമ്പ് ശരിക്കും ഉയർന്നു ചാടിയല്ലോ. പോയത് വീട്ടിന്നകത്തേക്കും ആവാം.

രാഗിണി, ചേച്ചി പറയുന്നതു ശ്രദ്ധിക്കാതെ മുടി കോതിയൊതുക്കി. ഉറക്കം

പോകാനെന്നോണം കൈകൾ കുടഞ്ഞു.

"ഇനി അമ്മച്ചി കിടക്കുന്ന മുറിയിലേക്കോ മറ്റോ..." മൂത്തവൾ വീണ്ടും അതുതന്നെ ആലോചിച്ചു.

"എന്റെ പൊന്നു പാപ്പീ, നിന്റെയൊരു കാര്യം!" രാഗിണി ശാസിക്കുന്നതു പോലെ പറഞ്ഞു. "കുളിച്ച് ഒരുങ്ങാൻ നോക്ക്. അവരിപ്പോ വരില്ലേ? ഞാനൊരു ചായയിട്ടേക്കാം."

പത്മിനി അനിയത്തി കാണാതെ അമ്മ കിടക്കുന്ന മുറിയിലേക്കു ചെന്ന് ലൈറ്റിട്ടു. ചുറ്റുപാടും സൂക്ഷിച്ചുനോക്കി. ഒന്നുമില്ല. കണ്ണുകൾ തുറന്നുവച്ച് അമ്മച്ചി ഉറങ്ങുന്നു. ശരീരത്തിന് നല്ല ചൂടുണ്ട്. പനിക്കുന്നുണ്ടാവുമോ? തലേന്നു രാത്രിയിൽ കെട്ടിക്കൊടുത്ത തുണിയിൽ വിസർജ്ജ്യങ്ങളൊന്നുമില്ല. ഇനി തിരിച്ചുവന്നിട്ടു വൈകുന്നേരം മാറ്റാം.

കഴിഞ്ഞ ആഴ്ചയാണ് മാസികയിൽനിന്നും വിളിച്ചത്. അവർ ജോലികഴിഞ്ഞു വന്നതേ ഉണ്ടായിരുന്നുള്ളൂ. അവൾ അനിയത്തിക്കുകൂടി കേൾക്കാനായി ഫോണിന്റെ സ്പീക്കർ ഓൺ ചെയ്തു. "വ്യാഴാഴ്ച, ഈ വരുന്ന വ്യാഴാഴ്ചയല്ല, അടുത്തത്. പന്ത്രണ്ടാം തിയ്യതി. അന്നൊരു ദിവസം ഞങ്ങൾക്കുവേണ്ടി മാറ്റിവയ്ക്കണം. "വീട്ടിൽനിന്നും കൊണ്ടുപോയി വൈകുന്നേരത്തിനുമുന്നേ അവരെ തിരിച്ചെത്തിക്കും. ജോലിസ്ഥലത്തുനിന്നു കിട്ടുന്നതിന്റെ ഇരട്ടി കാശു തരും. പിന്നെ, അടുത്ത മാസം ഇറങ്ങുന്ന മാസികയിൽ രണ്ടുപേരുടേയും ചിത്രം വരും.

"ങേ! അതെന്തിന്?" പത്മിനി അമ്പരന്നു.

"വെറുതേ പടം വരുകയല്ല, മാസികയുടെ ഫ്രണ്ടിൽത്തന്നെ വരും. മുഖചിത്രമായിട്ട്." മാസികക്കാരി ചിരിച്ചു.

"അയ്യോ! അപ്പോ എല്ലാവരും കാണില്ലേ?"

"കാണട്ടെ. അതിനല്ലേ നമ്മൾ പടം കൊടുക്കുന്നത് ? നിങ്ങൾക്കു ഭാഗ്യമുണ്ടെങ്കിൽ ആരെങ്കിലും സിനിമയിലേക്കു വിളിച്ചെന്നും വരാം. അതില്ലെങ്കിലും ഏതെങ്കിലും ടീവീക്കാർ തീർച്ചയായും വിളിക്കും."

ഇത്തവണ രാഗിണിയാണ് ചിരിച്ചത്.

അവൾക്കു പണ്ടേയുണ്ടായിരുന്ന ഒരു സിനിമാസീരിയൽ കമ്പം. ഇടയ്ക്കെപ്പോഴോ രണ്ടോ മൂന്നോ പാട്ടുപാടി യൂട്യൂബിൽ കൊടുത്തു. നല്ല ശബ്ദമാണെന്നൊക്കെ കൂടെ ജോലി ചെയ്യുന്നവർ പറഞ്ഞെങ്കിലും, എന്താണെന്നറിയില്ല, കാര്യമായി ആരും അതുകേട്ടില്ല. ഒന്നുരണ്ടുതവണ ആവർത്തിച്ചിട്ടും വലിയ ഗുണമൊന്നും കിട്ടാതെ വന്നപ്പോൾ ഉത്സാഹം കെട്ടു.

വേനൽക്കാലമായിട്ടും ആകാശം മൂടിക്കെട്ടി നിന്നു. റോഡിൽ തിരക്കാവുന്നതേയുള്ളൂ. കാർ അവർ ജോലി ചെയ്തിരുന്ന ടെക്സ്റ്റൈൽ ഷോപ്പിനു മുന്നിലൂടെ കടന്നുപോയി. ആറു നിലകളുള്ള കട അടഞ്ഞു കിടപ്പായിരുന്നു. സാധാരണ ഒരിഞ്ചു സ്ഥലം പോലും കിട്ടാത്ത മുന്നിലെ പാർക്കിംഗ് ഏരിയ ഇപ്പോൾ ശൂന്യമായി കിടക്കുന്നു. സെക്യൂരിറ്റിക്കാരനെയും കാണാനില്ല. കാർ പരിചിതമായ തെരുവുകൾ പിന്നിട്ട് ഹൈവേയിൽ പ്രവേശിച്ചു.

ടോൾ ഗേറ്റിൽ ഊഴം കാത്തുനില്ക്കുമ്പോൾ മാസികക്കാരി ഉരുവിട്ടു: "പത്മിനി രാഗിണി... ശരിക്കും ലളിത പത്മിനി രാഗിണി എന്നു വേണ്ടേ? അതല്ലേ അതിന്റെ

ഒരു സ്റ്റൈൽ?"

"അങ്ങനെത്തന്നെയാണ്." രാഗിണി സമ്മതിച്ചു. "ലളിതയും ഉണ്ടായിരുന്നു. മരിച്ചുപോയതാ."

"സോറി." മാസികയിലെ സ്ത്രീ വെറുതെ പറഞ്ഞു.

"ഓ, ചേച്ചി കൊറേ കൊച്ചിലേ മരിച്ചതാ. പിന്നെ അതിലും മൂത്തതായിട്ട് ഒരു ചേട്ടനും ഉണ്ടായിരുന്നു. സത്യൻ. ചാച്ചൻ മരിച്ച കൊല്ലംതന്നെ ചേട്ടനും പോയി."

"എങ്ങനാ ചേട്ടൻ മരിച്ചത്?" മാസികക്കാരി ചോദിച്ചു.

"വെഷം കുടിച്ചതാ." രാഗിണി പറഞ്ഞു.

"ഏയ്...രാഗീ!" മുന്നിലെ സീറ്റിൽനിന്നും മുഖം തിരിച്ച് പത്മിനി അവളെ വിലക്കാൻ ശ്രമിച്ചു.

"എന്താ, എന്താ... അങ്ങനെത്തന്നെയല്ലേ?" രാഗിണി ചോദിച്ചു.

മാസികക്കാരി അവരുടെ സംഭാഷണം ശ്രദ്ധിക്കുന്നില്ലെന്ന മട്ടിൽ പുറത്തേക്കു നോക്കി.

"ചാച്ചന് സിനിമാക്കാരോടു വലിയ ഇഷ്ടാരുന്നു മേഡം. അതാ ഞങ്ങൾക്കെല്ലാം ഇങ്ങനത്തെ പേര്." പത്മിനി വിഷയം മാറ്റി.

അവരുടെ അച്ഛന്റെ മരണത്തെക്കുറിച്ച് മാസികക്കാരിക്ക് വ്യക്തമായി അറിയാമായിരുന്നു. ആറുകൊല്ലം മുമ്പായിരുന്നു ആ അപകടം. അവരപ്പോൾ വേറൊരു പത്രത്തിലായിരുന്നു, റിപ്പോർട്ടിംഗിൽ. പ്രാദേശികതാളുകളിൽ അന്നുതന്നെ അതൊരു വാർത്തയായിരുന്നു. അയാൾ മൂന്നോ നാലോ ദിവസം ബോധമില്ലാതെ ആശുപത്രിയിൽ കിടന്നു. രക്ഷയില്ലെന്നു ഡോക്ടർമാർ പറഞ്ഞപ്പോൾ പിന്നെ കണ്ണുകളും വൃക്കകളും ഹൃദയവുമെല്ലാം ദാനം ചെയ്യാമെന്ന് തീരുമാനിക്കുകയായിരുന്നു. ഇടനിലക്കാരായി നിന്ന ചിലർ കുറച്ചു പണം കൊണ്ടുവന്ന് അമ്മച്ചിയെ ഏല്പിച്ചു.

അയാളിൽനിന്നും എടുത്ത അവയവങ്ങൾ വേറെവേറെ നാലഞ്ച് ആളുകൾക്കായി പങ്കുവച്ചു. പിറ്റേന്നത്തേക്കുള്ള ആ വാർത്തയ്ക്കു പറ്റിയ ഒരു ശീർഷകം നോക്കിയിട്ട് പത്രത്തിന്റെ ഡസ്കിലുള്ളവർ കുറച്ചു കുഴങ്ങിയ കാര്യം മാസികക്കാരി ഓർത്തു. 'കള്ളന്റെ കണ്ണുകൾ ഇനിയും പ്രകാശിക്കും,' 'കള്ളക്കണ്ണുകളിലൂടെ പകരുന്ന വെളിച്ചം,' "മോഷ്ടാവിന്റെ ഹൃദയം മോഷ്ടിക്കാതെയെടുക്കുമ്പോൾ" എന്നോ ഒക്കെ കളിയായിട്ടെങ്കിലും നിർദ്ദേശങ്ങൾ വന്നപ്പോൾ എഡിറ്റർ എല്ലാം നിരസിച്ചു. "സ്റ്റുപിഡ്! പത്രക്കാരായാലും ഒരു മനഃസാക്ഷി വേണ്ടേ! അയാൾ കള്ളനായിരുന്നിരിക്കാം. മുമ്പു ശിക്ഷിക്കപ്പെട്ടിട്ടുണ്ടാവാം. പക്ഷേ, ഈയൊരു സംഭവം മോഷണം തന്നെയാണെന്ന് നമുക്കറിയില്ല. കോടതി അയാളെ ഇക്കാര്യത്തിൽ ശിക്ഷിച്ചിട്ടൊന്നുമില്ലല്ലോ." അദ്ദേഹം പറഞ്ഞു.

"എന്തിനു ശിക്ഷിക്കണം? തൊണ്ടിയോടെ പിടിച്ചതു പോലീസല്ലേ?" ഡെസ്കിലുള്ള ചെറുപ്പക്കാരൻ അധികമാരും കേൾക്കാതെ പറഞ്ഞു.

അയാൾ പറഞ്ഞതു ശരിയായിരുന്നു: അപരിചിതനെ ആളൊഴിഞ്ഞ വീടിന്റെ ടെറസ്സിൽ കണ്ടപ്പോൾ അയൽപക്കക്കാരാണ് പോലീസിൽ വിളിച്ചു പറഞ്ഞത്. ആളുകൾ കൂടുന്നതുകണ്ട് അയാൾ ഒളിക്കാൻ ശ്രമിക്കുകയായിരുന്നു. അവർ താഴെനിന്നും കൂവിവിളിച്ചു. നേരിയ ഇരുട്ടിന്റെ മറപറ്റി നില്ക്കുകയായിരുന്നു അയാൾ. അയൽക്കാർ പുറത്തുനിന്നും വാതിൽ തുറന്ന് വിളക്കുകൾ തെളിയിച്ചു. നിഴൽ പോലെ ആരോ നീങ്ങുന്നത് അവർ കണ്ടു. അപരിചിതൻ മുകളിലെ വാട്ടർ ടാങ്കിനുള്ളിലേക്ക് ഇറങ്ങി. മുട്ടോളം

വെള്ളമേ ഉണ്ടായിരുന്നുള്ളൂ. പോലീസുകാരുടെ ജീപ്പ് ഗേറ്റിനു മുന്നിൽ വന്നുനില്ക്കുന്നതിന്റെ ശബ്ദം. കുറെ പേർ വീടിന്റെ ചുറ്റിനും കാവൽ നിന്നു. ബാക്കിയുള്ളവർ ടെറസ്സിലേക്കു കയറി. കാലടിയൊച്ചകൾ അടുത്തുവരുന്നു. അയാൾ കൈകൾ ടാങ്കിന്റെ വശങ്ങളിൽ ഊന്നി പുറത്തേക്കു കുതിച്ചു ചാടി. കയറിവരുന്നവരിൽ ചിലർ അയാളെ കണ്ടുകഴിഞ്ഞു. എല്ലാവരും ഒച്ചവയ്ക്കുന്നു. അയാളപ്പോൾ എതിർവശത്തേക്ക് ഓടി കൈവരിയിൽ നിന്നും ഒരു അരഭിത്തിയിലേക്കിറങ്ങി. ബാത്ത്റൂമുകളിൽ നിന്നും പുറപ്പെടുന്ന കുഴലുകളിലൊന്നിൽ പിടിച്ച് ആരും കാണാതെ താഴേക്കിറങ്ങിപ്പോകാൻ അവസാനശ്രമം നടത്തിയതാവണം; തേഞ്ഞുതേഞ്ഞു തീരാറായ ചെരിപ്പിന്റെ വാറുപൊട്ടി, വഴുതി താഴേക്കു തലയടിച്ചു വീണു.

"കൊച്ചുണ്ണി മരിക്കുമ്പോൾ എത്രയായിരുന്നു പ്രായം?" മാസികക്കാരി തിരക്കി.

"അമ്പത്തിനാല്." രാഗിണി ഓർത്തെടുത്തു. "അമ്മച്ചിയേക്കാളും ചെറുപ്പമായിരുന്നു. മൂന്നുവയസ്സു കുറയും. ഇപ്പോ ഉണ്ടായിരുന്നേൽ അറുപതായേനേ."

"രാഗീ, താത്ത ഫോണെടുക്കുന്നില്ല." പത്മിനി പറഞ്ഞു.

"ചുമ്മാതിരി. അടുക്കളേലോ മറ്റോ പോയിരിക്കും." അനിയത്തി പറഞ്ഞു.

"പിന്നേ, ഒരു കാര്യമുണ്ട് കേട്ടോ ചേച്ചീ," രാഗിണി മാസികക്കാരിയെ നോക്കി. "ചാച്ചന്റെ പേര് കൊച്ചുണ്ണീന്നല്ല."

"പിന്നെ?"

"ശരിക്കും ലാസറെന്നാരുന്നു. കൊച്ചുണ്ണീന്നൊക്കെ നാട്ടുകാര് വിളിക്കുന്നതാ."

"ഓ! ലാസർ എന്ന് എനിക്കും അറിയാരുന്നു." മാസികക്കാരി തുടർന്നു. "ഞാൻ വിചാരിച്ചു കൊച്ചുണ്ണി ലാസർ എന്നോ മറ്റോ...അങ്ങനെയൊക്കെയില്ലേ?"

"ഉം. ചാച്ചന് മുമ്പു കൺകെട്ടാരുന്നു പോലും. പെരുന്നാളിനും പൂരത്തിനുമൊക്കെ ടെന്റുകെട്ടി ഓരോരോ സൂത്രങ്ങളു കാണിക്കും. തൊപ്പിയിൽ നിന്നു പൂച്ചയേം മൊയലിനേം എടുത്തിട്ടുണ്ട്. തീ വിഴുങ്ങും. പിന്നെ ചീട്ടുകൊണ്ടുള്ള ട്രിക്കില്ലേ? അതുമുണ്ട്. ഒരിക്കല് ഒരു ബെഞ്ചേല് കെടത്തി ഒരു പെങ്കൊച്ചിനെ നടുവേ മുറിച്ചു. ഒരു തുള്ളി ചോര പുറത്തു പോയില്ല. അതാ അതിശയം! പിന്നെ കൂടുവിട്ടു കൂടുമാറുന്ന മാജിക്ക്. ശരിക്കുമ്പറഞ്ഞാ, അമ്മച്ചി ചാച്ചന്റെ കൺകെട്ടില് വീണതാ."

അവരുടെ ജീവിതത്തിൽ പക്ഷേ, മാജിക്കൊന്നും ഉണ്ടായില്ല. വഴക്കും ബഹളവുമൊക്കെയായിരുന്നു എപ്പോഴും. ചാച്ചൻ മാജിക്കുകാരനായിരുന്നു എന്ന് കേട്ടിരുന്നുവെങ്കിലും കുട്ടികൾക്ക് ഒരു തെളിവുമില്ല. അവർ മുമ്പ് ഏതോ പലഹാരത്തിന് വാശിപിടിച്ചു കരഞ്ഞിട്ടും അയാൾ അതു കേൾക്കാത്തതുപോലെ ചുവരും ചാരിയിരുന്നു. നല്ല മാന്ത്രികന്മാർക്ക് വായുവിൽനിന്നും പലഹാരങ്ങൾ ഉണ്ടാക്കിക്കൊടുക്കാൻ കഴിയുമല്ലോ. പോട്ടെ, ഒന്നുമില്ലെങ്കിലും പോലീസ് പിടിക്കാൻ വരുമ്പോൾ ആ ടെറസിനു മുകളിൽ നിന്നും സ്വയം മാഞ്ഞുപോകാമായിരുന്നില്ലേ?

"പുള്ളി മാജിക്കുകാരനാന്നുള്ള കാര്യം എനിക്കറിയില്ലായിരുന്നു." ആ സ്ത്രീ അവിശ്വസനീയമായതെന്തോ കേട്ട മട്ടിൽ പറഞ്ഞു. ഡയറിയിൽ കുറിച്ചു.

"അതിന് ഒക്കെ വിട്ടില്ലേ?" രാഗിണി ഒന്നു നിശ്വസിച്ചു. "കള്ളു കുടിച്ചു കൈവെറച്ചോണ്ടിരുന്നാ എന്തു മാജിക്ക്! തൊപ്പി നീർത്തിക്കാണിക്കുമ്പോ വെറുതേ മൊയല് വരുവോ?"

"ശരിയാ, നല്ല കൈയടക്കം വേണം. അല്ലാ, പിന്നത്തെ പണിക്കും ഏതാണ്ട്

അതൊക്കെ വേണം കേട്ടോ.” മാസികക്കാരി ആലോചിച്ചുകൊണ്ടു പറഞ്ഞു.

“ആദ്യം കക്കില്ലാരുന്നു. ഒരിക്കൽ പോലീസുകാര് കള്ളക്കേസിലു കുടുക്കീതാ. നല്ല ഇടിയും കിട്ടി. ജേലീന്ന് വന്നപ്പോ പിന്നെ വാശിയായി. ശരിക്കും കള്ളനായി. എന്നാലും പാവങ്ങടെ മൊതലു കക്കില്ലാരുന്നു.”

“അതാവും കൊച്ചുണ്ണീന്നു പേരു വന്നത്. അയാക്കും പാവങ്ങളോടു സ്നേഹമുള്ളതായിട്ടല്ലേ നിവിൻ പോളീടെ സിനിമയിൽ?” മാസികക്കാരി ചോദിച്ചു.

“ആ!” രാഗിണി എന്തോ ആലോചിച്ചുകൊണ്ടു പറഞ്ഞു. “എന്തു വിളിച്ചാലും ഞങ്ങൾക്കെന്താ!”

കാറിന്റെ ചില്ലിലൂടെ നോക്കുമ്പോൾ പുറത്ത് മൂടൽ മഞ്ഞിരിക്കുന്നുവെന്നു കണ്ടു. നേരിയ മഞ്ഞനിറം ബാധിച്ച വെയിൽ. നല്ല ചൂടുണ്ടായിരിക്കണം. പത്മിനി ഓർത്തു. ഉഷ്ണകാലത്താണ് പാമ്പുകൾ അളകളിൽനിന്നും പുറത്തിറങ്ങുന്നത്.

“ഈ താത്ത എവിടെപ്പോയി കിടക്കുന്നു!” പത്മിനി നിരാശയോടെ ഫോൺ ബാഗിലിട്ടു.

“എന്താ പ്രശ്നം? എന്തെങ്കിലും മറന്നോ?” മാസികക്കാരി ചോദിച്ചു.

“അമ്മച്ചിക്കു മരുന്നു കൊടുത്തോന്നറിയാനായിട്ടാ.” പത്മിനി പറഞ്ഞു. “രണ്ടു കളറുള്ള ഗുളിക കൊടുക്കാനുണ്ട്. കാലത്ത്.”

“സഹായത്തിന് ഒരാളുണ്ടെന്നല്ലേ പറഞ്ഞത്? അവരു നോക്കില്ലേ?”

“അതൊന്നുമല്ല ചേച്ചീ.” രാഗിണി ചിരിച്ചു. “ഇവള് ഇന്നു കാലത്തൊരു പാമ്പിനെ കണ്ടു പോലും! അതോണ്ടാ.”

“അയ്യോ! പാമ്പോ! എന്നിട്ട്?”

“പോയി.“ പത്മിനി ഉറപ്പില്ലാതെ പറഞ്ഞു.

“അത് അകത്തോട്ടു കയറിക്കാണുമെന്നാ ഈ പാപ്പി പറയുന്നേ.”

“ശരിക്കും?”

“ഏയ്. ഇവളങ്ങനാ! ഒക്കെ സംശയം, ഒക്കെ പേടി. പാമ്പ് അകത്തോട്ടൊന്നും കേറിക്കാണില്ലെന്നു ഞാൻ പറഞ്ഞതാ.” രാഗിണി പറഞ്ഞു.

“പേടിക്കണ്ടാ കുട്ടീ. ഇനി ഉണ്ടെങ്കിൽത്തന്നെ നമുക്കു വഴിയുണ്ടാക്കാം.” മാസികക്കാരി തന്റെ ഫോണെടുത്ത് ആരെയോ വിളിക്കാൻ ശ്രമിച്ചു.

“എടുക്കുന്നില്ല. ഞാനൊരു മെസേജു കൊടുത്തിട്ടുണ്ട്. തിരിച്ചു വിളിക്കും.” അവർ പറഞ്ഞു.

പോകാനുള്ളതിൽ പാതിദൂരം പിന്നിട്ടപ്പോൾ പ്രാതൽ കഴിക്കാനായി വഴിയരികിലുള്ള ഒരു ഹോട്ടലിനടുത്തായി അവർ വണ്ടി നിർത്തി.

പത്മിനിയുടെ ഫോൺ ശബ്ദിച്ചു.

“താത്ത ഇതെവിടാരുന്നു?” ഭക്ഷണം കഴിക്കുന്നതു നിർത്തി അവൾ ചോദിച്ചു. “ഞാൻ കുറേനേരമായി വിളിക്കുന്നു. ങാ, ഒന്നു തൊട്ടു നോക്കിക്കേ. കാലത്തു പനിച്ചതാ.“

“ഓ, വീട്ടിലേക്കു കിട്ടീ അല്ലേ?” മാസികക്കാരി പറഞ്ഞു.

“ഗുളിക കൊടുത്തോ?”

“ഇല്ലാ, അതു താത്ത വിഴുങ്ങി!” അനിയത്തി പരിഹസിച്ചു.

“രാഗീ, ഗുളിക ഇറക്കിയില്ലെന്നുതന്നാ താത്ത പറയുന്നത്.” ഫോൺ അടച്ചുപിടി

ച്ച് പത്മിനി സ്വകാര്യം പോലെ പറഞ്ഞു.

"ഓ! ഒരു നേരം അതു കഴിച്ചില്ലെന്നുംവച്ച് ഒന്നും വരാനില്ല," രാഗിണി പുറത്തേക്കു നോക്കി.

"അതേയ്, പിന്നേ... താത്ത എന്തെങ്കിലും ശബ്ദം കേട്ടോ!" പത്മിനി ചോദിച്ചു.

"എടീ പാപ്പീ!" രാഗിണി ശബ്ദമുയർത്തി. "ഇനി ആ പാവത്തിനേക്കൂടി പേടിപ്പിക്കണോ?"

"അതു ശരിയാ." മാസികക്കാരി പറഞ്ഞു. "ഒന്നും പറയാൻ പോണ്ട. ഞാൻ മെസ്സേജു കൊടുത്തിട്ടുണ്ട്. അയാൾ നോക്കിക്കോളും."

ഇടയ്ക്കൊരിടത്തു വച്ച് അവരൊരു ട്രാഫിക് ബ്ലോക്കിൽപ്പെട്ടു. കുറേ മുന്നിലായി ഒരു വാഹനാപകടം നടന്നിട്ടുണ്ടെന്ന് ഡ്രൈവർ പറഞ്ഞു. വണ്ടികളെല്ലാം ഒറ്റവരിയിൽ പോകാൻ തുടങ്ങി.

പതിനൊന്നു മണിയോടെ അവർ ജഗന്നാഥൻ എന്നയാൾ താമസിച്ചിരുന്ന അപാർട്ട്മെന്റിൽ എത്തിച്ചേർന്നു. അയാൾ മുമ്പ് അമേരിക്കയിലായിരുന്നു. നാട്ടിൽ വന്ന സമയത്താണ് അസുഖം കണ്ടുപിടിച്ചത്. തിരിച്ചുപോകാനുള്ള സാവകാശം കിട്ടിയില്ല. നാട്ടിൽ തുടരേണ്ടിവന്നു.

ജഗന്നാഥനോടൊപ്പമുള്ള അഭിമുഖത്തിനായി മാസികക്കാരി ഒരു തിരക്കഥ തന്നെ ഉണ്ടാക്കിയിരുന്നു. ലിഫ്റ്റിലേക്കു കയറുന്നതിനു മുമ്പ് അവർ അതെല്ലാം രണ്ടു പേരേയും പറഞ്ഞു ധരിപ്പിച്ചു. "ഒത്തിരി വലിയ ഒരാളാണ്. ഫോർബ്സ് എന്നൊരു മാസികയെക്കുറിച്ചു കേട്ടിട്ടുണ്ടോ? FORBES, അതുതന്നെ. പൂത്ത പണക്കാരുടെയാ. അതിലു പടം വരാനിരുന്നതാ. എന്നുവച്ച് ഒരു മടിയും വേണ്ടാ കേട്ടോ. കാരണം അയാൾക്കുള്ളിൽ തുടിക്കുന്നത് നിങ്ങളുടെ തന്നെ രക്തമല്ലേ?."

"രക്തമല്ല, ഹൃദയം." രാഗിണി തിരുത്താൻ ശ്രമിച്ചു.

"ഓ, എന്റെ കൊച്ചേ!" അവർ ചിരിച്ചു. "ഈ ഹൃദയമാണല്ലോ രക്തം പമ്പു ചെയ്യുന്നത്. അപ്പോ രണ്ടും സെയിമല്ലേ?"

"മേഡം അയാളെ ഒന്നു വിളിച്ചു നോക്കു." പത്മിനി പറഞ്ഞു.

"എന്തിനാ വിളിക്കുന്നത്? നമ്മളു നേരിട്ടു ചെല്ലുകയല്ലേ? അദ്ദേഹം കാത്തിരുന്നു മുഷിഞ്ഞു കാണും."

"അതല്ല," പത്മിനി പറഞ്ഞു. "ആ... ആ പാമ്പിന്റെ ആളില്ലേ...?"

"ഓ, സോറി. ഞാനതു മറന്നു." മാസികക്കാരി മൊബൈൽ എടുത്തു. "കിട്ടുന്നില്ലല്ലോ. പക്ഷേ, അവിടെയെത്തിക്കാണും. ഡോണ്ട് വറി."

ലിഫ്റ്റിൽ വച്ച് വലിയ ഉത്സാഹത്തോടെ ആ സ്ത്രീ പറഞ്ഞു: "അപ്പന്റെ ബാക്കി കാണാൻ പോകുവാന്നുള്ള ഒരു ത്രില്ലു തോന്നുന്നില്ലേ ഇപ്പോൾ?"

"പിന്നേ, ഒരു മുഴുനീള അപ്പനെ കാണാൻ പോവുന്നേപ്പോലും ഞങ്ങക്കൊരു ത്രില്ലുമില്ല." രാഗിണി പറഞ്ഞു.

പത്മിനി അനിയത്തിയുടെ കൈയിൽ അമർത്തി. മാസികക്കാരിയുടെ നേർക്കു നോക്കി ഒരു വിളറിയ ചിരി ചിരിച്ചു.

രാഗിണി പറഞ്ഞതിൽ സത്യമുണ്ടായിരുന്നു. അയാളെ മരിച്ചിട്ടു കൊണ്ടുവന്നതിന്റെ ഓർമ്മയേ അവർക്കുണ്ടായിരുന്നുള്ളൂ. ഒന്നാലോചിച്ചാൽ അതുതന്നെ പാതിയും പൊള്ളയായ ഒരു ശരീരം. എന്നാൽ അങ്ങനെ അവശിഷ്ടംപോലെ വന്നതുകൊണ്ടാ

ണ് അയാളെ പള്ളിയിൽ അടക്കാൻ സമ്മതിച്ചതെന്ന് അച്ചൻ പറഞ്ഞു. "ജീവിച്ചിരിക്കുന്ന കാലത്ത് എന്തായിരുന്നു അവന്റെ വേലകൾ! കഷ്ടം. ദൈവത്തെ നടുങ്ങി ജീവിച്ചതു മറക്കാമോ?"

ഏതായാലും അസാധാരണമായ ആ മരണത്തോടെ എല്ലാ പാപങ്ങളും ഇല്ലാതായി. പരിശുദ്ധമായ ജീവൻ മറ്റു ശരീരങ്ങളിൽ തുടിച്ചു. "എല്ലാം ദൈവനിശ്ചയം." അച്ചൻ തുടർന്നു. "ലാസർ എന്നൊള്ള പേരിന്റെ ഒറ്റ ഗൊണമാ. ആ പേരുള്ളവൻ മരിച്ചാലും ഉയിർക്കുന്നു. അല്ലെങ്കിൽ കർത്താവ് ഉയിർപ്പിക്കുന്നു."

മുകളിലെത്തുന്നതു വരെ ആരും പിന്നെ ഒന്നും മിണ്ടിയില്ല.

"ഇരിക്കു," ജഗന്നാഥന്റെ മകനാണെന്നു സ്വയം പരിചയപ്പെടുത്തിയ ചെറുപ്പക്കാരൻ അവരോടു പറഞ്ഞു. "പപ്പയ്ക്ക് ഒരു ഇഞ്ചക്ഷൻ കൊടുക്കാനുണ്ട്. ഞാനിപ്പോൾ വരാം."

ആ ഫ്ളാറ്റിന്റെ തുടക്കത്തിൽത്തന്നെ ഒരു തട്ടിലായി ദൈവചിത്രങ്ങളുടെ ഒരു നിരയുണ്ടായിരുന്നു. അവയ്ക്കുതാഴെ വൈദ്യുതിയിൽ പ്രവർത്തിക്കുന്ന ഒരു കെടാവിളക്ക് പ്രകാശിച്ചു.

"ഇദെവിടുന്നാ ചാച്ചന്റെ പടം?" ദൈവങ്ങൾക്കൊപ്പം അച്ഛന്റെ പടം കണ്ടപ്പോൾ രാഗിണി ചോദിച്ചു. അവരുടെ വീട്ടിൽപ്പോലും അയാളുടെ ഫോട്ടോ ഉണ്ടായിരുന്നില്ല.

"അതാണല്ലോ ഞങ്ങളുടെ പണി!" മാസികക്കാരി ചിരിച്ചു. പിന്നെ ഒരു സ്വകാര്യം പോലെ പറഞ്ഞു "മരിച്ചുകിടക്കുന്ന ഒരു ഫോട്ടോ പത്രത്തിലുണ്ടായിരുന്നു. അതീന്നു ശരിയാക്കിയതാ. ഇത്തിരി ഫോട്ടോഷോപ്പ് ചെയ്തുവെന്നും കൂട്ടിക്കോ."

പെൺകുട്ടികൾ ആ ചിത്രത്തിന്റെയടുത്തുചെന്നുനോക്കി. മരിച്ചയാളാണെന്നു തോന്നുകയേയില്ല.

മാസികക്കാരി തുടർന്നു. "പിന്നേയ്, അമേരിക്കക്കാരാന്നു പറഞ്ഞിട്ടു കാര്യമില്ല. വലിയ വിശ്വാസികളാ. മരിച്ചിട്ടെടുത്ത പടമാ എന്നൊന്നും പറഞ്ഞേക്കല്ലേ! ശവം പൂജിക്കണോ എന്നും പറഞ്ഞ് അപ്പോത്തന്നെ ദൂരെക്കളയും."

ആ മുറിയിൽ വേറേയും പല ചിത്രങ്ങളുണ്ടായിരുന്നു. മരിച്ചവരുടേതാവണം. പക്ഷേ, എല്ലാവരും ജീവിച്ചിരിക്കുമ്പോൾത്തന്നെ ക്യാമറയിൽ പതിഞ്ഞവർ. പിന്നെ മരിച്ചോ എന്നു നല്ല തിട്ടമില്ലാത്ത കുറെ ദൈവങ്ങൾ.

"പപ്പ ഇങ്ങോട്ടു വരില്ല." അകത്തുപോയി വന്ന ജഗന്നാഥന്റെ മകൻ പറഞ്ഞു. "ഞാൻ നിർബ്ബന്ധിച്ചു. സമ്മതിക്കുന്നില്ല. വെളിച്ചത്തിലേക്കു വരാൻ പുള്ളിക്ക് മടിയാ."

"നമുക്ക് മുറിയിലോട്ടു പോയാലോ?" ഫോട്ടോഗ്രാഫർ തിരക്കി.

"പോവാം. നിങ്ങൾ വന്നതല്ലേ? എന്നാലും പെട്ടെന്ന് എടുത്തേക്കണം. അധികനേരം ലൈറ്റിടുന്നത് ഇഷ്ടമാവില്ല." മകൻ പറഞ്ഞു.

അതൊരു വലിയ മുറിയായിരുന്നു. പക്ഷേ, ഇരുട്ടു മൂടിക്കിടക്കുന്നു. അതിനുള്ളിൽ ആരെങ്കിലും ഉണ്ടോ എന്നുതന്നെ സംശയമായി. ചെറുപ്പക്കാരൻ ലൈറ്റിട്ടു. കൂടുതൽ തെളിച്ചം കിട്ടാനായി ഫോട്ടോഗ്രാഫർ മുറിയിലെ കർട്ടണുകൾ വകഞ്ഞുമാറ്റി.

ആരോ ഫാനിന്റെ സ്വിച്ചിട്ടപ്പോൾ മകൻ വിലക്കി. "നോ ഫാൻ, പ്ലീസ്. തണുപ്പു പറ്റില്ല."

ചുരുട്ടിയിട്ടിരിക്കുന്ന ഒരു മുഷിഞ്ഞ തുണിപോലെ കട്ടിലിൽ ആ ശോഷിച്ച ശരീരം. കണ്ണുകൾ ഇറുക്കിയടച്ചിരിക്കുന്നു. മെലിഞ്ഞ മുഖത്ത് വിളറിയ മഞ്ഞനിറം ബാധിച്ചി

രുന്നതു പോലെ. പഴകിയ എന്തോ ഒന്നിന്റെ ഗന്ധം അവിടെ തങ്ങിനില്ക്കുന്നുണ്ടെന്ന് പത്മിനിക്കു തോന്നി.

മകൻ പതുക്കെ ആ ശരീരത്തെ ഉയർത്തിയിരുത്തി. വെറുമൊരു എല്ലിൻ കൂടായിരുന്നു അത്. അയാൾ ഒരു കണ്ണടയെടുത്ത് അച്ഛന്റെ മുഖത്തു പിടിപ്പിച്ചു. അങ്ങനെ ചെയ്തതും അദ്ദേഹം അറിഞ്ഞിട്ടില്ലെന്നു തോന്നി. കുറച്ചുനേരം കഴിഞ്ഞപ്പോൾ, എന്തോ ഓർത്തമട്ടിൽ എല്ലാവരേയും നോക്കി അയാൾ കൈകൂപ്പി. പിന്നെ പതിയെ കൈകൾ താഴ്ത്തിക്കൊണ്ടുവന്ന് മടിയിൽ വച്ചു. ഒന്നും സ്വാഭാവികമായിരുന്നില്ല. മറ്റെവിടെനിന്നോ നിയന്ത്രിക്കപ്പെടുന്ന ഒരു യന്ത്രപ്പാവയെപ്പോലെയായിരുന്നു ആ ചലനങ്ങൾ. ഇടയ്ക്കൊരിക്കൽ മകൻ ഒരു കൈലേസെടുത്ത് അയാളുടെ മുഖം തുടച്ചുകൊടുത്തു. വശം തെറ്റിക്കിടന്ന അയാളുടെ കുപ്പായത്തിനുള്ളിലൂടെ നെഞ്ചിനുമുകളിലെ മുറിവ് ഒരു ഇഴജീവിയെപ്പോലെ കാണപ്പെട്ടു.

പെൺകുട്ടികൾ അയാളോടൊപ്പം നില്ക്കുന്നതും ഇരിക്കുന്നതുമായ നിരവധി ചിത്രങ്ങൾ ക്യാമറക്കാരൻ പിടിച്ചു. ചാഞ്ഞും ചെരിഞ്ഞും, കസേരയിൽ കയറിനിന്നും ഇരുന്നും ഫ്ളാഷില്ലാതെയും ഫ്ളാഷോടെയും അയാൾ ചിത്രങ്ങൾ എടുത്തുകൊണ്ടേയിരുന്നു. ആദ്യമൊക്കെ പടം പിടിക്കുന്നുണ്ടല്ലോ എന്നൊരു ആധിയിൽ കൂടുതൽ ഒരുങ്ങി, ഒതുങ്ങിനില്ക്കാൻ എല്ലാവരും ശ്രമിച്ചെങ്കിലും പോകെപ്പോകെ ചിത്രങ്ങൾ എടുക്കുന്ന കാര്യംതന്നെ എല്ലാവരും മറന്നുപോയി.

അപ്പോഴൊന്നും ആ മനുഷ്യൻ ആരോടും ചിരിക്കുകയോ എന്തെങ്കിലും ചോദിക്കുകയോ ഉണ്ടായില്ല. പഴയൊരു ഹൃദയം സൂക്ഷിക്കാൻ മാത്രമുള്ള ഒരു മെലിഞ്ഞ കൂടു പോലെ അയാൾ കാണപ്പെട്ടു. അതിനുള്ളിലെ ഇരുട്ടിലെവിടേയോ ഒരു ആദിമജീവി വെളിച്ചം ഭയന്ന്, ഒളിച്ചിരിക്കുന്നുണ്ട്. ചെറുപ്പക്കാരൻ ചക്രം പിടിപ്പിച്ച ആ കൂടു തള്ളുന്നു, നീക്കുന്നു. കൈലേസുകൊണ്ട് പൊടിയും മാറാലയും തുടയ്ക്കുന്നു.

"പപ്പയ്ക്ക് ഹാർട്ടിന്റെ പ്രോബ്ലമല്ല." അവർ നോക്കുന്നതുകണ്ടപ്പോൾ ജഗന്നാഥന്റെ മകൻ പറഞ്ഞു. അയാൾ അച്ഛന്റെ പോലെയല്ല. ഒത്ത ഉയരവും തടിയുമുണ്ട്. മുഖത്ത് സ്വർണനിറത്തിൽ ഫ്രെയിമുള്ള ഒരു കണ്ണട തിളങ്ങി. "അതൊക്കെ ചെക്കു ചെയ്തതാ. ഓക്കെയാണ്. പക്ഷേ, ഡിപ്രഷൻ ബാധിച്ചു."

"അതെന്തു പറ്റി?" മാസികക്കാരി തിരക്കി.

"ആ യാത്ര മുടങ്ങിയതിലുള്ള വിഷമം. ഹി കുഡിന്റ് ആക്സപ്റ്റിറ്റ്." അയാൾ പറഞ്ഞു.

"കൊറേ കൊല്ലമായില്ലേ? ഇപ്പോ പോകരുതോ?

"ഇനി പറ്റില്ലല്ലോ. ശ്രമിച്ചാലും ടെസ്റ്റു കടക്കില്ല."

"അമേരിക്കയിലോട്ടു പോകാൻ ടെസ്റ്റൊക്കെയെന്തിനാ?"

"അമേരിക്കയിലേക്കല്ല." മകൻ പറഞ്ഞു.

"പിന്നെ?"

"ചന്ദ്രനിലോട്ട്." ചെറുപ്പക്കാരൻ മുകളിലേക്കു കൈചൂണ്ടിക്കൊണ്ടു പറഞ്ഞു. "ഐ മീൻ, റ്റു ദ മൂൺ."

മാസികക്കാരിക്ക് അതു വ്യക്തമായില്ല.

"ചന്ദ്രനിലേക്ക് കുറച്ചു പേരെ കൊണ്ടുപോകാനുള്ള ഒരു പ്രോജക്റ്റുണ്ടായിരുന്നു. ടൂറിസ്റ്റുകളായിട്ട്. എ ലൂണാർ എക്സ്പെഡിഷൻ. പപ്പയെ എടുത്തതാ. അല്ലെങ്കിലും ഹീ നെവർ വാണ്ടഡ് റ്റു കണ്ടിന്യൂ ഓൺ ദിസ് പ്ലാനറ്റ് ഫോർ ലോങ്. യാത്രക്കുള്ള

എല്ലാ ഒരുക്കങ്ങളും കഴിഞ്ഞിരുന്നു. മുഴുവൻ പൈസയും അടച്ചു. ഹി വാസ് സോ അഡ്വഞ്ചറസ്. പിന്നെ, ചന്ദ്രനിൽ പോകുംമുമ്പ് ഒരു തുലാഭാരം കഴിക്കണം എന്നുപറഞ്ഞു നാട്ടിൽ വന്നതാ. അപ്പോഴാ ഇതെല്ലാം."

"അമ്പോ! നീൽ ആംസ്ട്രോങ്ങിന്റെ ഒപ്പമാണോ നമ്മള് ഫോട്ടോ എടുത്തത്?" രാഗിണി ചേച്ചിയെ നുള്ളി. "ഇതൊക്കെ ശരിക്കും ഒള്ളതാണോ?"

"മിണ്ടാതിരി!" പത്മിനി പറഞ്ഞു.

"ഓപ്പറേഷനൊക്കെ കഴിഞ്ഞ് സുഖമായിട്ടിരിക്കുകയായിരുന്നു. പുള്ളി അതെല്ലാം മറന്നെന്നു ഞങ്ങൾ വിചാരിച്ചു. അപ്പോ പപ്പായുടെ കൂടെ സെലക്റ്റു ചെയ്യപ്പെട്ടവരിലാരോ ചന്ദ്രനീപ്പോയതിന്റെ ഫോട്ടോ ഷെയർ ചെയ്തു. ആ ഒരു കോട്ടും സ്യൂട്ടുമൊക്കെയിട്ടിട്ട്. ദാറ്റ് വാസ് ദ ട്രിഗർ. ഹി ഫെൽറ്റ് സോ ഡിപ്രസ്ഡ്. അന്നു മുറിക്കുള്ളിൽ കയറി അടച്ചിരിക്കാൻ തുടങ്ങിയതാ. ആരു പറഞ്ഞിട്ടും കേൾക്കുന്നില്ല. ഫോർ ഹിം ലൈഫ് ഹാസ് ബിക്കം ഫ്യൂട്ടൈൽ, യു നോ. അട്ടർലി മീനിംഗ്ലെസ്സ്."

"പ്ലീസ് ക്ലോസ് ദ ഡോർ." ജഗന്നാഥൻ പറഞ്ഞു. അയാൾ തന്നോടുതന്നെ സംസാരിക്കുകയാണെന്നു തോന്നി.

മകൻ ഒരു തുവലെടുക്കുന്നതുപോലെ അച്ഛനെ എടുത്ത് തിരിച്ചു കിടത്തി. തലഭാഗം കട്ടിലിന്റെ ലീവർ തിരിച്ച് ഒരല്പം ഉയർത്തിവച്ചു. അപ്പോൾ ഭൂഗുരുത്വം തീരെ കുറഞ്ഞ ഒരു പ്രതലത്തിനു തൊട്ടുമുകളിലുള്ള ഒരന്തരീക്ഷത്തിൽ അയാൾ തങ്ങിനില്ക്കുകയാണെന്നു തോന്നിച്ചു. ആ കണ്ണുകൾ വിജനമായ ഏതോ വിദൂരതയിലേക്കു നീണ്ടു.

പ്രൊഫസറുടെ മകൻ വിളക്കുകൾ അണച്ചു. കർട്ടണുകൾകൊണ്ട് ജനൽ മൂടി. വെളിച്ചം കെട്ടു. സ്ഥലകാലഭേദമില്ലാത്ത ശൂന്യതയിലേക്കു സഞ്ചരിക്കുന്ന ഒരു ശവപേടകം പോലെ ആ മുറി മാഞ്ഞുമറഞ്ഞുപോയി.

ഏതാണ്ട് ഒരു മണിക്കൂർ നേരം കൂടി അവർ ആ ഫ്ളാറ്റിൽ ചെലവഴിച്ചു. ഹോട്ടലിൽനിന്നും വരുത്തിയ ഭക്ഷണം എല്ലാവരും കഴിച്ചു.

മടക്കയാത്രയിൽ മാസികക്കാരി അവരുടെ കൂടെ വന്നില്ല. "ഒന്നും പേടിക്കണ്ട, ഡ്രൈവർ നിങ്ങളെ തിരിച്ചുകൊണ്ടാക്കും." അവർ പറഞ്ഞു. മുമ്പേ വാഗ്ദാനം ചെയ്ത പണമാവണം, അവരൊരു കവറിലിട്ട് മൂത്ത പെൺകുട്ടിയെ ഏല്പിച്ചു. മാസിക പുറത്തിറങ്ങുമ്പോൾ കോപ്പികൾ എത്തിച്ചുതരാനായി ടെക്സ്റ്റൈൽ ഷോപ്പിന്റെ വിലാസം വാങ്ങിച്ചു.

മടക്കയാത്രയിൽ പെൺകുട്ടികൾ ഒരുമിച്ച് പിൻസീറ്റിലാണിരുന്നത്.

"ആ കവറിങ്ങു താ, നോക്കട്ടെ." രാഗിണി പറഞ്ഞു. "ഛേ, ഡ്രൈവർ കാണുകില്ലേ" എന്ന് ചേച്ചി അവളെ വിലക്കിയെങ്കിലും അവൾ ശ്രദ്ധിച്ചില്ല.

"ഊം. കൂടുതലൊന്നും ഇല്ല. പറഞ്ഞതു മാത്രം." പണം എണ്ണിനോക്കിയ ശേഷം രാഗിണി പറഞ്ഞു.

"വരുമ്പോ വിചാരിച്ചു, ആ പണക്കാരൻ എന്തേലും സ്പെഷ്യലായിട്ടു തരുമെന്ന്. എവിടുന്ന്!" രാഗിണി ചേച്ചിയുടെ ചെവിയിൽ പറഞ്ഞു. "എടീ, അയാളു ചന്ദ്രനിലോട്ടു പോവാനിരുന്നതാ പോലും! ഒള്ളതാവുമോ?"

"ആവും." പത്മിനി പറഞ്ഞു.

"എനിക്കു വിശ്വാസം വരുന്നില്ല പാപ്പി. എന്തോ മാജിക്കുപരിപാടിയാവും. ചാച്ചന്റെ മാതിരി"

കാറിന്റെ വേഗം കുറഞ്ഞു. അവർ നഗരത്തിലേക്കുള്ള വഴിയിലേക്ക പ്രവേശിച്ചു.

ഫോട്ടോയെടുക്കാൻ ചേർന്നു നില്ക്കുമ്പോൾ ആ മനുഷ്യന്റെ ശരീരത്തിൽ അറിയാതെ സ്പർശിച്ചിരുന്ന കാര്യം പത്മിനി ഓർത്തു. മരവിപ്പിക്കുന്ന ഒരു തണുപ്പ് അപ്പോൾ അവളുടെ ശരീരത്തിലേക്ക പ്രവഹിച്ചു. ഐസിട്ടു വച്ച മീനുകളിൽ തൊടു ന്നതുപോലെ... പെട്ടെന്നുതന്നെ അവൾ കൈകൾ പിൻവലിച്ചു. വരേണ്ടായിരുന്നു വെന്ന് അവൾക്കു തോന്നി.

"ഹഹഹ, ആ ഫോട്ടോക്കാരനെ കാണിക്കാൻ ഞാനൊന്നു കരഞ്ഞുകാണിച്ചു." രാഗിണി ചേച്ചിയുടെ ചുമലിൽ തലവച്ച് കുറച്ചുനേരം ചിരിച്ചു. "അയാൾ പറയുവാ, വെഷമിക്കണ്ടാ കൊച്ചേ എന്ന്. പൊട്ടൻ. എടീ പാപ്പീ, അയാൾക്കെന്നോടൊരു ഇഷ്ടമുണ്ടെന്നാ തോന്നുന്നത്. വീടും നാടുമൊക്കെ തിരക്കി. എന്റെ ഫേസ്ബുക്കിലോട്ടു റിക്വസ്റ്റയക്കാം എന്നു പറഞ്ഞു. ഫോൺ നമ്പർ കൊടുത്തിട്ടുണ്ട്. എന്താവും എന്നു നോക്കട്ടെ."

"നിനക്കു പ്രാന്താണ്." പത്മിനി പറഞ്ഞു.

ടോൾ ഗേറ്റു കഴിഞ്ഞപ്പോൾ രാഗിണി ഡ്രൈവറോടു പറഞ്ഞു: "ചേട്ടാ, ഞങ്ങളെ ടൗണിൽ വിട്ടേരേ. കുറച്ചു ഷോപ്പിങ്ങുണ്ട്."

"എന്തു ഷോപ്പിംഗ്? വീട്ടിൽ പോണ്ടേ?" പത്മിനിക്കു മനസ്സിലായില്ല.

"സ്ഥിരം പോകുന്ന ബസ്സില് മതി. ഇത്രേം നേരത്തേ അങ്ങു ചെന്നിട്ടെന്തിനാ?" രാഗിണി പറഞ്ഞു. "നമുക്കു ഒബെറോൺ മാളിൽ പോകാം. എന്തേലും തിന്നാൻ വാങ്ങിക്കാം. പൈസയാണേലും എടുത്തുവച്ചാ ചീയും."

****

മാളിൽ, ചവിട്ടുവയ്ക്കുമ്പോൾ ഉയരത്തിലേക്കു കൊണ്ടുപോകുന്ന കറക്കുഗോവണിയിൽ അവർ കയറി. പത്മിനിക്ക് അതിന്റെ പടികളിൽ കയറാൻ പേടിയായിരുന്നു. ചേച്ചിയെ മുകളിൽ നിർത്തിയ ശേഷം രാഗിണി അപ്പുറത്തുപോയി താഴേക്കുള്ള ഗോവണിയിൽ ഇറങ്ങി. പിന്നെ വീണ്ടും മുകളിലേക്കു വന്നു. പാതിവഴിയിൽവച്ച് അവൾ ചേച്ചിയെ കൈവീശി കാണിക്കുന്നുണ്ടായിരുന്നു.

"ചന്ദ്രനിൽ നടക്കുന്ന പോലുണ്ട്." കറങ്ങിക്കൊണ്ടിരിക്കേതന്നെ ചുറ്റുഗോവണിയിലെ പടവുകൾ ഓടിക്കയറുമ്പോൾ ഒന്നു ചൂളമടിച്ചുകൊണ്ട് രാഗിണി വിളിച്ചു പറഞ്ഞു. ഹരം കയറി രണ്ടുമൂന്നുതവണ അവൾ അതു തന്നെ ചെയ്തു.

ഉടുപ്പുകളും ചെരുപ്പുകളും കളിക്കോപ്പുകളും വിളക്കുകളും ആഭരണങ്ങളുമെല്ലാം വില്പനയ്ക്കു വച്ചിരിക്കുന്ന കടകളുടെ തിളക്കത്തിനു മുന്നിലൂടെ അവർ നടന്നു. തുടിക്കുന്ന സംഗീതം. ചില്ലുകൂടുകളിൽ ഉടുപ്പിട്ടും ഇല്ലാതെയും നിരത്തിനിർത്തിയിരിക്കുന്ന പാവസുന്ദരികൾ. നാനാനിറത്തിലുള്ള വെളിച്ചം. അപ്പുറത്തായി കറങ്ങുന്ന തീൻമേശകളുള്ള ഒരു ഭക്ഷണശാല കണ്ടു. പുറത്തുനിന്നുകൊണ്ട് അവർ അതിനുള്ളിലെ പാട്ടുകേട്ടു. അപ്പോൾ വലിയ തത്തകളുടെ രൂപത്തിലുള്ള രണ്ടു ബൊമ്മകൾ അവരെ അതിനുള്ളിലേക്കു കൈകാട്ടി ക്ഷണിച്ചു. രാഗിണി അതിലൊരു ബൊമ്മയ്ക്കു കൈ കൊടുത്തുകൊണ്ടു ചോദിച്ചു. "ഹലോ, മിസ്റ്റർ. ഗ്ലാഡ് റ്റു മീറ്റ് യു. വാട്ടീസ് യുവർ നെയിം?" ബൊമ്മ വെട്ടിത്തിരിഞ്ഞതല്ലാതെ മറുപടി പറഞ്ഞില്ല. അയാൾക്കു നാണമായിട്ടുണ്ടാവുമെന്ന് അവൾ വിചാരിച്ചു. ആ ഭക്ഷണശാലയിലേക്ക് അവർ കയറിയില്ല. പകരം അടുത്ത നിലയിൽ റാന്തലുകൾ തൂക്കിയിട്ടിരിക്കുന്ന ഒരു കടയിൽ നിന്നും ഐസ്ക്രീം കഴിച്ചു.

ഐസ്ക്രീം വിഥ് ഗുലാബ് ജാമുൻ. "എനിക്ക് ഒന്നുകൂടി വേണം." പത്മിനിക്ക് ഇഷ്ടമാവില്ലെന്നറിഞ്ഞിട്ടും രാഗിണി ഓർഡർ കൊടുത്തു. അവിടെ നിന്നുമിറങ്ങി വീണ്ടും കറക്കുഗോവണിയിൽ കയറി.

ഏറ്റവും മുകളിലെ നിലയിൽത്തന്നെ സിനിമാശാലകളുണ്ടായിരുന്നു. ഏതെങ്കിലും സിനിമയ്ക്കു കയറാമെന്നും, സമയമാവുമ്പോൾ പാതിവഴിയിൽ ഇറങ്ങിപ്പോരാമെന്നും പറഞ്ഞിട്ട് ചേച്ചി സമ്മതിച്ചില്ല.

തൊട്ടു താഴത്തെ നിലയിലെ ബേക്കറിയിൽനിന്നും അവർ ഐസിംഗുള്ള രണ്ടു കേക്കുകൾ വാങ്ങി. ഒരു കൂട് ഈന്തപ്പഴവും. ഫാഷൻ ഷോപ്പിൽ നിന്നും ഒരേപോലുള്ള രണ്ടു സെറ്റു കമ്മലുകൾ, വളകൾ, ചുരിദാറിന്റെ ടോപ്പുകൾ, രണ്ടു കളർ കുടകൾ, താത്തയുടെ കൊച്ചുമകൾക്കായി രണ്ടു മുടിപ്പിന്ന്, സ്കാർഫ്, ഉള്ളതിൽ ഏറ്റവും വിലകുറഞ്ഞ ഒരു ബാർബി ഡോൾ... ഏറ്റവുമൊടുവിൽ, ഒരു ഇലക്ട്രോണിക്സ് കടയിൽ കയറി രാഗിണി ഉച്ചത്തിൽ പാട്ടുകേൾക്കാവുന്ന ഒരു ബ്ലൂടൂത്ത് സ്പീക്കർ വിലപേശി വാങ്ങിച്ചു. ഇവൾക്കിതെവിടെ നിന്നാണ് ഇത്രയും പൈസ; പത്മിനിയുടെ മനസ്സിൽ അതായിരുന്നു.

"നമുക്കും ഇവിടെയൊരു കടയിടണം." തിരിച്ച് വീണ്ടും കറക്കുഗോവണിയിൽ താണുപോകുമ്പോൾ രാഗിണി പറഞ്ഞു.

"അതിനു നമ്മളെന്തു വില്ക്കാനാ!" പത്മിനി ചിരിച്ചു.

"ഏയ്, വില്ക്കാനല്ല. വേറെ ഒന്ന്. ഒരു ടാറ്റൂ ഷോപ്പ്. നോക്കിക്കോ, ഞാൻ മനുഷ്യരുടെ ശരീരത്തിൽ പച്ച കുത്താൻ പഠിക്കും." രാഗിണി പറഞ്ഞു. "കടയുടെ പരസ്യത്തിനായി ഞാനെന്റെ ചുമലിലും കഴുത്തിലുമൊക്കെ പടം വരച്ചുവയ്ക്കും."

"എന്തു പടം?"

"പഴുതാര, പാമ്പ്, കടവാതിൽ. പിന്നെ... പിന്നെ ഒരു നീരാളി."

"ഛീ! നിന്റെ കൂടെ നടക്കാൻ എനിക്ക് അറപ്പാവുന്നു."

വൈകുന്നേരത്തെ തിരക്കുകളിലേക്ക് മാളിലുള്ള കച്ചവടസ്ഥാപനങ്ങൾ ഉണർന്നു വരുന്നതു കണ്ടു. മന്ദഗതിയിൽ ഉയരുന്ന എസ്കലേറ്ററുകളിൽ ഇപ്പോൾ നിറച്ചും ആളുകൾ. കടകളിൽ നിന്നെല്ലാം കാതടപ്പിക്കുന്ന സംഗീതം.

അത്രനേരം ഷോപ്പിംഗ് മാളിൽ തങ്ങിയിട്ടും മടങ്ങുമ്പോൾ അവർക്ക് സാധാരണ പോകുന്ന ബസ്സുതന്നെ കിട്ടി.

വീട്ടിലെത്തിയപ്പോൾ താത്ത പറഞ്ഞു: "പാപ്പി വിളിച്ചേനു ശേഷം സംശയമായി. ഞാനെന്തൊക്കെയോ ചെത്തം കേട്ടു മക്കളേ. എന്തായിരുന്നു?"

"ഭൂതം." രാഗിണി പൊട്ടിച്ചിരിച്ചു.

****

കിടക്കുന്നതിനു മുമ്പ് അമ്മച്ചിയുടെ ദേഹം നനച്ചു തുടയ്ക്കുന്നതിനു വേണ്ടി പത്മിനി ചെറുചൂടുള്ള വെള്ളം എടുത്തുകൊണ്ടു വന്നു. അന്നുവാങ്ങിച്ച ബ്ലൂടൂത്ത് സ്പീക്കറിൽ രാഗിണി ഏതോ ഒരു പാട്ട് ഉറക്കെ വച്ചിരിക്കുന്നു. ഈ പെണ്ണ് ചെവി കേൾപ്പിക്കില്ല. വാതിൽ ചാരിയപ്പോൾ പാട്ടിന്റെ ബഹളം കുറച്ചൊന്ന് അയഞ്ഞു. പത്മിനി അമ്മയുടെ അരയിൽ കെട്ടിയ തുണി അഴിച്ചുനോക്കി. ഇപ്പോഴും ഒരു നനവുപോലുമില്ലല്ലോ. ശരീരത്തിൽ ചൂടുമില്ല. പനിയിറങ്ങിയിരിക്കുന്നു.

ബാക്കി വന്ന വെള്ളം പുറത്തു കളയാനായി പത്മിനി പുറത്തു കടന്നു. പാട്ടിന്റെ കോലാഹലം തിരിച്ചുവരുന്നു. അടുക്കളവാതിൽ തുറന്നു, ലൈറ്റിട്ടു.

പുറത്തേക്കുവച്ച കാൽ പിൻവലിച്ചു. ചവിട്ടുപടിയിൽ ഒത്ത നടുക്കായി കിടക്കുന്നു... പാമ്പ് ഉപേക്ഷിച്ചുപോയ നീണ്ട ഉറ. ഇളം മഞ്ഞ നിറത്തിൽ. നേർത്തു നേർത്ത്... വെളിച്ചത്തിൽ അതു തിളങ്ങുന്നുണ്ടായിരുന്നു.

അവൾക്കു പേടി തോന്നിയില്ല. രാഗിണിയെ വിളിക്കണോ എന്ന് ആലോചിച്ചെങ്കിലും അകത്തെ പാട്ടു മുറുകുകയാണെന്നു കേട്ടപ്പോൾ അതു വേണ്ടെന്നുവച്ചു. സാവധാനം ഒരു ചൂലും കോരികയും എടുത്തുകൊണ്ടുവന്നു. അടിച്ചുകൂട്ടിയപ്പോൾ ഇത്തിരിയേയുള്ളൂ, ഇരുട്ടുമുറിയിലെ ജഗന്നാഥനെപ്പോലെ ചുരുണ്ടുകൂടിക്കിടക്കുന്നു. പതുക്കെ മുറ്റത്തേക്കിറങ്ങി, വാഴകളുടെ കീഴെ കൊണ്ടിട്ടു. കുറച്ചു ചപ്പിലകളും മണ്ണും കൈകൊണ്ടുതന്നെ കോരി അതിനു മുകളിലിട്ടു മൂടി.

തിരിച്ചുനടന്ന് അടുക്കളയിലേക്കുള്ള പടികളിൽ കയറിനിന്നു. അങ്ങനെ നിന്നാൽ ഷോപ്പിംഗ് മാളിലെ കറക്കുഗോവണിയിലെന്നപോലെ മുകളിലേക്കു സ്വയം ഉയർന്നുപോകുമെന്നു തോന്നി.

പൊടുന്നനെ അകത്തെ പാട്ടു നിലച്ചു.

എസ്കോർട്ട്

ശിഹാബുദ്ദീൻ പൊയ്ത്തുംകടവ്

ഗ്രാമത്തിലെ സദാചാര മതപ്രമാണിയുടെ കൊടിയ ഭീഷണികൾക്കൊടുവിൽ അവൾക്ക് പരാജയം സമ്മതിക്കേണ്ടിവന്നു.

അയാൾ ഇരട്ടക്കുഴൽ തോക്കുമായി തന്റെ കുഞ്ഞുവീട്ടിലെ ഓല മെടഞ്ഞുണ്ടാക്കിയ മൂത്രപ്പുരയിൽ എത്തിനോക്കിയതോടെ തുടങ്ങിയതായിരുന്നു ആ യുദ്ധം.

അവളെ ആരും പിന്തുണച്ചില്ല. ചിലർ പിന്തുണയ്ക്കുന്നുവെന്ന വ്യാജേന തടസ്സപ്പെടുത്താൻ ശ്രമിച്ചു. ഗ്രാമത്തിലെ പെണ്ണുങ്ങൾ മൂക്കത്ത് വിരൽവെച്ചു. ഈ പെണ്ണിത് എന്ത് കണ്ടിട്ടാ... പെണ്ണായാൽ ഇത്രേം അഹന്ത നല്ലതല്ല. ലോകം മുടിയുന്നതിന്റെ ലക്ഷണമാ.

ഇരട്ടക്കുഴൽ തോക്കുകാരൻ ഉണ്ടാക്കിയതിനെക്കാൾ മനോവേദന അപ്പോൾ അവൾക്ക് തോന്നി. അവൾ വിട്ടുകൊടുക്കാൻ തയ്യാറായിരുന്നില്ല. അവളുടെ കീഴ്സ്ഥായിയിൽ തുടങ്ങിയ നേർത്ത പ്രതിഷേധം അവളെയുംകടന്ന് മുമ്പേ നടന്നു. പലവുരു അവളുടെ പഠനം നിലച്ചു. വീണ്ടും ഒരു ഊർദ്ധ്വനിൽ അവൾ ബിരുദവും അത് കഴിഞ്ഞൊരു ഡിപ്ലോമയും നേടി. ടൂറിസത്തിലുള്ള ആ സർട്ടിഫിക്കറ്റുകൾ അങ്ങേയറ്റം മൂല്യവത്തായിരിക്കുമെന്ന് നഗരവാസികളായ പലരും അവളോട് പറഞ്ഞു. പ്രത്യേകിച്ച് അവൾക്ക് നല്ല മുഖശ്രീ ഉള്ളതിനാൽ, ജന്മനാ ഒരു പുഞ്ചിരി ദൈവം അവളുടെ മുഖത്ത് ഒട്ടിച്ചുവെച്ചിരിക്കുന്നു. അവളത് പറിച്ചുകളയാൻ ആവത് ശ്രമിച്ചിട്ടും നടന്നതുമില്ല.

എസ്കോർട്ട് ത്രിബിളെക്സ് എന്ന കമ്പനിയിൽ അവൾക്ക് തീരുമാനിക്കപ്പെട്ട ശമ്പളം തുടക്കത്തിൽ മുപ്പതിനായിരവും തുടർന്ന് ആറുമാസം കഴിഞ്ഞാൽ അമ്പതിനായിരവുമാണ്.

ആ അറിയിപ്പ് കിട്ടിയ അന്ന് അവൾ സന്തോഷംകൊണ്ട് ഉറങ്ങിയില്ല. ഉറക്കം വരാത്ത മിക്ക രാത്രികളിലുമെന്നപോലെ അന്നും അവൾ ലോകപ്രശസ്തമായ ചിത്രങ്ങളിലൂടെ തന്റെ മൊബൈൽഫോൺ ജാലകം തുറന്ന് സഞ്ചരിച്ചു. സത്യത്തിൽ ജീവിതത്തിന്റെ പ്രതികൂല സാഹചര്യം ഉണ്ടായിരുന്നില്ലെങ്കിൽ അവൾ ചിത്രകല പഠിച്ചേനെ. അത്രയ്ക്ക് ഇഷ്ടമായിരുന്നു ചിത്രങ്ങളെ. ആ കൊടിയ ദാരിദ്ര്യത്തിനിടയ്ക്ക് അവളുടെ അമ്മയുടെ നീണ്ട വിരലുകൾ കറ്റിപ്പെൻസിൽകൊണ്ടു

വരച്ചിട്ട ചിത്രങ്ങൾ അവളുടെ ഉള്ളിലെ വറ്റിയ നദികളിൽനിന്ന് അനവധി പക്ഷികളെ പറത്തിവിട്ടു. അത് സ്വാഭാവികവുമായിരുന്നു. അമ്മ വരച്ച ചിത്രങ്ങളിലെല്ലാം പറക്കാൻ വെമ്പുന്നതും പറന്നുയരുന്നതുമായ പക്ഷികളുടെ ഒരു ഘോഷയാത്ര തന്നെ കാണാമായിരുന്നു. പക്ഷേ, എപ്പോഴും ഒറ്റ ശാഖപോലുമില്ലാത്ത ഉണങ്ങിയ മരങ്ങൾ അവയോടൊപ്പമുണ്ടായിരുന്നു. എന്നാൽ സൂര്യനസ്തമിക്കും മുമ്പ് ഏതോ ലക്ഷ്യത്തിലെത്താനുള്ള തിടുക്കവും ആ പക്ഷികൾക്ക് എപ്പോഴും ഉണ്ടായിരുന്നു. അത്ഭുതമെന്നുപറയട്ടെ, അമ്മ അവസാനമായി വരച്ച ചിത്രത്തിൽ പക്ഷികളിലൊരെണ്ണം ഏതോ കടലിനുള്ളിൽ ചെങ്കുത്തായി വീണുപോകുന്നതിന്റേതായിരുന്നു. ഒരു ഞെട്ടലോടെ ആ സംഭവം ഓർക്കുമായിരുന്നു.

അതെ, വെന്റിലേറ്ററിൽ വെച്ചാണ് അമ്മ അവസാനമായി ശ്വാസത്തിനായി പിടഞ്ഞത്. അതിനു തൊട്ടുമുമ്പ് എല്ലാ ആശുപത്രി ഉപകരണങ്ങളെയും തട്ടിത്തെറിപ്പിച്ച് അവർ തന്റെ ഭർത്താവിനെ വിളിച്ചു കരഞ്ഞു. വർഷങ്ങൾക്കുമുമ്പ് മരിച്ചുപോയ അച്ഛന്റെ ആത്മാവ് ആശുപത്രിവാതിൽ തുറന്ന് ഒരു കാറ്റായി അകത്തേക്ക് വരാൻ വിഫലമായി ശ്രമിച്ചു. അതോടെ അവൾ പാടെ അനാഥയായി.

ഇരട്ടക്കുഴൽ തോക്കുകാരനെതിരെ കൊടുത്ത കേസ് അയാൾക്കനുകൂലമായി ഒറ്റക്കണ്ണൻ ജഡ്ജി വിധിച്ചു. വിധിപ്രസ്താവത്തിനുമുമ്പ് ജഡ്ജി ഉപദേശിച്ചു. ഇനിയെങ്കിലും വീട്ടിനകത്തുനിന്ന് കുളിക്കു കുട്ടീ. ഇനി ഓലകൊണ്ടുമേഞ്ഞ കുളിമുറിയിൽനിന്നുതന്നെ വേണമെങ്കിൽ, ഇങ്ങനെ മനഃപൂർവം ഓലയിൽ ഓട്ടയുണ്ടാക്കി കുളിച്ച് ആണുങ്ങളെ ആകർഷിക്കാതിരിക്കു.

അഴുക്കുകൾ തിന്നുകൊഴുത്ത പ്രതിഭാഗം വക്കീൽ ആശ്വാസത്തോടെ തന്റെ കഷണ്ടിത്തല തുവാലകൊണ്ട് തുടച്ചു. വിധിപ്രസ്താവം കേട്ട് അവൾ കുറേനേരം കരഞ്ഞു. ഇനി വക്കീൽ ഫീസിന് ഞാനെവിടെപ്പോകും?

ഏറെ താമസിയാതെ അവൾ വീട് പൂട്ടിയിറങ്ങി. ഒരു ഹോസ്റ്റലിൽ അഭയം പ്രാപിച്ചു. മരിക്കുമ്പോൾ അവളുടെ അമ്മയുടെ കഴുത്തിൽ, ഏത് പ്രതിസന്ധിയ്ക്കിടയിലും അവർ വിറ്റുകളയാതെ വെച്ച അച്ഛന്റെ കൈത്തലസ്പർശമുള്ള ആ കെട്ടുതാലിയിലെ ആലിലസ്വർണം അവൾക്ക് വിൽക്കേണ്ടിവന്നു. കൊടിയ ദാരിദ്ര്യത്തിലും മരിക്കുവോളം പ്രണയിച്ച എന്ന അപൂർവ ബഹുമതിക്ക് ദൈവം സ്വർണം കൊണ്ടുപണിത സ്വർഗത്തിൽ അവരെ പ്രവേശിപ്പിച്ചതായി അന്ന് രാത്രി അവൾ സ്വപ്നം കണ്ടു.

എസ്കോർട്ട് ട്രിബിളെക്സിൽനിന്ന് അപ്പോയിൻമെന്റ് ഓർഡർ കിട്ടിയ അന്ന് അവൾ സന്തോഷത്താൽ കരഞ്ഞു. തുടക്കത്തിൽ മുപ്പതിനായിരമുണ്ട്. ആറു മാസം കഴിഞ്ഞാൽ അമ്പതിനായിരവും. ഹോസ്റ്റൽമേറ്റ് രേണു പറഞ്ഞു, വേറെ ടൂറിസ്റ്റ് ഓപ്പറേറ്റർമാരോടൊപ്പം ജോയിൻചെയ്യൂ.

കൂടെയുള്ള പെൺകുട്ടി ചോദിച്ചു:

തുടക്കത്തിൽ മുപ്പതിനായിരം ചെറിയ തുകയല്ലല്ലോ.

ദേഷ്യക്കാരിയായ രേണു ഒന്നുംപറയാതെ പുറത്തേക്ക് പോയ്ക്കളഞ്ഞു.

പെൺകുട്ടി പറഞ്ഞു:

അവൾക്ക് അസൂയയാ. കുട്ടി കാര്യമാക്കേണ്ട. ജോയിൻചെയ്യുംമുമ്പ് ക്ഷേത്രത്തിൽ ഒരു വഴിപാട് നടത്താൻ മറക്കേണ്ട.

പിറ്റേന്ന് പകൽ പതിനൊന്നോടെ അവളുടെ ജോലി ആരംഭിച്ചു.

എയർപോർട്ടിലാണ് അവളുടെ ആദ്യ ഡ്യൂട്ടി. ഉത്തരേന്ത്യയിൽനിന്ന് ഒരു ബിഗ് മാർവാഡി വരുന്നു. ഒരു സേട്ട്. എയർപോർട് എൻട്രൻസിൽ അയാളുടെ പേരെഴുതിയ പ്ലക്കാർഡും പൊക്കിപ്പിടിച്ച് കാത്ത്നിൽക്കണം. ക്ലിയറൻസും ചെക്കിങ്ങുമൊന്നും സാരമായി ബാധിക്കാത്ത ബിഗ് ഹൈപ്പാണ്. അയാളെയുംകൂട്ടി കാറിൽ ഹോട്ടലിലേക്ക് കൊണ്ടുവരണം. സ്റ്റാർ ഹോട്ടലിലെ ടീൻഫ്ളവർ എന്ന കോട്ടേജിലാണ് താമസം. താമസം ഉറപ്പുവരുത്തി പിരിഞ്ഞുപോകാം. പിറ്റേന്ന് ബാങ്ക് മേധാവിയുമായി ഒരു മീറ്റുണ്ട്. അതുകഴിഞ്ഞ് എയർപോർട്ടിൽ വിടണം. ഇതിനിടയിൽ അയാളുടെ പ്രോഗ്രാം മാനേജരുമായി ഫോണിൽ ബന്ധപ്പെടണം. തീർന്നു. അതുകഴിഞ്ഞ് ഓഫീസിൽ ചില ജോലികൾ. അഞ്ചിന് പോകാം.

സത്യത്തിൽ എയർപോർട്ട് അവളാദ്യം കാണുകയാണ്. അവൾക്കുവേണ്ടി കമ്പനി തയ്പ്പിച്ചുകൊടുത്ത വേഷം അവളെ വല്ലാതെ ശ്വാസംമുട്ടിക്കുന്നുണ്ട്. പരിഭ്രമം കൊണ്ടോ എന്തോ മൂത്രശങ്ക വർധിച്ചുവരുന്നു. പീരിയഡ്സിന്റെ അസ്വസ്ഥത അടിവയറ്റിൽ കൂർത്ത സ്റ്റീൽവിരൽ കൊണ്ടെന്നപോലെ മാന്തിത്തുടങ്ങിയിട്ടുണ്ട്.

പതിനൊന്നിന് എത്തേണ്ട ഫ്ളൈറ്റ് ലേറ്റാണെന്ന് അവൾ ബോർഡിൽ വായിച്ചു.

കസ്റ്റമറോട് നിർവഹിക്കേണ്ട ബോഡി ലാംഗ്വേജിനെക്കുറിച്ച് കമ്പനി തന്ന ക്ലാസ് അവൾ പേർത്തും പേർത്തും ഓർത്തുകൊണ്ടിരുന്നു.

പ്രഥമ ശമ്പളം കൈപ്പറ്റിയാൽ ആദ്യം വാങ്ങേണ്ടുന്ന സാധനങ്ങളെപ്പറ്റി അവൾ ഓർക്കാൻ ശ്രമിച്ചു. അരക്കെട്ടിലെ അസ്വസ്ഥതകൾ മറന്നുപോകാൻ തന്നെയിത് സഹായിക്കുമെന്ന് വിചാരിച്ചു. സ്വയം കബളിപ്പിക്കാനുള്ള വിദ്യകൾ കൊണ്ടുകൂടി

യാണ് മനുഷ്യർ പ്രതിസന്ധികളെ മറികടക്കുന്നതെന്ന് അവൾ ഇതിനകം പഠിച്ചു വെച്ചിരിക്കുന്നു.

എയർപോർട്ടിൽ ഇടയ്ക്കിടെ മുഴങ്ങിക്കേട്ട അനൗൺസ്മെന്റും അതിന്റെ രാജകീയമായ വൃത്തിവെടിപ്പുകളും അവളിൽ വലിയ കൗതുകങ്ങളുണർത്തിയെങ്കിലും മനസ്സുകൊണ്ട് അവൾ ടോയ്‌ലറ്റിനെ തേടിക്കൊണ്ടിരുന്നു. പ്രാതലായി കഴിച്ച ഭക്ഷണം സത്യത്തിൽ വയറിനെ ഒപ്പം അസ്വസ്ഥമാക്കിയിരുന്നു. ഒരുപക്ഷേ, ജോലിയുടെ അന്ധാളിപ്പും വേവലാതിയും കൊണ്ടാവാം.

ഇടയ്ക്ക് ദൂരെ ഒരു ലേഡീസ് ടോയ്‌ലറ്റ് അവൾ കണ്ടു. ഫ്ളൈറ്റിന്റെ സമയം ഇങ്ങടുക്കുകയും ചെയ്തു. എന്നിട്ടും അവൾ ഇടയ്ക്ക് പരിസരത്തേക്ക് ഇടംകണ്ണിട്ട് ആ ഭാഗത്തേക്ക് പോയെങ്കിലും കൈയിലുള്ള നെയിംബോർഡ് അകത്തേക്ക് കൊണ്ടുപോയാലുള്ള ബദ്ധപ്പാടോർത്ത് മടങ്ങിവന്നു. പെട്ടെന്നുയർന്ന അനൗൺസ്മെന്റും അവളിൽ വല്ലാത്ത അരക്ഷിതബോധം വളർത്തി.

അവളുടെ ഊഹം ശരിയുമായിരുന്നു. പെട്ടെന്ന് ഫ്ളൈറ്റിൽ നിന്നിറങ്ങി വന്നവരുടെ ഒരു ഒഴുക്ക് എൻട്രൻസ് ഡോർ തുറന്ന് കടന്നുവന്നു. പരിശീലനത്തിനിടയിൽ കമ്പനി പറഞ്ഞുതന്ന സകല കാര്യങ്ങളും അവൾ ഒറ്റയടിക്ക് ഓർത്തു. ഇടം പോക്കറ്റിൽവെച്ച ലിപ്സ്റ്റിക്കെടുത്ത് അവൾ ചെറുതായി ചുണ്ടിലൊന്നൊപ്പി. പിന്നെ പെട്ടെന്ന് നെയിംബോർഡുയർത്തി പ്രസന്ന മുഖത്തോടെ അവൾ കാത്തു നിൽപ്പായി.

തിരക്കേറിയ ആ ഫ്ളൈറ്റിൽനിന്ന് ഏറ്റവും ആദ്യം പുറത്തിറങ്ങിയത് അയാൾ തന്നെ. ഇത് ആഗതനായ സേട്ടുവിന്റെ അധികാരശക്തിയെ കാണിക്കുന്ന ഒന്നു തന്നെയായിരുന്നു.

ഇതൊക്കെ എസ്കോർട്ട് ട്രിബിളെക്സിൽനിന്ന് ലഭിച്ച ഒരാഴ്ചത്തെ ട്രെയിനിങ്ങിനിടയിൽ അവൾക്ക് മനസ്സിലായിക്കഴിഞ്ഞിരുന്നു. മാർക്കറ്റിങ് വിദ്യാഭ്യാസ രംഗത്തെ പുലികളായിരുന്ന ക്ലാസെടുത്തത്. ഇതിനകം ഇംഗ്ലീഷ് കമ്യൂണിക്കേഷനിൽ നേടിയെടുത്ത അറിവ് അവളെ ഏറെ സഹായിച്ചു. ഇക്കാര്യം ഇടയ്ക്ക് വളരെ അഭിമാനപൂർവം അവൾ ഓർത്തു. ഒരു കാര്യം മാത്രം അവൾക്ക് മനസ്സിലാക്കാൻ കഴിഞ്ഞില്ല. തന്റെ പേര് എന്തിനാണ് അവർ മാറ്റിയത്? ഐറ്റം ഡാൻസിൽ പ്രസിദ്ധയായ ആ ബോളിവുഡ് താരത്തിന്റേതാക്കി അത് മാറ്റിയതെന്തിനാണ്? അതിലവൾക്ക് കടുത്ത പ്രതിഷേധവും ദുഃഖവും തോന്നിയെങ്കിലും താൻ അതൊന്നും പ്രകടിപ്പിച്ചില്ലല്ലോ എന്നോർത്ത് തന്നോടുതന്നെ പുച്ഛം തോന്നി. താൻ പെട്ടെന്ന് കീഴടങ്ങുകയായിരുന്നില്ലേ എന്ന് പലപാട് അവൾ ആശയക്കുഴപ്പത്തിലായി. ഒന്നാമത് ഇതേപ്പറ്റി ഒരു അഭിപ്രായം ചോദിക്കാൻ ബന്ധുമിത്രാദികളാരുമില്ലെന്ന ഓർമ്മ അവളെ ജീവിത നിരാസത്തിന്റെ മുനമ്പ് വരെ എത്തിച്ചു. ട്രെയിനിംഗ് കാലത്തെ സ്റ്റാർ ഹോട്ടലിലെ താമസം, അങ്ങേയറ്റം കുലീനമായി പെരുമാറുന്ന അന്തരീക്ഷം, ഇവയൊക്കെ അവളെ അളവറ്റ് ആഹ്ലാദിപ്പിച്ചു. ഗ്രാമത്തിന്റെ പരുഷതകളിൽനിന്നും പരദൂഷണത്തിന്റെ കൃമികീടങ്ങളിൽനിന്നും രക്ഷപ്പെട്ട് നേരത്തേ തന്നെ താൻ ഇവിടെ സിറ്റിയിൽ എത്തിപ്പെടേണ്ടതായിരുന്നു. അവൾക്ക് പലവുരു ഇങ്ങനെ തോന്നിയിരുന്നു. പക്ഷേ, ഉയർത്തിക്കാട്ടിയ പ്ലക്കാർഡിലേക്ക് നടന്നടുത്ത സേട്ടുവിനെ കണ്ടതും അവൾ അളവറ്റ അരക്ഷിതബോധ

ത്തിലേക്കമർന്നു.

ഏതോ സവിശേഷമായ തീറ്റ സാധനം കണ്ട ആർത്തിക്കാരനായ ഒരു വിട നെപ്പോലെ അയാൾ തന്നിലേക്ക് അമരുംപോലെ കൈകൾ രണ്ടും വിടർത്തി നിരയൊത്ത പല്ലിനാൽ വെളുക്കെ ചിരിച്ച് അടുത്തുവന്നു. മര്യാദയില്ലാത്തവിധം അടുത്ത്. അറിയാതെ അവൾ രണ്ടുചുവട് പിന്നോക്കം വച്ചു. കുട്ടിക്കാലത്ത് കേട്ട കഥയിലെ വാമനന്റെ അതേ ഛായ. എല്ലാം വിഴുങ്ങാനുള്ള അത്യാർത്തി അതിനു ണ്ടായിരുന്നു. കഴുതപ്പുലിയുടെ ചുമലുകളും തടിച്ച കഴുത്തുകളുമുള്ള ആ രൂപം അടുത്ത് വന്നതും അവിടമാകെ ഒരു കരിനിഴൽ പടർന്നു.

ആ വന്നിറങ്ങിയ രൂപം തിന്മയുടെ കുതിക്കുന്ന മൃഗമാണെന്ന് അവളുടെ ഉള്ളിൽ ആരോ വിധിയെഴുതിയതുപോലെ അനുഭവപ്പെട്ടു.

പെട്ടെന്നവൾ തനിക്ക് കിട്ടിയ ഒരാഴ്ചത്തെ പരിശീലനത്തെപ്പറ്റി ഓർത്തു. അവൾ പ്രോജ്ജ്വലിക്കുംവിധം ഒന്ന് മന്ദഹസിച്ചുകൊടുത്തു.

അതോടെ അയാൾ തന്നെ അരക്കെട്ടോടെ ചേർത്തുപിടിച്ചു.

അവൾക്ക് തോന്നിയ സകല വിമ്മിട്ടത്തിനും അവൾ ഹാജരായ ക്ലാസിലെ വിവരങ്ങൾ സഹായത്തിനെത്തി.

–പരസ്യമായിട്ടാണല്ലോ. അച്ഛന് മകളോടുള്ള വാത്സല്യമാണല്ലോ. ഇതൊക്കെ സാധാരണമാണല്ലോ. ഇതിനെയാണല്ലോ നാം മെട്രോപോളിറ്റൻ സംസ്കാര മെന്നു പറയുന്നത്–അവൾ സ്വയം ആശ്വസിപ്പിച്ചുകൊണ്ടിരുന്നു.

സേട്ടുവിന്റെ ഭീമാകാരമായ സ്യൂട്ട്കെയ്സ് കൈയിലുണ്ടായിരുന്ന ട്രോളിയിലേ ക്ക് കയറ്റിവെച്ച് ടാക്സിയ്ക്ക് അടുത്തേക്ക് അവൾ അയാളുടെ അനുവാദം ചോ ദിച്ചുകൊണ്ട് നീങ്ങി.

അപ്പോഴേക്കും അവൾക്ക് തന്റെ മൂത്രശങ്ക മുറുകിപ്പൊട്ടുമെന്നുതന്നെ തോന്നി. കെട്ട് പൊട്ടിച്ചോടാൻ വിമ്മിട്ടപ്പെടുന്ന തന്നിലെ മൂന്ന് ധാരകൾ ജീവിതത്തിന്റെ മുനമ്പിലിട്ട് പരീക്ഷിക്കുന്നത് അവളറിഞ്ഞു. താഴെ അഗാധമായ കൊക്ക, ഇരട്ട ക്കുഴൽ തോക്കിന്റെ ധാർഷ്ട്യം, കോടതിയിലെ വിഡ്ഢിയായ ജഡ്ജിയുടെ തരംതാണ തമാശച്ചോദ്യം.

പിറകിലെ സീറ്റിൽ തന്നെ അയാൾ പിടിച്ചിരുത്തിയപ്പോൾ കണ്ണാടിയിലൂടെ ഡ്രൈവർ ഒളികണ്ണിട്ട് നോക്കുന്നതും അവൾ കണ്ടു. ഒരു പ്രാദേശിക മൃഗം. ഗ്രാമത്തി ലായിരുന്നെങ്കിൽ അവൾ ഒരുപക്ഷേ, അവന്റെ കണ്ണ് കുത്തിപ്പൊട്ടിക്കുമായിരുന്നു.

സേട്ടു അനായാസമായ, എന്നാൽ ഉത്തരേന്ത്യൻ ചൊരുക്കുള്ള ഇംഗ്ലീഷിൽ അവളോട് സുലഭമായി സംസാരിച്ചു. അതിൽ കൂടുതലും ഈ സംസ്ഥാനത്തെപ്പ റ്റിയുള്ള പരാതിയായിരുന്നു. അയാളുടെ സംശയങ്ങൾ പലതായിരുന്നു. എന്തിനാ ണ് ഈ മലയാളീസ് ദുബായിലും സൗദിയിലും പോയി അന്യരാജ്യക്കാർക്ക് പണി യെടുത്തു കൊടുക്കുന്നത്? പണത്തോടുള്ള ആർത്തി തന്നെ! ഇവിടത്തെ പണി ആര് ചെയ്യും? കുട്ടികളെ പിടിച്ച് ഡോക്ടറും എഞ്ചിനീയറുമാക്കാൻ പരക്കം പായു ന്നതെന്തിന്? അത്രയേറെ ഡോക്ടർമാരെന്തിന്! ഇവിടത്തെ കാര്യങ്ങൾക്ക് നമുക്ക് പുറംരാജ്യത്തുനിന്ന് ആളെ കൊണ്ടുവരാൻ പറ്റുമോ? രണ്ടുനേരം കുളിക്കാനുള്ള വെള്ളമുള്ളതിന്റെ അഹങ്കാരമാണ് നിങ്ങൾക്ക്. സർവീസ് മൈൻഡില്ല.

ഇതും പറഞ്ഞ് അവളുടെ കവിളിൽ ചെറുതായി തലോടിക്കൊണ്ട് പറഞ്ഞു:

തന്നെക്കുറിച്ചല്ല. താൻ സുന്ദരിയാണ്. തനിക്ക് നല്ല സർവീസ് മൈന്റഡ് ആണെന്ന് ടൂർ ഓപ്പറേറ്റർ പറഞ്ഞിരുന്നു.

അയാളുടെ കൊഴുത്തുതുങ്ങിയ മാംസച്ചാക്ക് കൊച്ചുതിരമാലപോലെ പൊട്ടിച്ചിരിയിൽ കുലുങ്ങിയാടി.

അയാൾ മുഷ്ടിയുയർത്തിക്കൊണ്ട് പറഞ്ഞു:

ഇവിടെ ഇങ്ക്വിലാബ് അൽപ്പം കൂടുതലാണ്. ഞങ്ങളുടെ നാട്ടിലൊന്ന് മുഷ്ടി ചുരുട്ടിനോക്കണം.

അയാൾ പെട്ടെന്ന് ഒരു ഇന്റലക്ച്വലിന്റെ ഭാവഹാദികൾ കൈക്കൊണ്ട് പറഞ്ഞു:

ഞാൻ പൊളിറ്റിക്സ് പറയുകയല്ല. മനുസ്മൃതിയായിരുന്നു സത്യത്തിൽ ഇവിടെ പാകമായത്. വേണമെങ്കിൽ ചില പരിഷ്കാരങ്ങളൊക്കെ ആവുന്നതിൽ തെറ്റില്ല... കുട്ടിക്ക് അറിയോ, എല്ലാവന്മാരും ഇവിടെ പണിക്ക് വന്ന് അവിടെ ലേബേഴ്സിനെ കിട്ടാതായി...

പെട്ടെന്ന് അയാൾ എന്തോ ഓർത്തുകൊണ്ട് പറഞ്ഞു: അതൊക്കെ പോട്ടെ, കുട്ടിയെ എനിക്കിഷ്ടമായി. പ്രത്യേകിച്ച് കുട്ടിയുടെ പേര്.

കെട്ടിക്കിടന്ന അസഹ്യമായ തന്റെ മൂത്രം സേട്ടുവിനോടുള്ള ആതിഥ്യ മന്ദഹാസത്തിൽ പടരല്ലേയെന്ന് അവൾ പ്രാർത്ഥിച്ചുകൊണ്ടിരുന്നു. ഇടയ്ക്ക് പൊട്ടിയുണരുമോ, ആ ആർത്തവപ്പൂക്കൾ എന്നും ആ പരിഭ്രമത്തിൽ അവൾ ഇടയ്ക്ക് ശങ്കിച്ചു.

വൃത്തിയുടെയും വെടിപ്പിന്റെയും ഭീമാകാരമായ ഗ്ലാസുകളും വെട്ടിത്തിളങ്ങുന്ന വിലയേറിയ പരുക്കൻ ടൈൽസ് പാകിയ വഴിത്താരയും പിന്നിട്ട് അവരുടെ വണ്ടി ഹോട്ടൽമുറ്റത്തെത്തി.

വലിയ ലഗേജുകളൊന്നുമില്ലെങ്കിലും റൂം സർവീസിൽനിന്നുള്ള ബംഗാളി ഓടിയെത്തി.

അവനെ ഗൗരവത്തിൽ സൂക്ഷിച്ചുനോക്കിക്കൊണ്ട് സേട്ടു ഹിന്ദിയിൽ ചോദിച്ചു:

ബംഗാളിൽ നീ എവിടെയാ?

ട്രോളി ഉന്തുന്നതിനിടയിൽ കുട്ടിയുടെ മുഖമുള്ള അവൻ അയാളോട് ചിരിച്ചുകൊണ്ട് പറഞ്ഞു:

ബംഗാളിൽത്തന്നെയാണ് സാർ!

എന്താടോ നിന്റെ പേര്?

പേര് പറഞ്ഞതും സേട്ടുവിന്റെ മുഖമൊന്നു ചുവന്നു: സത്യം പറയെടാ, നീ ബംഗ്ലാദേശിൽനിന്ന് ചാടിയതല്ലേ?

അവൻ നിഷ്കളങ്കമായി ചിരിച്ചുകൊണ്ട് പെട്ടി താഴെ സൂക്ഷ്മമായി വെക്കുന്നതിനിടയിൽ പറഞ്ഞു:

ഇല്ല സാർ. ഞാൻ ബംഗാളിൽത്തന്നെയാണ്...

പെട്ടി ഒരു മൂലയിലേക്ക് ഒതുക്കി അവൻ ചിരിച്ചുകൊണ്ട് പറഞ്ഞു:

ഇപ്പോൾ ബംഗ്ലാദേശിൽനിന്നും ആരും ചാടിവരുന്നില്ല സാർ. അവിടെ തുണിമില്ലിലൊക്കെ ഇഷ്ടംപോലെ പണിയുണ്ടിപ്പോൾ സർ.

നീ വലിയ വാചകമൊന്നും അടിക്കേണ്ട. അവിടെ ക്രൈമൊക്കെ ഒപ്പിച്ച് ഇവി

ടെവന്ന് പൊങ്ങാറുണ്ടെന്ന് ഞങ്ങൾക്കറിയാം.

-സേട്ടു പേഴ്സ് തുറന്ന് മുഷിഞ്ഞ പത്തിന്റെ നോട്ടെടുത്ത് നീട്ടിക്കൊണ്ട് പറഞ്ഞു.

കണ്ടുകൊണ്ടിരുന്ന അവൾക്കു വല്ലായ്മ തോന്നിയെങ്കിലും ഇരുവരെയും നോക്കി ഒരൽപ്പം ജാള്യതയോടെ അവൾ നിന്നു.

ആ പത്തിന്റെ നോട്ട് വാങ്ങി പോക്കറ്റിലിട്ടുകൊണ്ട് അവൻ നന്ദി പറഞ്ഞ് പുറത്തേക്കിറങ്ങി.

അവന്റെ പോക്ക് കണ്ട് പരിഹാസപൂർവം ചിരിച്ചുകൊണ്ട് സേട്ടു പറഞ്ഞു:

അവന്റെ പോക്ക് കണ്ടില്ലേ, വലിയ പ്രൊഫസറാണെന്നാ വിചാരം!

പെട്ടെന്ന് എന്തോ ഓർത്ത് സേട്ടു പറഞ്ഞു.

ടിപ്പ് പത്ത് കുറഞ്ഞുപോയോ?

അവൾ ചിരിച്ചു നിന്നതേയുള്ളൂ.

പെട്ടെന്ന് അയാൾ വാതിൽ തുറന്നുകൊണ്ട് അവനെ പ്രാകൃതമായി കൈകൊട്ടിവിളിച്ചു. അവൻ സ്വതഃസിദ്ധമായ ചിരിയോടെ തിരിഞ്ഞുനോക്കി.

അയാൾ പേഴ്സിന്റെ മൂലയിൽനിന്ന് പത്തു രൂപകൂടി എടുത്തു വാതിലടയ്ക്കും മുമ്പ് പുറത്തേക്ക് ചുരുട്ടിയെറിഞ്ഞുകൊണ്ട് പറഞ്ഞു:

ഇതാ, ഇതും കൂടി വച്ചോ.

എന്നിട്ട് അവളുടെ നേരെ നോക്കിക്കൊണ്ടുപറഞ്ഞു:

അവനും വളരട്ടെ, അല്ലേ?

അപ്പോഴും അവൾ ചിരിച്ചു.

അയാൾ അതിരറ്റ സന്തോഷത്തോടെ യാതൊരു ഔപചാരികതയുമില്ലാതെ പെട്ടെന്ന് തന്റെ മേൽക്കുപ്പായം അഴിച്ച് മൂലയിലെറിഞ്ഞു. അപ്പോൾ അയാളുടെ അന്തമറ്റ തീറ്റവയർ വലിയൊരു ചെമ്പുപാത്രം കണക്കേ കമിഴ്ന്നു കിടന്നു.

എ സിയുടെ തണുപ്പിനെ ആകെ വാരിപ്പിടിച്ചു പൊതിയുംപോലെ പറഞ്ഞു:

-ഒരു മിനുട്ട്.

മുറിയിലെ മിനി റഫ്രിജറേറ്ററിൽ നിറച്ച തണുത്ത സോഡയെടുത്ത് നീട്ടിക്കൊണ്ട് അയാൾ പറഞ്ഞു:

നീയീ സോഡ പൊട്ടിച്ചേ, കൊച്ചേ.

അതും ഏൽപ്പിച്ച് അയാൾ പെട്ടി തുറന്ന് രക്തനിറമുള്ള മദ്യക്കുപ്പി തുറന്ന് മൂക്കോടടുപ്പിച്ച് മുകളിലേക്ക് ആഞ്ഞ് ശ്വസിച്ചു.

പിന്നെ എല്ലാം പെട്ടെന്നായിരുന്നു.

അയാൾ കൂടുകൂടെ മൂന്ന് തവണ ഗ്ലാസ് കാലിയാക്കി. അവൾ തന്റെ ഉടലടക്കി നിന്നുകൊണ്ട് ചോദിച്ചു:

സാർ, താങ്കളുടെ പ്രോഗ്രാം ഷീറ്റ് വായിക്കട്ടെ?

നൗ യു ആർ റിലാക്സബിൾ?

അയാൾ ആ ഷീറ്റ് വാങ്ങി അലസം ഒരിടത്തെറിഞ്ഞു.

അവളുടെ മൂത്രനാളിയിൽനിന്ന് ഏതോ പാമ്പ് കടിക്കുന്നതായി തോന്നി.

അവൾ മറ്റൊന്നും നോക്കിയില്ല.

തനിക്ക് തന്നെ പരിചയമില്ലാത്ത ഒരു ശബ്ദത്തിൽ പെട്ടെന്ന് അവൾ ചോദിച്ചു:

എക്സ്ക്യൂസ്മീ സാർ. ഞാൻ ടോയ്‌ലറ്റൊന്ന് ഉപയോഗിച്ചോട്ടെ?

അയാൾ അമ്പരപ്പോടെ പറഞ്ഞു:

വൈ നോട്ട്, പ്ലീസ്.

അവൾ ടോയ്‌ലറ്റിലേക്ക് വേഗം അടക്കിപ്പിടിച്ച കാലുകളോടെ പാഞ്ഞുകയറുന്നതിനിടയിൽ സേട്ടു പറഞ്ഞു:

ടോയ്‌ലറ്റിന്റെ കുറ്റിയിടേണ്ട കേട്ടോ.

അവൾ വീർപ്പുമുട്ടലോടെ തിരിഞ്ഞുനിന്ന് ചോദിച്ചു:

മനസ്സിലായില്ല സാർ.

അയാൾ ശൃംഗാരച്ചിരിയോടെ പാന്റ്സഴിച്ച് ദൂരെയിടുന്നതിനിടയിൽ പറഞ്ഞു:

ടോയ്‌ലറ്റിന്റെ കുറ്റിയിടേണ്ടെന്ന്.

അവൾ കിതപ്പോടെ ടോയ്‌ലറ്റിലേക്ക് കടന്നു.

വാതിൽ കുറ്റിയിടാതെങ്ങനെ?

കുറച്ചുസമയം അവൾ സ്വയം മറന്ന് വാതിലിൽ കിതപ്പോടെ ചാരിനിന്നു.

ടോയ്‌ലറ്റിന്റെ ഭംഗിയും വിശാലതയും അവളുടെ കണ്ണിൽ കുപ്പിച്ചില്ലുപോലെ വന്നു തറയ്ക്കുന്നതായി തോന്നി. അതിന്റെ അതിരുകവിഞ്ഞ വൃത്തിയാണ് അവളെ ഭയപ്പെടുത്തിയത്.

അവൾ വാതിലിൽ ചാരിനിന്ന നിലയിൽ വസ്ത്രങ്ങളഴിച്ച് അവിടെത്തന്നെ ഇരുന്നു.

ടോയ്‌ലറ്റിന്റെ വിശാലതയും കലാപരമായി വിന്യസിച്ച വിളക്കുകളും ചതുരപ്പെട്ട നിലയിൽ തുറിച്ചുനോക്കുന്ന കണ്ണാടിയും അവളുടെ ഭയത്തെ പുനർനിർമിച്ചുകൊണ്ടിരുന്നു. അവൾ കിതയ്ക്കുന്ന ഒച്ച അവളുടെതന്നെ ചെവിയിൽ മറ്റാരുടെയൊ ശ്വാസംപോലെ വന്നുവീണുകൊണ്ടിരുന്നു.

കൂട്ടത്തിൽ വിലപിടിപ്പുള്ള ചുമർ ടൈൽസിൽ തൂക്കിയിട്ട ഫ്രെയിം ചെയ്ത ഒരു പെയിന്റിങ് അവളുടെ ശ്രദ്ധ ആകർഷിച്ചു. എപ്പോഴും അവളെ ആലോചിപ്പിച്ചുണർത്തിയ ഒരു പെയിന്റിങ്ങിന്റെ മൂതമായ പകർപ്പ് കോപ്പിയായിരുന്നു അത്.

അതെ, അത് ഓൾഗ ഒക്കിനോവതന്നെ!

വാതിലിനപ്പുറത്തുനിന്ന് അയാൾ അക്ഷമയോടെ വിളിച്ചുകൊണ്ടിരുന്നു.

അവൾ എഴുന്നേൽക്കാൻ ശ്രമിക്കുമ്പോഴാണത് കണ്ടത്.

മലം, മൂത്രം പിന്നെ കുറച്ച് രക്തത്തുള്ളികൾ. എല്ലാം കലർന്ന് വെറും നിലത്ത് കിടക്കുന്നു.

അത് അവളെ ക്ഷണിക്കുന്നതായി തോന്നി.

ദേഹമാകെ അത് വാരിപ്പൂശി പൂർണനഗ്നയായി അവൾ ടോയ്‌ലറ്റിൽനിന്നും പുറത്തു കടന്നു.

ആൾക്കണ്ണാടി

ടി പി വേണുഗോപാലൻ

"എന്റെ സ്വാതന്ത്ര്യം, എന്റെ വ്യക്തിത്വം, എന്റെ സ്വകാര്യത. ഇവയൊന്നും ഇപ്പോൾ ജയന്തന്റെ പരിഗണനയിലില്ല."

അവശേഷിച്ചിരുന്ന മദ്യം ഒറ്റവലിക്ക് കുടിച്ചുതീർത്ത് ഗ്ലാസ് ശബ്ദത്തോടെ ടേബിളിൽ വച്ച് ചിറി തുടച്ചശേഷം, ജൂലിയ പറഞ്ഞു. ആര്യ, പാതിതുറന്ന കണ്ണുകളോടെ സോഫയിൽ മലർന്നുകിടക്കുകയാണ്. അവൾ കേൾക്കുന്നുണ്ടോ ഇല്ലയോ എന്ന് ശ്രദ്ധിക്കാതെ ജൂലിയ തുടർന്നു.

"ഫോട്ടോയ്ക്ക് വേണ്ടിയുള്ള ഒരു ഒബ്ജക്റ്റ് മാത്രമാണ് നീ, എന്ന് അന്നൊക്കെ പറയാറുള്ളത് ജോലിയോടുള്ള കൂറുകൊണ്ടാണെന്നാണ് കരുതിയിരുന്നത്. ഇപ്പോൾ ലൈഫിലും അത് പ്രാവർത്തികമാക്കുകയാണ് ജയന്തൻ."

ജൂലിയ പ്ലേറ്റിൽനിന്ന് അച്ചാർ തൊട്ട് നാവിൽവെച്ചു. അതിന്റെ എരിവിൽ, കണ്ണുകളമർത്തിപ്പൂട്ടി നാവുകൊണ്ട് ഒരു ഞൊട്ടയിടുകയും, മേലാകെ കോച്ചിവലിക്കുകയും ചെയ്തു.

"പറഞ്ഞാൽ പറയും എന്നെക്കാൾ നിന്നെ ഞാൻ കെയർ ചെയ്യുന്നുണ്ടല്ലോ എന്ന്. കെയറും കൺസിഡറേഷനും ഒന്നല്ലെന്ന് ജയന്തൻ മറന്നുകളഞ്ഞു".

കുഴഞ്ഞ നാക്കുകൊണ്ട് അങ്ങനെ പറയുന്നതിനിടയിൽ, വായിലേക്ക് കൊണ്ടുപോകാനിരുന്ന കോഴിവറുത്തതിന്റെ ഒരു കഷ്ണം ജൂലിയയുടെ വിരലുകൾക്കിടയിൽനിന്ന് വഴുതിത്തെറിച്ച് നിലത്തുവീണു. പൊടുന്നനെ, ചെമ്പിച്ച രോമക്കെട്ടുള്ള പേർഷ്യൻ പൂച്ച ഡൈനിംഗ് ടേബിളിൽ നിന്ന് ചാടിയിറങ്ങുകയും തെറിച്ചുവീണ ഇറച്ചികഷ്ണം ആർത്തിയോടെ കടിച്ചെടുക്കുകയും ചെയ്തു.

" ജയന്തന്റെ ഗാഡിയൻ ചമയൽ എന്നിൽ ഇറിറ്റേഷൻ ഉണ്ടാക്കുന്നു. എന്നോട് അധികാരം കാണിക്കാൻ അവനാര്?"

ജൂലിയ രോഷത്തോടെ പറഞ്ഞു. സോഫയിൽ മലർന്നു കിടക്കുന്ന ആര്യ, ജൂലിയയെ നോക്കുന്നുണ്ടായിരുന്നു. നേർത്തതും ആധിപൂണ്ടതുമായ അവളുടെ വാക്കുകൾ കേൾക്കുന്നുണ്ടായിരുന്നു.

" ഇട്ടെറിഞ്ഞു പോന്നേക്കണം, അവൻ നിന്റെ കെട്ടിയോനൊന്നുമല്ലല്ലോ, എന്നായിരിക്കും നീ പറയാൻ പോകുന്നത്."

ജൂലിയ ആര്യയെ ഒന്നുകൂടി നോക്കി. അവളുടെ നിശ്ചേഷ്ടമായ ഇരിപ്പ് ജൂലിയയുടെ ഉള്ളിൽ ഇരുട്ട് പരത്തി. എന്തിനും ഏതിനും ഒപ്പമുണ്ടെന്ന് കരുതിയിരുന്ന പഴയ ആര്യയല്ല ഇത്. മദ്യം തലയ്ക്കുപിടിച്ചത് കൊണ്ടാവാം ഈ മരവിപ്പെന്ന് ജൂലിയ സമാധാനിക്കാൻ ശ്രമിച്ചു.

"ശരിയാണ്. പക്ഷേ..." ജൂലിയ ആരോടെന്നില്ലാതെ പറഞ്ഞു. "എപ്പോൾ വേണമെങ്കിലും സൗഹാർദ്ദപരമായി പിരിയാം എന്ന കണ്ടീഷനിലാണ് ഒരുമിച്ചുള്ള പാർപ്പ് തുടങ്ങിയത്. ഒരു ഘട്ടമെത്തിയപ്പോൾ ഒരിക്കലും പിരിയേണ്ടിവരില്ലെന്ന് തോന്നുംവിധം ബന്ധം ദൃഢമായി. എന്നാലിപ്പോൾ ആ ബന്ധത്തിന് ക്രാക്ക് വീണിരിക്കുന്നു."

പൂച്ചയുടെ കറുമുറെയൊച്ച, ജൂലിയയുടെ മുറിഞ്ഞുമുറിഞ്ഞതെങ്കിലുമായ വാക്കുകൾക്ക് തടസ്സമുണ്ടാക്കി. എന്തോ വൃത്തികെട്ട വസ്തു കാണുന്ന മട്ടിൽ മുഖം വക്രീകരിച്ച് "പൂച്ച, പൂച്ച" എന്ന് ഒച്ചവെച്ചെങ്കിലും അത് ഇറച്ചിക്കഷ്ണം ചവച്ചാസ്വദിക്കുന്നതിൽ നിന്ന് പിന്മാറിയില്ല.

" പിരിയാതിരിക്കാൻ വയ്യ."

ഒരു ദീർഘനിശ്വാസത്തോടെ അങ്ങനെ പറഞ്ഞ് ജൂലിയ എഴുന്നേറ്റു. ആര്യ അതേ ഇരിപ്പ് തുടർന്നു. അവളുടെ മുഖത്ത് മുൻപ് ദർശിച്ചിരുന്ന പ്രസരിപ്പ് ഇപ്പോൾ കാണാനില്ലെന്ന് ജൂലിയക്ക് തോന്നി. എത്ര മദ്യപിച്ചാലും തിളക്കം നഷ്ടപ്പെടാതിരുന്ന കണ്ണുകൾ, ഇപ്പോൾ ചത്തുമലച്ചിരിക്കുന്നു. തുടുമാമ്പഴം പോലുണ്ടായിരുന്ന കവിളുകൾ ചവിട്ടിക്കുഴച്ച ചെളി കണക്കെയായിരിക്കുന്നു. "ദൈവത്തിന്റെ സ്നേഹസ്പർശന"മെന്ന് ഒരിക്കൽ വിശേഷിപ്പിച്ചിരുന്ന, താടിയിലെ ചെറുചുഴി ഇപ്പോൾ ഇരുണ്ടതും അഗാധവുമായ കൊല്ലിയായി മാറിയിരിക്കുന്നു.

ജൂലിയക്ക് കാലുകൾ നിലത്തുറക്കുന്നുണ്ടായിരുന്നില്ല. ചുമരിൽ കൈ താങ്ങിയി

ട്ടുണ്ടെങ്കിലും നടക്കാൻ തുടങ്ങിയപ്പോൾ തെന്നിപ്പോയി. "സൂക്ഷിച്ച്, സൂക്ഷിച്ച്..." എന്ന് പതുക്കെ ചുണ്ടനക്കുന്നതല്ലാതെ ഒന്ന് താങ്ങാൻ പോയിട്ട്, എഴുന്നേൽക്കാൻ പോലും കഴിയാത്തവിധം ആര്യയും വശംകെട്ടിരുന്നു.

"മുള്ളിന്, അതിന്റെ മൂർച്ച ഉപേക്ഷിക്കാനാവാത്തതുപോലെയാണ് ആണുങ്ങൾക്ക് അവരുടെ വർഗ്ഗ സ്വഭാവം." ജൂലിയ പറഞ്ഞു.

ഭിത്തിയിലെ, വലുപ്പമുള്ളതും, ഫ്രെയിമിൽ രാജകീയതയുടെ അടയാളങ്ങൾ കൊത്തിവെച്ചതുമായ, ആൾക്കണ്ണാടിയിലേക്ക് പൊടുന്നനെ ജൂലിയയുടെ കണ്ണുകൾ പാഞ്ഞു. ആര്യയുടെ ഫ്ലാറ്റിൽ ഇതിനുമുമ്പ് വന്നപ്പോഴൊന്നും ഈ കണ്ണാടി ശ്രദ്ധയിൽ പെട്ടിരുന്നില്ലല്ലോ എന്ന് ജൂലിയ ചിന്തിച്ചു. ഒപ്പം തന്റെ ഉള്ളിൽ തിളച്ചുപൊന്തുന്ന അമർഷവും ആകുലതയും, മുഖത്ത് പതിന്മടങ്ങായി പടരുന്നതും ജൂലിയ കണ്ണാടിയിൽ കണ്ടു.

പൂച്ച കാൽച്ചുവട്ടിൽ വിലങ്ങനെയിരുന്ന്, തല ഒരു വശത്തേക്ക് ചെരിച്ച് എല്ലിൻ കഷ്ണങ്ങൾ കടിച്ചു തിന്നുകയാണ്. ശ്രദ്ധ ക്ഷണിക്കുന്നതിന് ശ്ശൂ, ശ്ശൂ പറഞ്ഞിട്ടും, കാൽ നിലത്തുചവിട്ടി ഒച്ചയുണ്ടാക്കിയിട്ടും അത് മാറിത്തരാൻ കൂട്ടാക്കിയില്ല. ജൂലിയ അറച്ചുനിന്നു. പൂച്ചകളെ അവൾക്ക് ഇഷ്ടമല്ല. ആര്യയുടെ ഫ്ലാറ്റിൽ വരുമ്പോൾ നീരസമുളവാക്കുന്ന ഒരേയൊരു സംഗതി പൂച്ചയാണ്. അതിന്റെ രോമക്കെട്ടുകൾ കാണുമ്പോൾ തന്നെ ജൂലിയക്ക് തുമ്മൽ വരും. ആര്യക്കാണെങ്കിൽ ഇപ്പോൾ പൂച്ചയില്ലാതെ ജീവിക്കാൻ പറ്റാത്ത അവസ്ഥയാണ്. ജൂലിയയോട് അടുത്തകാലത്ത് ആര്യക്ക് അകൽച്ചയുണ്ടായിട്ടുണ്ടെങ്കിൽ, അത് പൂച്ചയോടുള്ള അവളുടെ അടുപ്പമാണ്. ഹൃദയത്തിന് മിടിപ്പ് എന്നതുപോലെയായിരുന്നു മുൻപ് ആര്യക്ക് ജൂലിയ. നഗരത്തിലെ പ്രശസ്തമായ അഡ്വർടൈസിംഗ് കമ്പനിയുടെ കമ്മ്യൂണിക്കേഷൻ മാനേജരാണ് ആര്യ. ഒരു ഫാഷൻ റാമ്പിൽ നിന്ന് കണ്ടെത്തിയ ജൂലിയയെ കമ്പനിയുടെ ഫോട്ടോഗ്രാഫർ ജയന്തൻ വഴി ആര്യ, മോഡലായി റക്കമെന്റ് ചെയ്യുകയായിരുന്നു. ജൂലിയയുടെ പതിഞ്ഞ നടത്തവും, പൂച്ചക്കണ്ണുകളും, വീണക്കമ്പി മുറുക്കുന്നതുപോലുള്ള ശബ്ദവും ആര്യക്ക് ഇഷ്ടമായിരുന്നു. ആര്യയുടെ തുറന്ന പെരുമാറ്റത്തിലും, പരിഗണനയിലും ജൂലിയയും ആകൃഷ്ടയായി. മോഡലിംഗ് രംഗത്ത് തനിക്ക് ഒരു സ്പേസ് ഉണ്ടാക്കിത്തന്നു എന്ന അധികാരഭാവമൊന്നും പ്രകടിപ്പിക്കാറില്ല, എന്നതും ആര്യക്ക് ജൂലിയ കൊടുത്ത പ്ലസ്സ്മാർക്കാണ്. ആദ്യകാഴ്ചയിൽ തന്നെ വളരെ ബോൾഡായ, പാകതയും സമചിത്തതയുമുള്ള ആര്യയെ ജൂലിയക്ക് വല്ലാതെ ബോധിക്കുകയുണ്ടായി. പെരുമാറ്റത്തിനൊത്ത സൗന്ദര്യവും അവൾ ആര്യയിൽ ദർശിച്ചു. തിളങ്ങുന്ന കണ്ണുകൾ. തുടുത്ത കവിളുകൾ. കീഴ്ത്താടിയിൽ രൂപപ്പെടാറുള്ള ചെറുചുഴി, കാന്തം പോലെ ജൂലിയയുടെ ഉള്ളിലടുപ്പിച്ചു. ഇറങ്ങിയാൽ ഒരിക്കലും കയറിവരാൻ തോന്നാത്ത നീലത്തടാകം പോലെ അത് ജൂലിയയെ ഭ്രമിപ്പിച്ചു.

അതിനിടയിലെപ്പോഴോ ജയന്തന്റെ പ്രൊപ്പോസലിൽ ജൂലിയ വീണുപോയി. എപ്പോൾ വേണമെങ്കിലും പരസ്പരം വിട്ടുപോരാമെന്ന കരാറിന്റെ പിൻബലമുണ്ടായിരുന്നു. ജയന്തൻ പോകുന്നതും വരുന്നതും ഒറ്റക്കാണ്. അവന് നേരവും കാലവുമില്ല. അതുകൊണ്ടുതന്നെ ജൂലിയക്ക്, ആര്യയോടൊപ്പം ഇരിക്കാനും മനസ്സുതുറക്കാനും സമയവും സന്ദർഭവും ധാരാളമുണ്ടായി. ഒഴിവുവേളകളിൽ അവർ

ഒന്നിച്ചാണ്. പാർക്കിലും ഷോപ്പിംഗ് മാളിലും കറങ്ങി രാത്രിയോടെ മാത്രമേ അവരവരുടെ ഫ്ലാറ്റുകളിലേക്ക് മടങ്ങൂ. പല രാത്രികളിലും അവർ ഒന്നിച്ചുണ്ടു, ഒന്നിച്ചുറങ്ങി. എന്നാൽ കുറച്ചുനാളായി അതിന് മാറ്റം വന്നിരിക്കുന്നു. ഓഫീസ് വിട്ടാൽ ജൂലിയയോട് ഒരു "ഹായ്" മാത്രം പറഞ്ഞ് ആര്യ പോർച്ചിലേക്കോടുന്നു. ശരവേഗത്തിൽ കാറോടിച്ച് ഫ്ലാറ്റിലേക്ക് കുതിക്കുന്നു. എന്തു കുന്തം വെച്ചിരിക്കുന്നു അവളുടെ ഫ്ലാറ്റിലെന്ന് ആദ്യമൊക്കെ അത്ഭുതപ്പെട്ടതാണ്. ഈ പൂച്ചയാണ് അവളുടെ സ്വഭാവത്തിന് മാറ്റം വരുത്തിയതെന്ന് ജൂലിയ വിശ്വസിക്കുന്നു. ഈയിടെ മാത്രമാണ് അവളെ പൂച്ചഭ്രമം പിടികൂടിയത്. വകയിലൊരു ആന്റി അമേരിക്കയിൽ പോകുമ്പോൾ നോക്കാനേൽപ്പിച്ചതാണ്. പണ്ടും പിന്നെയും ഒരു പൂച്ചയെ പോറ്റിയ ശീലം ആര്യക്കില്ലായിരുന്നു. മനസ്സില്ലാമനസ്സോടെയാണ് വാങ്ങിയതെങ്കിലും ഇപ്പോൾ അകന്നുനിൽക്കാൻ പറ്റില്ലെന്നായി. ആന്റി തിരിച്ചുവന്നാലും വിട്ടുകൊടുക്കാൻ പറ്റാത്തവിധം ആര്യ പൂച്ചയോട് ഇണങ്ങിച്ചേർന്നതായി ജൂലിയക്ക് തോന്നി.

"നിനക്ക് എന്നെക്കാൾ ഇഷ്ടം പൂച്ചയോടാണ്."ജൂലിയ കെറുവിക്കാറുണ്ട്.

"പൂച്ചകൾക്കും അങ്ങനെയാണ്. മറ്റു പൂച്ചകളേക്കാൾ മനുഷ്യരെയാണ് അവർക്കിഷ്ടം."

ആര്യയുടെ ഇത്തരം മറുവാദങ്ങൾ ജൂലിയക്ക് പൂച്ചയോടുള്ള മുഷിച്ചിൽ വർദ്ധിപ്പിക്കാൻ സഹായിച്ചു. അതുമനസ്സിലാക്കിയതുകൊണ്ടാണോ എന്നറിയില്ല ആര്യ, ജൂലിയയെ ഫ്ലാറ്റിലേക്ക് ക്ഷണിക്കുന്നത് ഇപ്പോൾ വിരളമാണ്. വല്ലപ്പോഴും വന്നാൽത്തന്നെ പഴയതുപോലെ ആര്യയുടെ വിടുവാക്കുകളില്ല, പരദൂഷണങ്ങളില്ല, നേരമ്പോക്കുകളില്ല, തത്ത്വചിന്തകളില്ല, സ്നേഹസാന്ത്വനങ്ങളില്ല. മലമറിച്ചിടുന്ന പ്രയാസത്തിൽ എന്തെങ്കിലും നാവിൽ നിന്ന് ഉതിർന്നു വീണാൽത്തന്നെ അതിനിടയിൽ നുഴഞ്ഞു കയറാറുള്ള, പൂച്ചയുടെ മീ മീ ശബ്ദം അലോസരമുണ്ടാക്കും."നീ ഈ ശവത്തെ ഏതെങ്കിലും മുറിയിൽ പൂട്ടിയിട്ടുന്നുണ്ടോ?" എന്നു കയർത്താൽ "സ്വീറ്റീ, സ്വീറ്റീ" എന്ന് കുഴഞ്ഞും കൊഞ്ചിച്ചും ആര്യ മടിയിൽക്കയറ്റി ഒരു ഇരുത്തലുണ്ട്. അറപ്പുതോന്നും. ആര്യയുടെ തഴുകലിൽ പറ്റിച്ചേർന്നു കിടന്ന്, "പോടീ, പോയി പണി നോക്കെടീ" എന്ന മട്ടിൽ ഇളിച്ച ഒരു നോട്ടമുണ്ട്. അരിശംവരും. പൂച്ചയെ നെഞ്ചോടുചേർത്ത് ഇങ്ങനെ ഓമനിക്കുമ്പോൾ ആര്യ എന്തു സുഖമാണ് അനുഭവിക്കുന്നുണ്ടാവുക എന്ന് ജൂലിയ അത്ഭുതപ്പെടാറുണ്ട്. "ഞാൻ പൂച്ചയെ അല്ല, പൂച്ച എന്നെയാണ് ഓമനിക്കുന്നത്."ആര്യയുടെ സ്ഥിരം പല്ലവിയാണ്.

പിരാന്ത്. ജൂലിയ പറയും. "തടവില്ലാതെ താമസം, യാതൊരു സ്റ്റൈയിനുമില്ലാതെ അധികാരം, ഒരു പണിയുമെടുക്കാതെ നാലുനേരം തീറ്റ, ഇവയൊക്കെ എങ്ങനെ നേടാമെന്ന് ആ ജന്തുവിനറിയാം. കരാറോ കണ്ടീഷൻസോ ഇല്ലാതെ സ്നേഹലാളനകളും പരിഗണനയും പിടിച്ചുവാങ്ങാനും അതിനറിയാം. അതിന്റെ കുരുട്ടു ബുദ്ധിയിൽ കുടുങ്ങിപ്പോയ ബുദ്ദൂസാണ് നീ".

ജൂലിയ വാക്കുകളിൽ പരിഹാസത്തിന്റെ മുന കൂർപ്പിക്കും.

"ആറ്റിറ്റ്യൂഡിന്റെ പ്രശ്നമാണ്, നിനക്കതറിയില്ല."ആര്യ ദീർഘമായ നെടുവീർപ്പുകൊണ്ട് തടയിടായാൻ നോക്കും.

"ആറ്റിറ്റ്യൂഡിന്റെ പ്രശ്നമല്ല, ക്യാറ്റിറ്റ്യൂഡിന്റെ പ്രശ്നം."

നേർത്ത ചിരിയിലോ തമാശയിലോ ആണ് എല്ലാ തർക്കങ്ങളും അവസാനി

ക്കുക. എന്നാൽ പൂച്ചയോടുള്ള ആര്യയുടെ സ്നേഹത്തിനും, ജൂലിയയുടെ വെറുപ്പിനും അയവുവരുത്താൻ തർക്കങ്ങളോ തമാശകളോ കൊണ്ടൊന്നും സാധിച്ചിരുന്നില്ല.

"നോക്കൂ, അതിന്റെ അഹങ്കാരം."

ജൂലിയ പറഞ്ഞു. ഇങ്ങനെയൊരാൾ വഴി ഇരക്കുന്നുണ്ടെന്ന വിചാരം പോലു മില്ലാതെ അത് കുറുകെയിരുന്ന് എല്ലിൻതുണ്ടുകൾ കറുമുറെ കടിച്ചുതിന്നുകയാണ്. ജൂലിയയുടെ, ഈർക്കിൽ പോലുള്ള ശ്രൂ...ശ്രൂ...വോ, പഞ്ഞിക്കെട്ടുപോലുള്ള പാദ ത്തിന്റെ ശബ്ദമോ അതിനെ തെല്ലും സ്പർശിച്ചില്ല. കടിയോ മാന്തലോ അലമുറയി ടലോ ഭയന്ന് അതിനെ കടന്നുവെക്കാൻ ജൂലിയക്ക് സാധിച്ചതുമില്ല.

"സ്വീറ്റി, ഇങ്ങട്ട് വാ എന്റെ കുട്ടനല്ലേ....."

മുറിഞ്ഞുമുറിഞ്ഞാണെങ്കിലും ആര്യ ഒന്ന് കൊഞ്ചിച്ച് വിളിക്കേണ്ട താമസം, പൂച്ച ഇറച്ചിക്കഷ്ണങ്ങൾ തുപ്പി, ചാടിപ്പോയി മടിയിൽ കയറി. ഇരുകൈകളും കൊണ്ട് ചേർത്തുപിടിച്ച് അതിന്റെ നനുത്ത നെറ്റിമേൽ ഉമ്മ വെച്ചു. കമ്പിളിരോമങ്ങൾ പതുക്കെ തടവി. ആര്യയുടെ മാറിൽ അത് ഒതുങ്ങിയമർന്നുകിടന്നു.

"കാറെടുത്ത് ഇനി പോകാൻ നിക്കണ്ട, ഇവിടെ കിടന്നോ."

മനസ്സോടെയല്ലെങ്കിലും ആര്യ ക്ഷണിച്ചു. മുൻപാണെങ്കിൽ അങ്ങനെ പറയുമ്പോൾ ആര്യയും, കേൾക്കുമ്പോൾ ജൂലിയയും അവാച്യമായ ആനന്ദം അനുഭവിച്ചിരുന്നു.

ആര്യയുടെ ഫ്ലാറ്റിൽ വെച്ച് ലഹരിയുടെ നേർത്ത അലകൾ സിരകളിലേക്ക് പടരാൻ തുടങ്ങിയ ഒരു സന്ധ്യക്കായിരുന്നു ആദ്യത്തെ ക്ഷണം. മനസ്സിലുണ്ടായി രുന്ന ആധിയും അപകർഷതയും, ആഹ്ളാദവും ആത്മവിശ്വാസവുമായി പരിണ മിച്ച ആ സന്ദർഭം ജൂലിയയുടെ ഉള്ളിൽ തികട്ടിവന്നു.

"ചിരിക്ക്, ചെരിഞ്ഞുനിൽക്ക്, നിവര്, കണ്ണുയർത്ത് തുടങ്ങിയ ജയന്തന്റെ നിർ ദ്ദേശങ്ങൾക്കനുസൃതമായി ഫോട്ടോയ്ക്ക് പോസ് ചെയ്യുമ്പോൾ ഉണ്ടാവാറുള്ള അസന്തുഷ്ടി ആര്യയോട് ആദ്യമായി പങ്കുവെച്ചതായിരുന്നു. "നീ ഒരു മോഡലാണ്. ക്യാമറക്ക ണ്ണുകൾക്ക് ഒപ്പിയെടുക്കാനുള്ള വെറും ഒബ്ജക്റ്റ്, ചെളിയെ ചന്ദനമാക്കാനും, കരിയെ കാർമുകിലാക്കാനും എന്റെ ക്യാമറക്ക് കഴിയും."ചിരിച്ചുകൊണ്ടായിരുന്നെങ്കിലും ജയന്തന്റെ ഇമ്മാതിരി പ്രതികരണങ്ങൾ ജൂലിയക്ക് അംഗീകരിക്കാനാകുമായിരു ന്നില്ല. ഒന്നുമില്ലാത്തവരെ എല്ലാമുള്ളവരാക്കുന്ന അപൂർവ്വ സിദ്ധി! "അങ്ങനെയെ ങ്കിൽ എനിക്കെന്ത് റോളെ"ന്നായിരുന്നു ജൂലിയയുടെ പരിഭവം. "ഇപ്പറഞ്ഞത് ലോകത്തിലെ എല്ലാ ഫോട്ടോഗ്രാഫർമാരെയും നയിക്കുന്ന ഫിലോസഫിയാണെ ന്നും പ്രൊഫഷന്റെ ഭാഗമായുള്ള അവരുടെ ആത്മവിശ്വാസത്തിൽ കുറ്റം പറയാ നാവില്ലെ"ന്നും ആര്യ ആശ്വസിപ്പിക്കാൻ ശ്രമിച്ചു. പക്ഷേ, ജൂലിയക്ക് അത് ഉൾ ക്കൊള്ളാനായില്ല. "കൂടുതൽ ഫോളോവേഴ്സുള്ള കൂടുതൽ അറ്റ്റാക്റ്റീവ് ആയ, കൂടുതൽ ഇണക്കം നടിക്കുന്ന മറ്റ് മോഡലുകളെ തേടാൻ ഞാനും അവനും തമ്മി ലുള്ള റിലേഷൻസ് തടസ്സമാകുന്നുണ്ടോ എന്ന് സംശയം...."

"എന്തൊക്കെയാണ് നീ പറയുന്നത്? മദ്യം തലയ്ക്കു പിടിക്കുമ്പോഴുള്ള ഓരോരോ വിചാരങ്ങളാണിത്. നിന്നെ അവഗണിക്കാൻ ആർക്ക് കഴിയും?" എന്നു പറഞ്ഞ് ആര്യ ജൂലിയയെ ചേർത്തുപിടിച്ചു. പുറത്ത് പതുക്കെ തലോടി, മുടിയിഴകൾ വിരൽ കൊണ്ട് കോതി ശരിയാക്കി.

"ഇന്നിനി നിന്റെ ഫ്ലാറ്റിലേക്ക് പോകണ്ട, ഇവിടെ തങ്ങാം."ആര്യയുടെ വാക്കു

കളിൽ പരിഗണനയുടെ ഗന്ധം.

"അയ്യോ ജയന്തൻ!" ജൂലിയയുടെ ആദ്യ പ്രതികരണമായിരുന്നു. അപ്പോൾ തന്നെ, അവൻ തനിക്കാരാണ്, താനെന്തിന് അവനെ ഭയപ്പെടണം എന്ന ചിന്ത ആ ആകുലതയെ നിർവീര്യമാക്കി.

"ആര്യയുടെ കിടപ്പുമുറി കാണണം, കട്ടിലും കിടക്കയും കാണണം, അവൾ ഉറങ്ങുന്നത് കാണണം, ഉറങ്ങുമ്പോൾ അവളുടെ കീഴ്ത്താടിയിലെ വശ്യമായ കൊച്ചുചുഴി നോക്കിയിരിക്കണം. ആ ചുഴി വിരൽകൊണ്ട് പതുക്കെ തൊടണം...

പിറ്റേന്ന് രാവിലെ, ഉറക്കച്ചടവോടെ എഴുന്നേറ്റ് പുറപ്പെടാനൊരുങ്ങുമ്പോൾ ആര്യ പറഞ്ഞതോർക്കുന്നു. "എന്തൊരു ഗന്ധമാണ് നിന്റെ ശരീരത്തിന്!"

അന്നത്തെ രാത്രിയിൽ നിന്ന് ഇന്നത്തെ രാത്രിയിലേക്കുള്ള അകലം വളരെ കൂടുതലാണെന്ന് ജൂലിയക്ക് തോന്നി. ഇന്ന് ആര്യയുടെ ക്ഷണത്തിന് ചൂടും ചൂരും നഷ്ടമായിരിക്കുന്നു.

ജൂലിയ ഇന്നേവരെ മദ്യപിച്ച് കാറോടിച്ചിട്ടുണ്ടായിരുന്നില്ല. ആര്യയുടെ ഫ്ലാറ്റിലിരുന്ന് വല്ലപ്പോഴും പേരിന് കഴിച്ചാൽപോലും അന്നവിടെ തങ്ങുന്നതാണ് ശീലം. മദ്യത്തിന്റെ ലഹരിയിൽ ആര്യയോടൊപ്പം ഓരോന്ന് പറഞ്ഞുകിടക്കുന്നത് ജൂലിയക്ക് ഇഷ്ടമായിരുന്നു. ജയന്തനോട് പക്ഷേ, ആര്യയുടെ വീട്ടിലാണെന്ന് പറയാറില്ല. ജാൻവിക്ക് പിടലിവീക്കം, എണീക്കാൻ വയ്യ; നിരോഷയുടെ നിരഞ്ജൻ മരിച്ചതിന്റെ ഓർമ്മദിനം, കക്ഷി വല്ലാത്ത മൂഡോഫ്; കല്യാണിയുടെ ബർത്ത്ഡേ പാർട്ടി; അശ്വതി, ഹോസ്പിറ്റലിൽ അഡ്മിറ്റ്, കൂട്ടിരിക്കണം എന്നുതുടങ്ങി അപ്പപ്പോൾ തോന്നുന്നവ തട്ടിവിടാറാണ് പതിവ്. ആര്യയുടെ വീട്ടിലായിരുന്നു എന്ന് എന്തുകൊണ്ടാണ് ജയന്തനോട് പറയാൻ ഭയക്കുന്നതെന്ന് ജൂലിയ ആലോചിക്കാറുണ്ട്. പിറ്റേന്ന് കാലത്ത് ഫ്ലാറ്റിലെത്തിയാൽ 'രാത്രി മുഴുവൻ തെണ്ടിത്തിരിഞ്ഞ് എത്തിയല്ലോ' എന്ന മട്ടിൽ ജയന്തന്റെ ഒരു നോട്ടമുണ്ട്. 'എന്റെ ലൈഫിൽ ഇടപെടാൻ നീയാര്' എന്ന മട്ടിൽ മറുനോട്ടമെറിയുമെങ്കിലും അവനത് രുചിക്കാറില്ല. ആ രുചിക്കുറവ് അവന്റെ സംസാരത്തിലും, പെരുമാറ്റത്തിലും പ്രകടം.

"ഞാൻ എങ്ങനെ ഉടുക്കണം, എങ്ങനെ നടക്കണം എന്ന് സങ്കൽപ്പിച്ചുറച്ചത് പോലെയാണ് ജയന്തന്റെ ഓരോ ഇടപെടലും. എവിടെയും എപ്പോഴും അവൻ ഫോട്ടോഗ്രാഫർ, ഞാൻ മോഡൽ."ജൂലിയ പറഞ്ഞു. "ഐ വിൽ നോട്ട് എലൗ മൈസെൽഫ് ടു ബി ലോസ്റ്റ്."

ജൂലിയ ആൾക്കണ്ണാടിയിലെ തന്റെ ഛായയിലേക്ക് ഒരിക്കൽക്കൂടി നോക്കി. തെന്നിപ്പോയിരുന്ന ഷർട്ട് വലിച്ച് നേരെയാക്കി. ജീൻസിൽ പറ്റിപ്പിടിച്ചിരുന്ന ഭക്ഷണത്തിന്റെ അവശിഷ്ടങ്ങൾ കൈകൊണ്ട് തട്ടിത്തെറിപ്പിച്ചു. അഴിഞ്ഞു പോയിരുന്ന മുടി ചുരുട്ടി മൂർദ്ധാവിൽ കെട്ടിവെച്ചു.

"ഈ അവസ്ഥയിൽ നീ തനിച്ച് പോകുന്നത് അപകടമാണ്."കരുതലിന്റെ ഒരു ചീള് ആര്യ വാക്കുകളിൽ തിരുകിവെച്ചു.

"ഒന്നും സംഭവിക്കില്ല, കാരണം എനിക്ക് എന്നെ അത്രയ്ക്ക് ഇഷ്ടമാണ്, വിശ്വാസമാണ്. ഐ ലവ് മൈസെൽഫ് ബിക്കോസ് മൈ ലൈഫ് ഈസ് മൈൻ."

ഇതിനു മുമ്പൊരിക്കലും എത്രമാത്രം മദ്യപിച്ചിരുന്നാലും വാക്കുകൾക്ക് ഒരു കുഴച്ചിലുണ്ടാകുമെന്നല്ലാതെ മറ്റ് അസാധാരണത്വം പ്രകടമായിരുന്നില്ല. അതുകൊ

ണ്ടുതന്നെ ഇപ്പോൾ പറയുന്ന അസംബന്ധങ്ങൾ മദ്യത്തിന്റെ പുറത്തല്ലെന്ന് ആര്യക്ക് ഉറപ്പായിരുന്നു. എങ്കിലും ആര്യ പറഞ്ഞു: "ജൂലിയാ നീയിന്ന് ഓവറാണ്. പോകണമെന്ന് നിർബന്ധമെങ്കിൽ ഞാൻ കൊണ്ടാക്കാം".

"എവിടേക്ക്!" ജൂലിയ എടുത്തടിച്ചപോലെ പറഞ്ഞു.

ആര്യക്ക് ഒന്നും മിണ്ടാൻ കഴിഞ്ഞില്ല. അവളുടെ മടിയിൽ കിടന്ന് പൂച്ച ഉറങ്ങിപ്പോയിരുന്നു. എന്നിട്ടും അതിന്റെ ചെമ്പിച്ച രോമക്കാടുകളിൽ അവൾ വിരലോടിച്ചുകൊണ്ടിരുന്നു.

"യു ആർ സാറ്റിസ്ഫൈഡ്. എനിക്കും എന്റെ സ്വന്തമായ വഴി തേടണം. ആ വഴിയിൽ മറ്റൊരാൾ ഒപ്പമുണ്ടാകുന്നത് എനിക്കിഷ്ടമല്ല."

"എന്നോടും നിനക്ക് വെറുപ്പാണോ?" ആര്യ ചോദിച്ചു, എന്തെങ്കിലും ചോദിക്കണമല്ലോ എന്ന് നേർച്ചയുള്ളതുപോലെ.

"വെറുപ്പല്ല."ജൂലിയ പറഞ്ഞു. "ബട്ട് ലവിംഗ് യു ഈസ് ലൈക് ലോസിങ് മൈസെൽഫ്."

ആര്യ പൂച്ചയെ മടിയിൽനിന്നെടുത്ത് സോഫയിൽ കിടത്തി. ഫാനിന്റെ കാറ്റിൽ അതിന്റെ രോമങ്ങൾ ഇളകിക്കളിക്കുന്നത് കണ്ടപ്പോൾ ഒരു ടവ്വലയെടുത്ത്, തല വെളിയിൽ കാൺകെ പുതപ്പിച്ചു. അതിന്റെ ദേഹത്ത് ഒന്നുകൂടി തലോടി. മത്ത് സ്വയം ഇറങ്ങിപ്പോകുന്നതിനാലോ, ജൂലിയയുടെ വാക്കുകളിലെ മുള്ളും മുനയും ഉള്ളിൽ കൊള്ളുന്നതിനാലോ എന്നറിയില്ല, ആര്യ എഴുന്നേറ്റു. ചുമര് താങ്ങിയാണെങ്കിലും പതുക്കെ നടന്നുവന്ന് ജൂലിയയുടെ തോളിൽ കൈചുറ്റി ചേർത്തുപിടിച്ചു. എത്ര തൊട്ടുരുമ്മി നിന്നാലും രണ്ടു ശരീരങ്ങൾക്കിടയിൽ തടിച്ചതും ഉയർന്നതുമായ മതിലുള്ളതായി ജൂലിയക്ക് അനുഭവപ്പെട്ടു.

"എവിടെക്കായാലും നീ ഇന്ന് തനിച്ച് പോകണ്ട."ആര്യ പറഞ്ഞു.

"ഞാൻ തനിച്ചല്ല."ജൂലിയയുടെ മറുപടിയിൽ ദൃഢത. "എന്നോടൊപ്പം ഞാനുമുണ്ട്"

"വല്ലാതെ ചിന്തിപ്പിക്കല്ലേ, ഫിലോസഫി പറയാൻ കണ്ടനേരം." ആര്യ പറഞ്ഞു.

"ഫിലോസഫിയല്ല, റിയാലിറ്റി. ഞാൻ മറ്റൊരാളോടൊപ്പം ജീവിക്കാൻ ഇഷ്ടപ്പെടുന്നില്ല എന്നെത്തന്നെ പ്രണയിച്ച്, പരിഗണിച്ച്, അംഗീകരിച്ച്......"

"യു പ്രിഫർ സോളോഗമി?" ആര്യ ജൂലിയയുടെ ഇരുമുതുകുകളിലും കൈകൾ താങ്ങി കുലുങ്ങിച്ചിരിച്ചു.

"എങ്ങനെയെങ്കിലും പേരിട്ടു വിളിക്കാം." ജൂലിയ പറഞ്ഞു. "സ്വയം പ്രണയിക്കലും, വിവാഹം കഴിക്കലും അസ്വാഭാവികമായി എനിക്ക് തോന്നുന്നില്ല. ഞാൻ എന്നോട് കാണിക്കുന്ന കമിറ്റ്മെന്റാണത്. മറ്റുള്ളവർ അവർക്കിഷ്ടപ്പെടുന്നവരെ പ്രണയിക്കുന്നു, വിവാഹം കഴിക്കുന്നു, ഒന്നിച്ചു ജീവിക്കുന്നു. ഞാൻ എനിക്കിഷ്ടപ്പെടുന്ന എന്നെത്തന്നെ വരിക്കുന്നു എന്നുമാത്രം."

"യുക്തിക്ക് നിരക്കുന്ന കാര്യം പറയൂ."ആര്യ ഇടയ്ക്കു കയറിപ്പറഞ്ഞു.

"ഞാനും നീയുമായി ഇതുവരെയുണ്ടായിരുന്ന അസ്ഥിക്കുപിടിച്ച ബന്ധത്തിന് യുക്തിയുണ്ട് അല്ലേ?"

ആര്യക്ക് മറുപടി പറയാൻ കഴിഞ്ഞില്ല.

"രണ്ടു വ്യക്തികൾ തമ്മിലുള്ള വിവാഹം എന്നത് ആചാരം മാത്രമാണ്, പഴകിദ്രവിച്ച ഒരാചാരം. ആത്മാഭിമാനം, ആത്മപ്രശംസ, ആത്മവിശ്വാസം, ആത്മനിന്ദ,

ആത്മാന്വേഷണം, ആത്മസംയമനം, ആത്മത്യാഗം.... ആത്മം ഫിറ്റ് ചെയ്ത വാക്കുകൾ ഇനിയും ഒരുപാട് നീട്ടാം. ബട്ട് ദേ ആർ ഫാക്ട്സ്. ഇമ്മാതിരി ഏർപ്പാടുകളൊക്കെ ഒരു വ്യക്തിക്ക് വിശുദ്ധമായി കൊണ്ടുനടക്കാമെങ്കിൽ ആത്മവിവാഹം അശുദ്ധമാവുന്നതെങ്ങിനെ? പ്രകൃതിക്ക് വിരുദ്ധമാകുന്നതെങ്ങിനെ? എനിക്ക് എന്നോട് വിശ്വാസവഞ്ചന കാണിക്കാൻ ഒരിക്കലും കഴിയില്ല. ഐ ലവ് മൈ ബോഡി, ഐ ലവ് മൈ സ്റ്റൈൽ, ഐ ലവ് മൈ പേഴ്സണാലിറ്റി..."

ആര്യ കണ്ണുമിഴിച്ചുനിൽപ്പായിരുന്നു. ജൂലിയ ഹാൻഡ്ബാഗിൽ നിന്ന് കാറിന്റെ കീ പുറത്തെടുത്തു. ഫ്ലഷ് ഡോറിനടുത്തേക്ക് നടന്നുവരുന്നതിനുമുമ്പ് ഒന്നുകൂടി ആൾക്കണ്ണാടിയിൽ തന്റെ രൂപം നോക്കി. ചിരിച്ചു, ചെരിഞ്ഞുനിന്നു, നിവർന്നു, കണ്ണുയർത്തി... പിന്നെ പല പോസുകളിലുമുള്ള തന്റെ ഛായ അടിമുടി നോക്കി, പതുക്കെ പറഞ്ഞു.

"യെസ് യു ആർ ഇനഫ്."

ഫ്ലഷ് ഡോർ തുറക്കുന്ന ഒച്ച കേട്ടതുകൊണ്ടാവണം പൂച്ച ഞെട്ടിയെണീറ്റ് മീ മീ എന്ന് കരയാൻ തുടങ്ങി. "ഐ ആം കമിംഗ്, ഡാർലിംഗ്" എന്ന് പറഞ്ഞ് ആര്യ പൂച്ചയെ വാരിയെടുത്ത് കിടപ്പുമുറിയിലേക്ക് പോയി.

പളനിവേൽ പൊൻകുരിശ്

വി ജെ ജയിംസ്

മുരുകനെ കണ്ടെത്താനുള്ള അന്വേഷണത്തിന് എന്നെയിപ്പോൾ നിർബന്ധിക്കുന്നത് രണ്ടുകാരണങ്ങളാണ്.

ഒന്ന്: പൊള്ളാച്ചിയിൽ ട്രാൻസ്ഫറായി എത്തിയതു മുതൽ ഹോൺ മുഴക്കി ക്ഷണിക്കുന്ന പളനിയിലേക്കുള്ള ബസ്സുകൾ.

രണ്ട്: ഇന്ത്യ -പാക്കിസ്ഥാൻ വിഭജന കാലത്ത് കറാച്ചിയിൽ പെട്ടുപോയ ആറു വയസ്സുകാരി എഴുപത്തഞ്ചുവർഷത്തിനുശേഷം സ്വന്തം സഹോദരനെ ബോംബെയിൽനിന്ന് തേടിപ്പിടിച്ചതായുള്ള ടിവി വാർത്ത.

വികാരഭരിതമായ അവരുടെ സമാഗമം കണ്ടിരിക്കുമ്പോഴാണ്, മുപ്പതാണ്ടു മുൻപ് പൊള്ളാച്ചിയിൽ ചേക്കേറിയ മുരുകനെക്കുറിച്ച് വികാരവായ്പോടെ ഞാനു മോർത്തത്. അവന്റെ സ്വന്തം ഊരിലേക്ക് എനിക്കിപ്പോൾ ട്രാൻസ്ഫർ കിട്ടിയിരിക്കുന്നതുതന്നെ അവനിലേക്കെത്താൻ വേണ്ടിയാണെന്ന മൂന്നാമതൊരു യുക്തിയും പിൻബഞ്ചിലിരുന്നെന്നെ കൈപൊക്കി ഹാജരറിയിക്കുന്നുണ്ട്.

പ്രശ്നം എന്തെന്നു വച്ചാൽ ആകെ എന്റെ പക്കലുള്ളത് മുരുകൻ എന്ന പേര് മാത്രമാണ്. അതുവച്ച് ലക്ഷക്കണക്കിന് മുരുകന്മാരുള്ളൊരു ലോകത്തുനിന്ന് ഒരേയൊരു മുരുകനെ തപ്പിപ്പിടിക്കുകയെന്നത്, ഏത് സാങ്കേതിക വിദ്യയെ ആശ്രയിച്ചിട്ടാണെങ്കിൽ കൂടി, അസാധ്യമാകാനാണ് സാധ്യത. എന്നിട്ടും, അയൽപക്കത്തെ വാടകവീട്ടിൽനിന്ന് ഇടക്കിടെ മുഴങ്ങിയിരുന്ന മുറുഹാ എന്ന നീട്ടിവിളി പിന്നോട്ടെന്നെ വലിച്ചുകൊണ്ടുപോവുമ്പോൾ മുന്നോട്ടു ഞാൻ നീങ്ങാതെങ്ങനെ?

രണ്ടു തുണിമാറാപ്പുകളിലായി ജീവിതം പൊതിഞ്ഞുകെട്ടി അപ്പനുമമ്മയ്ക്കുമൊപ്പം മുരുകൻ ഞങ്ങടെ നാട്ടുമ്പുറത്തെത്തിയത് ഒരു വേനലവധിക്കാലത്തായിരുന്നു. പാറമടയോടുചേർന്ന് കല്ലുപൊട്ടിക്കുന്ന ജോലിക്ക് സാധ്യതയുള്ളതിനാൽ ബന്ധുക്കളാരുടെയോ സഹായത്താൽ പൊള്ളാച്ചിയിൽനിന്നെത്തിയ പാവത്തുങ്ങൾ.

ആണ്ടുതോറും തൈപ്പൂയത്തിന് നടത്തിയിരുന്ന പളനിയാത്രയെ ആസ്പദമാക്കിയായിരുന്നു അവരുടെ ജീവിതം ചുറ്റിത്തിരിഞ്ഞത്. അഞ്ചുവയസ്സ് തികഞ്ഞിട്ടില്ലാത്ത മുരുകനാണ് അതിനുവേണ്ട യാത്രപ്പടി സ്വരൂപിക്കുക. മൊട്ടയടിച്ച് ഭസ്മംപൂശി വേൽമുരുകന്റെ പടംവച്ച തട്ടുവുമേന്തി അവൻ വീടുതെണ്ടാനിറങ്ങും. ആദ്യമെത്തുക

ഞങ്ങടെ വീട്ടിലാണ്. തേങ്ങയോ കുരുമുളകോ വിറ്റ കാശ് വീട്ടിലുള്ളതിൽനിന്ന് തെറ്റല്ലാത്ത ഒരോഹരി അപ്പൻ എന്നെക്കൊണ്ടാണ് അവന്റെ തട്ടത്തിൽ ഇടീക്കുക. മുടി വടിച്ച് ഭസ്മം പൂശിയ മുരുകനെ അന്നേരം കണ്ടാൽ എന്റെ കൂടെ മരം കയറിയും സാറ്റുകളിച്ചും നടക്കുന്നവനാണെന്ന് നെറ്റിയിൽ എഴുതിയൊട്ടിക്കേണ്ടി വരും. പ്രായത്തിന്റെ കളിമ്പം കൊണ്ടാവണം എനിക്കാ വേഷപ്പകർച്ചയോടൊരു ഭ്രമം തോന്നി. അവന്റെ മട്ട് മുടിവടിക്കാനും അവനെപ്പോലെ വീടുതെണ്ടാനും എന്റെയുള്ളിലും ഒരു പൂതി കേറി. തിരുമണം കഴിഞ്ഞ് ഒൻപതുവർഷമായിട്ടും കുളന്തഭാഗ്യം കിടയ്ക്കാഞ്ഞവർക്ക് പളനിയാണ്ടവന്റെ അനുഗ്രഹം കൊണ്ടുണ്ടായ കുട്ടിയായതിനാലാണ് അവരവന് മുരുകനെന്ന് പേരിട്ടതും മുറതെറ്റാതെ പളനിയിൽ ചെന്ന് ദർശനം നടത്തിയതും. തൈപ്പൂയ നാളിൽ തമിഴ്മണ്ണിൽ പിറന്നവന് അതിലേറെ ഇനിപ്പുള്ള വേറേത് പേരുണ്ട്?

ഷണ്മുഖന്റെ ചിത്രങ്ങൾകൊണ്ട് പാടേ മറയ്ക്കപ്പെട്ട നിലയിലാരുന്നു വാടകവീടിന്റെ മൺഭിത്തി. ഇഷ്ടദേവന്റെ പടം എവിടെ കണ്ടാലും വെട്ടിയെടുത്ത് മുരുകൻ പശതേക്കും. അതുകണ്ട് പത്രത്തിലും ആഴ്ചപ്പതിപ്പിലുംനിന്ന് ഞാനും കുറെ മുരുകൻമാരെ കത്രിച്ചെടുക്കുകയും അവനോടൊപ്പം അവരുടെ കൂരയുടെ ഭിത്തിയിൽ ഒട്ടിക്കാൻ ഉത്സാഹിക്കുകയും ചെയ്തു.

മുരുകന്റെ അമ്മയുണ്ടാക്കിയ സാദം, പൊങ്കൽ ഇത്യാദി തമിഴ് രുചികൾ ഇരുവീട്ടുകാരുമറിയാതെ ഞങ്ങൾ പങ്കിട്ടു തിന്നു. പകരമായി വീട്ടിൽനിന്ന് കടത്തിക്കൊണ്ടുവന്ന നസ്രാണിരുചികൾ ഞാനുമവന് പരിചയപ്പെടുത്തി. അടച്ചുവച്ച പാത്രങ്ങളിലെ കൊഴുക്കട്ടയുടെ എണ്ണവും അവലോസ് പൊടിയുടെ അളവും കുറഞ്ഞുപോകുന്നത് കണ്ടുപിടിക്കപ്പെടരുതേയെന്ന് ഉണ്ണിമിശിഹയോട് പ്രാർഥിച്ചുകൊണ്ടായിരുന്നു ഞാനാ ദിവ്യകർമങ്ങളിൽ ഏർപ്പെട്ടിരുന്നത്. അങ്ങനെയങ്ങനെ മുരുകന്റെ അപ്പനുമമ്മയും പണിക്കുപോകുന്ന പകൽ നേരങ്ങളെ ഞാനും അവനും ചേർന്ന് ആഘോഷമാക്കി.

ഇരുമ്പുകുറ്റിയിൽ ഉമിനിറച്ച് നിർമിക്കുന്ന അടുപ്പ് തച്ചന്റെ വിരുതോടെ മുരുകൻ ഒരുക്കുമ്പോൾ ചമ്രംപടിഞ്ഞ് ഞാൻ അടുത്തിരിക്കും. അതിനുവേണ്ടി പുഴക്കരയിലുള്ള നെല്ലുകുത്തുമില്ലിൽ നിന്ന് ഉമി ശേഖരിക്കാൻ പോകുമ്പോൾ മുരുകൻ കാട്ടുന്നൊരുത്സാഹസമുണ്ട്. നെല്ല് കുത്തുമ്പോൾ ഉമി പുറത്തേക്കുവരാനായി ഭിത്തിതുളച്ച് നിർമിച്ചിരിക്കുന്ന നീളൻ കുഴലിലൂടെ ഞെങ്ങി ഞെരുങ്ങി അവൻ അകത്തേക്ക് കയറും. അവന്റെ മെലിഞ്ഞ ദേഹത്തെ ഉൾക്കൊള്ളാനുള്ള വ്യാസം പോലും കഷ്ടിയായിരുന്നു കുഴലിന്. ഉമിക്കൊപ്പം പറന്നെത്തിയ കറുത്ത മങ്കരി അകത്ത് അടിഞ്ഞുകൂടിക്കിടക്കുന്നത് കൈകൊണ്ട് തട്ടത്തെടുത്ത് പിന്നിലേക്ക് നിരങ്ങി അവൻ പുറത്തുവരും. അപ്പോളവന്റെ മേലാസകലം ഉമിപ്പൊടി പുരണ്ട്, നാട് കാണാൻ വന്ന വിദേശിഭൂതത്തെപ്പോലെയുണ്ടാവും. തോട്ടിൽച്ചാടി കുളിച്ച് പൂർവരൂപം വീണ്ടെടുത്ത ശേഷമാണ് ഉമിച്ചാക്കും മങ്കരിയും ചുമന്ന് വീട്ടിലേക്കുള്ള മടക്കം. വേവിച്ച മങ്കരിയിൽ ശർക്കരയും തേങ്ങയുമിട്ട് ചാവൽ ഉണ്ടാക്കുന്ന പാചകവിദ്യയാണ് പിന്നെ. മങ്കരിയുടെ നേർത്ത കയ്പുരസം കലർന്ന ചാവൽ എനിക്കേറെ ഇഷ്ടമായിരുന്നു. ഞങ്ങടെ വീട്ടിലാണെങ്കിൽ അരി കഴുകുമ്പോൾ ഒരു മങ്കരിയെങ്കിലും കണ്ടാൽ പെറുക്കിക്കളഞ്ഞിട്ടേ അമ്മ വേവിക്കാൻ വയ്ക്കുമായിരുന്നുള്ളു.

കാര്യം എന്റെ ഇഷ്ടക്കാരനൊക്കെയാണെങ്കിലും ഇടക്കിടെയുള്ള അവന്റെ പളനിയാത്ര എന്നെ അസൂയപ്പെടുത്തിയത് കുറച്ചൊന്നുമല്ല. ഓരോ യാത്ര കഴിഞ്ഞെത്തുമ്പൊഴും വഴിയിൽ കണ്ട കാഴ്ചകൾ തമിഴ് കലർന്ന മലയാളത്തിൽ വാതോരാതെ വർണിക്കുന്നതുകേൾക്കുമ്പോഴാണ്, ഞങ്ങടെ പട്ടിക്കാട് വിട്ട് എവിടേക്കും പോയിട്ടില്ലാത്ത എനിക്ക് അപകർഷത തോന്നുന്നതും അസൂയ മൂക്കുന്നതും. ഒരിക്കൽപ്പോലും മയിലിനെ നേരിൽ കണ്ടിട്ടില്ലാത്ത എനിക്ക് ഇത്തവണ മലയിൽവച്ച് നൂറുമയിലിനെ കണ്ടെന്ന മുരുകന്റെ അവകാശവാദം സഹിക്കാവുന്നതിനും അപ്പുറമായിരുന്നു.

മയിലുകൾ പീലി വിരിക്കുന്നപോലെ മനോഹരമായ കാഴ്ച ഭൂമിയിൽ ഇല്ലെന്നു പറഞ്ഞ് അവനെന്റെ സ്വസ്ഥതയ്ക്ക് മീതെ ശാശാേന്ന് നാടൻ ബോംബുകളെറിഞ്ഞു. അതുംപോരാഞ്ഞ് മയിലിന്റെ പേച്ച് കൃത്യമായി അനുകരിച്ച് എന്നെയവൻ നിലം പരിശാക്കുക കൂടി ചെയ്തു. മയിലിന്റെ മാത്രമല്ല കാക്ക, പുള്ള്, കുയിൽ, ചെമ്പോത്ത്, മൈന, പശു, ആട്, പൂച്ച, നായ തുടങ്ങി പരിചിത വലയത്തിലുള്ള ഏതുജീവിയുടെ ഭാഷയും അനുകരിക്കാൻ അസാധ്യസിദ്ധിയുണ്ടായിരുന്നു അവന്. അവനെപ്പോലെ മയിൽപ്പേച്ച് അനുകരിക്കാൻ ഞാനുമൊരു ശ്രമം നടത്തിയെങ്കിലും ശ്രുതിയും സ്ഥായിയുമില്ലാതെ സംഗതി പാളി.

"അപ്പടിയല്ലെടാ ദാ ഇന്തമാതിരി"

സ്വരം മെച്ചപ്പെടുത്താനായി ചില ടിപ്പുകൾ പറഞ്ഞു തരാൻ മുരുകൻ ഉദാരത കാട്ടി. പലവട്ടമുള്ള ശ്രമങ്ങൾക്കൊടുവിൽ മയിലിനെപ്പോലെ കരയാൻ എനിക്കും പ്രാപ്തി കിട്ടിയപ്പോൾ അവനോടുള്ള അസൂയയുടെ തോത് നെല്ലളവ് കുറയ്ക്കാൻ ഞാനും സന്നദ്ധനായി. മയിലിനെ കാണുക എന്നതും പളനിയിൽ പോവുക എന്നതുമായിരുന്നു അക്കാലത്തെന്റെ ഏകലക്ഷ്യം. അത്ര തീവ്രമായി പിന്നീടൊരു പ്രായത്തിലും എന്തിനുവേണ്ടിയെങ്കിലും ഞാൻ ആഗ്രഹിച്ചിട്ടുണ്ടെന്നുതോന്നുന്നില്ല.

അടക്കാൻ തീരെ വയ്യെന്നായപ്പോൾ ഒരു ദിവസം വരുംവരായ്കകൾ ചിന്തിക്കാതെ അപ്പനോട് ഞാൻ കാര്യം പറഞ്ഞു.

"എനിക്കും പോണം പളനീൽ"

അപ്പനത് ഗൗനിക്കുന്നില്ലെന്നുകണ്ടതിനാൽ മുൻനിശ്ചയ പ്രകാരം ഒരു തീവ്രവാദ നിലപാടിലേക്ക് നീങ്ങി സാമാന്യം നല്ല രീതിയിൽ ഞാൻ കരയാനാരംഭിച്ചു. വെറുതെ മോങ്ങി തുടങ്ങിയതാണെങ്കിലും ഒടുക്കമത് വിസ്തരിച്ചുള്ള കരച്ചിലായി മാറി. പളനിയിൽ പോയില്ലെങ്കിൽ ചത്തുപോകുമെന്നുവരെ നെഞ്ചിലടിച്ച് പറഞ്ഞപ്പോൾ അപ്പനുമമ്മയും മാത്രമല്ല ചേച്ചിവരെ ഉറക്കെ ചിരിച്ചുകളഞ്ഞത് വലിയ നാണക്കേടായി.

"അതവരുടെ തീർഥാടന സ്ഥലവല്ലേ. നമ്മളെന്തിനാ അവിടെപ്പോണെ?"

"എന്താ നമുക്കും പോയാൽ."

"എടാ പൊട്ടാ, നമ്മടെ പുണ്യസ്ഥലം വേളാങ്കണ്ണീം മലയാറ്റൂരുമൊക്കെയാ. അല്ലാണ്ട് പളനിയല്ല."

ചേച്ചി മതാധിഷ്ഠിതമായ ഒരു ബോധവൽക്കരണത്തിലൂടെ എന്നെ നേർവഴി നടത്താൻ ശ്രമിച്ചു.

"വേളാങ്കണ്ണീൽ മലയൊണ്ടോ?"

“വേളാങ്കണ്ണി കടൽത്തീരത്താ. അവിടെ മലയൊന്നുമില്ല. മലയാറ്റൂര് മലയൊണ്ട്.”

“എന്നാലെനിക്ക് മലയാറ്റൂര് പോയാലും മതി. അവിടെ മയിലൊണ്ടോ”

“ഒന്നോ രണ്ടോ കണ്ടേലായി.”

അളവിൽ കൂടുതൽ കരഞ്ഞത് ബോധിക്കാഞ്ഞിട്ടാവണം ശരീരം അന്നുരാത്രി തീപോലെ പൊള്ളി പ്രതിഷേധമറിയിച്ചു. മൂന്നുദിവസമായിട്ടും പനിയിറങ്ങാതെ വന്നപ്പോൾ അമ്മയുടെ മനസ്സും വിശ്വാസവുമായി ബന്ധപ്പെട്ട ഒരാധി തട്ടി ച്ചൂടാവാൻ തുടങ്ങി.

“ചെലപ്പോ മുത്തപ്പന്റെ പരീക്ഷണമാവും. നമ്മളിത്ര കാലായിട്ടും കുരിശുമുടി കേറീട്ടില്ലല്ലോ.”

അതേറ്റ. വിശ്വാസകാര്യമായതിനാൽ പരീക്ഷണത്തിന് നില്ക്കാതെ അപ്പനും ബലംപിടുത്തം വിട്ടതോടെ മുരുകന്റെ പളനിമലയ്ക്ക് ബദലായി മലയാറ്റൂർമല എന്റെയുള്ളിൽ എവറസ്റ്റിനെക്കാൾ നെഞ്ചുവിരിച്ച് നില്പായി. അവിടെ പോയി വരുമ്പോൾ മുരുകൻ പറഞ്ഞ പളനി വിശേഷങ്ങളെക്കാളധികം മലയാറ്റൂരിനെക്കുറിച്ച പറഞ്ഞ് അവനെ അസൂയയുടെ കൊടുമുടി കേറ്റണമെന്നായിരുന്നു എന്റെ ഉന്നം.

പനിയിറങ്ങിയാലുടൻ മലയാറ്റൂരിനുപോകുന്ന മഹാവാർത്ത നാട്ടിലൊക്കെ പരത്തണമെന്നും എനിക്ക് വാശിയുണ്ടായിരുന്നു. മുരുകൻ യാത്രപ്പടിക്കുവേണ്ടി ഭസ്മം നിറഞ്ഞ തട്ടവുമായി വീട് തെണ്ടുന്നപോലെ തല മൊട്ടയടിച്ച് വീടുകൾ കയറിയിറങ്ങി എനിക്കും തീർഥയാത്രയെക്കുറിച്ചൊരു വിളംബരം നടത്തണം.

ഞാനാ പദ്ധതി വീട്ടിലവതരിപ്പിച്ചതേ എന്റെ മനോരഥയാത്രയ്ക്ക് കുറുകെ കയറി നിന്ന് അപ്പൻ തടയിട്ടു.

“നമുക്കങ്ങനെ യാത്രക്കാശ് തെണ്ടിപ്പിരിക്കേണ്ട കാര്യോന്നുവില്ല.”

അമ്മ മാത്രമല്ല ചേച്ചിവരെ അപ്പന്റെ നിർദേശത്തെ പിന്താങ്ങി നിഷ്കരുണം എന്നെ തള്ളിപ്പറഞ്ഞതിനാൽ ആഗ്രഹത്തിന്റെ ശവമടക്കും നടത്തി അവിഞ്ഞിരിക്കുന്ന നേരത്താണ് ഔതച്ചായൻ എന്നു ഞാൻ വിളിക്കുന്ന കൊച്ചുവീട്ടിൽ ഔസേപ്പച്ചനെന്ന കുടുംബ സുഹൃത്ത് വീട്ടിലെത്തിയതും സംഗതി സംസാരവിഷയമായതും.

“നീയെന്തിനാ അവനെ തടയുന്നെ. വീട്ടുതെണ്ടൽ ഒരു നേർച്ചയാ. നിയോഗം വച്ച് നടത്തിയാൽ മുത്തപ്പന്റനുഗ്രഹോണ്ടാവും.”

അപ്പനുമമ്മയും ചേച്ചിയും ഉദ്വേഗത്തോടെയും ഞാൻ ആഹ്ലാദത്തോടെയും ഔതച്ചായനെ നോക്കി.

“നാണക്കേടല്ലേ... കാശില്ലാഞ്ഞിട്ടാന്ന് നാട്ടാര് കരുതും.”

“എട ഏലിയാസേ വീട്ടുതെണ്ടൽ നടത്തുന്നത് കാശില്ലാഞ്ഞിട്ടല്ല. കാശുള്ളോര്ടുള്ളിലെ അഹന്ത ചൊരണ്ടിക്കളയാനാ. കിട്ടുന്ന കാശ് പള്ളീല് നേർച്ചയിടുവോ പാവത്തുങ്ങക്ക് കൊടുക്കുകയോ ആവാം. യാത്രക്കൂലി ഇല്ലാത്തോർക്ക് അതിനുമുപകരിക്കും. തെണ്ടാനൊരു യോഗമൊണ്ടെങ്കി അതോടെയങ്ങ് തീരട്ടെന്നേ”.

അത്രയൊക്കെ കേട്ടപ്പോൾ അപ്പന്റെ ഭാഗത്തെ എടമ്പനും ഒന്നയഞ്ഞു. എന്നാൽ തലമുണ്ഡനം ചെയ്യുന്ന പ്രക്രിയ വേണ്ടെന്നായിരുന്നു ഔതച്ചായന്റെയും തീർപ്പ്. മുടി മൊട്ടയടിക്കുന്നത് അഹങ്കാരം ഇറക്കിവയ്ക്കലാണെങ്കിലും ഞാനത്

ചെയ്യേണ്ടതില്ലെന്ന് പറഞ്ഞപ്പോൾ ആയ്ക്കോട്ടെയെന്ന് ഞാനുമങ്ങ് പൊരുത്തപ്പെട്ടു.

പിറ്റേന്ന് നേർച്ചത്തട്ടവുമായി ആദ്യം ഞാൻ തെണ്ടാനിറങ്ങിയത് മുരുകന്റെ വീട്ടിലായിരുന്നു. മുരുകനും അവന്റെ അമ്മയുമച്ഛനും എന്നെക്കണ്ട് വിസ്മയിച്ചുപോയി. മുരുകന്റെ മുഖത്തായിരുന്നു ഏറെ അവിശ്വസനീയത. അവന്റേതുമാത്രമായ ഒരവകാശത്തെ തട്ടിയെടുത്തവനെയെന്ന പോലെ അവനെന്റെ തട്ടത്തിലേക്ക് സൂക്ഷിച്ചുനോക്കി. എന്റെ തട്ടത്തിൽ ഭസ്മമുണ്ടായിരുന്നില്ല. പകരം ഉണക്കരി വറുത്തതും കുരുമുളകും ഉപ്പും ചേർന്നൊരു മിശ്രിതമായിരുന്നു നേർച്ചയായി വച്ചിരുന്നത്.

“എന്ന പുള്ളേ നീങ്കളും തീർഥയാത്ര പോറീങ്കളാ.”

“അതെ. മലയാറ്റൂർക്ക്.”

മുരുകന്റെയമ്മ ചേലയിൽ ചേടിവച്ചിരുന്ന ഒറ്റ രൂപ നാണയത്തുട്ട് ഐശ്വര്യമായി തട്ടത്തിലിട്ടു. ഉണക്കലരിയും കുരുമുളകും ഉപ്പും ചേർന്ന മിശ്രിതം ഞാൻ നേർച്ചയായി മൂവരുടെയും കൈയിൽ ലേശം ഗമയോടെതന്നെ ഇട്ടുകൊടുത്തു.

ഇരുപതുവീട് തെണ്ടിക്കഴിഞ്ഞപ്പോൾ തന്നെ ഭേദപ്പെട്ടൊരു തുക തട്ടത്തിൽ വീണുകഴിഞ്ഞിരുന്നു.

“ഇത്ര മതി. നിർത്തിയേക്ക്.”

അപ്പൻ തടസ്സം പറഞ്ഞപ്പോൾ, തെണ്ടി മതിയായില്ലെങ്കിലും ആത്മനിയന്ത്രണം പാലിച്ച് ഞാൻ മാന്യത കാട്ടി.

വൈകാതെ, പീഡാനുഭവ വാരത്തിലെ മൂന്നാംനാളിൽ നാട്ടുമ്പുറത്തുനിന്ന് ആദ്യം ട്രക്കറിലും പിന്നെ രണ്ട് ബസ്സുകളിലും മാറിക്കയറി ഞങ്ങൾ മലയാറ്റൂരിലേക്ക് തിരിച്ചു. ആലുവാപ്പുഴയുടെ ദൂരക്കാഴ്ചയിലൂടെ കുത്തനെയുള്ള കയറ്റങ്ങൾ കയറി, കുരിശ് തോളിലേറ്റിയവർക്കിടയിലൂടെ ഞങ്ങടെ സ്ലീവാപ്പാത മുന്നേറി.

അപ്പൻ ”പൊന്നും കുരിശു മുത്തപ്പോ” എന്ന് വിളിച്ചുതന്നപ്പോൾ അമ്മ ”പൊൻമല കേറ്റം” എന്നു പിന്താങ്ങി. പിന്നെ ഞങ്ങൾ ഒത്തുചേർന്ന് ”പൊന്നിൻ കുരിശു മുത്തപ്പോ പൊൻമലകേറ്റ”മെന്ന് ശരണം ചൊല്ലി കയറ്റത്തിന്റെ ആയാസത്തെ ലഘൂകരിക്കാൻ തുടങ്ങി.

മലമുകളിലെ പള്ളിക്ക് സമീപമെത്തിയപ്പോൾ തളർന്നുകിതച്ച് ഞാനൊരു പാറമേൽ പാറപോലെ ഇരുന്നു. ഏതേലും മയിലിനെ കാണാനുണ്ടോയെന്ന് ചുറ്റും പരതിക്കൊണ്ടായിരുന്നു ഇരിപ്പ്. എവിടെ, ഒറ്റയെണ്ണത്തിനെപ്പോലും കണ്ടില്ല.

“ദാ അക്കാണുന്ന കുന്നിലെ കാട്ടിൽ ആനയൊണ്ട്.” ചേച്ചി ദൂരേക്ക് കൈചൂണ്ടി. “സൂക്ഷിച്ചു നോക്കിയാ കാണാമ്പറ്റും.”

വിസ്തരിച്ചുനോക്കിയിട്ടും ആന പോയിട്ട് ഒരു ആമക്കുടി എന്റെ കാഴ്ചവട്ടത്ത് വന്നില്ല.

“വെറുതെ. ഒന്നിനേം കാണണില്ലല്ലോ.”

“കണ്ണ് പിടിക്കാഞ്ഞിട്ടാ നിനക്ക്. ബൈനോക്കുലറുണ്ടേലേ കാണാമ്പറ്റൂ...”

കണ്ണിനെത്തന്നെ ബൈനോക്കുലറാക്കി ഒരിക്കൽക്കൂടി ഞാൻ സൂം ചെയ്തു നോക്കി. ദൂരെ അവ്യക്തതയിലെ ചെറിയ നിഴലനക്കം ഒരാനയാണെന്ന് ‘കാഴ്ചയെ ഭാവനകൊണ്ട് കണ്ണെഴുതിച്ച് ഞാനുറപ്പിച്ചു. അത് തുമ്പിക്കൈ ആട്ടുകയും വാലിളക്കുകയും ചെയ്യുന്നുണ്ട്. ശരിക്കും ഒന്നല്ല, പത്തല്ല, നൂറാനകൾ കൂട്ടംകൂടി നില്ക്കുന്നുണ്ട്. അവയിൽ വലിയ കൊമ്പന്മാരും പിടിയാനകളും കുട്ടിയാനകളുമുണ്ട്. അത്രയും

ആനകൾ ഒന്നിച്ചുനില്ക്കുന്നത് ദൂരെനിന്ന് കാണുമ്പോൾ മരക്കാടുപോലെ തോന്നിക്കുന്നതാണ്.

തീർഥാടനം കഴിഞ്ഞ് വീട്ടിൽ തിരിച്ചെത്തിയതും ഞാനാദ്യം ചെയ്തത് മുരുകന്റെ കുരയിലേക്കോടുകയാണ്.

പളനിയിൽ പോയി വരുമ്പോൾ മുരുകൻ നടത്താറുള്ള യാത്രാവിവരണങ്ങളെ കടത്തിവെട്ടുന്ന ഭാവഹാവാദികളോടെ ഞാൻ മലയാറ്റൂരിലെ മഹാവിശേഷങ്ങളുടെ കെട്ടഴിച്ചു.

"ഹോ എന്തോരം ആനകളാ. ഒരു നൂറെണ്ണോങ്കിലും കാണും."

മുരുകന്റെ നൂറുമയിലുകൾക്കെതിരെ നൂറാനകളെ ദ്വന്ദ്വയുദ്ധത്തിനിറക്കി അതിവിദഗ്ധമായി ഞാൻ തോല്പിച്ചു വിട്ടു. എന്റെ നൂറാനകൾക്ക് മുൻപിൽ പിടിച്ചുനില്ക്കാൻ നൂറല്ല, പതിനായിരം മയിലുകൾക്കുപോലും സാധിക്കില്ലെന്ന ആത്മവിശ്വാസമുണ്ടായിരുന്ന എന്റെ പ്രകടനത്തിൽ. അവന്റെ മുഖത്തെ ഇച്ഛാഭംഗം ലഹരിയിൽ മൊരിച്ച പലഹാരംപോലെ എന്നെ ഉത്തേജിതനാക്കി.

പാറയിൽ പതിഞ്ഞുകിടക്കുന്ന സെന്റ് തോമസിന്റെ കാൽപ്പാട് കാണേണ്ട കാഴ്ച തന്നെയാണെന്ന് പറഞ്ഞ് ഞാനവനെ വിസ്മയത്തിന്റെ മലനിറുകയിൽ എത്തിച്ചു. അത്രയ്ക്ക് ഭാരമുള്ളയാളായിരുന്ന തോമ്മാശ്ലീഹയെന്ന് കുറച്ചുകടത്തിത്തന്നെ തട്ടിവിടാനും മടിച്ചില്ല ഞാൻ. പിന്നെ, വഴക്കുപിടിച്ച് അപ്പനെക്കൊണ്ട് മലയാറ്റൂരിൽ നിന്ന് വാങ്ങിപ്പിച്ച ബോട്ട് മുരുകന്റെ വീട്ടിലെ ചരുവത്തിലിട്ട് ഞങ്ങളിരുവരും ചേർന്ന് ഓടിച്ചു. ചരുവത്തിലെ ജലാശയത്തിൽ കടകട ശബ്ദത്തോടെ ബോട്ട് വട്ടത്തിലോടുമ്പോൾ മുരുകൻ അത്ഭുതസ്തബ്ധനായി വാപൊളിച്ചുനിന്നതും ഞാനെന്റെ സ്വകാര്യ അഹന്തയ്ക്ക് കൊറിച്ചുരസിക്കാൻ ഇട്ടുകൊടുത്തു.

എങ്ങനെയെങ്കിലും മലയാറ്റൂര് പോകണമെന്നും നൂറാനകളെ കാണണമെന്നും മുരുകന് കലശലായ ആഗ്രഹമുണ്ടാക്കാൻ അത്രയുമൊക്കെ ധാരാളമായിരുന്നു.

അതിനെക്കാൾ ആഗ്രഹമായിരുന്നു എനിക്ക് പളനിയിൽപ്പോകാനും നൂറ് മയിലുകളെ കാണാനുമെങ്കിലും ഞാനത് പ്രകടിപ്പിച്ച് അവന്റെ മുന്നിൽ കൊച്ചാകാൻ നിന്നില്ല.

അടുത്ത വർഷവും മുരുകൻ പളനിയിലും ഞാൻ മലയാറ്റൂരും പോവുകയും പഞ്ചാമൃതവും നേർച്ചയപ്പവും പങ്കിട്ട് കഴിക്കുകയും ചെയ്തു. പിന്നെപ്പിന്നെ അന്യോന്യം വീമ്പിളക്കിത്തോല്പിക്കുന്ന പരിപാടി എന്നോ ഞങ്ങളെ വിട്ടുപോയി. സൗഹൃദത്തിന്റെ ആദ്യാക്ഷരങ്ങൾ എന്നിലെഴുതിയിട്ട ബാല്യത്തിലെ ഏറ്റവുമടുത്ത ചങ്ങാതിയായി അവൻ മാറി. അവനെപ്പോലെ സ്വന്തമെന്നുതോന്നിയ ഒരു സുഹൃത്ത് പിന്നീടെന്റെ ജീവിതത്തിൽ ഉണ്ടായിട്ടില്ലെന്ന് വിരലടയാളം തൊട്ട് ഞാൻ സത്യം ചെയ്യാം.

എന്നാൽ ഞങ്ങടെ ചങ്ങാത്തത്തിന്റെ ആയുസ് നീട്ടിത്തരുന്ന കാര്യത്തിൽ പളനിയാണ്ടവനോ മലയാറ്റൂർ മുത്തപ്പനോ ശ്രദ്ധവച്ചില്ലെന്നുവേണം കരുതാൻ. ഒരു ശനിയാഴ്ച ചാവൽ ഉണ്ടാക്കുന്നതിനിടെ മുരുകൻ ഏറെ വിഷമത്തോടെ പറഞ്ഞു.

"ഞങ്ങള് പൊള്ളാച്ചീലേക്ക് തിരുമ്പി പോകുവാ. പെരിയപ്പായ്ക്ക് വയ്യാണ്ടായ

തോണ്ട് നോക്കാൻ ആരേലും വേണം.”

ചാവൽ തിളച്ച ത്തുവിയത് എന്റെയുള്ളിലേക്കാണ് പൊള്ളിയിറങ്ങിയത്. അത്ര വേഗം ഒരു ദൂരം വന്ന് ഞങ്ങൾക്കിടയിൽ നിലയുറപ്പിക്കുമെന്ന് ചിന്തിച്ചതുകൂടിയില്ല. ഇനിമേൽ മുരുകൻ കൂടെയില്ലെന്ന ദണ്ഡം നെഞ്ചിലിരുന്നുവിങ്ങാൻ തുടങ്ങുന്നത് ഞാനറിഞ്ഞു. ആരെക്കുറിച്ചെങ്കിലും അങ്ങനൊരനുഭവം മുമ്പെനിക്ക് ഉണ്ടായിട്ടില്ല. പരിഹാരമില്ലാത്തതും പങ്കിടാൻ പറ്റാത്തതുമായതൊന്ന് തനിച്ച് നേരിടേണ്ടിവരു ന്ന ജീവിതസന്ധിയും അന്നാണാദ്യം ഞാനനുഭവിക്കുന്നത്. അതിനെ ഞാൻ സ്നേ ഹത്തിന്റെ വിങ്ങൽ എന്ന് പേരിട്ടുവിളിക്കുന്നു.

പിന്നീടൊരിക്കലും ജീവിതത്തിൽ ഞാൻ ചാവൽ കഴിച്ചിട്ടില്ല. ആർക്കും വേ ണ്ടാത്ത മങ്കരികൊണ്ട് അങ്ങനൊരു പദാർഥം ആരെങ്കിലും ഉണ്ടാക്കുന്നത് കണ്ടി ട്ടുമില്ല. അവസാനം കഴിച്ച ചാവലിനാവട്ടെ മധുരത്തെക്കാൾ ഒലിച്ചിറങ്ങിയ ഉപ്പു രസമായിരുന്നു മുന്നിട്ടുനിന്നത്.

പോവുംമുമ്പ് കഴുത്തിൽ സ്പ്രിങ്ങുള്ള തലയാട്ടുന്ന ഒരു മയിലിനെ മുരുകൻ എനിക്ക് സമ്മാനമായി തന്നു. ആ പാവ വാങ്ങുവാനായി അവൻ അപ്പായോട് ഒരുപാട് കെഞ്ചിപ്പറഞ്ഞിട്ടുണ്ടാവുമെന്ന് എനിക്കറിയാം. പകരമായി അവന് കൊ ടുക്കാൻ എന്റെ കൈയിൽ ഒരാന ഉണ്ടായിരുന്നില്ല. അപ്പോളവൻ നിക്കറിന്റെ പോക്കറ്റിൽനിന്ന് പളനിയിൽ നിന്നുകൊണ്ടുവന്നൊരു കുഞ്ഞുവേൽ എടുത്ത് എനിക്കു നീട്ടി.

“എന്താദ് ?”

“വേൽ.”

“അയ്യേ ഞങ്ങക്കിത് പാടില്ല. ഞങ്ങക്ക് കുരിശേ പാട്ടുള്ളൂ.”

അക്ഷരാഭ്യാസമില്ലാത്ത മുരുകൻ ജ്ഞാനദേവനായി മാറിയ നിമിഷമായിരുന്നു അത്.

“ദാ ഇന്ത വേല് മുകളറ്റത്തുന്നുമുറിച്ച് ഇരണ്ടു വശത്തേക്കും നീർത്തിയാൽ ത്രി ശൂലമാകും. ത്രിശൂലത്തിന്റെ രണ്ട് വശത്തെ കൊമ്പും നീത്തിയാൽ അത് കുരിശ്. വേലുതന്നെ ശൂലം. അതുതന്നെ കുരിശും. എല്ലാമേ ഒൻട്രു താൻ.”

കേട്ടതൊന്നും തലയിൽ പ്രവേശിക്കാതെ ഞാൻ മന്ദിച്ചുനില്ക്കുമ്പോൾ മുരുകൻ തുടർന്നു.

“അതു തന്നെ വേൽ ആളാം കണ്ണി.”

“എന്നുവച്ചാ?.”

“വേളാങ്കണ്ണി.”

അവനിപ്പോൾ എന്ത് പറഞ്ഞാലും ശരിയെന്നോ തെറ്റെന്നോ പ്രതികരിക്കാതെ അതേപടി ഉൾക്കൊള്ളുന്ന മാനസികാവസ്ഥയിലായിരുന്നു ഞാൻ.

എന്നെ ചേർത്തുപിടിച്ച് ഉമ്മ വച്ച് മുരുകൻ പറഞ്ഞു.

“ഇന്നു രാത്രി ഞങ്ങൾ പൊള്ളാച്ചിക്ക് പോകും.”

ഒരക്ഷരം മിണ്ടാനാകാത്തവിധം ഒരു കരച്ചിൽ തൊണ്ടയിലിരുന്ന് കുരുങ്ങുന്നത് ഞാനറിഞ്ഞു.

മുരുകന് മലയാറ്റൂരിലോ എനിക്ക് പളനിയിലോ പോകാൻ പറ്റാതെ അങ്ങനെ നൂറാനകളെയും നൂറുമയിലുകളെയും വിട്ട് ഞങ്ങൾ വഴിപിരിഞ്ഞിട്ട്

മുപ്പതുവർഷമായിരിക്കുന്നു.

പിന്നെയും കുറെത്തവണ മലയാറ്റൂർ മല കയറിയെങ്കിലും ഇടയ്ക്കുവച്ച് എന്റെയാ പതിവ് മുടങ്ങിപ്പോയിരുന്നു. മുരുകന്റെ മയിലും കഴുത്തിലെ സ്പ്രിങ് ഒടിഞ്ഞ് കുപ്പക്കുഴിയിലെങ്ങോ ചെന്നടിഞ്ഞു. അവൻ തന്ന വേൽ ആരും കാണാതെ ഞാനെന്റെ പെട്ടിയിൽ വച്ചത് കാലംഭക്ഷിച്ചു ഭക്ഷിച്ച് ശൂന്യമായി. ചേച്ചി കല്യാണം കഴിഞ്ഞ് ഭർത്താവിനൊപ്പം യലഹങ്കയിൽച്ചെന്ന് കന്നഡക്കാരിയായി. ഞാനും ബാംഗ്ലൂരിലൊരു പ്രൈവറ്റ് കമ്പനിയിൽ കയറിക്കൂടി. ഇപ്പോൾ കോയമ്പത്തൂരിലെ ബ്രാഞ്ചിൽ ട്രാൻസ്ഫർ ആയി എത്തിയിരിക്കുന്നു.

മുരുകന്റെ സ്വന്തം പൊള്ളാച്ചിയിൽ.

II

"അവന്റൊരു ക്ലീഷേ ഗൃഹാതുരത."

മുരുകനെക്കുറിച്ച് പലവട്ടം പറഞ്ഞപ്പോൾ ഓഫീസിലുള്ള പാലക്കാട്ടുകാരൻ സുഹൃത്ത് കളിയാക്കിയതങ്ങനെയാണ്. "ദേ ഒരു മുപ്പതു വർഷം കഴിഞ്ഞ് എന്നെക്കുറിച്ചിമ്മാതിരി വേണ്ടാ വിചാരോം കൊണ്ട് നടന്നേക്കര്ത്."

"ഒറപ്പായും ഇല്ല."

"എങ്കിലാദ്യം ഫേസ്ബുക്കിലൊന്ന് തപ്പ്. എങ്ങാനും തടഞ്ഞാലോ?"

III

ഫേസ് ബുക്കിന്റെ ആഴക്കടലിൽ മുങ്ങിത്തപ്പാനുള്ള ആദ്യശ്രമമെന്ന നിലയിൽ മുരുകൻ എന്ന കീവേഡ് നല്കി വെറുതെയൊന്ന് സെർച്ച് ചെയ്യാൻ ഞാൻ തീരുമാനിച്ചു. അങ്ങനെ നോക്കുമ്പോഴുണ്ട് മുരുകൻ കാട്ടാക്കട മുതൽ രമ്യ എസ് മുരുകൻ ഉൾപ്പെടെ നൂറുകണക്കിന് മുരുകന്മാരുടെയും മുരുകത്തിമാരുടെയും പ്രൊഫൈൽ പിക്ചറുകൾ തെളിഞ്ഞുവരുന്നു. എന്നാൽ മൂന്നുപതിറ്റാണ്ടപ്പുറത്തെ ആറുവയസ്സുകാരനെ തിരിച്ചറിയാൻ പോന്ന ഒരടയാളവും അവ പ്രദർശിപ്പിച്ചില്ല.

പൊള്ളാച്ചിയിൽ ചെന്നശേഷം അവന് വിദ്യാഭ്യാസം സിദ്ധിച്ചിരിക്കുമോ, എവിടെയെങ്കിലും ഉദ്യോഗസ്ഥനായിട്ടുണ്ടാവുമോ, അതല്ലെങ്കിൽ അപ്പനെയും അമ്മയെയും പിൻപറ്റി ഏതെങ്കിലും പാറമടയിൽ കല്ലുടയ്ക്കുന്നുണ്ടാവുമോ തുടങ്ങി സഹായകമായ ഒരു വിവരവും എന്റെ പക്കലില്ല. പൊള്ളാച്ചിയിൽവച്ച് ഞാൻ കണ്ട ആയിരക്കണക്കിന് തമിഴ് മുഖങ്ങളിലൊന്ന് മുരുകന്റേതാണെന്നുപോലും വരാം. കാലം കൊത്തുപണിക്ക് ശ്രമിച്ച് ഒരരുക്കാക്കിയതിനാൽ തമ്മിൽ തിരിച്ചറിയാനാവാത്തവിധം ഞങ്ങടെ ദേഹങ്ങൾ രൂപാന്തരപ്പെട്ടുപോയിരിക്കുന്നു. അവനിപ്പോൾ എന്നെ ഓർക്കുന്നുതന്നെയുണ്ടാവില്ല.

സെർച്ചിൽ ചില കീവേഡുകൾ കൂടി ചേർത്ത് അപ്ഡേറ്റ് ചെയ്യാമെന്ന് വിചാരിച്ചു. പൊള്ളാച്ചിയായിരുന്നു അതിലൊന്ന്. മുരുകത്തികളെ ഒഴിവാക്കുന്നതിലേക്ക് മെയിൽ എന്ന സൂചകപദവും നല്കി. അപ്പോഴും തെളിഞ്ഞു നൂറ്റിപ്പത്തോളം പ്രൊഫൈൽ.

വഴിമുട്ടി നിന്നുപോവുമ്പോഴാണ് ഒരു നൂതനാശയം ഉള്ളിൽ മിന്നിയത്. ഓരോ

പ്രൊഫൈൽ പിക്ചറും ലേറ്റസ്റ്റ് ഫേസ് ആപ്പിലൂടെ കടത്തിവിടുക. എന്നിട്ടവയുടെ ആറ് വയസ്സ് പ്രായമുള്ള മുഖങ്ങൾ നിർമിച്ച് പഴയ മുരുകനുമായുള്ള ചേർച്ച പരിശോധിക്കുക.

ആറുവയസ്സുകാരനെ വെട്ടത്തുവരുത്തുന്ന ആഭിചാരക്രിയ അതിന്റെ പുതുഭാവുകത്വം കൊണ്ടുതന്നെ ആസ്വാദ്യമായിരുന്നു. സ്ക്രീനിൽ തെളിഞ്ഞ കുഞ്ഞുമുഖങ്ങളിൽ സൂക്ഷിച്ചുനോക്കി, കണ്ണ് ചുണ്ട് ഇത്യാദി അവയങ്ങളിലൂടെ ജീൻ മാപ്പിങ് നടത്തി മനസ്സിലെ മുരുകനുമായി തട്ടിച്ച് നോക്കി. കൃത്യത കൂട്ടാനായി ഞാനഭ്യസിച്ച സ്റ്റാറ്റിസ്റ്റിക്സിലെ ചില കടുത്ത പ്രയോഗങ്ങളും പുറത്തെടുത്തു. പലവട്ടം ട്രയൽ ആന്റ് എറർ നടത്തി ഞാനെന്റെ അന്വേഷണമേഖല ഒടുവിൽ അൻപത്തിയെട്ട് പ്രൊഫൈലുകളിലേക്ക് ചുരുക്കി.

അനന്തരം ഒരു മെസേജ് എഴുതി ഓരോ പ്രൊഫൈലിലേക്കും എയ്തുവിടുന്നതിൽ വ്യാപൃതനായി ഞാൻ. ഏതെങ്കിലുമൊന്ന് ഞാനന്വേഷിക്കുന്ന മുരുകനിൽ ചെന്നുകൊണ്ടാൽ തിരികെ ബന്ധപ്പെട്ടുമെന്ന സാധ്യതയാണിനി ഏക പ്രതീക്ഷ.

തുടക്കത്തിൽ വെറും കൗതുകം മാത്രമായിരുന്നുവെങ്കിൽ ഇപ്പോളത് കൃത്യമായി പൂർത്തിയാക്കേണ്ടൊരു പ്രൊജക്ടുപോലെ എന്നെ ആവേശിക്കാൻ തുടങ്ങിയിരിക്കുന്നു. ഏതുവിധേനയും മുരുകനെ കണ്ടെത്തണമെന്ന ശാഠ്യത്തോളം പോന്ന ആഗ്രഹമായി അത് രൂപാന്തരപ്പെടുക പോലുമായി. അത്രമേൽ അവനെന്റെ ഉള്ളിലുണ്ടെന്ന അറിവ് എന്നെത്തന്നെ അമ്പരപ്പിക്കാൻ പോന്നതായിരുന്നു.

തമിഴ്നാട്ടിലെ മാത്രമല്ല, മലയാളക്കരയിലെയും ലോകത്താകമാനവുമുള്ള ചില സംശയാസ്പദ മുരുകന്മാരിലേക്ക് എന്റെ സന്ദേശങ്ങൾ പ്രക്ഷേപണം ചെയ്യപ്പെട്ടു.

പഴയൊരു കൂട്ടുകാരനെ കണ്ടെത്താനുള്ള ശ്രമമാണെന്നും ബുദ്ധിമുട്ടിച്ചെങ്കിൽ ക്ഷമിക്കണമെന്നും മുൻകൂർ ജാമ്യമെടുത്തുകൊണ്ടായിരുന്നു കുറിപ്പ് തുടങ്ങിയത്. തുടർന്ന് പഴയ സാഹചര്യങ്ങളെക്കുറിച്ച് സൂചന നൽകിയിട്ട്, അഥവാ ഈ മുരുകനാണ് ആ മുരുകനെങ്കിൽ തിരികെ മെസേജിടണമെന്ന അഭ്യർഥനയിൽ കുറിപ്പ് അവസാനിപ്പിച്ചു. എന്നെയും മുരുകനെയും കൂട്ടിയിണക്കാൻ ഇടനില നിൽക്കുന്ന ജോലി പളനിയാണ്ടവനും മലയാറ്റൂർ മുത്തപ്പനും സമാസമം വീതം വച്ചുകൊണ്ട് അവരെയും ഞാനാ ഉദ്യമത്തിൽ ഭാഗഭാക്കാക്കി.

എന്നെ അമ്പരപ്പിച്ചുകൊണ്ട് അന്നുതന്നെ ഇരുപത്തിരണ്ടുപേർ മറുപടി തന്നു. ആ മുരുകൻ താനല്ലെന്നും ശരിക്കുള്ള മുരുകനെ കണ്ടെത്താൻ സാധിക്കട്ടെയെന്നും ആശംസ നേരുന്ന മെസേജുകളായിരുന്നു അവ.

ഇനി ചിലർ മെസേജ് കണ്ടെങ്കിലും അവർ പ്രതികരിക്കാതെ വിട്ടതാണെന്ന് തുടർന്നുള്ള ദിവസങ്ങളിൽ സ്റ്റാറ്റസ് നോക്കിയപ്പോൾ മനസ്സിലായി.

പിന്നെ ഏതാണ്ട് നിശ്ചലമായ ഒരവസ്ഥ. പ്രതികരണമേതുമില്ലാതെ ശൂന്യമായിപ്പോയ ദിവസങ്ങൾ.

രണ്ടാഴ്ചയോളം പിന്നിട്ടതോടെ എന്റെ ഉദ്യമം പാടേ പരാജയപ്പെട്ടെന്ന് തലച്ചോറിന്റെ കേന്ദ്രസ്ഥാനത്തുനിന്ന് അറിയിപ്പുകിട്ടി. പ്രപഞ്ചമാകെ അനാഥ തരംഗങ്ങളായി വ്യാപിച്ചുകിടക്കുന്ന എന്റെ സന്ദേശം പിടിച്ചെടുക്കാൻ മുരുകന്റെ മനസ്സിന് കഴിയാതെ പോയിരിക്കുന്നു.

ഞാനന്വേഷിക്കുന്ന മുരുകൻ ഫേസ്ബുക്കിന്റെ പ്രതീതി ലോകത്ത് നിലനില്ക്കു

ന്നവനല്ലെന്ന് എന്നോടുതന്നെ ഞാൻ ഖേദം പ്രകടിപ്പിച്ചു.

ഒരു ബാല്യകൗതുകത്തെ മുപ്പതുവർഷത്തിനുശേഷം വീണ്ടെടുക്കാൻപോയ വിഡ്ഢിത്തത്തെ പഴിച്ച് ഞാനാ ഉദ്യമത്തിൽനിന്ന് എന്നെത്തന്നെ വിച്ഛേദിച്ച് തൊഴിൽപരവും വ്യക്തിപരവുമായ കാര്യങ്ങളിൽ മുഴുകി കഴിയുമ്പോഴാണ് നിനച്ചിരിക്കാതെ മെസഞ്ചറിൽ നിന്നൊരു ബീപ് ബീപ്... മെസേജ് നോക്കിയതും പത്തിമടക്കിയ സകല പ്രതീക്ഷകളും എന്നിൽ സടകുടഞ്ഞെഴുന്നേറ്റു.

"ആ മുരുകൻ ഞാനല്ല. എന്നാൽ എനിക്ക് പരിചയമുള്ള ഒരാളാണോന്ന് സംശയമുണ്ട്. തൃശ്ശൂരിൽ സ്വരാജ് റൗണ്ടിൽ ഒരു ഹോട്ടൽ നടത്തുന്നു... "

" പ്രതികരിച്ചതിന് നന്ദി സുഹൃത്തേ. ഫോൺ നമ്പറോ മറ്റോ കിട്ടാൻ വഴിയുണ്ടോ?"

"അങ്ങനൊരു കോണ്ടാക്റ്റില്ല ഞങ്ങൾ തമ്മിൽ. തൃശ്ശൂരിലൊരു ചില്ലറ ജോലി ചെയ്ത കാലത്ത് എനിക്കാ ഹോട്ടലിൽ പറ്റുപടി ഉണ്ടാരുന്നു. അങ്ങോട്ടുമിങ്ങോട്ടും ഉണ്ടായ ചില സംസാരത്തിൽനിന്ന് ആള് പൊള്ളാച്ചിക്കാരനാന്നറിയാം. നന്നായി മലയാളം പറയും. ഹോട്ടൽ മുരുകവിലാസം. ഭിത്തി നിറയെ മുരുകന്റെ ഫോട്ടോകളാണ്."

ഭിത്തി നിറയെ മുരുകന്റെ ഫോട്ടോകൾ എന്ന ഒറ്റത്തെളിവ് മതിയായിരുന്നു, ഓഫീസിൽ ലീവ് പറഞ്ഞിട്ട് കാറെടുത്ത് എനിക്കപ്പോൾ തന്നെ തൃശ്ശൂരിലേക്ക് പറപ്പിക്കാൻ.

IV

സ്വരാജ് റൗണ്ടിലൂടെ ഒരു റൗണ്ടടിക്കും മുമ്പുതന്നെ മുരുകവിലാസം എന്ന ബോർഡ് എന്റെ കണ്ണുകൾ സ്കാൻ ചെയ്ത് പിടിച്ചു. തേക്കില്ലാത്ത തേക്കിൻകാട് മൈതാനത്ത് കാറൊതുക്കി മുപ്പതു വർഷം പിന്നിലേക്ക് ചുവടുവച്ച് മുരുകവിലാസത്തിൽ ഞാൻ വലതുകാൽ വച്ച് കയറി. സാമ്പ്രാണിയുടെയും ഭസ്മത്തിന്റെയും മണം എന്നെ ഉള്ളിലേക്ക് ക്ഷണിച്ചു. സ്കന്ദഷഷ്ഠി കവചത്തിന്റെ ഈരടികൾ മുഴങ്ങുന്ന അന്തരീക്ഷത്തിൽ കൗണ്ടറിൽ ഇരിക്കുന്ന കൊമ്പൻ മീശക്കാരൻ ഒരാളുടെ ബില്ല് നോക്കി ബാക്കി നല്കുന്നു. അതുകഴിഞ്ഞ് അയാളുടെ നോട്ടം എന്റെ മുഖത്ത് പതിയുമ്പോൾ ദാവഭേദമില്ലാതെ ഞാൻ ചോദിച്ചു.

"ചാവൽ കിട്ടുമോ... ഈ ഹോട്ടലിൽ."

ഒരു ക്ഷണം കൊമ്പൻ മീശക്കാരൻ എന്നെയൊന്ന് സൂക്ഷിച്ചു നോക്കി. അടുത്ത ക്ഷണം ചാടിയെണീറ്റ് കൗണ്ടറിൽ നിന്ന് പുറത്തിറങ്ങി അയാളെന്നെ ഉറുമ്പടക്കം പിടിച്ചു.

"എടാ... നീ ... നീ... "

ഭൂമി അതിന്റെ സകല ഭാരങ്ങളും ഉപേക്ഷിച്ചുകളയുന്ന നിമിഷത്തിൽ ആകാശമാണ് ഒരേയൊരു സത്യം. തമിഴ്നാട്ടിലിരുന്നുകൊണ്ട് തമിഴ്നാട്ടിൽ ഞാനന്വേഷിച്ചവൻ ഇതാ എന്റെ സ്വന്തം നാട്ടിൽ കൊമ്പൻ മീശ വച്ച വമ്പനായി. വർഷങ്ങളുടെ ദൂരം നൊടിയിടയിൽ തുടച്ചുനീക്കാൻ ബാല്യത്തിലെ ഒറ്റ വെറ്റത്തണ്ട് ധാരാളമായിരുന്നു.

അവിചാരിത സമാഗമത്തിന്റെ വികാരത്തള്ളൽ ശമിക്കുവോളം ഇരുവരും ഓരോന്നോരോന്നോരോന്ന് പറഞ്ഞുപറഞ്ഞുപറഞ്ഞുകൊണ്ടേയിരുന്നു.

"എങ്കെയൊക്കെ തെരഞ്ഞതാ നിന്നെ ഞാൻ. എട്ടു വർഷംമുമ്പ് നിങ്ങടെ വീടു തേടിപ്പിടിച്ച് ഞാനവിടെ ചെന്നിരുന്നു. സ്ഥലം വിറ്റ് ബാംഗ്ലൂരിൽ പോയെന്നൊക്കെ അപ്പഴാ അറിഞ്ഞെ. കണ്ടുമുട്ടുന്ന ഓരോ ബാംഗ്ലൂരുകാരനോടും നിന്നെക്കുറിച്ചു ഞാൻ തിരക്കി."

സുഖഭോഗങ്ങളുടെ സൗകര്യത്തിൽ ഇരുന്നുകൊണ്ട് ബോറടിയും ഉൾച്ചൊറിച്ചിലും മാറ്റാനായി ഫേസ്ബുക്കിൽ ഇടപെടുന്നൊരു പ്രതികരണത്തൊഴിലാളി എന്റെയുള്ളിൽ ലജ്ജിതനായി. വർഷങ്ങളായി എന്നെ അവൻ തിരഞ്ഞുനടക്കുമ്പോൾ, ഞാനോ രണ്ടാഴ്ച മുമ്പുമാത്രം അതിനുമുതിർന്നു. ചേച്ചിയുടെ കല്യാണം കഴിഞ്ഞ് അപ്പന് സുഖമില്ലാതായതോടെ വീടും സ്ഥലവും വിറ്റ് ഞങ്ങൾക്ക് ബാംഗ്ലൂരിൽ ചേക്കേറേണ്ടി വന്നിരുന്നു. സ്ഥലം വാങ്ങിയവരുടെ കൈയിൽ കോണ്ടാക്ട് ഡീറ്റയിൽസ് ഇല്ലാഞ്ഞതിനാൽ മുരുകന്റെ അന്വേഷണം വഴിമുട്ടിയെന്നുകേട്ടപ്പോൾ വിഷമം തോന്നി.

"നീയിപ്പോ പളനിക്ക് പോവാറില്ലേ." വിഷയം മാറ്റാനായി ഞാൻ ചോദിച്ചു.

"അപ്പാ ഇരന്ത വർഷം മട്ടും താൻ മൊടങ്കിയത്. നിന്റെ മലയാറ്റൂർ യാത്രയോ?."

"എന്നേ മൊടങ്ങി. ഞാനിപ്പോ പളനിക്കടുത്താ. ഇതുവരെ പക്ഷേ, പളനീപ്പോയിട്ടില്ല."

"ഞാനിവിടെ മലയാറ്റൂരിനടുത്ത്. എന്നിട്ടുമിതുവരെ പോയിട്ടില്ലവിടെ."

ചെറുപ്പത്തെ ഓടിച്ചിട്ടു പിടിക്കുന്നൊരു കൗതുകം തിക്കിത്തിരക്കി വന്ന് എന്നെ മുന്നോട്ടുന്തി.

"നമുക്കൊന്ന് മലയാറ്റൂർക്ക് പോയാലോ."

"എപ്പം."

"ഇപ്പം. ഈ നിമിഷം."

ആലോചിക്കാൻ ഒന്നുമില്ലായിരുന്നു മുരുകനും.

"കണ്ടിപ്പാ. ആദ്യം മലയാറ്റൂർ. അവിടന്ന് നേരെ പളനിക്ക്. കണ്ടുകിട്ടിയാ കൊണ്ടുചെല്ലാമെന്ന് വാക്കുകൊടുത്തതാ ഞാൻ."

"ന്നാ കൊണ്ടു പൊക്കോ. ദാ തയ്യാർ."

"മലയാറ്റൂർമല കേറുമ്പോ തോളില് വയ്ക്കാൻ ഓരോ മരക്കുരിശ് വേണ്ടേ."

"പളനിമല കേറുമ്പോ തോളിലോരോ കാവടീം."

" ജീവിതഭാരങ്ങളല്ലേ... ചുമന്ന് കേറുംമുമ്പ് ഭക്ഷണം കഴിക്കണം. ഒരഞ്ചുമിനിറ്റ്. ഞാനൊന്ന് കിച്ചനിൽ ചെല്ലട്ടെ. അപ്പളേക്കെന്റെ പൊണ്ടാട്ടീം മോനുമിങ്ങെത്തും."

ഇടംകൈയിൽ വേൽ ധരിച്ചവന്റെ ചിത്രത്തിനുതാഴെ പുതിയൊരു കാഷ്യർ ജോലിക്കുകയറി. നാലഞ്ച് ബില്ലുകൾ സെറ്റിൽ ചെയ്തപ്പൊഴേക്കും മുരുകന്റെ പൊണ്ടാട്ടിയും മകനും എത്തി.

അവരെ കണ്ടതും സ്ഥലകാലങ്ങൾ ഘനീഭവിച്ചതുപോലെ ഞാൻ ഉറഞ്ഞുപോയി. ഫേസ് ആപ്പിലൂടെ നിർമിച്ചെടുക്കാൻ ശ്രമിച്ച മുഖത്തിനുപകരം, ഒരു മൊത്തം മുരുകനിതാ പഴയ രൂപത്തിൽ തൊട്ടുമുന്നിൽ. പറിച്ചുവച്ചതു പോലെയുള്ള രൂപസാദൃശ്യം അവിശ്വസനീയം. ഇപ്പോൾ ഇവന്റെയൊരു ഫോട്ടോയെടുത്താൽ, മുപ്പതാണ്ട് മുമ്പുള്ള മുരുകന്റെ ഫോട്ടോയായി. ബാംഗ്ലൂരിലെ സ്കൂളിൽ പഠിക്കുന്ന എന്റെ മകനെ കണ്ടാൽ മുരുകനുണ്ടാവുന്നതും ഇതേ അനുഭവം തന്നെയായിരി

ക്കുമോ?

വാത്സല്യപൂർവം മുരുകന്റെ മകനെ ഞാൻ എന്നോട് ചേർത്തു.

"ഉനക്ക് എന്ന പേര്?"

"അറുമുകൻ."

നേരിയ നാണത്തോടെ അവൻ ഉരുവിട്ടപ്പോൾ ആറ് മുഖങ്ങളുടെ തെളിമ ഏക മുഖത്ത് ഞാൻ കണ്ടു. മനസ്സ് നിറഞ്ഞാൽ വാക്ക് മുട്ടും പണ്ടേ എനിക്ക്. അതിനാൽ ഒന്നുമിനി പറയാനും ചോദിക്കാനും ഇല്ലാത്ത അവസ്ഥയായി.

മുരുകന്റെ ഭാര്യ പക്ഷേ, പറഞ്ഞു തീർക്കാൻ ഒരുപാട് കരുതി വച്ചിട്ടുണ്ടായിരുന്നു.

"ഇവരെപ്പഴും പേശും നീങ്കടെ കാര്യം. എന്നെക്കാൾ ഇവർക്ക് നിങ്കളെത്താൻ ഇഷ്ടം".

"ഹ ഹ ഹ" മുരുകൻ ഉറക്കെ ചിരിച്ചു. ഒപ്പം ഞാനും. പെട്ടെന്നുതന്നെ

ചിരി മാറുന്നതും അവന്റെ മുഖം സാന്ദ്രമാകുന്നതും ഞാൻ കണ്ടു.

"ഇവക്കറിയാം ഇപ്പ ഞാൻ ഉയിരോടിരിക്കുന്നതിന് നീ മട്ടും താൻ കാരണക്കാരനെന്ന്."

പണ്ടുമിങ്ങനെ എനിക്ക് മനസ്സിലാവാത്ത പലതും ഉരുവിടുന്ന സ്വഭാവമുണ്ടിവന്. അന്നുമിങ്ങനെ സന്ദേഹത്തോടെ അവന്റെ മുഖത്ത് നോക്കി വെറുതെ നിൽക്കാറേ ഉള്ളൂ ഞാൻ.

"ഓർക്കുന്നുണ്ടോ നീ മങ്കരിയെടുക്കാൻ നെല്ലുകുത്തുമില്ലിന്റെ കുഴലിലൂടെ ഞാൻ കേറീരുന്നത്."

"പിന്നെ, എത്ര തവണ കൂടെ വന്നതാ ഞാൻ."

"നെല്ല കുത്താത്ത നേരത്തുമാത്രേ അതിൽ കേറാൻ പാടുള്ളൂ. ഒരിക്കൽ ഞാൻ കുഴലിൽ ഞെരുങ്ങീരിക്കുമ്പോ നെല്ല കുത്തുയന്ത്രം പ്രവർത്തിക്കാൻ തുടങ്ങി. ഉമീം പൊടീം കൂടി അടിച്ചുകേറി വന്നെന്നെ ശ്വാസം മുട്ടിച്ചു. മരണ വെപ്രാളമെന്തെന്ന് ശരിക്കും അറിഞ്ഞത് അന്നാണ്. ആ ഒരു നിമിഷത്തിൽ നീയെന്നെ കാലിൽ പിടിച്ചുവലിച്ച് പുറത്തെത്തിച്ചു."

നെഞ്ചുകത്തി കുറച്ചു നേരം മുരുകൻ ചുമച്ച രംഗമൊക്കെ ഇപ്പോഴാണ് എനിക്ക് ഓർമ കിട്ടിയത്. തോട്ടിൽ കുളിച്ച് വീട്ടിലേക്ക് പോകുമ്പോഴും അവന്റെ കണ്ണുകൾ ചുവന്നിരുന്നു.

"പൊള്ളാച്ചീലെത്തി എത്രനാൾ ചികിത്സിച്ചിട്ടാന്നോ ആ ചുമയൊന്ന് മാറീത്. പത്തു സെക്കന്റ് കൂടി കുഴലിലിരുന്നെങ്കി ഉയിരു പോയേനേന്നാ ഡോക്ടർ പറഞ്ഞെ. നീയെന്നെ വലിച്ചുപുറത്തിട്ടില്ലാരുന്നെങ്കി ഇതുപറയാൻ ഞാനിപ്പോ ഉണ്ടാവുമാര്ന്നില്ല. മുരുകനെ കാക്കാൻ മുരുകനയച്ച നൺപനെ എങ്ങനെ ഞാൻ മറക്കുവെടാ. ഉയിരു പോയാലും മറക്കമാട്ടേൻ."

പെട്ടെന്നൊരു തോന്നലിൽ മുരുകനെ പിടിച്ചുവലിച്ചെന്നല്ലാതെ മഹത്തായതെന്തെങ്കിലും ചെയ്യുതായി ആ പ്രായത്തിൽ എനിക്ക് തോന്നിയതേയില്ല. ഇവനിപ്പോൾ പറഞ്ഞില്ലയെങ്കിൽ ഞാനത് ഓർത്തെന്നുപോലും വരില്ല.

വികാരാധീനനായിപ്പോയ ചങ്ങാതിയുടെ ഇരു കൈകളും ഞാൻ ചേർത്തുപിടിച്ചു. കണ്ണുകൾ നനഞ്ഞത് മറച്ചുപിടിക്കാനായി മുരുകൻ പറഞ്ഞു.

"സാപ്പിടെടാ."

മേശയിൽ നിരന്ന വിഭവങ്ങൾ അപ്പൊഴാണ് ഞാൻ ശ്രദ്ധിച്ചത്. കണ്ടതിനെക്കാൾ മോഹിപ്പിക്കുന്ന ഇനിയൊരു കാഴ്ച, പൂർവകാലത്തിലേക്ക് നീളുന്നൊരു കുഴലിലൂടെ എന്നെ ഒറ്റവലിക്ക് മറുപുറത്തേക്കിട്ടു. ഭൂമിയിൽനിന്ന് എന്നോ അപ്രത്യക്ഷമായിക്കഴിഞ്ഞെന്നുകരുതിയ ചാവൽ ഇതാ ചൂടോടെ മുന്നിൽ. അമ്പരപ്പിനു മീതെ അമ്പരപ്പുകൾ വന്നുവീണ് അടിമുടിയെന്നെ ഉലയ്ക്കുകയാണിന്ന്.

"ഇതെങ്ങനെ... ഇപ്പോ."

"അരിയെത്തിക്കുന്ന മില്ലുകാരനോട് പ്രത്യേകം പറഞ്ഞ് ഇടയ്ക്ക് മങ്കരി സംഘടിപ്പിക്കും. പട്ടിണീടെ രുചി മറക്കാതിരിക്കാൻ. നിന്നേം."

പട്ടിണിയുടെ രുചി !

ഭൂമിയുപേക്ഷിച്ച് എല്ലാ നന്മകളും യാത്ര പോയിട്ടില്ലെന്ന് പ്രത്യാശ തോന്നിയെനിക്ക്. അനുഗ്രഹങ്ങൾക്ക് മാത്രമായി ജീവിതം ചില ദിവസങ്ങൾ കരുതിവയ്ക്കുമ്പോൾ ഒരു കരട് പോലും കിടന്നു കൂടാ മനസ്സിൽ.

"ചാവൽ കഴിക്കും മുമ്പ് എനിക്കൊരു കുമ്പസാരം കഴിക്കാനൊണ്ട്." ഞാൻ പറഞ്ഞു.

"എന്ത്?"

"മലയാറ്റൂര് നൂറാനേ കണ്ടെന്ന് പണ്ടു ഞാൻ പറഞ്ഞതോർക്കുന്നോ... ഒക്കെ വെറും തള്ളാര്ന്നു."

അതുകേട്ട് മുരുകൻ തമിഴകംവരെ എത്തുന്ന സ്വരത്തിൽ പൊട്ടിച്ചിരിച്ചു.

"പളനീൽ നൂറ് മയിലിനെക്കണ്ടെന്നുപറഞ്ഞത് അതിലും വലിയ തള്ളാരുന്നു."

ഇത്തവണ എന്റെ മാത്രമല്ല, ബാലമുരുകന്റെയും അവന്റെയമ്മയുടെയും ചിരിയുടെ നിയന്ത്രണച്ചരട് പല കഷ്ണങ്ങളായി പൊട്ടി. ആര് ജയിക്കുമെന്നറിയാത്ത മത്സരച്ചിരി ഒട്ടൊന്ന് ശമിക്കുമ്പോൾ മുരുകൻ എനിക്കു വേണ്ടി ഒരു പ്രാർത്ഥന പറഞ്ഞു

"മുത്തപ്പൻ ക്ഷമിക്കട്ടെ."

"മുരുകനും ക്ഷമിക്കട്ടെ."

ഏറ്റുപറഞ്ഞുകൊണ്ട് മുപ്പതു വർഷം പഴക്കമുള്ളൊരു ആശ്ലേഷത്തിന്റെ കടം വീട്ടുമ്പോൾ, ബാല്യത്തിൽ അവനെനിക്കുനല്കിയ പളനിയാണ്ടവന്റെ വേൽ പിളർന്ന്, വടക്കുംനാഥൻ സാക്ഷിയായി, ആദ്യം ത്രിശൂലവും തുടർന്ന് കുരിശുമായി മാറുന്ന രഹസ്യം എനിക്ക് രഹസ്യമേയല്ലാതായി.

നാലാമത്തെ സാധ്യത

ഗ്രേസി

"കള്ളാ!"
കണ്ണ് തുറക്കാതെ തന്നെ അവൾ വിളിച്ചു.

കള്ളൻ ഞെട്ടിപ്പോയി. അവൻ അവളുടെ നീണ്ട് മെലിഞ്ഞ കഴുത്തിൽ നിന്ന് മാലയുടെ കൊളുത്തഴിക്കുന്ന തിരക്കിലായിരുന്നു. പൊട്ടിച്ചെടുത്താൽ മാല വാങ്ങുന്ന തെണ്ടിക്ക് മോഷ്ടിച്ചതാണെന്ന് എളുപ്പം പിടികിട്ടുമെന്ന് അവൻ കരുതി. അവന്റെ ആദ്യത്തെ സംരംഭമായിരുന്നു അത്.

"നിന്നെ കണ്ടാൽ കള്ളനാണെന്ന് തോന്നുകയേയില്ല!"

അവൾ ഉറങ്ങുകയല്ലെന്ന് ഭയന്ന് അവൻ മാല തിടുക്കത്തിൽ പൊട്ടിച്ചെടുക്കാനുള്ള ശ്രമത്തിലായി. അപ്പോൾ സ്വപ്നത്തിലെന്നപോലെ അവളുടെ ചുണ്ടിന്റെ ഒരു കോണിൽ നിന്ന് മറുകോണിലേയ്ക്ക് ഒരു ചിരി മിന്നിപ്പാഞ്ഞു.

"ഇത്ര തിടുക്കപ്പെടേണ്ട കാര്യമൊന്നുമില്ല. ഞാൻ ആരേയും കൂവിവിളിക്കാനൊന്നും പോണില്ല!"

ഇടത്തേ കൈത്തണ്ട അവന് നേരെ നീട്ടിപ്പിടിച്ച് അവൾ കണ്ണ് തുറന്നു.

"ഈ വളയും ഊരിയെടുത്തോ!"

കള്ളൻ വീണ്ടും ഞെട്ടി. അവൻ ചെറുതായൊന്ന് കുനിഞ്ഞ് അവളുടെ മുഖലക്ഷണം വായിക്കാനൊരു ശ്രമം നടത്തി. പക്ഷേ, അണിയറയിൽ നിന്ന് കഥാപാത്രങ്ങൾ കടന്ന് വരുമ്പോൾത്തന്നെ തിരശ്ശീല വീഴുന്ന അരങ്ങാണ് അവളുടെ മുഖമെന്ന് അവൻ വിചാരത്തിലാണ്ടു. ഇവളൊരു പഠിച്ച കള്ളിയാകാനാണ് സാധ്യത എന്ന നിഗമനത്തിലെത്തിയപ്പോഴേയ്ക്കും അവൾ എഴുന്നേറ്റ് കിടക്കയിൽ ചമ്രം പടിഞ്ഞിരുന്നു. അഴിഞ്ഞുലഞ്ഞ മുടി പിന്നിൽ അലസമായി കോർത്ത്- വലിച്ച്- കെട്ടിയപ്പോൾ അവളുടെ മുഖം കൂടുതൽ ശുഷ്കിച്ചതായി കാണപ്പെട്ടു. അവളുടെ കൺതടങ്ങളിൽ ഉറക്കം ഒഴുക്ക് നിലച്ച് കറുത്ത പാട കെട്ടിക്കിടന്നു. അത് കണ്ടപ്പോൾ അവന്റെ ഇടനെഞ്ചിലൂടെ അവ്യക്തമായ ഒരു വേദന ഇഴഞ്ഞ് പോയി. ഒരു കോട്ടുവായിട്ട് അവൾ മാല ഊരിയെടുത്ത് അവന് നേർക്ക് നീട്ടി. അവൻ എന്തോ ചിന്താക്കുഴപ്പത്തിലാണെന്ന് മനസ്സിലായപ്പോൾ കിടക്കയിൽ വച്ചു. സ്വർണ നിറമുള്ള സർപ്പംപോലെ ചുരുണ്ട് തിളങ്ങുന്ന മാലയിൽ അവന്റെ കണ്ണുകൾ

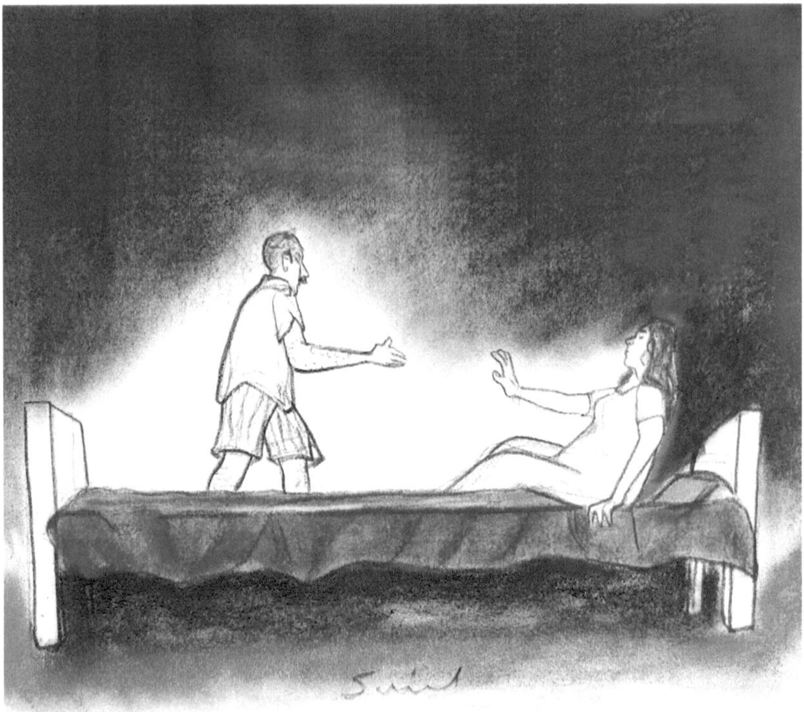

ഒരു നിമിഷം ഉടക്കി. പിന്നെ അവൻ ഒച്ച താഴ്ത്തി.

"എനിക്ക് പരിചയക്കേടൊണ്ടെന്നത് സത്യാ. എന്നാലും മൊതലിന്റെ ഒടമസ്ഥര് ഇങ്ങനെയല്ല പെരുമാറണതെന്ന് എനിക്കൊറപ്പൊണ്ട്. എന്നെ ചതിക്കാനാ നിന്റെ ഭാവോങ്കി എന്റെ സൊഭാവം മാറും. പറഞ്ഞേക്കാം!"

അവന്റെ നോട്ടം കൂർത്ത് അവളിലേക്ക് ചുഴിഞ്ഞിറങ്ങാൻ ശ്രമിച്ചു. ഒരു ശില്പം പോലെ ഉറഞ്ഞുതുടങ്ങിയ അവളുടെ ഉടലിൽ തട്ടി നോട്ടം ചിതറിപ്പോയി. അവൻ ഒച്ചയുടെ തിരി പിന്നേയും താഴ്ത്തി.

"നിനക്കെന്തോ പറയാനുണ്ട്! ഞാനതു കേൾക്കാൻ തയ്യാറാ! പണ്ടേ എനിക്ക് കഥകള് വല്യ ഇഷ്ടമാ!"

ശൂന്യമായ ഒരു നോട്ടത്തോടെ അവൾ പറഞ്ഞു.

എന്റെ കഥ തീരുകയാണ്."

അവന്റെ നെറ്റിയിൽ മൂന്ന് ചുളിവുകൾ കഥാന്ത്യത്തിന്റെ സാധ്യതകളായി തെളിഞ്ഞു.

"ഒന്നുകില് നിനക്കിഷ്ടമില്ലാത്ത ഒരു കല്യാണം നിശ്ചയിച്ചിട്ടൊണ്ടാവണം. അല്ലെങ്കില് നീ വിവാഹ വാഗ്ദാനം കഴിഞ്ഞ് പീഡനം കൊണ്ട് പൊറുതി മുട്ടിയ ഒരു കാമുകിയായിരിക്കും. അതുമല്ലെങ്കില് നിനക്ക് സ്ത്രീധനത്തെച്ചൊല്ലി എപ്പോഴും വഴക്കടിക്കുന്ന ഭർത്താവുണ്ടായിരിക്കും. ഒരു പെണ്ണിന്റെ കഥ തീരാൻ ഇതൊക്കെ

ധാരാളമല്ലേ?"

അവനെ അമ്പരപ്പിച്ചുകൊണ്ട് അവൾ പൊട്ടിച്ചിരിച്ചു.

"നീ ആളൊരു രസികനാണല്ലോ കള്ളാ! നീ പിന്നെന്തിനാ കക്കാനിറങ്ങുന്നത്? വല്ല ചാനലിലും കോമഡിഷോയ്ക്ക് കേറിയാൽ പോരെ?"

അവൻ ചിരിച്ചുകൊണ്ട് കൈയ് നീട്ടി.

"എന്നാൽപ്പിന്നെ നമുക്കൊരുമിച്ച് ചാനലിലേക്ക് കടക്കാം!"

അവൾ നേർത്ത വിരലുകൾ കോർത്ത് ഞെരിച്ചു.

"ഇനി അതിനൊന്നും നേരമില്ല! അടുത്തയാഴ്ച എന്റെ കല്യാണമാണ്! ഏഴ് കൊല്ലത്തെ പ്രണയത്തിന് ശേഷമാണ് ഞങ്ങൾ കല്യാണം കഴിക്കാൻ പോകുന്നത്. ഈ ഏഴ് കൊല്ലംകൊണ്ട് പ്രണയമൊക്കെ തീർന്ന് പോയീന്ന് പറഞ്ഞാൽ ആർക്കെങ്കിലും മനസ്സിലാവണ്ടേ?"

കള്ളൻ ഒരു നിമിഷം അമ്പരന്ന് നിന്നു. പിന്നെ തല കുനിച്ച് തീർന്നുപോയ പ്രണയത്തിനു പ്രണാമമർപ്പിച്ചു. കുറേനേരം മീശ തടവി എന്തോ ആലോചനയിൽ മുഴുകി. ഒടുവിൽ അവളുടെ മുന്നിൽ ചമ്രം പടിഞ്ഞിരുന്നു. അവർക്കിടയിൽ കണ്ണ് ചിമ്മിക്കൊണ്ടിരുന്ന മാല പതുക്കെ കൈയിലെടുത്തു. മുഖത്ത് കൊളുത്തിയ ചിരിയുടെ വെട്ടത്തിൽ അവൻ മാല അവളുടെ കഴുത്തിലണിയിച്ചു.

"ദേ! നിന്റെ ആദ്യത്തെ കല്യാണം ഇപ്പോൾ കഴിഞ്ഞു! ഇനി വരുന്നത് രണ്ടാം കെട്ടല്ലേ? അപ്പോഴേക്കും നമ്മൾ കുറേക്കൂടി അഡ്ജസ്റ്റ് ചെയ്യാൻ പഠിക്കും. ജീവിതം മൊത്തം ഒരഡ്ജസ്റ്റ്മെന്റാണന്നേ!"

അവൻ എഴുന്നേറ്റ് സാങ്കല്പികമായി അവളുടെ കരം ഗ്രഹിച്ച് കട്ടിലിന് ചുറ്റും പ്രദക്ഷിണം വയ്ക്കാൻ തുടങ്ങി. ആദ്യം ഒന്ന് പകച്ചെങ്കിലും കാര്യം പിടികിട്ടിയപ്പോൾ അവൾ ചിരിയടക്കാൻ പാടുപെട്ടു. പൊടുന്നനെ പ്രദക്ഷിണം പാതിയിൽ മുറിച്ച് അവൻ പറഞ്ഞു.

"എന്റെ പിന്നാലെ വരുന്നവൻ ഈ വൃത്തം പൂർത്തിയാക്കും!"

വളച്ച് വച്ച ജനാൽക്കമ്പിക്കിടയിലൂടെ നൂണ്ട് കള്ളൻ പുറത്തേക്ക് കടന്നു. ഉള്ളിൽ നിന്ന് എന്തോ ചോർന്ന് പോകുന്നതറിഞ്ഞ് അവൾ പരിഭ്രമിച്ചു. കിടക്കയിൽ നിന്ന് ഊർന്നിറങ്ങി അവൾ ജനാലയ്ക്കരുകിലേക്ക് ഓടി. അവിടെയെങ്ങും ആരുമുണ്ടായിരുന്നില്ല! പുറത്തെ ഇരുട്ട് അവളുടെ ഉള്ളിലേക്ക് കുത്തിയൊലിച്ച് വന്നു!

കേവലമനുഷ്യ സർവനാമം

അയ്മനം ജോൺ

കുറേക്കാലം മുൻപൊരിക്കൽ ഞാൻ പഴയനഗരത്തിൽ നിന്ന് പുതിയ നഗരത്തിലേക്ക് പോകുമ്പോൾ എവിടെ നിന്നാണ് വരുന്നതെന്നോ എങ്ങോട്ടാണ് പോകുന്നതെന്നോ അറിയാത്ത ഒരാൾ കൂടി എനിക്കൊപ്പം യാത്ര ചെയ്തിരുന്നു. പഴയ നഗരത്തിലെ ബസ്സ്റ്റാൻഡ് കവാടത്തോടു ചേർന്ന ക്ലോക്ക് ടവറിനു ചുവട്ടിൽ നിൽക്കുകയായിരുന്ന അയാൾ ബസ് പുറപ്പെടാൻ തുടങ്ങുമ്പോൾ അതിലേക്ക് ഓടി വന്ന് കയറുകയാണ് ചെയ്തത്. ബസ്സിനുള്ളിൽ എനിക്കരികിലുള്ള സീറ്റ് മാത്രമാണ് അപ്പോൾ ഒഴിവുണ്ടായിരുന്നത്. പ്രതീക്ഷിച്ചതുപോലെ തന്നെ അയാൾ വേഗം വന്ന് അതിൽ ഇരിപ്പുറപ്പിക്കുകയും ചെയ്തു. നീല നിറമുള്ള പാന്റും വെള്ള മുറിക്കയ്യൻ ഷർട്ടും ധരിച്ച, ഏതാണ്ട് അറുപതു വയസ്സോളം പ്രായം തോന്നിച്ച ഒരാളായിരുന്നു അയാൾ. യാത്രകളിൽ പതിവു പോലെ കണ്ടു മുട്ടാറുള്ള പലതരം സഹയാത്രികർക്കിടയിലെ ഒരു തരക്കാരൻ എന്നല്ലാതെ ഒറ്റപ്പെടുത്തിക്കാണാൻ തക്ക ഒരു പ്രത്യേകതയും അയാൾക്കുണ്ടായിരുന്നില്ല. സീറ്റിലേക്ക് ഇരിക്കുന്ന വഴിക്ക് തന്നെ കൈവശമുണ്ടായിരുന്ന പള്ള വീർത്ത തുകൽ ബാഗ്, അയാൾ മടിയിലേക്ക് വച്ചു. എന്നിട്ട് ഇടം കൈ ബാഗിനു മുകളിൽ അമർത്തി സ്ഥാപിച്ച ശേഷം വലംകൈ കൊണ്ട് മുൻസീറ്റിനു മുകളിലെ കമ്പിയിൽ മുറുകെപ്പിടിച്ചു. എല്ലാം ബസ്‌യാത്രക്കാർ സർവസാധാരണമായി കൈക്കൊള്ളാറുള്ള സുരക്ഷാ നടപടികൾ തന്നെ!

ആയിടെ ജോലിയിൽ പ്രവേശിച്ചതെന്നു തോന്നിച്ച ഒരു പെൺകുട്ടിയായിരുന്നു ആ ബസ്സിലെ കണ്ടക്ടർ. ബസ് പുറപ്പെടും മുന്നേ മറ്റെല്ലാവർക്കും ടിക്കറ്റ് നല്കിക്കഴിഞ്ഞിരുന്നതിനാൽ പെൺകുട്ടി അയാൾ ഇരിപ്പുറപ്പിച്ചു കഴിഞ്ഞയുടനെ അടുത്തേക്ക് വന്ന് എങ്ങോട്ടാണ് ടിക്കറ്റ് വേണ്ടതെന്ന് ചോദിച്ചു. അയാൾ, പക്ഷേ, മുഖമുയർത്തുകയോ എന്തെങ്കിലും ഉരിയാടുകയോ ചെയ്തില്ല. ബസ്സിന് മുന്നിലേക്ക് മാത്രം ദൃഷ്ടിയുറപ്പിച്ചു കൊണ്ടുള്ള തന്റെ ഇരിപ്പ് തുടർന്നു പോയതേയുള്ളൂ. എന്നാൽ പെൺകുട്ടി നീട്ടിയ കൈ പിൻവലിക്കുന്നില്ല എന്നു വന്നപ്പോൾ അയാൾ - ഏറെക്കുറെ യാന്ത്രികമായിട്ടെന്നു പറയാം -പോക്കറ്റിൽ കൈയിട്ട് അഞ്ഞൂറ് രൂപയുടെ ഒരു നോട്ടെടുത്ത് അവൾക്ക് നേരെ നീട്ടി. നോട്ട് വാങ്ങി നീളായം മടക്കി, കൈയിൽ തന്നെ സൂക്ഷിച്ചുകൊണ്ട് “എങ്ങോട്ടാണെന്നുടെ പറ“ എന്നായി പെൺകുട്ടി.അതി

നശേഷം കേൾവിക്കുറവാകാം പ്രശ്നം എന്ന് സംശയിച്ച് ആംഗ്യഭാഷ കൊണ്ടും ആ ചോദ്യം ആവർത്തിച്ചു. എന്നിട്ടും അയാളുടെ പക്ഷത്തുനിന്ന് പ്രതികരണമൊന്നുമില്ലെന്നു കണ്ടപ്പോൾ പെൺകുട്ടി അൽപ്പനേരം നിസ്സഹായഭാവത്തിൽ നിന്നു പോയി. അപ്പോൾ നടന്നതൊക്കെ ശ്രദ്ധിച്ചു കൊണ്ട് ചുറ്റുമിരുന്നവരിൽ ഓരോരുത്തരായി പ്രശ്നത്തിൽ ഇടപെട്ടു തുടങ്ങി. ഞങ്ങൾക്ക് തൊട്ടു പിറകിലെ സീറ്റിലിരുന്ന, ഒരു കൊമ്പൻ മീശക്കാരനായിരുന്നു അയാളെ ആദ്യം ചോദ്യം ചെയ്യാൻ തുനിഞ്ഞത്. അതേത്തുടർന്ന് അപ്പുറമിപ്പുറമിരുന്ന നാലഞ്ചു പേർ കൂടി ആ വിചാരണയിൽ പങ്കെടുത്തു. ചോദ്യങ്ങളിൽ ചിലതിനു മാത്രം പതിഞ്ഞ ശബ്ദത്തിൽ, അയാൾ നൽകിയ ഒറ്റവാക്കുത്തരങ്ങളെല്ലാം മലയാളത്തിലായിരുന്നെങ്കിലും ഒന്നും തന്നെ ചോദ്യത്തോട് പൊരുത്തപ്പെടുന്നവയായിരുന്നില്ല. എങ്ങോട്ടാണ് പോകുന്നതെന്ന ചോദ്യത്തിന് 'വാഴ'എന്നും എവിടെയാണ് വീട് എന്നുള്ളതിന് 'അമ്മ' എന്നുമൊക്കെ അയാൾ അലക്ഷ്യമായി മറുപടി നൽകി

ക്കൊണ്ടിരുന്നു. 'വാഴ' എന്നയാൾ പറഞ്ഞതു വച്ച് ഇറങ്ങേണ്ട സ്ഥലം വാഴ എന്നു ചേർത്തുള്ള ഏതെങ്കിലും സ്ഥലനാമമാകാം എന്നൂഹിച്ച അവരിലൊരുവൻ വഴിയിൽ എവിടെയെങ്കിലും അത്തരമൊരു സ്ഥലപ്പേരുണ്ടോ എന്ന് കേൾവിക്കാർ എല്ലാവരോടുമായി ചോദിച്ചു. എന്നാൽ അങ്ങനെയൊരിടം ആ വഴിക്കുള്ളതായി കേട്ടറിവ് പോലും ആർക്കുമില്ലായിരുന്നു. സ്റ്റോപ്പുകളുടെ പേരുകൾ സകലതും പരിശോധിച്ച കണ്ടക്ടറും 'വാഴ'എന്ന വാക്ക് ചേർന്ന ഒരു സ്റ്റോപ്പും റൂട്ടിൽ ഇല്ലെന്ന് സ്ഥിരീകരിച്ചു. അങ്ങനെ വന്നപ്പോൾ ബസ്സിന്റെ ലക്ഷ്യസ്ഥാനമായ പുതുനഗരം വരേയ്ക്കും ടിക്കറ്റ് കൊടുത്ത് തൽക്കാലം ജോലി നിർവഹിക്കാൻ കൊമ്പൻ മീശക്കാരൻ കണ്ടക്ടർ പെൺകുട്ടിയെ ഉപദേശിച്ചു. അതു കേൾക്കാത്ത താമസം. പെൺകുട്ടി പുതുനഗരം വരെയുള്ള ടിക്കറ്റടിച്ച് ബാക്കി പണവും ചേർത്ത് അയാൾക്ക് നേരെ വച്ചു നീട്ടി. എന്നാൽ അയാളത് കൈ നീട്ടി വാങ്ങാൻ തയ്യാറായില്ല. പെൺകുട്ടിയുടനെ നിവൃത്തിയില്ലെന്ന അർഥത്തിൽ ഒരു കൈയാംഗ്യം കൂടി കാട്ടിയിട്ട് രണ്ടും കൂടി അയാളുടെ പോക്കറ്റിലേക്ക് സാവധാനം നിക്ഷേപിച്ചു. എന്നിട്ട് ഒരു ചെറുചിരിയോടെ തന്റെ സീറ്റിലേക്ക് മടങ്ങുകയും ചെയ്തു. അതിനു പിന്നാലെ പ്രശ്നത്തിൽ ഇടപെട്ടവർ ഓരോരുത്തരായി അയാളെച്ചൊല്ലിയുള്ള ആശങ്കകൾ പങ്കുവയ്ക്കാൻ തുടങ്ങി. ഓർമകൾ നഷ്ടപ്പെട്ടു പോയ ഒരാളാകണം അയാളെന്നും വീട്ടുകാർ അറിയാതെയാകണം വീട് വിട്ടിറങ്ങിയതെന്നുമൊക്കെയുള്ള അനുമാനം ഒരാൾ അവതരിപ്പിച്ചപ്പോൾ കേട്ടിരുന്നവർ എല്ലാവരും തന്നെ അതിനുള്ള സാധ്യത തലയാട്ടി സമ്മതിച്ചു. അയാളുടനെ ഉത്സാഹം പൂണ്ട് തന്റെ സീറ്റ് വിട്ടു വന്നിട്ട് അജ്ഞാതനോട് കൈയിലെ മൊബൈൽ ഫോൺ ഒന്ന് കാട്ടാമോ എന്ന് ചോദിച്ചു. എന്നാൽ അങ്ങനെയൊരു സാമഗ്രിയെപ്പറ്റി യാതൊരറിവുമില്ലാത്ത ഒരാളെപ്പോലെ അയാൾ ആ ചോദ്യത്തെ പാടെ അവഗണിക്കുകയാണ് ചെയ്തത്. ഞാനുടനെ പോക്കറ്റിൽ നിന്ന് സ്വന്തം മൊബൈൽ ഫോണെടുത്ത് അയാളെ കാട്ടിക്കൊണ്ട് ചോദ്യകർത്താവ് ആവശ്യപ്പെടുന്ന ഉപകരണം അതാണെന്ന് സൂചിപ്പിക്കുക കൂടി ചെയ്തു നോക്കിയെങ്കിലും അതും അയാളിൽ ഒരു ചലനവുമുണ്ടാക്കിയില്ല. അത്രയുമായപ്പോൾ അയാളെ പുതുനഗരം വരെ കൊണ്ടുപോകാതെ കടന്നു പോന്നു കഴിഞ്ഞിരുന്ന പഴയ നഗരത്തിലെ പൊലീസ് എയ്ഡ് പോസ്റ്റിൽ ഏൽപ്പിക്കുകയായിരുന്നു വേണ്ടത് എന്നൊരഭിപ്രായവുമായി, അതുവരെ മിണ്ടാതിരുന്ന മറ്റൊരു യാത്രക്കാരൻ കൂടി രംഗത്തു വന്നു. അയാൾക്ക് നേരെയും കേൾവിക്കാർ ഒന്നടങ്കം തലയാട്ടിക്കാട്ടി.

പുതിയ കക്ഷിക്ക് ഒരു വിമർശകന്റെ താല്പര്യം മാത്രമാണുണ്ടായിരുന്നതെന്ന് തോന്നിയെങ്കിലും അയാൾ പറഞ്ഞതിലെ യുക്തി എനിക്ക് ബോധ്യപ്പെടാതിരുന്നില്ല. പഴയനഗരം പോലെ ശാന്തമായ ഒരു പട്ടണമല്ലല്ലോ പുതുനഗരം. സൈക്കിൾ റിക്ഷക്കാർ പോലും കാറ്റ് കൊള്ളാൻ പോകുംപോലെ സവാരി പോകുന്ന പഴയനഗരത്തിൽ നിന്ന് കാണാതായ ഒരാളെ നിങ്ങൾക്ക് എളുപ്പം കണ്ടെടുക്കാൻ കഴിഞ്ഞേക്കാം. എന്നാൽ പോക്കറ്റടിക്കാരുടെയും പിടിച്ചുപറിക്കാരുടെയും പട്ടണമെന്ന ദുഷ്പേര് പണ്ടു മുതൽക്കേ സമ്പാദിച്ചിട്ടുള്ളതും, സൈക്കിൾ റിക്ഷക്കാർക്ക് കാൽനടക്കാരെ തള്ളി മാറ്റി മുന്നോട്ട് പോകേണ്ടത്ര ആൾബഹളമുള്ളതുമായ പുതുനഗരത്തിലെ കോലാഹലങ്ങളിൽ പെട്ട് കഴിഞ്ഞാൽപ്പിന്നെ

അങ്ങനെയൊരാളെ തേടിപ്പിടിക്കുന്നത് അതീവദുഷ്കരമെന്നേ ആരായാലും പറയൂ.

എന്തായാലും ബസ് അപ്പോഴേക്ക് പഴയ നഗരത്തിന്റെ പ്രാന്തപ്രദേശങ്ങൾ പോലും കടന്നുപോന്നു കഴിഞ്ഞിരുന്നു. അത് മനസ്സിലാക്കിയ മറ്റൊരാൾ "ഇനി പറഞ്ഞിട്ടെന്നാ കാര്യം... പോയ ബുദ്ധി പിന്നെ ആന പിടിച്ചാലും കിട്ടുകേലല്ലോ" എന്ന പഴഞ്ചൊല്ലും ഉദ്ധരിക്കുകയുണ്ടായി. അതിനു ശേഷം

"ഏതായാലും ആൾടെ പേരെങ്കിലും ഒന്നറിഞ്ഞു വച്ചാൽ കൊള്ളാം"എന്നു കൂടി അയാൾ അഭിപ്രായപ്പെട്ടത്. പിറ്റേന്നത്തെ പത്രത്തിൽ 'കാണ്മാനില്ല' എന്ന തലക്കെട്ടിൽ ഒരു പരസ്യം വരുന്നത് മുൻകൂട്ടി കണ്ടുകൊണ്ടായിരിക്കണം.

അതു കേൾക്കാത്ത താമസം കൊമ്പൻ മീശക്കാരൻ അയാളുടെ തോളിൽ തട്ടി പേര് ചോദിക്കാനും മടിച്ചില്ല. അയാൾ പക്ഷേ, ആ സ്പർശം പോലും തിരിച്ചറിയാത്ത വണ്ണം അനങ്ങാതെ ഇരുന്നതേയുള്ളൂ.

ചെറുപ്പകാലത്ത് അപരിചിതരുടെ പേരുകൾ ലക്ഷണം വച്ച് ഊഹിച്ചു നോക്കുന്ന ഒരു നേരമ്പോക്കിൽ ഏർപ്പെട്ടിരുന്ന കാര്യം എനിക്കപ്പോൾ ഓർമ വന്നു. അയാളുടെ കാര്യത്തിലും അങ്ങനെയൊരു ശ്രമം നടത്താനുള്ള കൗതുകവും അതിനൊപ്പം മനസ്സിൽ മുളച്ചു. പക്ഷേ, ആ വഴിക്ക് ചിന്തിച്ചു നോക്കിയപ്പോൾ മാത്രമാണ്, അങ്ങനെയൊരു ഊഹക്കളിക്ക് ഉതകുന്ന തരം അടയാളങ്ങളോ ലക്ഷണങ്ങളോ ഒന്നും തന്നെ അയാളിൽ ഉണ്ടായിരുന്നില്ലെന്ന് തിരിച്ചറിഞ്ഞത്. പതിവു സമ്പ്രദായപ്രകാരം ടിയാൻ ഏതു മതവിഭാഗക്കാരനാണെന്ന് തിരിച്ചറിയുന്നതായിരുന്നല്ലോ പേരുചാർത്തലിലേക്കുള്ള ആദ്യപടി. എന്നാൽ അത് കണ്ടെത്താനുള്ള ഒരു പഴുതും അയാൾ തുറന്നിട്ടിരുന്നില്ല. ബസ് കടന്നുപോന്ന വഴിക്ക് വെടിവഴിപാടിന് കേൾവി കേട്ട ഒരു ക്ഷേത്രവും അദ്ഭുതരോഗശാന്തിയുടെ പേരിൽ അറിയപ്പെടുന്ന ഒരു പള്ളിയും പൗരാണികതകൊണ്ട് പ്രശസ്തമായ ഒരു മോസ്കും ഒക്കെ ഉണ്ടായിരുന്നതാണ്. ഇപ്പറഞ്ഞ ഓരോ ഇടവും കടന്നു പോന്നപ്പോൾ യാത്രക്കാരിലെ അതാതു മതവിഭാഗക്കാർ അവിടേക്ക് നാണയങ്ങൾ എറിഞ്ഞു കൊടുക്കുകയോ ഭക്തിസൂചകമായ ചേഷ്ടകൾ കാട്ടുകയോ ഒക്കെ ചെയ്തിരുന്നതുമാണ്. അയാളെന്നാൽ ഒരിടത്തു വച്ചും അതിനൊന്നും ഒരുമ്പെട്ടില്ലെന്നു തന്നെയല്ല അപരർ കാട്ടിക്കൂട്ടുന്നതൊന്നും ഒട്ടുമേ ശ്രദ്ധിക്കുന്നുമില്ലായിരുന്നു. അതിനു ശേഷം കുറേക്കൂടി മുന്നോട്ട് പോന്നിട്ട് ബസ് അദ്വൈത മഠത്തിനു മുന്നിലെ സ്റ്റോപ്പിൽ നിർത്തുമ്പോൾ ആ മഠത്തിലേക്കെങ്കിലും അയാൾ ഒരു നോട്ടമെറിഞ്ഞേക്കാം എന്നു ഞാൻ കരുതിയിരുന്നു. അങ്ങനെയൊരു പ്രതീക്ഷയോടെ അവിടെത്തിയപ്പോൾ ഞാനയാളുടെ നേർക്ക് ഒന്നു ദൃഷ്ടി പായിച്ചതുമാണ്. പക്ഷേ, അയാളുടെ തണുത്ത നോട്ടം തെല്ലു നേരം എന്റെ മുഖത്തൊന്നു തറഞ്ഞു നിന്നുവെന്നല്ലാതെ ബസ്സിനു വെളിയിലേക്ക് നീങ്ങിയതേയില്ല. അത്രത്തോളം നീണ്ട യാത്രയ്ക്കിടയിൽ ഒരേ ഒരു തവണ മാത്രമാണ് അയാൾ പുറത്തേക്കൊന്നു ദൃഷ്ടിയോടിച്ചതായി ഞാൻ കണ്ടത്. ബസ് കലമാൻകുന്ന് കയറ്റം കയറിക്കൊണ്ടിരിക്കെ വടക്ക് മാറി വലിയ ഒരിടിനാദം മുഴങ്ങിയ നേരത്തായിരുന്നു അത്. അങ്ങനെ എല്ലാം കൂടി കണക്കിലെടുത്തപ്പോൾ മറ്റു പേരുകളൊന്നും കണ്ടെത്താൻ തുനിയാതെ അയാളെ 'കേവലമനുഷ്യൻ' എന്നു മാത്രം വിളിക്കുന്നതാണ് എനിക്ക് ഏറ്റവും അഭികാമ്യമായി തോന്നിയത്.

മാവിൻമൂട്, ബ്ലോക്ക്പടി, പീടികക്കവല, എസ്റ്റേറ്റ് മുക്ക്, കനാൽ റോഡ്, ഗേൾസ് ഹൈസ്കൂൾ അങ്ങനെ സ്റ്റോപ്പുകൾ ഓരോന്നായി പിന്നിട്ട് ബസ് പുതുനഗരത്തോട് ഓടിയോടി അടുത്തുകൊണ്ടിരുന്നു. അതിനനുസരിച്ച് യാത്രക്കാരുടെ എണ്ണം ഏറിക്കൊണ്ടുമിരുന്നു. ചുറ്റും നേരത്തെ കണ്ടിരുന്നവർ പലരും പലയിടങ്ങളിലായി ഇറങ്ങിപ്പോയപ്പോൾ അവരുടെ ഇരിപ്പിടങ്ങൾ പുതുതായി കയറിയവർ കൈയടക്കുകയുമുണ്ടായി. കേവലമനുഷ്യനെ ചോദ്യം ചെയ്തവരിൽ ആരെങ്കിലും ബസ്സിൽ അവശേഷിച്ചിരുന്നുവോ എന്നറിയാൻ ആ ആൾമാറാട്ടങ്ങൾക്കിടയിൽ എനിക്ക് സാധിക്കാതെയും വന്നു. എന്തായാലും ബസ്സിനുള്ളിൽ അയാളെച്ചൊല്ലിയുയർന്ന ഉത്കണ്ഠകളെല്ലാം അതിനൊക്കെ മുൻപേ കെട്ടടങ്ങിക്കഴിഞ്ഞിരുന്നു.

പുതുനഗരത്തിലെ ബഹളമയമായ സ്റ്റാൻഡിലേക്കുള്ള പ്രവേശനകവാടം എത്തിയപ്പോൾ തന്നെ യാത്രക്കാർ ഏറെപ്പേരും ഇറങ്ങാനുള്ള തിക്കിത്തിരക്കിൽ ഏർപ്പെട്ടു കഴിഞ്ഞിരുന്നു. എന്നാൽ കേവലമനുഷ്യൻ അപ്പോഴും അക്ഷോഭ്യനായിത്തന്നെ ഇരുന്നതേയുള്ളൂ. ബസ് നിന്നതിനു ശേഷമാണെങ്കിലും ഞാനായിരുന്നു അയാൾക്ക് മുന്നേ സീറ്റിൽ നിന്നെഴുന്നേറ്റത്.അപ്പോൾ ബാഗും പേറി അയാളും എഴുന്നേറ്റ് നിന്നത് എനിക്ക് വഴി തരാനെന്ന് തോന്നുംവണ്ണമായിരുന്നു താനും. എന്നാൽ അയാളുടെ ഭാഗത്തു നിന്ന് പിന്നീടൊരു ശ്രമവും വേണ്ടിവരാത്ത വിധത്തിൽ പിന്നിൽ നിന്നവർ തിരക്ക് കൂട്ടി അവർക്കൊപ്പം അയാളെക്കൂടി വാതിൽക്കലേക്ക് ഉന്തിക്കൊണ്ടു പോകുകയാണുണ്ടായത്. തൊട്ടു പിന്നാലെ ഞാനും അവരെ അനുഗമിച്ചു.

ബസ്സിൽ നിന്നിറങ്ങിയവരിൽ കേവലമനുഷ്യനും അയാളെ പ്രതി ഉത്കണ്ഠാകുലനായിരുന്ന ഞാനും മാത്രമാണ്, പിന്നീട് ഒരല്പനേരമെങ്കിലും ആ ബസ്സിനരികെ ആലോചിച്ചു നിന്നത്. ശേഷിച്ചവരത്രയും നിമിഷനേരംകൊണ്ട് പലയിടങ്ങളിലേക്കായി ചിതറിയോടിക്കഴിഞ്ഞിരുന്നു. കണ്ടക്ടർ പെൺകുട്ടിയും സ്റ്റേഷൻ ഓഫീസിലേക്ക് തിടുക്കപ്പെട്ട് കയറിപ്പോകുന്നതു കണ്ടു. കേവലമനുഷ്യന്റെ അടുത്ത നീക്കം കൂടി അറിഞ്ഞിട്ടാകാം അവിടം വിടുന്നത് എന്നു മാത്രമേ ഞാനും ഉദ്ദേശിച്ചിരുന്നുള്ളൂ. അത് കഴിഞ്ഞാൽപ്പിന്നെ ചിതറിപ്പോയവരെപ്പോലെ തന്നെ മറ്റൊരിടം ലക്ഷ്യമാക്കി ഓടാനുള്ള തിടുക്കത്തിലുമായിരുന്നു. ഏട്ടത്തി രോഗിണിയായിക്കിടക്കുന്ന ജില്ലാ ആസ്പത്രിയായിരുന്നു എന്റെ ലക്ഷ്യസ്ഥാനം. സന്ദർശനസമയം കഴിയും മുൻപെ ഏട്ടത്തിയെ കാണുകയും അടിയന്തിര ചികിത്സയ്ക്ക് അത്യാവശ്യമായിരുന്ന കുറച്ചു പണം ഏൽപ്പിക്കുകയുമായിരുന്നു ലക്ഷ്യം.

ഏറെ വൈകിയില്ല കേവലമനുഷ്യൻ ആ ബസ്സ്റ്റാൻഡിന് അഭിമുഖമായിക്കണ്ട ക്ലോക്ക് ടവർ ലക്ഷ്യമാക്കി നടന്നു. എന്നിട്ട് തുകൽ ബാഗ് വലത്തേ കൈയിൽ തൂക്കിപ്പിടിച്ചുകൊണ്ട് അതിനു ചുവട്ടിൽ ചെന്ന് ഒരു കൽപ്രതിമ പോലെ നിൽക്കാൻ തുടങ്ങി.

ആ നിൽപ്പ് നിൽക്കെ അയാളെ വിട്ടുപോകാൻ എനിക്കൊട്ടും മനസ്സ് വന്നില്ല. അയാളുടെ അടുത്ത നീക്കമെന്താണെന്ന് അറിഞ്ഞു വയ്ക്കാൻ മാത്രമെങ്കിലും മറ്റൊരാളെ ചുമതലപ്പെടുത്താതെ അവിടം വിടുന്നത് അധാർമികമാണ് എന്നൊരു വിചാരത്തോടെ ഞാൻ ചുറ്റും നോക്കി. വരികയും പോകുകയും ചെയ്യുന്ന ബസ്സുകൾ... താന്താങ്ങളുടെ ബസ്സുകൾക്കായി അക്ഷമരായി കാത്തു നിൽക്കുന്ന യാത്രക്കാർ.

വന്നെത്തുന്ന ബസ്സുകളിൽ നിന്നിറങ്ങിപ്പായുന്ന ഒരു പറ്റമാളുകൾ. അതേ ബസ്സുകളിലേക്ക് മത്സരിച്ച് കയറിപ്പറ്റുന്ന മറ്റൊരു പറ്റം അതിനൊക്കെ നടുവിലായി, കൈവിരലിൽ കെട്ടിയിട്ട വിസിലുമായി എല്ലാറ്റിനും നിരീക്ഷകനായി നിലകൊണ്ടിരുന്ന ട്രാഫിക് പൊലീസുകാരന്റെ മേൽ എന്റെ നോട്ടം പതിച്ചു. മുൻപൊരിക്കൽ വലുതായി വീർപ്പിച്ച ഒരു ബലൂൺ പൊക്കിയെറിഞ്ഞു തട്ടിക്കളിച്ചുകൊണ്ട് ആ സ്റ്റാന്റിനുള്ളിലൂടെ വട്ടത്തിലോടി നടന്ന് ബസ്സോട്ടം തടസ്സപ്പെടുത്തിയ ഒരു താടിക്കാരനെ ട്രാഫിക് പൊലീസുകാർ ചേർന്ന് അനുനയിപ്പിച്ച് പുറത്തേക്ക് കൂട്ടിക്കൊണ്ടു പോകുന്ന കാഴ്ച കണ്ടു നിന്നിരുന്നത് എനിക്കുടനെ ഓർമ വന്നു.

പിന്നെ ഏറെ നേരം ചിന്തിച്ചു നിൽക്കാതെ ഞാൻ ആ പൊലീസുകാരന്റെ അടുത്തേക്ക് ചെന്നു. കേവല മനുഷ്യനെ ചൂണ്ടിക്കാട്ടിയിട്ട് ബസ്സുയാത്രയിൽ ഞാൻ സാക്ഷ്യം വഹിച്ച ആ മനുഷ്യന്റെ അസ്വാഭാവികപെരുമാറ്റത്തെപ്പറ്റി ഞാനയാളെ പറഞ്ഞു ധരിപ്പിച്ചു. അതിനു ശേഷം കേവലമനുഷ്യന്റെ മേൽ ഒരു കണ്ണുണ്ടായാൽ കൊള്ളാം എന്നുമാത്രം അഭ്യർഥിക്കുകയും ചെയ്തു.ബസ്സുകളെ നിയന്ത്രിക്കുന്നതിനിടയിലായിരുന്നതിനാൽ ആ പൊലീസുകാരൻ ഞാൻ പറഞ്ഞതിൽ പാതിയോളമേ കേട്ടുകാണാൻ വഴിയുണ്ടായിരുന്നുള്ളൂ. എങ്കിലും എന്റെ അഭ്യർഥന അപ്പടി സ്വീകരിക്കുന്ന മട്ടിലായിരുന്നു അയാൾ സമ്മതസൂചകമായി തലയാട്ടിയത്. ഏതായാലും ആ സംശയാസ്പദസമ്മതത്തിൽ പൂർണവിശ്വാസമർപ്പിച്ച് ഞാൻ ആശുപത്രിയെ ലക്ഷ്യമാക്കി അതിവേഗം നടന്നു. സന്ദർശനസമയം കടന്നു പോകും മുൻപ് ആശുപത്രിക്കുള്ളിൽ കയറിപ്പറ്റുകയും ചെയ്തു.

രോഗാകുലതകൾക്ക് പുറമെയുള്ള ഏട്ടത്തിയുടെ ചില ആവലാതികൾക്കു കൂടി ചെവി കൊടുക്കുകയും അതാതിനു പറ്റിയ ആശ്വാസവാക്കുകൾ കണ്ടെത്തുകയും ചെയ്യേണ്ടി വന്നതുകൊണ്ട് പണമേൽപ്പിച്ച ശേഷവും കണക്കു കൂട്ടിയിരുന്നതിൽ കൂടുതൽ നേരം എനിക്ക് രോഗക്കിടക്കക്കരികെ ചെലവിടേണ്ടതായി വന്നു. ആശുപത്രി വിടുമ്പോൾ വീട്ടിലേക്കുള്ള അവസാനത്തെ ബസ് പുറപ്പെടുന്നതിന് മുൻപെങ്കിലും എനിക്ക് തിരികെ പഴയ നഗരം പ്രാപിക്കാൻ കഴിയുമോ എന്നോർത്ത് വേവലാതിപ്പെടാൻ മാത്രം, സമയം അതിക്രമിച്ചിരുന്നു.

പുതുനഗരത്തിലെ ബസ്സ്റ്റാൻഡിലേക്ക് കാലുകൾ നീട്ടിക്കുത്തി നടക്കുന്ന വഴിക്ക് പഴയ നഗരത്തിലേക്ക് പോകുന്ന ഒരു ബസ് സ്റ്റാൻഡ് വിട്ടു വന്നിട്ട് ചന്തമുക്കിൽ നിർത്തി ആളെക്കയറ്റുന്നതായി ഞാൻ കണ്ടു. സ്റ്റാൻഡിൽ തിരികെച്ചെന്ന് കേവലമനുഷ്യൻ അപ്പോഴും ടവർ ക്ളോക്കിനു കീഴിൽ അതെ നിൽപ്പ് നിൽക്കുകയാണോ അതോ അവിടം വിട്ടു പോയിട്ടുണ്ടാവുമോ എന്നറിയാൻ എനിക്ക് അതിയായ ഉത്കണ്ഠയുണ്ടായിരുന്നു. അതോടൊപ്പം തന്നെ അതിനൊരുമ്പെട്ട് പിന്നെയും വൈകിയാൽ തക്ക സമയത്ത് പഴയ നഗരമെത്താൻ എനിക്ക് കഴിയാതെ പോയാലോ എന്ന ഭയവുമുണ്ടായിരുന്നു. മനസ്സങ്ങനെ ചാഞ്ചാടിക്കൊണ്ടിരിക്കെ ആ ബസ്സവിടുന്ന് പുറപ്പെടാൻ തുടങ്ങി. പൊടുന്നനെ ഞാൻ അതിലേക്ക് ഓടിച്ചെന്നു കയറുകയും ചെയ്തു.

അങ്ങനെ അർധമനസ്സോടെ അയാളെ ഉപേക്ഷിച്ചു പോന്നത് കൊണ്ടാവണം -യാത്രയിലുടനീളം അയാളുടെ വ്യാകുല സാന്നിധ്യം ആ ബസ്സിനുള്ളിലും എനിക്ക് അനുഭവപ്പെട്ടുകൊണ്ടിരുന്നു.

ഒടുവിൽ നേരം നന്നായി ഇരുട്ടിക്കഴിഞ്ഞ് പഴയനഗരത്തിലെ സ്റ്റാൻഡിൽ തിരികെയെത്തിയപ്പോഴാണ്, എന്നെ അതിലേറെ ആശ്ചര്യപ്പെടുത്തിക്കൊണ്ട് കേവലമനുഷ്യൻ അവിടുത്തെ ക്ലോക്ക് ടവറിനു ചുവട്ടിൽ പിന്നെയും നിൽക്കുന്ന തായി ഞാൻ കണ്ടത്. ഇരുട്ടിൽ അയാളുടെ ഷർട്ടിന്റെയും പാന്റിന്റെയും നിറങ്ങൾ വേർതിരിച്ചറിയാൻ കഴിയുമായിരുന്നില്ല എന്നതൊഴിച്ചാൽ അയാൾ പുതുനഗര ത്തിലെ ടവർ ക്ലോക്കിനടിയിൽ നിന്നിരുന്ന അതേ നിൽപ്പ് തന്നെയാണ് നിന്നി രുന്നതും.

എന്റെ നട്ടെല്ലിനുള്ളിലൂടെ ഒരു നടുക്കം കടന്നുപോയി. എങ്കിൽത്തന്നെയും അയാൾ പഴയ നഗരത്തിൽ തിരികെയെത്തിയല്ലോ എന്നോർത്തപ്പോൾ എനിക്ക് വലിയ ആശ്വാസവുമനുഭവപ്പെട്ടു. ഓർമകൾ നഷ്ടപ്പെട്ട, വീട്ടുകാർ അറിയാതെ വീട് വിട്ടുപോന്ന, ഒരാൾ തന്നെയാണ് അയാൾ എന്നു വരികിൽ അയാളെ കണ്ടെത്തു ന്ന കാര്യം ഇനിയവർക്ക് എളുപ്പമായല്ലോ എന്നായിരുന്നു എന്റെ വിചാരം.

അങ്ങനെയൊരു സമാശ്വാസത്തോടെ വീട്ടിലേക്കുള്ള അവസാന ബസ്സിൽ യാത്ര തിരിച്ച ഞാൻ ആ യാത്രയ്ക്കിടയിലാണ് മറിച്ചൊന്നു ചിന്തിച്ചു പോയത്.

ഓർമകൾ നഷ്ടപ്പെട്ടു പോയതോടെ –ഓട്ടം നിലച്ച ഒരു നാഴികമണിയെന്ന പോലെ - എല്ലാവരാലും ഉപേക്ഷിക്കപ്പെട്ട ഒരാളാണ് അയാൾ എന്നു വരികിലോ?

അതോർത്തപ്പോൾ തോന്നിയ അതിയായ വ്യസനത്തോടെയായിരുന്നു ഞാനന്ന് വീട് പൂകിയത്.

അന്നുണ്ടായ ആ ചിന്താക്കുഴപ്പം ഇന്നും എന്നിൽ നിന്ന് വിട്ടു പോയിട്ടില്ലെന്നു ള്ളതാണ് കഷ്ടം. ഏതു നഗരത്തിലെത്തിയാലും അവിടുത്തെ നാഴികമണിയുടെ ചുവട്ടിൽ കേവലമനുഷ്യനെ ഞാൻ അന്നത്തേതു പോലെ തന്നെ കണ്ടുമുട്ടുന്നു അയാൾ അന്ന് നിന്നിരുന്ന അതെ നിൽപ്പ് തന്നെ തുടരുകയുമാണ്. അതൊരു യഥാർഥ കാഴ്ചയാണോ അതോ വെറുമൊരു മായക്കാഴ്ചയാണോ എന്ന ചോദ്യ ത്തിന് എന്തെങ്കിലും പ്രസക്തിയുള്ളതായി എനിക്കൊട്ടു തോന്നുന്നതുമില്ല !

മൂലധനം

അഷ്ടമൂർത്തി

മൊബൈലിൽ വിളി വന്നപ്പോൾ പേരല്ല ഒരു നമ്പറാണ് തെളിഞ്ഞത്. തെറ്റിവന്ന വിളിയല്ല എന്നു മനസ്സിലായത് പേരു പറഞ്ഞ് എന്നെ വിളിക്കാരി ഉറപ്പു വരുത്തിയപ്പോഴാണ്. അൽപ്പം വിറയുള്ള ആ ശബ്ദം ഞാൻ ഉടനെ തിരിച്ചറിഞ്ഞു: തുളസിടീച്ചറാണ്.

എന്നാണ് നാട്ടിലെത്തിയതെന്നും എത്ര മാസം താമസമുണ്ടെന്നും മറ്റുമുള്ള എന്റെ പതിവു കുശലങ്ങൾക്കു വിരാമമിട്ട് ശേഷം ടീച്ചർ ചോദിച്ചു: “താനെന്നാണ് ഇങ്ങോട്ടു വരുന്നത്?”

നാലു മാസമുണ്ടല്ലോ തിരക്കില്ലല്ലോ എന്നും മറ്റുമുള്ള എന്റെ പ്രതികരണങ്ങൾ കേട്ട് ടീച്ചർ ചിരിച്ചു. “അത്ര വൈകിക്കണ്ട. വായിക്കാൻ പുസ്തകങ്ങളൊന്നും ഇല്ല. ഇന്നലെ ജയന്തി തന്ന രണ്ടു വാരികകളേ തൽക്കാലം കൈയിലുള്ളൂ. അത് ഇന്നത്തോടെ തീരും.”

കഴിഞ്ഞ കൊല്ലം ടീച്ചർ വന്നപ്പോൾ തന്ന പുസ്തകങ്ങൾ ഇനിയും വായിച്ചു തീർന്നിട്ടില്ലല്ലോ എന്നാണ് ടീച്ചറുടെ വിളി വന്ന ഉടനെത്തന്നെ ഞാൻ ചിന്തിച്ചത്. പന്ത്രണ്ടു പുസ്തകങ്ങളാണ് തന്നിട്ടു പോയത്. അതുകൊണ്ട് പ്രശ്നമൊന്നുമില്ല. വായിച്ചുവോ എന്ന് ടീച്ചർ അന്വേഷിക്കാറില്ല. വർത്തമാനം പ്രധാനമായും അപ്പോൾ വായിച്ചുതീർന്ന പുസ്തകത്തെപ്പറ്റിയാവാറാണ് പതിവ്. ഇത്തവണ ഏതു പുസ്തകമാണാവോ!

തൃശ്ശൂരിൽ പൂങ്കുന്നത്ത് ഒരു ഫ്ളാറ്റിലാണ് ടീച്ചർ താമസിക്കാറ്. ബന്ധത്തിലാരുടെയോ ആണ് ആ വീട്. പേര് ഓർമയില്ല. അതത്ര പ്രധാനവുമല്ല. വർത്തമാനത്തിനിടയ്ക്ക് ടീച്ചർ പലരുടെയും പേരുകൾ പറയും. എല്ലാവരെയും എനിക്കു നേരിട്ടു പരിചയമുണ്ട് എന്ന മട്ടിലാവും ടീച്ചറുടെ സംസാരം. അറിയാം എന്ന മട്ടിൽ ഞാൻ തലകുലുക്കും.

ഭർത്താവ് രാജഗോപാലമേനോൻ മരിച്ചിട്ട് പത്തു കൊല്ലത്തിലധികമായി. നാട്ടിൽ വരുമ്പോഴൊക്കെ അച്ഛനെ കാണാൻ വരുമായിരുന്നു. ആദ്യകാലത്തെ കമ്മ്യൂണിസ്റ്റുകളെന്ന നിലയിൽ അവർ തമ്മിൽ വലിയ അടുപ്പമുണ്ടായിരുന്നു. അമ്പത്തേഴിലെ മന്ത്രിസഭയുടെ കാലത്ത് വ്യവസായവകുപ്പിൽ വളരെ ഉയർന്ന ഒരു

ദ്യോഗമാണ് രാജഗോപാലമേനോന് ഉണ്ടായിരുന്നത്. കേരള സോപ്സ് ആൻഡ് ഓയിൽസിന്റെ ചുമതലയുണ്ടായിരുന്നു. അത് വിപുലീകരിക്കാനും കേരളത്തിന്റെ തനതായ സോപ്പാക്കി മാറ്റാനും ദീർഘദൃഷ്ടിയുള്ള ടി വി തോമസിന് പദ്ധതികളുണ്ടായിരുന്നു. രാജഗോപാലമേനോനെ മന്ത്രി അതിനാണ് നിയോഗിച്ചതും. പക്ഷേ എവിടെയോ വെച്ച് അവർ തമ്മിൽ തെറ്റി. ഉദ്യോഗം വലിച്ചെറിഞ്ഞ് മേനോൻ ലണ്ടനിലേയ്ക്കു പോയി.

"അതിനെപ്പറ്റിയൊന്നും പറയാൻ എന്നെ നിർബന്ധിക്കരുത് വിശ്വനാഥാ", കാരണം ചോദിച്ച അച്ഛനോട് മേനോൻ പറയുന്നത് ഞാൻ കേട്ടിട്ടുണ്ട്. "ചിലതൊക്കെയുണ്ടല്ലോ, നമുക്ക് മറ്റൊരാളോടു പറയാൻ തന്നെ ഒരു സുഖമുണ്ടാവില്ല. തുളസിയോടു പോലും ഞാൻ പറഞ്ഞിട്ടില്ല."

സ്കൂളിലെ ജോലി രാജി വെച്ചാണ് തുളസിടീച്ചർ മേനോനോടൊപ്പം ഇംഗ്ലണ്ടിലേക്കു തിരിച്ചത്. അപ്പോൾ ടീച്ചർ ഗർഭിണിയായിരുന്നു. ലണ്ടനിൽ അവർക്ക് ടീച്ചറുദ്യോഗം കിട്ടി. ഇംഗ്ലണ്ടിൽ വെച്ചാണ് അവരുടെ മകൾ ജനിച്ചത്.

അച്ഛൻ ഉന്നയിച്ച സംശയം ഞാൻ പിന്നീട് ടീച്ചറോട് ചോദിച്ചിട്ടുണ്ട്. മറുപടി കിട്ടുമെന്ന പ്രതീക്ഷയോടെയല്ലെങ്കിലും.

"മേനോന് വലിയ സങ്കടമുള്ള എന്തോ ഒന്നായിരുന്നു," ടീച്ചർ പറഞ്ഞു. "സിദ്ധാന്തമെന്ന നിലയിലുള്ള കമ്മ്യൂണിസം നടപ്പാക്കുമ്പോൾ ഉണ്ടാവുന്ന പ്രതിസന്ധികളാണെന്നു മാത്രം പറഞ്ഞു. ആശയവും പ്രയോഗവും രണ്ടും രണ്ടാണല്ലോ എന്നും. ഞാൻ കൂടുതലൊന്നും ചോദിച്ചില്ല."

പുസ്തകങ്ങളായിരുന്നു മേനോനുള്ള കൂട്ട്. ഇംഗ്ലണ്ടിലെ ജോലിയിൽനിന്നു വിരമിച്ച് അവിടെത്തന്നെ തുടരുമ്പോഴും നാട്ടിലെ സ്വന്തം വീട്ടിൽ നാലു മാസത്തോളം താമസിക്കാനെത്തുമായിരുന്നു. ഇംഗ്ലണ്ടിൽ കിട്ടാൻ ബുദ്ധിമുട്ടായ മലയാള പുസ്തകങ്ങൾ വാങ്ങാനും വായിക്കാനുമായിരുന്നു മേനോന്റെ ആ വരവ്. തുളസിക്കു വായിക്കാനെന്നു പറഞ്ഞ് കുറേ പുസ്തകങ്ങൾ പൊതിഞ്ഞുകെട്ടി കൊണ്ടുപോവും.

ആ പതിവു തന്നെയാണ് തുളസിടീച്ചർ ഇപ്പോൾ തുടരുന്നതും. നാട്ടിലേക്കു വരുമ്പോൾ ധാരാളം ഇംഗ്ലീഷ് പുസ്തകങ്ങളുണ്ടാവും. കുറെയെടുത്ത് എനിക്കു തരും. ചിലത് മറ്റുള്ളവർക്കു കൊടുക്കാനുള്ളതാണ്. കൊണ്ടുവന്ന പുസ്തകങ്ങൾ ആദ്യം എന്നെയാണ് കാണിക്കുക. "തനിക്ക് ഇഷ്ടമുള്ളതൊക്കെ എടുത്തോളൂ. ബാക്കിയുള്ളതേ ഞാൻ രാജേന്ദ്രനു കൊടുക്കുന്നുള്ളൂ." ആ രാജേന്ദ്രൻ ആരാണെന്ന് ഇന്നുവരെ എനിക്കു മനസ്സിലായിട്ടില്ല. പുസ്തകം കൊണ്ടുപോവുന്ന ആൾ എന്ന നിലയിൽ കുറച്ചു സ്നേഹവും എന്റെ പങ്ക് അപഹരിക്കുന്ന ആളെന്ന നിലയിൽ അൽപ്പം ശത്രുതയും ഉണ്ടെന്നു മാത്രം.

നാലു മാസം താമസമുണ്ടെന്ന് ടീച്ചർ പറഞ്ഞെങ്കിലും വൈകാതെ ഞാൻ ടീച്ചറുടെ അടുത്തെത്തി. പതിവുപോലെ മാതൃഭൂമി ബുക്സിലേക്കു തന്നെയാണ് ആദ്യം പോയത്. അവിടത്തെ സെയിൽസ്മാൻ സുനിലിനെ ടീച്ചർക്ക് ഇഷ്ടമായിരുന്നു. "അവന് സാമാന്യം വിവരമുണ്ട്," ടീച്ചർ പറയും. "പുസ്തകങ്ങളെ സ്നേഹിക്കുന്നവരാണ് ഇത്തരം ജോലി ചെയ്യേണ്ടത്."

രണ്ടു വർഷത്തെ വിടവുണ്ട്. കോവിഡ് കാരണം കഴിഞ്ഞ കൊല്ലം ടീച്ചർക്കു വരാനായില്ല. സുനിൽ തള്ളുവണ്ടിയുമായി തയ്യാറായി. ജിസാ ജോസും പ്രകാശൻ പി പിയും ഷീലാ ടോമിയും രാജീവ് ശിവശങ്കറും എസ് ആർ ലാലും വിനോയ് തോമസും ഹരിത സാവിത്രിയും ഷൈനയും എം ആർ അനിൽകുമാറും ഒന്നിനു പിന്നാലെ മറ്റൊന്നായി തള്ളുവണ്ടിയിലേക്ക് വന്നുവീണുകൊണ്ടിരുന്നു. ടീച്ചർക്ക് ഫിക്ഷനാണ് താൽപ്പര്യമെന്ന് സുനിലിന് ധാരണയുണ്ട്. "തനിക്കും വേണ്ടതുവല്ലതുമുണ്ടെങ്കിൽ എടുത്തോളൂ," ടീച്ചർ അങ്ങനെ പറയാറുണ്ടെങ്കിലും ഞാനതിനു മുതിരാറില്ല. കൊല്ലം തോറും എനിക്കു കൊണ്ടുവന്നു തരാറുള്ള പുസ്തകങ്ങൾ തന്നെ വലിയ ഔദാര്യമാണല്ലോ. എന്റെ ചില ശുഷ്കമായ പുസ്തകങ്ങൾ പകരം കൊടുത്താണ് ഞാൻ കുറ്റബോധം മാറ്റാറുള്ളത്. അവ തന്നെ സൗജന്യമായി കൈപ്പറ്റാൻ ടീച്ചർക്ക് മടിയായിരുന്നു. "തന്റെ കൊറ്റ് ഞാനായിട്ടു മൊടക്കണോ?" ടീച്ചർ ചോദിക്കും. ഒരു പക്ഷേ അതിനു പകരമായാവാം ടീച്ചർ എനിക്കു വാരിക്കോരി പുസ്തകങ്ങൾ തരാറുള്ളത്.

ബുക്ക്സ്റ്റാളിൽനിന്നു മടങ്ങിയെത്തിയതിനു ശേഷമാണ് ഇംഗ്ലണ്ടിൽനിന്നു കൊണ്ടുവന്ന പുസ്തകങ്ങൾ ടീച്ചർ പുറത്തെടുത്തത്. അതിൽനിന്ന് ചുവന്ന ചട്ടയുള്ള വലിയ ഒരു പുസ്തകം വലിച്ചെടുത്ത് എനിക്കു നീട്ടിക്കൊണ്ട് ടീച്ചർ പറഞ്ഞു: "ഈ പുസ്തകം താൻ എന്തായാലും വായിക്കണം."

ഞാൻ അത് കൈയിലെടുത്തു. Love and Capital: Karl and Jenny Marx and the Birth of a Revolution എന്ന പുസ്തകമായിരുന്നു അത്. Mary Gabriel എഴുതിയ പുസ്തകം. ഞാനത് കണ്ടിട്ടോ കേട്ടിട്ടോ ഉണ്ടായിരുന്നില്ല. അല്ലെങ്കിലും പുസ്തകങ്ങളെക്കുറിച്ച് വലിയ വിവരമൊന്നും എനിക്കില്ലല്ലോ. ടീച്ചർ അത് ഇതുവരെ ശരിക്കു മനസ്സിലാക്കിയിട്ടില്ലെന്നു മാത്രം.

"മേരി ഗബ്രിയേൽ കുറച്ച് വൈകിപ്പോയി ഇതെഴുതാൻ," ടീച്ചർ ചിരിച്ചു. "മേനോൻ ജീവിച്ചിരിക്കണ കാലത്തു തന്നെ ഈ പുസ്തകം ഇറങ്ങേണ്ടതായിരുന്നു. മേനോന് അത് വലിയ നഷ്ടമായിപ്പോയി."

ടീച്ചർ അടുക്കളയിലേക്കു പോയി. കാപ്പിയുണ്ടാക്കാനാണ്. എത്ര വേണ്ടെന്ന

പറഞ്ഞാലും ടീച്ചർ സമ്മതിക്കില്ല. അതുകാരണം ഞാനിപ്പോൾ ഒന്നും പറയാറില്ല. ഞാൻ പുസ്തകം തിരിച്ചും മറിച്ചും നോക്കാൻ തുടങ്ങി.

The piece was about famous Londoners, and one sentence jumped out at me...

മേരി ഗബ്രിയേലിന്റെ ഭാഷയ്ക്ക് നല്ല സുഖമുണ്ട്. ആമുഖത്തിലൂടെ ഞാൻ ഒഴുകിപ്പോവാൻ തുടങ്ങി.

"അല്ലെങ്കിൽ എന്താ ഞാൻ പറഞ്ഞതല്ലേ," കാപ്പിക്കപ്പുമായി അടുക്കളയിൽ നിന്നെത്തിയ ടീച്ചർ ചിരിച്ചു. "നമ്മൾ മരിച്ചു പോയതിനു ശേഷം എന്തൊക്കെ പുസ്തകങ്ങൾ വരാനിരിക്കുന്നു! അവയൊന്നും നമ്മൾ കാണാൻ പോവുന്നില്ലല്ലോ!"

"വേറെ ഒരു കാര്യവുമുണ്ട് ടീച്ചറേ," ഞാൻ ചിരിച്ചു. "ഒരു നൂറു കൊല്ലം മുമ്പാണ് നമ്മൾ ജീവിച്ചിരുന്നതെങ്കിൽ ഇതൊന്നും വായിക്കേണ്ട ബാധ്യത നമുക്കുണ്ടാവുമായിരുന്നില്ല. ഇത് ആയിരക്കണക്കിനു പുസ്തകങ്ങളല്ലേ ദിവസവും ഇറങ്ങിക്കൊണ്ടിരിക്കുന്നത്! എല്ലാം വായിച്ചവസാനിപ്പിച്ച് നമുക്കിവിടെനിന്നു പോവാൻ കഴിയുമോ? അങ്ങനെ നോക്കുമ്പോൾ മേനോൻ നമ്മളേക്കാൾ ഭാഗ്യവാനാണ്!"

"ശരിയാണ്; നേരത്തെ മരിച്ചുപോവുന്നത് ചിലപ്പോൾ നല്ലതാണെന്നു തോന്നും," ടീച്ചർ ചിരിച്ചു. "മേനോൻ എപ്പോഴും എന്തിനെക്കുറിച്ചൊക്കെയോ വേവലാതിപ്പെട്ടിരുന്നതായി എനിക്കു തോന്നിയിട്ടുണ്ട്. പ്രത്യേകിച്ച് നാട്ടിൽ പോയി മടങ്ങി വന്നിട്ട് ഒരു മാസത്തോളം വല്ലാത്ത ദുഃഖത്തിലാവാറുണ്ട്. കാരണം എന്താണെന്നു ചോദിച്ചാൽ പ്രത്യേകിച്ച് ഒന്നുമില്ലെന്നു പറയും. ബംഗാളിൽ പാർടിക്ക് അധികാരം നഷ്ടപ്പെട്ട് പിന്നത്തെ മാസമാണ് മേനോൻ മരിച്ചത്."

എനിക്കതു മനസ്സിലാവും. 1964 ലെ പാർടി പിളർപ്പിനു ശേഷമാണ് അച്ഛൻ പ്രവർത്തനങ്ങളെല്ലാം അവസാനിപ്പിച്ചത്. അക്കാലത്ത് നാട്ടിൽ വന്ന മേനോനോട് അച്ഛൻ പറഞ്ഞത് ഇപ്പോഴും ഓർമയുണ്ട്: "രാജാ, താൻ ഇംഗ്ലണ്ടിൽ പോയത് നന്നായി. എനിക്കിവിടെ ആരൊക്കെ ഏതു ഭാഗത്താണ് നിൽക്കുന്നതെന്ന് മനസ്സിലാവാണ്ടായി. ഇതുവരെ ഒരൊറ്റ ഇലയിൽനിന്ന് ഉണ്ടവർ ഇപ്പോൾ കണ്ടാൽ മിണ്ടാൻ പോലും മടിക്കുകയാണ്."

മരിക്കുന്നതിനു രണ്ടു കൊല്ലം മുമ്പു തന്നെ മേനോൻ നാട്ടിലേക്കുള്ള വരവ് നിർത്തിയിരുന്നു. "നാട്ടിലേക്കുള്ള പോക്ക് ഉണ്ടാക്കുന്ന വിഷാദം പിന്നെപ്പിന്നെ സ്ഥിരമായി. മകൾ ഡോക്ടറെ കാണണമെന്നൊക്കെ പറഞ്ഞതാണ്. പക്ഷേ, മേനോൻ കൂട്ടാക്കിയില്ല. സൈക്യാട്രിസ്റ്റുകൾക്ക് തീർക്കാൻ പറ്റുന്നതല്ല തന്റെ പ്രശ്നമെന്ന് പറഞ്ഞു. ഞാൻ നിർബന്ധിക്കാൻ പോയില്ല."

"പിന്നെ വായിക്കാം," ഞാൻ പിന്നെയും പുസ്തകത്തിലേയ്ക്കു തിരിഞ്ഞപ്പോൾ ടീച്ചർ എന്റെ കൈയിൽനിന്ന് അതു പിടിച്ചു വാങ്ങി കാപ്പിക്കപ്പ് കൈയിൽ പിടിപ്പിച്ചു. പിന്നെ അടുക്കളയിലേക്കു തന്നെ തിരിച്ചുപോയി. അത് കൂടെ കടിക്കാനുള്ള വല്ലതും എടുത്തുകൊണ്ടു വരാനാണെന്ന് എനിക്കറിയാം.

ഇതൊന്നും ആവശ്യമില്ലെന്ന് ഞാൻ പലവട്ടം പറഞ്ഞിട്ടുണ്ട്. പക്ഷേ ടീച്ചർ വഴങ്ങിയിട്ടില്ല. താമസം ഒറ്റയ്ക്കായതുകൊണ്ട് വേണ്ട പോലെ സൽക്കരിക്കാനാവുന്നില്ലല്ലോ എന്നായിരുന്നു ടീച്ചറുടെ വേവലാതി. എൺപത്തൊമ്പതു വയസ്സിന്റെ അവശതകളുമുണ്ട്.

മേനോൻ എൺപത്തിയൊന്നാം വയസ്സിലാണ് മരിച്ചത്. ജീവിതത്തിന്റെ സായാഹ്നത്തിൽ സ്വന്തം നാട്ടിൽ വന്ന് താമസിക്കണമെന്നായിരുന്നു മേനോന്റെ മോഹം. അതിനായി ഒരു വീടും പണിതു. മുമ്പിൽ ചെറിയൊരു പൂന്തോട്ടം. കായ്ഫലമുള്ള മാവും പ്ലാവും നിറഞ്ഞ തൊടിയായിരുന്നു. 'മൂലധനം' എന്നായിരുന്നു വീടിനിട്ട പേര്.

കോളേജിലേക്കു പോവുമ്പോൾ പൂമുഖത്തിരിക്കുന്ന മേനോനെ കാണാറുണ്ട്. കൈയില്ലാത്ത ബനിയനും മുണ്ടുമായിരിക്കും വേഷം. മടിയിൽ പത്രമുണ്ടാവും. കൈയിൽ ചായക്കപ്പും. ടീച്ചർ വിരമിച്ചുകഴിഞ്ഞിരുന്നില്ല. പോരാത്തതിന് മകളെ നോക്കേണ്ട ഭാരവും. മേനോൻ ഒറ്റയ്ക്കാണ് നാട്ടിൽ വരാറുള്ളത്. ആ താമസം ആറു മാസത്തോളം നീണ്ടു നിൽക്കും.

ചില വൈകുന്നേരങ്ങളിൽ അച്ഛനെ കാണാൻ വരും. മേനോന് വായിച്ച പുസ്തകങ്ങളെപ്പറ്റിയാണ് പറയാനുണ്ടാവുക. ഒരുപാടു പേരുകൾ കേൾക്കാം. ചിലത് കൈയിൽ എടുത്തിട്ടുമുണ്ടാവും. അച്ഛന് വായിക്കാൻ കൊടുക്കാനാണ്. പക്ഷേ അച്ഛൻ അത്ര വലിയ വായനക്കാരനൊന്നുമായിരുന്നില്ല. പല പുസ്തകങ്ങളും വാങ്ങി മേശപ്പുറത്തു വെയ്ക്കും. അടുത്ത തവണ മേനോൻ നാട്ടിൽ വരുമ്പോൾ പുസ്തകത്തെപ്പറ്റി ചോദിക്കും. അച്ഛൻ എല്ലാം വായിച്ചു കഴിഞ്ഞിട്ടുണ്ടാവില്ല. തിരിച്ചുകൊടുക്കുമ്പോൾ മേനോൻ വാങ്ങില്ല. "ഇവിടെ ഇരുന്നോട്ടെ വിശ്വനാഥാ," മേനോൻ ചിരിക്കും: "ഇത് എന്റെ വീട്ടിലാണെങ്കിലും ഇതേപോലെത്തന്നെ ഇരിക്കും എന്ന് എനിക്കുറപ്പുണ്ട്. പിന്നെ ഇതൊക്കെ താങ്ങിയെടുത്ത് ഇംഗ്ലണ്ടിലേയ്ക്കു പോവാൻ എനിക്കേതായാലും ഉദ്ദേശമില്ല. തുളസീടെ വായന ഇപ്പോൾ പണ്ടത്തെപ്പോലെ നടക്കുന്നില്ല. ജോലീം പ്രാരബ്ധങ്ങളുമൊക്കെയല്ലേ!"

ഒരിക്കൽ വന്നത് 1977 ലെ തിരഞ്ഞെടുപ്പു കാലത്താണ്. അടിയന്തരാവസ്ഥ കഴിഞ്ഞുള്ള തിരഞ്ഞെടുപ്പായിരുന്നു അത്. മേനോൻ എന്നും വൈകുന്നേരങ്ങളിൽ അച്ഛനെ കാണാനെത്തി. കൈയിൽ തൃശ്ശൂരു നിന്ന് വാങ്ങിക്കൊണ്ടുവന്ന ടൈംസ് ഓഫ് ഇന്ത്യയും ഇന്ത്യൻ എക്സ്പ്രസ്സുമുണ്ടാവും. അച്ഛനു വായിക്കാൻ കൊടുക്കാനാണ്. വടക്കെ ഇന്ത്യൻ ജനത ചങ്ങല പൊട്ടിച്ചെറിയുന്നത് മേനോനെ ആവേശത്തിലാഴ്ത്തിയിരുന്നു. മലയാളം പത്രങ്ങൾ അതൊന്നും വേണ്ടപോലെ റിപ്പോർട്ട് ചെയ്യുന്നില്ല എന്നായിരുന്നു മേനോന്റെ പരാതി.

കേരളത്തിലെ തിരഞ്ഞെടുപ്പു ഫലം പക്ഷേ, മേനോനെ നിരാശനാക്കി. ഏറെ നേരം ചിന്താവിഷ്ടനായി ഇരിക്കുകയായിരുന്നു മേനോൻ. സാധാരണ എട്ടുമണിയോടെ മടങ്ങിപ്പോവാറുള്ളതാണ്. അന്നു രാത്രി പത്തു മണി കഴിഞ്ഞിട്ടും തിരിച്ചുപോവാനുള്ള തയ്യാറെടുപ്പു കണ്ടില്ല. "ഞാനിന്ന് വീട്ടിലേക്കു പോവുന്നില്ല വിശ്വനാഥാ," മേനോൻ പറഞ്ഞു. "അവിടെ ഒറ്റയ്ക്കിരുന്നാൽ എനിക്കു പ്രാന്തു പിടിക്കും."

പിന്നെപ്പിന്നെ മേനോന്റെ നാട്ടിലേക്കുള്ള വരവിന്റെ ഇടവേള കൂടി. രണ്ടുകൊല്ലം അല്ലെങ്കിൽ മൂന്നു കൊല്ലം ഒക്കെയായി അത്. വന്നാലും ആറു മാസം താമസിക്കുന്ന പതിവും ഇല്ലാതായി. ഏറിയാൽ രണ്ടു മാസം. "പണ്ടത്തെപ്പോലെ ഒറ്റയ്ക്കു താമസിക്കാനുള്ള ധൈര്യമൊക്കെ പോയി വിശ്വനാഥാ. പ്രായത്തെ നമ്മളും മാനിക്കണമല്ലോ!"

'മൂലധനം' എന്ന വീട്ടിലേക്ക് പിന്നെ മേനോൻ എത്തിയില്ല. മരിച്ചത് ഇംഗ്ലണ്ടി

ൽ വെച്ച തന്നെ. ജോലിയിൽനിന്ന വിരമിച്ചതിനശേഷം തുളസിടീച്ചർ ആ വീട്ടിൽ താമസമാക്കാൻ ഉദ്ദേശിച്ചിരുന്നുവെങ്കിലും മകൾ സമ്മതിച്ചില്ല. രണ്ടോ മൂന്നോ പ്രാവശ്യം അവിടെ താമസിച്ചുവെങ്കിലും ആ വീട്ടിൽ അമ്മ ഒറ്റയ്ക്ക താമസിക്കുന്നതിനെ അവർ എതിർത്തു. അവർക്കാണെങ്കിൽ നാട്ടിലേക്ക വരാൻ ഒരുദ്ദേശവുമുണ്ടായിരുന്നില്ല. അമ്മയെ പ്രേരിപ്പിച്ച് വീടു വിൽപ്പിക്കുന്നതിൽ മകൾ വിജയം കണ്ടു.

"ടൗണിലാവുമ്പോൾ ഒരു സെക്യൂരിറ്റിയുണ്ടെന്നാണ് അവൾ പറയുന്നത്," എന്റെ ചിന്തയ്ക്ക തുടർച്ചയായി ടീച്ചർ പറഞ്ഞു. "മൂലധനത്തിനോട് എനിക്കുമുണ്ടായിരുന്നില്ല അറ്റാച്ച്മെന്റ്. മേനോന്റെ മാത്രം താൽപ്പര്യമായിരുന്നുവല്ലോ അത്! താൻ കേറി നോക്കിയിട്ടുണ്ടോ ആ പുരയിൽ?"

ഇല്ലല്ലോ എന്ന് അപ്പോഴാണ് ഞാൻ ഓർമിച്ചത്. ബസ്സു കേറാൻ പോവുമ്പോൾ ഇപ്പോഴും കാണാറുണ്ട്. വാങ്ങിയവർക്ക് അതിൽ താമസിക്കാൻ ഉദ്ദേശമുണ്ടായിരുന്നില്ലെന്ന തോന്നുന്നു. ഒരു കൊല്ലത്തോളം അത് ആൾപ്പാർപ്പില്ലാതെ കിടന്നു. പിന്നെ മറ്റാരോ വാങ്ങിയെങ്കിലും തുടർന്നും രണ്ടു പ്രാവശ്യം കൈമാറിയിട്ടുണ്ട്. 'മൂലധനം' ആദ്യം 'ശ്രീത്വ'വും പിന്നെ 'കൈവല്യ'വുമായി. ഏറ്റവും അവസാനം വാങ്ങിയവർ വീടു പുതുക്കിപ്പണിതിട്ടുണ്ട്. പൂമുഖം ആധുനികരീതിയിലുള്ള സിറ്റൗട്ട് ആക്കി. അതിൽ ആരെങ്കിലുമിരുന്ന് പത്രം വായിക്കുന്നുണ്ടോ എന്ന് ഞാൻ കടന്നു പോവുമ്പോഴൊക്കെ വെറുതെ നോക്കും.

"അത്ഭുതമില്ല", ടീച്ചർ ചിരിച്ചു. "താനെന്നല്ല; ഞങ്ങൾ രണ്ടുപേരുടെയുമൊഴിച്ച് ആരുടെയും കാലടികൾ ആ വീട്ടിൽ പതിഞ്ഞിട്ടുണ്ടാവില്ല. പണിയുമ്പോൾ മേനോന് വലിയ സങ്കൽപ്പമൊക്കെയുണ്ടായിരുന്നു. കൂട്ടുകാർക്കൊക്കെ വരാനും ഇരിക്കാനും ആശയം പങ്കിടാനും ഒരു സങ്കേതം. അതിനാണ് ഇരുപതു പേർക്ക് ഇരിക്കാവുന്ന ചെറിയ ഒരു ഹാൾ പണിതത്. വലിയ അത്ഭുതമൊന്നും ഉണ്ടാക്കാനായിരുന്നില്ല. പരസ്പരം സങ്കടങ്ങൾ പങ്കിടാമല്ലോ എന്നാണ് മേനോൻ വിചാരിച്ചത്."

പൂമുഖത്തിരിക്കുമ്പോൾ പോലും മേനോന്റെ കൂടെ ആരെയും കണ്ടിട്ടില്ലല്ലോ എന്ന് ഞാൻ ഓർമിച്ചു. മേനോന് ഒറ്റയ്ക്ക താമസിക്കാനാണ് ഇഷ്ടം എന്നാണ് ഞാൻ ധരിച്ചിട്ടുള്ളത്.

"പക്ഷേ, അതൊന്നും നടന്നില്ല. ആരും വന്നില്ല." ടീച്ചർ പിന്നെയും ചിരിച്ചു. "ആരു വരാനാണ്! ഒപ്പമുണ്ടായിരുന്ന പലരും നാടു വിട്ടുപോയി. ബാക്കിയുണ്ടായിരുന്നവരുമായി മേനോന് അടുപ്പം പുലർത്താനായില്ല. നാട്ടിൽ തന്റെ അച്ഛൻ മാത്രമായിരുന്നു ആകെയുള്ള ഒരു കൂട്ട്."

കുറച്ചു നേരം എന്തോ ആലോചിച്ചിരുന്ന് ടീച്ചർ തുടർന്നു. "പേരു മാത്രം അന്വർഥമായി. ലണ്ടനിൽ നിന്നു പണിയെടുത്തു സമ്പാദിച്ചതൊക്കെ ആ വീടിനു വേണ്ടിയാണ് ചെലവാക്കിയത്."

ടീച്ചർ വീണ്ടും ചിന്തയിലേക്ക വഴുതി വീണപ്പോൾ ഞാൻ എഴുന്നേറ്റു.

മേരി ഗബ്രിയേലിനെ എടുത്ത് ഇറങ്ങുമ്പോൾ ടീച്ചർ വരാന്ത വരെ ഒപ്പം വന്നു. "ഞാനും ഇനി ഇങ്ങോട്ടൊക്കെ വരുമോ എന്ന് ഉറപ്പില്ല. ഇത്തവണ മകൾ ശക്തിയായി തടഞ്ഞതാണ്. ഒടുവിൽ എന്റെ പിടിവാശി ജയിച്ചുവെന്നു മാത്രം. എപ്പോഴും

അങ്ങനെ സംഭവിച്ചുകൊള്ളണമെന്നില്ലല്ലോ!"

ചിരിക്കിടയിലും ടീച്ചറുടെ ശബ്ദം ഒന്ന് ഇടറിയതു പോലെ എനിക്കു തോന്നി.

ട്രിപ്പിൾ ത്രീയിലവസാനിക്കുന്ന നമ്പർ

അംബികാസുതൻ മാങ്ങാട്

"സാറേ, മഹാദേവൻ പിള്ള സാറിന്റെ ബന്ധുവായ വലിയ വീട്ടിൽ പുഷ്പാംഗദനാണ് സാറേ. എന്നെ ഓർമയില്ലേ സാറേ?"

എനിക്ക് ദേഷ്യം ഇരച്ചു വന്നു. ഫോൺ കട്ട് ചെയ്ത് സെറ്റിയിലേക്കെറിഞ്ഞു. രണ്ട് ചാട്ടം ചാടിയ ശേഷം മൊബൈൽ അനക്കമറ്റ് കിടന്നു.

ട്രിപ്പിൾ ത്രീയിലവസാനിക്കുന്ന ആ നമ്പർ എടുക്കരുത് എന്ന് ഓരോ തവണയും നിശ്ചയിക്കും. പക്ഷേ, ഓർക്കാതെ എടുത്ത് പോകും. ആദ്യം വിളിച്ചപ്പോൾ അയാൾ പറയുന്നതൊക്കെ താല്പര്യത്തോടെ മൂളിക്കേട്ടിരുന്നു. പന്തികേടൊന്നും തോന്നിയില്ല. പിന്നെ മാസത്തിൽ രണ്ടോ മൂന്നോ തവണ പുഷ്പാംഗദന്റെ വിളി വരാൻ തുടങ്ങി. റെക്കോർഡ് ചെയ്ത് വെച്ചത് പോലെ ഒരേ കാര്യങ്ങളാണ് ആവർത്തിക്കുന്നത്.

മഹാദേവൻ പിള്ളയുടെ ബന്ധുവാണ് സാറേ എന്നായിരിക്കും തുടക്കം. പിന്നെ വളരെ അകന്ന ആ ബന്ധത്തെ നൂല് കെട്ടി ബന്ധിപ്പിക്കും. തുടർന്ന് കാരക്കപ്പറമ്പ് വില്ലേജോഫീസിൽ കുറച്ചുകാലം മഹാദേവൻ പിള്ള സാറിന്റെ കൂടെ ഞാൻ ജോലി ചെയ്ത കാര്യം ഓർമിപ്പിക്കും. എന്റെ കവിതകൾ ഇഷ്ടമാണ് എന്നും കുറച്ചുകാലമായി വായിക്കാൻ നേരം കിട്ടാറില്ലെന്നും പറയും. പിന്നെ ചോദിക്കും: എഴുത്തൊക്കെ നന്നായി നടക്കുന്നില്ലേ സാറേ? ഒടുവിൽ, ലോകം മുഴുവൻ ആത്മഹത്യകളും കൊലപാതകങ്ങളും കൈക്കൂലിയും അഴിമതിയും വർധിച്ചുവരുന്നതിലുള്ള ഉൽക്കണ്ഠ പങ്കുവയ്ക്കും. സാറേ, മുക്കുട് ടൗണിലെ തട്ടാച്ചേരി ജംഗ്ഷനിലാണ് എന്റെ ഹോട്ടൽ. ഒരു ദിവസം വരണം സാറേ. ഭക്ഷണമൊക്കെ കഴിച്ച് പോകാം. ഞങ്ങൾക്ക് വലിയ സന്തോഷമാകും.

ആദ്യ ദിവസങ്ങളിലൊക്കെ, 'ഓ, അതിനെന്താ' എന്ന് ഞാൻ ആശ്വാസവാക്ക് പറയും. ചെറിയ പന്തികേട് തോന്നിയതോടെ തിരക്കുണ്ട് എന്ന് പറഞ്ഞ് ഒഴിയും. തുടക്കത്തിലേ ഫോൺ കട്ട് ചെയ്യുന്നത് ഇതാദ്യമായിട്ടാണ്.

ഹാ! അങ്ങനെ ചെയ്യേണ്ടിയിരുന്നില്ല. എനിക്ക് കുറ്റബോധം തോന്നി. ഒന്നോ രണ്ടോ മിനുട്ട് മൂളിക്കേട്ടതുകൊണ്ട് അയാൾക്ക് ആശ്വാസം കിട്ടുന്നുണ്ടെങ്കിൽ നല്ല കാര്യമല്ലേ? പക്ഷേ ഒരേ കാര്യമാണ് ഓരോ തവണയും പറയുന്നത്. കഴിഞ്ഞ

തവണ പറഞ്ഞതാണ് എന്ന ഓർമയേ ഇല്ലാത്തപോലെ. എന്നാൽ വ്യക്തിപരമായ സങ്കടങ്ങളോ ആവശ്യങ്ങളോ ഒരിക്കലും ഉണർത്തിച്ചിട്ടില്ല. ഒരു വിചിത്ര കഥാപാത്രം തന്നെ.

സെറ്റിയിലിരുന്ന് ഫോൺ കൈയിലേന്തി തിരിച്ചുവിളിച്ചാലോ? അത് വേണ്ട. വെറുതെ പുലിവാലാകും. ആ സന്ദിഗ്ദ്ധതയിൽ കണ്ണടച്ച് ചാരിക്കിടന്നപ്പോൾ അതാ ഒരു പൊണ്ണത്തടിയൻ തെളിഞ്ഞു വരുന്നു!

മഹാദേവൻ പിള്ള സാർ!

ചീർത്ത് തൂങ്ങുന്ന ചോരച്ച കവിളുകൾ നടക്കുമ്പോൾ തുളുമ്പും. നെറ്റിയിൽ രണ്ട് വിരൽ വീതിയിൽ ഭസ്മക്കുറി. ചെമ്പോത്തിന്റേത് പോലെ എപ്പോഴും ചുവന്ന കണ്ണുകൾ.

ലൂസായ ഫുൾകൈ ഷർട്ട് ഇറുകിയ പാന്റിനുള്ളിലേക്ക് തിരുകിക്കയറ്റി, ഇടം ചെരിഞ്ഞുള്ള ആ നടപ്പ് ഒരിക്കൽ കണ്ടാൽ ആരും പിന്നെ പിള്ള സാറിനെ മറക്കില്ല.

പക്ഷേ, ഞാൻ മറന്നു!

ഒരിക്കലും മറക്കാൻ പാടില്ലായിരുന്നു. അത്രയേറെ അടുപ്പം എന്നോട് കാണിച്ചിരുന്നു. പിള്ളസാർ റിട്ടയർ ചെയ്തിട്ട് അഞ്ചെട്ട് കൊല്ലമായി. ഒടുവിലത്തെ അഞ്ച് വർഷം ഞാൻ കൂടെത്തന്നെ ഉണ്ടായിരുന്നു. ഒന്ന് വിളിക്കാൻപോലും ശ്രമിച്ചില്ല. ഒരിക്കലെങ്കിലും പോയി കാണേണ്ടതായിരുന്നു...

ഉടനെപോയി പിള്ള സാറെ കാണണം. എവിടെയാണെങ്കിലും കണ്ടുപിടിക്കണം. പക്ഷേ, എങ്ങനെ കണ്ടെത്തും? പുഷ്പാംഗദനോട് ചോദിച്ചാലോ?

വില്ലേജ് അസിസ്റ്റന്റായി കാരക്കപ്പറമ്പിൽ ജോയിൻ ചെയ്യുമ്പോൾ അവിടെ ഓഫീസറായിരുന്ന മഹാദേവൻ പിള്ള സാർ.

സർവീസിൽനിന്നും പിരിയുന്നത് വരെ ഒരു രക്ഷകർത്താവിനെപ്പോലെ എന്നെ കാത്ത് രക്ഷിച്ച മനുഷ്യനാണ്. കാലത്തും വൈകീട്ടും ബാലേട്ടന്റെ ചായപ്പീടികയിലേക്ക് കൂട്ടും. ചായയും പലഹാരവും തീറ്റിക്കും. അവിടെ പിള്ളസാറിന് പറ്റുണ്ട്. ഒരിക്കലും എന്നെക്കൊണ്ട് പൈസ കൊടുപ്പിച്ചില്ല. പെങ്ങളുടെ കല്യാണം വന്നപ്പോൾ വലിയൊരു സംഖ്യ ഒരു ഈടും നൽകാതെ സംഘടിപ്പിച്ചു തന്നു. അഞ്ചു കൊല്ലം കൊണ്ടാണ് അത് കുറേശ്ശേയായി വീട്ടിത്തീർത്തത്.

ഓഫീസിലേക്ക് സ്റ്റെപ്പ് കയറുമ്പോഴെ കർച്ചീഫെടുത്ത് മുഖം നന്നായി മറച്ചുകെട്ടും. കണ്ണ് മാത്രമേ വെളിയിൽ കാണൂ. ഭയങ്കര അലർജിക്കാരനാണ്. പഴയ കടലാസുകൾ തൊട്ടാലുടൻ വായ്പ്പൊതിയില്ലെങ്കിൽ തുമ്മിത്തുടങ്ങും. പിന്നെ അന്നത്തെ ദിവസം പോക്കാണ്. കക്ഷിക്ക് അഞ്ചുമണിയെന്ന കണക്കൊന്നുമില്ല. രാത്രി വൈകിയാലും ജോലി തീരും വരെ കുത്തിയിരിക്കും.

ആദ്യനാൾ ഒപ്പിട്ട് ചായകുടിക്കും നേരം എന്നോട് പറഞ്ഞു.

"ദിവാകരാ, കൈമടക്ക് ധാരാളം കിട്ടാൻ ഇവിടെ സാധ്യതയുണ്ട്. പക്ഷേ ഒരിക്കലും കൈക്കൂലി വാങ്ങരുത്. പിന്നെ ഒരു കാര്യം കൂടി. പാവപ്പെട്ട മനുഷ്യരെ, പ്രത്യേകിച്ചും വയസ്സായവരെ ഒരിക്കലും രണ്ടാമത് നടത്തിക്കരുത്. ആദ്യവരവിൽ തന്നെ ആവശ്യം തീർത്ത് കൊടുത്തേക്കണം."

ഞാൻ തലകുലുക്കി.

“ഞാനൊരിക്കലും കൈക്കൂലി വാങ്ങില്ല സാറേ”പിള്ള സാറിന്റെ കൺപുരികങ്ങളിൽ സന്തോഷം വിടരുന്നു.

“പിന്നെ! അതെനിക്കറിയാം. കവിതയൊക്കെ എഴുതുന്നോർക്ക് കൈക്കൂലി വാങ്ങാനാവില്ല.”

ഞാൻ പുഞ്ചിരിച്ചു.

പിള്ളസാർ കൂട്ടിച്ചേർത്തു.

“പക്ഷേ, എനിക്കറിയാം നിനക്ക് കൈക്കൂലി കിട്ടുന്നുണ്ടെന്ന്.”

ഞാൻ അമ്പരന്നു. എന്റെ പരിഭ്രമം കണ്ട് പിള്ളസാർ പൊട്ടിച്ചിരിച്ചു.

“അച്ചടിച്ചുവരുന്ന നിന്റെ കവിതകൾക്കും കഥകൾക്കും പൈസ കിട്ടുന്നില്ലേ?

അന്യരുടെ ജീവിതം മോഷ്ടിച്ചിട്ടല്ലേ നീ ഓരോന്ന് എഴുതുന്നത്. അതും കൈക്കൂലിയല്ലേ. ഒരിക്കൽ നീ എന്നേക്കുറിച്ചും എഴുതി കൈക്കൂലി മേടിക്കില്ലെന്ന് ആര് കണ്ടു?”

എനിക്കും ചിരിവന്നു.

ആഴ്ച ഒന്ന് കഴിയുമ്പോഴേക്കും ഒരു സംഭവമുണ്ടായി. പിള്ള സാർ ആവശ്യപ്പെട്ട പഴയൊരു ഫയൽ സ്റ്റോർ റൂമിൽ നിന്നും തപ്പിയെടുത്ത് ഓഫീസ് മുറിയിലേക്ക് കയറിയതും ഞാൻ ഷോക്കേറ്റ പോലായി. ധനികനായൊരു മനുഷ്യൻ നോട്ടുകളുടെ ഒരു ചുരുട്ട് ഏൽപ്പിക്കുകയാണ്. പിള്ള സാർ, അത് മടിയില്ലാതെ വാങ്ങി പോക്കറ്റിലിടുന്നു. ഒന്നും കണ്ടില്ലെന്ന ഭാവത്തിൽ ഫയൽ മേശപ്പുറത്ത് വെച്ച് ഞാൻ പുറത്തിറങ്ങി എന്റെ സീറ്റിൽ പോയിരുന്നു.

ഉച്ചക്ക് ഒന്നിച്ചിരുന്ന് ഭക്ഷണം കഴിക്കുമ്പോൾ ഓരോ കാര്യങ്ങൾ പറഞ്ഞ് പിള്ള സാർ പതിവുപോലെ വാചാലനായി. പക്ഷേ, കൈക്കൂലി വാങ്ങിയതിനെക്കുറിച്ച് മിണ്ടുന്നില്ല. എന്നാൽ, വൈകിട്ട് ബാലേട്ടന്റെ കടയിലെ ചായകുടി കഴിഞ്ഞ് ബസ്സ്റ്റോപ്പിലേക്ക് നടക്കുമ്പോൾ പിള്ളസാർ പതിവില്ലാതെ വലം കൈ എന്റെ

ച്ചുമലിൽ വെച്ചു.

"ദിവാകരാ, അത് കൈക്കൂലി അല്ല, സന്തോഷക്കാശാ. ചോദിക്കാതെ തരുന്നതാ. രൂപ നാലായിരം ഉണ്ടായിരുന്നു.

ഞാൻ ഒന്നും മിണ്ടിയില്ല. അതും കൈക്കൂലിയാണ് സാറേ എന്ന് പറയാൻ എന്റെ നാവ് തരിച്ചു. പക്ഷേ, പറഞ്ഞില്ല.

നാലഞ്ചു ദിവസം കഴിഞ്ഞപ്പോൾ പിള്ള സാർ സന്തോഷക്കാശായി ഒരാൾ രണ്ടായിരം തന്നു എന്നു പറഞ്ഞു. ഒരിക്കൽ അയ്യായിരം രൂപയുടെ കണക്കു കേട്ടു. പിന്നെ ആഴ്ചയിൽ ഒന്നോ രണ്ടോ തവണ വീതം കിട്ടിയ കാശിന്റെ കണക്ക് എന്നെ കൃത്യമായി ബോധ്യപ്പെടുത്തും. ഞാൻ അതിശയിച്ചു. പിള്ള സാർ എന്തിനാണ് കണക്ക് എന്നെ ബോധിപ്പിക്കുന്നത്?

അങ്ങനെയിരിക്കെ മറ്റൊരു കാഴ്ച കാണാനിടയായി. മെലിഞ്ഞ് കറുത്തൊരു മനുഷ്യൻ ഓഫീസ് റൂമിലേക്ക് കയറുന്നത് കണ്ടു. എന്താ സംഭവമെന്നറിയാൻ പതുക്കെ ചെന്ന് നോക്കിയപ്പോൾ പിള്ള സാർ നോട്ടുകളുടെ ഒരു ചുരുട്ട് ആ മനുഷ്യന്റെ കൈയിൽ വെച്ചുകൊടുക്കുകയാണ്. അന്നു വൈകിട്ടോ പിന്നീടോ ആ കൊടുക്കലിനെക്കുറിച്ച് ഒന്നും പറഞ്ഞില്ല. പിന്നീട് പലപ്പോഴും അയാളും പാവപ്പെട്ട വേറെ ചിലരും പൈസ വാങ്ങിപ്പോവുന്നത് കണ്ടു.

ഞാൻ അത്ഭുതപ്പെട്ടു. ആരാണ് ഈ മനുഷ്യരൊക്കെ? എന്തിനാണവർ മുടങ്ങാതെ വന്ന് പൈസ വാങ്ങുന്നത്? ഞെട്ടലോടെ ഞാനോർത്തു. പിള്ളസാർ കൊള്ളപ്പലിശയ്ക്ക് പണം കൊടുക്കുകയാണോ? എനിക്ക് വേവലാതിയായി. ഒരിക്കൽ രണ്ടും കൽപ്പിച്ച് ഞാൻ ചോദിച്ചു.

"സാറിന്റെ കൈയിൽനിന്നും പലരും പണം വാങ്ങിപ്പോകുന്നുണ്ടല്ലോ.

എന്താ സംഭവം?"

പിള്ള സാർ ചിരിച്ചു.

"ഓ, അതോ... ഞാൻ കടം വാങ്ങിച്ച പണം തിരിച്ചു കൊടുക്കുന്നതാ?"

എനിക്കത് ഒട്ടും വിശ്വാസമായില്ല. എന്തോ ദുരൂഹതയുണ്ട് എന്ന് ഞാൻ ഉറപ്പിച്ചു. ഒരിക്കൽ പണം വാങ്ങിപ്പോകുന്ന മനുഷ്യരിലൊരാളെ ഞാൻ മാർക്കറ്റിൽ കണ്ടുമുട്ടി. സ്വകാര്യം ചോദിച്ചപ്പോൾ അയാൾ കാര്യങ്ങൾ തുറന്നു പറഞ്ഞു. കക്ഷി വൃക്കരോഗിയാണ്. ആഴ്ചയിൽ രണ്ട് ഡയാലിസിസ് വേണം. കുടുംബം പട്ടിണിയിലാണ്. പിള്ളസാർ തരുന്ന പണംകൊണ്ടാണ് നാലുവർഷമായി ജീവിതം കഴിഞ്ഞ് കൂടുന്നത്. ഒടുവിൽ അയാൾ കൂട്ടിച്ചേർത്തു.

"എന്നെ മാത്രോല്ല സാറേ, ഒരുപാട് കുടുംബങ്ങളെ പിള്ള സാർ സഹായിക്കുന്നുണ്ട്."

ഞാൻ വിസ്മയിച്ചുപോയി. എന്തൊരു വിചിത്ര മനുഷ്യനാണ്! 'സന്തോഷക്കാശ്' കിട്ടുന്നതെല്ലാം കൃത്യമായി എന്നെ അറിയിക്കുന്നുണ്ട്. പക്ഷേ, കൊടുക്കുന്നതെല്ലാം രഹസ്യമാക്കി വെച്ചിരിക്കുന്നു.

ഞാൻ പെട്ടെന്ന് ഒരുങ്ങിയിറങ്ങി. ബസ്റ്റോപ്പിലേക്ക് നടക്കുമ്പോഴും മനസ്സ് നിറയെ പിള്ളസാറായിരുന്നു. എപ്പഴേ പോയിക്കാണേണ്ടതായിരുന്നു.

ഇത്ര വൈകിക്കൂടായിരുന്നു. മുക്കട് ടൗണിലേക്കുള്ള ബസ്സിൽ കയറി തട്ടാച്ചേരി ജംഗ്ഷനിൽ ഇറങ്ങി. പുഷ്പാംഗദന്റെ ഹോട്ടൽ കാണുന്നുണ്ടോ എന്ന് ചുറ്റും

നോക്കി. പത്തിരുപത് കടകൾ മാത്രമുള്ള ഒരു ചെറിയ ജംഗ്ഷനാണ്. ആദ്യം കണ്ട സ്റ്റേഷനറി കടയിൽ കയറി വലിയ വീട്ടിൽ പുഷ്പാംഗദന്റെ ഹോട്ടൽ എവിടെയാണെന്ന് ചോദിച്ചു.

കടക്കാരൻ എന്റെ നേരെ നെറ്റിചുളിച്ചു. പിന്നെ പുറത്തേക്ക് വന്ന് വിരൽ ചൂണ്ടി.

“അതാ ആ കാണുന്ന തട്ടുകടയാണ്. ഹോട്ടലൊന്നുമല്ല.”

“പുഷ്പാംഗദൻ?”

“ഈ തട്ടാച്ചേരിയിൽ ഒരു പുഷ്പാംഗദനെയുള്ളൂ. ആ തട്ടുകടയിൽ കാണും.”

ഞാൻ പതുക്കെ നടന്നു.

വീടെന്ന് പറയാനില്ല. ഓലമേഞ്ഞ കൊച്ചുകൂര. മഴ ചോരാതിരിക്കാൻ മുകളിൽ വലിച്ച് കെട്ടിയ നീല പ്ലാസ്റ്റിക്കും കീറിപ്പറിഞ്ഞിട്ടുണ്ട്. കൂരയുടെ മുൻവശത്ത് കുമ്പിച്ച മരത്തിന്റെ തട്ട് പുറത്തേക്ക് തള്ളി നിന്നിരുന്നു. അതിൽ ഒരു ചെറിയ കണ്ണാടിക്കൂട്. കണ്ണാടിക്കൂട്ടിൽ ചീഞ്ഞ ചാളമീനുകൾപോലെ ജീവനറ്റ അഞ്ച് പത്ത് പഴംപൊരികൾ. ചായ കൂട്ടുന്ന ഏതാനും പാത്രങ്ങൾ, ഒരു പ്ലാസ്റ്റിക് ഭരണിയിൽ പഞ്ചസാര.

നിലത്ത് കുന്തിച്ചിരുന്ന് പാത്രം തേച്ച് കഴുകുകയായിരുന്ന മുഷിഞ്ഞ സാരിയുടുത്ത സ്ത്രീ എഴുന്നേറ്റ് വന്നു. ഞാൻ ചോദിച്ചു.

“പുഷ്പാംഗദന്റെ വീട്...”

അവരുടെ മുഖത്ത് ചെറിയൊരു ചിരിപടർന്നു. “ഇത് തന്നെയാ സാറേ”

ഞാൻ സ്വയം പരിചയപ്പെടുത്തി അന്നേരം അകത്തു നിന്ന് മുട്ടിലിഴഞ്ഞ് ഒരു മനുഷ്യൻ പുറത്തേക്ക് വന്നു.

“ഞാനാ സാറേ പുഷ്പാംഗദൻ”

“എന്തു പറ്റിയതാ കാലിന്?”

“ലോറിയിൽ ക്ലീനറായിരുന്നു സാറേ. ഒരാക്സിഡന്റ് പറ്റി. രണ്ട് കാലും പോയി.”

എനിക്കൊന്നും മിണ്ടാനായില്ല.

“സാറിന് ബുദ്ധിമുട്ടായി, ല്ലേ”

“ഹേയ്! ഒരു ബുദ്ധിമുട്ടുമില്ല. ഞാൻ
അന്നേ വരേണ്ടതായിരുന്നു... ഓരോ
തിരക്കായിപ്പോയി...”

“അയ്യോ സാറേ, വരാൻ വേണ്ടിയിട്ടൊന്നുമായിരുന്നില്ല. എനിക്ക് എഴുത്തുകാരെ വല്യ ഇഷ്ടാ... അതോണ്ട് വിളിക്കുന്നതാ... രണ്ട് വാക്ക് മിണ്ടിയാൽ ഒരു സമാധാനാ സാറേ...”

ഞാൻ തലകുലുക്കി.

“പുഷ്പാംഗദാ, ഞാനിപ്പോൾ വന്നത് മഹാദേവൻപിള്ള സാറിന്റെ വീട് എവിടെയാണെന്നറിയാനാണ്. ഒന്ന് പോയിക്കാണാനാണ്.”

പുഷ്പാംഗദന്റെ മുഖം ചുളിഞ്ഞു.

“അയ്യോ സോറ, ഒരു കൊല്ലം മുമ്പ്”

“അയ്യോ! എന്താ സംഭവിച്ചത്?”

പുഷ്പാംഗദന്റെ ഭാര്യയാണ് മറുപടി പറഞ്ഞത്.

“സാറേ, അങ്ങോര് വല്ലാത്ത ഒരു മനുഷ്യനാർന്നു.ചോദിക്കേന്നാർക്കെല്ലാം

പൈസ കൊടുക്കും. പെൻഷൻ പറ്റുമ്പോ കൊറേ കടം ബാക്കി. വീട്ടിലെത്ത്യപ്പോള് ഭാര്യക്കും മക്കൾക്കും കണ്ടൂടാണ്ടായി. ചെറിയ മാനസിക വിഭ്രാന്തി വന്നപ്പോള് അവര് ഏതോ മാനസികാശുപത്രീല് കൊണ്ടാക്കി. അവിടെ വെച്ചിട്ടാ മരിച്ചത്?"

ഞാൻ തല താഴ്ത്തിയിരുന്നു.

നീണ്ട നിശ്ശബ്ദതയെ മുറിഞ്ഞ് പുഷ്പാംഗദൻ പറഞ്ഞു.

"സുമേ, സാറിന് കടുപ്പത്തിലൊരു ചായ കൊടുക്ക്."

ചൂട് ചായ ഊതിക്കുടിക്കുമ്പോൾ ഞാൻ ബാലേട്ടൻ കൂട്ടിത്തരുന്ന ചായ ഓർത്തു. പിള്ള സാറിന്റെ കൂടെ ഇരുന്ന് കുടിച്ച ചായകൾ ഓർമയായി. ഇറങ്ങാൻ നേരം ഞാൻ പറഞ്ഞു.

"രാവിലെ തിരക്കിലായിപ്പോയി. അതാ ഫോൺ കട്ട് ചെയ്തത്. ആവശ്യമുണ്ടാകുമ്പോൾ വിളിച്ചോളൂ. ട്രിപ്പിൾ ത്രീയിലവസാനിക്കുന്ന നമ്പറല്ലേ. ഞാനൊരിക്കലും മറക്കില്ല. ഇടയ്ക്ക് ഞാനിങ്ങോട്ട് ഇറങ്ങാം."

ഞാൻ പുഷ്പാംഗദന്റെ കൈകൾ കൂട്ടിപ്പിടിച്ചു. അയാൾ എന്റെ കൈകൾ ഉയർത്തി സ്വന്തം നെറ്റിയിൽ മുട്ടിച്ചു.

തിരുശേഷിപ്പ്

പി എഫ് മാത്യൂസ്

എഴുപത്തിയഞ്ചാം വയസ്സിൽ വൃദ്ധകാമുകിയുടെ കൈകൾ തലോടി വിരലിൽ ഒരു പൊൻമോതിരം അണിയിക്കാമെങ്കിൽ ആരോഗ്യമുള്ള അമ്പതുകാരന് അതിലുമൊക്കെ എത്രയോ മെച്ചപ്പെട്ടൊരു പ്രണയത്തിന് അർഹതയുണ്ട്. വാർധക്യകാലത്തെ പ്രണയം പറയുന്ന കാരൂർ നീലകണ്ഠപിള്ളയുടെ 'മോതിരം' എന്ന കഥ വായിച്ച ബാബു ആലോചിച്ചു. അങ്ങനെ ആലോചിക്കാൻ ഒരു കാരണം കൂടിയുണ്ട്. അയാളുടെ ജീവിതത്തെ തിരുത്തി എഴുതാനുള്ള സാധ്യതകളുമായി മുപ്പത്തിരണ്ടു വയസ്സുള്ള, സുന്ദരിയായ ബേബി (പേര് യഥാർത്ഥമല്ല) വാതിൽക്കൽ വന്നുനിൽക്കുന്നുണ്ട്.

ബാബു എന്നു വിളിപ്പേരുള്ള അയാൾ ബേബിയിൽ നിന്ന് ആരാധനയും പ്രണയവും ആഗ്രഹിക്കുന്നുണ്ട്. ചലച്ചിത്ര നിർമാതാവായ ഒരു ചങ്ങാതിയെ കാണാൻ പോയപ്പോഴാണ് അയാൾ അവളെ പരിചയപ്പെട്ടത്. ഒരു ജൂനിയർ ആർട്ടിസ്റ്റായ ബേബി എല്ലാ അർഥത്തിലും ചങ്ങാതിയെ സന്തോഷിപ്പിക്കാൻ എത്തിയതാണവിടെ. നിർമാതാവിന്റെ സ്നേഹിതനായതിനാൽ ബാബുവിനോടും അവൾ ഭയഭക്തിയോടെതന്നെ പെരുമാറി. വേണമെങ്കിൽ അവളോടൊപ്പം ഫ്ളാറ്റിന്റെ അടഞ്ഞമുറിയിൽ കുറച്ചുനേരം ചെലവഴിക്കാമെന്ന ചങ്ങാതിയുടെ നിർദേശം ബാബുവിന് തീരെ രസിച്ചില്ല. കാരണം ശാരീരികമായ അടുപ്പങ്ങളിൽ സ്നേഹം ഒഴിച്ചുകൂടാനാകാത്തതാണെന്ന പഴയ ചിന്താഗതിയിൽ ഉറച്ചുവിശ്വസിക്കുന്ന ഒരാളായിരുന്നു ബാബു. നിർമാതാവിന്റെ നിർദേശം കേട്ട് തലകുനിച്ചു നിന്നിരുന്ന ബേബിയുടെ ആ സങ്കടത്തിൽ കുതിർന്ന മുഖഭാവം ഒരിക്കലും മറക്കാനാകില്ലെന്ന് അയാൾ വിചാരിച്ചു. മുറിയിൽ കയറാൻ ബാബു തയ്യാറില്ലെന്ന് മനസ്സിലാക്കിയപ്പോൾ ബേബി വല്ലാത്തൊരു കൃതജ്ഞതയോടെ ബാബുവെ നോക്കിയതും എങ്ങനെ മറക്കാൻ. ഒരുപാടു വാചകങ്ങൾ ആ ഒരൊറ്റ നോട്ടത്തിൽനിന്നുതന്നെ അയാൾക്കു വായിക്കാൻ കഴിഞ്ഞു. നിർമാതാവ് തന്റെ തിരക്കുകളിലേക്കു നീങ്ങിയപ്പോൾ ബേബിയും ബാബുവും അനാവശ്യ കഥാപാത്രങ്ങളായി മാറി. ഒരു മടിയും കൂടാതെ നിർമാതാവ് പറഞ്ഞു:

"ബാബൂ, നീ ഇറങ്ങുകയല്ലേ... പോകുമ്പോൾ ദാ ഇവളെ റെയിൽവേസ്റ്റേഷനു

മുന്നിലൊന്ന് ഇറക്കിവിടാമോ...”

സന്തോഷമേയുള്ളൂ എന്ന വാക്കാണ് പറയേണ്ടതെങ്കിലും അതു തെറ്റിദ്ധരിക്കാനിടയുള്ളതിനാൽ ബാബു വെറുതെ തലയാട്ടുക മാത്രം ചെയ്തു. അങ്ങനെ ബാബുവിന്റെ കാറിൽ അയാളുടെ തൊട്ടടുത്തായി ബേബി ഇരുന്നു. റെയിൽവേസ്റ്റേഷനിലേക്ക് വെറും മൂന്നര കിലോമീറ്ററേയുള്ളുവെങ്കിലും അവരിരുവരും അതിദീർഘമായ ഒരു കാലയളവ് അതിലിരുന്ന് അനുഭവിച്ചു. പണ്ടെങ്ങോ വായിച്ച ഒരു ലത്തീനമേരിക്കൻ കഥയിലെന്നതുപോലെ ആ കാറിനകത്തെ കാലം പൊടുന്നനെയങ്ങു വിടർന്നു വികസിച്ചു. കാലിൽ വെള്ളിക്കൊലുസിട്ടു നടക്കുന്ന പെൺകുട്ടിയായി അവളും ആ പാതയോരത്തെ മരത്തലപ്പിൽ ഇരുന്ന് അവളെ നോക്കിക്കൊണ്ടിരുന്ന യുവാവായി അയാളും മാറി. കാലം പോകപ്പോകെ പരസ്പരം തിരിച്ചറിയാതെ എത്രയോ ഇടങ്ങളിൽ വച്ച് തൊട്ടുതൊട്ടില്ലാ എന്നമട്ടിൽ അവർ കടന്നുപോയി. ചിലപ്പോൾ ഒരേ ബെഞ്ചിൽ കുറേനേരം ഇരിക്കുകപോലും ചെയ്തിട്ടുണ്ടാകും. ഇരുവരുടേയും ശരീര ഗന്ധം പരസ്പരം ആശ്ലേഷിച്ചിട്ടുമുണ്ടാകും. മൂന്നര കിലോമീറ്റർ വളരെ കുറച്ചു സമയംകൊണ്ട് ഓടിയെത്താവുന്ന അകലമായതിനാൽ ബാബു കാറിനുള്ളിലെ കാലപ്രവാഹത്തെ തടഞ്ഞുനിർത്തി അവളെ നോക്കി. പിന്നിട്ട സ്വപ്നങ്ങളിൽ നിന്നു തീർത്തും മുക്തി നേടിയിട്ട് അവളോടു സംസാരിച്ചു തുടങ്ങി. അവളുടെ വീട്ടുവിശേഷങ്ങളിലായിരുന്നു തുടക്കം. രണ്ടാം കല്യാണത്തിലെ ഭർത്താവും ആദ്യ കല്യാണത്തിലെ രണ്ടു പെൺകുഞ്ഞുങ്ങളുമടങ്ങുന്ന കുടുംബം ഒരു വാടകവീട്ടിലാണ് താമസിക്കുന്നത്.

“കഴിഞ്ഞുകൂടാൻ നല്ല ബുദ്ധിമുട്ടാണ് സാറേ... അതുകൊണ്ടല്ലേ സ്വപ്നത്തിപ്പോലും ഉണ്ടാകല്ലേന്ന് ആശിച്ച കാര്യങ്ങളൊക്കെ ചെയ്യേണ്ടിവരണത്...”

ഒരു മടിയും കൂടാതെ ജീവിതത്തിലെ താക്കോൽ വാചകം അവൾ ബാബുവിനോടു പറഞ്ഞുകഴിഞ്ഞു. ഇനി വളരെ സൂക്ഷ്മതയോടെ വേണം ഇടപെടാൻ എന്നറിയാമെങ്കിലും വീട്ടുവിശേഷം ചോദിച്ചുകൊണ്ടേയിരിക്കുകയാണ് ബുദ്ധിയെന്ന് അയാൾ തീരുമാനിച്ചു. അങ്ങനെ അവളുടെ ജീവിതത്തെ മൂന്നരക്കിലോമീറ്റർകൊണ്ടു അയാൾ പൂർത്തിയാക്കി. തീവണ്ടിസ്റ്റേഷനിലേക്ക് ഇറങ്ങുവാൻ അവൾ ബാഗ് എടുക്കുന്ന നേരത്ത് പതിവില്ലാതെ തോന്നിയ പ്രായോഗിക ബുദ്ധി ബാബു പ്രയോഗിച്ചു.

“ഞാൻ ആഹാരം കഴിച്ചിട്ടില്ല... ബേബി...”

ആ വാചകത്തിന്റെ ആന്തരാർഥവും ധ്വനിയും മനസ്സിലാക്കിയതുപോലെ പുഞ്ചിരിച്ചുകൊണ്ട് അവൾ പറഞ്ഞു.

“ഞാനും...”

അങ്ങനെ അവർ ഒരുമിച്ച് ഒരു മേശയ്ക്ക് ഇരുപുറവും ഇരുന്ന് ആഹാരം കഴിച്ചു. ഏതാണ്ട് ഒന്നരമണിക്കൂറോളം നീളത്തിൽ സമയം കടന്നുപോയിക്കാണും. അവർ ഫോൺ നമ്പരുകൾ കൈമാറുകയും ഇടയ്ക്കിടക്ക് വിളിക്കാമെന്ന ധാരണയിലെത്തുകയും ചെയ്തു. ഒരാറു മാസം കഴിഞ്ഞപ്പോൾ സ്വാഭാവികമായും അവർ തമ്മിൽ എന്തും തുറന്നു പറയാവുന്ന ബന്ധമായി അതു വളർന്നുവെന്നു മാത്രമല്ല, അയാളുടെ മൊബൈൽഫോണിൽ ഉമ്മകളുടെ ഇമോജികൾ വന്നു നിറയാനും തുടങ്ങി. ബാബുവിന് അംഗീകരിക്കാൻ നല്ല പ്രയാസമുണ്ടായിരുന്നെങ്കിലും അയാൾ അതി

തീവ്രമായ പ്രണയബന്ധത്തിൽ അകപ്പെട്ടുകഴിഞ്ഞുവെന്നതാണ് വസ്തുത. അതു കൊണ്ടായിരിക്കണമല്ലോ തന്റെ ചങ്ങാതിയായ നിർമാതാവിനെ വിളിച്ച് മറ്റുവിശേഷങ്ങൾ ചോദിക്കുന്നകൂട്ടത്തിലെന്നവണ്ണം ബേബിയുടെ കാര്യം കൂടി തിരക്കിയത്.

"അടുത്തയാഴ്ച വരാനവളോടു പറഞ്ഞിട്ടുണ്ട്. എന്റെ പുതിയ പടത്തിന്റെ സംവിധായകനും വരും..." തീരെ നിസ്സാരമായ കാര്യം പോലെ അവനതു പറഞ്ഞപ്പോൾ ബാബുവിന് ശ്വാസംമുട്ടലനുഭവപ്പെട്ടു.

"അവൾ വരാമെന്നു സമ്മതിച്ചോ..."

"പിന്നല്ലാതെ... അവളു വരും... വന്നിരിക്കും..."

ചങ്ങാതിയുടെ ചിരി ബാബുവെ കുപിതനാക്കിയതിനാലാകണം അവിടെ നിന്നുകൊണ്ടുതന്നെ ബേബിയെ വിളിച്ചത്. എന്നാൽ പതിവില്ലാതെ അവൾ ഫോണെടുത്തില്ല. ആ നിൽപ്പിൽ നാലോ അഞ്ചോ വട്ടം വിളിച്ചെങ്കിലും മറുപടി വിളി വന്നത് പിറ്റേദിവസം മാത്രമായിരുന്നു. അയാൾക്കു ദ്വേഷ്യം അടക്കാനായില്ല.

" നീ ഇന്നലെ ആരുടെ കൂടെയായിരുന്നു..."

ബേബി കുറച്ചു സമയത്തേക്ക് ഒന്നും മിണ്ടിയില്ല. നിശ്ശബ്ദത അയാൾക്കു സഹിച്ചില്ല. പതുക്കെ പതുക്കെ ഫോണിലൂടെ അവളുടെ ഏങ്ങലടി കേട്ടു. അതോടെ ദ്വേഷ്യവും അലിഞ്ഞുപോയി. തുടർന്നുണ്ടായ നീളമേറിയ സംസാരത്തിനുശേഷം ഏറെ വൈകാതെ ഒരു ദിവസം ഒന്നിച്ചു ചെലവഴിക്കാമെന്നു അവർ തീരുമാനിച്ചു. ആ കൂടിക്കാഴ്ചയിൽ അവളെല്ലാം പറയും. മൂന്നര കിലോമീറ്റർ നീണ്ട കാർ യാത്രയിലും ആറുമാസത്തിനിടയിലെ ഫോൺവിളികളിലും പൂർത്തിയാകാതെ ശേഷിക്കുന്ന അവളുടെ ജീവിതം മുഴുവനായി വിവരിക്കാൻ ഈ ഒരു ദിവസം മതിയാകുമോ...

കല്യാണം കഴിഞ്ഞ് ഒരു മാസത്തിനുള്ളിൽ ഭർത്താവു പറയുന്നു, എനിക്കു നിന്നേക്കുറിച്ചും നിന്റെ ഭൂതകാല ജീവിതത്തേക്കുറിച്ചും എല്ലാമറിയാം. കാരണം ജീവിതം അത്രക്കു ചെറുതാണ്. നമ്മുടേയൊക്കെ ജീവിതം വിവരിക്കാനും ഒളിവിടങ്ങൾ തുറന്നിടാനും അത്രയൊക്കെയേ വേണ്ടൂ... ഒരു ടെലിവിഷൻ പരമ്പരയിൽ കേട്ട വാചകം ബാബു വീണ്ടുംവീണ്ടും മനസ്സിലിട്ട് വിശകലനം ചെയ്തുകൊണ്ടിരിക്കെ അവൾ വന്നു. ആദ്യത്തെ കൂടിക്കാഴ്ചയിൽ അവർ കയറിയ അതേ കോഫി ഷോപ്പിൽ തൊട്ടുതൊട്ട് ഇരിക്കുമ്പോൾ മേശയിൽ നിശ്ശബ്ദമാക്കിവച്ച അവളുടെ ഫോണിൽ ധാരാളം വിളികൾ മിന്നിക്കൊണ്ടിരിക്കുന്നത് അയാൾ കണ്ടു. ഒരു കോൾ മാത്രം ബേബി എടുക്കുകയും അതീവ സന്തോഷത്തോടും ആവേശത്തോടും കൂടി സംസാരിക്കുകയും ചെയ്തു. അവൾക്കു പരിചയമുള്ള ഒരു പുരോഹിതനാണതെന്നും വല്ലാതെ തകർന്നുകൊണ്ടിരിക്കുന്ന ജീവിതത്തെ മുന്നോട്ടു നടത്തിക്കാൻ അയാളുടെ ഈ വിളികൾ വളരെയധികം സഹായിക്കുന്നുണ്ടെന്നുമൊക്കെ വിശദീകരിച്ചുവെങ്കിലും ബാബുവിന് തീരെ രസിച്ചില്ല.

ഹോട്ടൽമുറികൾ സുരക്ഷിതമല്ലെന്ന് അറിയാവുന്നതിനാൽ അയാൾ ഒരു മൂന്നാന്റെ സഹായത്താൽ ദിവസ വാടകയ്ക്ക് ഒരുഫ്ളാറ്റ് എടുക്കുകയായിരുന്നു.

"എന്തൊരു വാടകയാണ്... ആ കാശുണ്ടായിരുന്നെങ്കിൽ ഞാൻ രണ്ടാഴ്ച സുഖമായി കഴിഞ്ഞേനേ..." നിഷ്കളങ്കമായി അവൾ പറഞ്ഞു.

" നിനക്കു ഞാൻ അതിലും കൂടുതൽ പണം തരുന്നുണ്ട്..."

തീരെ നിഷ്കളങ്കതയില്ലാതെ ബാബുവും പറഞ്ഞു. അവളതുകേട്ട് വിടർന്നു ചിരിച്ചിട്ട് പറഞ്ഞു:

"അതു വേണ്ട...നിങ്ങൾ പണം തന്നാൽ ഞാൻ വാങ്ങില്ല..."

"അതെന്താ..."

"സ്നേഹത്തിനു പ്രതിഫലം പണമല്ല..."

"പ്രേമിക്കുന്നതിനു കാമുകിക്കു ശമ്പളം കൊടുക്കാമെന്നു പറയുന്ന കാമുകന്റെ കഥ ബഷീറെഴുതിയിട്ടുണ്ട്..."

"എന്നിട്ട് ആ പെണ്ണതു വാങ്ങിയോ..."

"വാങ്ങിയെങ്കിൽ..."

"അതു വളരെ മോശമായിപ്പോയി..."

"അതൊരു തമാശക്കഥയാണെങ്കിലോ..."

എന്നാലും മോശമാണ്... ആണുങ്ങൾക്ക് ഒരിക്കലും പെണ്ണുങ്ങളെ മനസ്സിലാകില്ല... അതോണ്ടാ ഇമ്മാതിരിയൊക്കെ എഴുതിവിടുന്നത്..."

ബാബുവിനു നല്ല സമാധാനം തോന്നി. എന്നാൽ അത് ഏറെ നേരം നീണ്ടുനിന്നില്ല. അവളുടെ പാതിരി വീണ്ടും വിളിച്ചു. ഏറെ ആഹ്ളാദത്തോടെ ഫോണുമായി അടുത്ത മുറിയിലേക്കു കയറി ബേബി വാതിലു ചാരി. അവിടെ നിന്ന് വലിയ ചിരികളും സന്തോഷസ്വരങ്ങളും ചെറുതായി കേൾക്കാമായിരുന്നു. ദേഷ്യം അടക്കുന്നതാണ് നല്ലത്. സാവകാശം അവളോടെല്ലാം ചോദിച്ചു മനസ്സിലാക്കണം. അതാണു വേണ്ടത്. എന്തിനാണ് അവളുടെ മറ്റുബന്ധങ്ങളേക്കുറിച്ചു തിരക്കുന്നത്, അതൊക്കെ അറിഞ്ഞിട്ടെന്തു കാര്യം എന്നൊരു ചോദ്യം ഉള്ളിൽ നിന്നുണ്ടായെങ്കിലും അത്രയും വിശാലമനസ്കതയുടെ ആവശ്യമൊന്നുമില്ലെന്ന് അയാൾ തന്നെ തീർച്ചയാക്കി. പതുക്കെ നടന്ന് അവൾ ഫോൺ ചെയ്തുകൊണ്ടിരുന്ന മുറിയുടെ വാതിൽക്കൽ നിന്നപ്പോൾ സംസാരം കൃത്യമായി കേൾക്കാമെന്നായി. അവൾ ഫോണിലൂടെ ഉമ്മകൊടുത്തുകൊണ്ടിരിക്കുകയാണെന്നറിഞ്ഞപ്പോൾ അയാളുടെ ദേഷ്യം പിന്നേയും കലശലായി. ഉൾവിളിയുണ്ടായതുപോലെ ബേബി തിരിഞ്ഞുനോക്കുകയും ഫോൺവിളി അവസാനിപ്പിക്കുകയും ചെയ്തു. പ്രത്യേകിച്ചൊന്നും സംഭവിക്കാത്തതുപോലെ അയാളുടെ ദേഹത്തോടു ചേർന്നുനിന്നിട്ട് അവൾ പറഞ്ഞു.

"എല്ലാ സംശയങ്ങളും ഞാൻ തീർത്തുതരുന്നുണ്ട്... അതിനുമുമ്പു നമുക്കിത്തിരി കിടക്കാം... വരൂ..."

അയാളെ ചേർത്തുപിടിച്ച് അവൾ കിടക്കയിലേക്കു നടന്നു. തന്റെ അസൂയയും ദേഷ്യവുമൊക്കെ എത്ര ശാന്തമായിട്ടാണ് അവൾ കൈകാര്യം ചെയ്യുന്നതെന്നു കണ്ട് അയാൾക്ക് അതിശയം തോന്നി.

അന്തിവെയിലു ചായുന്നതുവരെ അവർ ഉറങ്ങി. കുളി കഴിഞ്ഞ് കോഫിയും മധുരവും കഴിച്ച് കൊച്ചുവർത്തമാനം പറഞ്ഞിരിക്കെ അയാൾ ചോദിക്കാതെ തന്നെ അവൾ പറയാൻ തുടങ്ങി.

അവളെ കെട്ടിയ രണ്ടാമത്തെ പുരുഷൻ പോലീസുകാർക്ക് അനാഥ ശവങ്ങളെടുത്തു കൊടുക്കുന്ന പണി ചെയ്യുന്നവനാണ്. വളരെ സ്നേഹിച്ചും ഇഷ്ടപ്പെട്ടുമാണ്

അയാളാ പണി ചെയ്തിരുന്നതെന്നു മാത്രമല്ല ശവങ്ങളുടെ ഗന്ധം അയാളെ വല്ലാതെ ആവേശംകൊള്ളിക്കുകയും ചെയ്തിരുന്നു. ചീഞ്ഞ ശവമെടുക്കുന്ന ദിവസങ്ങളിൽ അയാൾ കൂടുതൽ മദ്യപിച്ചായിരിക്കും വീട്ടിൽ വരിക. ആ രാത്രികളിൽ അവളെ അയാൾ വളരെ ക്രൂരമായി ആക്രമിക്കുന്നതുപോലെ ശാരിരികബന്ധം പുലർത്തുമായിരുന്നു. അതൊന്നും അവളെ ഉപദ്രവിക്കാനായിരുന്നില്ലെന്നു മാത്രമല്ല ആ സമയങ്ങളിൽ അവളനുഭവിക്കുന്ന വേദനകൾ അയാൾ തിരിച്ചറിയുകപോലുമില്ലായിരുന്നു. അയാളുടെ ജീവിതാസക്തിയായിരുന്നു അത്. എല്ലാം കഴിയുമ്പോൾ അവളുടെ കാലിൽ കെട്ടിപ്പിടിച്ച് കരയുകയും ചേറുപിടിച്ച ഉള്ളംകാലുകളിൽ ഉമ്മവയ്ക്കുകയും ചെയ്തിരുന്നു. ആ സമയങ്ങളിൽ മുറിയിലാകെ കർപ്പൂരഗന്ധം നിറയുന്നതായും അടുത്തെവിടെയും ഇല്ലാത്ത അമ്പലമണി മുഴങ്ങുന്നതായും അവൾ കേട്ടിരുന്നു. മുറിവേറ്റും സങ്കടപ്പെട്ടും കഴിയുന്ന ആ ജീവിതത്തിലേക്കാണ് പുരോഹിതൻ കയറിവന്നത്. വളരെ നല്ലവനായ ആ മനുഷ്യന് അവളോട് വലിയ സ്നേഹവും വാത്സല്യവുമൊക്കെയാണ്. നന്നായി പാടുകയും പാവപ്പെട്ടവരെ സഹായിക്കുകയും ചെയ്യുന്ന ഒരാൾ. അയാളെ ആദ്യമായി കണ്ട ദിവസം ഒരുകാലവും മറക്കാനാകില്ല. പലചരക്കു സാധനങ്ങൾ വാങ്ങി നടന്ന് ക്ഷീണിച്ചു വരികയാണവൾ. പുരോഹിതവേഷമണിയാതെ കറുത്ത നിറമുള്ള ബൈക്കോടിച്ചു വന്നിരുന്ന അയാൾ അവളെ കണ്ടതും അതിശയത്തോടെ വണ്ടി നിർത്തി അരികിലേക്കു നടന്നു വന്നു. വ്രതനിഷ്ഠയുള്ള ഒരു പുരോഹിതനാണെന്നു സ്വയം പരിചയപ്പെടുത്തിയ ശേഷം അയാളുടെ ജീവിതത്തിലുണ്ടായ ഒരു സംഭവത്തെക്കുറിച്ചു ചുരുക്കത്തിൽ വിശദീകരിച്ചു. കഴിഞ്ഞ ഏതോ ഒരു നാളിൽ അയാൾ വിചിത്രമായൊരു സ്വപ്നം കണ്ടിരുന്നു. പാളയം ചന്തയിൽ നിന്നു മീൻ വാങ്ങുന്ന കന്യകാമാതാവായിരുന്നു സ്വപ്നത്തിൽ. ആ മാതാവിന് അവളുടെ മുഖച്ഛായയായിരുന്നു എന്നതാണ് അയാൾക്ക് അതിശയകരമായിത്തോന്നിയത്. കേട്ടിട്ട് കളവാണെന്നു തോന്നിയില്ല. അയാൾ അത്രക്കു വികാരഭരിതനായിരുന്നു. ഇടക്ക് അവളെ കാണുമ്പോൾ ആഹാരം വാങ്ങിക്കൊടുക്കുകയും ധാരാളം സംസാരിക്കുകയും ചെയ്തു. കൈത്തലത്തിൽ തലോടുക എന്നതിനപ്പുറത്തേക്ക് അയാൾ ഇതുവരെ പോയിട്ടില്ല. ഒരു ദിവസം വീട്ടിലേക്കു വേണ്ടുന്ന പലചരക്കു സാധനങ്ങളുമായി അവളുടെ വീട്ടിലേക്കയാൾ കയറിച്ചെന്നു. വീട്ടിലാരുമുണ്ടായിരുന്നില്ല. ഈ ഉപകാരത്തിനു പകരം എന്താണ് കൊടുക്കേണ്ടതെന്ന് അവൾക്കറിയില്ലായിരുന്നു. അയാളെ നന്നായി സ്വീകരിക്കാൻ പോലും നിവൃത്തിയില്ല. അടുക്കളയിൽ യാതൊന്നുമില്ല. അയാൾക്കൊന്നും വേണ്ടന്നു പറഞ്ഞ് വളരെ പെട്ടെന്നു പുറത്തേക്കിറങ്ങി. പിന്നെ ഇത്തിരി ആലോചിച്ചു നിന്നിട്ട്, പകരമായി എനിക്കെന്തെങ്കിലും തരണമെന്നുണ്ടെങ്കിൽ ഉടുത്തിരിക്കുന്ന ഈ വസ്ത്രങ്ങൾ ഊരി തന്നാൽ മതിയെന്നു പറഞ്ഞു. വിയർപ്പും അഴുക്കും പതിഞ്ഞ വീട്ടുടുപ്പായിരുന്നു അത്. അവൾ വിഷമത്തോടെ അലമാരിയിലിരിക്കുന്ന അലക്കിയ തുണി വല്ലതും തരട്ടേയെന്നു ചോദിച്ചപ്പോൾ ഇപ്പോൾ അണിഞ്ഞിരിക്കുന്ന അടിവസ്ത്രങ്ങളടക്കം എല്ലാം അഴിച്ചു തന്നാൽ മതിയെന്നു ഉറപ്പിച്ചു പറഞ്ഞു. പിന്നെ സംശയമൊന്നും കൂടാതെ അവൾ മുറിയിൽ കയറി വസ്ത്രങ്ങളഴിച്ച് ഒരു പാക്കറ്റിലാക്കി അയാൾക്കു കൊടുത്തു.

ശവഗന്ധമുള്ള ഒരു മനുഷ്യനുമായി കഴിയുന്നവളാണെന്ന വസ്തുത പോലും മറന്ന്

ബാബു പൊട്ടിച്ചിരിക്കാൻ തുടങ്ങി. മനപ്പൂർവം ആ ചിരിയുടെ ദൈർഘ്യം നീട്ടിക്കൊണ്ടിരിക്കുമ്പോഴും അവൾക്കതിന്റെ കാരണം പിടികിട്ടിയില്ല. പുരോഹിതൻ നേരെ പള്ളിയിലേക്കു ചെന്ന് രൂപക്കൂട്ടിലെ തിരുവസ്തുക്കളെടുത്തുമാറ്റി പകരം അവളുടെ വസ്തുങ്ങൾ പ്രതിഷ്ഠിച്ച് ആരാധനയോടെ കുമ്പിട്ടുനിൽക്കുന്ന ഒരു കാഴ്ച മനസ്സിൽ കണ്ടിട്ടാണ് ബാബു ചിരിച്ചത്. ചിരിയുടെ കാര്യം ചോദിച്ചപ്പോൾ ആവുന്നത്ര പരിഹാസം ലഘൂകരിച്ചുകൊണ്ട് അയാൾ പറഞ്ഞു :

"അയാൾക്കു നിന്നോട് സ്നേഹമോ വാത്സല്യമോ അല്ല ഭക്തിയാണ്... പുണ്യപ്പെട്ടവരോടും ദൈവങ്ങളോടും മാത്രം തോന്നുന്ന ഭക്തി... അയാളിനി ക്രിസ്തുവിനും മാതാവിനും പകരം നിന്നെയായിരിക്കും ആരാധിക്കാൻപോകുന്നത്..."

"അതിനെന്താ... എന്നെപ്പോലെ ഒരാളെ ദൈവമായിക്കാണുന്നതിൽ വലിയ തെറ്റൊന്നുമില്ല... ഒന്നുമല്ലേലും ജീവിച്ചിരിക്കുന്ന ഒരാളല്ലേ ഞാൻ..."

തീരെ സംശയങ്ങളില്ലാത്ത അവളുടെ മറുപടി ഇത്തിരി അതിശയത്തോടെയാണ് ബാബു കേട്ടത്.

"നിനക്ക് ദൈവമാകാനിഷ്ടമുണ്ടോ..."

അവൾ തലയാട്ടി.

"എന്റെ ഭർത്താവും എന്നെ ആരാധിക്കുന്നവനാണ്...എല്ലാവരുമെന്നെ ആരാധിക്കുന്നതും പൂജിക്കുന്നതും എനിക്കിഷ്ടമാണ്... അങ്ങനെയുള്ളവർക്ക് എന്റെ തുണിയുടെ കഷണങ്ങളോ നഖമോ ഒക്കെ കൊടുക്കാൻ തയ്യാറുമാണ്... ക്രിസ്ത്യാനികൾക്കിടയിൽ അങ്ങനെയൊരു പതിവുണ്ടല്ലോ..."

"ഉം... വിശുദ്ധരുടെ തിരുശേഷിപ്പ്... പക്ഷേ, മരിച്ചു പുണ്യപ്പെട്ടതിനുശേഷമാണ് തിരുശേഷിപ്പുണ്ടാകുന്നത്..."

"അതിനെന്താ... ഒരു ദിവസം ഞാനും മരിക്കുമല്ലോ..."

സമനില തെറ്റിയ ഒരാളാണോ മുന്നിൽ നിൽക്കുന്നതെന്ന സംശയമാണ് ബാബുവിന് ആ നേരത്തുണ്ടായത്.

"വേണമെങ്കിൽ ബാബുവിനും എന്നെ പൂജിക്കാവുന്നതാണ്..."

ഇത്രയും പറഞ്ഞ് ബാഗിൽ നിന്ന് ചെറു കത്രികയെടുത്ത് അവൾ തന്റെ ചുരുൾമുടിയുടെ അറ്റം മുറിച്ച് അയാൾക്കു നേരെ നീട്ടി. വളരെ ഗൗരവത്തിലാണവൾ അതു ചെയ്തതെന്നു കണ്ട് ബാബു ആശയക്കുഴപ്പത്തിലായി. അയാൾ കൈനീട്ടി ആ മുടിച്ചുരുൾ വാങ്ങി.

"സൂക്ഷിച്ചുവച്ചോളൂ..."

സിന്ദൂരമിട്ടുവെയ്ക്കുന്ന ചെറിയൊരു ചെപ്പ് അവൾ അയാൾക്കു നേരെ നീട്ടി. ബാബു അവളുടെ മുടിച്ചുരുൾ ചെപ്പിൽ വച്ച് അവളെ നോക്കി. ഗൗരവവും ആത്മാർഥതയും നിറഞ്ഞ ആ മുഖം കണ്ടപ്പോൾ ഉത്തമ ബോധ്യത്തോടെയാണ് അവളിതെല്ലാം ചെയ്തതെന്ന് അയാൾക്കു തീർച്ചയായി. അവളുടെ തലയ്ക്കു ചുറ്റും മഞ്ഞവെളിച്ചം ഉണ്ടാകുന്നുണ്ടെന്നുപോലും അയാൾ സംശയിക്കാൻ തുടങ്ങി.

നിർണായകമായ ഒരു തീരുമാനമെടുക്കേണ്ട രാത്രിയാണതെന്ന് ബാബു തിരിച്ചറിഞ്ഞു. എന്നാൽ ഏറെയൊന്നും സംസാരിക്കാതെ, വല്ലാത്ത ക്ഷീണത്തോടെ അവൾ കിടന്നുറങ്ങി. അയാളാകട്ടെ ഉറക്കം നഷ്ടപ്പെട്ട് മണിക്കൂറുകളായി മുറിയിലൂടെ നടക്കുകയാണ്. കാലങ്ങളോളം താനിങ്ങനെ ഗതികിട്ടാത്തതുപോലെ നട

ന്നുകൊണ്ടിരിക്കുകയാണെന്നുപോലും അയാൾക്കു തോന്നി. അവളുടെ കൺപോളകൾ സ്വപ്നം കാണുന്നതുപോലെ മിടിക്കുന്നുണ്ടായിരുന്നു. എന്തായിരിക്കും അവൾ കാണുന്ന സ്വപ്നം. ചീഞ്ഞളിഞ്ഞ മൃതശരീരം വാരിക്കൂട്ടുന്ന കൈകൾ അതേ മാലിന്യങ്ങളോടെ അവളെ തഴുകുന്ന കാഴ്ചയാണ് കണ്ണിൽ തെളിയുന്നത്. രക്ഷപ്പെടാൻ കഴിയാത്ത വലിയൊരു കെണിയിൽ അകപ്പെട്ടിരിക്കുന്നതുപോലെ ബാബുവിനു തോന്നി. പകൽ കിടക്കുമ്പോൾ അവളുടെ മേലാകെ ചാട്ടയടികൊണ്ടു മുറിവേറ്റ പാടുകളുണ്ടായിരുന്നത് അയാൾ ശ്രദ്ധിച്ചിരുന്നു. ക്രിസ്തു മതവിശ്വാസികളായ സന്യാസിമാർ ശരീരം സ്വയം മുറിപ്പെടുത്തുന്നതും മറ്റുള്ളവരോടു മുറിപ്പെടുത്താനാവശ്യപ്പെടുന്നതുമൊക്കെ വായിച്ചറിഞ്ഞിട്ടുണ്ട്. അവരാണ് പിൽക്കാലത്ത് വിശുദ്ധരാകുന്നതും തിരുശേഷിപ്പ് വിതരണം ചെയ്യാനുള്ള യോഗ്യത നേടുന്നതും. ഇത്തരം ചിന്തകൾ അയാളെ കൂടുതൽ അസ്വസ്ഥനാക്കുകയായിരുന്നു. ബാബു കിടക്കയിലിരുന്ന് അവളെ ഉണർത്താൻ ശ്രമിച്ചു. എന്നാൽ അവൾ അനങ്ങുന്നില്ലായിരുന്നു. ഉറക്കത്തേക്കാളുപരി മരണത്തോടടുത്ത നിശ്ചലതയും തണുപ്പും അവളുടെ ശരീരത്തിലുണ്ടായിരുന്നു. അയാൾ അവളിൽ നിന്നു കൈപിൻവലിച്ച് കിടക്കയിൽ നിന്ന് എണീറ്റു. മുറിയാകെ കർപ്പൂരഗന്ധം പരക്കുന്നുണ്ട്... അകലെ നിന്ന് ക്ഷേത്രമണികൾ മുഴങ്ങുന്നുമുണ്ട്. ഈ നിമിഷം ഒരു തീരുമാനം എടുക്കേണ്ടതുണ്ട്. അപ്പോൾ മാത്രമാണ് അയാൾ തിരിച്ചറിഞ്ഞത് ചില നേരങ്ങളിൽ മനുഷ്യരുടെ ബുദ്ധിശക്തി തീരെ പ്രവർത്തിക്കാറില്ലെന്നും അഥവാ പ്രവർത്തിച്ചാൽത്തന്നെ ഉപകാരപ്പെടുകയില്ലെന്നും. പെട്ടെന്നുണ്ടാകുന്ന ചില തോന്നലുകളാണ് മനുഷ്യനെ നയിക്കുന്നതെന്ന തിരിച്ചറിവ് അയാൾക്കുണ്ടായി. ഇനി ഒരു നിമിഷംപോലും അവിടെ നിൽക്കാനാകില്ലെന്ന തോന്നൽ ശക്തമായപ്പോൾ ബാബു തിരക്കിട്ട് കുപ്പായം മാറി പുറത്തേക്കിറങ്ങി.

നേരം പുലർന്നിട്ടില്ല. ഓട്ടോറിക്ഷക്കാരനു കൊടുക്കാൻ കീശയിൽ പണം തപ്പിയപ്പോൾ കൈയിൽ തടഞ്ഞത് ഒരു സിന്ദൂരച്ചെപ്പാണ്. അതിനുള്ളിൽ ജീവനുള്ളതുപോലെ പുളയുന്ന മുടിച്ചുരുൾ.

വേഗവിലാപം

ടി കെ ശങ്കരനാരായണൻ

Tough times never last,
But tough people do.
Robert H Schuller

സ്മാർട്ട്ഫോൺ കൈയിൽ കിട്ടിയപ്പോൾ പരിചിതമല്ലാത്തതെന്തോ കിട്ടിയ കുട്ടി അതെങ്ങനെ ഉപയോഗിക്കണമെന്നറിയാതെ ചുറ്റും മിഴിക്കുന്നതുപോലെ സഹസ്രനാമൻ ഒന്നു പകച്ചു. കമ്പനിയിലെ മെഡിക്കൽ റെപ്രസെന്റേറ്റീവുമാർക്കിടയിൽ ഏറ്റവുമവസാനം സ്മാർട്ട്ഫോൺ വാങ്ങുന്ന ആളായിരുന്നു സഹസ്രനാമൻ. അതിന് കാരണം കോവിഡ് കാലവും.

ഡോക്ടർമാരെ നേരിട്ട് കണ്ട് മരുന്നെഴുതിക്കാൻ വയ്യാത്ത സാഹചര്യം വന്നതോടെയാണ് സ്മാർട്ട്ഫോണിൽ ഇൻസ്റ്റാൾ ചെയ്യുന്ന ആപ്പ് വഴി പ്രിസ്ക്രിപ്ഷൻ ആവശ്യപ്പെടാം എന്ന സംവിധാനം കമ്പനി ഏർപ്പെടുത്തിയത്. ഈ ആപ്പ് ഡോക്ടറും തന്റെ ഫോണിൽ ഇൻസ്റ്റാൾ ചെയ്യണം. ഡോക്ടറോട് സംസാരിക്കേണ്ട സമയം നിശ്ചയിച്ചു കഴിഞ്ഞാൽ ഈ ആപ്പ് വഴിയാണ് മരുന്നുകളെക്കുറിച്ചുള്ള വിശദീകരണവും കുറിപ്പടിക്കു വേണ്ടിയുള്ള അപേക്ഷയും. ഈ പുതിയ സംവിധാനം വന്നതോടെ സ്മാർട്ട്ഫോൺ ഒഴിച്ചുകൂടാൻ പറ്റാത്തതായി. അന്നാൾ വരെ പഴയ മോഡൽ ഫോണാണ് സഹസ്രനാമൻ ഉപയോഗിച്ചിരുന്നത്. റിട്ടയർമെന്റിന് ഏതാനും മാസങ്ങളല്ലേയുള്ളൂ, ഇനി സ്മാർട്ട്ഫോണിന്റെ ആവശ്യമെന്ത് എന്നത് മറ്റൊരു കാരണം. കോവിഡ് പത്തൊമ്പത് എല്ലാ എണ്ണങ്ങളും തെറ്റിക്കുകയായിരുന്നു.

സ്മാർട്ട് ഫോണുകളിൽ മികച്ച ബ്രാന്റേത്, ഏറ്റവും പുതിയ വെർഷനേത്, എന്തെല്ലാം ഓപ്ഷനുകൾ എന്നതിനെക്കുറിച്ചൊന്നും സഹസ്രനാമന് ഒരേകദേശധാരണ പോലുമുണ്ടായിരുന്നില്ല. എല്ലാം തീരുമാനിച്ചത് മകൾ ! ഷോറൂമിലെ സെയിൽസ്മാൻമാരുമായി മകൾ വില പേശുമ്പോൾ അപരിചിത ലോകത്ത് എത്തിപ്പെട്ട അന്ധാളിപ്പോടെ സഹസ്രനാമൻ വിസിറ്റേഴ്സ് ഡെസ്കിൽ ഇരുന്നു.

* * *

അന്ന രാത്രി മുഴവൻ കൈപ്പേച്ചി ചാർജിൽ കിടന്നു. പതിയെപ്പതിയെ അതിന് ജീവൻ വെക്കുന്നത് ഉറക്കത്തിനിടയിൽ എഴുന്നേറ്റ് മകൾ നിരീക്ഷിച്ചു. ഫോൺ മുഴവൻ ചാർജായിക്കഴിഞ്ഞതും ആദ്യ തലവലി പോലെ മാനേജരുടെ വിളി വന്നു.

" ഇന്ന് ഏതാണ് വർക് ലൊക്കേഷൻ ?"

"നോക്കണം..."

"ഭേഷ്... ഇനി നോക്കീട്ട് വേണോ ?"

നാളെ പണിയെടുക്കേണ്ട മാർക്കറ്റ് തലേന്നു തന്നെ തീരുമാനിച്ച് ഡോക്ടർമാരെ മുൻഗണനാ ക്രമത്തിൽ അടയാളപ്പെടുത്തി ഓരോരുത്തരേയും ഓർമപ്പെടുത്തേണ്ട മരുന്നുകൾ രേഖപ്പെടുത്തി പക്കാ വർക് ചാർട്ട് തലേന്നു തന്നെ തയ്യാറാക്കി വെക്കണം എന്നാണ് ചട്ടം. ഏതു നിമിഷവും അത് കൈയിലുണ്ടാവണം.

"ഇന്നലെ...," എന്തോ പറയാൻ നാവെടുത്തത് സഹസ്രനാമൻ വിഴുങ്ങി.

"ഇന്നലെ ?," മാനേജരുടെ ശബ്ദം മുരടിച്ചു.

"ഫീവർ ആയിരുന്നു..."

"എന്നിട്ട് ലീവിന് ഇൻഫോം ചെയ്തില്ലല്ലോ... മെഡിക്കൽ സർട്ടിഫിക്കറ്റെവിടെ?"

"അത്..."

"ആട്ടെ ഫോണിൽ മെഡി ആപ്പ് ഇൻസ്റ്റാൾ ചെയ്തോ?"

"ഇന്ന് ചെയ്യും..."

മാനേജർ ഫോൺ വെച്ചു.

ടൂർ പ്രോഗ്രാം എടുത്തു നോക്കിയപ്പോൾ ടി നഗർ ആണ് അന്ന് വർക്ക് ലൊക്കേഷൻ. ടി നഗറിൽ മൂന്നു ദിവസമാണ് പണി. അതിൽ ഓരോ ദിവസവും കാണേണ്ട ഡോക്ടർമാരെ ലിസ്റ്റിൽ വെവ്വേറെ അടയാളപ്പെടുത്തിയിട്ടുണ്ട്. ആദ്യം അപ്പോയന്റ്മെന്റ് എടുക്കണം.

സ്മാർട്ഫോണിൽ ആപ്പ് പോലും ഇൻസ്റ്റാൾ ചെയ്യാത്ത താൻ എങ്ങനെ അപ്പോയന്റ്മെന്റ് എടുക്കാൻ?

ജോലിയിൽ ചേർന്ന കാലത്ത് സമയം സംവിധാനം ചെയ്യലായിരുന്നു വെല്ലുവിളി. മൂന്നു പതിറ്റാണ്ടുകൾക്കിപ്പുറത്ത് ലോകവേഗതക്കൊപ്പം ഓടിയെത്തലാണ് വെല്ലുവിളി. സമയവും വേഗവും പരസ്പര പൂരകങ്ങളാണെന്ന് റോബർട് ഷൂളർ വിശ്വസിച്ചു. സമയത്തെ കൃത്യമായി സംവിധാനം ചെയ്യാൻ കഴിഞ്ഞാൽ വേഗത്തെക്കുറിച്ച് വേവലാതികളുണ്ടാവില്ല.

ആപ്പ് ഇൻസ്റ്റാൾ ചെയ്തിട്ടില്ലാത്ത സ്ഥിതിക്ക് പനിയുടെ കാരണം കടുപ്പിച്ച് സഹസ്രനാമൻ അന്ന് സിക്ലീവിന് അപ്ലൈ ചെയ്തു.

* * *

മാനേജർ അയച്ചു കൊടുത്ത ലിങ്കിൽ കയറി മകൾ മെഡി ആപ്പ് ഇൻസ്റ്റാൾ ചെയ്ത് നീട്ടിയപ്പോൾ കൈപ്പേച്ചിക്ക് മുൻപില്ലാത്ത ഒരു ഭാരം സഹസ്രനാമന് അനുഭവപ്പെട്ടു. ആദ്യാക്ഷരം കുറിക്കുമ്പോഴുണ്ടാവുന്ന കൈവിറച്ചിലിൽ സഹസ്രനാമൻ ആപ്പിലെ അറിയാത്ത വഴികളിൽ തപ്പിത്തടഞ്ഞു. സഹപ്രവർത്തകരായ രംഗനാഥും സമ്പത്തും സഹായത്തിനെത്തിയപ്പോൾ കാര്യങ്ങൾ എളുപ്പമായി.

തിരക്കു പിടിച്ചൊരു നഗരത്തിൽ മെഡിക്കൽ റെപ്പുമാർക്ക് അപ്പോയന്റ്മെന്റ്

കൊടുക്കാൻ ഡോക്ടർമാർക്ക് എവിടെ നേരം ? ആദ്യദിനം തന്നെ സഹസ്രനാമൻ ആ സത്യം തിരിച്ചറിഞ്ഞു.

"അപ്പോൾ രംഗനും സുബ്രഹ്മണിക്കും സമ്പത്തിനും എങ്ങനെ അപ്പോയന്റ്മെന്റ് കിട്ടുന്നു ? അവരെങ്ങനെ ബിസിനസ്സ് മാനേജ് ചെയ്യുന്നു ?"

മാനേജരോട് തർക്കിച്ചു ജയിക്കാൻ പ്രയാസമാണ്. കണക്കുകളുടെ ലോകത്ത് ജീവിക്കുന്ന അയാൾക്ക് സരോജത്തിന്റെ വേർപാടുണ്ടാക്കിയ വേദനയും ഒറ്റപ്പെടലുമറിയില്ല. ജോലിയുടെ സംഘർഷം, മകളെ ഒറ്റക്ക് വളർത്തിയ ദിവസങ്ങളിലെ കഷ്ടങ്ങൾ, കമ്പനി ലയനങ്ങളെത്തുടർന്നുണ്ടായ സ്ഥലംമാറ്റങ്ങൾ, ഓരോ പുതിയ സ്ഥലത്തും വേരു പിടിക്കാൻ പെട്ട പാടുകൾ...

ഒരു നാൾ അല്പം വൈകി ജോലി കഴിഞ്ഞെത്തുമ്പോൾ സ്കൂളിലേക്ക് പോയ മകൾ തിരിച്ചെത്തിയിട്ടില്ല. ബസ്സിൽ കയറിയത് കണ്ടവരുണ്ട്. എന്നാൽ വീട്ടിലെത്തിയിട്ടില്ല. പെൺകുട്ടിയായതു കൊണ്ട് ആരോടും പറയരുത്, പരാതി കൊടുക്കരുത് എന്ന് അടുത്ത വൃത്തങ്ങൾ നിരുത്സാഹപ്പെടുത്തി.

ശിവപാർവതിയെ നടുനിരത്തിൽ ഉപേക്ഷിച്ചു പോയ പഴയ സഹസ്രനാമനല്ല ഇന്ന് താൻ. ബന്ധപ്പെട്ടവർക്ക് പരാതി കൊടുക്കുകയാണ് ആദ്യം ചെയ്തത്. മൂന്നാം പക്കം മകളെ തിരിച്ചു കിട്ടി, ഒരു പോറൽ പോലുമേൽക്കാതെ.

ഭയം മരണമാണ്.

മനസ്സ് അതാവർത്തിച്ചു കൊണ്ടിരുന്നു.

* * *

മുംബൈ താജ് പാലസിൽ നടന്നത് പുതിയൊരുൽപ്പന്നത്തിന്റെ പുറത്തിറക്കൽ യോഗമായിരുന്നെങ്കിലും അത് അത്തരത്തിലുള്ള യോഗം മാത്രമായിരുന്നില്ല. കൂട്ടത്തിൽ ബ്രെയിൻ സ്റ്റോമിങ്ങ് സെഷനും സ്പീഡ് സ്കിൽ ടെസ്റ്റുമുണ്ടായിരുന്നു. രണ്ടിലും എം ഡി നേരിട്ടെത്തി കാര്യങ്ങൾ വിലയിരുത്തി.

വേഗ കഴിവ് തെളിയിക്കേണ്ട പരീക്ഷയിൽ പരാജയപ്പെട്ട സഹസ്രനാമനെ എം ഡി തന്റെ മുറിയിലേക്ക് വിളിച്ചു വരുത്തി. മൂന്നു പതിറ്റാണ്ട് കമ്പനി സേവനം വേഗത കൂട്ടുകയല്ല, കുറക്കുകയാണ് ചെയ്തിരിക്കുന്നതെന്ന് അപരാധത്തിന്റെ വലിയ കല്ലെടുത്ത് തലയിൽ വെച്ചു.

"പുതിയ കാലം ആവശ്യപ്പെടുന്നത് അപാരമായ വേഗതയാണ്...," എം ഡി നിർവചിച്ചു. "ആദ്യമെത്തുന്നവനാണ് അന്നം... അതു മറക്കണ്ട..."

റോബർട് ഷൂളറും ഇതു തന്നെയല്ലേ പറഞ്ഞത് ? ഏതധ്യായത്തിൽ, എത്രാമത്തെ പേജിൽ ?

പെട്ടെന്ന് എം ഡി ചോദിച്ചു.

" വാട്ടീസ് യുവർ റിയൽ പ്രോബ്ലം?"

പിരിഞ്ഞു പോകാൻ പ്രധാന കാരണമായി സരോജം ഉയർത്തിയ അതേ ചോദ്യം.

"യൂ ആർ സ്ലോ... വെരി വെരി സ്ലോ... "

എനിക്ക് വേഗത കുറഞ്ഞിട്ടാണോ കല്യാണം കഴിഞ്ഞ ഒമ്പതാം മാസം നീ അമ്മയായത് എന്ന് ചോദിച്ചില്ല.

“ യു ഹാവ് റ്റു കറക്റ്റ്...”, എം ഡി മേശമേൽ ആഞ്ഞടിച്ചു. “അറ്റ് എ റാപിഡ് പേയ്സ്...”

“ സർട്ടൺലി സർ... ഐ വിൽ...”

“ഹൗ മനി മൻത്സ് സർവീസ് ലെഫ്റ്റ് ഫോർ യു...”

വിരലും ചുണ്ടും ഒരേ താളത്തിൽ എണ്ണുന്നതു കണ്ട് എം ഡി അമ്പരന്നതു പോലെ തോന്നി.

“ യു മേ ഗോ പ്ലീസ്...”

ഹോട്ടൽ മുറിയിലേക്ക് മടങ്ങുമ്പോൾ മനസ്സിൽ കൂട്ടിയും കിഴിച്ചും പരാജയപ്പെട്ടു. ഒമ്പതോ പത്തോ അതോ...

* * *

വിവാഹം കഴിഞ്ഞ ആദ്യ ദിനങ്ങൾ പ്രകാശത്തോടെയാണ് കടന്നു പോയത്. കൃത്യമായ ഒരു സമയക്രമമില്ലാത്ത സഹസ്രനാമന്റെ മെഡിക്കൽ റെപ് തൊഴിൽ ചെറിയ താളപ്പിഴകൾക്ക് കാരണമായി.

“ യു ഷുഡ് ചേയ്ഞ്ച് ദിസ് ജോബ്...”, സരോജം മൂക്കു തിരുമ്മി. “ ഓർ ഷുഡ് ബി എലിവേറ്റഡ് സൂൺ...”

തൊഴിൽ അറിഞ്ഞുകൊണ്ടു തന്നെയല്ലേ വിവാഹത്തിന് തയ്യാറായത് എന്ന ചോദ്യം സരോജം അവഗണിച്ചു. സരോജത്തിന്റെ ആങ്ങളമാരെല്ലാം ഉയർന്ന ഉദ്യോഗസ്ഥരായിരുന്നു.

“എനിക്ക് വേറെ ജോലികളൊന്നുമറിയില്ല...”, സഹസ്രനാമൻ മറയില്ലാതെ സംസാരിച്ചു. “മാനേജർ പോസ്റ്റിന് ഞാൻ മിസ്ഫിറ്റുമാണ്...”

ആ മറുപടി കേട്ട് സരോജത്തിന്റെ മുഖം മങ്ങി.

“ദെൻ ഇറ്റീസ് ടൈം റ്റു മേക് എ കാൾ...”

ഗർഭത്തിലെ മൂന്നുമാസക്കുഞ്ഞ് സരോജത്തിന് തടസ്സമായില്ല. പ്രസവം കഴിഞ്ഞ് കുഞ്ഞിനെ ഏൽപ്പിച്ച് സരോജം പടിയിറങ്ങി. ആരും ഇടപെട്ടില്ല. വൈകാതെ തന്നെ എം ബി എ എടുത്തു. പി എസ് സി ലിസ്റ്റിലുണ്ടായിരുന്നതു കൊണ്ട് സർക്കാരുദ്യോഗസ്ഥയുമായി. പിന്നെ പടികൾ ചവുട്ടിക്കയറിപ്പോവുന്നത് പലരും പറഞ്ഞറിഞ്ഞു. സരോജത്തിന് തിരിഞ്ഞു നോട്ടമുണ്ടായില്ല. തിരിഞ്ഞു നോക്കാനറിയില്ലായിരുന്നു.

സഹസ്രനാമനാകട്ടെ ഒരു മുഴുവൻ സമയ തിരിഞ്ഞു നോട്ടക്കാരനും. ജീവിത വേഗം കുറയാൻ അത് കാരണമായി. വേഗത ആവശ്യപ്പെടുന്ന ജോലി വേഗമില്ലാതെ ചെയ്തു. അങ്ങനെ നോട്ടപ്പുള്ളിയായി.

ആൽഫ, ബീറ്റ എന്നിങ്ങനെ രണ്ടു ടീമുകളാണ് ചെന്നൈ നഗരത്തിൽ. ഓരോ ടീമിലും ആറു മെഡിക്കൽ റെപ്പുകൾ. ആൽഫ മൂന്നു വർഷം തുടർച്ചയായി ടാർഗറ്റ് ചെയ്യാത്തതിന് കാരണം സഹസ്രനാമന്റെ വേഗക്കുറവാണെന്ന് മീറ്റിങ്ങിൽ പരാമർശമുണ്ടായി. ടീമിലെ മറ്റംഗങ്ങളുടെ വേഗതയും ചടുലതയും ഒരാളുടെ മെല്ലെപ്പോക്കിനാൽ ബാധിക്കപ്പെടുന്നു. ജോലിയിൽ സത്യവാനായതിനാൽ സഹസ്രനാമനെ പറഞ്ഞയക്കൽ പ്രയാസം. അതിനാൽ പുതിയ വ്യാപാരവർഷം ഒരു മുന്നറിയിപ്പുമില്ലാതെ ബീറ്റ ടീമിലേക്ക് മാറ്റി നടപ്പെട്ടു. ആ വർഷം മുതൽ ബീറ്റയുടെ

ബിസിനസ്സ് താഴാൻ തുടങ്ങി.

" ഒരു മൊത്തം ടീം ബാധിക്കപ്പെടാൻ ഒരു വ്യക്തി മതി എന്നതിന് ഇതിൽക്കൂടുതൽ എന്തു തെളിവു വേണം ! "

മാനേജ്മെന്റിലെ തല മുതിർന്നവരെല്ലാം ഒരേ അഭിപ്രായം ആവർത്തിച്ചപ്പോഴും സഹസ്രനാമൻ അനങ്ങിയില്ല.

Tough times never last
But tough people do
റോബർട് ഷൂളറുടെ ശീർഷകം വലിയ വെളിച്ചമായി മനസ്സിൽ മിന്നിപ്പടർന്നു.

* * *

മൂന്നു വർഷം തുടർച്ചയായി ടാർഗറ്റ് ചെയ്തിരുന്ന ബീറ്റ ഡിവിഷൻ സഹസ്രനാമന്റെ വരവോടു കൂടി മുട്ടിടിച്ച് മുഖം കുത്താൻ തുടങ്ങിയത് തീർത്തും യാദൃച്ഛികമായിരിക്കാം. എന്നാൽ മാനേജർ കണ്ടെത്തിയ കാരണം മറ്റൊന്നായിരുന്നു.

" ദിവസവും പത്തു ഡോക്ടർമാരെ കണ്ടതു കൊണ്ടു മാത്രം കാര്യമില്ല... അഞ്ചു പേരെക്കണ്ടാലും കാണേണ്ടതു പോലെ കാണണം..."

എം ബി എ പാസ്സായി വന്ന ചെറിയ പിള്ളേരാണ് അമ്പത്തിയൊമ്പതുകാരനായ തന്നെ ഉപദേശങ്ങളാൽ മൂടുന്നത്. താംബരത്ത് ഇരുമുറി ഫ്ളാറ്റ് വാങ്ങിയതിന്റെ ബാധ്യത ഇല്ലായിരുന്നുവെങ്കിൽ ഈ ജോലി കണ്ണും മൂടി വലിച്ചെറിയാമായിരുന്നു. മാസത്തവണ എന്ന ഭീകരൻ എല്ലാ രണ്ടാന്തിയും ബാങ്കയക്കുന്ന എസ് എം എസ് രൂപത്തിൽ കണ്ണുരുട്ടി ഭയപ്പെടുത്തുന്നു. ഏതാനും മാസങ്ങൾ കൂടി സർവീസ് ബാക്കിയുള്ളത് നട്ടു നിവർത്താനുള്ള ആശ്വാസമാണ്. റിട്ടയർമെന്റ് ആനുകൂല്യങ്ങൾ വരുമ്പോൾ ഒറ്റത്തവണ അടവിൽ ലോൺ തീർക്കാം. നിലവിലെ ഡോക്ടർ ബന്ധങ്ങളുപയോഗിച്ച് ചെറിയ ഏതെങ്കിലും കമ്പനിയിൽ നാലഞ്ചു കൊല്ലം കൂടി പിടിച്ചു നിന്നാൽ മകളുടെ കല്യാണം എന്ന കടമ്പയും വലിയ പ്രയാസമില്ലാതെ കടക്കാം.

അമ്പതിനും അറുപതിനും ഇടയിലുള്ളവരെയാണ് കമ്പനി പരമാവധി ഞെക്കിപ്പിഴിയുകയെന്ന് ഈയിടെ കണ്ടപ്പോൾ ചക്രപാണി പറഞ്ഞു. വളരെ സെൻസിറ്റീവും ക്രിട്ടിക്കലുമായ പ്രായമാണത് ആ പ്രായത്തിൽ മറ്റൊരു ജോലി കിട്ടുക പ്രയാസം. പ്രമോഷൻ ഏറ്റെടുക്കലും പ്രയാസം. അതിനാൽ അത്തരക്കാരെ കമ്പനി പരമാവധി ടാർഗറ്റ് ചെയ്യും, തളർന്നു വീഴും വരെ. എന്നിട്ട് ഓട്ടത്തിന് വേഗത കുറവാണെന്ന് കുറ്റപ്പെടുത്തും.

ബാക്കി മാസങ്ങളുടെ ശമ്പളം തന്നാൽ രാജിവെച്ച് പോകാമോ എന്ന് വർഷാന്ത്യ മീറ്റിങ്ങിന് കണ്ടപ്പോൾ എം ഡി പച്ചക്ക് ചോദിച്ചു. സംഘടനയില്ലാത്തതിന്റെ ബലഹീനത തിരിച്ചറിഞ്ഞ നിമിഷമായിരുന്നു. കമ്പനി ലയനത്തോടെയാണ് സംഘടന പിളർന്നത്.

എന്തു തീരുമാനിക്കണം, ആരോട് ചോദിക്കണം എന്നൊന്നുമറിയാതെ കലങ്ങിമറിഞ്ഞ് റെയിൽവേ സ്റ്റേഷനിലൂടെ നടക്കുമ്പോൾ എ സി കോച്ചിലേക്ക് കയറാൻ തയ്യാറെടുക്കുന്ന സ്ത്രീയെ കണ്ട് സഹസ്രനാമൻ സ്തബ്ധനായി. മുഖത്ത്

നേരിയ ചുളിവുകൾ, നരക്കണോ എന്ന ആലോചനയിൽ അലസമായി പാറി നടക്കുന്ന മുടി... മറ്റു പ്രധാന മാറ്റങ്ങളൊന്നുമില്ല. അവരുടെ പെട്ടികൾ കയറ്റി വെക്കാൻ ഡിപ്പാർട്ട്മെന്റ് യൂണിഫോമിട്ട രണ്ടു ജീവനക്കാർ... സരോജം ഉയർന്ന ഉദ്യോഗസ്ഥയായിരിക്കുന്നുവെന്ന് സഹസ്രനാമൻ നിരൂപിച്ചു. അവർ ദില്ലിയിൽ നിന്നും സ്ഥലം മാറ്റമായി പോവുകയാവണം.

ഒന്നു പോയി സംസാരിച്ചാലോ എന്ന് എ സി കോച്ചിനു നേരെ നടക്കാൻ തുടങ്ങിയെങ്കിലും സരോജം വേഗ കാൽവെയ്പ്പോടെ ഉള്ളിലേക്ക് നടന്നു മറഞ്ഞു. താൻ പതിയെ നടന്നു വരുന്നത് അവർ നേരത്തേ കണ്ടിരിക്കുമോ ?

പണ്ട് ഇതു പോലൊരു തീ പിടിച്ച അവസ്ഥയിലാണ് ശിവപാർവതിയെ നടു റോഡിൽ ശ്രദ്ധിക്കാതെ താൻ പൊയ്ക്കളഞ്ഞത് ! എനിക്കിപ്പോൾ സമയമില്ല എന്നാണ് അന്ന് കാരണമായി പറഞ്ഞത്. ഇപ്പോൾ തടഞ്ഞു നിർത്തി സംസാരിക്കാൻ ശ്രമിച്ചാൽ സരോജത്തിനും പറയാനുണ്ടാവുക അതു തന്നെയായിരിക്കും. സമയമില്ല, സമയമില്ല !

എങ്കിലും മകളെക്കുറിച്ചറിയാൻ ജിജ്ഞാസ കാണില്ലേ ? കാണേണ്ടതല്ലേ ?

എ സി കോച്ചിൽ സരോജത്തേയും രണ്ടാം ക്ലാസ് കംപാർട്ട്മെന്റിൽ സഹസ്രനാമനേയും ചുമന്ന് വണ്ടി പതുക്കെ അനങ്ങിത്തുടങ്ങുമ്പോൾ അകത്ത് റോബർട് ഷൂളറുടെ ചിരി.

You are the master of your destiny

* * *

ക്രൈസിസ് മാനേജ്മെന്റിന്റെ ഭാഗമായി ആൽഫ, ബീറ്റ ടീമുകളിൽനിന്നും ഒരാളെ വീതം കുറക്കുന്നു എന്ന വാർത്തയാണ് ചെന്നൈയിൽ തിരിച്ചെത്തിയ ദിനം സഹസ്രനാമനെ വരവേറ്റത്. ബിസിനസ്സ് ബാലൻസ് ചെയ്യാനുള്ള കമ്പനി നീക്കം ! മൂന്നു ദിവസം മുമ്പ് നടന്ന മീറ്റിങ്ങിൽ പോലും കൈക്കൊള്ളാത്ത തീരുമാനം... എല്ലാ കാര്യങ്ങൾക്കും മാനേജ്മെന്റിന് എന്തൊരു വേഗമാണ് !

ബീറ്റയിൽ നിന്നും തഴയപ്പെടുന്ന ആൾ സഹസ്രനാമനായിരിക്കുമെന്ന് ധ്വനിപ്പിച്ച മാനേജർ ആൽഫയിലെ ആളെക്കുറിച്ച് ഒരു സൂചനയും തന്നില്ല. ഒറ്റ വാചകത്തിൽ മറുപടിയൊതുക്കി.

“വി ആർ യെറ്റ് റ്റു ഡിസൈഡ്...”

തുടർന്ന് അയാൾ ദില്ലിയിലേക്കുള്ള സ്ഥലം മാറ്റക്കത്ത് ഇ–മെയിലിലേക്ക് അയച്ചതായി പറഞ്ഞു. ദൂരദിക്കിലേക്ക് സ്ഥലം മാറ്റി ഉദ്യോഗാർഥികളെ സ്വമേധയാ രാജി വെപ്പിക്കുന്ന മാനേജ്മെന്റ് തന്ത്രത്തെക്കുറിച്ച് കേട്ടിട്ടേയുണ്ടായിരുന്നുള്ളൂ.

“എനിക്ക് ഹിന്ദിയറിയില്ലല്ലോ...”, സഹസ്രനാമൻ കണ്ണു മിഴിച്ചു.

“ ഇംഗ്ലീഷറിയാമല്ലോ...”

“ മാർക്കറ്റിൽ ജോലി ചെയ്യുന്നവർക്ക് ലോക്കൽ ലാൻഗ്വേജ് അറിയണ്ടേ ?”

“ അതൊക്കെ പെട്ടെന്ന് പഠിക്കാം...,” മാനേജർ ഹിന്ദി ഭാഷാസഹായി നീട്ടി. “ഇടക്ക് ഇത് നോക്കിക്കോളൂ...”

“ എപ്പോഴാണ് ജോയിൻ ചെയ്യേണ്ടത്... ഡേറ്റും കൂടി പറയൂ...”

ചോദ്യം കേട്ട മാത്രയിൽ അത് വിശ്വസിക്കാനാവാത്തതുപോലെ മാനേജർ

ഒന്നു പകച്ചു.

പ്രാദേശിക ഭാഷയറിയാത്ത, ഏതാനും മാസങ്ങൾ മാത്രം സർവീസ് ബാക്കിയുള്ള സഹസ്രനാമ ന്റേതാണ് ചോദ്യം. എന്തു പറയണം ?

ചോദ്യമാവർത്തിച്ചപ്പോൾ മാനേജരുടെ മുഖത്ത് ഒരു അമ്പരപ്പ് കാണായി.

"ഐ വിൽ ലെറ്റ് യു നോ...", അയാൾ തൊണ്ട ശരിപ്പെടുത്തി.

"അധികം വൈകിക്കരുത്...", സഹസ്രനാമൻ കൈ കുലുക്കി. "ഐ ഹാവ് റ്റ മേക്ക് അറേഞ്ച്മെന്റ്സ്..."

രാത്രി പുസ്തക ശേഖരത്തിൽനിന്നും വെള്ളിമത്സ്യങ്ങൾ നുഴഞ്ഞു തുടങ്ങിയ പുസ്തകം പൊടി തട്ടിയെടുത്തു. എവിടേയോ വെച്ച് താൻ കൈവിട്ടുപോയ പുസ്തകം. വരും ദിനങ്ങളിൽ തന്നെ നയിക്കേണ്ട പുസ്തകം.

നഗരത്തിലെ പരിചയമുള്ളൊരു വീട്ടിൽ മകൾക്ക് പേയിങ്ങ് ഗസ്റ്റ് സൗകര്യം ഏർപ്പെടുത്തി. കൊണ്ടുപോകേണ്ട അത്യാവശ്യ സാധനങ്ങൾ പാക് ചെയ്തു വെച്ചു. അടുത്ത ബന്ധുക്കളെ വിവരമറിയിച്ചു.

പേജുകൾ മറിച്ചപ്പോൾ വെള്ളിമത്സ്യങ്ങൾ പ്രാണരക്ഷാർഥം ഓടി മറഞ്ഞു.

ജീവിതത്തിൽ ഒന്നും സംഭവിച്ചിട്ടില്ലാത്ത മട്ടിൽ സഹസ്രനാമൻ പ്രപഞ്ചത്തെ നോക്കി ചിരിച്ചു.

ദിവസങ്ങൾ കഴിഞ്ഞിട്ടും ദില്ലിയിൽ ജോയിൻ ചെയ്യേണ്ട തീയതിയെക്കുറിച്ച് അറിയിപ്പ് കിട്ടാഞ്ഞപ്പോൾ സഹസ്രനാമൻ മാനേജരെ വിളിച്ചു. റീജനൽ മാനേജരെ വിളിച്ചു. സേൽസ് മാനേജരെ വിളിച്ചു.

ആരും, ആരും ഫോണെടുത്തില്ല.

തേവമ്മ

വത്സലൻ വാതുശ്ശേരി

ചെടിപ്പടർപ്പുകളുടെ പച്ച സ്ക്രീനിൽ മൂന്നു നിറങ്ങളിൽ ആളനക്കം കണ്ട് രാധമ്മ തലയുയർത്തി. വരുന്നത് ആ മൂന്നുപേർ തന്നെ. മതിൽക്കെട്ട് ചാടിക്കടന്ന് തന്നെയും തിരഞ്ഞ് വരികയാണ്.

കാര്യങ്ങൾ താൻ പ്ലാൻ ചെയ്തതു പോലെ നടക്കുന്നല്ലോ എന്ന അഭിമാനത്തോടെ രാധമ്മ അവർക്ക് എളുപ്പം കാണാൻ കഴിയുന്ന വിധം ഇടംമാറി നിന്നു. ഇവിടെ അല്പം തുറസ്സുണ്ട്. ബ്ലൗസിന്റെ ചുവപ്പ് ഇപ്പോൾ അകലെ നിന്നേ അവർക്ക് കാണാൻ സാധിക്കും.

നാലു ദിവസമായി ഈയൊരു സന്ദർഭത്തിലേക്ക് മാത്രം ജീവിതം തിരിച്ചുവച്ച് ഇവിടെ കാത്തുനിൽക്കുകയാണ്.

പുല്ല് അരിയാനാണെന്ന മട്ടിൽ ഒരു വട്ടം കുനിഞ്ഞിട്ട് പക്ഷി പറന്നുപൊന്തും പോലെ രാധമ്മ പെട്ടെന്ന് നടു നിവർത്തി. രണ്ട് ഉദ്ദേശ്യങ്ങളോടെയാണ് അത് ചെയ്തത്. ഒന്ന്, ചുവപ്പിന്റെ തിടുക്കത്തിലുള്ള ചലനം ഒരു സിഗ്നൽപോലെ അവരുടെ കണ്ണിൽ എളുപ്പത്തിൽ പതിയും. രണ്ട്, തല കുനിക്കുന്ന വേളയിൽ അവർ കാണാതെ ഒരു തലകീഴ് ദൃശ്യമായി അവരെ കാണുകയും ചെയ്യാം.

ഇപ്പോൾ താൻ അവരുടെ കണ്ണിൽപ്പെട്ടു കഴിഞ്ഞിട്ടുണ്ട്. മാൻ കൂട്ടത്തിലെ ഒറ്റ ഇരയെ ലക്ഷ്യം വച്ച കടുവയെപ്പോലെ അവരിപ്പോൾ തന്റെ നേർക്ക് വരികയാണ്. പുല്ലും മുൾച്ചെടികളും കവച്ചുവയ്ക്കേണ്ടതുകൊണ്ട് കുതിക്കുന്നില്ലെന്നേയുള്ളൂ.

സുപ്രൻ മുന്നിലും അയാളുടെ ശിങ്കിടികളായ അഴകനും രാജനും അല്പം പിന്നിൽ വശങ്ങളിലുമായുള്ള വരവ് സിനിമകളിലെ അധോലോകനായകൻമാരുടെ സ്ലോമോഷൻ നടപ്പുകൾ ഓർമപ്പെടുത്തി. മൂന്ന് തുറിച്ച നോട്ടങ്ങൾ തന്റെ കഴുത്തിനു പിന്നിൽ വന്ന് ഉരസുന്നത് അറിയുമ്പോഴും തിരിഞ്ഞു നോക്കാതെ രാധമ്മ മുൾച്ചെടികൾക്ക് നേരെ അരിവാൾ ആഞ്ഞു വീശിക്കൊണ്ടിരുന്നു...

'രാധമ്മോ' എന്ന സുപ്രന്റെ മധുരമയമായ വിളി ഉയർന്നപ്പോൾ അവരുടെ നടപ്പ് അവസാനിച്ചു എന്ന് രാധമ്മ ഉറപ്പിച്ചു. ഇപ്പോൾ മാത്രമേ അവർ വന്നത് അറിഞ്ഞുള്ളൂ എന്ന് ലാസ്യഭംഗിയിൽ അഭിനയിച്ചു കൊണ്ട് രാധമ്മ തിരിഞ്ഞു നിന്നു.

"ഹായ്, സുപ്രൻ ചേട്ടനോ... എല്ലാരുമുണ്ടല്ലോ"എന്ന് തിളങ്ങുന്ന ഒരു പുഞ്ചിരി

യാൽ ഉപചരിച്ചുകൊണ്ട് രാധമ്മ സമീപത്തെ ചെടിയിൽ തൂക്കിയിരുന്ന തോർത്തെടുത്ത് തോളത്തിട്ടു. സുപ്രന്റെ മാത്രമല്ല അഴകന്റെയും രാജന്റെയും മുഖത്തും ആ പുഞ്ചിരിയുടെ വെളിച്ചം പരന്നു. കഴിഞ്ഞ സംഭവത്തിനുശേഷം രാധമ്മയുടെ പ്രതികരണം ഇനി എങ്ങനെയായിരിക്കും എന്ന് ആശങ്കയുണ്ടായിരുന്നു. ആ ആശങ്കകളെയാണ് ആ ഒറ്റ പുഞ്ചിരികൊണ്ട് രാധമ്മ മായ്ച്ച കളഞ്ഞത്. കഴിഞ്ഞ തവണത്തേതുപോലുള്ള ബലപ്രയോഗം കൂടാതെതന്നെ ഇന്ന് കാര്യങ്ങൾ നടക്കുമെന്ന് അവർ പ്രതീക്ഷിക്കുകയും ചെയ്തു.

" നിന്നെ കണ്ടുപിടിക്കാൻ ഞങ്ങള് കൊറച്ചൊന്നുമല്ല പ്രയാസപ്പെട്ടത്. പുല്ലരിയാൻ നിനക്ക് ഈ പ്രേതപ്പറമ്പേ കിട്ടിയൊള്ളോ?"

അതുകേട്ട് രാധമ്മ അകമേക്കും പുറമേക്കും രണ്ടു തരം ചിരികൾ ചിരിച്ചു.

" ഇവിടെ പ്രേതങ്ങളെ മാത്രം പേടിച്ചാ മതിയല്ലോ സുപ്രൻചേട്ടാ, അതുകൊണ്ടാ"

ഒറ്റയ്ക്ക് നടക്കാൻ ആരും പേടിക്കുന്ന ഇത്തരം പറമ്പുകൾ ഏതു നാടിനും ഒരലങ്കാരം തന്നെയാണ്. ചില നാട്ടുകൾക്ക് ആവശ്യവും. മുപ്പത് ഏക്കർ പറമ്പ്. പണ്ട് ഏതോ സായ്പ്പിന്റെ പഴത്തോട്ടമായിരുന്നു. പിന്നീട് കോലപ്പൻ പെരുമാൾ എന്ന നാട്ടുപ്രഭു കൈയ്യിലാക്കി. ഒരു കാലത്ത് തലശ്ശേരിയിലെ സായ്പ്പന്മാർക്കുവരെ പഴങ്ങൾ എത്തിയിരുന്നത് ഈ തോട്ടത്തിൽ നിന്നാണെന്ന് കേട്ടിട്ടുണ്ട്. അവർക്ക് വേണ്ടി പല നാട്ടുകളിൽനിന്നും വിത്തുകളും തൈകളും ഈ തോട്ടത്തിലേക്ക് കടൽ കടന്നെത്തിയിരുന്നു. ആ മരങ്ങളുടെ പിന്മുറക്കാർ പേരറിയാത്ത മരങ്ങളായി, ആംഗ്ലോ ഇന്ത്യൻ ജന്മങ്ങളായി ഇപ്പോഴും ഈ പറമ്പിൽ കാലംതെറ്റിയ ജീവിതം തുടർന്നുപോരുന്നുണ്ട്.

മുപ്പതേക്കറും മതിൽ കെട്ടിത്തിരിച്ച പഴയ പഴത്തോട്ടം പല കാലങ്ങളിൽ പല ജന്മങ്ങളെടുത്തിട്ടുണ്ട്. ഒരിക്കൽ തെങ്ങും കമുകും കുരുമുളകും വളരുന്ന തോപ്പുകളായിരുന്നു. പിന്നെ വാഴയും കപ്പയും ചേനയും വളരുന്ന കൃഷിയിടങ്ങളായി. ഇപ്പോൾ ആരും നോക്കാനില്ലാത്ത വാർധക്യത്തിന്റെ സ്ഥിതിയിലാണ്. കോലപ്പൻ പെരുമാളുടെ പുതിയ തലമുറകൾ വിദേശനാട്ടുകളിലേക്ക് കൊഴിഞ്ഞ് പോയതുകൊണ്ടും 'പൈതൃകസ്വത്ത് പങ്ക് വയ്ക്കേണ്ട അതവിടെ കിടന്നോട്ടെ' എന്ന് ചിലർ ആദർശം പറയുന്നതുകൊണ്ടും പേരിന് ഒരു അവകാശി മാത്രമാണ് ജീർണിച്ച പഴയ ബംഗ്ലാവിൽ അവശേഷിക്കുന്നത്. അയാളും ഭാര്യയും ബുദ്ധിക്കുറവുള്ള ഒരു മകനും. നോക്കാനും പരിചരിക്കാനും ആളില്ലാത്തതുകൊണ്ട് ഇപ്പോൾ പറമ്പിൽ മരങ്ങളും ചെടികളും തങ്ങൾക്ക് തോന്നിയപോലെ വളർന്നു നിൽക്കുകയാണ്. പ്രേതപ്പറമ്പ് എന്ന നാട്ടുവിശ്വാസം പണ്ടേ നിലവിലുള്ളതുകൊണ്ടു മാത്രമാണ് കള്ളൻമാരും നാട്ടുകാരും കയറിമറിയാതെ പറമ്പ് ഒരു വിശുദ്ധവനമായി നിലനിന്നുപോരുന്നത്.

പറമ്പിന്റെ പുരാവൃത്തങ്ങളിൽ പരിചയമില്ലെങ്കിലും പ്രേതപ്പറമ്പ് എന്ന നാട്ടുമൊഴി സുപ്രനും കേട്ടിട്ടുണ്ട്. ആണുങ്ങൾ പോലും ഒറ്റയ്ക്ക് കടക്കാൻ പേടിക്കുന്ന അങ്ങനെയൊരു പറമ്പിലാണല്ലോ വെറുമൊരു പെണ്ണായ രാധമ്മ പുല്ലരിയാൻ എത്തിയത് എന്ന് സുപ്രൻ വീണ്ടുംവീണ്ടും അതിശയിച്ചു.

എന്തായാലും അവൾ ഒറ്റയ്ക്ക് ഇവിടെത്തന്നെ വന്നത് നന്നായി. എതിർത്തു നിൽക്കാനാണ് ഇത്തവണയും അവളുടെ ശ്രമമെങ്കിൽ വീണ്ടും ബലം പ്രയോഗിക്കേണ്ടി

വരും. ഇവിടെനിന്ന് എത്ര കരഞ്ഞുവിളിച്ചാലും മതിൽക്കെട്ട് ഒരു കോട്ടപോലെ അത് തടഞ്ഞു നിർത്തും.

കഴിഞ്ഞ തവണ ഒരു യുദ്ധത്തിലെന്നപോലെ മൂന്ന സേനകളെയും വളരെനേരം അവൾ ചെറുത്തുനിന്നു. അന്ന് അവസാനിച്ചേടത്തുനിന്നല്ല ഇന്ന് അവളുടെ തുടക്കം എന്ന് സുപ്രൻ ശ്രദ്ധിച്ചു. മൂന്നുപേരെ ഒന്നിച്ചു കണ്ടിട്ടും അവൾക്ക് ഭയമോ പ്രതിഷേധമോ ഉള്ളതായി തോന്നുന്നില്ല. കീഴടങ്ങിയ നാട്ടുരാജ്യംപോലെ അവൾക്ക് നല്ല വഴക്കം വന്നിരിക്കുന്നു. ഒരുപക്ഷേ, അവൾക്കും രസംപിടിച്ചു തുടങ്ങിക്കാണും.

"രാധമ്മോ. ഇങ്ങനെ കാളയ്ക്കും പോത്തിനും വേണ്ടി പുല്ലരിഞ്ഞു സമയം പാഴാക്കണോ? കഴിഞ്ഞതവണ വലിയ ഇഷ്ടക്കേടോടാണ് നീ പോയെ. ആ ഇഷ്ടക്കേടൊക്കെ ഒന്ന് മാറ്റിയെടുക്കണ്ടെ?" എന്നു സുപ്രൻ രാധമ്മയെ നോക്കി ഒരുവളിച്ച ചിരി ചിരിച്ചു. മുഖം വക്രിക്കാതെ രാധമ്മ അതുംനേരിട്ടു.

"കഴിഞ്ഞതവണ നിങ്ങ ചെയ്തത് വല്യേ അതിക്രമോല്ലേ സുപ്രൻ ചേട്ടാ... ഒരു മുന്നറിവും തരാതെ... മൂന്നു പേര് ഒന്നിച്ച് ചാടിവീണാലോ?"

"മുന്നറിവ് തന്നിരുന്നെങ്കി നീ കൊഴപ്പം ഒണ്ടാക്കാതിരുന്നേനെ. അല്ലേ."

" സുപ്രൻ ചേട്ടൻ മുന്നേ പറഞ്ഞിരുന്നെങ്കി ഞാൻ സമ്മതിക്കാണ്ടിരിക്കുവാ? എന്തായാലും ഒന്നിച്ച് ജീവിക്കാൻ പോണോരല്ലേ നമ്മള്" എന്നുപറഞ്ഞ് രാധമ്മ ഒരു ശൃംഗാരച്ചിരി ഉണ്ടാക്കി.

" പിന്നെ ഒരുകാര്യം. സുപ്രൻ ചേട്ടൻ വെറും ഒരാണല്ല. എന്നെ കെട്ടാൻ പോണ ആളാ. ആ ആള്ടെ മുന്നീ വച്ച് വേറാണുങ്ങളുമായി... അതൊന്നും ശരിയാവൂല്ല. ഇവർക്കും വേണോങ്കിത്തന്നെ ഒറ്റയ്ക്കൊറ്റയ്ക്ക് മതി. ആദ്യം ആരാന്ന് സുപ്രൻ ചേട്ടൻ തന്നെ തീരുമാനിച്ചാ മതി."

ആദ്യം ഞാൻതന്നെ എന്ന മട്ടിൽ സുപ്രന്റെ മുഖത്ത് കാമദേവൻ വെളിപ്പെട്ടു.

" വേറൊരു കാര്യം കൂടി എണ്ട്. ആരും ഇങ്ങോട്ട് കേറി വരില്ലാന്ന് കരുതി ഈ തൊറന്ന് കെടക്കണ സ്ഥലത്തൊന്നും വച്ച് പറ്റില്ല. ഇതിന് ഒര് ഒളീം മറേമൊക്കെ വേണ്ടേ സുപ്രൻ ചേട്ടാ."

രാധമ്മ പറയുന്നതിലും കാര്യമുണ്ട് എന്ന് ശരിവച്ച് അപ്പുറത്തുള്ള ഒരു മരക്കൂട്ടത്തിലേക്ക് സുപ്രൻ കണ്ണു ചൂണ്ടി.

" അയ്യേ. അത് ശരിയാവൂല്ല. ഈ തൊരപ്പൻമാര് അവിടേം വന്ന് ഒളിഞ്ഞ് നോക്കും. പറ്റിയൊര് സ്ഥലം ഞാൻ കണ്ട് വച്ചിട്ടെണ്ട്. അത് മതി."

അല്പം അകലെയായി ഭൂനിരപ്പിൽ ഇലച്ചാർത്തുകളുടെ വിരിപ്പ് പോലെ ഒരു പച്ചപ്പ് കാണാനുണ്ട്. മുപ്പതേക്കർ പറമ്പിന് മതിലുകെട്ടാൻവേണ്ടി പണ്ടെന്നോ ചെങ്കല്ല് കൊത്തിയെടുത്ത് ഉണ്ടായ വിശാലമായ ഒരു കുഴിയുടെ പച്ച മേലാപ്പ്. ഇരുപതടിയിലധികം താഴ്ചയുണ്ട് കുഴിക്ക്. അതിന്റെ വശങ്ങളിൽ വളർന്നുപടർന്ന പാഴ്മരങ്ങളും ചെടികളും അതിലേക്ക് വളർന്നുചുറ്റിയ വള്ളികളും ചേർന്ന് ആ കുഴിയ്ക്ക് ഒരു മേൽക്കൂര ഉണ്ടാക്കിയെടുത്തിരിക്കയാണ്.

" അവിടെയാവാം" എന്ന് ചൂണ്ടിക്കാട്ടിയിട്ട് രാധമ്മ ചോദ്യചിഹ്നത്തിന്റെ ആകൃതിയുള്ള അരിവാൾ പുല്ലുകെട്ടിന് മേലേയ്ക്കിട്ടു.

യുദ്ധം ഉപേക്ഷിച്ച് രാധമ്മ സമാധാനത്തിന്റെ വഴി തിരഞ്ഞെടുത്തിരിക്കുന്നു

എന്ന് ആശ്വസിച്ചുകൊണ്ട് സുപ്രൻ രാധമ്മയ്ക്കു നേരെ പ്രണയഭാവം അനുകരിക്കാൻ ശ്രമിച്ചു.

സുപ്രന്റെ കൂടെയുള്ള അഴകനും രാജനും കാഴ്ചയിൽ രണ്ടു പാതാളജീവികളെ ഓർമിപ്പിക്കുന്നു. കഴുത്തിനുതാഴെ എല്ലുകൾ വരെ കാണാവുന്ന വിധത്തിൽ മെലിഞ്ഞവനാണ് അഴകൻ. അവന്റെ കണ്ണുകളിൽ മനുഷ്യജീവിയാണെന്നതിന്റെ ഒരു ലക്ഷണവും ഇല്ല. അവൻ ദേഹത്തുപിടിച്ചപ്പോൾ ഒരു അസ്ഥികൂടത്തിന്റെ പിടി പോലെയാണ് രാധമ്മയ്ക്ക് തോന്നിയത്. എന്നാൽ കാണുന്നപോലെയല്ല, അസാധാരണമായ കരുത്തുണ്ട് ആ കൈകൾക്ക്. ടെലിവിഷനിൽ കണ്ടിട്ടുള്ള കഴുതപ്പുലിയെ ഓർമിപ്പിക്കുന്ന വിധത്തിൽ ഒരു മണ്ടൻ ഭാവമാണ് രാജനുള്ളത്. പാരമ്പര്യമായി കിട്ടിയ സ്വത്തൊക്കെ ധൂർത്തടിച്ചുനടക്കുന്ന ഒരു സുഖിമാന്റെ ലക്ഷണവും ആ കൊഴുത്ത ശരീരത്തിലുണ്ട്.

ആദ്യം കണ്ടപ്പോൾ സുപ്രന്റെ ശിക്ഷണത്തിൽ കഴിഞ്ഞു കൂടുന്ന രണ്ടു പൂച്ചകൾ എന്നേ കരുതിയുള്ളൂ. എന്നാൽ കരിമ്പുലികളായി രൂപാന്തരം പ്രാപിക്കാൻ ഏതാനും നിമിഷങ്ങളേ വേണ്ടിവന്നുള്ളൂ.

രാധമ്മ അവരോട് കല്പിച്ചു: “നിങ്ങള് ഇപ്പെ ഇവടെ നിക്കണ്ട. ഈ പറമ്പൊക്കെ ഒന്ന് ചുറ്റി നടന്ന് കാണ്. സപ്പോട്ടേം ചാമ്പക്കേമൊക്കെ ഒണ്ടാവും. പറിച്ചു തിന്നോ. ആരും ചോദിക്കാൻ വരൂല്ല.”

“ എപ്പ വരണം?” ഓട്ടപ്പന്തയത്തിൽ രണ്ടാം സ്ഥാനത്തിനുവേണ്ടിയുള്ള തിടുക്കം അഴകന്റെ വാക്കുകളിൽ നിറഞ്ഞുനിൽക്കുന്നുണ്ട്.

സുപ്രനു നേർക്ക് നാണമില്ലാത്ത ഒരു നോട്ടം എറിഞ്ഞിട്ടിട്ട് രാധമ്മ പറഞ്ഞു:

“പെട്ടന്നൊന്നും വരണ്ട... ഒരു മണിക്കൂറ് കഴിഞ്ഞിട്ടു മതി.”

ഒരു മണിക്കൂറോ എന്ന് അഴകന്റെ മുഖം അക്ഷമമായി. എന്നാലും ഗ്രൂപ്പ് ലീഡറായ സുപ്രന്റെ നോട്ടം കൊണ്ടുള്ള ആജ്ഞ സ്വീകരിച്ച് രണ്ടുപേരും പച്ചമരങ്ങൾക്കിടയിലേക്ക് നടന്നു.

കല്ലുവെട്ടുകുഴിയുടെ ഭൂഗർഭത്തിനുനേർക്ക് രാധമ്മ മുന്നിലും സുപ്രൻ പിന്നിലുമായി നടക്കുന്നതിനിടയിൽ മൗനത്തിന്റെ സ്വകാര്യചാനലിൽ നിന്നുകൊണ്ട് രാധമ്മ പറഞ്ഞു: “പൊട്ടൻ.”

പ്രേമമാണെന്ന് ആദ്യവും കെട്ടുകയാണെങ്കിൽ നിന്നെ മാത്രമെന്ന് പിന്നീടും പറഞ്ഞ് ഒരു കൊല്ലമായി ഇവൻ തന്റെ പുറകെയായിരുന്നു. ഏതവനും കാമുകവേഷം കെട്ടി പെൺജീവിതങ്ങളെ വലയ്ക്കുന്നത് ഇങ്ങനെയൊക്കെയാണ് എന്ന് എത്രയോ നാട്ടുപുരാണങ്ങൾ പരിചിതമായിരുന്നിട്ടും ഇവന്റെ സുവിശേഷങ്ങളിൽ താൻപെട്ടുപോയല്ലോ എന്നോർത്ത് കുറച്ചൊന്നുമല്ല ആത്മനിന്ദ തോന്നുന്നത്.

കഴിഞ്ഞ തവണ ഇവൻ ചെയ്തതോർക്കുമ്പോൾ ഇപ്പോഴും അറപ്പ് ഒരു ഇരുതലമൂരിയെപ്പോലെ ഉടലിലേക്ക് ഇഴഞ്ഞു കയറുന്നുണ്ട്.

ഇവൻ വിളിച്ചപ്പോൾ അസാധാരണമായതൊന്നും സംശയിക്കാതെ അവന്റെ ഷെഡ്ഡു പോലുള്ള താമസസ്ഥലത്ത് എത്തിയതാണ്. പതിവില്ലാതെ അവിടെ കാത്തിരിക്കുന്നു ഒരു എല്ലനും കൊഴുപ്പനും.

“ രാധമ്മോ” ഒരു അപേക്ഷ സമർപ്പിക്കുന്ന സ്വരത്തിൽ സുപ്രൻ പറഞ്ഞു. “ഇത്തവണ നീ ഇവരേം കൂട്ടണം.”

എന്തിന്, എവിടെ കൂട്ടാൻ എന്ന് അന്തിച്ച നില്ക്കെ വളരെ സാധാരണമായ ഒരു പ്രമാണം വായിച്ചുകേൾപ്പിക്കുന്നപോലെ അയാൾ പറഞ്ഞു:

"എന്തായാലും നമ്മള് കല്യാണം കഴിക്കും. ഇവരും എനിക്ക് വേണ്ടപ്പെട്ട ആളുകളാണ്,"

ഉറപ്പുള്ള ഒരു കെട്ടിടം വലിയ ശബ്ദമില്ലാതെ ഇടിഞ്ഞമരുന്ന പ്രതീതിയായിരുന്നു. ഒരുപാട് വാക്കുകൾകൊണ്ട് പ്രതിഷേധിക്കാൻ നിൽക്കാതെ "ഫ, നായേ" എന്ന് ഒന്ന് അലറിയിട്ട് പുറത്തേക്കിറങ്ങാൻ തുടങ്ങുമ്പോൾ അവന്റെ കരുത്തുറ്റ കൈകൾ മരത്തിൽ നിന്ന് പെരുമ്പാമ്പെന്നപോലെ കഴുത്തിലേക്കു ചാടി.

ഒരു മാസത്തിനു ശേഷം അവനെ വിദൂരമായി കാണുമ്പോൾ അവനോടൊപ്പം തന്റെ കൂടെ തൊഴിലുറപ്പ് പദ്ധതിയിൽ പണിക്കുവരാറുള്ള സുഗുണയും ഉണ്ടായിരുന്നു. അച്ഛൻ മരിച്ച് രോഗിയായ അമ്മ മാത്രമുള്ള അവളും രക്ഷപ്പെടാനുള്ള ഒരു വഴിയായി അവനെ കാണുന്നുണ്ടാവും.തെരുവുനായ്ക്കളെ അനായാസം കുരുക്കെറിഞ്ഞ് പിടികൂടുന്ന ഒരു പഴയ നായപിടിത്തക്കാരനെയാണ് അപ്പോൾ ഓർമ വന്നത്.

കല്ലുവെട്ടുകുഴിയിലേക്ക് നീങ്ങുന്ന വഴിയിൽ ആകാശത്തേക്ക് കൈനീട്ടി നിന്ന ഒരു മരത്തിനു മുന്നിൽ രാധമ്മ നിന്നു. അതിനു ചുവട്ടിലെ ചെങ്കൽത്തറയിൽ പ്രതിഷ്ഠപോലെ വച്ചിരിക്കുന്ന രണ്ടു കല്ലുകൾ ചൂണ്ടി രാധമ്മ ചോദിച്ചു:

"ഇത് ഏത് ദൈവങ്ങളാണെന്നറിയാമോ?"

രണ്ടു കല്ലുകൾ. അതിനു ചുറ്റും കാലപ്പഴക്കംകൊണ്ട് ടാർ പോലെ ഉറച്ച എണ്ണക്കറുപ്പ്. ഒരു കാലത്ത് അവിടെ അന്തിവിളക്ക് തെളിയിച്ചിരുന്നതിന്റെ ലക്ഷണമാണ്. അന്ന് വിതറിയ മഞ്ഞൾപ്പൊടിയാകാം ഇപ്പോൾ കരിപ്പൊടി പോലെ കാണുന്നത്.

ഇതിലൊക്കെ കൗതുകം കൊള്ളാവുന്ന സ്ഥിതിയിലായിരുന്നില്ല സുപ്രൻ. എങ്കിലും രാധമ്മ പറഞ്ഞതുകൊണ്ടുമാത്രം നോക്കി.

രാധമ്മ തന്നെ പറഞ്ഞു: "തേവമ്മയും കാവലനും."

കുട്ടിക്കാലം മുതൽ കേട്ടുപോരുന്ന നാട്ടുപുരാവൃത്തമാണ്. നൂറുകൊല്ലം മുമ്പെങ്കിലും നടന്ന സംഭവം. അന്ന് കോലപ്പൻ പെരുമാളാണ് ബംഗ്ലാവിൽ താമസിക്കുന്നത്. ചെറുപ്പക്കാരനായ കുശവൻ കാവലനും അയാളുടെ പതിനേഴ് വയസ്സുപോലും പ്രായമെത്താത്ത ഭാര്യ തേവമ്മയും വലിയ തലച്ചുമടുകളുമായി ബംഗ്ലാവിൽ കലങ്ങൾ വില്ക്കാനെത്തി. കോലപ്പൻ പെരുമാൾ നാലണയുടെ കലങ്ങൾ വാങ്ങിയിട്ട് ഒരുറുപ്പിയുടെ വെള്ളി നാണയം കുശവനെ ഏല്പിച്ച് പുറത്തുപോയി ചില്ലറ വാങ്ങി വരാൻ പറഞ്ഞു. അയാൾ തിരിച്ചെത്തുമെന്നതിനുള്ള ഉറപ്പായി തേവമ്മയെ അവിടെ പിടിച്ചുനിർത്തുകയും ചെയ്തു. ചില്ലറ തേടിപ്പോയ കുശവൻ തിരിച്ചെത്തുമ്പോൾ മുറ്റത്ത് ചോര വിരിച്ച മണ്ണിൽ നെഞ്ചമർത്തി മരിച്ചു കിടക്കുകയാണ് തേവമ്മ. തകർന്ന മൺകലങ്ങൾക്ക് നടുവിൽ, പിറന്നു വീണ വേഷത്തിൽ. വരാന്തയിൽ ഒരു കസേരയിലിരുന്ന് തോക്കിൽ ഉണ്ട നിറയ്ക്കുകയാണ് അപ്പോൾ കോലപ്പൻ പെരുമാൾ. ആ ഉണ്ട കാവലന് നല്കിയിട്ട് രണ്ടു പേരെയും പറമ്പിൽ കുഴിച്ചുമൂടിയെന്നാണ് കഥ.

കഥ മനസ്സിലൊതുക്കി രാധമ്മ നടക്കുന്നതിനിടയിൽ സുപ്രൻ ചോദിച്ചു:

" ഇങ്ങനെയും ദൈവങ്ങളുണ്ടോ"

"ഉണ്ട്. ശക്തിയുള്ള ദൈവങ്ങളാണ്. പ്രാർഥിച്ചോ."

കല്ലുവെട്ടു കുഴിയിലേക്ക് ഇറങ്ങാനുള്ള ഈർപ്പം പിടിച്ച പാതാളപ്പടവുകൾ രാധമ്മ അനായാസമായി നടന്നിറങ്ങി. കാൽ വഴുതിപ്പോകാതിരിക്കാൻ പ്രയാസപ്പെട്ടുകൊണ്ട് പിന്നാലെ സുപ്രനും.

താഴെയെത്തിയപ്പോൾ വെളിച്ചം വളരെ പതുങ്ങിമാത്രം നൂണ്ടിറങ്ങുന്ന കൊടുങ്കാടിനുള്ളിലെത്തിയ പ്രതീതിയായിരുന്നു സുപ്രന്. പുരാണകഥകളിൽ കേട്ടിട്ടുള്ള വള്ളിക്കുടിൽ ഓർമ വരികയും ചെയ്തു. പല പെണ്ണുങ്ങൾക്കൊപ്പം പലയിടങ്ങളിൽ ഒളിച്ചിട്ടുണ്ടെങ്കിലും ഇതുപോലൊന്ന് ആദ്യമാണ്.

വെളിച്ചം വീഴാത്തതുകൊണ്ട് തറനിരപ്പിൽ ചെടികൾ വളരുന്നില്ല. ജീർണിച്ച കരിയിലകളുടെ ഒരു മേൽപ്പുതപ്പ് മാത്രം. അതിനുമേൽ സ്വപ്നസഞ്ചാരം നടത്തുന്ന കറുത്തുതടിച്ച തേരട്ടകളും.

കുഴിയുടെ ഭിത്തിയോട് ചേർന്ന് നിരപ്പായ സ്ഥലത്ത് ഉണങ്ങിയ പുല്ല് കനത്തിൽ വിരിച്ച് ഒരു മെത്ത തയ്യാറാക്കി വച്ചിരിക്കുന്നു രാധമ്മ.

സുപ്രൻ ഒരു വഷളൻ ഭാവത്തിൽ രാധമ്മയെ നോക്കി

" അപ്പോ നിനക്കിത് സ്ഥിരം ഏർപ്പാടാ അല്ലേ രാധമ്മോ... എന്നിട്ടാണ്..."

ഉണ്ടെന്നോ ഇല്ലെന്നോ വ്യക്തമാക്കാത്ത ഒരു ചിരിയോടെ രാധമ്മ ഒരു മറുചോദ്യം ചോദിച്ചു.

"ഞാനീ പറമ്പിലൊണ്ടെന്ന് സുപ്രൻ ചേട്ടൻ എങ്ങനേണ് അറിഞ്ഞെ?"

നീ പുല്ലുമായി പോണത് കണ്ടെന്ന് ഇന്നലെ അഴകൻ പറഞ്ഞു. അവന്റെ വീടിന്റെ ഉമ്മറത്തൂടല്ലേ നീ പുല്ലുമായി പോയത്. ഇന്ന് പൊറകേ വന്നപ്പോ നീയീ പറമ്പിന്റെ മതില് ചാടണേം കണ്ടു."

പുറമേ കേൾക്കാത്ത വിധത്തിൽ രാധമ്മ ഉള്ളാലെ ഒരു അട്ടഹാസച്ചിരി ചിരിച്ചു. തന്റെ പദ്ധതികളെല്ലാം കണക്കു കൂട്ടിയതുപോലെ കൃത്യമായി നടന്നല്ലോ എന്നോർത്ത് തന്നോട് തന്നെ മതിപ്പ് തോന്നുകയും ചെയ്തു.

പുല്ലുമെത്തയ്ക്കു കീഴിൽ ഒളിച്ചുവച്ചിരിക്കുന്ന കത്തി അവിടെത്തന്നെയില്ലേ എന്ന് ഒരിക്കൽ കൂടി തപ്പി നോക്കി ഉറപ്പ് വരുത്തി.

പറമ്പ് ചുറ്റിക്കാണാൻ വിട്ടയച്ച അഴകനും രാജനും അര മണിക്കൂർ പിന്നിട്ടപ്പോഴേക്കും ഒരു മണിക്കൂറിന്റെ കനവുമായി തിരിച്ചെത്തി.

പുല്ലുകൾക്കിടയിൽ പുരാതന കരിങ്കൽ ശില്പംപോലെ നിൽക്കുന്ന സ്ത്രീരൂപം കണ്ട് രണ്ടുപേരും കിടുങ്ങി നിന്നു. അരയിൽ നിന്ന് മുട്ടോളം എത്തുന്ന മുണ്ട് മാത്രം വേഷം. ഭയപ്പെടുത്തും വിധം മുലകൾതള്ളിച്ചുകൊണ്ട് അർധനഗ്നമായ ഉടൽ. ഒഴിഞ്ഞ കഴുത്ത്. ഒരു കൈയിൽ മൂന്നാല് ചെമ്പുവളയങ്ങൾ. മുറുക്കിച്ചോരച്ച ചുണ്ടുകൾ. ഒരു രൗദ്രമൂർത്തിയെപ്പോലെ വലിഞ്ഞുമുറുകിയ മുഖം. ഭാരം നിറച്ച വലിയ ഒരു കുട്ട തലയിൽ...

അഴകനും രാജനും "സുപ്രണ്ണനെവിടെ" എന്ന് ചുറ്റിലും കണ്ണു ചുഴറ്റി. ഇതേത് മൂർത്തി എന്ന് ആ രൂപത്തിലേയ്ക്ക് സംഭ്രമത്തോടെ നോക്കി. അതിന്റെ കണ്ണിൽപ്പെടാതിരിക്കാൻ ആഗ്രഹിച്ചുവെങ്കിലും മറയാൻ ഇടം കിട്ടാതെ പെട്ടുപോയി.

തീപ്പൊരി പാറുന്ന നോട്ടം കൊണ്ട് രണ്ടിനെയും ദഹിപ്പിച്ചിട്ട് ആ രൂപം പച്ചകൾക്കിടയിലേക്കു മാഞ്ഞുപോയി..

രാമകൃഷ്ണ അപ്പാർട്ട്മെന്റ്സ്

സതീഷ്ബാബു പയ്യന്നൂർ

രാവിലെ ആറ് അമ്പത്തെട്ട്.

സെക്യൂരിറ്റി ജീവനക്കാരൻ എൽദോ യൂണിഫോം മാറ്റി. ഏഴ് മണിക്കാണ് പകരക്കാരനായ ഭാസ്കരണ്ണൻ വരേണ്ടത്. ഒരുങ്ങി നിൽക്കാം. അണ്ണൻ വന്നാലു ടനെ സ്ഥലം വിടാമല്ലോ. ഇന്ന് മറിയാമ്മയേയും കൂട്ടി വെട്ടുകാട്ടുപള്ളിയിൽ പോ കാനുള്ളതാണ്. ക്രിസ്മസ്സിന്റന്ന് മണിക്കത്തൊടീല് പോയപ്പോ തലച്ചുറ്റല് വന്ന തോണ്ട് അവള് നേർന്നതാണ് അമ്പത്തൊന്ന് മെഴുകുതിരി. ഓരോരോ കാരണങ്ങളാൽ മാസം നാലഞ്ച് നീണ്ടുപോയി. ഇന്നെന്തായാലും പോകാമെന്ന് ഇന്നലെ രാവിലെ ജോലിക്കു പുറപ്പെട്ടും മുമ്പുതന്നെ ഉറപ്പിച്ചതാണ്. ഇപ്പോ മറി യാമ്മയ്ക്ക് തലകറക്കം നന്നേ കുറഞ്ഞിട്ടുണ്ട്. സെന്റ് മേരീസ് ഹോസ്പിറ്റലിലെ സെബാൻ ഡോക്ടറുടെ ഗുളിക കൃത്യമായി കഴിക്കുന്നുണ്ട്. എങ്കിലും വെട്ടുകാട്ടെ അമ്മമറിയത്തിന്റെ അനുഗ്രഹത്താലേ എല്ലാം സുഗമമാവൂ: മറിയാമ്മയ്ക്കതറിയാം. ഈ എൽദോയ്ക്കുമതറിയാം. അയാൾ കുരിശുവരച്ചു. ഇന്നലെ വരുമ്പോൾ ധരിച്ചി രുന്ന കള്ളിഷർട്ടെടുത്തിട്ടു. സെക്യൂരിറ്റി ക്യാബിനിൽ ലൈറ്റണച്ചു. പുറത്തിറങ്ങി ഭാസ്കരൻ നായരെ പ്രതീക്ഷിച്ചുനിന്നു.

വേട്ടമുക്കിൽ നിന്ന് ഭാസ്കരൻ നായർ തന്റെ പഴയ റാലി സൈക്കിൾ ആഞ്ഞു ചവിട്ടിയാണ് അപ്പാർട്ട്മെന്റ്സിലേക്കു വരിക. കയറ്റം കയറുമ്പോൾ കിതച്ചും ഇറ ക്കത്തിൽ കുതിച്ചുമങ്ങനെയങ്ങനെ അതൊരു വല്ലാത്ത വരവാണ്. പ്രായം അറു പത്തഞ്ചായെങ്കിലും പഴയ പട്ടാളക്കാരന്റെ മനസ്സ് കുതിരശക്തിയിൽ തന്നെ. ആഞ്ഞുചവിട്ടി കൃത്യം ഏഴിനു തന്നെ രാമകൃഷ്ണ അപ്പാർട്ട്മെന്റ്സിന്റെ ഗേറ്റ് ഭാസ്ക രണ്ണൻ കടന്നിരിക്കും. എൽദോയ്ക്കതറിയാം. അതിനാൽ അയാൾ ജാഗരൂകനായി ഗെയ്റ്റിൽ തയ്യാറെടുത്തുനിന്നു. ബാറ്റൺ വാങ്ങാനാഞ്ഞു നിൽക്കുന്ന റിലേ ടീമം ഗത്തിന്റെ കണിശതയോടെ...

എൽദോ കൈയിലെ പഴഞ്ചൻ ടൈറ്റാനിലേക്കു നോക്കി. ചെറിയ സൂചി ഇഴ ഞ്ഞിഴഞ്ഞ് ഏഴ് കടന്നിരിക്കുന്നു. വലിയ സൂചി പന്ത്രണ്ടിനപ്പുറം പതിയെ നീങ്ങി നീങ്ങി...

ഏഴ് അഞ്ച്, ഏഴ് ആറ്, ഏഴ് ഏഴ്...

ഏഴേ പതിനഞ്ചായിട്ടും ഭാസ്കരൻനായർ വന്നില്ല. എൽദോയ്ക്ക് ആധിയായി. ഇങ്ങനെ പതിവുള്ളതല്ല. വൈകുമെങ്കിലോ, പെട്ടെന്നുള്ള അവധിയാണെങ്കിലോ മൊബൈലിൽ വിളിച്ചു പറയാറുള്ളതാണ്. ഇന്നങ്ങനെയൊന്നുമുണ്ടായിട്ടില്ല.

അയാൾ പോക്കറ്റിൽ നിന്ന് തന്റെ ചെറിയ മൊബൈലെടുത്ത് കണ്ണുകൾക്കടുത്ത് പിടിച്ച്, പതിയെ ഭാസ്കരണ്ണന്റെ പേരെടുത്ത് ഞെക്കി. എന്നിട്ട് ചെവിയോട് സൂക്ഷ്മം ചേർത്തുപിടിച്ചു. നിരാശയായിരുന്നു ഫലം. ഫോൺ സ്വിച്ച്ഡ് ഓഫ് എന്നാണ് അങ്ങേത്തലയ്ക്കലെ പെങ്കൊച്ച് പറയുന്നത്. എൽദോയ്ക്ക് ഉള്ളം പിടഞ്ഞു. കാൽവിരലുകളിൽ നിന്ന് തരിപ്പ് മുകളിലേക്ക് പടർന്നു. സമയം എട്ട് അഞ്ച്. ഭാസ്കരൻ നായർ വന്നില്ല.

രണ്ട്

എൽദോയ്ക്ക് അവധി വേണ്ടുന്ന ചില വേളകളിൽ, രണ്ടുദിവസം അടുപ്പിച്ച് ജോലി ചെയ്യേണ്ടി വരാറുണ്ട് ഭാസ്കരൻ നായർക്ക്. മറിച്ച് ഭാസ്കരണ്ണൻ അവധിയാണെങ്കിൽ എൽദോയ്ക്കും. അത് അന്യോന്യമറിഞ്ഞുകൊണ്ടുള്ള ഒരു ക്രമീകരണമാണ്. ഭാസ്കരണ്ണന്റെ ഭാര്യ ശാരദക്കുഞ്ഞമ്മയ്ക്കുമതറിയാം. അതിനാൽ വെള്ളിയാഴ്ച രാവിലെ ജോലിക്കുപോയ ഭർത്താവ് ശനിയാഴ്ച രാവിലെ വന്നെത്താത്തതിനാൽ അവർ വലിയ പ്രത്യേകതയൊന്നും കണ്ടില്ല. ഫോൺ വിളിച്ചുപറയുന്ന ശീലമൊന്നും അങ്ങേർക്കില്ല. എന്നാൽ ഇന്ന് ഞായറാഴ്ച രാവിലെ ഒമ്പത് കഴിഞ്ഞിട്ടും അണ്ണൻ സൈക്കിൾ ചവിട്ടി വീടിന്റെ ഗെയ്റ്റ് കടന്നുവരാതിരുന്നപ്പോൾ, അവർ ചെറുതായി പതറി. മൊബൈലെടുത്ത്, ഇത്തിരി സങ്കോചത്തോടെയാണെങ്കിലും, നമ്പരുകളിൽ വിരലമർത്തി. ഫോൺ സ്വിച്ച്ഡ് ഓഫ് ആണെന്നു കണ്ട് വേവലാതിയോടെ ഒന്നുകൂടി റീട്രൈ ചെയ്തു. ഇല്ല, സ്വിച്ച്ഡ് ഓഫ് തന്നെ... അവർ മരുതംകുഴിയിൽ താമസിക്കുന്ന മൂത്തമകൻ അനിക്കുട്ടനെ വിളിച്ചു. ഫോണെടുത്ത അനിക്കുട്ടൻ, ഞായറാഴ്ചയുടെ സുഖനിദ്ര നഷ്ടപ്പെട്ട ദേഷ്യത്തിൽ അമ്മയോട് കെറുവിച്ചു; നേരമിത്രയായതല്ലേയുള്ളൂ... അമ്മയ്ക്കിതെന്തോന്നിന്റെ സൂക്കേട്? അച്ഛന് തോന്നുന്ന നേരത്ത് അങ്ങെത്തിക്കോളും...

എന്നാൽ, അധികം കാത്തിരിക്കേണ്ടി വന്നില്ല. ശാരദക്കുഞ്ഞമ്മയുടെ മൊബൈൽ ചിലച്ചു. അത് എൽദോയായിരുന്നു: “ചാച്ചീ, അണ്ണൻ അവിടന്ന് എന്തര് ഇതുവരേം പുറപ്പെട്ടില്ലേ?”

വലിയൊരാക്രന്ദനം വന്ന് ശാരദക്കുഞ്ഞമ്മയുടെ തൊണ്ടയിൽ വീർപ്പുമുട്ടി. “അയ്യോ” എന്ന് പിന്നെ ഉറക്കെ ശബ്ദം പുറത്തുചാടി.

“അണ്ണൻ വെള്ളിയാഴ്ച ഇവിടന്ന് പോയതാ” അവർ ഒരുവിധം പറഞ്ഞൊപ്പിച്ചു. എൽദോയുടെ കൈയിലെ ഫോൺ ടപ്പോന്ന് താഴെ വീണു. അയാൾ വിറച്ചു. അണ്ണനിതെന്തു പറ്റി? മറുപുറം ഫോണല്ല, ശാരദക്കുഞ്ഞമ്മ തന്നെ തറപറ്റിയിരുന്നു.

മൂന്ന്

എൽദോ ലിഫ്റ്റ് കയറി എട്ടാം നിലയിൽ താമസിക്കുന്ന റസിഡൻസ് അസോസിയേഷൻ സെക്രട്ടറി സദാശിവക്കുറുപ്പിന്റെ ഫ്ളാറ്റിലെ കോളിങ്ബെല്ലമർത്തി. അയാൾക്ക് അപ്പോഴും വിറയൽ വിട്ടുമാറിയിരുന്നില്ല. അതിനാൽ അകത്തളത്തിൽ മുഴങ്ങിയ ബെല്ലിന്റെ ശബ്ദവും നന്നായി വിറച്ചു.

വാതിൽ തുറന്ന കുറുപ്പ് സാർ വിറയ്ക്കുന്ന എൽദോയെ കണ്ടു: “എന്താടോ എന്തു പറ്റി?”

“സാറേ...” എൽദോ ദയനീയമായി വിളിച്ചു: “നമ്മുടെ ഭാസ്കരണ്ണനെ കാണാനില്ല”.

സദാശിവക്കുറുപ്പിന് ദേഷ്യം വന്നു. അയാൾ ചുവരിലെ ക്ലോക്കിൽ നോക്കി. സമയം പത്ത് മുപ്പത്.

“ഇന്നയാൾ വരുമെന്നു പറഞ്ഞിരുന്നോ?” കുറുപ്പ് അന്വേഷിച്ചു.

“വരില്ല എന്നു പറഞ്ഞിട്ടില്ല സാറേ.” എൽദോ പറഞ്ഞു. “ഇന്നലെ ഡ്യൂട്ടി കഴിഞ്ഞ് അണ്ണൻ വീട്ടിലുമെത്തിയിട്ടില്ല.”

സദാശിവക്കുറുപ്പ് പൊലീസിലായിരുന്നു. ഹെഡ് മൂത്ത് ഡിവൈഎസ്പിയായിട്ടാണ് റിട്ടയർ ചെയ്തത്. അയാൾ തന്റെ നരച്ച കൊമ്പൻമീശ മുകളിലേക്ക് തടവി പിരിച്ചുകൊണ്ട് എൽദോയെ സൂക്ഷ്മാവലോകനം നടത്തി: “നിന്നോടാരാ പറഞ്ഞത് ഭാസ്കരൻ വീട്ടിലെത്തിയിട്ടില്ലെന്ന്?”

“അണ്ണന്റെ പെണ്ണുമ്പിള്ള തന്നെ. ഞാനിപ്പോ ചാച്ചിയെ വിളിച്ചിരുന്നു, കാണാത്തോണ്ട്.” എൽദോ സ്വതവേ കുറുപ്പസാറിന്റെ മുന്നിൽ വന്നാൽ വിറയ്ക്കും. ഇത്തവണ കുറേക്കൂടി വിറവിറച്ചു.

സദാശിവക്കുറുപ്പ് അസോസിയേഷൻ പ്രസിഡന്റ് രുദ്രാണിയമ്മയെ ഫോണിൽ വിളിച്ചു. രാമകൃഷ്ണ അപ്പാർട്മെന്റ്സ് എന്ന പത്തുനില ഫ്ളാറ്റ് പണിതീർത്ത പ്രശസ്ത ബിൽഡർ പരേതനായ രാമകൃഷ്ണൻ അടിയോടിയുടെ ഇളയ മകളാണ് രുദ്രാണിയമ്മ. ഭർത്താവുമായി തെറ്റിപ്പിരിഞ്ഞതിൽപ്പിന്നെയാണ് കുലശേഖരത്തെ ബംഗ്ലാവിൽ നിന്ന് അച്ഛനുണ്ടാക്കിയ അപ്പാർട്മെന്റിലെ തന്റെ അവകാശത്തിലേക്ക് അവരെത്തിച്ചേർന്നതും അസോസിയേഷൻ സ്ഥിരം പ്രസിഡന്റായതും.

മൂന്നാൺമക്കൾ സിംഗപ്പൂർ, ഒമാൻ, ന്യൂസിലാന്റ് തുടങ്ങിയ നഗരങ്ങളിൽ ഭാര്യമാരും കുഞ്ഞുകുട്ടി പ്രാരാബ്ദങ്ങളുമായി കഴിയുന്നു. രുദ്രാണിയമ്മ ചോദിച്ചു: "അതെന്തുപറ്റി നമ്മുടെ ഭാസ്കരൻ നായർക്ക്?"

"അതറിയാനാ വിളിച്ചത്." സദാശിവക്കുറുപ്പ് തന്റെ അന്വേഷണമുറ ആരംഭിച്ചു: "എവിടെയെങ്കിലും പോകുമെന്ന് പറഞ്ഞിരുന്നോ പ്രസിഡന്റിനോട്?"

രുദ്രാണിയമ്മയ്ക്ക് മൂക്കത്താണ് ശുണ്ഠി. അവരുടൻ പ്രതികരിച്ചു. "ആ, പറഞ്ഞാരുന്നു. രണ്ടാം ഭാര്യയുടെ പേറെടുക്കാൻ അച്ചിവീട്ടിപ്പോകുമെന്ന് പറഞ്ഞാരുന്നു. ഒന്നു മിണ്ടാണ്ടിരിയെന്റെ കുറുപ്പസാറേ. എന്നോട് പറഞ്ഞിട്ടല്ലേ ഇവിടുത്തെ സെക്യൂരിറ്റിക്കാര് ഓരോന്ന് ചെയ്തു കൂട്ടുന്നത്. ഈ പത്താംനിലയിൽ ആർക്കും ഒരല്ലലും അലട്ടലുമില്ലാതെ കഴിയുന്ന ഞാനെങ്ങനാ താഴെ നടക്കുന്ന കാര്യങ്ങളറിയുന്നത്? എന്നെ ഇതിലൊന്നും കക്ഷി ചേർക്കണ്ട."

കുറുപ്പസാർ ഫോൺ വെച്ചു. രുദ്രാണിയമ്മയോട് അധികം സംസാരിച്ചിട്ട കാര്യമില്ല. ഒന്നുപറഞ്ഞാൽ രണ്ടാണ് തർക്കുത്തരം. ഇത്തിരി നല്ല നൊസ്സുമുണ്ട്. കെട്ടിയോനോട് കോടതിയുദ്ധം തുടങ്ങിയിട്ട് വർഷം പത്തായി. ഒരിടത്തും ഒന്നിനും വിട്ടുവീഴ്ചയില്ല.

"എൽദോ" കുറുപ്പസാർ പറഞ്ഞു: "ഇന്നേതായാലും നീ തന്നെ ഡ്യൂട്ടിക്ക് നിൽക്ക്. ഭാസ്കരന്റെ ഭാര്യയോട് ചോദിച്ച ശേഷം ഞാൻ സ്ഥലം എസ് ഐ ശിവദാസനെ വിളിച്ച് ഒരന്വേഷണത്തിന് ഏർപ്പാടാക്കാം... ഇത് അപ്പാർട്മെന്റ്സിന്റെ കൂടെ പ്രശ്നമാണല്ലോ".

നാല്

എസ് ഐ ശിവദാസ്, സദാശിവക്കുറുപ്പിന്റെ അകന്ന ഒരു ബന്ധുകൂടിയാണ്. കേട്ടപാടെ, കേൾക്കാത്ത പാടെ അയാൾ രണ്ട് അനുചരരേയും കൂട്ടി ജീപ്പിൽ രാമകൃഷ്ണ അപ്പാർട്മെന്റ്സിൽ പാഞ്ഞെത്തി.

"മാമാ എന്തര് പ്രശ്നം?" ശിവദാസ് സദാശിവക്കുറുപ്പിന് നീട്ടിയൊരു സല്യൂട്ട് നൽകിയശേഷം അകത്തളത്തിലേക്ക് പ്രവേശിച്ചു.

"ഇവിടത്തെ ചീഫ് സെക്യൂരിറ്റി ഭാസ്കരൻ നായര് ഇന്നലെ ഡ്യൂട്ടി കഴിഞ്ഞ് പോയേപ്പിന്നെ വീട്ടിലെത്തിയിട്ടില്ല. ഇന്ന് രാവിലെ തിരികെ വരേണ്ടതാ. വന്നിട്ടുമില്ല."

"അപ്പോൾ സ്വത്വനഷ്ടമാണല്ലേ പ്രശ്നം?" ശിവദാസ് കാവ്യഭാഷയിൽ തിരക്കഥ എഴുതിത്തുടങ്ങി. അയാൾ പൊലീസ് സേനയിലെ യുവത്വത്തിന്റെ പ്രതീകവും സർവോപരി അന്വേഷണങ്ങൾക്ക് പുതിയ ദിശാബോധം നൽകിയതിന് ഗുഡ് സർവീസ് എൻട്രി പ്രതീക്ഷിക്കുന്ന ആളുമാണ്. കോളേജിൽ പഠിക്കുന്ന കാലത്ത് കവിതകളെഴുതിയിരുന്നു. ചില സമ്മാനങ്ങളൊക്കെ കിട്ടിയിരുന്നു. യൂണിവേഴ്സിറ്റി കലോത്സവത്തിന് എഴുതിയ കവിത സമ്മാനം കിട്ടിയില്ലെങ്കിലും ഒന്നാം വർഷത്തിന് പഠിച്ചിരുന്ന ശ്യാമളകുമാരിയുടെ ഹൃദയത്തിലത് വർണങ്ങൾ വിരിയിച്ചതോടെ കവിതയെഴുത്തു നിർത്തി. ശ്യാമളകുമാരി പഠിപ്പും നിർത്തി. ഇപ്പോൾ ശിവദാസിന്റെ വീട്ടിലുണ്ട്. രണ്ട് ഇളംപൈതങ്ങളുമുണ്ട്. എങ്കിലും അന്വേഷണത്തിലെ ഓരോ നീക്കവും ഇപ്പോഴും കവിതാത്മകമാണ്.

"ഈ അപ്പാർട്മെന്റ്സിലെ താമസക്കാരുമായി ഇപ്പറയുന്ന സെക്യൂരിറ്റിയുടെ

ബന്ധമെങ്ങനെയാണ്. ആരെങ്കിലുമായി കലഹങ്ങളോ ലഹളകളോ ഉണ്ടായിട്ടു ണ്ടോ?" ശിവദാസ് പ്രശ്നത്തെ ഇഴകീറി മുറിക്കാനാരംഭിച്ചു.

"എന്റെ അറിവിലില്ല". കുറുപ്പ സാർ പറഞ്ഞു: "ആളൊരു സാത്വികനാ, പ്രോബ്ലം മേക്കറല്ല."

അപ്പോൾ എൽദോ ഇടപെട്ടു: "സാറേ, ആ രണ്ട് ബിയിൽ പുതുതായി താമസി ക്കാനെത്തിയ പെങ്കൊച്ചുമായി കഴിഞ്ഞ ദിവസം ചില കശപിശയുണ്ടായെന്ന് ഭാസ്കരണ്ണൻ പറഞ്ഞാരുന്നു."

"അതെന്തിനാ?" കുറുപ്പ് സാർ ചോദിച്ചു: "അതാ ചാനലില് വാർത്ത വായിക്കുന്ന കൊച്ചല്ലേ?"

"അതെ സാറേ." എൽദോ പറഞ്ഞു: "വന്നിട്ട് മാസമൊന്നായില്ല. തനിച്ചാ താമസം. എന്നാലും ഓരോ ദിവസോം ഓരോരോ ആണുങ്ങള് കാണും കൂടെ. കഴി ഞ്ഞാഴ്ച ഭാസ്കരണ്ണൻ ഒരാളെ തടഞ്ഞുവെച്ചു. അത് പ്രശ്നമായി".

"ആഹാ." കുറുപ്പ് സാറിന്റെ കൊമ്പൻമീശ വിറച്ചു: "എന്നിട്ട് ഇപ്പഴാ ഇത് എന്നോടു പറയുന്നത്?"

"ചുറ്റിക്കളി ഇപ്പഴാ ഞാനുമറിയുന്നത്." എൽദോ പറഞ്ഞു.

"എങ്കി അവളുടെ പിന്നില് ഒരു യൂത്ത് ഗാങ് കാണും. ഭാസ്കരൻ നായരുടെ തി രോധാനത്തിൽ അവർക്കുള്ള പങ്ക് തൃണവത്ക്കരിക്കാൻ നമുക്കാവില്ല." ശിവദാസ് തന്റെ നിഗമനം അവതരിപ്പിച്ചു. അയാൾ എഴുന്നേറ്റു. "അവിടന്നുതന്നെ തുടങ്ങാം അന്വേഷണം".

കുറുപ്പസാർ എൽദോയോട് നിർദ്ദേശിച്ചു: "നീ കൂടെ ചെല്ല്. ആ കൊച്ചവിടുണ്ട ല്ലോ, അല്ലേ?"

"ഉവ്വ് സാറേ. ഇന്നലെ അർധരാത്രി കഴിഞ്ഞാ വന്നുകയറിയത്, നാല് കാലില്." എൽദോ മുന്നിൽ നടന്നു. ശിവദാസും രണ്ടംഗ സൈന്യവും പിറകേയും.

അഞ്ച്

രണ്ട് ബിയുടെ വാതിൽ തുറന്ന് സുന്ദരിയും സർവോപരി സുഭഗയുമായ ആനി സഖറിയാസ് എന്ന യുവതി കോട്ടുവായിട്ടു. അവളിൽ ഉറക്കച്ചടവുകൾ വ്യക്തമാ യിരുന്നുവെങ്കിലും തലേന്നിട്ട ചെഞ്ചായം ചുണ്ടുകളിൽ തിളങ്ങി. മുന്നിൽ നിൽക്കുന്ന പൊലീസുകാരേയും സെക്യൂരിറ്റി എൽദോയേയും കണ്ട് ആദ്യമൊന്ന് പകച്ചു. പിന്നെ കണ്ണു തിരുമ്മി സന്ദർഭത്തിലേക്കുണർന്നു: "ഗുഡ്മോർണിങ്."

"ഗുഡ് മോർണിങ്." ശിവദാസ് പ്രതിവചിച്ചു: "രാവിലെത്തന്നെ ബുദ്ധിമുട്ടിക്കേണ്ടി വന്നതിൽ വിഷമമുണ്ട്. ചില കാര്യങ്ങൾ ചോദിച്ചറിയാനാണ് ഞങ്ങൾ വന്നത്."

"എന്താ സാർ?" ആനിയുടെ ശബ്ദത്തിൽ ചെറിയ പരിഭ്രമം ചിതറി. എങ്കിലും പെട്ടെന്നു തന്നെ താനൊരു മീഡിയാ ജേർണലിസ്റ്റാണെന്നും തനിക്കു താഴെയാണ് പൊലീസും പട്ടാളവുമെന്നുമൊക്കെയുള്ള വിചാരം അവളെ സുധീര യാക്കി.

"നിങ്ങളിവിടെ തനിച്ചാണോ താമസം?" ശിവദാസ് ചോദിച്ചു.

"അതെ സാർ," ആനി പറഞ്ഞു: "ഇടയ്ക്ക് കുറവിലങ്ങാട്ടീന്ന് അമ്മച്ചി വന്ന് നിക്കാറുണ്ട്."

"അതല്ല ചോദിച്ചത്." ശിവദാസ് യുദ്ധമുറയിലേക്ക് എളുപ്പം തന്നെ പ്രവേശിച്ചു: "നിങ്ങളുടെ കൂടെ പലപ്പോഴും പലരും ഈ ഫ്ളാറ്റിലേക്കു വന്നെത്താറുണ്ടെന്ന് റിപ്പോർട്ടുണ്ടല്ലോ."

"ചിലപ്പോ ചില ഫ്രണ്ട്സൊക്കെ വരാറുണ്ട്." ആനിക്ക് പൊലീസിന്റെ റൂട്ട് പിടികിട്ടി. അവൾ ചിരിവരുത്താൻ ശ്രമിച്ചു: "ഫ്രണ്ട്സ് കാണാൻ വരുന്നത് വലിയ തെറ്റാണോ സാർ".

"തെറ്റൊന്നുമല്ല." ശിവദാസ് പറഞ്ഞു: "എന്നാൽ വരുന്നവർ സെക്യൂരിറ്റിയുമായി കശപിശയുണ്ടാക്കുന്നത് വലിയ തെറ്റുതന്നെയാണ്. അപ്പാർട്മെന്റ്സിന്റെ റൂൾസ് ആന്റ് റെഗുലേഷൻസ് അനുസരിക്കാൻ നിങ്ങളും അതിഥികളും ബാധ്യസ്ഥരാണ്."

"ഞാനെന്ത് റൂൾസ് തെറ്റിച്ചെന്നാണ്?" ആനിക്ക് ചെറുതായി ദേഷ്യം വരുന്നുണ്ടായിരുന്നു: "ഈ റൂൾസ് ഒക്കെ അനുസരിച്ചുതന്നാ എന്റെ കുഞ്ഞമ്മച്ചിയുടെ കസിൻ യു കെയിലുള്ള ഉലഹന്നാനിച്ചായൻ ഈ ഫ്ളാറ്റ് വാങ്ങിയതും ഇപ്പോ എനിക്ക് താമസിക്കാൻ തന്നതും."

താൻ വെറും വാടകക്കാരി മാത്രമല്ല, ഫ്ളാറ്റ് ഓണറുടെ വകയിലൊരു കസിൻ കൂടിയാണെന്ന് പറഞ്ഞുവെച്ചതിൽ വല്ലാത്തൊരു സംതൃപ്തി അനുഭവപ്പെട്ടു ആനി സഖറിയാസിന്. തലേന്ന് രാത്രിയിലെ പ്രൈംടൈം ഡിബേറ്റിൽ മന്ത്രി സചിവോത്തമനെ ഭക്ഷ്യനിയമത്തിന്റെ അപാകതകൾ പറഞ്ഞു തറപറ്റിച്ച വാചകവീര്യം തന്നിലിപ്പോഴും ബാക്കി നിൽക്കുന്നതിൽ അവളഭിമാനിച്ചു.

"നിങ്ങളും സുഹൃത്തുക്കളും ഭാസ്കരൻ നായർ എന്ന സെക്യൂരിറ്റിയുമായി വല്ല പ്രശ്നവുമുണ്ടാക്കിയിരുന്നോ കഴിഞ്ഞ ദിവസം?" ശിവദാസ് ചോദിച്ചു.

"അയാള് സൂപ്പർ സിഐഡി കളിക്കാൻ വന്നപ്പോ ഞങ്ങള് ഉടക്കി. ഞാൻ താമസിക്കുന്ന ഈ ഫ്ളാറ്റിലേക്കു വരുന്ന ഫ്രണ്ട്സിന്റെ ജാതകോം ആധാറും ഡി എൻ ഐ യുമൊക്കെ അറിയിക്കണമെന്ന് വെച്ചാ അതിനെനിക്ക് സൗകര്യമില്ല സാറേഴ" ആനി സടകുടഞ്ഞുണർന്നു: "ആ കിഴവൻ ഇപ്പോഴും ജീവിക്കുന്നത് പതിനാറാം നൂറ്റാണ്ടിലാണ്."

"നിങ്ങൾ കുറേക്കൂടി മാന്യമായി സംസാരിക്കൂ." ശിവദാസ് ജനമൈത്രി പൊലീസിന്റെ ഭാവഹാവാദികളിലേക്ക് പ്രവേശിച്ചു കൊണ്ടുപറഞ്ഞു: "ഇവിടെയിപ്പോ ഒരു പ്രശ്നമുണ്ടായിട്ടുണ്ട്. നിങ്ങൾ പറയുന്ന ആ സെക്യൂരിറ്റിയെ കാണാനില്ല. അതിന്റെ അന്വേഷണത്തിന്റെ ഭാഗമായാ ഞങ്ങൾക്കിപ്പോ വന്ന് നിങ്ങളെ ശല്യം ചെയ്യേണ്ടി വരുന്നത്."

"അതെ, ഇത് ശല്യം ചെയ്യലുതന്നാ... രാവും പകലും ഡ്യൂട്ടി ചെയ്ത് തളർന്നു വന്നുറങ്ങുന്ന എന്നെപ്പോലുള്ള മീഡിയാ പേഴ്സൻസിനെ നിങ്ങൾ അസമയത്ത് ശല്യപ്പെടുത്തുക തന്നെയാണ്."

"സോറി." ശിവദാസ് പറഞ്ഞു: "ഒരു കാര്യം അറിഞ്ഞാൽ മതി. നിങ്ങളോ ഫ്രണ്ട്സോ ആ സെക്യൂരിറ്റിയുമായി ഇന്നലെ വല്ല കശപിശയോ അടിപിടിയോ ഉണ്ടായിട്ടുണ്ടോ?"

"സാറേ... വേണ്ടാത്ത കഥയും കവിതയുമൊന്നും മനസ്സിലെഴുതിക്കൂട്ടല്ലേ. ഞാനയാളെ കണ്ടിട്ടുമില്ല, മിണ്ടീട്ടുമില്ല." ആനി തീർത്തുപറഞ്ഞു: "എനിക്ക് കുറേക്കൂടി ഉറങ്ങണം. ഉച്ചയ്ക്ക് പന്ത്രണ്ടിന്റെ സ്പെഷ്യൽ ബുള്ളറ്റിൻ വായിക്കാനുള്ളതാ."

അവൾ പുറത്തുള്ളവരുടെ സമ്മതം കാക്കാതെ വാതിലടച്ചു.

ആറ്

പടികളിറങ്ങി താഴേക്കു വരവേ, ഒന്നാം നിലയിൽ നിന്ന് മുകളിലേക്കു നോക്കി നിൽക്കുന്നു മെലിഞ്ഞുണങ്ങിയതെങ്കിലും ഹെയർ ഡൈയിലും ടാൽക്കം പൗഡറിലും കുളിച്ച് ഒരുഴകിയ രാവണൻ: "ഞാൻ റിട്ടയേർഡ് ഡെപ്യൂട്ടി ടാക്സ് കമീഷണർ രാജശേഖരൻ തമ്പി. ഒന്ന് ബിയിലാ താമസം. എന്താ സാറേ പ്രശ്നം?"

എസ് ഐ ശിവദാസിന് അയാളുടെ നിൽപ്പും രീതികളും അത്ര സുഖിച്ചില്ല. റിട്ടയർ ചെയ്തിട്ടും സർവീസുകാലത്തെ അഹങ്കാരം ചിലരിൽ കത്തി നിൽക്കുന്നതു കാണുമ്പോൾ പുച്ഛം വന്ന് മനസ്സിൽ നിറയാറുണ്ട്. ഇപ്പോഴും ഭൂമി കറങ്ങുന്നത് തന്റെ ആസനത്തിനു കീഴിലാണെന്ന് കരുതുന്ന ചില വിസ്റ്റിക്കുശ്മാണ്ടങ്ങളുണ്ട് അടുത്തൂൺ പറ്റിയിട്ടും ചില സർക്കാർ ലാവണങ്ങളിൽ!

"എന്തു പ്രശ്നങ്ങളുണ്ടെങ്കിലും പരിഹരിച്ചു തരുമോ?" ശിവദാസ് റിട്ടയർഡ് ടാക്സ് പുംഗവനെ നിർദാക്ഷിണ്യം നേരിട്ടു. രാജശേഖരൻ തമ്പി ഒന്നു പതറി. എങ്കിലും നിലപാട് വ്യക്തമാക്കി: "സാറ് പറഞ്ഞാട്ടെ പ്രശ്നം. ഈ അപ്പാർട്ട്മെന്റ്സിലെ പത്തുനിലകളിലായുള്ള മുപ്പത് ഫ്ളാറ്റുകളുടേയും സ്ഥിതിവിവരക്കണക്കുകൾ എനിക്കറിയാവുന്നതുപോലെ മറ്റാർക്കുമറിയത്തില്ല. എന്നെ അസോസിയേഷൻകാർ കമ്മിറ്റിയിലൊന്നും കൂട്ടത്തില്ലെങ്കിലും, ഞാൻ മിക്കവാറും എല്ലാ വരാന്തകളിലും കറങ്ങി നടന്ന് മണം പിടിച്ച് പ്രശ്നങ്ങൾ കണ്ടുപിടിക്കാറുണ്ട്."

"അപ്പോ ചോദിക്കട്ടെ." ശിവദാസ് രാജശേഖരൻ തമ്പിയുടെ അടുത്തേക്കു നീങ്ങി: "നിങ്ങളിവിടത്തെ സെക്യൂരിറ്റി ഭാസ്കരൻ നായരെ എവിടെയാ കൊന്നുതള്ളിയിരിക്കുന്നേ..."

"അയ്യോ ഞാനോ" എന്ന് വിറച്ചുപോയി തമ്പിയങ്ങുന്ന്: "ഞാനെന്തിനാ സെക്യൂരിറ്റിയെ കൊല്ലുന്നേ... ചുമ്മാ ഇല്ലാക്കഥ പറയല്ലേ സാറേ..."

"നിങ്ങളല്ലേ പറഞ്ഞത്, ഈ അപ്പാർട്ട്മെന്റ്സിലെ മുഴുവൻ കാര്യോം അറിയാന്ന്... പ്പോ പറ എവിടെ ഭാസ്കരൻ നായർ?"

"എനിക്കറിയത്തില്ലേ..." അടിയറവു പറഞ്ഞുകൊണ്ട് രാജശേഖരൻ തമ്പി നിന്നു. ശിവദാസും സംഘവും നടന്നുതുടങ്ങിയപ്പോൾ പിറകേ പമ്മിപ്പമ്മി നടന്നു. അപ്പോഴോർമ വന്നു. പിറകിലെ ഗെയ്റ്റിനടുത്ത് ഇന്നലെ ഭാസ്കരൻനായരുടെ പഴയ സൈക്കിൾ കണ്ടിരുന്നല്ലോ. മുൻവശത്തൂടെ രാവിലെ പോകാറുള്ളയാളുടെ സൈക്കിൾ പിൻഗേറ്റിൽ വന്നതെങ്ങനെയെന്ന് അപ്പോൾ വെറുതെ ചിന്തിച്ചതുമാണ്...

രാജശേഖരൻ തമ്പിയുടെ മെലിഞ്ഞുണങ്ങിയ ദേഹം, പൊടുന്നനവേ എസ് ഐ ശിവദാസിന്റെ മുന്നിലേക്ക് ഓടിക്കയറി വിജയഭാവത്തിൽ അറിയിച്ചു: "സാറേ, പിറകിലെ ഗേറ്റിൽ കാണാതായ ആ സെക്യൂരിറ്റിയുടെ സൈക്കിളിരിപ്പുണ്ട്..."

എൽദോ അതുകേട്ട് നടുങ്ങി. ഇന്നലെ കാലത്ത് ഭാസ്കരണ്ണൻ മുൻവശത്തൂടെ യാത്രയും പറഞ്ഞ് ചെറുചിരിയും ചിരിച്ച് മൂളിപ്പാട്ടും പാടി സൈക്കിൾ ചവിട്ടി പോയതാണല്ലോ. അപ്പോൾ പിന്നെ പിറകിലെ ഗേറ്റിൽ?

ശിവദാസും സംഘവും അപ്പാർട്ട്മെന്റ്സിലെ പിൻഗേറ്റ് തുറന്ന്, മതിലിൽ ചാരിവെച്ച നിലയിൽ ഭാസ്കരൻനായരുടെ പഴഞ്ചൻ റാലി സൈക്കിൾ കണ്ടെത്തി.

ഏഴ്

"നമ്മൾ അന്വേഷണത്തിന്റെ പുതിയ ഒരു ദിശാമുഖത്തെത്തി നിൽക്കുന്നു." അപ്പാർട്ട്മെന്റ്സിന്റെ പിറകിലെ തുറസ്സിൽ ചെറിയ ഗെയ്റ്റിനരികെ സെക്യൂരിറ്റി ഭാസ്കരൻ നായരുടെ സൈക്കിളിനെ സാക്ഷിനിർത്തി എസ് ഐ ശിവദാസ് ആൾ ക്കൂട്ടത്തോട് പ്രസ്താവിച്ചു. കേട്ടറിഞ്ഞ് കേട്ടറിഞ്ഞ് പല ഫ്ളാറ്റുകളിൽ നിന്നും ആളുകൾ വന്നെത്തിക്കൊണ്ടിരുന്നു. ഞായറാഴ്ചയായതിനാൽ, വിരസതയകറ്റാൻ എന്തുചെയ്യുമെന്ന് ആലോചിച്ചിരിക്കുന്നവർക്ക് നല്ലൊരു നേരമ്പോക്ക് വീണുകിട്ടിയ സന്തോഷം. ഓരോരുത്തരും അവരവരുടേതായ നിഗമനങ്ങളിലേക്കും ഊഹാപോഹങ്ങളിലേക്കും പ്രവേശിക്കയായി. ഭാസ്കരൻനായർ നല്ല സ്വഭാവഗുണങ്ങളുള്ള ഒരാളാണെന്ന് ചിലർ അഭിപ്രായപ്പെട്ടപ്പോൾ റിട്ട: ടാക്സ് തമ്പിയങ്ങുന്നടക്കം ചില വേതാളങ്ങൾ അതിനെ ഖണ്ഡിച്ചു: "ആള് നല്ല ഒരു കള്ളുകുടിയനും പെണ്ണുപിടിയനുമാ..."

മിക്കവാറും ജോലിസമയത്തു കുടിച്ചുപൂസായാണ് നിൽപ്പെന്നും തൂപ്പുകാരി കല്യാണിയമ്മയുമായി ആൾക്ക് ഇത്തിരി രഹസ്യവ്യവഹാരങ്ങളുണ്ടെന്നും തമ്പിയദ്ദേഹത്തെ കൂട്ടുപിടിച്ച് ആറ് എയിലെ ഗൾഫ് റിട്ടേൺഡും വിഭാര്യനുമായ വിൽഫ്രഡ് പെരേര പ്രസ്താവിച്ചു: "ടെറസ്സിലും താഴെ സർവന്റ്സ് ബാത്റൂമിന്റെ പരിസരത്തുമൊക്കെ അവരുടെ ചുറ്റിക്കളി ഞാൻ പലപ്പോഴും കണ്ടിട്ടുണ്ട്".

"എങ്കിൽ നമുക്ക് ആ ഏരിയയിൽ ഒന്നു പോയാലോ?" അസോസിയേഷൻ സെക്രട്ടറി സദാശിവക്കുറുപ്പ് ശിവദാസിനോടു ചോദിച്ചു:

"സൈക്കിള് ഇവിടെ കാണപ്പെടുന്ന സ്ഥിതിക്ക് അവിടെയെവിടെയെങ്കിലും അടിച്ചു പിമ്പിരിയായി കിടപ്പുണ്ടെങ്കിലോ?"

"നോക്കിക്കളയാം." എസ് ഐ ശിവദാസ് ഉണർന്നു.

എല്ലാവരും വരിവരിയായും ചെറുസംഘമായും പൊലീസ് പടക്കു പിറകേ നീങ്ങി.

എട്ട്

"ഇനിയുള്ള നീക്കങ്ങളാണ് നിർണായകം." ഞാൻ ഭാസ്കരണ്ണനോടു ഫോണിൽ പതിയെ പറഞ്ഞു: "ഒരു കാരണവശാലും അണ്ണൻ ഇപ്പോൾ അവിടന്ന് പുറത്തിറങ്ങരുത്."

താഴെ ആൾക്കൂട്ടത്തിനൊപ്പമായിരുന്നു ഞാൻ. ഭാസ്കരൻനായർ അഞ്ചാംനിലയിലെ എന്റെ ഫ്ളാറ്റായ അഞ്ച് ബിയ്ക്കകത്തും. എന്റെ പഴയ മൊബൈലാണ് അയാളുടെ കൈയിൽ. ഞാൻ കൃത്യമായി വിവരങ്ങൾ കൈമാറിക്കൊണ്ടിരുന്നു. ഭാസ്കരണ്ണന്റെ സഹായത്തോടെ ഞാൻ വിഭാവനം ചെയ്യുന്ന ഈ കഥ വിജയത്തിലേക്കെത്തിക്കേണ്ടത് സാമൂഹികപ്രതിബദ്ധതയുള്ള ഒരു കുറ്റാന്വേഷണ എഴുത്തുകാരനെന്ന നിലയിൽ എന്റെ കടമയാണെന്ന് എനിക്കറിയാം. കുറ്റകൃത്യങ്ങളുടെ പഴുതടക്കുക, അന്വേഷണത്തെ വഴിതിരിച്ചുവിടുക, കൂടുതൽ കൂടുതൽ ഉപകഥകളുണ്ടാക്കുക, ഇതൊക്കെയാണ് ഒരു മികച്ച കുറ്റാന്വേഷണകഥയ്ക്കു വേണ്ടത്. ഈ കഥ എന്റെ ഡിറ്റക്ടീവ് സാഹിത്യ ജീവിതത്തിലും ഒരു വഴിത്തിരിവാകുമെന്ന് എനിക്കുറപ്പുണ്ട്. അക്കാദമി ഇതാദ്യമായാണ് ഈ വർഷം മുതൽ കുറ്റാന്വേഷണകഥകൾക്കായി അവാർഡ് ഏർപ്പെടുത്തുന്നത്. കഥയ്ക്കും കവിതയ്ക്കും നോവലിനും നാടകത്തി

നും പുറമേ ഹാസ്യത്തിനും ജീവചരിത്രത്തിനും ബാലസാഹിത്യത്തിനും വരെ പുരസ്കാരങ്ങൾ കൊടുക്കുമ്പോൾ, സാഹിത്യത്തിലെ ഒരു പ്രധാന ശാഖയായ കുറ്റാന്വേഷണത്തിന് അവാർഡില്ല എന്നത് സാംസ്കാരിക മന്ത്രിയുടെ ശ്രദ്ധയിൽപ്പെടുത്തിയത് ഞാനാണ്. അദ്ദേഹം അത്ഭുതപ്പെട്ടുപോയി: "ഓ അങ്ങനെയോ, ഞാനറിഞ്ഞില്ല. കുറ്റാന്വേഷണ സാഹിത്യം പ്രോത്സാഹിപ്പിക്കേണ്ടത് നല്ല സമൂഹനിർമാണത്തിനാവശ്യമാണ്."

അപ്പോൾത്തന്നെ അദ്ദേഹം ഇണ്ടാസിറക്കി. കഴിഞ്ഞ അക്കാദമി എക്സിക്യൂട്ടീവിൽ എല്ലാവരും അത് കയ്യടിച്ച് പാസ്സാക്കി. അങ്ങനെ കുറ്റാന്വേഷണവിഭാഗത്തിന്ന് അവാർഡ് എന്ന പരമപ്രധാനമായ ഒരു തീരുമാനമെടുപ്പിച്ച എനിക്കുതന്നെ ആദ്യത്തെ അവാർഡ് ലഭിക്കേണ്ടത് എന്തുകൊണ്ടും ന്യായയുക്തവും നീതീകരിക്കാവുന്നതുമാണ്. അതിനുള്ള കഥയന്വേഷണവും ഗവേഷണവും രാമകൃഷ്ണ അപ്പാർട്ട്മെന്റ്സിൽ ഇതാ നിർണായകഘട്ടത്തിലേക്കു നീങ്ങുകയാണ്... ഈ കഥയിൽ മോഡലായി പ്രവർത്തിക്കുന്ന ഭാസ്കരൻനായർക്ക് അയ്യായിരം രൂപയാണ് എന്റെ ഓഫർ. അക്കാദമി അവാർഡിന്റെ നാലിലൊന്ന്!

പകൽ ഒടുങ്ങുകയാണ്. രാത്രി പെയ്തു തുടങ്ങി. തൽക്കാലം തുമ്പുകളൊന്നും ലഭിക്കാതെ എസ് ഐ ശിവദാസും സംഘവും ജീപ്പിൽ കയറുകയാണ്. കാണികളുടെ സംഘം പതുക്കെ താന്താങ്ങളുടെ മാളങ്ങളിലേക്ക് പിൻവാങ്ങിത്തുടങ്ങുന്നു. ഞാനും ഒന്നുമേതുമറിയാത്തതുപോലെ എന്റെ അഞ്ച് ബിയുടെ അടഞ്ഞുകിടക്കുന്ന വാതിൽ താക്കോൽ ഉപയോഗിച്ച് തുറന്നു. എന്നെ ഈ കളിയിൽ അകമഴിഞ്ഞ് സഹായിക്കുന്ന ഭാസ്കരണ്ണനെ എങ്ങനെ രാത്രിയുടെ മറവിലൂടെ പറഞ്ഞയക്കാമെന്നായിരുന്നു എന്റെ ചിന്ത. എന്നിട്ടുവേണം എനിക്ക് ആദ്യഭാഗം എഴുതിത്തുടങ്ങാൻ.

ഫ്ളാറ്റിനകത്ത് ഇരുട്ടാണ്. ഈ ഭാസ്കരണ്ണന്റെ ഒരു കാര്യം. ലൈറ്റിടാതെ ഇരുട്ടത്തിരിക്കേണ്ട കാര്യമെന്താണ്?

"അണ്ണാ" അങ്ങനെ വിളിച്ചുകൊണ്ട് ഹാളിലെ ലൈറ്റ് തെളിച്ചു: "ഈ രാത്രി കൂടി പുറത്തിറങ്ങണ്ട. രാവിലെ നേരെ ആരും കാണാതെ ഡ്യൂട്ടിക്ക് കയറിയാൽ മതി".

ഹാളിൽ ഭാസ്കരണ്ണനെ കണ്ടില്ല. അകത്ത് ബെഡ്റൂമിൽ ഉറക്കത്തിലാണോ? അതോ ബാത്റൂമിലോ?

"അണ്ണാ... ഭാസ്കരണ്ണാ..." ഞാൻ വിളിച്ചു. ബെഡ്റൂമിലേക്കു കടന്ന് പ്രകാശം പരത്തി. "അയ്യോ..." ഒരു നിലവിളി വന്ന് എന്റെ വായിൽ വീർപ്പുമുട്ടി. നിലത്ത് പരന്നൊഴുകുന്ന ചോരപ്പുഴയാണ് ആദ്യം കണ്ണിൽപ്പെട്ടത്. കട്ടിലിൽ നെഞ്ചത്താഞ്ഞു തറച്ച കഠാരയുമായി മലർന്നുകിടക്കുകയാണ് ഭാസ്കരൻ നായർ. കണ്ണുകൾ തുറിച്ച്, വാ തുറന്ന്...

ഞെട്ടിത്തെറിച്ച് ഞാൻ ഹാളിലേക്കോടിയെത്തിയപ്പോൾ, തുറന്നുകിടക്കുന്ന ബാൽക്കണി വാതിൽ. അവിടെനിന്ന് താഴേക്കൂർന്ന്, കെട്ടി ഞാന്നുകിടക്കുന്ന ഒരു കയർ... അജ്ഞാതനായ ഒരു ഘാതകൻ അതുവഴി അകത്തു കയറിയിട്ടുണ്ടാകുമെന്ന് തിരിച്ചറിയുമ്പോഴേക്കും കണ്ണുകളിൽ ഇരുട്ടുകയറി. ബോധം ഊർന്നുപോയി. ഞാൻ നിലത്തേക്കു മലർന്നടിച്ചുവീഴുകയായി.

ഇരുട്ട്. സർവത്ര ഇരുട്ട്.

കന്യാലാലി

പ്രമോദ് രാമൻ

ദേഹത്ത് ചൂടുതട്ടിയാലുടനേ ശകലം മൂത്രം പോവുന്ന പ്രശ്നം ആലത്തോൽ ബെന്നി എന്ന 55കാരനായ ബെന്നിച്ചൻ കുറച്ചുകാലമായി നേരിടുന്നുണ്ട്. അതുകാരണം ബാത്ത് റൂമിൽ സാറാമ്മ കൊണ്ടുവയ്ക്കുന്ന ചൂടുവെള്ളത്തീന്ന് ഒരു കപ്പ് കോരിയൊഴിക്കേണ്ട താമസം, ഒന്നോ രണ്ടോ നക്ഷത്രങ്ങൾ ഭൂമിയിലിറങ്ങും. എന്നുവച്ച്, പച്ചവെള്ളത്തിൽ കുളിക്കാനും പാടാണ്. പെടലിയും മുട്ടുമൊക്കെ മിക്കവാറും നീരുവന്ന് ചീർത്തിരിക്കുവാണ്. മൂത്രം വീഴ്ത്താൻ പ്രത്യേകം പാത്രം കുളിമുറിയിൽ കരുതണമെന്ന് കുറേക്കാലമായി വിചാരിക്കുന്നു. പക്ഷേ, എപ്പഴും കേറാൻ നേരത്ത് അതങ്ങ് മറക്കുകയും ചെയ്യും.

ഡിസംബറിലെ ഒരു വൈയീട്ട്, കുളിക്കാൻ നേരമാവുന്നതേയുള്ളൂ. മുറ്റത്തോട് ചേർന്നുനിൽക്കുന്ന പേരമരത്തിന്റെ ഉണക്കിലകൾ തൂത്തുവാരിക്കൊണ്ട് സാറാമ്മ കിഴക്കുനിന്ന് പടിഞ്ഞാറോട്ട് സഞ്ചരിക്കുകയായിരുന്നു. അത് നോക്കി വരാന്തയിൽ നിന്നുകൊണ്ട് പച്ചീർക്കിലിത്തണ്ട് ഒരെണ്ണമെടുത്ത് പല്ലിനിടയിൽ കുത്തി ഉച്ചയ്ക്ക് കഴിച്ച മട്ടൻ ബിരിയാണിയിൽ നിന്നുള്ള ഉണക്കമുന്തിരിത്തൊലി തോണ്ടുകയായിരുന്നു ബെന്നിച്ചൻ. ലാലിക്കൊച്ചിന്റെ പത്തൊമ്പതാമത്തെ പിറന്നാളിന് സാറാമ്മ ഉണ്ടാക്കിയ ബിരിയാണിക്ക് സ്വാദ് ഒന്നുവേറെ തന്നെ.

“എത്ര തൂത്താലും ഈ നശിച്ച പേരേടെല വൃത്തിയാവൂലല്ലോ..” സാറാമ്മ പേരമരത്തെ പിരാകി. “ഇതങ്ങ് വെട്ടാമ്പറഞ്ഞാ നിങ്ങക്ക് വല്യ ചേതാണല്ലോ.”

ബെന്നിച്ചൻ അത് കേട്ടിട്ടും അനങ്ങാതെ നിന്നു. മറുപടി പറയാൻ പോയാൽ ശരിയാകത്തില്ല. സാറാമ്മ ഇരുതലവാളാണ്. വയറുനിറച്ച് ബിരിയാണി തന്നശേഷം മെക്കിട്ടുകേറൽ ഒരു പതിവ് കലാപരിപാടിയാണ്. സാറാമ്മയുടെ വഴക്കുകളിലെ ഇളവാണ് ബെന്നിച്ചന്റെ ജീവിതം.

അല്ലേലും ആ പേരമരം വെട്ടിക്കളയാനുള്ളതല്ല. അതവളുടെയടുത്ത് നിരവധി തവണ പറഞ്ഞിട്ടുള്ളതാണ്.

തോണ്ടിയെടുത്ത മുന്തിരിത്തൊലി പുറത്തുകളയേണ്ടെന്ന് കരുതി ബെന്നിച്ചൻ ഇറക്കി.

ലാലിക്കൊച്ച് കൂട്ടുകാരിയെ കാണാൻ പോയിരിക്കുകയാണ്. ഇനിയെപ്പഴാ

വരണേന്ന് അറിയത്തില്ല. കൂട്ടുകാരിയും അവളും കൂടി സിനിമാക്ക് പോകുവായിരിക്കും. അങ്ങനാണേലിനി വരാൻ വെട്ടം പോയി ഇരുട്ടുവീഴും. ശരിക്കും പറഞ്ഞാൽ പ്രായപൂർത്തിയായ പെങ്കൊച്ചിനെ ഇങ്ങനൊന്നും വിടാൻ പാടില്ലാത്തതാ. പക്ഷേ, അവളൊന്ന് ചിണുങ്ങിച്ചോദിച്ചാൽ ബെന്നിച്ചനങ്ങ് വീഴും. കുറേനാളായി കൊറോണ കാരണം വീട്ടീക്കെടന്ന് മടുത്തുപോയി ബെന്നിച്ചാ, ബർത്ത് ഡേയല്ലെങ്കിലും ഒന്ന് കറങ്ങിയേച്ചുവരട്ടെ, സാറാമ്മയോട് ബെന്നിച്ചൻ തന്നങ്ങ് പറഞ്ഞേച്ചാ മതി എന്നൊക്കെയാണ് അവൾ ലൊട്ടുക്ക് വിട്ടത്. സിനിമാ തിയറ്ററെല്ലാം തൊറന്ന് വരുന്നതല്ലേയുള്ളൂ കൊച്ചേ, ഇപ്പത്തന്നെ പോയി വല്ല വയ്യാതീനോം പിടിച്ചോണ്ട് വരണോന്ന് ചോദിച്ചപ്പോ അവൾ പറയുവാ, ബെന്നിച്ചാ, പത്തൊമ്പതാമത്തെ വയസ്സില് ചെയ്യേണ്ട കാര്യം ഇരുപത്തഞ്ചാമത്തെ വയസ്സില് ചെയ്താ ശരിയാവുവോന്ന്.

സിനിമ കാണുന്നത് പത്തൊൻപതാമത്തെ വയസ്സിലും ഇരുപത്തഞ്ചാമത്തെ വയസ്സിലും ഒരുപോലല്ല്യോന്ന് ചോദിക്കാൻ വന്നത് ബെന്നിച്ചൻ വേണ്ടെന്നുവച്ചു. അവളതിനും വലുത് വല്ലോം പറയും. പോരാത്തതിന് ബെന്നിച്ചന്റെ കവിളത്ത് അവള് കൃത്യസമയത്ത് പൂശിയ മുത്തം കുറിക്കുകൊണ്ടു. ബെന്നിച്ചൻ വാൽസല്യം കൊണ്ടങ്ങ് ഇല്ലാതായി.

കുറവിലങ്ങാട്ടാണ് ബെന്നിച്ചനും സാറാമ്മയും ലാലിക്കൊച്ചും താമസിക്കുന്നത്. വീടും പുരയിടവും കൂടി മുപ്പത് സെന്റേയുള്ളൂവെങ്കിലും മൂത്തവൻ ജോസിനെ യു.കെയിലേക്ക് പഠിക്കാൻ വിട്ടതും അവനവിടെ തരക്കേടില്ലാത്ത ഉദ്യോഗത്തിൽ കയറിയതും കുടുംബത്തിന് മേൻമയുണ്ടാക്കി. കാര്യമായി കൃഷിചെയ്യാനൊന്നും ബെന്നിച്ചനെക്കൊണ്ട് മേലായിരുന്നു. പണ്ടേ ആളത്ര ആരോഗ്യമൊന്നുമുള്ള കൂട്ടത്തിലായിരുന്നില്ല. സാറാമ്മയുടെ തൻപോരിമയിലാണ് പുരയിടത്തിൽ കുറച്ച് കവുങ്ങ് വച്ചതും കുരുമുളക് വച്ചുപിടിപ്പിച്ചതും. ബാക്കിവന്ന സ്ഥലത്ത് കുറച്ച് ചേമ്പും കാച്ചിലും കൂടി നട്ടിട്ടുണ്ട്. ബെന്നിച്ചനാണേൽ മുറ്റത്തുനിൽക്കുന്ന പേരമരത്തോളം സ്നേഹം മറ്റൊന്നിനോടുമില്ല. കുറവിലങ്ങാട്ടെ മാതാവിന്റെ പള്ളീ കുർബാന കഴിഞ്ഞ് വന്നാലുടനേ പേരമരത്തോട് കുശലം പറയുന്ന മട്ടിൽ കുറച്ചുനേരം നിൽക്കുന്നത് കാണാം. ഇതിയാനിതെന്തിന്റെ കേടാന്ന് സാറാമ്മ ആദ്യമൊക്കെ ചോദിച്ചിരുന്നു.

എടീ, നമ്മടെ ലാലിക്കൊച്ചിന്റെ വയസ്സാ അതിന്, ഒരുദിവസം ബെന്നിച്ചനത് പറഞ്ഞു.

അതിനെന്നാ? സാറാമ്മ അന്തംവിട്ടു. നാല് കാശെങ്കിൽ അത് കിട്ടുന്ന അടയ്ക്കാമരങ്ങൾക്ക് എത്രവയസ്സായെന്നോ അതിനൊക്കെ ആര് വെള്ളം കോരുന്നെന്നോ ആര് വിളവെടുക്കുന്നെന്നോ ബെന്നിച്ചൻ അന്വേഷിച്ച് കണ്ടിട്ടില്ല. മുറ്റംനിറയെ ഉണക്കിലപൊഴിച്ച് നാശകോശമാകാൻ കാരണമാകുന്നു എന്നല്ലാതെ കാര്യമായി ഫലമൊന്നും തന്നിട്ടില്ലാത്ത ഈ എലുക്കാച്ചി മരത്തിനെയാണ് സ്വന്തം മോളെപ്പോലെ ലാളിക്കുന്നത്.

ചുറ്റുവട്ടത്തുകാർക്കും ടൗണിലെ പരിചയക്കാർക്കുമൊക്കെ ലാലിയെ വലിയ കാര്യമാണ്.

ലാലീടപ്പനല്ല്യോ?

പൊറത്തോട്ടെറങ്ങിയാൽ ആളുകൾ കൊച്ചാക്കാൻ ഉദ്ദേശിച്ചുതന്നെ ചോദിക്കും.

അല്ല, ബെന്നിച്ചന്റെ മോളാ ലാലി, ഇഷ്ടക്കേട് കാണിച്ച് മറുപടി കൊടുക്കുമെങ്കിലും ശരിക്കും ബെന്നിച്ചന് ആ ചോദ്യം ഉള്ളാലെ ഇഷ്ടമായിരുന്നു. ലാലിക്കൊച്ച് നല്ല മോഡേൺ വേഷമിട്ട് പുറത്തേക്കിറങ്ങിയാലും ആരും ഒന്നും പറയത്തില്ല. മറ്റുവല്ല പെമ്പിള്ളേരും ഇമ്മാതിരി വേഷംകെട്ടെടുത്താൽ ആളുകള് സഹിക്കത്തില്ല. പക്ഷേ ലാലിക്കൊച്ച് സാറാമ്മയുമായിട്ട് ഒക്കുകേല. കാര്യം അമ്മച്ചിയും മോളുമാണേലും മുട്ടക്കിന് മുട്ടക്കിന് ഒന്നും രണ്ടുംപറഞ്ഞ് വെട്ടാ രണ്ടും. ഇന്ന് പെറന്നാളായിട്ടുപോലും, സാറാമ്മയോട് അവള് മര്യാദയ്ക്ക് സംസാരിച്ചിട്ടില്ല. കേക്കെടുത്ത് കഷ്ണിച്ചപ്പോ പോലും സാറാമ്മ മറ്റെങ്ങാണ്ടായിരുന്നു. മട്ടൻ ബിരിയാണി സ്പെഷലായിട്ട് ഉണ്ടാക്കിയെന്ന് പറഞ്ഞിട്ട് കാര്യമില്ല, മോള്ടടുത്ത് സ്നേഹത്തോടെയൊരു വാക്ക് സാറാമ്മയും മിണ്ടീട്ടില്ല. ബെന്നിച്ചനാണ് നടുക്ക് നിന്ന് പാലമിടുക. എന്നാ സത്യത്തീ സാറാമ്മയ്ക്ക് അവളെ അഞ്ചാറ് പൊതപ്പിട്ട് മൂടി സ്വന്തം കരളിലോട്ടങ്ങ് പൂട്ടിവയ്ക്കാനുള്ള സ്നേഹമൊക്കെ ഉണ്ടെന്നും ബെന്നിച്ചന് അറിയാം. രണ്ടാളും കൂടി ചിരിച്ചും ചിണുങ്ങിയും വർത്തമാനം പറയുന്ന ഒരേയൊരു സന്ദർഭം അയലുപക്കത്തെ മണിയമ്മയുടെ മോക്കടെ ദുർന്നടപ്പിന്റെ കാര്യം പറയുന്നതാ.

“സാറാമ്മേ, അവളിന്നാള് റേഷൻ കടേലെ കുഞ്ഞന്റെ കൂടെ ശിങ്കരിച്ചു നിക്കണത് ഞാൻ കണ്ടെന്നേ.”

“ആന്നോടീ. ആ ചട്ടുകാലൻ ദേവസ്സീടെ മോനല്ലിയോ ഈ കുഞ്ഞൻ?”

“ആ സാറാമ്മേ. കിളിവാലൻ ബസിലെ കണ്ടക്ടറാണേ അവടടുത്തുന്ന് മാറത്തേയില്ല.”

“അതാ ചെമ്പരേലെ മോളിച്ചേടത്തീടെ എളേ ആങ്ങളച്ചെറുക്കനല്ലിയോ? അത് കെട്ടിയതാണല്ലോ.”

ഇത്രേം കഴിഞ്ഞ് ചായ അനത്താനായി അടുക്കളേലോട്ട് എഴുന്നേറ്റ് പോകും മുമ്പ് സാറാമ്മ അവളോട് പറയും, “എടീ കൊച്ചേ, ഇതക്കെ കണ്ടിട്ട് നീ പഠിക്കണ്ടട്ടാ. ജോസ് മോൻ ലണ്ടനീന്ന് വന്ന് നിന്നെ അറുത്തുകളയും. ഓർത്തോണം.”

അതുകേട്ട ഉടനെ ലാലിക്കൊച്ചും തിരിച്ചടിക്കും.

“എന്റെ കാര്യം വിട്ടേക്ക്. സാറാമ്മയ്ക്ക് വല്ല ആഗ്രഹോം ഒണ്ടെങ്കീ പറ, നമക്ക് ശരിയാക്കാം.”

അവിടെത്തുടങ്ങി രണ്ടാളും ഉഗ്രൻ പോരായിരിക്കും.

വാട്സാപ്പില് ജോസ് ലണ്ടനീന്ന് വീഡിയോയിൽ വരുന്നത് രാത്രി 11 മണിക്കാണ്. ജോസിനെ ഇച്ചിരി പേടിയായതുകൊണ്ട് സാറാമ്മേം മോളും നല്ല ഇണക്കത്തീ സംസാരിക്കും. സാറാമ്മയ്ക്കാണേൽ ജോസിനോട് സംസാരിച്ചാ തീരത്തില്ല. കന്യാമറിയത്തെ ലോകത്ത് ആദ്യമായി കണ്ട സ്ഥലം കുറവിലങ്ങാടാന്ന് നീ സായിപ്പൻമാർക്ക് പറഞ്ഞുകൊട് എന്ന് ഒരുതവണ പറയുന്നത് കേട്ടു. മുത്തിയമ്മ ആരാന്ന് ആ മദാമ്മമാർ അറിയട്ടെ. പിന്നെ കുറവിലങ്ങാട് പള്ളീടെ ചരിത്രം മുഴുവൻ പറയാൻ തുടങ്ങും. അമ്മച്ചീ അതെല്ലാം ഇപ്പോ ഗൂഗിളീ കിട്ടും എന്ന് പറഞ്ഞാണ് ജോസ് അത് നിറുത്തിച്ചത്. ബെന്നിച്ചൻ കാര്യമായിട്ടൊന്നും സംസാരിക്കുന്നുണ്ടാവില്ല. മുഖത്തിന്റെ ഒരു തെല്ല അതേലോട്ട് കാണിച്ച് കസേരയിൽ കാ

ല്ലുമാട്ടിയിരിക്കും. ജോസിനാണേലും ബെന്നിച്ചനോട് പ്രത്യേകിച്ചൊന്നും പറയാനും കാണത്തില്ല. ഒരുതവണ മാത്രം ഇനിവരുമ്പോ ബെന്നിച്ചന് പുതിയൊരു ബ്രാൻഡ് മാൾട്ട് വിസ്കി കൊണ്ടുവരുന്നുണ്ടെന്ന് ജോസ് പറഞ്ഞു. അമ്മേച്ചിക്കും ഒരിറക്ക് തരാമെന്ന് ജോസ് പറഞ്ഞപ്പോ എല്ലാരും ചിരിച്ചു. കാരണം ജോസ് കഴിഞ്ഞപ്രാവശ്യം കൊണ്ടുവന്ന ബ്രാൻഡി മുഴുവൻ അകത്താക്കിയത് സാറാമ്മയാണ്. ബെന്നിച്ചൻ തൊട്ടിട്ടുപോലുമില്ല.

സിനിമ കഴിഞ്ഞ് ലാലിക്കൊച്ച് കയറിവന്നതും സാറാമ്മ ബഹളം തുടങ്ങി. തന്നിഷ്ടംപോലെ എങ്ങാണ്ടും പോയി തോന്നുന്ന നേരത്ത് ഇങ്ങനെ വന്ന് കേറാനൊന്നും ഒക്കത്തില്ലെന്ന് പറഞ്ഞായിരുന്നു ശണ്ഠ മുഴുവൻ. അടുക്കളയിലെ ചരുവങ്ങളും കോരികളും ഒക്കെയാണ് ആ നേരത്ത് സാറാമ്മയേക്കാളുച്ചത്തിൽ ശബ്ദിക്കുക. എന്തോ ലാലിക്കൊച്ച് വല്യതായി മറുപടി പറയാൻ പോയില്ല. അതുകൊണ്ട് അത് പതിയെ ശാന്തമായി. പ്രാർഥന കഴിഞ്ഞ് ലാലിക്കൊച്ച് മൊബൈലിൽ ആരാണ്ടോടോ സംസാരിച്ച് മുകളിലോട്ട് കേറിപ്പോയി. എന്നാൽ ഇപ്പത്തന്നെയാ അത് പറയുന്നത് നല്ലതെന്ന് ബെന്നിച്ചന് തോന്നി. അയാൾ അവളുടെ മുറിയിലോട്ട് ചെന്നു.

“എന്നാ പറ്റി ബെന്നിച്ചാ പമ്മിപ്പമ്മി വരുന്നേ. സാറാമ്മേടടുത്ത് വല്ലോം ഒപ്പിച്ചോ?” ലാലി ഫോൺ കട്ട് ചെയ്ത്, നേരത്തേ മാറ്റിയിട്ട ഡ്രസ്സെടുത്ത് അലമാരയിൽ തിരുകിക്കൊണ്ട് ചോദിച്ചു,

ലാലിക്കൊച്ചിന്റെ മുറിക്കും അന്ന് പത്തൊൻപത് വയസ്സായ മട്ടാണ്. പളപളാ മിന്നുന്ന കടലാസിൽ പൊതിഞ്ഞ് കൂട്ടുകാരികൾ കൊടുത്ത സമ്മാനങ്ങൾ മൂന്നാലെണ്ണം കട്ടിലീ ഇട്ടിട്ടുണ്ട്. ഉച്ചയ്ക്ക് മുറിച്ച കേക്ക് പൊതിഞ്ഞുകൊണ്ടുവന്ന കുറവിലങ്ങാട് ബേക്കേഴ്സിന്റെ കവർ അവിടെ വീണുകിടക്കുന്നു. പ്ലസ് ടു പഠിക്കുമ്പോൾ ഊട്ടിയിൽ നിന്നോ മറ്റോ ടൂറുകഴിഞ്ഞ് വരുമ്പോ കൊണ്ടുവന്ന ലില്ലിച്ചെടി ഒരു ചട്ടിയിൽ വലതുമൂലയിൽ പുഷ്പിച്ചുനിൽക്കുന്നു. പോരാഞ്ഞ്, അവളുടെ അലക്കിത്തേച്ച വസ്ത്രങ്ങളുടെയാണോ അതോ കണ്ണാടിയുടെ കീഴെ നിരത്തിവച്ചിരിക്കുന്ന പെർഫ്യൂമുകളുടെയാണോ എന്നതാന്നറിയത്തില്ല, ഉൻമാദം ജനിപ്പിക്കുന്ന ഒരുമണം ബെന്നിച്ചന് തട്ടി.

“കൊച്ചേ നീ നമ്മടെ പേരമരത്തിന് ഹാപ്പി ബർത്ത് ഡേ പറഞ്ഞാരുന്നോ. ഇന്നല്ലിയോ അതിന്റേം ബർത്ത് ഡേ?” അതുചോദിക്കാനല്ല വന്നത് എന്നാലും അതീന്ന് തുടങ്ങാമെന്ന് വിചാരിച്ച് ബെന്നിച്ചൻ എടുത്തിട്ടു.

ലാലിക്കൊച്ച് കുടുകുടാ ചിരിച്ചു.

“എന്റെ ബെന്നിച്ചാ. ഞങ്ങഴെ രണ്ടിനേം ഇരട്ടപെറ്റ പോലാണല്ലോ ബെന്നിച്ചന്റെ കാര്യം.”

ഞങ്ങഴെ എന്നവളുടെ വായിൽ നിന്ന് അറിയാണ്ടെ തെറ്റിപ്പോയതാകുമെന്ന് ബെന്നിച്ചൻ വിചാരിച്ചു.

“പക്ഷേല് നീയൊരു കാര്യം ശ്രദ്ധിച്ചോ? പേരമരം കൊച്ചായിരുന്നപ്പോ അതിന് ഉടുപ്പുണ്ടായിരുന്നു. അന്നൊക്കെ നീ ഉടുപ്പിടാതെ നടക്കുവാരുന്നു. ഇന്നിപ്പോ നോക്കിയാ പേരമരത്തിന്റെ ഉടുപ്പെല്ലാം ഉരിഞ്ഞുപോയി. നീയാണേ ഉടുപ്പ് ഊരത്തുവില്ല.”

ബെന്നിച്ചൻ സരസമായി ചിരിച്ചു. തൊലിപൊളിഞ്ഞ് നിൽക്കുന്ന പേരമരത്തിന്റെ കവച്ചുവച്ച പോലുള്ള ശാഖകളിൽ തൊടാൻ തന്നെ നാണവാന്നും ബെന്നിച്ചൻ പറഞ്ഞു. ലാലിക്കൊച്ച് അതുകേട്ട് പൊട്ടിപ്പൊട്ടിച്ചിരിച്ചു. ഈ ബെന്നിച്ചന്റെ ഒരു കാര്യമെന്ന് പറഞ്ഞ് അവൾ ബെന്നിച്ചനെ പിടിച്ച് തള്ളി. ബെന്നിച്ചൻ ശകലം വീഴാൻ പോയി കട്ടിലേപ്പിടിച്ചു. ബെന്നിച്ചനും അവൾക്കൊപ്പം ചിരിയിൽ കുറെ സഞ്ചരിച്ചു,

"എന്തവാ അപ്പനും മോളും ഇത്രേം ചിരീം അട്ടഹാസ്സും. ജോസ് മോനിന്ന് ഇച്ചിരി നേരത്തേ വരുംന്നാ പറഞ്ഞേക്കണേ. മറക്കണ്ട." താഴേന്ന് സാറാമ്മ വിളിച്ച് പറഞ്ഞപ്പഴാ ബെന്നിച്ചനും ലാലിക്കൊച്ചും ചിരി അവസാനിപ്പിച്ചത്.

താഴോട്ടുപോരും മുമ്പ് ബെന്നിച്ചൻ ലാലിക്കൊച്ചിനോട് പറയാനുള്ളതും പറഞ്ഞു. ലാലിക്കൊച്ച് ഒന്നും മിണ്ടിയില്ല. പെട്ടെന്ന് കറന്റ് കട്ടായാലത്തെ പോലൊരു നിശ്ശബ്ദത. "ബെന്നിച്ചൻ താഴേക്കു പോ," അൽപ്പം കഴിഞ്ഞ് മുഖം വേറെങ്ങോട്ടോ തിരിച്ച് അവൾ പറഞ്ഞു.

ജോസിന്റടുത്ത് സാറാമ്മ ബർത്ത് ഡേ ആഘോഷം വിസ്തരിച്ചു. ബിരിയാണിക്കകത്ത് ഗ്രാമ്പൂവിട്ടത് ഒരെണ്ണം കൂടിപ്പോയി എന്നതുൾപ്പെടെ. ജോസ് അനിയത്തിക്കൊച്ചിന് ഹാപ്പി ബർത്ത് ഡേ പറഞ്ഞപ്പോൾ ലാലിക്കൊച്ച് ചിരിച്ചു കാണിച്ചു. നിനക്കുള്ള സമ്മാനം വാങ്ങിവച്ചിരിക്കുകയാണെന്നും വരുമ്പോഴല്ലേ തരാനൊക്കൂ എന്നും ജോസ് പറഞ്ഞപ്പോഴും അവൾ ചിരിച്ചെന്നു വരുത്തി. ബെന്നിച്ചന്റെ ആടുന്ന കാലുകൾ മാത്രമേ അന്ന് വാട്സാപ്പ് ഫ്രെയിമിനകത്ത് ഉണ്ടായിരുന്നുള്ളൂ. അപ്പനെന്തിയേ എന്ന് ജോസ് ചോദിച്ചുമില്ല.

എണീറ്റുപോകാന്നേരം ബെന്നിച്ചൻ ലാലിക്കൊച്ചിന്റെ മുഖത്തോട്ട് നോക്കിയെങ്കിലും അവൾ മുഖംകൊടുത്തില്ല. സാറാമ്മ കുളിക്കാൻ കേറിയസമയം നോക്കി ബെന്നിച്ചൻ അവളുടെ മുറീച്ചെന്നു. മുറി അടച്ചേക്കുവാരുന്നു. മുട്ടിയപ്പോ അവളു തുറന്നു. അവളുടെ മുഖം കറുത്തിരുണ്ടിരിക്കുംപോലെ ബെന്നിച്ചന് തോന്നിയതാണോയെന്ന് അറിയില്ല.

"എന്താ അപ്പച്ചാ?" അവൾ ചോദിച്ചു.

ബെന്നിച്ചനങ്ങ് വല്ലാണ്ടായി. അപ്പച്ചാ എന്നവള് വിളിച്ച കാലം മറന്നേക്കുവാരുന്നു. മറുപടി കാത്ത് ലാലിക്കൊച്ച് മുഖത്തോട്ട് തന്നെ നോക്കിനിന്നു. അതറിഞ്ഞിട്ടുവേണം വാതിലടയ്ക്കാനെന്ന മട്ടിൽ ഒരുപാളിയിൽ കൈപിടിച്ച് മുഖം പുറത്തേക്ക് ഇട്ടായിരുന്നു ചോദ്യം.

"ഒന്നുവില്ല. അപ്പച്ചന്റെ വലിയൊരാഗ്രഹവാ പറഞ്ഞത്. കൊച്ചൊന്ന് ചിന്തിക്ക്," ബെന്നിച്ചൻ മുഖം തിരിക്കേണ്ട താമസം അവൾ വാതിലടച്ചു കുറ്റിയിട്ടു.

പിറ്റേന്ന് ഞായറാഴ്ചയായിരുന്നു. വലിയ കുർബാനയ്ക്കായി അവർ മൂന്നുപേരും മാതാവിന്റെ പള്ളിയിലേക്ക് പുറപ്പെട്ടു. കാറോടിക്കാൻ വരാറുള്ള മുളകുന്നത്തുള്ള എൽദോ എന്ന പയ്യൻ കൃത്യസമയത്ത് റെഡിയായി വന്നു. ലാലിക്കൊച്ചാണ് ശകലം താമസിച്ചത്. പതിവായി അവൾ മുമ്പിലാണ് ഇരിക്കാറ്. ഇന്ന് അവൾ സാറാമ്മേടെ കൂടെ പിന്നിലിരുന്നു. എല്ലാത്തവണയും മുന്നിലിരിക്കാൻ വാശിപിടിക്കണ ആളാണല്ലോ, ഇന്നെന്നാ പറ്റിയെന്ന് എൽദോ ചോദിച്ചത് അവള് കേട്ടില്ലെന്ന് നടിച്ചു. കുളിച്ച് ചുരിദാറിട്ട് ദുപ്പട്ടയൊക്കെ ചുറ്റിയാണ് വന്നേക്കണതെങ്കിലും

മുഖം അത്ര സന്തോഷത്തിലല്ലെന്ന് ബെന്നിച്ചന് മനസ്സിലായി. കാര്യം, ഈ പ്രായത്തിൽ കുറച്ച് ബുദ്ധിമുട്ടുണ്ടാക്കുന്നതാണ് താനവളോട് ചോദിച്ചതെങ്കിലും മോളാണല്ലോ അപ്പച്ചനോട് അങ്ങനെ തോന്നേണ്ട കാര്യമുണ്ടോ എന്നാണ് ബെന്നിച്ചൻ ഓർത്തത്. പേരച്ചെടിയേയും അവളേയും ചേർത്തുനിർത്തി മുറ്റത്തെ പൈപ്പിൽ നിന്ന് ഹോസ് വച്ച് വെള്ളം ചീറ്റിച്ച് കുളിപ്പിച്ച ബാല്യത്തിൽ നിന്ന് അവളത്രയൊക്കെ വലുതായോ?

എന്തൊരു കുസൃതിയായിരുന്നു കൊച്ച്! കുളിക്കാൻ വിളിച്ചാൽ വീടിനുചുറ്റും ഓടാൻ തുടങ്ങും. രണ്ടുമറിയെങ്കിലും ബെന്നിച്ചൻ അവളെ പിടിക്കാനേ പാടില്ല. പിന്നെ പിടിക്കാം. പിടിച്ചാൽ കുളിപ്പിക്കും മുമ്പ് അവളെ സാറാമ്മേടെ ദുപ്പട്ട സാരിയായി ഉടുപ്പിക്കണം. അതും നമ്മടെ നാട്ടിലെ പെണ്ണുങ്ങള് ഉടുക്കുംപോലെ പറ്റത്തില്ല. ചിത്രത്തിലൊക്കെ കന്യാമറിയം ഉടുത്തിരിക്കുംപോലെ വേണം. അതും കഴിഞ്ഞ്, ല്ല ഡാവിഞ്ചീടെ ചിത്രത്തിൽ കണ്ടിട്ടില്ല്യോ, യേശുനെ മടിയിൽ നിന്ന് ഇറങ്ങുംപോലെ പിടിച്ചോണ്ട് കന്യാമറിയം ഇരിക്കുന്നത്, അതുപോലെ ഇരിക്കണം. ബെന്നിച്ചൻ യേശു ആകണം. പിന്നീ നിക്കണ പുണ്യാളനുണ്ടല്ലോ, യേശുവിനെ മാമോദീസ മുക്കിയ ജോൺ പുണ്യാളൻ, അയാളും വേണം. അല്ലെങ്കീ അന്ന പുണ്യാളത്തി. വേറെ ആരേം കിട്ടാതെവരുമ്പോ പേരമരം പുണ്യാളനോ പുണ്യാളത്തിയോ ആയിക്കൊള്ളണം. അങ്ങനെ എത്രയെത്ര ദിവസങ്ങളാ. എല്ലാമൊന്നും ഒരിക്കലും നടക്കുകേല. തന്നെയുമല്ല, അടയ്ക്കാ പെറുക്കാൻ പോയ സാറാമ്മേം ജോസ് മോനും തിരിച്ചെത്തുംമുമ്പ് ഇതെല്ലാം കഴിയുകേം വേണം. ഒരുവിധമാക്കി അവളെ ഹോസിനു കീഴിലെത്തിച്ച് വെള്ളം ചീറ്റുമ്പോൾ ബെന്നിച്ചന്റെയുള്ളിൽ പൂത്തിരി കത്തിച്ചുകൊണ്ട് ആ കുഞ്ഞ് സ്വർണച്ചെമ്പോത്ത് അവളുടെ ഇടതുമാറിൽ വന്നിരിക്കും.

ആ കാഴ്ചയോർത്തപ്പോൾ കാറിലിരുന്ന് ബെന്നിച്ചന്റെയുള്ളിൽ നക്ഷത്രങ്ങൾ കിനിഞ്ഞു. ഇനിയിപ്പോ അവളോട് ചോദിച്ചകാര്യം നടക്കാതെ ഈ ഭൂമി വിട്ട് സന്തോഷത്തോടെ മടങ്ങാൻ പറ്റില്ലെന്ന് ബെന്നിച്ചന് തോന്നി.

കുർബാനസമയത്ത് മറുവശത്താണ് നിന്നതെങ്കിലും കൊച്ചിന്റെ മുഖത്തേക്ക് ബെന്നിച്ചൻ ഇടയ്ക്കിടെ നോക്കി. അൾത്താരയിൽ ഏറെ ഉയരത്തിൽ നിൽക്കുന്ന മറിയത്തിന്റെ രൂപത്തിലേക്ക് അവൾ കണ്ണിമയ്ക്കാതെ നോക്കുന്നത് കണ്ടു. മാതാവ് ഉണ്ണിയേശുവിനെ ഒക്കത്തുവച്ചുനിൽക്കുന്ന രൂപമാണ്. നാലുവശവും പുണ്യാളൻമാരും. ആകാശത്തേക്ക് കണ്ണുയർത്തിക്കൊണ്ടുള്ള കൊച്ചിന്റെ നിൽപ്! കുർബാനയ്ക്കിടയിൽ എപ്പോഴും കുസൃതികാണിച്ചല്ലാതെ അവൾ നിൽക്കത്തില്ലായിരുന്നു. കർത്താവേ, ഈ കൊച്ചിനിതെന്നാ പറ്റിയാവോ.

അന്നും പിറ്റേന്നുമൊക്കെ ബെന്നിച്ചൻ സംസാരിക്കാൻ നോക്കിയപ്പോഴെല്ലാം കൊച്ച് ഒഴിഞ്ഞുമാറി. എന്നാൽ അന്ന് രാവിലെക്കണ്ട മട്ട് ഒന്ന് മാറിവരികയും ചെയ്തു. കൂട്ടുകാരെയൊക്കെ ഫോൺ ചെയ്യുന്നുണ്ടായിരുന്നു. അപ്പോഴൊക്കെ അവളുടെ കണ്ണിൽപ്പെട്ട് കണ്ണുകൊണ്ട് ഒരഭ്യർഥന വീണ്ടും നടത്താൻ ബെന്നിച്ചൻ ശ്രമിച്ചുകൊണ്ടിരുന്നു. തന്റെ കണ്ണുമായി ഉടക്കുമ്പോഴെല്ലാം അവൾ കണ്ണ് പിൻവലിച്ചു. ബെന്നിച്ചനത് സഹിച്ചില്ല. തന്നോട് ഉരുണ്ടുപിരണ്ട് വർത്തമാനം പറഞ്ഞിരുന്ന കൊച്ചാണ്.

പഠിക്കാനാണെന്നു പറഞ്ഞ് ഇടയ്ക്കൊക്കെ മുറിയിലേക്ക് പോകുന്നുണ്ടായിരുന്നു. കുറച്ചുനേരമൊക്കെ ആകുമ്പോൾ ഒരു സംശയം തീർക്കാനൊക്കെയായിട്ട് സാറാമ്മ കട്ടനും കൊണ്ട് മോളിലോട്ട് ചെല്ലും. ഇത്തവണ കട്ടൻ കൊണ്ടുക്കൊടുത്ത് തിരിച്ചുവന്നിട്ടു പറഞ്ഞു,

"ലാലിക്കൊച്ചെന്താ വലിയ പഠിത്തവാണല്ലോ. ഇനി അവക്കും ലണ്ടനീ പോണം അമേരിക്കേ പോണം എന്നെല്ലാം പറയുവോ? പിറവത്തിനും കൂത്താട്ടുകുളത്തിനും എടേലുള്ള മേലാറ്റിൽ തറവാട്ടിലൊരു പയ്യനൊണ്ട്, മിടുക്കനാ, ലാലിക്ക് ചേരുംന്ന് കഴിഞ്ഞയാഴ്ച എടത്തേലെ ഏലിച്ചേടത്തി കണ്ടപ്പോ പറഞ്ഞാരുന്ന്. ഒന്നാ വഴിക്കൊക്കെ അന്വേഷിക്കുന്നത് നന്നായിരിക്കും."

ബെന്നിച്ചനൊന്നും മിണ്ടിയില്ല.

"ഓ, അതിനെങ്ങനാ. ഇവിടെ പേരാമരത്തിനല്ലായോ ചെറുക്കനെ അന്വേഷിക്കുന്നത്," സാറാമ്മ ശുണ്ഠിയെടുത്തു.

ബെന്നിച്ചൻ അവിടുന്ന് മാറി പേരമരത്തിന്റെ ചോട്ടിച്ചെന്ന് നിന്നു. അതിന്റെ മിനുസമുള്ള തടിയിലേക്ക് കൈനീട്ടി പിൻവലിച്ചു. രണ്ട് ശിഖരങ്ങൾ യാത്രപറഞ്ഞു പോകാൻ തുടങ്ങുന്ന കവരയിൽ കണ്ണ് ഉടക്കി. അസ്പൃശ്യമായ നനവുണ്ടോ ആ ഭാഗത്ത്? ബെന്നിച്ചൻ തനിക്കറിയാത്ത വാക്കുകളിൽ ചിന്തിച്ചുപോയി.

പിറ്റേന്ന് വൈയീട്ടാണ് ഒരു കാഴ്ച ബെന്നിച്ചനെ അദ്ഭുതപ്പെടുത്തിയത്. വിനോദിന്റെ പലചരക്ക് കടേന്ന് ആട്ടയും പപ്പടവും തൊട്ടപ്പുറത്തുള്ള പച്ചക്കറിക്കടേന്ന് പച്ചക്കപ്പയും അരക്കിലോ അച്ചിങ്ങയും മറ്റും വാങ്ങി ബെന്നിച്ചൻ മടങ്ങിവന്നപ്പോഴുണ്ട് സാറാമ്മയുടെ മടിയിൽ തലവച്ച് ലാലിക്കൊച്ച് ശാന്തമായി ഉറങ്ങുന്നു. സാറാമ്മ ഏതോ വീക്കിലി തുറന്നുവച്ച് വായിക്കുമ്പോഴും ഇടത്തേക്കൈ അവളുടെ നിറഞ്ഞ മുടിയിലേക്ക് വിരലുകളാഴ്ത്തി കോതുന്നു. അതിന്റെ സുഖത്തിലാണവൾ മയങ്ങിയതെന്ന് ബെന്നിച്ചന് മനസ്സിലായി. പരദൂഷണം പറയാനല്ലാതെ രണ്ടാളും ഈ ഇരിപ്പ് ഇരുന്നത് ബെന്നിച്ചനെ ഞെട്ടിച്ചു.

രാത്രിയിൽ സാറാമ്മ കുളിക്കാൻ കയറിയപ്പോൾ ബെന്നിച്ചൻ ചെന്ന് കൊച്ചിന്റെ കതകിൽ മുട്ടി.

അവളു വാതില് തുറന്നയുടനേ ബെന്നിച്ചനെ പിടിച്ച് അകത്തുകയറ്റി.

"അപ്പച്ചാ, വലിയ കഷ്ടവാണല്ലോ അപ്പച്ചാ. എന്നെ എന്നാത്തിനാ ഇങ്ങനെ വെഷമിപ്പിക്കുന്നേ. ഞാനെന്നാ ചെയ്യാനാ," അവളു കരച്ചിലിന്റെ വക്കത്തെത്തി.

ബെന്നിച്ചൻ അവളെ സമാധാനിപ്പിക്കാൻ കൈനീട്ടി. അവളതിൽ പിടിക്കാതെ മാറിനിന്നു.

"കൊച്ചേ, ബെന്നിച്ചന് നീയെന്നും കൊച്ചല്ലേ. ഇങ്ങനെയൊക്കെ പറയാണേ ബെന്നിച്ചനും വലിയ സങ്കടാകും. നിന്നെ ഞാനെന്റെ ഒക്കത്തുവച്ച് വളർത്തിയതല്ലേടീ കൊച്ചേ, എന്നാത്തിനാ നീ വേറെയേതാണ്ടൊക്കെ ആലോചിക്കുന്നേ. നിന്റപ്പച്ചനല്ലേടീ ഞാൻ."

ഇത്രയൊക്കെ പറഞ്ഞപ്പോഴേക്ക് സത്യത്തിൽ ബെന്നിച്ചൻ കരഞ്ഞു. ലാലി അത് മനസ്സിലാകാതെ നോക്കിനിന്നു. ബെന്നിച്ചൻ കരഞ്ഞുകണ്ടിട്ടില്ല ഇതുവരെ. സാറാമ്മയുടെ വഴക്കുകൾ അയാളെ കൂടുതൽ കൂടുതൽ നിശ്ശബ്ദനാക്കിയിരുന്നു. പക്ഷേ ചെറുപ്പംതൊട്ട് ഓർത്തുനോക്കിയാലും ബെന്നിച്ചൻ കരഞ്ഞിട്ടില്ല. ജോസി

ച്ചായനേയോ തന്നെയോ തല്ലിയിട്ടുമില്ല. അതേക്കുറിച്ച് എപ്പോഴോ ജോസിച്ചായ നോട് സൂചിപ്പിച്ചപ്പോൾ, അങ്ങനെയൊന്നുമില്ല മോളേ, എല്ലാ വീട്ടിലും അപ്പച്ച ൻമാർ കൈവശം വച്ചിരുന്ന ഭാര്യയെത്തൊഴി, പിള്ളാരെത്തൊഴി പോലുള്ള ജൻമാവകാശങ്ങൾ ഇവിടെ ബെന്നിച്ചൻ സാറാമ്മയ്ക്ക് എഴുതിക്കൊടുത്തതാ എന്നായിരുന്നു ചിരിച്ചുകൊണ്ടുള്ള മറുപടി.

"അപ്പച്ചനിപ്പോ പോ. ഞാനൊന്ന് ആലോചിക്കട്ടെ," അവൾ പറഞ്ഞു.

പിറ്റേന്ന് കൊച്ചിന് പുറത്താരെയോ കാണാൻ പോകാനുണ്ടായിരുന്നു. വലിയ ആവേശത്തിൽ അവൾ അണിഞ്ഞൊരുങ്ങി പുറപ്പെട്ടു. ബെന്നിച്ചനോട് ഒന്നു ചിരി ച്ചേച്ച് സാറാമ്മയോട് കുശലമൊക്കെ പറഞ്ഞ് അനുവാദം വാങ്ങിയായിരുന്നു പോക്ക്. തിരിച്ചെത്താൻ വൈയീട്ടായി. അവൾ വന്നുകേറുന്ന നേരത്ത് സാറാമ്മ അയലുപക്കത്തെ മണിയമ്മേടെ കൂടെ കവലവരെ പോയേക്കുവായിരുന്നു.

"നീ ഇത്രേന്നേരം ഇതെവിടെപ്പോയേക്കുവാരുന്നു കൊച്ചേ," ബെന്നിച്ചൻ ചോ ദിച്ചപ്പോൾ അവൾ പൊട്ടിച്ചിരിച്ചു. മേശപ്പുറത്തിരുന്ന വെള്ളക്കുപ്പി വായിലേക്ക് കമഴ്ത്തി ഒറ്റയടിക്ക് കുടുകുടാന്ന് കുടിച്ചോണ്ടിരുന്നപ്പഴായിരുന്നു ബെന്നിച്ചന്റെ ചോദ്യം. ചിരിയും വെള്ളംകുടിയും ചേർന്ന് ഒരു പ്രത്യേകശബ്ദമാണ് അവിടെ കേട്ടത്. വെള്ളം അവളുടെ കഴുത്തിലൂടെയും മറ്റും മറിയുകയും ചെയ്തു.

"ബെന്നിച്ചന്റെ കാര്യം ശരിയായി ബെന്നിച്ചാ. നാളെ വെഴപ്പാംകാലത്ത് എന്റെ മുറീലോട്ട് വന്നേക്ക്. മ്മക്ക് ശരിയാക്കാ. ഇതിലിപ്പോ അത്രവലിയ പ്രശ്നൊന്നും ഇല്ലാന്ന്." അവളുടെ സംസാരത്തിൽ വീണ്ടും ഴ ഇഴഞ്ഞത് വെള്ളംകുടിച്ചതിന്റെ പിന്നാലെ സംസാരിച്ചതുകൊണ്ടായിരിക്കുമെന്ന് ബെന്നിച്ചൻ വിചാരിച്ചു.

ബെന്നിച്ചന് അത് വിശ്വസിക്കാനായില്ല. അവൾ തന്റെ അപേക്ഷ സമ്മതിച്ചു എന്നതുമാത്രമല്ല പഴയപടി ഉഷാറായിരിക്കുന്നു. ആ കുസൃതിയും കിരുകിരിപ്പും അവളിൽ തിരിച്ചുവന്നിരിക്കുന്നു. അവൾ വീണ്ടും തന്നെ ബെന്നിച്ചനെന്ന് വിളിക്കു ന്നു. അവളിലെ തന്റേടിക്കാരി തിരിച്ചുവന്നു. ആ ഉൻമാദത്തിന്റെ ഗന്ധം അവൾ വീണ്ടും പ്രസരിപ്പിക്കുന്നു.

മുകളിലേക്ക് പോകുന്നവഴിക്ക് അവളൊന്നും കൂടി പറഞ്ഞു.

"പിന്നെ ബെന്നിച്ചാ. ഒറ്റ പ്രാവശ്യേ തൊടാനൊക്കത്തുള്ളൂ കേട്ടോ. ഇല്ലെങ്കീ എനിക്ക് ഇക്കിള് വരും. ഇക്കിള് വന്ന് ചിരിച്ച് ചിരിച്ച് ഞാൻ ചാവും."

അവളുറക്കെ ചിരിച്ചു.

അന്നുരാത്രി ബെന്നിച്ചൻ മറിഞ്ഞും തിരിഞ്ഞും കിടന്ന് നേരം വെളുപ്പിച്ചു. അവളാ പഴയമട്ട് സാരിയുടുത്ത് കിടക്കാൻ പോകുന്നു. മടിയിൽ നിന്ന് താനെന്ന ഉണ്ണിയേ ശു ഊർന്നുപോകുമ്പോൾ പിടിക്കാനായുന്ന കന്യാമറിയം. ഒരു കാറ്റോ വെള്ളം ചീറ്റലോ വരാം. അതിൽ സാരി നീങ്ങുമ്പോൾ അവിടെവന്നിരിക്കുന്ന സ്വർണച്ചെമ്പോത്ത്.

വെളുപ്പിന് അഞ്ചുമണിയായപ്പോൾ എണീറ്റു. തൊട്ടപ്പുറത്തെ കയറുകട്ടിലിൽ സാറാമ്മ നല്ല ഉറക്കത്തിലായിരുന്നു. ബെന്നിച്ചൻ ലാലിക്കൊച്ചിന്റെ മുറിയിലേക്ക് പതിയെ നടന്നു.

കതക് ചെറുതായി തള്ളിയപ്പോൾ തന്നെ തുറന്നു. കയ്യോടെ പിടിക്കപ്പെട്ട ജാരനെപ്പോലെ ഒരു മണം മുറിവിട്ടോടി. ഇരുളും വെളിച്ചവും പപ്പാതി ചേർന്ന്

ബെന്നിച്ചന്റെ കാഴ്ചയെ ഒന്ന് മങ്ങിപ്പിച്ചു. അത് തെളിഞ്ഞപ്പോൾ ബെന്നിച്ചൻ കണ്ടു. ലാലിക്കൊച്ച് അയഞ്ഞ സാരിയുടുത്ത് മലർന്നുകിടക്കുന്നു. കൈത്തണ്ട താഴേക്ക് ഊർന്നുകിടപ്പുണ്ട്.

അയാൾ അടുത്തുചെന്ന് നോക്കി. ഉണ്ട്. അവളുടെ ഇടത്തേ മൊലേൽ ഒരു കുഞ്ഞ് സ്വർണച്ചെമ്പോത്തിന്റെ നിറത്തിലും ആകൃതിയിലും ആ മറുക്. അതിപ്പോഴും അവിടെത്തന്നെയിരിക്കുന്നു. ഇത്രേം നാളായിട്ടും പറന്നുപോകാതെ! കൈനീട്ടി ബെന്നിച്ചൻ അതിൽ മൃദുവായി തൊട്ടു. അയാൾ കണ്ണടച്ചു. അയാളുടെ ആകാശത്ത് താരജാലങ്ങൾ കപ്പലോട്ടത്തിരുന്നാളിന്റെ പ്രകാശ തോരണങ്ങളേക്കാൾ എത്രയോ ഉയരെ പൂവർഷമിട്ടു. ആയിരം കാലങ്ങൾ എണ്ണിത്തീരാത്ത വർണക്കുടകൾ പൊഴിച്ചു. നീലനിറത്തിൽ ചെറിയ ചൂടുള്ള ഒരു ജലധാര വന്ന് ഉച്ചിയിൽ പതിച്ചു. കൊച്ചിനേയും പേരച്ചെടിയേയും ചീറ്റിയെടുത്ത് ജലധാരയുടെ അറ്റങ്ങൾ വാനിലേക്ക് പൊങ്ങി കുമിളകളായി പിരിഞ്ഞു. കൊച്ചിന്റെ കുസൃതിച്ചിരി കൊലുസുകളുടെ പ്രതിധ്വനിയായി പരന്നു. അങ്ങനെ നിൽക്കെ, ബെന്നിച്ചന്റെ ശരീരത്തിന്റെ എങ്ങാണ്ടുനിന്നോ രണ്ടു നക്ഷത്രങ്ങൾ ഇറ്റിവീണു.

കൊച്ചിന്റെ കണ്ണുകൾ തുറന്നാണ് കിടന്നത്. അവ അനങ്ങുന്നില്ല. താൻ വന്നതോ തൊട്ടതോ അവളറിഞ്ഞിട്ടില്ല.

പെട്ടെന്ന് അയാൾക്കുതന്നെ അറിയാത്ത ഘോരയാഥാർഥ്യമെന്നൊരു വാക്ക് ഒരഗ്നിനാളംപോലെ ബെന്നിച്ചന്റെ തലച്ചോറിൽ ആരോ കൊളുത്തി. തലവെന്ത് തളർന്നുവീഴും മുൻപ്, കൊച്ചിന്റെ ചേതംവന്ന് മലർന്ന കണ്ണുകൾ തഴുകിയടച്ചേക്കാമെന്ന് കരുതി മുന്നോട്ട് നീങ്ങിയപ്പോൾ തുറന്നുകിടന്നിരുന്ന ഒരു ഡപ്പ ബെന്നിച്ചന്റെ കാലിൽത്തട്ടി തെറിച്ചു. അവിടം മുഴുവൻ വിഷക്കറുപ്പായി .

മാരാസ്ത്രമേ മഴനിലാവത് നിത്യമല്ല

വി ഷിനിലാൽ

ഒരുപാട് പിരിവുകളുള്ള ദുർഘടമായ ദുർഗത്തിനുള്ളിലേക്ക് ഓം പ്രകാശ് ഞങ്ങളെ നയിച്ചു. "ഡർനേ കാ ബാത് നഹിം." അവൻ കണ്ണിറുക്കി ചിരിച്ചു. "യഹാം ഹർ തരീഖേ കാ മാൽ മിൽതാ ഹെ. പാഞ്ച് സൗ സേ പാഞ്ച് ലാഖ് തക്. ആപ് ലോഗോം കോ ജിസ്കോ പസന്ത് ആയെ, ഉസെ ച്യൂസ് കരോ."

സോനാഗച്ചിയിലേക്ക് ആദ്യമായി കടന്നുചെല്ലുകയാണ് ഞാൻ. സുനിൽ ആയിരുന്നു എന്റെയൊപ്പം. കവാടം കടന്നതും ദല്ലാൾമാരുടെ ഒരുകൂട്ടം ഞങ്ങളെ വളഞ്ഞു. അരണ്ട മാത്രം കത്തുന്ന തെരുവു വിളക്കുകളുടെ വെട്ടത്തിൽ ഭയസംഭ്രമങ്ങളോടെ ഞങ്ങൾ നടന്നു. സദാ അഴുക്ക് ജലമൊഴുകുന്ന ഒരു പൈപ്പ് ഫ്ലാറ്റുകൾക്ക് സമാന്തരമായുള്ള അഴുക്കുചാലിലേക്ക് തുറന്നു കിടന്നു. ദല്ലാളുകൾ എല്ലാ പ്രായക്കാരുമുണ്ട്. അവരുടെ കണ്ണുകളിൽ ഒരേ ഭാവം. ആർത്തി. "അബേ, ചൂത്തിയാ." ഓം പ്രകാശ് അവരെ ആട്ടിയകറ്റി.

ആറ് നിലകളുടെ കോണി കയറി മുകളിലത്തെ മുറിയിൽ എത്തിയപ്പോഴേക്കും മുപ്പത്താറ് പെൺകുട്ടികളെ ഞങ്ങൾ കണ്ടു കഴിഞ്ഞിരുന്നു. "ആപ്പ് കോ പസന്ദ് നഹീം ഹെ തൊ ദൂസരാ ദേഖ് ലേംഗേ." മേക്കപ്പ് പൗഡറിട്ട് അണിഞ്ഞൊരുങ്ങിയിരുന്ന അവരെല്ലാം. ചുണ്ട് ചുമപ്പിച്ച് ലിപ്സ്റ്റിക്കിട്ട് നൂറ്റാണ്ടുകളായി ഇടപാടുകാരെ കാത്തിരിക്കുകയാണ്. ആ ശയ്യകളും. ശയ്യ അവിടെത്തന്നെയുണ്ട്. ശയിക്കുന്നവരും ശയനകാംക്ഷികളും മാത്രം മാറിക്കൊണ്ടിരിക്കുന്നു. മിന്നൽ പോലെ ഒരു സുന്ദരി ഞങ്ങളെ കടന്നുപോയി. അതുവരെ അലക്ഷ്യമായി നടക്കുകയായിരുന്ന സുനിൽ പെട്ടെന്ന് സജീവമായി. അവൾ ഉതിർത്തുപോയ ഗന്ധം പിന്തുടർന്ന് ഞങ്ങൾ മുകളിലേക്ക് നടന്നു. ശീതീകരിച്ച മുറിയിലാണ് ഞങ്ങൾ എത്തിയത്. പച്ച കമ്പളം വിരിച്ച കട്ടിലിൽ കണ്ണാടി നോക്കി മുഖം മിനുക്കിക്കൊണ്ട് അവളിരിക്കുന്നു. അവൾക്കൊപ്പമിരിക്കുന്ന യുവാവ് മൊബൈൽ ഫോണിൽ ആരോടോ സംസാരിക്കുന്നു. ഓം പ്രകാശ് മുറിക്കുള്ളിൽ കയറി. ഞങ്ങൾ പുറത്ത് കാത്തുനിന്നു. യുവാവുമായി സംസാരിച്ച ശേഷം ഓംപ്രകാശ് പുറത്തു വന്നു. "ഭായിസാബ്, ഉസ്കീ റേറ്റ് ഹെ, പാഞ്ച് ഹസാർ. ബാബീസ് സാൽകീ ലഡ്കീ ഹെ. ഏക് ഘണ്ടാ നാച് കരേഗാ.

ഔർ ഉസ്കേ ബാദ് ആപ് ലോഗോം മെം ഏക് ആദ്മീ കെ സാഥ് ചുദായി കരേഗാ". സുനിൽ എന്റെ മുഖത്തേക്ക് നോക്കി. ഞാൻ ശരി എന്ന് മുഖം കലുക്കി. യുവാവ് പുറത്തിറങ്ങി വന്നു. സുനിൽ എണ്ണിക്കൊടുത്ത പണം വാങ്ങിയ ശേഷം അവൻ ഞങ്ങളെ അകത്തു കയറാൻ അനുവദിച്ചു.

കാമോത്സവത്തിനായി സജ്ജീകരിച്ചതായിരുന്നു ശീതീകരിച്ച ആ അറ. എത്ര മനുഷ്യരെയും ഉൾക്കൊള്ളാനാവുന്നത്ര വലിയ കണ്ണാടി ചുവരിൽ സ്ഥാപിച്ചിരിക്കുന്നു. കണ്ണാടിയിൽ ഞാൻ എന്നെയും കണ്ടു. രണ്ട് കുട്ടികളുടെ പിതാവ്. ഭർത്താവ്. മകൻ. സഹോദരൻ. സ്നേഹിതൻ. കാമുകൻ. ആ മുഖത്ത് ഒരു കുറ്റവാളിയുടെ ഭാവം കണ്ടു.

അവൾ സുനിലിന്റെ നെഞ്ചിൽ തൊട്ടു. മൊബൈലിൽ ഒരു ഭോജ്പൂരി പാട്ടിട്ടു. മുറിയുടെ മൂലയിലിരുന്ന ബോക്സ് പ്രകമ്പനം കൊള്ളുന്ന ശബ്ദത്തിൽ പാടി. "തേരാ നാം ക്യാ ഹെ?" ഞാൻ ചോദിച്ചു. "നിഷ. നിഷ ഖാൻ". അവൾ പറഞ്ഞു. "തേരാ ഗാവ് കിദർ ഹെ?" അവൾ മറുപടി പറയാൻ തുടങ്ങിയതും ഓം പ്രകാശ് പൊട്ടിച്ചിരിച്ചു. "സാബ് യഹാം പെ സബ് ലഡ്കീ കാ നാം ഐസാ ഹീ ഹെ. നിഷ, സംഗീത, സോന... യേ ലോഗ് സച് നഹീം ബോൽ രഹേഗാ." അതൊന്നും അറിഞ്ഞിട്ട് എന്ത് നേടാനാണ് എന്ന ഭാവത്തിൽ ഓം പ്രകാശ് പുറത്തിറങ്ങി. "എൻജോയി കരിയേ സാബ്. മൈം ബാഹർ രഹ്ഗംഗാ."

വാതിലടഞ്ഞു. നിഷ കണ്ണാടിക്ക് മുന്നിൽ നൃത്തം ചെയ്തു. അവളുടെ കണ്ണുകളിൽ കാമഭാവം നിറഞ്ഞു. ചുണ്ടുകളിൽ വികാരം. ഉടലിൽ പുളപുളപ്പ്. ഇപ്പോൾ സുനിൽ അവൾക്കൊപ്പം ചേർന്നു. ദീർഘമായ ഒരാലിംഗനത്തിൽ ഇരുവരും ഇറുകിനിന്നപ്പോൾ ആദ്യത്തെ പാട്ടു തീർന്നു. കണ്ണാടിക്ക് മേൽ ചുവരിൽ പതിപ്പിച്ചിട്ടുള്ള ക്ലോക്ക്, കൊടുത്ത പണത്തെ അടയാളപ്പെടുത്തിക്കൊണ്ട് മിടിക്കുകയാണ്. അവൾ ഇടക്കിടെ ക്ലോക്കിലേക്കും നോക്കുന്നു.

ഇന്ത്യാ മഹാരാജ്യത്തിലെ ഒരു ഗണികാലയത്തിൽ ഇരുന്ന് ഈ സമയമത്രയും ഞാൻ എന്നെത്തന്നെ നോക്കിക്കൊണ്ടിരുന്നു. നിർവികാരനായി. നിർമമനായി. കണ്ണാടി അത്തരമൊരു മനുഷ്യനെ ഈ മുറിയിൽ ആദ്യമായി കാണുകയാവും. "ആപ് കോ ഭോജ്പുരി ആതാ?" അവൾ ചോദിച്ചു.

"ന."

അവൾ എന്തെല്ലാമോ വേഗത്തിൽ പറഞ്ഞു. അവളുടെ വാക്കുകളിൽ ബീഹാറിലെ അതിവിദൂരമായ ഒരു തരിശുഗ്രാമം ഞാൻ കണ്ടു. അപ്പോഴേക്കും അടുത്ത പാട്ടിലേക്ക് അവൾ ചുവട് വച്ചുകഴിഞ്ഞിരുന്നു. പതിയെ അവൾ മേൽവസ്ത്രം ഊരിയെറിഞ്ഞു. രണ്ട് മാംസഗോളങ്ങൾ കൊണ്ട് അവൾ വായുവിൽ ഇന്ദ്രജാലം കാട്ടി. "നിനക്കെങ്ങനെയാണ് ഇല്ലാത്ത കാമം അഭിനയിക്കാൻ കഴിയുന്നത്?" മുറി നിറഞ്ഞുനിന്ന പ്രകമ്പനത്തിൽ എനിക്ക് ചോദ്യം ആവർത്തിക്കേണ്ടി വന്നു. അവളതിന് മറുപടി പറഞ്ഞില്ല. പകരം കട്ടിലിൽ ചാടിക്കയറി, എന്റെ മുഖത്തിന് നേരെ വന്നു നിന്നു. പിൻമാറാൻ ശ്രമിച്ചിട്ടും അനുവദിക്കാതെ എന്റെ മുഖം പിടിച്ച് അവളുടെ വടിവൊത്ത വയറിൽ അമർത്തി വച്ചു.

അതിനുള്ളിൽ നിന്നും അസംഖ്യം വിരകളുടെ നിലവിളിയുയരുന്നത് ഞാൻ കേട്ടു. മുഷിഞ്ഞ തുണിസഞ്ചിയും പിടിച്ച് പുല്ലുമേഞ്ഞ കുടിലിന് മുന്നിൽ നിന്നും പട്ടണത്തിലേക്കുള്ള ബസ് പിടിക്കാൻ ഇറങ്ങി നടക്കുന്ന പെൺകുട്ടിയെ കണ്ടു. ഉടൽ മാത്ര

മായിരുന്ന അവൾക്ക് സമ്പാദ്യം. എന്നെ വിട്ട് അവൾ സുനിലിനൊപ്പം നൃത്തം തുടർന്നു. കളിയുടെ ആവേശത്തിൽ സുനിലിന്റെ ബാഗ് തുറന്നു. അതിൽ നിന്നും പല വർണങ്ങളുള്ള വളകൾ വാരിയെടുത്തണിഞ്ഞു.

“അരേ, ആവോ ന”. അവൾ എന്നെയും വലിച്ചിറക്കി. “നിങ്ങൾ എന്റെയൊപ്പം കളിച്ചില്ലെങ്കിൽ എന്റെ ആന്റി എനിക്ക് അടി തരും. “നാചോ നാ.” പതിയെയാണെങ്കിലും ഞാനും അവൾക്കൊപ്പം ചുവട് വച്ചു. ഇപ്പോൾ കണ്ണാടിയിൽ എന്നെ കാണാനില്ല. അതാ ഒരു നർത്തകൻ. ഇപ്പോൾ, അവൾ അടിവസ്ത്രവും ഊരിയെറിഞ്ഞു. പൂർണനഗ്ന. എത്രയോ നൂറ്റാണ്ടായി തുടർന്നു പോരുന്ന ഒരു നാടകത്തിൽ അഭിനയിച്ചു കൊണ്ടിരിക്കയാണ് അവൾ. ഞാനും. എന്റെ ചങ്ങാതിയും.

പെട്ടെന്ന് അലാറം മുഴങ്ങി. സ്വിച്ചിട്ട പോലെ അവൾ നൃത്തം അവസാനിപ്പിച്ചു. ഞാൻ ക്ലോക്കിലേക്ക് നോക്കി. ഞങ്ങൾക്കനുവദിച്ച ഒന്നര മണിക്കൂർ മിന്നൽ പോലെ അപ്രത്യക്ഷമായിരിക്കുന്നു. തളർച്ചയാറ്റിക്കൊണ്ട് അവൾ കട്ടിലിൽ വന്നിരുന്നു. അപ്പോൾ, വാതിലിൽ മുട്ടുകേട്ടു. അടുത്ത നിമിഷം വാതിൽ തുറന്ന് ആ യുവാവ് പ്രത്യക്ഷപ്പെട്ടു. “സാർ, ആപ്കാ ടൈം ഖതം”. പൂർണ നഗ്നയായി കട്ടിലിലിരുന്ന നിഷയെ ഒന്നുകൂടി നോക്കിയിട്ട് ഞങ്ങൾ പുറത്തിറങ്ങി. “അളിയാ, ആ വളകൾ ഞാൻ എന്റെ ഭാര്യക്ക് കൊടുക്കാൻ വാങ്ങിയതാ”. സുനിൽ പറഞ്ഞു. ഞാൻ അവനെ നോക്കി ഒരിളിഭ്യച്ചിരി ചിരിച്ചു.

പടവിറങ്ങി വരുമ്പോഴാണ് മുകളിലേക്ക് കയറി വരുന്ന ആ കോട്ടു ധാരിയെ ഞങ്ങൾ ശ്രദ്ധിച്ചത്. “എടാ, നിനക്കിയാളെ ഓർമയുണ്ടോ?” സുനിൽ ചോദിച്ചു. ഒറ്റനിമിഷത്തിൽ ഞാനയാളെ ഓർത്തെടുത്തു. ഇന്നലെ വിക്ടോറിയ സ്മാരകത്തിന് മുന്നിൽ നിൽക്കുമ്പോൾ ഒരു കാറിൽ ഇയാൾ വന്നിറങ്ങി. ക്യൂവിൽ അയാൾ ഞങ്ങളുടെ മുന്നിലായിരുന്നു. അയാളുടെ തിളങ്ങുന്ന കോട്ട് വെയിലിൽ നന്നായി തിളങ്ങി. പ്രൗഢമായ മുഖം. വടിവൊത്ത വസ്ത്രം. അമ്പതിലേറെ പ്രായം. ചീകിയൊതുക്കിയ, ഡൈ ചെയ്ത് കറുപ്പിച്ച തലമുടി. വേഗത്തിലെങ്കിലും ഗാംഭീര്യം വിടാതെയായിരുന്നു അയാളുടെ നടത്തം. ക്വീൻ വിക്ടോറിയയുടെ പ്രതിമക്ക് മുന്നിൽ അയാൾ നിന്നു. വൗ എന്ന് അത്ഭുതപ്പെടുന്ന ശബ്ദം ഞാൻ കേട്ടു. “ആ ചെങ്കോൽ ഭൂമിയെ അടക്കിപ്പിടിച്ച ഒന്നാണ്.” അയാൾ തനിക്കൊപ്പമുണ്ടായിരുന്ന സ്ത്രീയോട് പറയുകയാണ്. “സ്ത്രീകളായാൽ ഇങ്ങനെ വേണം. വോട്ട് ആൻ എലിഗൻസി”. സ്ത്രീ അത് ശരിവച്ചു. ചക്രവർത്തിനിയുടെ പ്രതിമയുടെ ചുവട്ടിൽ കടുത്ത ഉറക്കത്തിലാണ്ടു കിടക്കുന്ന തെരുവ് പട്ടിയെ ക്യാമറയിലാക്കാനുള്ള ശ്രമത്തിലായിരുന്നു ഞാനപ്പോൾ. “എടാ, എനിക്കോർമയുണ്ട്. ആ ബ്രിട്ടീഷ് ഫാൻ. പക്ഷേ, അയാളിവിടെ?”

“ഇവിടെ അങ്ങനെയൊന്നും ഇല്ലല്ലോ”.

അപ്പോൾ, എനിക്കൊരു കൗതുകം തോന്നി. ഇയാൾ എങ്ങനെയാവും സെക്സ് ചെയ്യുന്നത്? എന്ത് ലീലകളിലായിരിക്കും ഈ കുലീനന്റെ താൽപ്പര്യം? അതൊന്നു കാണാൻ പറ്റുമോ? ഞാനത് ഓം പ്രകാശിനോട് ചോദിച്ചു. “ഏയ്, അതൊന്നും നടക്കില്ല.” അവൻ കൈയൊഴിഞ്ഞു. “ഇവിടെ വരുന്നവരുടെ സേഫ്റ്റിയും പ്രൈവസിയും മെയിനാണ്. നൂറ്റാണ്ടുകളായി ലക്ഷക്കണക്കിന് മനുഷ്യരുടെ അന്നമാണ് ഈ തൊഴിൽ”. എത്ര പണം വേണമെങ്കിലും കൊടുക്കാം എന്ന വാഗ്ദാനത്തിൽ ഓം പ്രകാശ് ഒന്ന് ശ്രമിച്ചു നോക്കാം എന്ന് വാക്ക് പറഞ്ഞു.

ഓം പ്രകാശിന്റെ കാർമികത്വത്തിൽ ഞങ്ങൾക്ക് ഒളിഞ്ഞു നോക്കാനുള്ള ഒരു തുള അനുവദിച്ചു കിട്ടി. “ഇത് ഒട്ടും നല്ല പരിപാടിയല്ല കേട്ടോടാ”. എന്ന് പറഞ്ഞ് സുനിലും ഒപ്പം കൂടി. ചെറിയ പെൺകുട്ടിയായിരുന്ന ആ നവ വൃദ്ധനൊപ്പം മുറിക്കുള്ളിൽ. ഞങ്ങൾ സാക്ഷിനിൽക്കെ അയാൾ തന്റെ വിശിഷ്ടമായ കോട്ട് അഴിച്ച് ഹാങ്ങറിൽ തൂക്കി. ചുളിവില്ലാത്ത ഷർട്ടും പാന്റ്സും അഴിച്ചു. അടുത്ത കാഴ്ച കണ്ട് ഞങ്ങൾക്ക് പൊട്ടിച്ചിരിക്കാതിരിക്കാനായില്ല. അയാൾ അടിവസ്ത്രം ഊരുകയാണ്. അസംഖ്യം തുളകൾ വീണതായിരുന്നു അത്. വായ് പൊത്തി ചിരിച്ചുകൊണ്ട് തിരികെ ഇറങ്ങുമ്പോൾ താഴത്തെ നിലയിലെ ഒരു മുറിയുടെ വരാന്തയിൽ എന്റെ കാഴ്ച തടഞ്ഞു നിന്നു.

ഒരു വൃദ്ധ. കാലത്തിന്റെ ആഘാതമേറ്റ് ഉടൽ ചുളുങ്ങിയ വയസ്സിത്തള്ള. വസന്തമറ്റ തന്റെ ശരീരം ചൊറിഞ്ഞുകൊണ്ട് വെറും നിലത്ത് കുത്തിയിരിക്കുന്നു. ഒപ്പം ആരോടെന്നില്ലാതെ താഴ്ന്ന ഒച്ചയിൽ സംസാരിക്കുന്നു. അവരുടെ ഒരു ചിത്രമെടുക്കാൻ ഞാൻ ശ്രമിച്ചു. അവർ കൈയുയർത്തി വിലക്കി. പെട്ടെന്ന് ഒരു തുണി വിൽപ്പനക്കാരൻ വൃദ്ധയുടെ അടുക്കലേക്ക് വന്നു. വൃദ്ധയുടെ അഭിമുഖമായി ഒരു പെൺകുട്ടി ഉണ്ടായിരുന്നു എന്നത് അപ്പോഴാണ് എന്റെ ശ്രദ്ധയിൽ പെട്ടത്. തുണിക്കച്ചവടക്കാരനെ കണ്ടതും അവൾ ചാടിയെണീറ്റു. കമ്പിളിയാണ്. നാനൂറ്, അഞ്ഞൂറ് എന്നിങ്ങനെ അവൻ വില പറയാൻ തുടങ്ങി. പെട്ടെന്നവൾ എന്റെ നേർക്ക് നോക്കി. മെല്ലിച്ച പെൺകുട്ടി. മാംസത്തിന്റെ ആഡംബരമില്ലാത്ത മാറിടം. ബാല്യകൗതുകം വിടാത്ത കണ്ണുകൾ. ആ കണ്ണുകളിലെ കുസൃതി എനിക്ക് താങ്ങാൻ പറ്റാത്തതായിരുന്നു. എന്റെ മകളോളം പ്രായം. ഉള്ളിൽനിന്നും ഒരാന്തൽ പുറത്തെത്താതെ അടങ്ങി. അവൾ വില പേശുകയാണ്. പെട്ടെന്ന്, ഞാൻ കച്ചവടക്കാരന് വില കൊടുത്തു. രണ്ട് കമ്പിളികൾ. ഒന്ന് വൃദ്ധക്ക്. ഒന്ന് അവൾക്ക്. “തണുപ്പ് കാലം വരുന്നു.” അവൾ നന്ദിയോടെ എന്നെ നോക്കി.

മുപ്പതിനായിരത്തിലേറെ മനുഷ്യ സ്ത്രീകൾ ഉടൽ വിറ്റ് ജീവിക്കുന്ന തെരുവ് കടക്കാനായി ഞങ്ങൾ വേഗത്തിൽ നടന്നു. മലിനജലമൊഴുകുന്ന ഓട താണ്ടിയ ശേഷം ഒന്നുകൂടി തിരിഞ്ഞുനോക്കി. നൂറ്റാണ്ടുകളായി നഗരത്തിന്റെ കാമമടക്കുന്ന - പർണശാല. ഹാ!

“ഈ യാത്രയിൽനിന്നും നിനക്ക് കിട്ടിയ കാഴ്ച എന്താണ്?” ഒരുമാസത്തെ ബംഗാൾ യാത്ര അവലോകനം ചെയ്തുകൊണ്ടാണ് ഞാൻ ചോദിച്ചത്. ഞങ്ങൾ ഫ്ലാറ്റിൽ തിരിച്ചെത്തിയിരുന്നു.

“ഇന്ത്യൻ മ്യൂസിയത്തിലെ അവലോകിതേശ്വരന്റെ പ്രതിമ. നിനക്കോ?”

“കൗതുകം മാറാത്ത ആ കണ്ണുകൾ.” ഞാൻ പറഞ്ഞു.

“പിന്നേം ഉണ്ട്. ആ മാന്യന്റെ ധാരാളം തുളകളുള്ള ജട്ടി” ഞങ്ങൾ പൊട്ടിച്ചിരിച്ചു.

“എടാ, പുറംകാഴ്ചയിൽ ഈ നഗരത്തിന് തിളക്കമുള്ള കോട്ടാണ്.”

“എന്നാലകത്ത്, ആയിരം തുളകളുള്ള ജട്ടിയുടെ മുഷിപ്പ്.”

“വലിയ എടുപ്പുള്ള നഗരങ്ങളൊക്കെ അങ്ങനെ തന്നെ.”

ആ രാത്രി ഞാൻ ഉറങ്ങിയതേയില്ല. കുസൃതി മാറാത്ത ഒരു ബാല്യം എന്നെ തുറിച്ചു നോക്കിക്കൊണ്ടിരുന്നു. ഒന്നും ചെയ്തില്ലെങ്കിലും ഒന്നും ചെയ്യാനില്ലെങ്കിലും സ്വയം ഒരു കുറ്റവാളിയാണെന്ന് എനിക്ക് തോന്നി. ഞങ്ങൾ താമസിക്കുന്ന ക്വാർ

ട്ടേഴ്സിന്റെ പിൻവശത്ത് ഒരു കുളമുണ്ടായിരുന്നു. ഇരുമ്പ് വേലി കെട്ടി മറച്ച കൂട്ടിൽ കുറച്ച് താറാവുകൾ ഉണ്ടായിരുന്നു. വെളിച്ചമുള്ളത് കൊണ്ടാവണം അവ ചിലച്ചു കൊണ്ടിരുന്നു. ഞാൻ കസേരയിട്ട് അവയുടെ അടുക്കൽ ചെന്നിരുന്നു. എന്ത് നിഷ്കളങ്കമാണ് അവയുടെ കണ്ണുകൾ. എത്ര ശാന്തരാണീ പക്ഷികൾ. നന്നായി ഒന്ന് ഓടാനോ, പറന്ന് രക്ഷപ്പെടാനോ കഴിയാത്ത ഇവ പരിണാമത്തിന്റെ കഠിന പരീക്ഷകളെ അതിജീവിച്ചതെങ്ങനെയാണ്? മനുഷ്യൻ സംരക്ഷിച്ച് വളർത്തിയില്ലായിരുന്നുവെങ്കിൽ ഇവ വംശമറ്റ് പോകില്ലായിരുന്നോ? മനുഷ്യൻ എന്തിനാണ് അവയെ പോറ്റിവളർത്തുന്നത്? ഒരു പിട എന്നെപ്പോലെ ഉറക്കമൊഴിച്ചിരിക്കുന്നു. ഞാൻ വിരലുകൾ നീട്ടിക്കൊടുത്തു. പരന്ന ചുണ്ടുകൊണ്ട് അത് എന്റെ വിരലിൽ കൊത്തി. പതിയെ ഞാനതിനെ മടിയിൽ എടുത്തു വച്ചു. ശങ്കയോടെ അതെന്നെ തലയുയർത്തി നോക്കി. അതിന്റെ കണ്ണുകളിൽ നോക്കിയിരുന്ന് ഞാൻ രാത്രി കഴിച്ചു.

ആ പിടയെത്തന്നെയാണ് സുനിൽ പിറ്റേന്ന് അറുത്തത്. ഞാൻ എത്തുമ്പോഴേക്കും അതിന്റെ തൂവലുകൾ പിന്നുകയായിരുന്നു അവൻ. അറുത്ത് മാറ്റിവച്ച കഴുത്തിൽ കളങ്കമറ്റ ആ കണ്ണുകൾ തുറന്നിരിക്കുന്നുണ്ടായിരുന്നു. “നീ അതിനെത്തന്നെ കൊന്നോ?” ഞാൻ ദേഷ്യത്തോടെ ചോദിച്ചു. കത്തി മേശയിലിട്ട ശേഷം അവനെന്നെ ഉറ്റുനോക്കി. ഏറെ നേരം ആ നോട്ടം നീണ്ടു നിന്നു.

“ഇന്നലെ മുതൽ നിന്റെ ഒരു മാറ്റം ഞാൻ ശ്രദ്ധിക്കുന്നുണ്ട്.” അവൻ പറഞ്ഞു: “എടാ, താറാവിന്റെ ഇറച്ചി തിന്നണമെന്നാഗ്രഹിക്കുമ്പോൾ ഇറച്ചിയുടെ രുചിയെ കുറിച്ച് മാത്രം ചിന്തിക്കുക. താറാവിന്റെ അവകാശങ്ങളെ കുറിച്ച് മറ്റൊരിക്കൽ സംസാരിക്കുക”.

അവൻ കുറെ നേരം കൂടി എന്നെ നോക്കി നിന്നു. പിന്നെ, താറാവിനെ വെട്ടി മുറിക്കാൻ തുടങ്ങി. ആ മാംസം അവൻ ഫ്രീസറിൽ നിറച്ചു വച്ചു. മുറിയിലേക്ക് വന്ന ഞാൻ ഓം പ്രകാശിനെ ഫോൺ ചെയ്തു. “വോ ലഡ്കീ ചാഹിയേ”.

പൂർണ നഗ്നയായി ആ പെൺകുട്ടി എന്റെ മടിയിൽ തലവെച്ച് കിടന്നു. മാംസ സമൃദ്ധിയില്ലാത്ത ഉടലിൽ ഞാൻ വിരൽ കൊണ്ട് തൊട്ടു. ഒരു കമ്പിളി കൂടി ഞാനവൾക്കായി വാങ്ങിക്കൊണ്ട് വന്നിരുന്നു. അവൾ എന്റെ മേലേക്ക് ഇഴഞ്ഞുകയറാൻ തുടങ്ങിയിരുന്നു. “ഒരു നിമിഷം”. ഞാനവളെ തടഞ്ഞു. അവൾ സംശയത്തോടെ നോക്കി.

“നിന്നോട് ഒന്നു ചോദിക്കാനാണ് ഞാൻ വന്നത്.”

“എന്താണ്?”

”ഇന്നലെ ഈ നേരത്ത് ആ വൃദ്ധ നിന്നോടെന്താണ് പറഞ്ഞു കൊണ്ടിരുന്നത്”. ഞാനവളോട് ചോദിച്ചു. അത് ഓർത്തെടുക്കാനായി അവൾ ഇത്തിരിനേരം കണ്ണുകളടച്ചു. എന്നിട്ട് പറഞ്ഞു: “നൂറ്റാണ്ടുകളായി ഇവിടെ പറയാറുള്ള ഒരുപദേശമാണത്രെ.”

“എന്താണത്?”

*“താരുണ്യമാവതു സുതേ, തരുണീ ജനാനാം
മാരാസ്ത്രമേ, മഴ നിലാവതു നിത്യമല്ല
അന്നാർജിതേന മുതൽ കൊണ്ടു കടക്ക വേണ്ടും
ദാരിദ്ര്യമെന്നൊരു വൻ കടലുണ്ട് മുന്നിൽ.”

അപ്പോൾ വാട്സാപ്പിൽ സുനിലിന്റെ സന്ദേശം വന്നുവീണു: അടുപ്പത്ത് താറാവിറച്ചി തിളയ്ക്കുന്നതിന്റെ വീഡിയോ ആയിരുന്നു അത്.

ആർത്തിയോടെ ഞാൻ ആ വീഡിയോ കണ്ടു.

*കാവ്യം - ചന്ദ്രോത്സവം

ശേഷപത്രം

സോക്രട്ടീസ് കെ വാലത്ത്

പാതിരാത്രിയിലേക്ക് ഇഴഞ്ഞെത്തുകയാണ് നേരം.

തെരുവിലൂടെ ഒരു വണ്ടി പോകുന്ന ശബ്ദം. ഒരു വാവലിന്റെ ചിറകടി. ഉറക്കം മുറിഞ്ഞ ഒരു കുഞ്ഞിന്റെ കരച്ചിൽ. ഇതൊക്കെ ഒഴിച്ചാൽ തീർത്തും നിശ്ശബ്ദത. ഒരുപക്ഷേ ഈ രാത്രിയുടെ ശാന്തനിശ്ശബ്ദതയിൽ ഒരൽപ്പമെങ്കിലും ധ്യാനലീനമായിരിക്കാൻ ശ്രമിച്ചാൽ മരിക്കാൻ തീരുമാനിച്ച ഒരാളിൽപോലും മാനസാന്തരമുണ്ടായേക്കാം.

എന്നാൽ അൻസാറുദ്ദീൻ.

സ്വാതി.

ജോസ്.

ലക്ഷ്മിയമ്മ. ഇവർ നാലുപേരും ഉറച്ച തീരുമാനത്തിലാണ്. ഈ രാത്രി എത്രയും സ്വച്ഛസുന്ദരമായിക്കൊള്ളട്ടെ. ഇവരുടെ തീരുമാനത്തിൽ മാറ്റമുണ്ടാവില്ല. എന്നു മാത്രമല്ല, നാലുപേരും നേരം വെളുക്കുംമുമ്പ് എല്ലാം അവസാനിപ്പിക്കാനുള്ള ഒരുക്കത്തിലോ ഒരുക്കങ്ങൾ പൂർത്തിയാക്കിയശേഷം തക്ക സമയത്തിനുവേണ്ടിയുള്ള കാത്തിരിപ്പിലോ ആണ്.

അത്ര ചെറുതല്ലാത്ത വീട്. അതിന്റെ സിറ്റൗട്ടിൽ ഇരിക്കുന്ന അൻസാറുദ്ദീൻ. നാൽപ്പതിനടുത്ത് വയസ്സ്. അരമതിലിൽ ഒരു ഗ്ലാസ് മുന്തിരി ജ്യൂസ്. അതിൽ മുന്തിയ ഇനം വിഷമുണ്ട്. മുറ്റത്ത് മാവിന്റെ, പേരയുടെ, പാഷൻ ഫ്രൂട്ടിന്റെയൊക്കെ നിഴലുകൾ ചത്തുകിടക്കുന്നു. അൻസാറുദ്ദീൻ അതും നോക്കി ഇരിക്കുകയാണെന്ന് തോന്നുമെങ്കിലും അയാൾ നോക്കുന്നത്- ഒരു കോപ്പ വിഷപ്പാത്രത്തിനു മുന്നിലേക്ക് അയാളെ എത്തിച്ച ഒരു ജീവിതത്തിലേക്കാവും.

അതിനിടെ ആ കോപ്പയിലുള്ളത് ഒറ്റവലിക്കു കുടിച്ചേക്കാം. എപ്പോൾ വേണമെങ്കിലും. ആരോടോ പക തീർക്കുന്നതു പോലെ. മുഖമാകെ നുരയും പതയും വന്ന് ഛർദ്ദിച്ച് അതിന്റെ അവശിഷ്ടങ്ങൾക്കു നടുവിൽ കിടക്കുന്ന സ്വന്തം ശവം അയാൾ കാണുന്നുണ്ടെങ്കിലും അതേസമയംതന്നെ എല്ലാം വിട്ടുപോവേണ്ടി വരുന്നതിലുള്ള ഒരു ഉൾക്കുത്തും അയാൾ അനുഭവിക്കുന്നുണ്ട്.

എങ്കിലും ക്രൂരമായ ഒരാനന്ദവുമുണ്ട്. രാവിലെ ഭാര്യ ഫാത്തിമ അകത്തുനിന്ന്

വാതിൽ തുറക്കും. പുറത്തേക്കു നോക്കി ഞെട്ടും. ഞെട്ടിത്തെറിച്ച് അലറും. ആ കാഴ്ച അവളെ അവളുടെ മരണംവരെ അസ്വസ്ഥമായി പിന്തുടരും. അത് ഓർത്തപ്പോൾ ഊറിവന്ന ചിരി അയാളുടെ മുഖത്തെ കരുവാളിപ്പിച്ചിരിക്കുന്നു. വിഷം തീണ്ടി നീലിച്ചതുപോലെ.

അപ്പോഴും അയാളുടെ ഉള്ളു ചോദിക്കുന്നു. ഇതു വേണോ? ഞാൻ ഇല്ലാതായിക്കൊണ്ടുതന്നെ അവളോടുള്ള കലി തീർക്കണോ? വേണം. അടുത്ത നിമിഷം അയാൾ ശഠിക്കുന്നു. അവളെ ഒരു പാഠം പഠിപ്പിക്കണം. ഒരു സിഗരറ്റുകത്തിച്ച് അതു നീറിയെരിഞ്ഞു തീരുന്ന സമയംവരെ ജീവിച്ചിരിക്കാൻ സ്വയം അനുവദിച്ച് മെല്ലെ മെല്ലെ പുക വിട്ട് ഇനി എന്തെങ്കിലും കൂടി അവസാനമായി ഓർക്കാൻ ബാക്കിയുണ്ടോ എന്ന് അയാൾ ആലോചിക്കുന്നു.

അപ്പോൾ മറ്റൊരിടത്ത്, സ്വാതി.

അവളുടെ പ്ലസ് ടു പരീക്ഷ തീരുന്നതിനു തലേ രാത്രി. അടുക്കളയിൽ കന്നാസിൽ മണ്ണെണ്ണയുണ്ട്. കയ്യിൽ തീപ്പെട്ടിയുണ്ട്. അതു രണ്ടും കൊണ്ടവൾ പിന്നാമ്പുറത്ത് തെല്ലു മാറിയുള്ള കുളിമുറിയിലേക്കു പോകും. തീകൊളുത്തുമ്പോൾ ദേഹത്ത് എളുപ്പം ഉരുകിപ്പിടിക്കാൻ പാകത്തിന് ലിനൻ നൂലുകൊണ്ടുള്ള ഉടുപ്പുകളാണ് അവൾ ധരിച്ചിരിക്കുന്നത്. മുറിയുടെ ഒരു ജനൽ പാളി തുറന്നിട്ടിട്ടുണ്ട്. അതിലൂടെ കാണാം. പുരയിടത്തിലെ വൃക്ഷങ്ങളൊക്കെ തൂങ്ങിമരിച്ചു നിൽക്കുന്നു. നാളെ ഈ പരിസരത്തൊക്കെ നല്ല ആൾക്കൂട്ടവും പൊലീസുമൊക്കെയായിരിക്കും. അവൾക്കതു കാണാൻ പറ്റില്ല. എന്നാൽ ഭാവനയിൽ അതൊക്കെ കാണുന്നതിനിടയിൽ അച്ഛന്റെയും അമ്മയുടെയും അലറിക്കരച്ചിൽ കണ്ടപ്പോൾ പെട്ടെന്ന് ആ കാഴ്ചയിൽനിന്ന് അവൾ കുതറിമാറി.

(അതു കണ്ടിരുന്നാലേയ് മൈൻഡ് മാറിപ്പോകും. സിനോജിനോടുള്ള കലിപ്പ് തീർക്കാൻ പറ്റില്ല. അവൻ കാണണം. കുളിമുറിക്കകത്ത് മണ്ണെണ്ണേടെ മണത്തിനു നടുക്ക് ഉടുപ്പൊക്കെ ഉരുകിപ്പിടിച്ച് പല്ലും തലയോട്ടീം മാത്രമായി കരിഞ്ഞു കിടക്കുന്നത്. ജന്മത്ത് അവനു പിന്നെ സമാധാനമുണ്ടാകരുത്. ഒരു പെങ്കൊച്ചിനേം ഇനി അവനിങ്ങനെ ആശിപ്പിക്കരുത്).എങ്കിലും അവനെപ്പോലൊരുത്തന്റെ പേരിൽ ഇനിയങ്ങോട്ട് തനിക്കുള്ള ജീവിതകാലമത്രയും ഒറ്റയടിക്ക് അങ്ങ് ഇല്ലാതാക്കണോ എന്നൊരു ചിന്ത ഇടയ്ക്കിടെ ഉള്ളിൽ നിന്നുയരുന്നുണ്ട്.

ഏപ്രിലിൽ കമ്മാളിക്കാവിലെ വേലയാണ്. കോവിഡ് കാരണം രണ്ടുകൊല്ലം മുടങ്ങിയതാണ്. ഇത്തവണ കേമായിരിക്കും. അതുകൂടി കഴിഞ്ഞിട്ടു പോരേ? അവൾ അവളോടു തന്നെ ചോദിച്ചു.

പറ്റില്ല. വാശി അവളുടെ കണ്ണുകളിൽനിന്നു കത്തുന്നു. (ഉടനേ പകരം വീട്ടിയില്ലേ പിന്നെ നടക്കില്ല. കുറച്ചു ദൂരെയായിപ്പോയി അവന്റെ വീട്. അല്ലേ, അവിടെ ചെന്ന് ആ വീട്ടുമുറ്റത്തുതന്നെ നിന്ന് ചെയ്തേനെ).

സ്വാതി അങ്ങനെ വീടിന്റെ താഴത്തെ നിലയിൽ അച്ഛനും അമ്മയും കിടക്കുന്ന മുറിയുടെ ജനാലയിൽനിന്നും മുറ്റത്തേക്കു വീണു കിടക്കുന്ന വെളിച്ചത്തിന്റെ ചതുരം ഇരുട്ടിലേക്കു കെട്ടുപോകാനായി കാത്തിരിക്കുമ്പോൾ, കുറച്ചകലെയായി ജോസ്.

ആയിടയ്ക്ക് ജോസിന്റെ വീടിനടുത്ത് ഒരു ആത്മഹത്യ നടന്നിരുന്നു. ദുബായിൽനിന്ന് മടങ്ങിപ്പോന്ന ഒരുവൻ. ജോലിയൊന്നുമില്ല. ഭാര്യയുടെ ശമ്പളം മാത്രം

ആശ്രയം. അവളുടെയും ബന്ധുക്കളുടെയും പരിചയക്കാരുടെയും പുച്ഛം. അവഗണന. അതു സഹിക്കാൻ പറ്റാതായി. വിഷം കഴിച്ചു. മരിച്ചു. ആ വിവരമറിഞ്ഞ്, കഷ്ടം ജീവിക്കാൻ എന്തൊക്കെ മാർഗങ്ങൾ കിടക്കുന്നു, അതിലേക്കൊന്നും തിരിയാതെ കേറിയങ്ങ് അവസാനിപ്പിച്ചു കളഞ്ഞില്ലേ വിഡ്ഢി. എന്നു വെറുപ്പകലർന്ന പുച്ഛത്തോടെ പറഞ്ഞ പലരിൽ ഒരാളായ ജോസ് ഈ രാത്രി സ്വയം മരിക്കാൻ പോവുന്നു. രണ്ടു മണിക്കെങ്കിലും മുമ്പായിട്ട്. ഒറ്റയ്ക്കല്ല. ഭാര്യ പുഷ്പിയെയും മൂന്നര വയസ്സുകാരൻ ആൾഡ്രിനെയും കൊന്നിട്ട്. അവരുടെ ഉറക്കത്തിൽത്തന്നെ. കഴുത്തു ഞെക്കിക്കൊണ്ട്. മുന്നോട്ടു പോകാൻ വേറെ വഴിയൊന്നുമില്ല. ഇല്ലെന്ന് ജോസിനുതന്നെയങ്ങുതോന്നി. മൂന്നു നാലു ദിവസം ആരോടും മിണ്ടാതെ തിരിച്ചും മറിച്ചും ആലോചിച്ചു നടന്നു. പിന്നെയത് ഉറപ്പിച്ചു. ഇപ്പോൾ അവളും മോനും ഉറങ്ങിക്കഴിഞ്ഞു. ഇനി അതങ്ങു ചെയ്താൽ മതി. അതിനുള്ള അവസാന വട്ട ഒരുക്കത്തിലാണ് ജോസ്. സ്വീകരണമുറിയിൽ ആണ് തൂങ്ങുന്നത്. അവളെയും മോനേയും ആദ്യം കൊല്ലും. പിന്നെ ഒരു സെക്കന്റു കളയാതെ വേഗം വന്ന് തൂങ്ങും. അതിനുപാകത്തിൽ ജോസ് ഫാനിൽ കയറു കരുക്കുമ്പോൾ, ഇവിടെ ഈ പുഴയോര പ്രദേശത്ത്, സാധാരണക്കാർ താമസിക്കുന്നിടത്ത് സാമാന്യം ഭേദപ്പെട്ടൊരു വീട്ടിൽ, ലക്ഷ്മിയമ്മ തന്റെ അറുപത്തിയൊൻപതു പിന്നിട്ട ജീവിതം ഈ രാത്രിയോടെ തന്നെ മതിയാക്കാൻ ഉറപ്പിച്ചിരിക്കുന്നു.

ഒരാഴ്ച മുമ്പാണ്. ലക്ഷ്മിയമ്മയുടെ അയൽവക്കത്ത് ഒരു പെൺകൊച്ച് അവളുടെ പ്ലസ് ടു പരീക്ഷകൾ കഴിഞ്ഞ ദിവസം മണ്ണെണ്ണയിൽ ജീവനൊടുക്കിയത്. അവിടെ ചെന്ന് ആ പുരയിടത്തിലെ വൃക്ഷങ്ങളുടെ തണലിൽ നിൽക്കുമ്പോൾ ഈ കൊച്ചുങ്ങൾക്കിതെന്തിന്റെ കേടാ, അടുപ്പം കാണിച്ച ചെക്കൻ മറ്റൊരുത്തീടെ കൂടെ നടക്കാൻ തുടങ്ങിയെങ്കിലങ്ങു നടന്നോട്ടേന്നു കരുതിയാപ്പോരേ എന്നൊക്കെ ഓർത്ത് മൂക്കത്തുവിരൽവച്ച് നിന്ന ലക്ഷ്മിയമ്മ ഇപ്പോൾ ഈ രാത്രി നേരം കുറച്ചെങ്കിലും ഒന്നു വെളുക്കാൻ കാത്തിരിക്കുകയാണ്.

തട്ടിത്തടഞ്ഞുവീഴാതെ ലക്ഷ്മിയമ്മയ്ക്ക് പുഴക്കടവിലേക്ക് നടന്നുചെല്ലണം. അതിനെങ്കിലുമുള്ള ഒരു നാട്ടുവെട്ടം വീണു കിട്ടണം. പുഴയിൽ ഇറങ്ങി കാലുകൾക്ക് നിലകിട്ടാത്തതുവരെ മുന്നോട്ടു മുന്നോട്ട് നീങ്ങണം. നല്ല അടിയൊഴുക്കുണ്ടാകും. അത് ലക്ഷ്മിയമ്മയുടെ കാലുകളും പിഴുതുകൊണ്ടങ്ങു പൊക്കോളും. ഒഴിവു ദിവസമായതുകൊണ്ട് ഉദ്യോഗക്കാരായ മക്കളും മരുമക്കളും വയസ്സായ അമ്മ ഉണ്ടാക്കിവച്ചിരിക്കുന്ന ചായയും പലഹാരവും കഴിക്കാമെന്നു കരുതി എഴുന്നേറ്റു വരുമ്പഴേക്കും അമ്മയെ കാണില്ല. ഇതെങ്ങോട്ടു കെട്ടിയെടുത്തു എന്നു തിരഞ്ഞു നടക്കും. ലക്ഷ്മിയമ്മയെ എങ്ങും കാണില്ല. കരയിൽ ചെരുപ്പ് ഇരിക്കുന്നതുകണ്ട് പുഴയിൽ തപ്പും. കിട്ടില്ല. കുറേയങ്ങു ദൂരെയുള്ള ഏതെങ്കിലും കടവിലോ കായലിലോ അതിനുമപ്പുറത്തുള്ള കടലിലോ വീർത്തുകെട്ടി മീനുകൾ കൊത്തിയ നിലയിൽ കാണപ്പെടാനുള്ള സാധ്യതയിലേക്ക് അതിനകം ലക്ഷ്മിയമ്മയ്ക്ക് എത്തിപ്പെടാനാവും.

അത്രയ്ക്കൊക്കെ വേണോ? മരുമക്കള് പെമ്പിള്ളേരുള്ള ഏതു വീട്ടിലാണ് പ്രശ്നങ്ങളില്ലാത്തത്. കുറച്ചൊക്കെ വിട്ടുവീഴ്ച നമ്മുടെ ഭാഗത്തും വേണ്ടേ. എന്നൊക്കെ ചോദിക്കാം.

(ഈ വിട്ടുവീഴ്ചാന്നൊക്കെ പറയുന്നതേയ് വിടുന്നയാൾടെ വീഴ്ചയാകരുത്.

കേട്ടോ?' വിട്ട് കൊടുത്തും വിട്ടുകളഞ്ഞുമൊക്കെ തന്നെയാണ് ഇവിടം വരെയെത്തിയത്. മക്കൾക്കും അവർടെ അവളുമാർക്കും ഞാനൊന്ന് അവസാനിച്ച് കിട്ടിയാ മതി. ശരി, ഞാനായിട്ട് തന്നെ അതങ്ങ് സാധിച്ചുകൊടുത്തേക്കാം. നടപ്പുകാലത്തു തന്നെ ഇങ്ങനെ. ഇനി അവളുടെയൊക്കെ തുപ്പും തൊഴിയുമേറ്റുള്ളൊരു കിടപ്പുകാലമുണ്ടല്ലോ. അത് ഓർക്കാനേ വയ്യ. ഞാനേയ് 37 കൊല്ലം ഒരു സർക്കാരോഫീസ് ഭരിച്ചതാ. ശമ്പളായിട്ടും അല്ലാതേം കിട്ടിക്കൊണ്ടിരുന്ന നല്ല വരുമാനംകൊണ്ട് വളർത്തി പോറ്റി എടുത്തതാണീ രണ്ടാൺ മക്കളേം. ഇപ്പഴും രണ്ടെണ്ണത്തിനും എന്തെങ്കിലും തട്ടുകേടുവന്നാ താങ്ങാൻ എന്റെ പെൻഷൻ കാശ് തന്നെ. എന്നിട്ടാ!).

കാണിച്ചു കൊടുക്കും, കാണിച്ചു തന്നെ കൊടുക്കും എന്ന് ശപിക്കുന്നതുപോലെ പിറുപിറുത്ത് ലക്ഷ്മിയമ്മ വെളുപ്പിന് അഞ്ചിനും ആറിനുമിടയിലുള്ള സമയത്ത് വേഗം പുഴക്കടവിലേക്ക് പോകാൻ ഒരുങ്ങിക്കഴിഞ്ഞിരിക്കുന്നു. ഇടയ്ക്കിടെ ഉറക്കം വന്നു തൂങ്ങുന്നുണ്ട്. ഉറങ്ങിപ്പോകാതിരിക്കാൻ വല്ലാതെ ശ്രമിക്കുന്നുമുണ്ട്.

ലക്ഷ്മിയമ്മ, ജോസ്, സ്വാതി, അൻസാറുദ്ദീൻ ഇവരൊക്കെ യഥാക്രമം പുഴ, കയർ, തീ, വിഷം എന്നീ മാർഗങ്ങൾ ഉപയോഗിച്ച് ഈ രാത്രി തങ്ങളുടെ ജീവിതം അവസാനിപ്പിക്കാൻ ഒരുങ്ങുമ്പോൾ ഏതു വഴിക്ക് തന്റെ ജീവിതത്തിന് അന്ത്യം കുറിക്കണം എന്ന ആശയക്കുഴപ്പത്തിലാണ് താലൂക്കാശുപത്രിയിലെ അറ്റൻഡറായ സുകു എന്ന സുകുമാരൻ. അവരൊക്കെ എടുത്തിരിക്കുന്നതു പോലെ ഒരു കടുത്ത തീരുമാനം മിനിയാന്നു രാത്രി കുറച്ച് തെക്കോട്ടു മാറി ഒരു കുടുംബം ഒരുമിച്ചു നടപ്പാക്കിയതാണ് സുകുമാരനെ ഈ രാത്രി ഇങ്ങനെയൊരു പരീക്ഷണഘട്ടത്തിലേക്ക് എത്തിച്ചത്.

മരിച്ചത് മൂന്നുപേർ. മുപ്പതു മുപ്പത്തിയഞ്ചു പ്രായം തോന്നിക്കുന്ന ഒരു പുരുഷൻ. യുവതി. അവരുടെ മൂന്നര വയസ്സുള്ള മകനും. അവളെയും കുഞ്ഞിനെയും കൊന്നിട്ടാണ് അയാൾ അതു ചെയ്തതെന്ന് മോർച്ചറിക്ക് പുറത്തു നിന്നവരുടെ സംസാരത്തിൽനിന്ന് സുകുമാരന് മനസ്സിലായിരുന്നു. ഏതാണ്ട് ഉച്ചയോടെ മോർച്ചറിയിൽ നിന്ന് പോസ്റ്റുമോർട്ടത്തിനായി മൂന്നു മൃതദേഹങ്ങളും ഒന്നൊന്നായി കൊണ്ടുവന്നു കിടത്താൻ സുകു സ്ഥിരജീവനക്കാരനായ ചിന്നപ്പനെ സഹായിക്കാൻ ചെന്നു.

മോർച്ചറിയിലെ ശവം കോച്ചും തണുപ്പിൽ ഒരു കുടുംബം തട്ടുതട്ടായുള്ള മൂന്നു റാക്കുകളിൽ മരവിച്ചു കിടക്കുന്നു. ഈ ചെറുപ്പക്കാരന് കടമുണ്ടായിരുന്നിരിക്കുമോ? അതോ അയാൾക്കോ ഭാര്യക്കോ കുട്ടിക്കോ മാറാരോഗം വല്ലതും ഉണ്ടായിരുന്നിരിക്കുമോ? അതോ കുടുംബ കലഹത്തിന്റെ പേരിലായിരിക്കുമോ? എന്നൊക്കെ സുകുമാരൻ ഓർത്തു സ്ട്രക്ചറിനു മുന്നിൽ വെറുങ്ങലിച്ചു നിൽക്കെ.

“വായും പൊളിച്ച് നിക്കാതെ പിടിയെടാ.” ചിന്നപ്പൻ അലറി: “കൊണ്ടേ കെടത്തി ചവത്തിന്റെ തുണിയഴിച്ച് വെക്കണം. എബ്രഹാം സാറ് ഇപ്പഴെത്തും.”

കുട്ടിയുടെ മൃതദേഹമാണ് സുകുമാരന് ചിന്നപ്പന്റെയൊപ്പം ആദ്യം തന്നെ മോർച്ചറിയിൽ നിന്നു പോസ്റ്റുമോർട്ടം ടേബിളിലേക്ക് എത്തിക്കേണ്ടിയിരുന്നത്. കിട്ടാതെപോയ ഒരു മിഠായിയോ ഐസ്ക്രീമോ ഒരു കുഞ്ഞു സങ്കടമായി ആ മുഖത്ത് അപ്പോഴും നിഴലായുണ്ട് സുകുമാരന് തോന്നി.

സർജൻ എബ്രഹാം ഡോക്ടർ മൂക്കിലേക്കുവീണുകിടന്ന കണ്ണട വിരലുകൊണ്ട് തട്ടി നേരെയാക്കി. കുട്ടിയുടെ ബോഡിയിലേക്ക് അലസമായിട്ടൊന്നു നോക്കി.

ഗ്ലൗസ് ധരിച്ച റെഡിയാകാൻ പോവുന്നു. ഹാമറും ഉളിയുമെടുത്ത് ചിന്നപ്പൻ ചേട്ടനും. കുന്ന് നെറ്റിയിൽ ഒന്ന വരഞ്ഞ് തലയോട്ടി പൊട്ടിക്കാൻ ഒരുങ്ങുന്ന അയാളുടെ ഒരു മാതിരി ഉറഞ്ഞു കരുവാളിച്ച മുഖത്തേക്കു നോക്കിയപ്പോൾ സുകുമാരൻ കണ്ടു ഇനിയങ്ങോട്ട് ഒരു പത്തിരുപതു വർഷം കഴിഞ്ഞുള്ള സ്വന്തം മുഖഭാവം.

(അത്രയേ കണ്ടൊള്ളു. അല്ലേ അത്രേം കാണാനേ പറ്റിയൊള്ളു. മുറീന്ന് ചാടി പുറത്തിറങ്ങി ഒറ്റ നടപ്പ് നടന്നതൊന്നും ഓർമ്മേലില്ല. എത്രേം പെട്ടെന്ന് വീട്ടീ ചെന്ന് മോനെ കാണണംന്നേണ്ടായിര്ന്ന്ള്ള്.)

ആശുപത്രി ഗേറ്റിനുനേർക്ക് ഭ്രാന്തു പിടിച്ചതുപോലെ സുകുമാരൻ വേഗത്തിൽ നടന്നു. പോസ്റ്റു മോർട്ടം കഴിഞ്ഞ് ശവങ്ങൾ വിട്ടു കിട്ടാൻ കാത്തുനിൽക്കുന്നവരെ പിന്നിലാക്കി; വലിയ വാകമരങ്ങൾക്കിടയിലൂടെ..

പിന്നിൽ...

"സുകൂ... ഡാ നീയിതെവട പോവേണ്, ഇന്ന് ഡ്യൂട്ടിക്ക് വേറേ ആളില്ലാട്ടാ... സുകു... നിക്കാൻ..."

സുകുമാരൻ നിന്നില്ല. തിരിഞ്ഞു നോക്കിയതുമില്ല. നോക്കാതെ തന്നെ അയാൾക്കു കാണാം. വണ്ടിക്കു തലവച്ചതും കെട്ടിത്തൂങ്ങിയതും വിഷം കഴിച്ചതും പുഴയിൽ ചാടിയതുമൊക്കെയായ കുറേ ആണും പെണ്ണും വരാന്തയിൽ വിഷാദമഗ്നരായി നിരനിരന്ന് അയാളെ കുറ്റബോധത്തോടെ നോക്കി നിൽക്കുന്നത്.

"സർക്കാരു ജോലി. ഗ്രേഡ് റ്റു. തരക്കേടില്ലാത്ത ശമ്പളം. പോസ്റ്റുമോർട്ടം നടക്കുന്നിടത്ത് സർജനായാലും സഹായികളായാലും അവനവന്റെ ജോലി ചെയ്യുണ്ടേ? ചെയ്യുന്നില്ലേ? പിന്നെ സുകുമാരാ, നിനക്കു മാത്രമായിട്ടെന്താണ് വിശേഷം? നീ കേറിയല്ലേള്ള്? കേറിയിട്ട് രണ്ടു ദിവസമായല്ലേള്ള്? ഒന്നു ശീലായാ ഒക്കെ ശരിയാകുംന്ന് ആ ചിന്നപ്പനൊക്കെ പറഞ്ഞില്ലേ? അല്ല, ഈ പണീം കളഞ്ഞിട്ട് നീ പെണ്ണിനും കൊച്ചിനും എന്ത് കൊടുത്ത് പോറ്റും. അവളാണേ രണ്ടാമതും വയറു നെറച്ചിരിക്കുന്നു." സുകുമാരന്റെ മൂത്ത പെങ്ങൾ വാസന്തി.

"അല്ല സുകുവേ, നീ ഏതെങ്കിലും പണീ ഒറച്ച് നിന്നട്ടെണ്ടാ ഇക്കാലത്തിനെടേല്. ഞാൻ നിന്ന എവടേക്കെ കൊണ്ടേ ആക്കി. എല്ലാടത്തും നെനക്ക് ഓരോ പ്രശനങ്ങള്. ലാസ്റ്റൊട്ടുക്കം പെയ്ന്റിങ്ങിനാക്കിയപ്പ മണം പറ്റണില്ലെന്ന് പറഞ്ഞ് അവടന്ന് പോന്ന്. ജില്ലാശുപത്രീന്ന് ജോലിക്ക് കടലാസ് വന്നെന്ന് കേട്ടപ്പ ഞാങ്കരുതി ഇനിയെങ്കിലും നീ രക്ഷപ്പെട്ടൂന്ന്. എവട!" അളിയൻ ശിവങ്കുട്ടി.

"പറഞ്ഞു കൊടെന്റെ കൊച്ചേട്ടാ... ഇയാക്ക് എല്ലിന്റേടേ കുത്തിയിട്ടാണ്. വട്ടിപ്പലിശക്കാരൻ പാണ്ടിട കയ്യിലാണീ പെര; അമ്മേടെ കാൻസറു മാറ്റാൻ നോക്കിയ വകേലേയ്. അറിയാവാ? ഇയാക്ക് പറ്റൂല്ലേ ഒന്നു ചത്തു തരട്ടെ. സർക്കാര് എനിക്ക് പണി തന്നോളും. തുപ്പിയതും തൂറിയതും തൊടക്കണേ അത്, ഇനി ചത്തവര്ടതലേം നെഞ്ചും വെട്ടിപ്പൊളിക്കണേ അത്. പാണ്ടിക്ക് പാ വിരിച്ചു കൊടുക്കണതിലും ബേദോല്ലേ." തേങ്ങലടക്കിക്കൊണ്ട് ഭാര്യ, ലളിത.

സുകുമാരൻ ഒക്കെ കേട്ടു. കണ്ടു. ഒന്നും പറഞ്ഞില്ല. പറയാൻ ഒന്നും ഉണ്ടായിരുന്നില്ല. അതുകൊണ്ട് ചുമ്മാ പഷ്ണിത്താടിയും ചൊറിഞ്ഞു നിന്നു.

രാത്രിയായി. അൻസാറുദ്ദീനെപ്പോലെ സ്വാതിയെയും ജോസിനെയും ലക്ഷ്മിയ

മ്മയെയും പോലെ സുകുമാരനും വെറുങ്ങലിച്ച രാത്രിയിലേക്കു നോക്കിയിരിക്കുന്നു. വീടിന്റെ ഉമ്മറത്ത്, അരമതിലിൽ. ആരെന്തു പറഞ്ഞാലും ഈ ജോലി കൊണ്ടു നടക്കാൻ വയ്യെന്ന് അയാൾ ഉറപ്പിച്ചുകഴിഞ്ഞിരിക്കുന്നു. അതിനെക്കുറിച്ച് ഇപ്പോൾ സുകുമാരൻ ചിന്തിക്കുന്നില്ല. ചിന്തിക്കുന്നത് ലളിത പറഞ്ഞ കാര്യമാണ്. ചത്തൊഴിഞ്ഞു കൊടുത്താൽ അവൾക്ക് ഒരു തൂപ്പുകാരിയുടെ ജോലിയെങ്കിലും കിട്ടും. അവളും പിള്ളേരും രക്ഷപ്പെടും.

ഒരു കെട്ടു ദിനേശിലെ ഒടുക്കത്തെ ബീഡിയും വലിച്ചുതീർത്തപ്പോഴേക്കും വളരെ ശാന്തമായി തന്നെ സുകുമാരൻ തീരുമാനിച്ചു: അതു നല്ല പരിപാടിയാണ്.

(അല്ലേത്തന്നെ പല പല പണിക്കും പോയി. എങ്ങും പോസ്റ്റാകാൻ പറ്റീല്ല. ഒന്നൊറച്ച് വരുമ്പഴേക്കും എവടന്നെങ്കിലും ഒരു പാര വരും. പണീന്ന് പറഞ്ഞ് വിടും. അല്ലേ എറങ്ങിപ്പോരേണ്ടി വരും. അതുമല്ലേ കമ്പനി തന്നെ പൂട്ടും. കർമസ്ഥാനത്ത് കേളുന്റേയോ മാന്ദിയുടെയോ ദൃഷ്ടീണ്ടത്രെ. ഇതൊക്കെ ആരോടു പറയാനാ! കേക്കാൻ ആരാള്ളത്! ഒണ്ടേത്തന്നെ അതിനാർക്കാ നേരം! ഇനീപ്പോ പറയാൻ ഒരു കാര്യോമായി. സർക്കാരു പണി കളഞ്ഞവൻ. വകയ്ക്കു കൊള്ളാത്തവൻ. പണിയെടുത്ത് തിന്നാത്തവൻ. ഇക്കണ്ടീഷനീപ്പോയാ ഇന്നല്ലേ നാളെ ഇതു തന്നെ ചെയ്യാന്ള്ളത്. എന്നാ പിന്നെ അതിപ്പത്തന്നെയാവണതല്ലേ നല്ലത്. ഒള്ള നേരത്തേ കുടുംബം രക്ഷപ്പെടട്ടെ).

ആ നിമിഷം സുകുമാരന്റെ ചങ്കൊന്നു പിടഞ്ഞു. അകത്ത് ലളിതയുടെ നിറവയറിനോടു ചേർന്ന് മോനുറങ്ങുന്നുണ്ട്. കുഞ്ഞൂട്ടൻ. അവന് അഞ്ച് വയസ്സേ ആയിട്ടുള്ളൂ. ഇനിയങ്ങോട്ട് അവൻ വളരുന്നതും വലുതാവുന്നതുമൊന്നും കാണാൻ ഇവിടെ ഉണ്ടാവില്ല. വരാൻ പോകുന്ന പിറവിയുടെ മുഖംപോലും കാണാനാവില്ല. ലളിത ദേഷ്യവും സങ്കടവും അടക്കാനാവാതെ എപ്പോഴും എന്തെങ്കിലും ഒക്കെ പറയും. പക്ഷേ, കിടക്കപ്പായുടെ പാതി നിത്യമായിത്തന്നെ ഒഴിഞ്ഞുകിടക്കുന്നത് അവൾക്ക് സഹിക്കാനാവുമോ?

രാത്രി കുറേയായപ്പോൾ ചാഞ്ഞും ചരിഞ്ഞും ആലോചിച്ച് സുകുമാരൻ ഉള്ളു പൊട്ടിയാണെങ്കിലും തീരുമാനിച്ചു, അവസാനിപ്പിച്ചേക്കാം.

പക്ഷേ, എങ്ങനെ?

പെട്ടെന്ന് തോന്നിയത് കയറിൽ തൂങ്ങാനാണ്. അടുത്ത നിമിഷം അതു വേണ്ടെന്നു തോന്നി. ഒരാൾ തൂങ്ങി നിൽക്കുന്ന കാഴ്ച ഭീകരമാണ്. നാവു കടിച്ചു നീളത്തിൽ പുറത്തേക്കിട്ട് കണ്ണുതുറുപ്പിച്ച് തൂങ്ങിക്കിടന്ന് ചെറുതായി ആടിക്കൊണ്ടിരിക്കുക. ഓ, അതു കാണേണ്ടി വരുന്നവന്റെ അന്നത്തെ ദിവസമെങ്കിലും തുലഞ്ഞിരിക്കും. എത്ര ദിവസം കഴിഞ്ഞായിരിക്കും അയാൾക്ക് മനസ്സിൽ പിടിച്ച് ചോറു വാരിത്തിന്നാൻ പറ്റുന്നത്.

തന്റെ ശവം കെട്ടഴിച്ചിറക്കുന്ന പൊലീസുകാരെക്കുറിച്ച്, അതു നോക്കിനിൽക്കുന്നവരെക്കുറിച്ച്, മോർച്ചറിയിലേക്കു കയറ്റി വാതിലടച്ച് അതിന് കാവലിരിക്കുന്നവരെക്കുറിച്ച്, പോസ്റ്റുമോർട്ടത്തിനെത്തുമ്പോൾ ഇജ്ജാതി നൂറു കേസു കണ്ടു കണ്ടു കയ്യേ മറന്നുപോയ ആളാണ് ചിന്നപ്പൻ ചേട്ടൻ എങ്കിലും അയാൾ ഭൂലോകത്തെ മൊത്തം മനുഷ്യരെയും ശപിക്കുന്നതിനെക്കുറിച്ച്, മരവിച്ച മുഖത്തോടെ മരണകാരണം ഉറപ്പിക്കാൻ ശ്രമിക്കുന്ന സർജൻ എബ്രഹാം സാറിനെക്കുറിച്ചൊക്കെ ഓർ

ത്തപ്പോൾ സുകുമാരൻ പതറി. അതുവരെ സാധാരണമട്ടിൽ കണ്ടിട്ടുള്ളവർക്കു മുന്നിൽ വികൃതമായി പൈശാചികഭാവത്തിൽ അവർ ഒരിക്കലും ഓർമിക്കപ്പെടാനിഷ്ടപ്പെടാത്ത വിധത്തിൽ അവസാനിച്ചുകിടക്കുന്നത് പോലെ ഏഴു ജൻമം ചത്തു ജനിച്ചാലും ഒഴിയാത്ത ശാപം വേറെയുണ്ടോ. ഇനി തൂങ്ങി നിൽക്കുന്നത് ആദ്യമായി കാണുന്നത് കുഞ്ഞൂട്ടനാണെങ്കിൽ? അവനതു താങ്ങാനൊക്കോ?

സുകുമാരൻ ആ കാഴ്ചയിൽ നിന്നു രക്ഷപ്പെടാനെന്ന പോലെ തലയാകെ കുടഞ്ഞു. ശരി, തൂങ്ങി മരിക്കേണ്ട. വെഷമടിച്ചാലോ?.. ഒഴിഞ്ഞ എവിടെയെങ്കിലും പോയി അവസാനിപ്പിക്കാം.

അതും ശരിയാവില്ല. ആർക്കും മനംപുരട്ടലുണ്ടാക്കുന്ന കാഴ്ചയാണത്. കോടിയ വായിലൂടെ നുരയും പതയും ചാടി നീലച്ച്, ഛർദ്ദിച്ച് ആകെ അലങ്കോലമാക്കിയതിനു നടുവിൽ... ഔ... അതു കാണേണ്ടി വരുന്നവനും മനസ്സറിഞ്ഞ് പ്രാകും.

കുറച്ചങ്ങു തെക്കോട്ടു പോയാൽ പുഴയുണ്ട്. ചാടിയാലോ? മൂക്കിലുവെള്ളം കയറി ഒരു സെക്കന്റുകൊണ്ട് പണി തീരും.

അതു കൊള്ളാമെന്നു തോന്നി. അപ്പോഴാണ് ചിന്നപ്പൻ ചേട്ടന്റെ അനുഭവം ഓർത്തത്. വെള്ളത്തിൽ ചാടി മരിച്ച ഒരു പെണ്ണിന്റെ ശവം വേലിയേറ്റത്തിന് പുഴയിൽ നിന്നു കയറി തോട്ടിലേക്കു വന്ന് ചെറിയൊരു കലുങ്കിനടിയിൽ കുടുങ്ങി. അതെടുക്കുന്ന പണിക്ക് പൊലീസ് വിട്ടത് ചിന്നപ്പനെയാണ്. ഫുള്ളിനുള്ള കാശായല്ലോന്നു കരുതി ചിന്നപ്പൻ ചെന്നു. മുട്ടൻ പണിയായിപ്പോയി. മൂന്നാലു ദിവസമെത്തി അഴുകി പണ്ടാറമടങ്ങിയ ഒരു ചവം. ഒരു കണക്കിന് വലിച്ച് കരയ്ക്കുടുപ്പിച്ചപ്പോൾ കൂടി നിന്നവരൊക്കെ മൂക്കും പൊത്തി ഓടി. ഒരു തോന്നലിനോ മറ്റോ പുഴയിലേക്കു ചാടിയ ആ പെണ്ണിനെ പൊലീസും നാട്ടുകാരും ഒക്കെ മനസ്സറിഞ്ഞ് പഴിച്ചു. "ആരാണ്ടിനോടും വാശി തീർത്ത് നമുക്ക് പണിയൊണ്ടാക്കി തന്ന്. നശിച്ചവള്..."

" അതുവേണ്ട... അതുവേണ്ട..." സുകു തലകുടഞ്ഞു.

പിന്നെന്തു വഴി? ഒരാൾക്കും പ്രശ്നമാകാതെ, ആരേയും വെറുപ്പിക്കാതെ, ആരുടേം പ്രാക്കു മേടിക്കാതെ, സ്വച്ഛമായി ഉറങ്ങിക്കിടക്കുന്ന വിധത്തിൽ, ഒന്നു പോയിക്കിട്ടാനെന്തു ചെയ്യും?

വെള്ളം കുടിച്ച് വീർത്ത ശരീരങ്ങൾ, മണ്ണെണ്ണ ഒഴിച്ചു തീ കൊളുത്തി മരിച്ചവരുടെ പാതി കത്തിയ, പാതി വെന്ത, ദുർഗന്ധം പരത്തുന്ന ദേഹങ്ങൾ, റെയിലിൽ ചിതറിക്കിടന്നിടത്തു നിന്ന് വാരിപ്പെറുക്കിയ ഇറച്ചിക്കഷണങ്ങൾ...ഓരോന്നും ഓരോ സ്ലൈഡുകളിലായി സുകുമാരന്റെ മുന്നിലൂടെ കടന്നു പൊയ്ക്കൊണ്ടിരിക്കുന്നു. ആ മാർഗങ്ങൾ ഒന്നൊന്നായി അയാൾ തള്ളിക്കളഞ്ഞുകൊണ്ടുമിരുന്നു.

ആലോചിച്ചാലോചിച്ച് ഒരു പോള കണ്ണടക്കാതെ അങ്ങനെയിരിക്കെ തന്നെ നേരം വെളുത്തു. ഉമ്മറത്തെ ക്ലോക്കിൽ സെക്കന്റു സൂചി വീണ്ടും കറങ്ങി വന്ന് പോകുന്നതിനിടയിൽ പറഞ്ഞു:

"അല്ല സുകുവേ, ഞാനോരോ തവണ കറങ്ങി വരുമ്പോഴും നീ ഇതേ ഇരുപ്പു തന്നെ. എന്നെ കണ്ടു പഠി. കറക്കം തന്നെയെങ്കിലും പോക്കു മുമ്പോട്ടു തന്നെ. ങ്ഹാ."

അതുകേട്ട് സുകുമാരൻ ഒന്നനങ്ങി. വിചാരങ്ങളിൽ തന്നെ മുങ്ങി പുറത്തേക്കു നടന്നു.

മരണത്തിന്റെ കാര്യം മരണത്തിനു തന്നെ വിട്ടുകൊടുക്കുന്നതല്ലേ നല്ലതെന്ന് ഒരു ചോദ്യം അതിനകം അയാളെ അലോസരപ്പെടുത്തിക്കൊണ്ട് ആവർത്തിച്ച്. ഉയരുന്നുണ്ട്. ചാഞ്ഞും ചരിഞ്ഞും ചിന്തിച്ച്. ചിന്തിച്ചതു തന്നെ വീണ്ടും വീണ്ടും ചിന്തിച്ച് സുകു എവിടെയൊക്കെയോ ചുറ്റിത്തിരിഞ്ഞ് ഒടുവിൽ ഉച്ചയോടെ വന്നെത്തിയത് ജില്ലാ ആശുപത്രിക്കു മുന്നിൽ തന്നെ.

ജോലിക്കു കേറണോ വേണ്ടേ? ഗേറ്റിനു നടുവിൽ തന്നെ സുകു ശങ്കിച്ചു നിന്നു. പിന്നെ തോന്നി:

(എങ്ങാനും ഇന്നലെ രാത്രി ആരും കടുംകൈയൊന്നും ചെയ്തിട്ടില്ലെങ്കിലോ? ഇന്നും അങ്ങനെ തന്നെയായാലോ? നാളേം മറ്റന്നാളും അതിനടുത്ത ദിവസോം മോർച്ചറി കാലിയായിത്തന്നെ കിടക്കുമെങ്കിലോ? ഓകെയായില്ലേ! ഇവിടെ തന്നെ വേറേ എന്തെങ്കിലും പണിയെടുത്തങ്ങ് കഴിഞ്ഞു പോകാമല്ലോ. പണിക്കു പോകാത്തവൻ എന്ന ചീത്തപ്പേര് ഒഴിവാക്കാമല്ലോ. പെൻഷൻ പറ്റുന്നതുവരെ ഈ പ്രദേശത്താർക്കും ആത്മഹത്യ ചെയ്യാൻ തോന്നിക്കല്ലേ ദൈവമേ...)

പക്ഷേ, ജോസും കുടുംബവും ഇതിനകം തന്നെ മോർച്ചറിയിലെത്തി കഴിഞ്ഞിരിക്കുന്നു.

ശൂന്യവും നിശ്ശബ്ദവുമായ വീടിനു നേർക്ക് അയൽവക്കത്തുള്ളവർ വാതിലും ജനലും അടച്ച് ദൃഷ്ടി മറച്ചിട്ട് അവർക്ക് എന്നേക്കുമായിട്ടൊരു ചീത്ത ഓർമ കൊടുത്തിട്ടുപോയ അയാളെ ശപിച്ചു കൊണ്ടിരിക്കുന്നത് അറിഞ്ഞോ അറിയാതെയോ...

ജോസ് കിടക്കുന്നതിന് മുകളിലെ റാക്കിൽ കരിക്കൊള്ളിപോലെയായി സ്വാതിയും കിടപ്പുണ്ട്. അൻസാറുദ്ദീന്റെ മൃതദേഹം ആചാരപ്രകാരമുള്ള ചടങ്ങുകൾക്കു ശേഷം ആ പ്രദേശത്തെ ജില്ലാ ആശുപത്രിയിലേക്ക് പുറപ്പെട്ടിട്ടുണ്ട്. ലക്ഷ്മിയമ്മയ്ക്കു വേണ്ടി പുഴയിൽ നടക്കുന്ന തിരച്ചിൽ കായലിലേക്കും വ്യാപിപ്പിച്ചിരിക്കുന്നു. നാലു സ്ഥലത്തും ആളുകൾക്കിടയിൽനിന്നും 'ഇതിന്റെ വല്ല കാര്യോണ്ടായിരുന്നാ' എന്ന പുച്ഛം കലർന്ന ചോദ്യം ഉയർന്നത് അറിയാതെ, ഇതേ ചോദ്യം തന്നെ തന്റെ കാര്യത്തിലും ഉണ്ടാകാൻ പോകുന്നു എന്നറിയാതെ എന്തായാലും ജോലി കളയേണ്ടെന്നു കരുതി സുകു ഗേറ്റു കടന്നപ്പോൾ പെട്ടെന്ന് ഫോണടിച്ചു. എടുത്തപ്പോൾ തന്നെ കണ്ടു ദൂരെ മോർച്ചറിയുടെ വരാന്തയിൽനിന്ന് കൈവീശി വിളിച്ചുകൊണ്ട് ചിന്നപ്പൻ ചേട്ടൻ ഫോണിലൂടെ അലറുന്നു:

"നീയവട എന്തു നോക്കി നിക്കേണ്. ഒന്നിങ്ങോട്ടു വേം വാട ശവീ. നാലു മാരണങ്ങളാണ് പണ്ടാറടങ്ങി വന്നു കെടക്കുന്നത്."

സുകുമാരൻ കടുത്ത നിരാശയോടെ ഫോൺ തിരികെ പോക്കറ്റിലേക്കിട്ട് അകത്തേക്കു ചെല്ലണോ പുറത്തേക്കു പോകണോ എന്ന ശങ്കയിൽ നിന്ന നിമിഷം അതു സംഭവിച്ചു. ആശുപത്രിയിലേക്ക് സൈറൺ അടിച്ചു തിരിഞ്ഞു കയറിയൊരു ആംബുലൻസ്,

സഡൻ ബ്രേക്കിലുരഞ്ഞു നിന്ന ചക്രങ്ങൾ.

കണ്ടു നിന്നവരുടെ കൂട്ടനിലവിളി.

കാഴ്ചയുടെ നടുക്കത്തിൽ കുഴഞ്ഞു വീഴുന്നൊരു വൃദ്ധൻ.

ഗേറ്റിലെ സെക്യൂരിറ്റിയുടെ കസേരയിലേക്കു ചീറ്റിയ ചോര.

മരണതുല്യമായ മരവിപ്പോടെ നിന്ന ആംബുലൻസിനു ചുറ്റുമുയരുന്ന പൊടി.

അത് വാകമരങ്ങളുടെ തുഞ്ചാനത്തോളം ഉയർന്ന് സകലതും അദൃശ്യമാക്കിയതിനും ശബ്ദങ്ങളെല്ലാം നിശ്ശബ്ദതയിലേക്ക് ഉറഞ്ഞുകൂടിയതിനും ശേഷം സ്വാതിയുടെ പോസ്റ്റുമോർട്ടം കൂടി കഴിഞ്ഞ് അവസാനത്തേതായിട്ടാണ് സുകുമാരന്റെ ബോഡി ചിന്നപ്പനും ഒരു സഹായിയും കൂടി ടേബിളിലേക്കു കിടത്തിയത്. അതിനകം ആറേഴെണ്ണത്തെ കീറിപ്പൊളിച്ചു നോക്കിയതിന്റെ മടുപ്പിലോ എന്തോ സുകുമാരന്റെ വാരിക്കൂട്ടിയെടുത്ത ശരീരമെന്നു പറയാവുന്ന ശരീരത്തിലേക്കു സർജൻ എബ്രഹാം അലസമായി ഒന്നു കണ്ണയച്ചു. "അതൊന്നും നോക്കാനില്ല, കെട്ടിപ്പൊതിഞ്ഞ് വിട്ടേര്' എന്ന അർഥത്തിൽ ചിന്നപ്പനെ ഒന്നു കണ്ണു കാണിച്ചിട്ട് അദ്ദേഹം മുറി വിട്ടു.

സുകുമാരന്റെ മുഖത്തിനു മാത്രം കേടൊന്നും പറ്റിയിരുന്നില്ല. ശാന്തസുന്ദരമായ മന്ദസ്മിതത്തോടെ സ്വപ്നലോകത്തെന്ന മട്ടിൽ...

കെട്ടിപ്പൊതിയുന്നതിനിടയിൽ ചിന്നപ്പൻ പിറുപിറുത്തു: "സർക്കാരു പണി കിട്ടീട്ടേയ് വണ്ടിക്ക് മുന്നീ ചാടി പണ്ടാരടങ്ങി വന്നേക്കണ്. പൊട്ടൻ. വല്ല കാര്യോണ്ടായിരുന്നാ?'

കെട്ടിനുള്ളിലെ ദേഹി ഒന്നു പിടഞ്ഞു. "ഞാനായിട്ട് ചെയ്തതല്ല ചിന്നപ്പൻ ചേട്ടാ, സത്യോയ്ട്ടും ഞാനായിട്ട് ചെയ്തതല്ല' എന്നു തിരുത്താൻ ശ്രമിക്കുന്നതു പോലെ.

അതാരും കണ്ടില്ല. ആരും കേട്ടുമില്ല.

"വല്ല കാര്യോണ്ടായിരുന്നാ" എന്ന ചിന്നപ്പന്റെ ചോദ്യം മാത്രം എവിടെയുമെന്നപോലെ അവിടെയും ബാക്കിയായി.

നിരാസം

രവി

പക്ഷേ, ഞാൻ എന്ത് ആദിവാസി.
കുറിച്യൻ എന്നാണ് പേര് എന്നത് ശരി. പക്ഷേ, അതുകേട്ടിട്ട് ഒറ്റ നോട്ടത്തിൽ എല്ലാവരും മനസ്സിലാക്കുമെന്നുണ്ടോ എന്റെ പശ്ചാത്തലം. നാട്ടിലെ ഒരു സാധാരണക്കാരന് ഉണ്ടായിക്കൂടാ എന്നുണ്ടോ അങ്ങനെ ഒരു നാമധേയം.

ആകാശത്തിൽ പരുന്തുകൾ പറക്കുന്നുണ്ട്. അപ്പുറത്തെ വൻമരത്തിൽ ഏതാനും വവ്വാലുകൾ തൂങ്ങിക്കിടക്കുന്നുണ്ട്. അനേകം കാക്കകൾ ചുറ്റും ആരവം ഉയർത്തുന്നുണ്ട്. ഷിംന, ബെൻ എന്നിവരോടൊപ്പം ഇങ്ങനെ ഇരിക്കുന്ന ഈ അവസാന നിമിഷങ്ങൾ എനിക്ക് ഏറ്റവും അമൂല്യമാണ്.

ഇവർ എങ്ങനെയാണ് ഇരിക്കുന്നത് എന്നു ചോദിച്ചാൽ : ഷിംന ഒരുശരാശരി സുന്ദരി. "കുമ്പയും ചന്തിയും ഇത്തിരിപോലും കുറയുന്നില്ലല്ലോ എന്ന വ്യാകുലത മാത്രമേ എനിക്കുള്ളൂ" എന്ന് ഇടയ്ക്ക് പ്രാകുന്നവൾ. ബെൻ ഒരു താടിക്കാരൻ, എന്നാൽ തന്റെ പൊക്കക്കുറവ് അവന് അസഹനീയമാണ്. ഹോ, ഇവരെ സ്നേഹിതരായി കിട്ടിയിരുന്നില്ലെങ്കിൽ ഞാൻ എന്ത് ചെയ്യുമായിരുന്നു...!

"ശരിയാണ് കുറിച്യാ", ഷിംന ചിരിച്ചു, "ഇവിടെ വന്തവാസിയായ നിനക്ക് തുങ്ങിച്ചാവേണ്ടിവരുമായിരുന്നു."

"കുറിച്യൻ, അപ്പോൾ നിനക്ക് ഓർമയേയില്ല നിന്റെ ഊരും വേരും ഒന്നും," ബെൻ എന്നോട് ചോദിച്ചു, "വീട്ടുകാരുമായൊന്നും ബന്ധപ്പെടാറേയില്ലേ നീ"

"എന്തിനാണത് ബെൻ, എന്നിട്ട് ഉപബോധം വന്ന് എന്നെ അലട്ടാനോ," ഞാൻ കൈകൾ രണ്ടും കോർത്തും അഴിച്ചും കളിച്ചുകൊണ്ടിരിക്കുകയായിരുന്നു, "വിശ്വപൗരനല്ലേ ഡാ ഞാൻ ഹ ഹ ഹ... ഹല്ലാ, നിനക്കെന്താണ് ബെൻ, പതിവില്ലാത്ത ഒരു ജിജ്ഞാസ"

"അപ്പോൾ എനിക്ക് ആവാം അത് എന്നാണ് അല്ലേ?" ഷിംന ചൊടിച്ചു, "ഈ വിവേചനം ഞാൻ സമ്മതിക്കില്ല സ്ത്രീക്ക് എന്തിന് ഇളവ് തരുന്നു നീ"

"ഓ, നീ എന്ത് സ്ത്രീ ഷിംനാ", ബെൻ പെട്ടെന്ന് ചാടിവീണു,
അത്തരം തരംതിരിവുകൾക്കൊക്കെ അതീതമായല്ലേ നിന്റെ നില്പ്"

ഈ വാഗ്വാദത്തിനിടയിൽ ഞാൻ ആലോചിക്കുന്നുമുണ്ടായിരുന്നു. കുറുമ്പർ,

പണിയർ, അടിയർ, ഇരുളർ എന്നിങ്ങനെയുള്ള നാനാവിഭാഗങ്ങളിൽപ്പെടുന്ന ഏതെങ്കിലും ഒരാൾക്ക് കുറിച്യൻ എന്ന് പേർ ഉണ്ടാവാമല്ലോ. ആ വംശത്തിൽപ്പെട്ട ഒരാൾക്കേ അത് പാടു എന്നില്ലല്ലോ... ചോലനായ്ക്കന്മാർക്കുമാത്രം ഇപ്പോഴും പേരും നാളും ഒന്നും ഇല്ല എന്ന് തോന്നുന്നു.

ആർക്കറിയാം തിട്ടമായി ഇതെല്ലാം. കുറിച്യർക്ക് സ്വന്തമായി ലിപിയില്ലാത്തതെങ്കിലും ഒരു ഭാഷയുണ്ട് എന്നത് കൂടി കേട്ടറിവേയുള്ളൂ എനിക്ക്. പഴയ പാട്ടുകൾ ഒന്നും ഞാൻ ഹൃദിസ്ഥമാക്കിയിട്ടുമില്ല.

അതുകൊണ്ടെന്താണ്, പാരമ്പര്യം ഒരുഭാരം ആയില്ല.

ഹഹഹ, എത്ര നിർമമതയോടെ സംസാരിക്കാൻ പറ്റുന്നു എനിക്ക്. ഞാൻ ഊറിച്ചിരിച്ചു. അതുകൊണ്ട്, ഈ രണ്ടുപേർ അല്ലാതെയുള്ള സുഹൃത്തുക്കളേ, അധിക്ഷേപം മുഖേന തളർത്താനാവും എന്ന വ്യാമോഹം നിങ്ങളാരും തന്നെ വെച്ചുപുലർത്താതിരിക്കിൻ. പരിഹാസശരങ്ങളൊന്നും ഏശില്ല എന്റെ മേൽ...

"നീ സംസ്കൃതം പഠിച്ചതല്ലേ ഡാ കുറിച്യാ..."

"പഠിച്ചിട്ടുണ്ട് ബെൻ പക്ഷേ കുറച്ച്. എന്താണ്, നിനക്ക് സംശയം വല്ലതും ഉണ്ടായോ."

"ഈ ഡിസെന്റ്റെസ്റ്റഡ് എന്നതിന് ഒരു നല്ല വാക്ക് അന്വേഷിക്കുകയാണ് കുറച്ചായിട്ട് ഞാൻ. നിർവികാരത അല്ല അത്, വിരക്തിയുമല്ല. നിസ്സംഗതയും പോരാ എന്നുതോന്നുന്നു. അങ്ങനെ ഉപയോഗിച്ചു ചെടിക്കാത്ത ഒരു.........."

"നിർമമത മതിയോ?"

"ആങ്, അതുകൊള്ളാം ശരിയാണല്ലോ. നിർമമത. തരക്കേടില്ലല്ലോ കുറിച്യാ നീ ഒട്ടും ആലോചിക്കാതെ പെട്ടെന്നിങ്ങോട്ട്..."

"അതിനു കാരണമുണ്ട് ബെൻ അവൻ ചിന്തിച്ചുകൊണ്ടിരുന്നത് അതിനെക്കുറിച്ച് തന്നെ ആയിരുന്നിരിക്കും അല്ലേ കുറിച്യാ?"

"പിന്നെ അതല്ലെങ്കിൽ വൈരാഗി എന്നൊന്നുണ്ട് അതുവേണോ ബെൻ?"

"ഏയ്, വേണ്ട കുറിച്യാ... നിർമമത ധാരാളമാണ്."

"പെട്ടെന്ന് എന്തൊരു ഐകമത്യം നമുക്ക്അല്ലേ ബെൻ..."

അപ്പോഴേക്കും ഇടറിയല്ലോ തൊണ്ട എന്റെ. ഞങ്ങളുടെ ഒന്നിച്ചുള്ള ഒടുക്കത്തെ ഉച്ചകോടിയാണ്. കടപ്പുറത്തെ വൈകുന്നേരങ്ങൾ ഇനി ഇല്ല. ഷിംന മറ്റന്നാൾ പറന്നകലാനിരിക്കുകയാണ്.

മിക്കവാറും ഇന്നുകൂടിയേ ഇത് കാണൂ. നാളെ വൈകുന്നേരം അവൾക്ക് വേറെ തിരക്കുകളുണ്ടാകും. മറ്റന്നാൾ അതിരാവിലെയാണ് വിമാനം.

"നീ ഇങ്ങനെ നിരുദ്ധകണ്ഠനായാലോ അമിഗോ. അവൾ എത്ര കാലമായി പറയുന്നുണ്ട് നിന്റെ കൂടെ ലിവിൻ ആകാമെന്ന്. കല്ല്യാണം കഴിക്കില്ല എന്ന് എന്നെപ്പോലെ അവൾക്കുമുണ്ട് വാശി. നീ മാത്രം എന്തിനാണ്എന്തിനാണ് ഇതിൽ മാത്രം നീ സാമ്പ്രദായികം ആകുന്നത്."

വാസ്തവം, അവൾ നിർബന്ധിച്ചിട്ടുകൂടിയുണ്ട്. എനിക്കും അറിയില്ല ഞാൻ എന്തിനാണ് ഒരിക്കലും അത് സ്വീകരിക്കാതെ ഇരുന്നത് എന്ന്. നാട്ടുനടപ്പ് പാലിക്കപ്പെടണം എന്നൊന്നും എനിക്കില്ല, ഊരുവിലക്ക് മുതലായ നടപടികളെ പേടിയും

ഇല്ല. പിന്നെ എന്തുകൊണ്ടാണ് ഞാൻ."

അപകർഷതാബോധം ഇത്തിരി ബാക്കി നിൽക്കുന്നുണ്ടോ ഉള്ളിൽ. അത്ര പരിഷ്കാരമൊക്കെ ഇവിടത്തെ നാഗരികർക്ക് മാത്രമേ പാടൂ എന്നൊരുതോന്നലുണ്ടോ എനിക്ക്. ഓർത്താൽ എത്ര ഇഷ്ടം തോന്നിയിട്ടുള്ളതാണ് എനിക്ക് അവളോട്.

തീവ്രമോ തീക്ഷ്ണമോ. ഏയ്, അങ്ങനെയുള്ള കഠിനപദങ്ങളൊന്നും വേണ്ട. ഭയങ്കര പ്രേമം തന്നെയാണ് എനിക്ക് ഉണ്ടായിരുന്നത്, ഇപ്പോഴും ഉള്ളത്. എന്നിട്ടും ഒരു തീരുമാനമെടുക്കാൻ കൂട്ടാക്കാതെ ഇവിടെവരെ എത്തിച്ചു. ഇപ്പോൾ ഇതാ, അവൾ യാത്രയാവുന്ന മുഹൂർത്തവുമായി. ഛെ, എന്താണ് ഈ എന്നെ വേണ്ടത്!

"അങ്ങനെ നോക്കിയാൽ കൂടി ആദിവാസികൾക്കിടയിലെ സവർണർ അഥവാ ബ്രാഹ്മണർ അഥവാ മേലാളർ അല്ലേ നിങ്ങൾ", ആരോ ഒരിക്കൽ ചൂണ്ടിക്കാണിച്ചത് ഞാൻ ഓർത്തു, "പോരെങ്കിൽ പോരാളികൾ ക്ഷാത്രവീര്യവും ഉണ്ട് എന്ന് ചുരുക്കം. പിന്നെ എന്തിനാണ് കുറവ് തോന്നുന്നത്"

ഒരുപക്ഷേ അവൾ സ്നേഹമുള്ളതുകൊണ്ടുമാത്രം ക്ഷണിച്ചുപോയതാണ് എന്നെ എന്ന് ശങ്കിച്ചിട്ടാണോ ഞാൻ. സഹതാപം അല്ല അത് എന്ന് എനിക്ക് തീർച്ചയായിരുന്നു. പക്ഷേ പിന്നീട് അവൾക്ക് പശ്ചാത്തപിക്കേണ്ടി വന്നാലോ എന്ന് വിചാരിച്ചിട്ടുണ്ടാവാം ഞാൻ. പിന്നെ ഒന്നിച്ചുതാമസിച്ചാൽ മടുത്താലോ എന്നുപേടിച്ചിട്ടുമുണ്ടാവാം.

"അതായത്, ഇതേപോലെ തുടർന്നാൽ നമ്മുടെ അടുപ്പം ഇതേപോലെ നിൽക്കും എന്നുതോന്നുന്നു ഷിംനാ."

"ഓ, നിന്റെ ഇഷ്ടം ബ്രോ... അല്ലേ ഡാ ബെൻ, നീ എന്തുപറയുന്നു?"

"ഓഹ്, ഇവനെപ്പോലൊരു പാവത്താനെ ഞാൻ കണ്ടിട്ടില്ല വേറെ"

"ഏയ്, പാവമായിട്ടൊന്നുമല്ല ഞാൻ ബെൻ."

അല്ല, ഒരു "പാവം" ഒന്നുമല്ല ഞാൻ. ദുഃസാമർഥ്യം കൂടി കാണിച്ചിട്ടുണ്ടാവാം ജീവിതത്തിൽ പലപ്പോഴും. അവസരങ്ങളൊക്കെ മുതലെടുത്തതുകൊണ്ടല്ലേ ഞാൻ ഇപ്പോൾ ഡോക്ടർ കുറിച്യൻ ആയിരിക്കുന്നത്.

ഏഴാംതരം കഴിഞ്ഞപ്പോൾ ട്രൈബൽ ഹോസ്റ്റൽ തിരഞ്ഞുവന്നതാണ് ഞാൻ. അവിടെ അഡ്മിഷൻ കിട്ടിയിട്ട് പിന്നെ വല്ലപ്പോഴുമേ വീട്ടിൽ പോയിട്ടുള്ളൂ. മറ്റുള്ള കുട്ടികളെപ്പോലെയല്ല, പഠിക്കാൻ എന്തോനല്ല ഇഷ്ടമായിരുന്നു. അങ്ങനെ ഈ "ഡോ" ആയിത്തീർന്നു.

കുറിച്യൻ എന്ന പേരിനു പിന്നിലുള്ള രഹസ്യം എന്താണെന്നോ, ഇഷ്ടമൂർത്തി എന്ന ഒരു ഉദ്യോഗസ്ഥൻ ഞങ്ങളുടെ ഊരിന്റെ അടുത്തായി വാടകയ്ക്ക് താമസിച്ചിരുന്നു. അയാളുടെ ഉപദേശം അനുസരിച്ചാണ് എന്റെ അപ്പൻ എന്നെ കുറിച്യൻ എന്നു വിളിച്ചത്.

"ചന്തു, നിന്റെ മഹന് കുറിച്യൻ എന്ന പേരിട്ടോ. കുറേക്കാലം കഴിഞ്ഞാൽ കാണാം അതുകൊണ്ട് ഗുണമേ ഉണ്ടാകൂ."

അത് ജാതിപ്പേരല്ലേ എന്നൊന്നും തിരിച്ചുചോദിച്ചുകാണില്ല അപ്പൻ. ഞാൻ അങ്ങനെ ശ്രീ കുറിച്യൻ സി ആയി. എന്റെ പെങ്ങളെ മാനുഷി ആക്കിയതും അയാൾ തന്നെ.

അവളെ ബലാത്സംഗം ചെയ്തു കൊന്നത് കണ്ടാൽ തിരിച്ചറിയാനാവാത്ത രണ്ട്

തീവ്രവാദികളാണ് എന്നാണ് രേഖയിൽ. പക്ഷേ ആർക്ക് "ആവാത്ത." അസംഖ്യം അക്രമികളാണ് ഊരുകളിൽ ഒളിച്ചുതാമസിക്കുന്നത് എന്നാണ് ഔദ്യോഗികഭാഷ്യം. സാധാരണ എല്ലാ പെൺകുട്ടികളെയുംപോലെ മിണ്ടാതെ കിടന്നുകൊടുത്തിരുന്നെങ്കിൽ മരിക്കാതിരിക്കാമായിരുന്നല്ലോ എന്ന് വിധി പ്രസ്താവിക്കുന്നതിനിടയിൽ ന്യായാധിപൻ ആരോപിച്ചത് ശ്രദ്ധേയമായി.

ഇന്നല്ലെങ്കിൽ നാളെ അത് സംഭവിക്കുമായിരുന്നു എന്ന് പ്രതീക്ഷിച്ചിരുന്നത് പോലെയാണ് അപ്പനുംമറ്റും പെരുമാറിയതും. പാതകങ്ങൾ കണ്ടുംകൊണ്ടും പതം വന്നവർ. സർക്കാരിനോടൊക്കെ മല്ലടിക്കാൻ പറ്റുമോ നമുക്ക്...!

കുറിച്യർ പക്ഷേ ഒരുചരിത്രം ഉള്ളവരാണ്. വെറുതേ ഒന്നുവിരൽ തൊട്ടാൽ തന്നെ വീരന്മാരുടെ പുരാവൃത്തം കൺമുന്നിൽ എത്തും. എല്ലാവർക്കും അറിയാം യോദ്ധാക്കളുടെ ഗാഥകൾ. ആർക്കും അതിനെപ്പറ്റി സംശയമില്ല, എതിർപ്പുമില്ല.

ചലച്ചിത്രം നിർമിക്കുമ്പോൾ അവർ ചിലതെല്ലാം പൊലിപ്പിച്ചു കാണിക്കും എന്നു മാത്രം. അത് പതിവാണല്ലോ ഹേ. ഉദാഹരണത്തിന് പഴശ്ശിരാജയെ സർവസൈന്യാധിപനായി ചിത്രീകരിച്ചാലല്ലേ പടം ഓടൂ. വാസ്തവത്തിൽ അന്നത്തെ ഇഷ്ടമൂർത്തി മാത്രമായിരുന്നിരിക്കാം അയാൾ എങ്കിൽക്കൂടി.

അയ്യോ, എനിക്ക് സാമാന്യധാരണകൾ ഉടച്ചുവാർക്കണം എന്നൊന്നുമില്ല. എവിടെയും കാര്യങ്ങളുടെ കിടപ്പ് അങ്ങനെയാണ് എന്ന് ചൂണ്ടിക്കാണിച്ചു എന്നേയുള്ളൂ. മാത്രമല്ല, ദേശാഭിമാനം എന്നെ അടക്കിഭരിക്കുന്നുമില്ല.

ലഹള എന്നുവിശേഷിപ്പിക്കും അധികാരികൾ. അത് അവരുടെ സൗകര്യം. എന്നാൽ അനുകൂലികൾക്ക് അത് കലാപം പോലുമല്ല, വിപ്ലവമാണ്. നികുതി വർ

ധിപ്പിച്ചതിനും കൃഷിഭൂമി പിടിച്ചെടുത്തതിനും എതിരെ കുറിച്യരും കുറുമ്പരും നടത്തിയ ആ മുന്നേറ്റം.

സായുധവിപ്ലവം തന്നെയായിരുന്നു. എന്നാലും എങ്ങനെയാണാവോ അന്നത്തെ കുറിച്യർ അമ്പെയ്ത്തിൽ മിടുക്കരായത്. എന്തിനാണാവോ.

എനിക്കാണെങ്കിൽ ഏതാണ് അമ്പ് ഏതാണ് വില്ല് എന്നുകൂടി തിരിച്ചറിയാനാവില്ലായിരിക്കും.

ഞാണും ഞാനും തമ്മിൽ മാറിപ്പോവും.

പക്ഷേ അത്ഭുതം കുറാമല്ലോ ഇപ്പോൾ. എങ്ങനെയായിരിക്കാം സ്വൈരമായി കഴിഞ്ഞിരുന്ന ഈ കൂട്ടർക്ക് ആ പാടവം ഉണ്ടായത്. മറ്റു ഗോത്രങ്ങളുമായി പോരാട്ടം പതിവുണ്ടായിരുന്നോ അവർ.

ഹ ഹ, ആയുർവിദ്യ അല്ല ആയുർവേദം ആണ് എന്റെ വിഷയം. സോമരോഗം എന്താണെന്ന് അറിയേണ്ടവർ എന്നോട് ചോദിക്കൂ. ഗുളൂചിതിക്തകം എങ്ങനെയാണ് ആചമിക്കേണ്ടത് എന്ന് ഞാൻ നിർദേശിക്കാം. ഔഷധം സേവിക്കുന്ന രോഗി കൃത്യമായി പാലിക്കേണ്ട പഥ്യങ്ങൾ എന്തെല്ലാമാണെന്ന് ഞാൻ കല്പിക്കാം.

വൈദ്യന് കല്പിക്കാം എന്നല്ലേ പ്രമാണംഅതായത്, രോഗി ഇച്ഛിക്കാത്തതും...

"ബ്രോ, നീ വിഷയം മാറ്റാൻ എന്തെല്ലാമാണ് ചികഞ്ഞുകൂട്ടുന്നത്"

"എന്തിനാണ് ബെൻ നേരത്തേ നിർമമതയെപ്പറ്റി ചോദിച്ചത്. ചില ആദരവുകൾ മുഴുവനായും ഇല്ലാതാക്കാൻ കഴിയുന്നില്ല നിനക്ക് അല്ലേ?"

"അതിൽ നിന്നെ അതിശയിക്കാൻ ആരുമില്ല കുറിച്യാ. നിനക്ക് ഹിറോ ഇല്ല നിന്റെ നിലപാടിന്റെ അടിസ്ഥാനം തന്നെ അതാണ്. നിന്റെ ഇറൈവറൻസ് ഗംഭീരമാണ്."

"എന്നാൽ ഇഷ്ടപ്പെട്ട നടികൾ ഉണ്ടായിക്കൂടേ. അതും ഇല്ലല്ലോ ഇവന്. എന്തൊരു അവതാരമാണ് ഡാ നീ ബ്രോ."

"ആരു പറഞ്ഞു! നിന്നോടുണ്ടല്ലോ ഷിംനാ, അവന് ഒടുക്കത്തെ പ്രണയം. എന്നോടുചോദിക്ക്, ഞാൻ തെളിയിക്കാം അത് എത്ര ഉൽക്കടമാണെന്ന്."

"നോക്കൂ ബെൻ, എന്നെപ്പറ്റി വേണ്ട എന്നുതോന്നുന്ന ചർച്ച," ഞാൻ ചിരിച്ചു എന്നുവരുത്തി, "നിന്ദ, നിഷേധം, നിഗ്രഹം എന്നിവയെപ്പറ്റിയൊക്കെ സംസാരിച്ചാൽ പോരേ നമുക്ക്."

"എനിക്കറിയാം, കുറിച്യൻ ആവശ്യമില്ലാതെ കുറേപ്പേരെ ആരാധിക്കുന്നുണ്ട് ഞാൻ എന്ന് നിനക്ക് പരാതിയുണ്ട്."

"ഏയ്, പരാതിയൊന്നുമല്ല ബെൻ വിയോജിപ്പാവും ഒരു പക്ഷേ."

"നോക്ക്, പണ്ട് കുറേ പിള്ളമാരുണ്ടായിരുന്നില്ലേ. സാഹിത്യം, ചരിത്രം, തത്വചിന്ത, വ്യാകരണം,... ഒക്കെ കലക്കിക്കുടിച്ചവർ എന്നുഞെളിയുന്നവർ പണ്ഡിതന്മാർ വിശാരദന്മാർ ഹാസ്യ ശിരോമണികൾ അവറ്റ ഒന്നിനെയും ബഹുമാനിക്കുന്നില്ലല്ലോ ഞാൻ."

"പക്ഷേ, ഫ്രെഞ്ച് ആയ കുറേപ്പേരോട് എന്തൊരു ബഹുമാനം. അതും പത്തൊമ്പതും പതിനെട്ടും ശതകങ്ങളിൽ കഴിഞ്ഞിരുന്നവരോട്!"

"എന്തു ചെയ്യാൻ കുറിച്യാ ഓരോ കൺഡീഷനിങ് ഉണ്ടല്ലോ... എല്ലാം അറുത്തെറിയാൻ പറ്റില്ല ചിലർക്ക്. നീ വല്ലാത്ത ഭാഗ്യവാനാണ്. കമ്പങ്ങളൊന്നുമില്ല,

എവിടെയും ബിലോങ് ചെയ്യുന്നില്ലാ..."

"അതൊക്കെ ശരി പക്ഷേ, സെക്സ് കാര്യം വന്നാൽ തനി പഴഞ്ചൻ... കല്ല്യാണം കഴിഞ്ഞാലേ സ്പർശിക്കൂ!"

"മിണ്ടാതിരിക്ക് ഷിംനാ ദൗർബല്യത്തിൽ കുത്താതെ നീ അവന്റെ"

"ഞാൻ സൂചിപ്പിച്ചത് അതു തന്നെയാണ് ബെൻ." ഞാൻ ബലം പിടിച്ച് ഷിംനയിൽ നിന്ന് ശ്രദ്ധ തിരിച്ചു, "കാൻത് വായിച്ചിട്ട് വേണ്ടിയിരുന്നോ നിനക്ക് നിർമമത എന്ന ആശയം കരസ്ഥമാക്കാൻ കഷ്ടമല്ലേ അത് ബെൻ. ഈ പ്രശസ്തരെ അവരുടെ അപ്രമാദിത്വം ഗൗനിക്കാതെ വിലയിരുത്താൻ തുനിയാത്തതെന്തേ നീ."

"നീ എങ്ങനെ മനസ്സിലാക്കി ഞാൻ വായിച്ചത് കാൻത് ആണെന്ന്."

"ഹഹഹാ, അതല്ലേ ആവൂ."

"ഇവന്റെയീ നില്പ് നോക്കൂ ബെൻ എവിടെയും തൊടാതെയേ നിൽക്കൂ. കാൽ കടഞ്ഞാലെങ്കിലും ഒന്ന് ചാരുമോ എവിടെയെങ്കിലും ഊംഹും!"

"കളിയാക്കാതെ ബ്രോ നിന്നെപ്പോലെ ചിന്താശേഷി ഇല്ലല്ലോ എനിക്ക്... നിന്റെ ജിനീയസ് ഒന്നു വേറെയല്ലേ"

"ഹ് ഹ് ഹ്ം", ഷിംന ചിണുങ്ങി, "എന്റെ കുത്തുവിളക്ക് ആരും ശ്രദ്ധിക്കുന്നതേയില്ല്യാ..."

"പ്രശംസയൊന്നും വേണ്ട ബെൻ. ലോകത്തിൽ ഒന്നും എന്നെ ഹഠാദാകർഷിക്കുന്നില്ല എന്നത് എന്റെ ഒരു ന്യൂനത ആയിരിക്കാമല്ലോ"

"ഓഹോ, എന്തൊരു വിനയം," ഷിംന ചൂളം വിളിച്ചു. "നിന്നെക്കൊണ്ട് തോറ്റു ഞാൻ കുറിച്ച്യാ."

"എന്നിട്ടെന്താണ്, സാംസ്കാരിക വകുപ്പിൽ നല്ല ഒരുപദവി അലങ്കരിക്കാൻ ബാലിയിലേക്ക് പുറപ്പെടുകയാണ് മറ്റന്നാൾ അവൾ. അതും എന്തൊരു നിയോഗം. അവിടെ ബന്ധുക്കളടക്കം ആരും സന്ദർശകരായി ഉണ്ടായിക്കൂടാ എന്ന് നിബന്ധനയുണ്ടത്രേ. മൂന്നുകൊല്ലത്തേക്കാണ് ഈ നിയമനം. അത്രയുംകാലം ഏകദേശം ഏകാന്തവാസം ആയിരിക്കും. ശമ്പളം കുറേയേറെ കിട്ടും എന്നതാണ് ഗുണം. എംബസി ആയിട്ട് സഹകരിച്ച് കലാപരിപാടികളൊക്കെ സംഘടിപ്പിക്കുക ഫലത്തിൽ അതായിരിക്കും പ്രവൃത്തി. നന്നായി അത് നിർവഹിച്ചുകൊണ്ടിരുന്നാൽ നീട്ടിത്തന്നേയ്ക്കും. പക്ഷേ, അപ്പോഴേക്കും എനിക്ക് മടുക്കുമല്ലോ. ഞാൻ തിരിച്ചു വരും ബ്രോസ്."

"എന്തായാലും ശാസ്ത്രീയ സംഗീതം അഭ്യസിച്ചതുകൊണ്ട് നിനക്ക് ഈ ജോലി കിട്ടി", ബെൻ പാതി കളിയായി സ്വയം വിമർശിച്ചു. "ഞാൻ ഈ കടപ്പുറത്ത് ഇങ്ങനെ തിരകളിലേക്കുനോക്കി കുത്തിരിക്കുകയല്ലാതെ"

"ഏയ് ബെൻ, നിനക്ക് ഒരു പ്രഖ്യാപനം നടത്തിക്കൂടേ", ഞാൻ അന്തരീക്ഷത്തിൽ അയവ് വരുത്താൻ ശ്രമിക്കുകയായിരുന്നു. "നിന്റെ നായകൻ ലാലിക്കാ തയ്യാറാണെങ്കിൽ മലബാർ സമരത്തെപ്പറ്റി ഒരുചിത്രം നിർമിക്കാം നീ എന്നങ്ങോട്ട്... ഹ ഹ ഹ, വച്ചുകാച്ചിക്കോ. പിന്നെ നിനക്ക് തിരിഞ്ഞുനോക്കേണ്ടിവരില്ലാ "

"ഓഓഓ എന്റെ തമാശക്കാരാ!", ഷിംന കരഞ്ഞില്ല എന്നേയുള്ളൂ, "ഇങ്ങനെ ബുദ്ധിമുട്ടണോ കുറിച്ച്യാ"

“നോക്കൂ ഷിംനാ, ഞാൻ മുമ്പ് പറഞ്ഞില്ല എന്നേയുള്ളൂ. വലിയ ആദർശം ഒക്കെ പ്രദർശിപ്പിക്കുമെങ്കിലും നീയും ഇവനും ആത്യന്തികമായി വ്യവസ്ഥിതിക്കൊപ്പം നിൽക്കും. നിന്നുപോകും... ഓർമ ഉണ്ടോ നിനക്ക് എന്നറിയില്ല ഒരിക്കൽ നീ കണ്ണു തുറിച്ച് നാവ് നീട്ടിക്കാണിച്ചപ്പോൾ നിന്നെ ഞാൻ കാളി എന്നു വിളിച്ചു. അപ്പോൾ പെട്ടെന്ന് നിന്റെ മുഖം മങ്ങി. എന്നാൽ അത് ഭദ്രകാളി എന്നുമാറ്റിയപ്പോൾ തെളിഞ്ഞു പുഞ്ചിരി.”

“ഹോ, എന്തൊക്കെയാണ് നീ ഈ പുലമ്പുന്നത് കുറിച്യാ... എന്തെല്ലാം അബദ്ധങ്ങളാണ് ബെൻ, ഇവനെന്താണ്, വട്ടാണോ. മാറിമാറി മൂടാനും തെളിയാനും എന്റെ മോന്തയെന്താണ് കുംഭമാസനിലാവോ.”

“ഓർമയുണ്ടാവില്ലായിരിക്കും നിനക്ക് അത് ഷിംനാ.”

“അതായത് ഷിംനാ, അവൻ ഉദ്ദേശിക്കുന്നത് കാളി എന്നുമാത്രമായാൽ പാവം അധഃസ്ഥിതർക്ക് കാണുന്ന പേരല്ലേ. അതിൽ ഭദ്ര ചേർത്തപ്പോൾ നീ പ്രസന്നയായി എന്നാണ് ”

“അതൊക്കെ എനിക്ക് അപ്പോഴേ പിടികിട്ടി ബെൻ ഞാനെന്താണ് മന്ദബുദ്ധിയാണോ,” ഷിംന ഗദ്ഗദം ഭാവിച്ചു. “ഛെ എന്നാലും കുറിച്യാ, നിനക്ക് ഇത്ര തെറ്റിദ്ധാരണയാണോ എന്നെപ്പറ്റി. ഇതുകൊണ്ടാണോ ഡാ നീ എന്റെ കൂടെ താമസിക്കാൻ കൂട്ടാക്കാഞ്ഞത്.”

“നോക്ക് അതു വിട് ഷിംനാ നീ. കുറിച്യൻ ഇങ്ങോട്ടുനോക്ക്. നിനക്ക് ഇത്ര വൈരനിരാതനബുദ്ധി ഉള്ളതല്ലേ. എന്നാൽ നിനക്കെന്താണ് ആ സമരത്തെ ഒന്ന് വിശകലനം ചെയ്താൽ. ജീവിച്ചിരിക്കുന്നവരിൽ ആരുമില്ല നിന്നെപ്പോലെ നിഷ്പക്ഷനായി. നിനക്ക് മുൻവിധിയില്ല, സ്ഥാപിതതാല്പര്യങ്ങൾ ലവലേശമില്ല. ആ നിലയ്ക്ക് ചിന്താവ്യവസ്ഥകൾക്കും രീതിശാസ്ത്രങ്ങൾക്കും മുന്നിൽ പതറാത്ത ഒരേയൊരു കുറിച്യൻ.”

“ഓ, ഞാൻ പറയാമല്ലോ”, കൂസാതെ ഞാൻ വെല്ലുവിളിച്ചു. “ഗുഹ്യഭാഷയിൽ മതിയല്ലോപോരേ?”

“അയ്യേ, കുറിച്യാവേണ്ടാട്ട്വോ, കളി കാര്യമാവുമേ സൂക്ഷിച്ചോ.”

“ഹേയ്, ഗുഹ്യം എന്നുവെച്ചാൽ ഗൂഢം, ഗുപ്തം എന്നൊക്കെയാണ് അർഥം ഷിംനാ.”

“അതല്ലല്ലോ എന്റെ പേടി. എന്റെ പൊന്നു കുറിച്യാസൂക്ഷിക്ക് മോനേ നിയ്യ് തീക്കളിയാണ്മിണ്ടിയാൽ പെടും നീ.”

“നീ പോടീ ഗുണ്ഡീപ്യാത്രു.”

“നീ പോ ഡാ ബ്രൂസറ്റീഞ്ഞേ!”

“ഹഹഹാ, ഇനി മറ്റേ കാരണവർ എന്ത് ഫലിതസാമ്രാട്ട്!,” ബെൻ പൊട്ടിച്ചിരിച്ചു, “പക്ഷേ, കുറിച്യന് ചൂണ്ടുവിരൽ പൊള്ളുമെന്ന് കുറിച്യനും ഭയമുണ്ട്, അല്ലേ ആഹഹഹാ...”

ഞാൻ സംയമനം പാലിച്ച് നിശ്ശബ്ദനായിരുന്നു. ഇനി എന്ന് പറ്റും ഇങ്ങനെ കൂട്ടുകാരുമായി കലഹിക്കാൻ. ദുഷ്ട, അവൾ എന്തിന് ദൂരേക്ക് മാറുന്നു. അവൾ പോയാൽ പിന്നെ ഇവനെ കാണാനായിട്ടുമാത്രം ഞാൻ ഇവിടെ എത്തുമെന്നു തോന്നുന്നുണ്ടോ ആർക്കെങ്കിലും. അവൻ ഗേ ആയിരിക്കാം, പക്ഷേ ഞാൻ അല്ലല്ലോ.

ഛെ, എന്തൊരു ദുരന്തമാണിത്. ഞാൻ വ്യസനത്തോടെ മുഖം കുനിച്ചു. കഷ്ടമായിപ്പോയി കാലമേ. ഞാൻ എന്തിന് ഈ പ്രപഞ്ചത്തിൽ തുടരണം ഇനി. വിങ്ങിപ്പൊട്ടാതെ എത്രനേരം ഇരിക്കും ഞാൻ ഇങ്ങനെ.

അവനും സങ്കടം ഒതുക്കാൻ വയ്യാതെ കൈകൾകൊണ്ട് മുഖം പൊത്തി ഇരിക്കുകയായിരുന്നു. അവൾ പതുക്കെ ഏങ്ങലടിക്കുന്നുണ്ട്. ഹോ, എങ്ങനെയാണ് എന്താണ് ഇപ്പോൾ ഞാൻ ഒന്ന് വിതുമ്പുക.

“ആദിവാസികൾ ഒടുങ്ങണം എന്നതന്നെയാണ് സർക്കാർ ആഗ്രഹിക്കുന്നത് ബെൻ. അതിന് ഉദ്ധാരണപദ്ധതികളൊക്കെ ആവിഷ്കരിച്ച് അവരെ രണ്ടും കെട്ടവരാക്കി... പിന്നെ പരിഷ്കൃത ജനത അവർ വവ്വാല്യകളെയും പന്നികളെയും കാണുന്നതുപോലെയല്ലേ... ചില വ്യാധികൾ ആദിവാസികളിൽ നിന്നാണ് മനുഷ്യരിലേയ്ക്ക് പകരുന്നത് എന്നൊക്കെ നിർവചിച്ചുകളയും.”

“നീ ഇതൊന്ന് നിർത്തുന്നുണ്ടോ കുറിച്യാ.”

“എന്തിന്ഷിംനാ, ഇവനല്ലേ എന്നോട് കുറേ നഗ്നസത്യങ്ങൾ ഹ്ം... ആക്രോശിക്കാൻ പറഞ്ഞത്,” ഞാൻ നിർത്താതെ തുടർന്നു. “ഈ പണ്ടത്തെ നന്മ എന്നെല്ലാം പറയില്ലേ ആളുകൾ. പക്ഷേ, എന്ത് മേന്മ! ഭൂതകാലം എന്നു കേട്ടാലേ എനിക്ക് നീരസമാണ്. നുണയാണ് എല്ലാം ബെൻ കല്ലുവെച്ച നുണ. എന്നിട്ട് വസ്തുത എന്നൊക്കെ വീമ്പിളക്കും. നശിച്ച ചുറ്റുപാടുകളായിരുന്നു അന്ന് എല്ലായിടത്തും പാവങ്ങളുടെ ഉദരത്തിൽ കുന്തം കയറ്റുന്നവരൊക്കെ... ഛെ, നെറികെട്ട മുഖ്യധാര മഹത്തായി യാതൊന്നുമില്ല.”

“നീ നിശ്ചലനായി ഇരിക്കുന്നതുതന്നെയാണ് ഭേദം ഐന്റ കുറിച്യാ.”

“ആ ഇഷ്ടമൂർത്തിയുടെ ദീർഘവീക്ഷണം കുറിച്യൻ എന്ന് ഗൂഗ്ൾ ചെയ്താൽ ഇപ്പോൾ എന്റെ വിവരങ്ങളും വരും. വലിയ നേട്ടം തന്നെ അല്ലേ... ഇനി എന്റെ ഭാവി. ക്രമം തെറ്റിയാൽ വിപരീതഫലം ചെയ്യുന്ന (അങ്ങനെയൊന്നില്ല എന്നില്ലല്ലോ?) മരുന്നുകളെപ്പറ്റി ഗവേഷണം ചെയ്യാമെന്ന് ഞാൻ നിരൂപിക്കുന്നു.”

“നീ പോടാ ഇതാണോ ഞാൻ നിന്നോട് മോങ്ങാൻ ആവശ്യപ്പെട്ടത്... സാൽഫ് കറ്റിർഞ്ചോൻ മുണ്ഡാഫ്!”

“എന്നാൽ ഇതാ നീ ചോദിച്ചത് നിനക്ക് അതും തരാം ശ്രദ്ധിച്ചുകേട്ടോ. പതിനെട്ട്, പത്തൊമ്പത്, ഇരുപത് നൂറ്റാണ്ടുകൾ മൂന്നിലും അടുപ്പിച്ച് ഇരുപത്തിയൊന്നാം കൊല്ലം (സൗകര്യത്തിനും രസസ്ഫൂർത്തിക്കും വേണ്ടി ഒരു കണക്ക് മാത്രം അക്കം തിരിച്ചിട്ടിട്ടുണ്ട് ഞാൻ...) ഓരോരോ സംഘർഷങ്ങൾ ഉണ്ടായിട്ടുണ്ട് ഇവിടെ എന്നു കണ്ടല്ലോ. അതായത്, നേരത്തേ ചില ഫലകങ്ങളും ലിഖിതങ്ങളും പരിശോധിക്കുകയുണ്ടായല്ലോ നാം അപ്പോൾ. അതിൽ ആദ്യത്തേത് 1721 (ബെൻ, നിന്റെ പിള്ളമാരുടെ) ആറ്റിങ്ങൽ കലാപം. രണ്ടാമത്തേത് 1821 (ഷിംനാ, നിന്റെ പ്രിയപ്പെട്ട) കുറിച്യവിപ്ലവം എന്ന് അറിയപ്പെടുന്നു. അവയെപ്പറ്റി തർക്കങ്ങളൊന്നും ഇല്ല ആർക്കും. എന്നാൽ കൂട്ടത്തിൽ ഏറ്റവും പുതിയതായതിനെ (1921) ചുറ്റിപ്പറ്റിയാണ് ആശയക്കുഴപ്പം മുഴുവനും. എന്തൊരു വിരോധാഭാസം, അല്ലേ... അതെങ്ങനെ, നാട്ടിലെ പ്രധാനപ്പെട്ട മൂന്നു മതങ്ങളും പ്രത്യേകം അടിവരയിടുക, മൂന്നുംഇടപെട്ടിരിക്കുന്ന ഒന്നാവുമ്പോൾ അത് അനിവാര്യം ആണല്ലോ. (രണ്ട് മാത്രമായിരുന്നെങ്കിൽ വലിയ കുഴപ്പമില്ലായിരുന്നു അല്ലേ, ഇതിപ്പോൾ മൂന്നു ശക്തി

കൾക്കിടയിലുള്ള യുദ്ധമല്ലേ!) മാത്സര്യം, വിദ്വേഷം, സംഘട്ടനം ഇതിൽ ആരും മോശമല്ല. ഈ സ്പർധകളൊന്നും ഒരുകാലത്തും ഇല്ലാതാവില്ല സഖാക്കളേ. പേടിയല്ല, അറപ്പാണ് എനിക്ക്. കലി. ആയതിനാൽ ആ വിവാദ സദസ്സിൽ കയറി ഒന്ന് മുരടനക്കാൻപോലും ഞാൻ ഇല്ല. യാഥാർത്ഥ്യങ്ങൾ എന്ന പേരിൽ ഓരോരോ വിഡ്ഢിത്തങ്ങൾ ഉച്ചരിച്ച് ഛെ ഛേ...! എന്റെ ഈ ലഘുപ്രഭാഷണത്തിൽ നിന്ന് ഒരു വെളിപാടെങ്കിലും നിങ്ങൾക്ക് ലഭിച്ചെങ്കിൽ ഞാൻ കൃതാർഥനായി. ചാരിതാർഥ്യത്തോടെ അപ്പോൾ ഞാൻ ഹഹഹ, വിസ്മൃതിയിലേയ്ക്ക് മറഞ്ഞോട്ടെ...?.

പൊന്നാനി ലൈറ്റ് ഹൗസ്

ദേവദാസ് വി എം

"തീരത്തടിഞ്ഞ കപ്പൽ കടലിനെ സംബന്ധിച്ചിടത്തോളം ഒരു വിളക്കുമാടം മാത്രമാണ്."

- ലന്തക്കാരുടെ പഴമൊഴി

"കൊല്ലം കൊറച്ച മുമ്പാണ്... കരിപ്പൂര് എയർപോർട്ടീന്ന് സ്വർണം കടത്തണ തുമായിട്ടൊരു തർക്കം ആയിരുന്നു തുടക്കം. ജ്വല്ലറി മുതലാളീടെ ആളോളെ പറ്റിച്ചിട്ട് വിമാനത്തീന്നെറങ്ങ്യ ഒരുത്തൻ കടന്നുകളഞ്ഞു. പിന്നാലെ പായാൻ നോക്കിയ ഒന്നരണ്ടെണ്ണത്തിനെ അവനുണ്ടല്ലോ... ഒരുമാതിരി ബ്രാലിനെ വറ ക്കാൻ വരയണപോലെ വരഞ്ഞാ വിട്ടു. അവനെത്തപ്പി എറങ്ങീതാർന്ന് ഞങ്ങള്. അതിങ്ങനെയൊക്കെ ആയിത്തീരുന്ന്... അതോടെ ആ പണി തന്നെ എനിക്ക് വിടേണ്ടിവരുന്ന് ഞാനൊട്ടും വിചാരിച്ചതല്ല."

വല്ലപ്പോഴും ഒത്തുചേർന്ന് കള്ളുകുടിക്കുന്നേരത്തുള്ളൊരു പതിവുപറച്ചിലായിരുന്നില്ല അത്. ആന്റണിയുടെ കൂടെയിരിക്കുന്നവർക്ക് പുതുമതോന്നി. അയാൾ പറഞ്ഞങ്ങനെ പലതും പൊലിപ്പിക്കുന്നതൊക്കെ അവർക്കുപരിചയമുള്ള കാര്യമാണ്. പലയിടത്തും പോയി തല്ലുണ്ടാക്കിയതിന്റെ... പൊലീസിനെ വെട്ടിച്ചുകടന്നതിന്റെ... കാത്തുനിന്ന് ആളെ കുത്തിയിട്ടതിന്റെ... സ്വർണപ്പണ്ടവും വണ്ടിയുമൊക്കെ രായ്ക്കുരാമാനം കടത്തിക്കൊണ്ടുവന്നതിന്റെയൊക്കെ കഥകൾ... എന്നാലും കുറച്ചുകൊല്ലങ്ങൾക്കുമുന്നെ ആന്റണി തന്റെ പഴയ ഗുണ്ടാപ്പണിയൊക്കെ വിട്ടതെന്തിനാണെന്ന് ആർക്കുമറിയില്ലായിരുന്നു. അയാൾ നല്ലനടപ്പിലേക്ക് വന്നതെന്തിനെന്ന് പലർക്കും ചില ഊഹങ്ങളുണ്ടായിരുന്നുവെങ്കിലും കൃത്യമായൊരു കാരണം ആർക്കുംതന്നെ കണ്ടെത്താനായില്ല. കള്ളച്ചരക്കുകടത്തിയും അടവുതെറ്റിയ വാഹനം പിടിച്ചെടുത്തും ആരാന്റെ പള്ളയ്ക്ക് കത്തികയറ്റിയും നടന്നൊരു പ്രായം അയാൾക്കുണ്ടായിരുന്നു എന്നുമാത്രമേ അവർക്കറിയൂ. ആന്റണിയുടെ ആ കയ്യാങ്കളികളെക്കുറിച്ചുള്ള കേട്ടുകേൾവികൾപോലും പതിയെ പതിഞ്ഞില്ലാതായിത്തുടങ്ങിയിരുന്നു. പെരുമഴ തീർന്നിട്ടും മരം ഇറ്റിറ്റുപെയ്യുന്നതുപോലെയുള്ള ചില പഴങ്കഥകൾ മാത്രമാണ് അയാളിൽ ബാക്കിയായിരുന്നത്. അതാണ് ഇതുപോലുള്ള കുടിച്ചേരലുകളിൽ ആന്റണി ലഹരിക്കൊപ്പം പങ്കിടാറുള്ളത്.

എല്ലാം നിർത്തിയതിനെപ്പറ്റിയാണ് ആന്റണി പറയാൻ പോകുന്നതെന്നുകേട്ടതോടെ കൂടെയുള്ളവർക്ക് കൗതുകമേറി. ചുണ്ടോടടുപ്പിച്ച ഗ്ലാസ്സുകൾ കൂട്ടത്തിൽ പലരും താഴെയിറക്കിവെച്ചു. എരിഞ്ഞുപാതിയായതേ ഉള്ളൂവെങ്കിലും സിഗററ്റുകുറ്റികൾ മണ്ണുപറ്റിച്ചു കുത്തിക്കെടുത്തി. കേൾവിക്കാരുടെ മുഴുവൻ ശ്രദ്ധയുമുണ്ടെന്ന് ആവിധം അവർ കഥപറച്ചിലുകാരനെ ബോധ്യപ്പെടുത്തി. അങ്ങനെയുള്ള അവസരങ്ങളിൽ ഹരം പൂണ്ട് ആന്റണിയുടെ മുഖമാകെ വെട്ടിത്തിളങ്ങേണ്ടതാണ്. കൈയും കലാശവും കാണിച്ചുകൊണ്ട് അണമുറിയാതെ കഥ തുടരേണ്ടതാണ്. എന്നാൽ ആ ആന്റണിയിപ്പോൾ അകലെയെങ്ങോട്ടോ നോക്കി താടിയും തലോടി ഒരുഷാറില്ലാതെയിരിക്കുന്നു. ചോരപ്പങ്കുപറ്റിക്കഴിഞ്ഞൊരു പ്രായത്തിന്റെ ഓർമകളെല്ലാം അയാളിൽ തീർന്നുകെട്ടുപോയോ എന്ന് സ്വാഭാവികമായും കൂടെയിരിക്കുന്നവർക്ക് സംശയം തോന്നി.

"സ്വർണവുമെടുത്തുമുങ്ങിയവന് മൊതലാളീടെ ആളുകളെയൊക്കെ നല്ലോണം അറിയാവണോണ്ടാവണം കൊട്ടേഷൻ കൈമാറി ഞങ്ങക്ക് കിട്ടിയത്. പക്ഷേ, അവനെ പെട്ടെന്നൊന്നും പരതീട്ട് കിട്ടീല്ല്യാ. എന്തോ ചികിത്സേടെ കാര്യത്തിന് കുടുംബത്തോടെ നാട്ടുവിട്ടുപോയി എന്നാണ് അയൽക്കാരൊക്കെ പറഞ്ഞത്. എന്നാൽ വയനാട് വിട്ടുപോയവൻ കദ്രിയിലും കൊപ്പളയിലും മാഹീലും മംഗലാപുരത്തും ഒക്കെയായിട്ടങ്ങനെ മുങ്ങിനടപ്പുണ്ടായിരുന്നു. കൊറച്ചുകാലം കഴിഞ്ഞ് അവൻ വീണ്ടും പൊങ്ങിയിട്ടുണ്ടെന്നൊരു അറിവ് കിട്ടിയപ്പോഴാണ് ഞങ്ങള് പിന്നെയും തപ്പിയിറങ്ങിറങ്ങണത്. അവന്റെ പഴയൊരു കമ്പനിക്കാരൻ... ഒരൊറ്റക്കയ്യൻ കുരിനാസറ്... അക്കാലത്ത് പൊന്നാനി ലൈറ്റ്ഹൗസിലെ ജോലിക്കാരനായിരുന്നു. മൂപ്പരെത്തേടി അവനെത്തിയിട്ടുണ്ടെന്ന ഊഹത്തിന്മേലാണ് ഞങ്ങള് പൊന്നാനിക്ക് വെച്ചുപിടിക്കണത്.

പക്ഷേ, അവനവിടെയുണ്ടാകുമെന്ന് ഞങ്ങക്കൊരു ഉറപ്പും ഇല്ല്യാർന്നൂട്ടാ. കാശുവാങ്ങിച്ചതിന്റെ പേരിൽ കാടടച്ചുവെക്കുന്ന കൂട്ടത്തിലൊരു പാഴ്‌വെടി അവടെയുമാകാം എന്നൊരുദ്ദേശമേ പോകുംവഴിക്ക് ഉണ്ടാർന്നൊള്ളൂ..."

ഉള്ളാലെ ഊറ്റംകൊണ്ട് നടന്നൊരു കാലത്തിന്റെ സ്മരണകൾ ആന്റണിയിൽ വീണ്ടും നിറയുന്നത് കണ്ടുംകേട്ടും തിരിച്ചറിഞ്ഞതോടെ നേരത്തേ തോന്നിയ സംശയം മാറ്റിവെച്ച് കേൾവിക്കാർ പതിവിലും താല്പര്യത്തോടെയിരുന്നു. അവർക്കായി ആന്റണി ആ കഥ തുടർന്നു.

"പത്തിരുപത്തിയഞ്ച് കൊല്ലം മുമ്പെ... നമ്മടെ മംഗലാപുരത്ത് ചന്ദനത്തിന്റേം സ്വർണത്തിന്റേം ഒക്കെ ഇടപാടുള്ളോരു അബ്ദുൾ ഗഫാർ സേട്ടുണ്ടായിരുന്നു. ആ സേട്ടിന്റെ ടീമില് ഉള്ളവനായിരുന്നു ഈ ഒറ്റക്കയ്യൻ നാസറ്..."

കൂടെയുള്ള രണ്ടുപേരോടൊപ്പം ആന്റണി പൊന്നാനി കടപ്പുറത്തെത്തുമ്പോൾ നേരമേതാണ്ട് അസ്തമയം കഴിഞ്ഞിരുന്നു. ആളുകളൊക്കെ മടങ്ങി തീരമൊഴിയാനും ഇരുട്ടുകയറാനുമായി അയാളും കൂട്ടരും കാത്തിരുന്നു. അന്തിവെളിച്ചമൊക്കെ കെട്ടണഞ്ഞെങ്കിലും പെട്ടെന്ന് തൊട്ടരികെ മാറിയുള്ള ലൈറ്റ്ഹൗസിൽ നിന്ന് ചുറ്റിലും വെട്ടം തിരയടിച്ചു. ആ വിളക്കുമാടം ലാക്കാക്കി ആന്റണിയും കൂട്ടരും നടന്നടുത്തു. മുൻവശത്തുള്ള വലിയ വാതിൽ തള്ളിത്തുറന്ന് ദീപസ്തംഭത്തിന്റെ അകത്തേക്കുകടന്ന് ആന്റണിയും കൂട്ടരും ചുറ്റുവട്ടമൊക്കെയൊന്ന് കണ്ണോടിച്ചു. ഉയര

ത്തിൽ പാതിക്കുപാതിയായി വെള്ളയും ബാക്കി ചാരനിറവുമടിച്ച ചുമരുകളായിരുന്ന അതിനകത്ത്. നൂറ്റമ്പതോളം പടിക്കെട്ടുകളുള്ള പിരിയൻകോണി സിമന്റിലാണ് തീർത്തിരിക്കുന്നത്. കോണിയുടെ കൈപ്പിടി ഉറപ്പിച്ചിരിക്കുന്ന ഇരുമ്പുകുറ്റികളിൽ ചിലതൊക്കെ ഇളകുന്നുണ്ട്. ഉച്ഛ്വാസവായുവിനുപോലും മുഴക്കം കേൾക്കാവുന്നൊരു രാവണൻകോട്ടപോലെ സർപ്പിളാകൃതിയിൽ അതിന്റെ ചുറ്റുകൾ മേലേക്കുമേലേക്കങ്ങനെ ചുരുണ്ടുചുരുങ്ങിപ്പോകുന്നു.

"ഇതേട്ക്കാണ് ചോയ്ക്കാണ്ട്ങ്ങനെ ഉന്തിക്കേറി വര്ണ് ? വിസിറ്റിങ് ടൈമൊക്കെ കയ്ഞ്ഞല്ലാ മക്കളേ... പോയിട്ട് നാളെറ്റ വാ..."

മാറ്റൊലിമുഴക്കത്തോടെയുള്ള ആ ഒച്ചകേട്ട് ആന്റണിയും കൂട്ടരും തലപൊക്കി നോക്കിയപ്പോൾ പിരിയൻ കോണിയുടെ മുകളിൽ നാസറിന്റെ തലവെട്ടം കണ്ടു.

"ഞങ്ങള് ലൈറ്റ്ഹൗസ് കാണാൻ വന്നതല്ല. ഇതൊക്കെ നോക്കി നടത്തണൊരു നാസറില്ലേ... കൂരി നാസറ്..."

"ഏയ്.. യ്യ്... മോത്ത് നോക്കി എരട്ടപ്പേര് വിളിക്ക്ണാ ? എന്തായാലും ഇപ്പറഞ്ഞ ആള് ഞാനന്നേണ്. അപ്പോ... നീയ്യേതാ?"

"ഞാൻ കൊറച്ചപ്രത്തുന്നാ... ആന്റണി... നിങ്ങളെക്കാണാനായിട്ടന്നെ വന്നതാ"

"അയ്ന് നമ്മള്മ്മിലെന്താണ്ടോ എടപാട്?"

"വേറൊരുത്തനെ തപ്പി എറങ്ങീതാണ്. അപ്പോഴാണ് അവനീ ടവറിന്റെ മോളിലെങ്ങാനും ഒളിച്ചിരിക്കുന്നുണ്ടോ എന്നൊരു സംശയം. അതൊന്ന് ചോദിച്ചുറപ്പിക്കാന്ന് വെച്ചു."

"കാര്യം തിരിഞ്ഞിക്ക്ണ്. അപ്പൊ ആന്റണ്യേ... നീയ്യീപ്പറഞ്ഞത് പൊള്ളല്ല.. എന്റെപ്പം ഒരാളുങ്കൂടിണ്ട്. ഓനാണോ നിങ്ങള് തെരയണാള്ന്ന് അറിയണങ്കില്

മടിച്ച്ക്കണ്ടാ, മേലനങ്ങി മേപ്പട്ട് കേറിപ്പോന്നോളിൻ."

കേട്ടപാതി ആന്റണിയുടെ കൂടെയുള്ളൊരുവൻ ചവിട്ടിത്തുള്ളി കോണികയറാൻ തുടങ്ങി.

"പത്ക്കെ... പത്ക്കെ... ആ പടീം കൈപ്പിടീം ഒക്കെ ഇത്തിരി പഴേതാണ്... അയ്മ്മെ വല്ലാണ്ട ബലം കൊടുത്ത് പൊളിക്കണ്ടാന്ന് പറയ് അന്റെ ചങ്ങായ്നോട്."

അതൊരു കർശനനിർദേശമായിരുന്നു. മന്ത്രക്കുരുക്ക് വീണ മായാവിയെപ്പോലെ കൂടെയുള്ളവൻ കോണിപ്പടികളുടെ മേലെയുള്ള ചാട്ടം നിർത്തി. കുതിച്ച് മുന്നോട്ടാഞ്ഞ ആന്റണിപോലും തെല്ലൊന്ന് അടക്കം പാലിച്ചു. ഓടിച്ചെന്ന് കവിളുനോക്കി നാല് പൊട്ടിച്ചശേഷം കാര്യം തിരക്കേണ്ട ഒരാളുടെ ആജ്ഞയെ തങ്ങളെന്തിന് അനുസരിക്കണമെന്നൊരു ആലോചനപോലും അവർക്കുള്ളിൽ തെളിഞ്ഞത് നാലഞ്ചുനിമിഷങ്ങൾക്ക് ശേഷമായിരുന്നു. അപ്പോഴേക്കും അവരുടെ തലയ്ക്കുമീതെയുള്ള കാഴ്ചവട്ടത്തിൽനിന്നും നാസർ മറഞ്ഞു. നാക്കും വാക്കും വെച്ച് ആളുകളെ വട്ടംകറക്കിയിരുത്തുന്ന കൂരിനാസറിന്റെ മായാമിന്നാരമാണ് ആ ലൈറ്റ്ഹൗസെന്നത് തിരിച്ചറിയാതെ മൂവരും മേലോട്ട് ചുവടുവെച്ചു.

ഒരുതരത്തിലുള്ള ഭയവും ഭാവമാറ്റവുമില്ലാതെ നാസർ ലൈറ്റ്ഹൗസിന് മേലെയായി അവരെ കാത്തുനിൽക്കുന്നുണ്ടായിരുന്നു. തങ്ങളെ മുകളിലേക്ക് ക്ഷണിച്ച നാസറിന് ഒരു കൈയില്ലെന്നകാര്യം അന്നേരമാണ് ആന്റണി തിരിച്ചറിഞ്ഞത്. കഷണ്ടിയും നരയുമൊക്കെയുള്ള ഈ ഒറ്റക്കയ്യനാണോ തങ്ങളുടെ പ്രതിയോഗി എന്നൊരമ്പരപ്പിനാലെ ആന്റണി കൂടെയുള്ളവരെ നോക്കി പുച്ഛത്തോടെ പുഞ്ചിരിച്ചു. ആരെത്തേടിയാണോ അവരെത്തിയത് അവൻ നാസറിന്റെ പുറകിലായി വെട്ടം കുറഞ്ഞൊരിടത്ത് ചുമരുചാരി നിൽപ്പുണ്ടായിരുന്നു.

"ഓൻ എന്റെ പഴ്യോര് ചങ്ങായാണ്... ഇതന്നേണോ ങ്ങള് നോക്കിവന്ന ആള്ന്ന് ഒത്ത്നോക്ക്"

നാസർ ചൂണ്ടിക്കാണിച്ച ആളെത്തിരിച്ചറിഞ്ഞതും ആന്റണിയുടെ കൂടെയുള്ളൊരുവൻ തലയിളക്കി മൂളി.

"അപ്പൊ തേടീതന്നെ നിങ്ങളെകാലുമ്മെ ചുറ്റീലാ. നല്ല ഭാഗ്യണ്ട്ല്ലോ പഹയന്മാരേ?"

"അങ്ങനെ വെറുതേ വഴീന്ന് ചുറ്റീതല്ലല്ലോ മൂപ്പരേ... ഏഴ് നെലേള്ള കൊട്ടേടെ മേലെ കാത്തൊളിപ്പിച്ചുവെച്ച രാജാവിനെ കൊത്താൻ വന്ന പാമ്പിനെപ്പോലെ മെനക്കെട്ട് എറങ്ങീതല്ലേ ഞങ്ങള്"

ആളെത്തിരിച്ചറിഞ്ഞവൻ തന്നെ അതിന് ഉത്തരവും നൽകി. അവനെയും മറികടന്ന് മുന്നോട്ടു നടന്ന ആന്റണിക്ക് കുറുകെ നാസർ കയറി ഉടക്കിനിന്നു. ആന്റണി അയാളെ നേരിട്ടത് ഊറ്റത്തോടെയുള്ളൊരു ചോദ്യംകൊണ്ടാണ്.

"എന്നെ തടയാനൊക്കെ ഉള്ള പാങ്ങുണ്ടോ കാക്കാ നിങ്ങക്ക്?"

"ഏയ്... മുറിയൻ കൈയുള്ള ഈ വയസ്സനാ... ഞാൻ കൂട്ട്യാത്തന്നെ എന്താക്കാനാണ്?"

"എന്നാപ്പിന്നെയങ്ങട് മാറിനിക്ക്. അവനേം കൊണ്ടേ ഞങ്ങള് പോകൂ."

"അത് വേണ്ടാന്ന് ആരാപ്പോ പറഞ്ഞത്. ഓനെങ്ങട്ടും മാഞ്ഞ്പോവൊന്നും

ഇല്ല്യല്ലാ. ഈ ലൈറ്റ്ഹൗസീന്റെ മോള്ന്ന് ഒരാൾക്ക് രക്ഷപ്പെടണെങ്കില് ആകപ്പാടെ മൂന്ന് വഴ്യേള്ളൂ. ഒന്നങ്കെ പറക്കണം. പക്ഷേ, ഓനയ്ന് ചെറകില്ല്യാ. രണ്ടാമത്തത് നിങ്ങളിപ്പൊ കേറിവന്ന കോണിപ്പട്യാണ്. പിന്നൊന്നുംകൂടീണ്ട്... അതെന്താന്നറിയോ."

മൂന്നാമതൊരു വഴി ഇല്ലല്ലോയെന്ന മട്ടിൽ ആന്റണിയും കൂട്ടരും കുഴങ്ങിനിന്നു.

"ഇവ്ട്ന്ന് നേരെ താഴ്ത്തക്ക് ഇട്ത്തങ്ങ് ചാടണം."

അതുപറഞ്ഞുമുഴമിച്ചതും കൂരിനാസറ് പൊട്ടിച്ചിരിച്ചു. ഏതാണ്ട് നൂറടിയോളം വരുന്ന ലൈറ്റ്ഹൗസിന്റെ മുകളിൽ നിന്നൊരുത്തൻ ചാടി രക്ഷപ്പെടുകയെന്ന കാര്യമോർത്തതോടെ ആ ചിരി ആന്റണിയിലേക്കും കൂടെവന്നവരിലേക്കും പടർന്നു.

"ഇവൻ ചാടിപ്പോകാൻ... അതും ഇതിന്റെ മേലേന്ന്... അല്ലേ?."

പൊടുന്നനെ നാസറിന്റെ മുഖത്തെ ചിരിമാഞ്ഞു.

"എന്താണ്ടോ ഒരു പുച്ഛം... നീയ്യ് ശക്തൻ തമ്പ്രാനെപ്പറ്റി കേട്ടിട്ട്ണ്ടോ?."

"ആ... ഒരുമാതിരിപ്പെട്ടോർക്കെല്ലാം ആളെ അറിയാമല്ലോ."

"മൂപ്പരാൾടെ ഒരു കഥ ഞാൻ പറയാം. തമ്പ്രാൻ ഒര്ദ്സം തിരുവനന്തപുരത്തുള്ള രാജാവിനെ കാണാമ്പോയി. ഊണൊക്കെ കഴിഞ്ഞ് നല്ല തളിര് വെറ്റില കൂട്ടി മുറുക്കീംകൊണ്ട് എന്തൊക്ക്യോ വർത്താനം പറയണേന്റെ എടക്ക് വെറ്തേ ഒര് രസത്തിന് ഒപ്പള്ള പടയാളിക്കൂട്ടത്തില് ആർക്കാണ് കൂറ് കൂടുതല്ന്ന് അറിയാന് രാജാക്കന്മാര് തമ്മിലൊര് പന്തയം വെച്ച്. മറ്റേ രാജാവ് അയാൾടെ ഒപ്പൊള്ളോരോട് രണ്ട് നെലള്ള മാളീകേന്റെ മേലന്ന് താഴ്ത്തിക്ക് ചാടാൻ പറഞ്ഞെങ്കിലും അതേശീല്ലാ... എല്ലാരുമൊന്ന് മടിച്ച്നിന്ന്... എന്നാലോ... നമ്മടെ ശക്തൻ തമ്പ്രാൻ ഇരുന്നോടത്തിരുന്നൊന്ന് തിര്ഞ്ഞ് നോക്കണേന്റെ മുമ്പേ മൂപ്പര്ടെ കൂട്ടത്തിലൊരാള് അവ്ടന്ന് എട്ത്തങ്ങട്ട് ചാടി. കാരണെന്താ?."

"അങ്ങനെ ചാടിയവൻ മണ്ടനായിരിക്കും. അല്ലാണ്ടെന്താ..."

ആന്റണിയുടെ കൂടെയുള്ളവനാണ് മറുപടി പറഞ്ഞത്. അതുകേട്ടതും നേരത്തേ മാഞ്ഞൊരു പുഞ്ചിരി കൂരിനാസറിന്റെ ചുണ്ടിന്റെയറ്റത്ത് തിരികെവന്നു.

"അല്ലാ... ചാട്യാല് കയ്യുംകാലും ഒടിഞ്ഞാലും ജീവനെങ്കിലും കയ്ച്ചിലാക്കാന്ന് ഓനറിയാം. പക്ഷേ, ചാടീലെങ്കിലോ... കഴുത്തുമ്മെ തലമണ്ട കാണൂല്ലാന്നും. എന്താ സംശ്യണ്ടോ? പന്തയം കെട്ടാന്ണ്ടാ ആന്റണീ?."

ഒട്ടൊന്ന് സംശയിച്ചുകൊണ്ട് ആന്റണി കൂട്ടാളികളെ നോക്കി. ആ ചോദ്യം കേട്ട് അവരും പരുങ്ങി നിൽക്കുകയായിരുന്നു. തങ്ങൾ നിൽക്കുന്ന ആ മാന്ത്രികത്തൂണിന്മേൽ മുറിയൻകയ്യൻ നാസറിന്റെ മായാജാലം പ്രവർത്തിച്ചുതുടങ്ങിയതറിയാതെ ആന്റണിയും സംഘവും ലൈറ്റ്ഹൗസിന് മേലെ അന്താളിച്ചുനിന്നു.

പന്തയത്തിൽനിന്ന് പിന്മാറാൻ ആന്റണിയൊന്ന് അമാന്തിച്ചു. കേട്ട പുരാണത്തിലെ ശക്തൻ തമ്പുരാന്റെ ചെയ്തിയെ അനുകരിച്ചുകൊണ്ട് കൂടെയുള്ളവരെ ഒന്നുതറപ്പിച്ചുനോക്കി. അതിലെ ദുരുദ്ദേശം മനസ്സിലാക്കിയവൻ അപ്പോൾ തന്നെ കയറി ഉടക്കുവെച്ചു.

"ഈ തന്തപ്പിടി പറയണ ഓരോരോ പ്രാന്ത് കേട്ടിട്ട് ആന്റണി ഞങ്ങളെ ഉന്നം വെക്കരുത്ട്ടാ. ഇതെന്താ പഴയ പൊന്നാപുരം കോട്ട സിനിമ്യാണോ? ചാടിപ്പറ

ക്കാൻ ഞാനെന്താ പ്രേംനസീറാ?."

അതും ശരിയാണല്ലോയെന്ന് ആന്റണി തിരിച്ചറിഞ്ഞു. ആളെ അടിച്ചിടുന്നതും ആയുധമെടുത്ത് വീശുന്നതും പോലെയല്ലാ ഇക്കാര്യം. ഓന്തിനെപ്പോലെ ഇരയിടാനായി നീട്ടിയ ക്ലരിനാസറിന്റെ നാവും വാക്കും ഒഴിവാക്കാൻ തയ്യാറെടുത്ത ആന്റണിയുടെ ചിന്തകൾക്കുമേലെ ആ ഒറ്റക്കയ്യൻ പിന്നെയും മന്ത്രിച്ചതി.

"ആ പറഞ്ഞത് നേര്. ചാടീട്ടങ്ങനെ മേപ്പട്ട് പറക്കണെതില് മനുഷ്യന് ഒരു അതിരൊക്കെണ്ട്. എന്നാല് താഴ്ത്തിക്ക് ചാട്ണേലോ... അങ്ങനൊന്നില്ല്യാ... ശെരിക്കും ഒടലോണ്ട് കറങ്ങിത്തിരിയാൻ അറിയെങ്കില് അടീല്ക്ക് പോണപോക്കില് എത്ര കുട്ടിക്കരണം മറിയണന്ന് ഒരഭ്യാസി മനക്കണക്ക് ക്ലൂട്ടും. ഇനി അയ്ല് ചെറ്തായിട്ട് തെറ്റീന്ന് തോന്ന്യാലോ... മുട്ടുംകാലുമ്മെ കയ്യ് രണ്ടും ക്ലൂട്ടിപ്പിടിച്ചങ്ങനെ ഇരിക്കക്കുത്തനെ കീപ്പോട്ട് പോന്ന്ട്ട് മണ്ണ് തൊടാറാവുമ്പൊ പൂച്ചക്കാലുമ്മല് വീഴം... അതാണയ്ന്റോര് ഗുട്ടൻസ്... ഏത്?" നാസറിന്റെ ആ വിവരണം കേട്ട് മുന്നിൽനിന്ന മൂന്നുപേരുടേയും കിളി പറന്നുപോയി. അതുതന്നെയാണ് താനിത്രയും നേരം കാത്തിരുന്ന നിമിഷമെന്ന് തിരിച്ചറിഞ്ഞതും അയാൾ ഒരു ചുവട് മുന്നോട്ടുവെച്ചു.

"ക്ലടള്ളോർടെ മേലെ വാതുകെട്ടാൻ രാജാക്കന്മാർക്ക് മാത്രല്ല... വേണെങ്കില് നമ്മള് സാധാരണക്കാർക്കും പറ്റും. അല്ലേ ആന്റണീ?"

എന്തോ മായംതിരിപ്പ് നടത്തുന്നതുപോലെ ക്ലരിനാസർ തന്റെ ഇടത്തേ തുടയിന്മേൽ അമർത്തിയൊന്നടിച്ചു. ശേഷം കൺകെട്ടുകാരന്റെ കൈവേഗത്താലെ ഉടമ്പടിക്കായി തന്റെ ഒറ്റക്കൈ മുന്നോട്ടുനീട്ടി.

തെല്ലൊന്ന് മടിച്ചുനിന്നെങ്കിലും ഉള്ളിന്റെയുള്ളിൽ നിന്നുള്ളൊരു തള്ള് ആന്റണിയ്ക്ക് തടുക്കാനായില്ല. നാസറിന്റെ ഉള്ളംകൈക്കുമേലെ തന്റെ കൈത്തലം പതിച്ചുവെച്ചുകൊണ്ട് അയാൾ സമ്മതംമൂളി. കുത്താൻ വന്ന പ്രാണിയെ കൈവെള്ളയിൽ കിട്ടിയ സന്തോഷത്തോടെ നാസർ ആന്റണിയുടെ കൈവിരലുകൾ കോർത്തുപിടിച്ചുകൊണ്ട് പന്തയംകെട്ടി. അതിന്റെ അടുത്ത നടപടിയായി ആന്റണി തിരിഞ്ഞുനോക്കിയെങ്കിലും ക്ലൂടെവന്ന രണ്ടുപേരും പതുങ്ങി പിന്നോട്ടുമാറി. തന്റെ ഊഴം കൈവിട്ടെന്നു മനസ്സിലാക്കിയ ആന്റണി പാതി തോൽവി വഴങ്ങിക്കൊണ്ട് നാസറിന് നേരെ തിരിഞ്ഞു തലതാഴ്ത്തിനിന്നു. ആന്റണിയും ക്ലൂട്ടരും തേടിവന്നവന്റെ നേർക്ക് അന്നേരം ക്ലരിനാസർ ഒരു നോട്ടം പായിച്ചു. തൊട്ടടുത്ത നിമിഷം അയാളുടെ പുറകിൽ മറഞ്ഞുനിന്നവൻ ലൈറ്റ്ഹൗസിന്റെ കിളിവാതിലിലൂടെ കുട്ടിക്കരണം മറിഞ്ഞുകൊണ്ട് അപ്രത്യക്ഷനായി.

"സംശയ്ക്കണ്ടാ... ഓൻ ചാടി. എന്തേ വയ്ത്താലെപ്പോയി പിടിക്കിണില്ലേ?"

നിലാവെട്ടത്തിൽ തിളങ്ങിനിൽക്കുന്ന ദീപ്സ്തംഭത്തിന് മേലെനിന്ന് ഒരുവൻ താഴേക്കുചാടുന്നതിന്റെ കാണാക്കാഴ്ചയിൽ അന്തിച്ചുനിന്നവരെ നോക്കി കളിയാക്കിച്ചിരിച്ചുകൊണ്ട് ക്ലരിനാസർ ചോദ്യമെറിഞ്ഞു. മറുപടിയായി മൂന്നുപേരും ഒരുമിച്ച് തലയിളക്കി.

"എന്നാല് വേഗം ഓന്റെ പിന്നാലെ മണ്ടിക്കൊ... ഞാൻ പറഞ്ഞീലേ ഇവ്ട്ന്ന് മൂന്ന് വഴ്യോളേ ഇള്ളൂ... പറക്കണം കോണ്യെറങ്ങണം... അല്ലെങ്കില് എട്ത്ത് ചാടണം."

വാതുവെയ്ക്കുന്നേരം കോർത്തുപിടിച്ച വിരലുകൾ വിടർത്താൻ ആന്റണിയൊ

രുങ്ങിയെങ്കിലും നാസർ ഉള്ളംകൈ കൂട്ടിയമർത്തി. കുതറി കൈവിടുവിക്കാൻ ശ്രമിച്ചെങ്കിലും അതത്ര എളുപ്പമല്ലെന്ന് ആന്റണി തിരിച്ചറിഞ്ഞു.

"ഈ ഒറ്റക്കയ്യന്മാർക്കൊര് കൊഴപ്പണ്ട്. ചോറുവാരി തിന്ന്ണ്ടും ചൂറി ചന്തികഴുകണതൊക്കെ ഒരേ കയ്യോണ്ടന്നെ ആയോണ്ട് അയ്ന് നല്ല ഉശിര്ണ്ടാവും. അത്പ്പൊ വയസ്സനായാലും കണക്കാ..."

ചമ്മലകറ്റാൻ ആന്റണി തന്റെ ഇരുകൈകളുമുപയോഗിച്ച് പിടിവിടുവിക്കാൻ ശ്രമിക്കുമ്പോഴേക്കും നാസർ പൊടുന്നനെ കൈപ്പത്തികൾ വിടർത്തി അയാളെ സ്വതന്ത്രനാക്കി.

ചാടിപ്പോയവനെ ഓടിച്ചുപിടിക്കാനായി തിടുക്കത്തിൽ കോണിപ്പടിയിറങ്ങുന്നവരുടെ കൂട്ടത്തിൽനിന്ന് ആന്റണിയെ ചൂരിനാസർ പിൻവിളിച്ചു.

"നീയ്യെന്തിനാണ്ടോ ഓർടൊപ്പം മണ്ടിപ്പായണത്? നമ്മക്കിവിടെ കൊറച്ചുനേരം മിണ്ടിപ്പറഞ്ഞിരിക്കാന്നേയ്..."

"അവൻ കൈയ്യീന്ന് പോയാല്... പിന്നേ..."

"അത്ര എടങ്ങറാവണ്ടടോ... ഇയ്ന്റെ മേല്ന്ന് നോക്ക്യാല് ചുറ്റും കാണാത്ത ദുനിയാവ്വണ്ടോ? അങ്ങനെ ഗ്യാലറീല് ഇര്ന്നിട്ടായാലും നമ്മക്ക് ഈ കളി കണ്ടാപ്പോരേ?"

ഒന്നും തിട്ടമില്ലാത്തൊരു അന്താളിപ്പിൽ ആന്റണി നാസറിനെ അക്ഷരംപ്രതി അനുസരിച്ചു. ലൈറ്റ്ഹൗസിൽ നിന്നുള്ള വെട്ടം പരന്നുവീഴുന്ന മണൽപ്പരപ്പിലൂടെ ഒരുവൻ മുടന്തിവലിഞ്ഞു നടക്കുന്നത് അയാളുടെ കണ്ണിൽപ്പെട്ടു. കുറച്ചു പുറകിലാണെങ്കിലും അവനെ പിന്തുടർന്നുകൊണ്ട് തന്റെകൂടെ വന്നവർ മുന്നോട്ടു കുതിക്കുന്നതുകണ്ട ആന്റണി നാസറിന് നേരെ തിരിഞ്ഞുനിന്നു പുഞ്ചിരിച്ചു. ചൂരിനാസറിന്റെ കണ്ണുകളിൽ ഭയത്തിന്റെ നേർത്ത ലാഞ്ചന നിഴലിക്കുന്നത് ആദ്യമായി അയാൾ തിരിച്ചറിഞ്ഞു. മന്ത്രക്കെട്ടുകളിൽനിന്ന് സ്വതന്ത്രനായ ഭൂതത്തെപ്പോലെ ആകാശത്തോളം ഉയരാൻ കൊതിച്ചുകൊണ്ട് ആന്റണിയൊന്ന് മൂരിനിവർന്നു.

"ഇവടന്ന് ചാട്യാലും അവൻ എവടം വരെ പോകും കാക്കാ? പിന്നാലെ പോണവരില് ഒരുത്തൻ തെകച്ചുവേണ്ടാ അവനെ ചുരുട്ടിക്കെട്ടാൻ"

"അത് കളി കരേലാണെങ്കില്... പക്ഷേ, കടലിന് ആണെങ്കിലോ?"

അപ്പറഞ്ഞതെന്തെന്ന് ആന്റണി ഊഹിച്ചുവരുമ്പോഴേക്കും കാര്യങ്ങൾ കൺമുന്നിൽ വെളിപ്പെട്ടു. വെട്ടമധികം വീഴാത്തൊരിടത്ത് തീരത്തുകിടന്നൊരു തോണിയുടെ അരികിലേക്ക് ഒരുവൻ ഏന്തിയും വലിഞ്ഞുമെത്തി. നിലാവെട്ടത്ത് അവൻ തോണിയുന്തി കടലിലേക്കാഞ്ഞ് തുഴഞ്ഞുപോകുന്നതിന്റെ ദൂരക്കാഴ്ചയിൽ ആന്റണി വിറച്ചുകൊണ്ട് തലയിൽ കൈവെച്ചു നിന്നുപോയി. ഒരുകൈകൊണ്ട് വിരലുഴിഞ്ഞു മുദ്രകാണിച്ച് കാണികളുടെ ശ്രദ്ധയാകർഷിക്കുന്നേരം മറുകൈയാലെ മറ്റൊരിടത്ത് മായാജാലസൂത്രം മെനയുന്നവനെപ്പോലെ ചൂരിനാസർ പിന്നെയും ആന്റണിക്കുമേലെ ആധിപത്യം ഉറപ്പിച്ചുകഴിഞ്ഞിരുന്നു.

"ഓൻ തെന്നിക്കളഞ്ഞ്ല്ലേ... ഇനി വേണങ്കില് എന്നെ തല്ലിക്കൊന്നാളാ, അല്ലേങ്കിലിതിന്റെ മേലന്ന് താഴ്ത്ത്ക്ക് ഇട്ത്തെറിയാ... അപ്പൊ ഏതാ വേണ്ട്ന്ന് വേഗം തീരുമാനിച്ചോ..."

"നിങ്ങളെ കിട്ടീട്ട് എനിക്കെന്തിനാണ് കാക്കാ? അവനേം... അവനെടുത്തോണ്ട്

മുങ്ങിയ ഉരുപ്പടിയും ചേർത്താണ് എനിക്ക് തിരികെപ്പോണ്ടത്."

"അതോന്റെ മോൾടെ ചികിൽസടെ കാര്യത്തിന് ഏർപ്പാടാക്കീതാ. അതൊക്കെ പണ്ടാക്കി മാറ്റീട്ട് ഇപ്പൊ വൈത്തിരീലെ സഹരണബാങ്കില് പണയത്തില്ണ്ടാവും. ആ സാധനന്നെ കിട്ടണെന്ന് നിർബന്ധാണ്ച്ചാല് നീയ്യാ ബാങ്ക് കുത്തിപ്പൊളിക്കണ്ട്യേരും. എന്താ ചെയ്യാമ്പറ്റ്വോ? പിന്നെ നെനക്ക് പിടി തന്നാ... വയ്യാക്കെടപ്പില്ള്ള ഓന്റെ പെങ്കുട്ടീനേം അയ്ന്റെ തള്ളേനേം ആര് പോറ്റും?"

ഉള്ളിലെത്ര ചോരക്കതിപ്പുണ്ടെങ്കിലും അങ്ങനെയൊരു കഥകേട്ടതും ആന്റണി ഒന്നയഞ്ഞു. അതിന്റെയൊരു ഭാവമാറ്റം അയാളുടെ കണ്ണിൽനിന്നും തിരിച്ചറിഞ്ഞ കുരിനാസർ ആന്റണിയുടെ അരികിലേക്ക് ചുവടുകൾ വെച്ചു.

"ഇവ്ടന്ന് പോവാൻ തെരക്ക്ണ്ടാ ആന്റണീ?"

"തേടിവന്നവനതാ വഞ്ചീമെടുത്ത് കടലീപ്പോണ്... ഇനിയിപ്പൊ എനിക്കെന്ത് തെരക്ക്."

സ്വയം പഴിച്ചുകൊണ്ടാണ് അയാളതുപറഞ്ഞതെന്ന് തിരിച്ചറിഞ്ഞ നാസർ ആന്റണിയുടെ തോളിൽ കൈവെച്ചു.

"അന്റെ ബേജാറിനിക്ക് പിടികിട്ടും. കാരണം ഒരുകാലത്ത് ഞാനും ഓരോരുത്തര്ടെ വാക്കും കേട്ട് ഇതുപോലന്നെ ആരെക്ക്യോ തപ്പിത്തെരഞ്ഞ് നടന്ന്ക്കണ്. നീയ്യ് തൽക്കാലത്ത്ക്ക് ഓന്യോന്ന് വിട്ടാളാ."

"ഈ കുരിപ്പിനെ നിങ്ങക്കെങ്ങനെയാണ് പരിചയം?"

"ആയകാലത്തെ ഓട്ടപ്പാച്ചില്ന്റെ എടയ്ക്ക് ഓൻ കൊറച്ച്കാലം എന്റെ കൂടണ്ടാരുന്നു. പിന്നേ... ഞാൻ കളരി പഠിപ്പിച്ചിട്ട്ണ്ട്. ആ വഴിക്കെന്റെ ശിഷ്യനാണ്..."

നെറ്റിചുളിച്ച് പുരികമുയർത്തി ആന്റണി കുരിനാസറിന്റെ മുഖത്തേക്ക് ഉറ്റുനോക്കി.

"ഇപ്പൊ നീയ്യ് വിചാരിക്ക്ണ്ടാവും ഈ മാപ്ലാർക്കെവ്ടന്നാണ് കളരീന്ന്... ല്ലേ? അത് നെനക്ക് ഇവ്ടത്തെ ചരിത്രം അറിയാത്തോണ്ടാ... സാരല്ല്യാ. അറിയാത്ത ചെലതൊക്കെ പഠിക്കേം വേണല്ലോ. അത്തൻ കുരുക്കള്ന്ന് കേട്ടിര്ക്കണാ? മഞ്ചേരീലെ വല്ല്യ അഭ്യാസ്യാര്ന്ന്. സാമൂരീന്റെ കാണംദാരാര്ന്ന് മൂപ്പര്... ബ്രിട്ടീഷ് കമ്പനിക്കാര് വന്നപ്പൊ ആദ്യം അവറ്റോൾട് അടുത്ത്ച്ചാലും പിന്നെ കണ്ണും കയ്യും കണക്കുല്ല്യാത്ത കരം പിരിച്ച് ഇവടെള്ള കൃഷിക്കാര്യ്യാക്കെ കണ്ണീരിലാക്ക്യപ്പൊ കുരുക്കക്ക് വെറ്തെ ഇരിക്കാൻ പറ്റീല്ല്യാ... ആ കാലത്ത് മലബാറില്ണ്ടായ ചെല കലാപങ്ങളിലും എടങ്ങേറിലും ഒക്കെ മൂപ്പര് ചെന്ന് പെട്ട്. അങ്ങനേണ് അത്തൻ കുരുക്കൾടേം ചെമ്പൻ പോക്കർടേം മമ്പറം തങ്ങമ്മാര്ടെം ഒക്കെ തലയ്ക്ക് സായിപ്പന്മാര് വെലട്ടത്. ഒടുക്കം ഒറ്റുകാർക്ക് കായി കൊടുത്ത് രാത്രിയ്ക്ക് രാത്രി പട്ടാളം വന്ന് വളഞ്ഞ്. കുരുക്കൾടെ ഒപ്പള്ളതാകപ്പാടെ പയറ്റിത്തെളിഞ്ഞ പത്തിരുപത് അഭ്യാസ്യോള് മാത്രം. എന്ന്ട്ടും ഓര് ഒക്കണെപോല്യ്യാക്കെ എതിര്ട്ട് നിന്ന്... നേരം വെളുക്കണ വരെ... അവസാനത്തെ ഇറ്റ് വെയർപ്പും ചോരീം ഈ മണ്ണില് വീഴ്ണവരെ നിന്നങ്ങനെ പയറ്റി..."

"എന്നിട്ടെന്തായീ?"

"എന്ന്ട്ടെന്താക്കാനാ... പത്തഞ്ഞൂറോളം കമ്പനിപ്പട്ടാളക്കാര് ള്ളപ്പൊ ഓര് എത്രകുട്ട്യാലും പിടിച്ച് നിക്കാൻ പറ്റൂല്ലല്ലോ... വെടീം വെട്ടും ഒക്കെക്കൊണ്ട് മയ്യ

ത്തായി..."

ജീൻസിന്റെ പോക്കറ്റിൽനിന്ന് ഒരു സിഗററ്റെടുത്ത് കൊളുത്തിയശേഷം ആന്റണി പാക്കറ്റ് നാസറിന് നേരെ നീട്ടി. വേണ്ടെന്ന് തലയിളക്കി അറിയിച്ച നാസർ തന്റെ എളിയിൽനിന്ന് ബീഡിപ്പൊതിയെടുത്തു.

"ഇതാ ശീലം. ഇനിക്കീ പല്ലുമ്മല് പഞ്ഞികടിച്ചോണ്ട് വല്ച്ചാലൊരു സുഖാവില്ലാ..."

"കാക്കാ... നിങ്ങളാള് ചീങ്കണ്ണിയാണ്... ഞാൻ വിചാരിച്ചതുപോലെയല്ലാട്ടാ..."

"വെറ്തേ ഓരോന്ന് ഉള്ളിലിട്ടങ്ങനെ വിചാരിക്കാൻ നിക്കാണ്ട് ആളോള് ഒപ്പര്ന്ന് തൊറന്ന് വർത്താനം പറഞ്ഞാത്തന്നെ പലേ ധാരണേം മാറിക്കിട്ടും ആന്റണീ. ഞാൻ മുക്കാ സമയത്തും ഇയ്ന്റെ മണ്ടയ്ക്ക് ഒറ്റയ്ക്കാ... ഇന്ന് നീയ്യ് തൊണ നിക്കണൊണ്ടോ? എന്നാ മ്മക്കങ്ങനെ വലിച്ച് പൊകയൂതിവിട്ട് ഈ വെളക്ക്മാടം ആകപ്പാടൊരു ചിമ്മിനിക്കൊഴലാക്കി കാറ്റുംകൊണ്ട് തെരോള്ടെ ഒച്ചീം കേട്ട് നേരം പൊലർച്ച്യാക്കാന്നേ."

പോകാമെന്നു വിചാരിച്ചാലും തനിക്കവിടെനിന്ന് അടിയനക്കാനാവില്ലെന്നൊരു തോന്നൽ ആന്റണിയുടെ ഉള്ളിൽ തേട്ടിത്തേട്ടിവന്നു. ലൈറ്റ്ഹൗസിൽ നിന്നുള്ള വെളിച്ചം മിന്നിയും കെട്ടും കടൽത്തീരത്തേക്ക് പാറിവീഴുന്നതും നോക്കി അയാൾ സിഗററ്റ് ആഞ്ഞുവലിച്ചു. തേടിച്ചെന്നവൻ കടലിൽ മറയുന്നതുകണ്ട് തന്റെ കൂടെ വന്നവർ നിരാശയാലെ മണലുപറ്റിയിരുന്ന് കിതപ്പാറ്റുന്നത് ആന്റണിയുടെ കാഴ്ചവെട്ടത്തിൽ തെളിഞ്ഞു.

"പേടിച്ചോടി വഞ്ചീംകൊണ്ടു പോയവൻ ഉപ്പുവെള്ളം കുടിച്ചു പള്ളേം വീർത്തുചത്ത് ഈ കടപ്പുറത്തന്നെ വന്നടിയോ കാക്കാ?"

"ഓനോ... ഏയ്.... നീയ്യ് തോണിമ്മല് കേറി കടലീപ്പോയിട്ടുണ്ടോ ആന്റണീ?"

ഇല്ലെന്ന് നാസറ് ഊഹിച്ചിരുന്നെങ്കിലും അതുറപ്പിക്കാനായി ആന്റണി ഇരുവശത്തേക്കും തലയാട്ടി.

"ആ കാണ്ണതാണ് ഭാരതപ്പൊഴ അറബിക്കടലില്ക്ക് ചേര്ണഭാഗം. വാവ് അട്ക്കാറായീലേ, പിന്നെ വേലിയേറ്റുണ്ട്... അതോണ്ട് പടിഞ്ഞാറേക്കരയ്ക്ക് തൊഴയാൻ പണ്യാണ്. ചെലപ്പൊ ഓൻ ബീയം കായല്ന്റെ കരയ്ക്ക് തോണി അടുപ്പിച്ചിട്ട്ണ്ടാവും. ഞങ്ങള്തെത്ര കളിച്ചതാന്നറ്യോ..."

"നിങ്ങടെ പണ്ടത്തെ ചെല പണികളെക്കുറിച്ചൊക്കെ ഞാനും കേട്ട്ണ്ട് കാക്കാ... മംഗലാപുരത്തെ സേട്ടിന്റെ കൂടെയുള്ള കാലത്തെ കളികള്. കൂരിനാസറിന്റെ കഥകള്... "

"ഈ കൂരീന്ന് പറഞ്ഞാലേ ഒരു മീനാണ്. ചെല നാട്ടിലയ്ന്റെ ഏട്ടാന്നൊക്കെ വിളിക്കും. പൊഴേം കടലും ചേരണ അഴിമൊഖത്തൊക്ക്യാണ് കൂടുതലും കാണാറ് പതിവ്... നീയ്യീപ്പറഞ്ഞ സേട്ടിന്റെ പൊന്ന് എറക്കാൻ തോണീം ബോട്ടും ഒക്കെം കൊണ്ട് നടന്നൊരുകാലത്ത് പറ്റിക്കിട്ട്യോര് പേരാണത്."

കുറ്റിബീഡീയിൽനിന്ന് പുതിയൊന്നിലേക്ക് തീയെരിച്ചു പടർത്തിയശേഷം നാസറ് തനി പൊന്നാനിക്കാരനായിമാറി തന്റെ കഥ പറഞ്ഞു തുടങ്ങി.

മന്ത്രംകൊണ്ടും തന്ത്രംകൊണ്ടും ജീവനില്ലാത്തതിന് ഉയിരുകൊടുക്കാമോ എന്ന് വേദം പഠിച്ചവരുടെ ഇടയിലൊരു തർക്കമുണ്ടായി. അതൊരു തീരുമാനമാക്കാൻ

പൊന്നുകൊണ്ട് അവരൊരു കുഞ്ഞൻ ആനയെ ഉണ്ടാക്കിച്ചു. ഭാരതപ്പുഴയുടെ തീരത്ത് യാഗശാലയും കെട്ടി പണ്ഡിതന്മാര് പഠിച്ചപണി പതിനെട്ടുകുട്ടിയിട്ടും അനങ്ങാത്ത ആനയുടെ അരികിലേക്കൊട്ടുക്കം പറയിപെറ്റ കൂട്ടത്തിലെ ഭ്രാന്തൻ പൊട്ടിച്ചിരിച്ചുകൊണ്ട് കടന്നുവന്നു. സ്വർണത്തുമ്പിക്കൈയിലൊന്നു തലോടിയശേഷം ഒന്നും മിണ്ടാതെ മടങ്ങിയ നാറാണത്ത് ഭ്രാന്തന്റെ പിന്നാലെ ആ ആന അടിവെച്ചുനടന്നു. ഭ്രാന്തൻ പുഴ മുറിച്ചുകടന്നപ്പോൾ പൊന്നിൽ തീർത്ത ആനയും വെള്ളത്തിൽ മുങ്ങി. അങ്ങനെയാണവിടം പൊന്നാനിയായത്. ആ ഭ്രാന്തന്റെ അനിയനായിരുന്നു ഉപ്പുകൊറ്റൻ... കച്ചവടത്തിന് പേരുകേട്ട, എമ്പാടും ഉപ്പളങ്ങളുള്ള പൊന്നാനി കടപ്പുറത്തേക്ക് പാലക്കാട്ടുനിന്ന് ഉപ്പുചാക്കും ചുമന്നുവന്ന് വിറ്റിരുന്നൊരുവൻ. ഉപ്പുകൊറ്റൻ മാപ്പിളയാണെങ്കിൽ അറബികളുമായുള്ള കച്ചവടത്തിന്റെ ചരിത്രം അവിടെ നിന്ന് തുടങ്ങുന്നു. കാലം കുറച്ചുമറിഞ്ഞപ്പോൾ പടിഞ്ഞാറൻ കടലിന്മേലുള്ള പിടി അറബികളിൽനിന്ന് പതിയെ പറങ്കികളുടെ കൈയിലെത്തി. കച്ചവടപ്പങ്കും കരവും കെട്ടി വശംകെട്ടൊട്ടുക്കം പറങ്കിപ്പടത്തലവൻ ഡോൺ അൽമേഡയെ എതിരിട്ട മരയ്ക്കാൻമാരുടെ തലവനെ സാക്ഷാൽ സാമൂതിരി പൊന്നാനിയിലെ തൃക്കാവുകോവിലകത്തേക്ക് വിളിച്ചുവരുത്തി പട്ടുതുവാലകെട്ടിച്ച് കുഞ്ഞാലിയെന്ന് സ്ഥാനപ്പേരുകൊടുത്തു. ആഴിപ്പരപ്പിന്മേൽ ആധിപത്യം സ്ഥാപിച്ചവരുടെ ചരിത്രം പിന്നെയും മാറിമറിഞ്ഞു. പറങ്കികൾക്കു പിന്നാലെ ലന്തക്കാരും പരന്തരീസുകാരും ശീമക്കാരുമെത്തി കടലും കരയും വാണു. അവരൊക്കെ ഈ നാടൊഴിഞ്ഞുപോയിട്ടേതാണ്ട് പത്തുനാൽപ്പതുകൊല്ലം കഴിഞ്ഞാണ് അറബിനാട്ടീന്ന് കപ്പലുവഴിയെത്തുന്ന പൊന്നുംകട്ടകൾ കരയ്ക്കെത്തിക്കുന്നവരുടെ സംഘത്തിൽ ചേർന്ന നാസർ കടലിലേക്കിറങ്ങിയത്.

ചാവക്കാട് മുതൽ ഉഡുപ്പിവരെ നീണ്ടുകിടക്കുന്ന കടലോരങ്ങളിലേക്ക് മംഗലാപുരത്തുകാരൻ അബ്ദുൾ ഗഫാർ സേട്ടിന്റെ ഉരുപ്പടികളെത്തിക്കാനായി വള്ളവും യന്ത്രബോട്ടുമൊക്കെയായെത്തിയ പഴങ്കഥകളൊക്കെ ആവേശത്തോടെ പറഞ്ഞുതീർന്നപ്പോഴേക്കും കുരിനാസർ ചെറുതായി കിതയ്ക്കാൻ തുടങ്ങി. അന്നേരത്ത് നെഞ്ചുഴിയുന്നതിന് പകരം അയാൾ തന്റെ മുറിയൻകൈയിന്മേൽ തലോടി. അറിയാനാഗ്രഹമുണ്ടെങ്കിലും അരുതാത്തതാകുമോയെന്നുകരുതി അതുവരെ പിടിച്ചുനിർത്തിയൊരു ചോദ്യം ആന്റണിയിൽനിന്നും കെട്ടുപൊട്ടിച്ചു ചാടി.

“ഇതെങ്ങിന്യാ പറ്റീത് കാക്കാ... ആരെങ്കിലും കയറി പണിഞ്ഞതാണോ?”

“ആരെങ്കിലും കേറി ചെയ്തതാച്ചാല് ഞാനല്ലെങ്കില് എന്റെ കൂട്ടരന്നെ തിര്ച്ചും കൊടുത്തീര്ന്നല്ലോ. ഇത് പക്ഷേ, പടച്ചോൻ തന്നതാ. മൂപ്പര് നേരിട്ട് എറങ്ങിപ്പണിഞ്ഞാല് ആര്ക്കെങ്കിലും തടക്കാൻ പറ്റ്വോ? അപ്പൊപ്പിന്നെ സുല്ല് പറയന്നേ... അല്ലേ?”

അപ്പറഞ്ഞതുതിരിയാത്തമട്ടിൽ ആന്റണി മുഖം കൂർപ്പിച്ചു.

“പത്തിരുപത് കൊല്ലം മുമ്പാ... കടലുണ്ടീല് തീവണ്ടി മറിഞ്ഞ് അപകടമുണ്ടായത് കേട്ടിട്ട്ണ്ടാ?”

“ഉവ്വ്... അത് ഭയങ്കര വാർത്ത്യായിരുന്നില്ലേ കാക്കാ... കൊറച്ചുപേര് മരിച്ചില്ലേ?”

“കൊറച്ചൊന്നും അല്ലാണ്ടോ... പത്തറ്പതാൾക്കാര് അയ്‌ല് മയ്യത്തായി. പത്തുമുന്നൂറാൾക്ക് നല്ലോണം പരുക്കുംപറ്റി. ആ വണ്ടീല് ഞാനും ചങ്ങായിമാരും കൈ

ണ്ടായീർന്ന്. സേട്ടിന്റെ എളേ മോൾടെ നിക്കാഹ് കൂടീട്ട് മടങ്ങാര്ന്ന് ഞങ്ങള്. അയ്ന്റെ വിരുന്നും സൽക്കാരോം ഒക്കപ്പാടെ ജോറായിട്ട് കൂടി ബാക്കീള്ള കൊറെ പലഹാരൊക്കെ പെരേക്കൊട്ടക്കാൻ വേണ്ടിട്ട് ഒരു കൊട്ടേല് പൊതിഞ്ഞ്കെട്ടി ക്കൊണ്ട്ള്ള വരവായിര്ന്ന് അത്. ആകപ്പാടെ ഒരു കുലുക്കം പിന്നൊരു കെട്ടിമറി ച്ചിലും. കൊറച്ച്നേരത്ത്ക്ക് കണ്ണ്ന്റെ ഉള്ളില്ക്ക് ഇര്ട്ട് കേറി. പിന്നെ മെല്ലനെ വെളിച്ചം വന്ന് നോക്കുമ്പണ്ട് എന്റെ ഒപ്പള്ളോര്ല് രണ്ടാള് പെടഞ്ഞ് തീർന്ന്ക്ക്ണ്. ബോഗീന്റെ അവ്ത്താണോ പൊറത്താണോ അതോ പാലത്ത്മ്മലാണോ ഞങ്ങള് കെടക്ക്ണ്ന്നൊന്നും തിര്ച്ചര്യാൻ പറ്റാത്തൊര് അവസ്ഥേര്ന്നത്. നൊമ്പരൊന്നും അറിയാണ്ട് ആകപ്പാടൊരു പെര്പ്പം തര്പ്പം... ആരൊക്ക്യോ അലറി ക്കുവിവന്ന് വീണ്കെടക്കണോര്യൊക്കെ വാരിവലിച്ചെട്ത്തോണ്ട് പോണ്. രണ്ടാൾക്കാര് കൂടി എന്നെ പൊന്തിച്ചെട്ത്തപ്പോ പീച്ചാംകൊഴല് ചീറ്റ്ണപോലേ ണ് നാലുപൊറോം ചോര തെറിച്ചത്. ഞാൻ കെടന്നേന്റെ തൊട്ടപ്രത്തായി മറ്ഞ്ഞ് കെട്ക്ക്ണ പലഹാരക്കൊട്ടടെ ഒരു സൈഡിലായ്ട്ട് എന്റെ വലത്തേ ക്കയ്യ് മുറ്ഞ്ഞ് കെടക്ക്ണ്ടാര്ന്ന്. വാരിട്ത്ത് ഓട്ടുന്നോമ്മാരോട് നിർത്തടാ... നിർത്തടാ... ആ കയ്യുള്ടെ എട്ക്കടാന്നൊക്കെ പറയ്യ്ണ്ടെങ്കിലും അണ്ണാക്ക്ന്ന് ഒച്ച പൊന്തീല്ലാ..."

തൊട്ടുമുന്നിൽ ആ കാഴ്ച തെളിഞ്ഞെന്നോണം ആന്റണി കണ്ണുകൾ ഇറുക്കി യടച്ചു. ആരാന്റെ കത്തി എളിയിൽ കയറുന്നേരം നട്ടെല്ല് പുളിക്കുന്നതുപോലെയൊരു തണുപ്പ് കടൽക്കാറ്റായി അയാളെ വന്നുപൊതിഞ്ഞു.

"ആ സേട്ട് പിന്നെ നിങ്ങളെ സഹായിച്ചില്ലേ?"

"സംഗത്യറ്ഞ്ഞ മൂപ്പര് നേരിട്ട് ആസ്പത്രീലെത്തി കൊറച്ച് കായ്യ്യ്യാക്കെ തന്ന്. ചികിൽസയ്ക്കൊക്കെ ആളന്നേയ്ര്ന്ന് സഹായിച്ചത്. ഒക്കെ കയ്ഞ്ഞ് എണീറ്റ് നടക്കാറായപ്പൊ ചെറ്യേ പണ്യെന്തെങ്കിലും ഇട്ത്ത്കൂടാൻ മംഗലാരത്ത്ക്ക് ചെല്ലാൻ മൂപ്പര് കൊറേപ്രാശ്യം നിർബന്ധിച്ച്. പക്ഷേ ഞാനൊയിഞ്ഞ് മാറി. അയ്ന്റെപ്പിന്നെ ഞാൻ കടല്ലും പോയ്ട്ടില്ല്യ."

"പ്രായമൊക്കെ ആയില്ലേ കാക്കാ... ഇനിയൊന്ന് ഒതുങ്ങിക്കൂടെന്നേയ്..."

"വയസ്സുമ്മലൊന്നല്ലടോ കളി... ഓരോന്ന് തിര്ച്ചര്യാൻ ഓരോ ചുറ്റുപാട്ട്വോള്ണ്ട്. നമ്മളൊരുത്തനെ തല്ലീം കുത്തീം താഴെട്ന്നത് പോല്യല്ല ശവങ്ങളങ്ങനെ നെരന്നും പരന്നും കെടക്കണ കാഴ്ച. ആദ്യം പറഞ്ഞത് അന്റെ പ്രായത്തില് ഞാനും കൊറെ ചെയ്തതാണ്. പക്ഷേ, നാല് പൊറോങ്ങനെ കയ്യും കാലും തലീം ഒക്കെ വെവ്വേര്യായി ചോരേല് കുളിച്ച്ങ്ങ്നെ ആളോള് കുന്ന്കൂടി പെടയ്ന്നത് കാണ്ന്നേരത്ത് ആർക്കായാലും മന്സ്സിന്റെ പിട്ത്തം വിട്ട്വോവും."

അത് നേരായിരുന്നു... കലിംഗത്തായാലും കടലുണ്ടിയിലായാലുമതെ. രണ്ടായി രത്തിൽപ്പരം കൊല്ലങ്ങളുടെ അപ്പുറമിപ്പുറമായി മൗര്യസാമ്രാജ്യത്തിന്റെ ചക്രവർത്തിക്കും ദീപസ്തംഭത്തിന്റെ സൂക്ഷിപ്പുകാരനുമിടയിൽ സമാധാനം വിടവ് നികത്തി. തെല്ലുനേരം വർത്തമാനമൊക്കെ നിർത്തി നാസർ ചക്രവാളത്തിലെ നിലാവെട്ടത്തിലേക്ക് കണ്ണുംനട്ട് നിശ്ശബ്ദനായി നിന്നു.

"എന്നാലുമെന്റെ കാക്കാ... നിങ്ങളെങ്ങനെയാണ് ഈ ലൈറ്റ്ഹൗസിന്റെ മണ്ടേലെത്തിയതെന്ന് എനിക്കൊരു പിടിയും കിട്ടണില്ലാ..."

“അന്നത്തെ അപകടൊക്കെ കഴ്ഞ്ഞ് പൊന്ത്യ ഞാന് എവിടക്ക്യോ ആയിട്ട് കൊറേ തിരിഞ്ഞ്കളിച്ച് നടന്ന്. ഈ ഒറ്റക്കയ്യും നീട്ടി പിച്ചവരെ എട്ത്ത്ട്ട്ണ്ട്. പിന്നെ കൊറച്ച്കാലം മെന്റലോസ്പത്രീലൊക്കെ കെടന്ന്. വെളിവൊക്കെ വന്ന് അവിട്ന്ന് പൊറത്തെറങ്ങ്യ ഒരുസം എങ്ങനെക്ക്യോ അലഞ്ഞ് അവസാനം ഈ ലൈറ്റൗസിന്റെ ചോട്ടിലെത്തിപ്പെട്ട്. മാറാല തട്ടീം നെലം തൊടച്ചും വര്ണോരോ ടോരോ വിഷയം പറഞ്ഞും. അച്ചേലില് ഇവടങ്ങനെ പറ്റിക്കൂടി. വികലാംഗനായോ ണ്ട് പിന്നവസാനം സർക്കാരിന്റെ സഹായത്തില് തൽക്കാലത്ത്ക്ക് ഇതന്ന്യൊര് പണ്യായിട്ട് കിട്ടി. ഇല്ല്യാര്ന്നെങ്കിച്ചെലപ്പോ മുഴപ്പിരാന്തായിപ്പോവേര്ന്ന്...”

“അങ്ങനെയൊന്നും പറഞ്ഞ് അവനവന്റെ വെല കളയാണ്ടിരിക്ക്. ഒന്നുല്ലെങ്കി ലും നിങ്ങളാള് പഴേ കൂരിയല്ലേ?”

“പെട്ടീല് പൊന്ന്ള്ള ബോട്ടോടിക്കുമ്പൊ വയ്ത്താലെ കോസ്റ്റ്ഗാഡും കസ്റ്റം സ്കാരും ഒക്കെപ്പാടെ പാഞ്ഞ് വര്ണ നേരത്ത് ഉള്ളിലൊരു കത്തല്ണ്ടാവും. അന്തുംകുന്തുംല്ല്യാത്ത ഇര്ട്ടത്ത് ഏതെങ്കിലും കരയ്ക്ക് തോണ്യട്പ്പിക്ക്മ്പൊ തൊണ്യായി നിന്നത് ഇങ്ങനെ കൊറേ ലൈറ്റൗസോളാണ്. ഒര് കാര്യറിയോ ആന്റണീ... ഓരോരോ കടപ്പൊറത്ത്ള്ളതിലും ഇതീന്ന് പാളിവീഴ്ണ ലൈറ്റിന്റെ മിന്നിക്കത്തലിനും വെളിച്ചത്തിനും വ്യത്യാസണ്ടാവും. എത്ര സെക്കന്റ് എടവിട്ടാണ്, എത്ര പ്രാശ്യാണ് ചിമ്മ്ണത് എന്നതാണ് അയ്ന്റെ കോഡ്... അഴീക്കോട്ടും ചേറ്റു വേലും ബേപ്പൂരും മാഹീലും ഏഴിമലേലും ഒക്കെള്ള ലൈറ്റൗസോള് തമ്മ്ത്തമ്മില് അയ്ന്റെ കണക്കില് ചെലേ മാറ്റങ്ങള്ണ്ട്. ആ രഹസ്യം കണക്കുട്ടീട്ടാണ് കടലി ലുള്ളോര് ഏതേത് കരയ്ക്കാണ് അടുക്കണതെന്ന സംഗതി തിരിച്ചറിയ്ണത്... പക്ഷേ, ആ ഊഹം തെറ്റ്യാപ്പിന്നെ തീരുമാനിച്ചോട്ത്ത് തോണ്യെത്തിക്കാൻ പാടാണെടോ... അങ്ങന്യാണ് ചെകിളമുറിഞ്ഞ മീന് നീന്താൻ പറ്റാണ്ടെ കരേലടി ഞ്ഞെത്തി പെടയ്ക്കണ ചേലിക്ക് കടലീക്കെട്ന്ന് കളിച്ചിര്ന്ന ഞാൻ ഈ വെള ക്ക്മാടത്തിന്റെ കാവക്കാരനായത്.”

മുഴങ്കൈയും പത്തിയുമൊക്കെ അറ്റുപോയശേഷവും ബാക്കിയായൊരു മാംസ ക്കുറ്റിയിലേക്കങ്ങനെ ഉറ്റുനോക്കി നാസർ മിണ്ടാട്ടംമുട്ടിയിരുന്നു. അതുവരെ ആരെയും കൂസാത്തൊരുതരം ചുണയോടെ തന്റെ മുന്നിൽനിന്നു നാവാടിയ ആളേ യാല്ലാ അതെന്ന് തെല്ലിട ആന്റണിക്കു തോന്നിപ്പോയി. നിശ്ചലനായിരിക്കുന്ന നാസറിനെ തോണ്ടിവിളിച്ചുകൊണ്ട് ആന്റണി ആശ്വാസവാക്കോതി.

“നിങ്ങളൊന്ന് ഉഷാറായിരിക്കെന്റെ കാക്കാ... എന്തായാലും ഇവിടന്ന് തപ്പി ച്ചോടിയവനെ ആദ്യമൊന്ന് പൊക്കട്ടെ. ശേഷം ഞാൻ നിങ്ങളെക്കാണാൻ ഈ ലൈറ്റ്ഹൗസിലേക്ക് ഒന്നുകൂടി വരണുണ്ട്. അന്നു നമുക്ക് ശരിക്കുമൊന്ന് കൂടണം.”

“എന്നാപ്പിന്നെ ഇന്ന് കൂടിക്കൂടേ?”

“ഇന്നല്ല... പിന്നെയൊരു ദിവസം...”

“അങ്ങനൊരുസം ഞാനോ നീയ്യോ ഇണ്ടാവുംന്ന് ആര്ക്കാണ് ഒറപ്പ്? ഇപ്പൊ വ്ട്ന്ന് ചാടിപ്പോയോന്റെ കാര്യന്തന്നെ നോക്ക്. അന്ത്രപ്രാണനും കയ്യീപ്പ്ട്ച്ച് ഇരുട്ടത്ത്ക്ക് മറഞ്ഞില്ലേ. അങ്ങനെ എത്രകാലം ഓടും? എപ്പളാ ആര്ടെയാ കയ്യില് കിട്ടണതെന്ന് ആര്ക്കറിയാടോ?“

സൂത്രം പൊളിഞ്ഞ് കൂവൽ പേടിച്ചിരിക്കുന്ന ചെപ്പടിവിദ്യക്കാരന്റെ സങ്കടത്തോ

ടെ നാസർ സംശയാലുവായി. അന്നേരം അയാളെയങ്ങനെ ആ ദീപസ്തംഭത്തിന്റെ മുകളിൽ തനിച്ചാക്കി പെട്ടെന്ന് പടികളിറങ്ങിപ്പോരാൻ ആന്റണിക്കായില്ല.

"എന്നാപ്പിന്നെ കൊറച്ചനേരംകൂടെ നിക്കാം. അപ്പോഴെന്തായാലും ഉദയം കാണാലോ, അല്ലേ കാക്കാ?"

"പടിഞ്ഞാറൻ കടലിന്റെ കരേല് കാണാൻ നല്ലത് അസ്തമയമാണ്. സൂര്യൻ കടലീന്ന് പൊന്തിവരണത് വൃത്ത്യായി കാണ്ണെങ്കില് നീയ്യ് കൊറേ തെക്കോട്ട് പോണം. എന്നാലും തിരൂർപ്പൊഴേം ഭാരതപ്പൊഴേം അഴിമുഖോം ഒക്കെള്ള ഇവ്ടാ കപ്പാടെ വെളിച്ചം പരക്ക്ണതും ഒന്ന് കാണണ്ടതാ."

അതിനുകാത്തിട്ടെന്നോണം ആ ലൈറ്റ്ഹൗസിന്റെ മേലെ നിശ്ചലനായി നിന്ന് ആന്റണി ചുറ്റുപാടേക്കും എത്തിനോക്കി. താനും പിന്നെ കൂടെയുള്ള ഒറ്റക്കയ്യനേയും കൂട്ടി ലോകത്താകെ രണ്ടേരണ്ടുപേരേയുള്ളൂ എന്നൊരു വിചാരം അന്നേരങ്ങനെയോ ആന്റണിയുടെ ഉള്ളിൽക്കടന്നുകൂടി.

വീണ്ടുമൊരു സിഗററ്റെരിച്ചു ചുണ്ടിൽ വെച്ചശേഷം കഥകേട്ടുകൊണ്ട് തന്റെ ചുറ്റിലുമിരിക്കുന്നവർക്കുനേരെ ആന്റണി കണ്ണോടിച്ചു.

"അങ്ങനെ ആളെത്തപ്പിച്ചെന്ന എന്നെ ഇല്ലാത്ത കയറോണ്ട് കൂരിനാസറ് ആ ലൈറ്റ്ഹൗസിന്റെ മേലെ കെട്ടിയിട്ടു. അതിലെ കൺകെട്ട് തിരിച്ചറിയാനായിട്ട് നേരം വെളിച്ചാവേണ്ടി വന്നൂന്ന് മാത്രം. നിങ്ങൾക്കറിയോ അന്നേവരെ... എന്റെ ആ മുപ്പത്തിയൊമ്പതാമത്തെ വയസ്സുവരെ... കടപ്പുറത്തൂന്നിന്ന് സൂര്യനുദിക്കുന്നത് ഞാൻ കണ്ടിട്ടുണ്ടായിരുന്നില്ല. ലൈറ്റ്ഹൗസിന്റെ മോളീന്ന് ഞാൻ താഴേക്ക് നോക്കുമ്പളുണ്ട് ഒരുവശത്തൂന്ന് പതിയെപ്പതിയെ സൂര്യനങ്ങനെ പൊങ്ങിവരണ്... കട്ടകുത്ത്യപോലെ നിക്കണെ തെങ്ങിൻ തലപ്പോൾടെ എടേല് ഉറുമ്പിൻ പുറ്റുപോലെ വീടുകള്... അതീന്ന് പൊട്ടുപൊട്ടുപോലെ ഇറങ്ങി നടക്കണ ആളുകള്... പൊന്നുംതരി പോലത്തെ മണൽപ്പരപ്പിന്റെ മീതേ ലൈറ്റ്ഹൗസീന്ന് കൃത്യം എടവേളയിലങ്ങനെ പാളിവീഴണ വെളിച്ചം. തൊട്ടുപോണതൊക്കെ നിസ്സാരമാണെന്ന മട്ടില് വീശിയടിക്കണ കാറ്റ്... മുന്നില് പരന്നങ്ങനെ തിരയടിച്ചലറുന്ന കടല്... എല്ലാത്തിന്റെയും മേലെ വീഴണ പുലർച്ചവെട്ടം... അതൊരു കാഴ്ച തന്നെ ആയിരുന്നൂട്ടാ... പക്ഷേ, അതൊന്നും നോക്കിക്കാണാനൊരു താൽപ്പര്യല്ല്യാണ്ടെ എന്റെ കാൽച്ചോട്ടില് കുന്തിച്ചിരിക്ക്യായിരുന്നു കൂരിനാസറ്. അവനവന് തന്നെ വയസ്സായിട്ട് കുറച്ചപ്പുറത്തുമാറി ഇരിക്കണതുപോല്യാണ് ആ സമയത്ത് അയാളെക്കണ്ടപ്പൊ എനിക്ക് തോന്നിയത്. ഉള്ളതുപറയാല്ലോ... അന്ന് ആ ടവറിന്റെ മേലേന്ന് വലിച്ചെറിഞ്ഞതാണ് ഞാൻ എപ്പളും അരേല് തിരുകി നടന്നിരുന്ന കത്തി"

ഒരു നെടുവീർപ്പോടെ പുകയിലപ്പുകയൂതിക്കൊണ്ട് ആന്റണി കണ്ണുകളടച്ചു. അന്നേരം പിരിയൻ കോണിയുടെ പടികൾ ഓടിക്കിതച്ചുകയറി അയാൾ ഒരിക്കൽകൂടി ആ ലൈറ്റ്ഹൗസിന്റെ മുകളിലെത്തി. തൊട്ടുമുമ്പ് കൂടെയിരിക്കുന്നവർക്കായി താൻ വിവരിച്ചൊരു കാഴ്ചയെ അയാൾ ഉള്ളാലെ മതിയാവോളം ആവർത്തിച്ചു.

ഡ്രാക്കുളയുടെ പ്രേമലേഖനങ്ങൾ

എം നന്ദകുമാർ

ഒന്ന്: ലൂസിക്ക്

ലൂസി, പ്രിയപ്പെട്ടവളെ...

നിന്നെ ഓർത്തുകൊണ്ട് ഏകാന്തമായ ഈ കോട്ടയുടെ ഇരുണ്ട അകത്തളങ്ങളിൽ ഞാൻ ചുറ്റി നടക്കുന്നു. മഞ്ഞുറഞ്ഞ മലനിരകളാണ് ജാലകങ്ങൾക്കപ്പുറം. ദൂരെ ശീതക്കാറ്റുകൾ ചുഴറ്റിയടിക്കുന്ന സ്തൂപികാഗ്രിതവനങ്ങൾ. നിലാവിന്റെ മൂടുപടമിട്ട മ്ലാനമായ താഴ്വാരങ്ങൾ. പ്രിയമുള്ളവളെ... എന്റെ ഒറ്റപ്പെടൽ നിനക്ക് സങ്കല്പിക്കാനാവുന്നുണ്ടോ? നൂറ്റാണ്ടുകൾക്കു മുമ്പുണ്ടായ ആക്രമണങ്ങളിൽ വിള്ളലേറ്റ കൽഭിത്തികൾ, കൊത്തളങ്ങളിലെ ചോരക്കറകൾ, അസ്ഥിവാരങ്ങളിൽനിന്നും ഉയരുന്ന അമർത്തിയ തേങ്ങലുകൾ... ഇതിൽനിന്നെല്ലാം വിടുതി നേടാനാണ് ഞാൻ കടൽ കടന്നു നിന്റെ തീരദേശനഗരത്തിലേക്കു കപ്പലിൽ വന്നണഞ്ഞത്. മനുഷ്യരുടെ ചൂര് തിക്കിത്തിരക്കുന്ന പാതകളിൽ അലഞ്ഞുനടക്കാൻ... യുദ്ധഭൂമികളിൽ വീണടിഞ്ഞ എന്റെ ഗോത്രത്തിന്റെ വംശസ്മൃതികളിൽ ആണ്ടുമുങ്ങാനും.

ലൂസി... നിങ്ങളുടെ പ്രദേശത്തു കരക്കിറങ്ങിയശേഷം ഞാൻ ആദ്യമായി പ്രണയിച്ചതു നിന്നെയാണ്. നിന്റെ ആത്മാവിനെ തിരിച്ചറിഞ്ഞത് ഞാൻ മാത്രമായിരുന്നു. അതിരുകളില്ലാത്ത നിന്റെ സ്വാതന്ത്ര്യവാഞ്ഛയെ അംഗീകരിച്ചതും.

ആർതർ, സിവാഡ്, ക്വിൻസി നിന്നെ കൊതിച്ച മൂന്നു പുരുഷന്മാർ. നിന്നിൽ അഭിനിവേശമുണർത്തിയ ഒട്ടേറെ ആണങ്ങൾ. എന്തുകൊണ്ട് നിനക്ക് നീ ഇഷ്ടപ്പെടുന്ന സകല ആണങ്ങളെയും സ്വീകരിച്ചുകൂടാ? നിന്റെ കാമോർജം അവരെ ഭയവിഹ്വലരാക്കി. നിന്റെ മെത്തയിൽ കൂത്താട്ടം നടത്തുന്ന രതിഭാവനകൾ അവർക്കു താങ്ങാനായില്ല. മരുവാസികളുടെ മൈഥുനലീലകൾ വിവരിക്കുന്ന ചിത്രത്താളുകളായി നിന്റെ ഉടൽ വിരികളിൽ ഉലഞ്ഞുമറിഞ്ഞു. അന്നേരം സ്വപ്നാടനങ്ങളിലെ വിരുന്നുകാരനായി നീ സ്വീകരിച്ചത് എന്നെയാണ്.

ദുർമാർഗത്തിന്റെ യാമങ്ങളിൽ നീ കിടക്കയിൽ നിന്നെഴുന്നേറ്റു. പാതിമയക്കത്തിൽ സാവകാശം നടന്നു. വെണ്ണക്കല്ലുകൾ പാകിയ നിലത്തു പാദങ്ങൾ തൊട്ടു

ന്നതറിയാതെ. എന്റെ പേര് പിറുപിറുത്തുകൊണ്ട് നീ വാതിൽ തുറന്നു. പിച്ചിമുല്ലകളുടെ പരിമളമുള്ള പൂന്തോട്ടത്തിനപ്പുറം ഞാൻ കൈകൾ വിടർത്തി നില്പുണ്ടായിരുന്നു. സെമിത്തേരിയിലെ കല്ലറകൾക്കിടയിൽ നാം കണ്ടുമുട്ടിയ സംഗമവേളകൾ. നിനക്ക് പുറകിൽ ചേർന്നുനിന്ന് ഞാൻ നിന്റെ മുടിയിഴകൾ മെല്ലെ വകഞ്ഞുമാറ്റി. യുഗങ്ങളുടെ പഴക്കമുള്ള എന്റെ ഉച്ഛ്വാസം നിന്റെ പിൻകഴുത്തിൽ വീഴുമ്പോൾ നീ ആസക്തിയോടെ അരക്കെട്ട് വളച്ചു. നിന്റെ മൃദുലമായ തൊലിയിൽ ഞാൻ ചുണ്ടുകൾ ഉരുമ്മി. പിടലിയിലെ തുടിക്കുന്ന ഞരമ്പിൽ കോമ്പല്ലുകൾ ആഴ്ത്തി. ആദിമഗുഹകളിലെ മൃഗചോദനയായി ഞാൻ നിന്നിൽ പ്രവേശിച്ചു. നോവുകളിൽ നാം തേടുന്ന ആനന്ദം. മൂർച്ഛയുടെ മൂർധന്യത്തിൽ ആകാശത്തിന്റെ അറ്റങ്ങളിൽ നിന്നും ചുഴലിക്കാറ്റുകൾ വരുന്നു. സമുദ്രങ്ങളുടെ മധ്യഭാഗം ആർത്തലച്ചുയരുന്നു.

നമ്മുടെ സമാഗമങ്ങൾക്കു സാക്ഷിയായി നിന്റെ കൂട്ടുകാരി മീനാ മുല്ലവള്ളിപ്പടർപ്പുകൾക്കുള്ളിൽ നിൽപ്പുണ്ടായിരുന്നു. അസൂയയിലും തുഷാരത്തിലും നനഞ്ഞുകുളിച്ച് അവൾ നമ്മുടെ ക്രീഡകൾ കണ്ടുനിന്നു.

പിന്നീടുള്ള രാവുകളിലെ നിദ്രാടനങ്ങളിൽ നീ എന്നെ നിനയ്ക്കുന്ന നേരങ്ങളിലെല്ലാം ഞാൻ നിനക്കരികിൽ എത്തി. വവ്വാലായി നിന്റെ ജനാലകളുടെ നീല തിരശ്ശീലകളിൽ തൂങ്ങിക്കിടന്നു. മൂടൽമഞ്ഞായി മുറിയിൽ നുഴഞ്ഞുകയറി. എല്ലാം പിന്നെയും ആവർത്തിക്കാൻ. ഉണങ്ങാത്ത മുറിവുകളിലൂടെ നിന്റെ ഉയിരിനെ ഊറ്റിക്കുടിക്കാൻ. പ്രേതസംയോഗങ്ങളുടെ സംതൃപ്തിയിൽ ആളൊഴിഞ്ഞ വഴികളിലൂടെ ഓരിയിട്ട് ഓടിപ്പോകാൻ. ചെന്നായകൾ തനിച്ചാകുന്ന നിലാവെളിച്ചത്തിലൂടെ...

ചികിത്സയില്ലാത്ത വിളർച്ച ബാധിച്ച നിന്റെ ശരീരം മെലിഞ്ഞു. പ്രാർഥനകൾ നിലച്ച അൽത്താരയിൽ മങ്ങിക്കെട്ടുന്ന മെഴുകുതിരിയെപ്പോലെ നീ ക്ഷീണിതയായി. ആർതർ അവന്റെ രക്തം നൽകി നിന്നെ സുഖപ്പെടുത്താമെന്നു വ്യാമോഹിച്ചു. എനിക്കെതിരെ അവരെയെല്ലാം നയിക്കുന്ന ഡോക്ടർ ഹെസ്‌ലിങ് വിഡ്ഢിയായ തത്വചിന്തകനാണ്. രക്ഷകന്റെ കോമാളിവേഷം കെട്ടിയ അവന്റെ മസ്തിഷ്കത്തിൽ ശാസ്ത്രബോധങ്ങളും അതീത ദൈവകല്പനകളും കുഴമറിയുന്നു. കഠിനയുക്തികൾക്കോ ഇളക്കമില്ലാത്ത മുൻധാരണകൾക്കോ നമ്മളെ മനസ്സിലാവില്ല. ഭാരരഹിതമായ കാൽവെയ്പുകളോടെ എന്നിലൂടെ നീ നടന്നടുത്ത മാന്ത്രികവിശാലതകളെ അവർക്കു ഗ്രഹിക്കാനാവില്ല. അവരുടെ സൂക്ഷ്മദർശിനികൾക്ക് നിരീക്ഷിക്കാനാവുന്നതിലും ആഴത്തിലാണ് നമ്മുടെ സമ്പർക്കത്തിന്റെ രാസമിശ്രിതങ്ങൾ ഒഴുകുന്നത്. ഉരുകിത്തിളച്ച നക്ഷത്രപിണ്ഡങ്ങളാണ് നമ്മുടെ അരൂപിയായ സിരാപടലത്തിൽ ചംക്രമണം ചെയ്യുന്നത്. സ്നേഹതീവ്രമായ ഉഷ്ണപ്രവാഹമായി.

നായാട്ടുപട്ടിയുടെ വീറോടെ ഞാൻ നിന്നെ പ്രാപിച്ച അന്തിയിൽ നീ അവർക്കിടയിൽനിന്നും മുക്തിനേടി. അവരുടെ കുഴൽക്കണ്ണാടികളിൽ അഗോചരമായ ചക്രവാളസീമകളിലേക്കു നീ ചിറകടിച്ചു. ആളുകൾ അതിനെ അപമൃത്യുവെന്നു വിളിച്ചെങ്കിലും.

നിന്നെ അടക്കിയതിനു പിറകെ പട്ടണത്തിൽ അസാധാരണ സംഗതികൾ അരങ്ങേറി. വൈകുന്നേരങ്ങളിൽ കുഞ്ഞുങ്ങൾ അപ്രത്യക്ഷരായി. അജ്ഞാതജീവിയുടെ കടിയേറ്റ മൃതദേഹങ്ങൾ ഓടകളിലെ അഴുക്കുചാലുകളിൽ പൊങ്ങിക്കിടന്നു. ഓജസ്സ് നഷ്ടമായ യുവാക്കൾ നിദ്രാവിഹീനതയുടെ രോഗശയ്യകളിൽ നിന്റെ സാ

മീപ്യത്തിനായി കേണു.

അപ്പോഴാണ് അവർ ആയുധങ്ങളുമായി നിന്നെ തേടിവന്നത്. ഡോക്ടർ ഹെൽസിങ്ങും ആർതറും സംഘവും. ശവപ്പെട്ടി വെട്ടിപ്പൊളിച്ചപ്പോൾ അഭൗമസൗന്ദര്യത്തിൽ നീ അവർക്കു വെളിപ്പെട്ടു. പാതിതുറന്ന ദാഹാർത്തമായ ചുണ്ടുകൾ. വായ്ക്കോണിൽ ഒലിക്കുന്ന ചോരയുടെ നേർത്ത ചാൽ. ജീവിച്ചിരുന്നപ്പോൾ ഉള്ളതിനേക്കാൾ മാദകത്വം തുടിക്കുന്ന നിറമാറുകൾ. അവർ നിന്നെ കൂട്ടം ചേർന്ന് ആക്രമിച്ചു. എന്നെക്കുറിച്ചുള്ള സ്മരണകൾ നിറഞ്ഞ തല അറുത്തുമാറ്റി. എന്നോടുള്ള അനുരാഗത്തിൽ മരണാനന്തരവും മിടിക്കുന്ന നിന്റെ ഹൃദയം അവർ തുരന്നെടുത്തു. തിരിച്ചുവരാനാകാത്തവിധം നിന്നെ വിസ്മൃതിയുടെ പടുകുഴിയിൽ അടക്കം ചെയ്തു. നിന്നെ എന്നന്നേക്കും ഇല്ലാതാക്കിയെന്ന ആശ്വാസത്തിൽ അവർ മടങ്ങിപ്പോയി. പിന്നീട് തത്വശാസ്ത്രവിഡ്ഢിയും നിന്റെ കമിതാക്കളും ജോനാഥനും എന്നെ കുരുക്കാനുള്ള വലയുടെ കണ്ണികൾ മുറുക്കി. എന്നെ അടിയറ പറയിക്കാനുള്ള നീക്കങ്ങളിൽ അവർ മീനായെ അംഗമാക്കി.

പക്ഷേ, ലൂസി... സർപ്പിളകാലത്തിന്റെ മടക്കുകളിൽ ഞാനും നീയും ഇനിയും കണ്ടുമുട്ടും. ഞാൻ നിന്നെ പ്രതീക്ഷിച്ചിരിക്കുന്നു. നമുക്ക് സന്ധിക്കാനുള്ള ലയബിന്ദുവിനെ തമസ്സിന്റെ ലിപികളിൽ ആവാഹിക്കുന്നു.

ലൂസി... എന്റെ പ്രിയപ്പെട്ടവളെ... നീയെന്ന അഭാവത്തിനു നെറുകതൊട്ട് ഉള്ളം കാലടികൾവരെ നിറയെ നിറയെ മുത്തങ്ങൾ.

രണ്ട്: മീനാക്ക്

മീനാ... അനാഥത്വത്തിൽ ആർദ്രമായി ഉലയുന്നവളെ... പ്രേമസ്വരൂപിണീ... എന്നെ നീ ആകസ്മികമായി രുചിച്ച നിമിഷം നിനക്ക് മറക്കാനാവുമോ? ലൂസിയുടെ കുപ്പായമഴിക്കുകയായിരുന്നു നീ. അവളുടെ കഴുത്തുഞരമ്പിലെ പൊട്ടുകൾ മാതിരിയുള്ള പാടുകൾ നീയാണ് കണ്ടെത്തിയത്. നിന്റെ അശ്രദ്ധയാൽ ലൂസിയുടെ ഉടുപ്പിലെ മൊട്ടാണികൾകൊണ്ടു പോറിയതാകുമെന്ന് നീ പശ്ചാത്തപിച്ചു.

"വേദനിക്കുന്നുവോ?" നീ മുറിപ്പാടുകളിൽ തലോടി.

"ഇല്ലാ..." ലൂസി തല പുറകോട്ടുതിരിച്ചു പൊട്ടിച്ചിരിച്ചു.

തലോടിയ ചൂണ്ടുവിരൽ നീ അധരത്തോട് അടുപ്പിച്ചു. എന്റെ ദംഷ്ട്രകളുടെ തിക്തരസം നിന്റെ ഉമിനീരിൽ കലർന്ന ക്ഷണത്തിൽ ഞാൻ നിന്നിലേക്ക് കാട്ടുതീയായി പടർന്നു. രുധിരപാനത്തിനുള്ള അടങ്ങാത്ത ലഹരിയായി നിന്നിൽ നിറഞ്ഞു.

മീനാ, നിന്റെ കാമുകനായ ജോനാഥനെ ഞാൻ എന്റെ കോട്ടയിൽ തടവിലാക്കിയതാണെന്ന് നീ കരുതുന്നുവോ? അവൻ അവന്റെ തന്നെ അബോധത്തിന്റെ ബന്ധനസ്ഥൻ. അവന്റെ ചുറ്റുപാടുകളുടെ പരിഹാസ്യമായ ചട്ടക്കൂടുകളിൽ പണത്തിന്റെയും മാന്യസ്ഥാനങ്ങളുടെയും പടവുകൾ കയറാൻ കിതയ്ക്കുന്ന ചുണകെട്ട നിയമജ്ഞൻ. വസ്തുക്കച്ചവടക്കാരുടെ ദല്ലാൾ. മീനാ, എനിക്ക് മനസ്സിലാകുന്നില്ല... നിങ്ങൾക്കിടയിൽ അടുപ്പങ്ങൾ നിശ്ചയിക്കാനുള്ള അളവുകോലുകൾ എന്തൊക്കെയാണ്? ദരിദ്രനായ ഒരു കണക്കെഴുത്തുകാരന്റെ അത്യാർത്തിയാണ് നിന്റെ വരൻ. ഒറ്റക്കു നിൽക്കുന്നതിനു പകരം നീ ജോനാഥന്റെ ദാസിയാകാൻ തീരുമാനിക്കുന്നതെന്തിന്? ജോനാഥന്റെ വാക്കുകൾ അപ്പാടെ പകർത്തിവെക്കുന്ന ഗുമസ്തപ്പണി

യിൽ നീ നിന്നെത്തന്നെ തളച്ചിടുന്നു. അവന്റെ ഊഹക്കച്ചവടത്തിലെ ഇടപാടുകളുടെ സൂക്ഷിപ്പുകാരിയാകാൻ... വിശ്വസ്തഭാര്യയും അവന്റെ കുട്ടികളുടെ അമ്മയും എന്ന വീട്ടമ്മവേഷം കെട്ടലാണോ നിന്റെ ജീവിതം? എന്തൊരു വിഡ്ഢിത്തരം! അതെനിക്ക് സഹിക്കാനാവില്ല. പുരുഷൻ കണ്ടുപിടിച്ച ചുരുക്കെഴുത്തുഭാഷയിൽ ജോനാഥനും നിനക്കും കൈമാറാനുള്ളത് വിരസമായ വിവരങ്ങളാണ്. ഭാവിയെക്കുറിച്ചുള്ള ആൺവർഗത്തിന്റെ കുടിലമായ അത്യാഗ്രഹങ്ങളാണവയെല്ലാം.

മീനാ, ഞാനാണ് നിന്റെ ധമനികളിലേക്ക് സ്നേഹം പകർന്നത്. എന്റെ മാറുകീറി നിന്നെ ഞാൻ ബലമായി കുടിപ്പിച്ച പൈശാചിക രക്തത്തിലൂടെ. ഞാൻ ആണോ പെണ്ണോ ലിംഗസമുച്ചയമോ ഭേദങ്ങളോ അല്ല. ആകാരവടിവിനും സുരതത്തിനും അപ്പുറമുള്ള ദ്രവസാമ്രാജ്യത്തിലെ പങ്കാളിയാകാനാണ് ഞാൻ നിന്നെ ക്ഷണിച്ചത്. അതിനാലാണ് എന്റെ നെഞ്ചിനകത്തെ ഉത്കടവികാരങ്ങൾ ഞാൻ നിനക്ക് നിവേദിച്ചത്. ഇനിമുതൽ രണ്ടുപേർക്കുമുള്ളിൽ മിന്നിമറയുന്ന ചിന്തകൾ നാം പരസ്പരം അറിഞ്ഞുകൊണ്ടിരിക്കും. നമ്മൾ എത്രയേറെ അകലങ്ങളിലാണെങ്കിലും. കാരണം നീ എന്റെ രക്തം കലർന്നവൾ.

നാം ഒരുമിച്ച് ദ്വീപുകളും വൻകരകളും അലയാഴികളും താണ്ടും. ജോനാഥൻ തട്ടിപ്പറിച്ചുണ്ടാക്കുന്ന സമ്പത്തിന് എത്തിപ്പിടിക്കാനാവുന്ന സൗഭാഗ്യങ്ങൾ എത്ര തുച്ഛം! അതിനേക്കാൾ അപൂർവങ്ങളായ സന്തോഷങ്ങളാണ് നമ്മുടെ പ്രയാണങ്ങളിൽ നിന്നെ കാത്തിരിക്കുന്നത്. മീനാ, നീ സൃഷ്ടിജാലത്തിലെ വൈശിഷ്ട്യമാർന്ന കാഴ്ചകളെല്ലാം കാണും, നാദങ്ങൾ കേൾക്കും. ഗന്ധവും സ്വാദും സ്പർശവും ആസ്വദിക്കും.

ലൂസിയുടെ ദേഹത്ത് ത്രസിക്കുന്ന എന്റെ ചുംബനത്തിന്റെ ക്ഷതങ്ങളിൽ നീ വീണ്ടും വീണ്ടും നാവ് നീട്ടി നനയ്ക്കുക. അസ്തമയത്തിന്റെ കടുംനിറങ്ങൾ ശവപ്പറമ്പുകളിൽ വീണെരിയുന്ന തൃഷ്ണയുടെ മുഹൂർത്തങ്ങൾ. അപ്പോൾ ഞാൻ നിന്നെ കാണാനെത്തും. വിദൂരമായ ആതുരാലയത്തിൽ മസ്തിഷ്കപ്പനിയുടെ അന്തരാളങ്ങളിൽ ജോനാഥൻ നിന്നെ ധ്യാനിച്ച് കിടക്കട്ടെ. ഞാൻ നിന്നെ കീഴ്പ്പെടുത്തും. വഞ്ചനകൾ

സമ്മാനിക്കുന്ന ആത്മഹർഷങ്ങളിലാണ് പ്രേമസാക്ഷാത്ക്കാരമെന്നു നിനക്കു ബോധ്യമാകും.

നിനക്ക് ലഭിച്ചത് പുരുഷന്മാരുടെ തലച്ചോറെന്നു ഹെൽസിങ് സംശയിക്കുന്നു. അതിനാൽ നിന്നെ അവരുടെ പദ്ധതികളിൽനിന്നു മാറ്റിനിർത്തുന്നു. അവർക്ക് നിന്നിലുള്ള പെണ്ണിന്റെ മാംസവും മനസ്സും മതി. ജോനാഥനു പോലും. അവൻ നിന്നിൽനിന്നു പലപ്പോഴും പലതും മറച്ചുപിടിച്ചു. അതൊക്കെയാണ് ഞാൻ ഇപ്പോൾ നിന്നോട് പറയുന്നത്.

നിനക്കു ജോനാഥനെ ചതിക്കേണ്ടേ? വിശ്വാസലംഘനത്തിന്റെ ഉന്മത്തതയിൽ സ്വയം നഷ്ടപ്പെടേണ്ടേ? എന്റെ ബലാൽക്കാരത്തിൽ കുറ്റബോധം പേറുന്നതെന്തിന്? തീക്ഷ്ണത തന്നെയാണ് സത്യം. മറ്റെല്ലാം പൊള്ളവാക്കുകൾ. പാതിരാവിന്റെ ആഭിചാരിക നിമിഷങ്ങളിൽ നടമാടുന്ന ഒളിവേഴ്ചകളിലാണ് നിന്റെ ആത്യന്തിക മോചനം. നീയും ലൂസിയും ഞാനും വടവൃക്ഷത്തിന്റെ വേരുകളായി കെട്ടുപിണഞ്ഞു മണ്ണിൽ താഴ്ന്നുപോകും. ഭൂമിയുടെ അനാദിയായ അടരുകളിൽ നമ്മൾ പശിമയാകും.

ഇതാ... നിന്റെ കഴുത്തിൽ എന്റെ പല്ലാഴ്ന്ന വ്രണങ്ങളിൽ കൊട്ടുംവിരഹത്തിന്റെ രാവുകൾ ഉരുത്തിരിയുന്നു. ഘോരകാന്താരങ്ങൾ ജനിക്കുന്നു. വ്യാഘ്രങ്ങൾ അലർച്ചയോടെ കുതിക്കുന്നു. കാട്ടിലെ കരിമ്പുലിയും വന്മരക്കൊമ്പിലെ കടവാതിലും ഞാനാണ്. പാറയും നദിയും മേഘവും ഞാൻതന്നെ.

ജോനാഥനു വേണ്ടി എന്നെ ഉപേക്ഷിച്ചു നീ തൽക്കാലം പോകുമായിരിക്കാം. എങ്കിലും ഞാൻ എക്കാലവും അദൃശ്യനായി നിനക്കരികിലുണ്ടാകും. എനിക്ക് നിന്നെ പിരിയാനാവില്ല. നോക്ക്... എന്റെ കണ്ണുകളിലേക്ക് ... എന്റെ നിതാന്തശൂന്യതയിലേക്ക് ... ഞാൻ ഒരേ സമയം നിന്റെ പ്രഭുവും വെപ്പാട്ടിയും. നിന്റെ പീഡകനും നിന്റെ ഇരയും. എന്നെ നിന്റെ വ്യഥകളുടെ അധോതലവീഥികളിലൂടെ നയിച്ചാലും.

എന്നെ മറക്കാനുള്ള വെപ്രാളത്തിൽ നീ ഓർമക്കുറിപ്പുകൾ കടലിൽ ഒഴുക്കുന്നു. പക്ഷേ, എഴുതപ്പെടാത്തതാണ് ശരിക്കുള്ള അറിവ്. ഉപബോധാവസ്ഥയിലുള്ള ഭാഷാകേളികളിലാണ് നാം വിഹരിക്കുന്നതും വ്യവഹരിക്കുന്നതും.

മീനാ, എന്നെ എന്റെ ശത്രുക്കൾക്ക് ഒറ്റിക്കൊടുക്കാൻ ഞാൻ നിനക്ക് അവസരം നൽകും. അതാണ് നിന്റെ ശാപമോക്ഷം. കുരിരുട്ടിന്റെ വർണത്തിൽ ഇപ്പോൾ ഞാൻ കോറുന്നത് കാലങ്ങൾ കഴിഞ്ഞു നിന്നിൽ എത്തിച്ചേരും. അപ്പോഴേക്കും വിവിധ ഭാഷകൾ നിശ്ശബ്ദതയിലേക്ക് വറ്റിപ്പോയിട്ടുണ്ടാകും. വെറും പിച്ചും പേയുമായി ഒടുങ്ങാനുള്ള കൗശലഭാഷണങ്ങളാണ് മനുഷ്യരുടെ കൈവശമുള്ളത്. അവരുടെ കത്തുകളും ദിനസരിരേഖകളും കച്ചവടഉടമ്പടികളും കപ്പലിലെ നാൾവിവരപ്പട്ടികകളും ദ്രവിച്ചുതീരും.

ഒരിക്കൽ കേൾക്കുന്നതെല്ലാം അതേപടി ഓർക്കാനുള്ള നിന്റെ കഴിവിനെ അവർ ആശങ്കയോടെ നോക്കുന്നു. ഏടുകളിലേക്ക് നീ പകർത്തിവെക്കുന്ന ആലോചനകളെയും. അവരുടെ നിയന്ത്രണങ്ങൾക്കെതിരെ എഴുതാനുള്ള പ്രാപ്തി ഞാൻ നിനക്ക് പ്രേമോപഹാരമായി ചാർത്തുന്നു. എന്റെ ലിംഗത്തിൽനിന്നും ഉതിരുന്ന വിതുമ്പലുകളിലൂടെ... എന്റെ യോനി സ്രവിക്കുന്ന കണ്ണീരിലൂടെ. ദുസ്സഹമായ പുരുഷശബ്ദങ്ങളെ നീ നിന്റേതായ ചുരുക്കെഴുത്തിൽ തകിടം മറിക്കണം. ഇന്നോളമുള്ള ആൺവ്യാകരണത്തെ തകർക്കണം. അപ്രകാരം നീ കാണാമറയത്ത് സൂക്ഷിക്കു

ന്ന ആലേഖനങ്ങളിലാണ് നമ്മുടെ യഥാർഥബന്ധം വിവരിക്കേണ്ടത്. ഒടുവിൽ ആഖ്യാനം പൂർത്തിയാക്കുന്നത് മീനാ, നീ മാത്രമായിരിക്കും. അന്നോളം എണ്ണമറ്റ ലോകങ്ങളിൽ ഞാൻ നിന്നെ ഉണർച്ചയിലും ഉറക്കത്തിലും അനുഗമിക്കും.

മീനാ... ആത്മസഖി, നിനക്കുള്ള ഈ കത്ത് ഒരിക്കലും എഴുതിത്തീരുകയില്ല...

മൂന്ന്: മോഹിനികളായ മൂന്നു സഹോദരിമാർക്ക്

പൗരാണികമായ കുഴിമാടങ്ങളിലെ എന്റെ മൂന്നു കൂട്ടുകാരികളെ... എനിക്കൊപ്പം എക്കാലവും നിങ്ങൾ തോളുരുമ്മി നിലകൊണ്ടു. ശതാബ്ദങ്ങൾ കൊഴിഞ്ഞിട്ടും മൃത്യുദേവതക്ക് നമ്മെ സ്പർശിക്കാനായില്ല... ജീവിതത്തിനും... അതുതന്നെയാണ് നമ്മുടെ നിത്യദുരിതം. ആയിത്തീരലിന്റെ ഉമ്മറപ്പടിയിൽ അനിശ്ചിതമായി കാത്തിരിക്കുന്നവരാണ് നാം. യാഥാർഥ്യത്തിൽ തലകീഴായി തൂങ്ങിക്കിടക്കുന്ന നരിച്ചീറുകൾ.

ജോനാഥനെ നിങ്ങൾക്ക് ഇനിയും വേണമെന്ന് എനിക്കറിയാം. നാവിൻതുമ്പിൽ അവന്റെ രക്താണുക്കളുടെ ഉപ്പുരുചി ലയിക്കുന്നതോർത്താണ് നിങ്ങളുടെ തീക്കട്ടക്കണ്ണുകൾ ജ്വലിക്കുന്നത്.

സ്വയം അകപ്പെട്ട കെണിയുടെ ഭീകരത ജോനാഥൻ മനസ്സിലാക്കി കഴിഞ്ഞു. അതുകൊണ്ടാണ് ജോനാഥൻ മീനാക്ക് കത്തയക്കാൻ ശ്രമിച്ചത്. എനിക്ക് വായിക്കാനാവാത്ത ഗൂഢവിന്യാസങ്ങളിൽ. എല്ലാറ്റിന്റെയും വിശദാംശങ്ങൾ കൃത്യമായി വിവരിച്ചാൽ ഭ്രാന്തിൽനിന്നും രക്ഷപ്പെടാമെന്ന് അവൻ കണക്കുകൂട്ടുന്നു. അവന്റെ ധൃതിപിടിച്ച വാക്യങ്ങളിൽ നിങ്ങളോടുള്ള ഭോഗാസക്തിയാണ് സ്പന്ദിക്കുന്നത്. ഗുഹ്യചിഹ്നങ്ങളിലൂടെ അവന് എന്നെ കബളിപ്പിക്കാനാവില്ല. ഞാൻ അവന്റെ തൂലികയും മഷിക്കുപ്പിയും കടലാസ്സുകളും എടുത്തുമാറ്റി. ഈ കോട്ടയ്ക്കു പുറത്തുള്ള നാടോടികളോട് ജോനാഥനെ സഹായിക്കരുതെന്ന് ചട്ടംകെട്ടി.

നിങ്ങൾ മൂന്നുപേരും ചേർന്ന് ജോനാഥനെ കിടക്കയിലേക്ക് ആനയിച്ചു പോയ പൗർണമിനാൾ. വിജൃംഭനത്തിനുള്ള ബലം വാർന്നിട്ടും അവൻ നിങ്ങൾക്കൊപ്പം കെട്ടിമറിഞ്ഞു. അന്തഃസത്ത നഷ്ടമായി ജോനാഥന്റെ കൃഷ്ണമണികൾ മങ്ങുന്നത് നിങ്ങൾ ഉറ്റുനോക്കി. ദിവസങ്ങൾ, മാസങ്ങൾ, കൊല്ലങ്ങൾ... കാലത്തിന്റെ നേർരേഖാക്രമം ചിതറുമ്പോൾ അവൻ തളർന്നുകിടന്നു. ജോനാഥന്റെ ഉണ്മയുടെ കേന്ദ്രം നിങ്ങളുടെ ആലിംഗനങ്ങളിലും തലോടലുകളിലും അഴിഞ്ഞുപോയി. പട്ടുവിരികളിൽ നിങ്ങൾ മൂന്ന് യക്ഷിണികൾ അവന്റെ അവയവങ്ങളെ പതിയെ കടിക്കുമ്പോൾ...

ഈ ദുർഘടവ്യൂഹത്തിൽനിന്നും പുറത്തുകടക്കാമെന്നത് അവന്റെ മിഥ്യാബോധം. കോട്ടമതിലിലെ പഴുതുകളിൽ അള്ളിപ്പിടിച്ച് അവൻ ഊർന്നിറങ്ങട്ടെ. സമതലങ്ങളിൽ ഞാൻ അവനെ നിങ്ങളിലൂടെ വേട്ടയാടും. മരണത്തെക്കാൾ ഭയങ്കരമായ വിധിയാണ് അവനെ കാത്തിരിക്കുന്നത്.

ജനനമരണങ്ങളുടെ പിന്നാമ്പുറങ്ങളിൽ പറക്കുന്ന വവ്വാലുകളാണ് നമ്മൾ. നിശാചരനിലനില്പിന്റെ പരിഹാരമില്ലാത്ത യാതനയാണ് നമ്മുടെ ഭാഗധേയം. ശവംനാറിപ്പൂക്കളുടെ മണമുള്ള ഉമ്മവെക്കലുകളിൽ നമ്മുടെ വംശാവലി പെരുകട്ടെ. ചെകുത്താനിലൂടെ ആവിർഭവിക്കാനിരിക്കുന്ന സത്തയാണ് നമ്മുടെ ദൈവം.

ജോനാഥനെ ഞാൻ നിങ്ങൾക്ക് ഇനിയും കൊണ്ടുവന്നുതരും. ഈ മേടക്കു

ള്ളിൽ വെച്ച് ഇഷ്ടമുള്ള രൂപാന്തരീകരണങ്ങളിൽ നിങ്ങൾക്ക് അവനെ കീഴടക്കാം. പക്ഷേ, തൊട്ടുമുൻപുള്ള ത്രിസന്ധ്യയിൽ ഞാൻ അവനെ ഭേദിക്കും. ആ രാത്രിയിൽ അവൻ എനിക്കുള്ളതാണ്. ബാക്കിയുള്ള അവനെ എന്റെ നിത്യമണവാട്ടികളായ നിങ്ങൾക്ക് വിട്ടുതരാം. അവന്റെ അസ്ഥികളും മജ്ജയുംവരെ സുഖേച്ഛകളുടെ ദന്തങ്ങൾ താഴ്ത്തിയിറക്കുക. അവനെ നിങ്ങൾ കൂട്ടമായി തിന്നുതീർക്കുക.

നാല്: നിനക്ക്

നിന്നിലേക്ക് ഞാൻ ഇനിയും എത്തിച്ചേർന്നിട്ടില്ല. എന്നിരുന്നാലും ആരംഭത്തിൽ നീ അവിടെയുണ്ട്. പുറത്തറിയിക്കാനാവാത്ത ആത്മഗതമായി നീ എനിക്കുള്ളിൽ എന്നുമുണ്ടായിരുന്നു.

പുരാതനശിലകൾ ഏറ്റുമുട്ടുന്ന ഗോത്രസംഘർഷങ്ങൾതൊട്ട്... മതബലികളിൽ, ജനപദങ്ങളെ തീവെച്ച ചാരമാക്കിയ പോരാട്ടങ്ങളിൽ, കുരിശുയുദ്ധങ്ങളിൽ, അധിനിവേശങ്ങളിൽ... ക്രൂരതയുടെ പുരോയാനങ്ങളിൽ... കുതിരക്കുളമ്പടികളുടെയും പീരങ്കിമുഴക്കങ്ങളുടെയും വരാനിരിക്കുന്ന ആണവസ്ഫോടനങ്ങളുടെയും കൂട്ടപ്പലായനങ്ങളുടെയും അപ്പുറത്തു നീ എന്നെ കാത്തുനിൽക്കുന്നു. നിന്നിലേക്കെത്താൻ ഞാൻ ഏതേതു സമയരാശികൾ ഇനിയും തുഴയേണ്ടതുണ്ട്? ഏതേതു തരിശുകളിൽ ഇനിയും ഞാൻ അലയണം?

എല്ലാവരുടെയും അകക്കാമ്പിൽ ആഴ്ന്നുകിടക്കുന്ന ഒരു ഉടലുണ്ട്. പ്രാചീനവനാന്തരങ്ങളിൽ നിഷിദ്ധവൃത്തികൾക്ക് ഏറ്റ ശിക്ഷകളുടെ അവശിഷ്ടങ്ങൾ പേറുന്ന ദേഹം. ചാട്ടയടികളുടെ, ചതവുകളുടെ, പൊള്ളലുകളുടെ അടയാളങ്ങൾ പതിഞ്ഞ ത്വക്കുകൾ. അതിജീവനമാണ് കുനിവിറയ്ക്കുന്ന ശരീരത്തിന്റെ ഒരേയൊരു ലക്ഷ്യം. പാവപ്പെട്ട പേടിച്ച ഉടൽ. ഞാൻ അതാണ്. അതിന്റെ നിറവേറാത്ത ആഗ്രഹപൂർത്തികളും ഞാനാണ്. നിങ്ങൾക്കുള്ളിലെ പരോക്ഷമായ സൂക്ഷ്മദേഹമാണ് ഞാൻ. ഭ്രൂണത്തിനു മുൻപും ചിതക്കുശേഷവും നിലനിൽക്കുന്ന ശാശ്വതരൂപം. മൺമറഞ്ഞ ജന്തുപരമ്പരകളിൽ ആർക്കും അനുമാനിക്കാനാവാത്ത കാട്ടുജീവിയായി ഞാൻ നിങ്ങളുടെ പരിസരത്തിലുണ്ട്. എന്നെ നിങ്ങൾ കാണും... കാണില്ല... ഓർക്കും... ഓർക്കില്ല. നിങ്ങളുടെ കണ്ണാടികളുടെ ഉൾവശങ്ങളിൽ എന്റെ ഛായ തെളിയില്ല.

നിങ്ങൾ ഓരോരുത്തർക്കുമുള്ളിലെ രാക്ഷസപ്രകൃതിയാണ് ഞാൻ. ചോരയ്ക്കുവേണ്ടി അട്ടഹസിക്കുന്ന വചനം. എന്റെ വെളിപാട് ഉത്പത്തിയുടെ തോട്ടത്തിലെ പാപത്തിന്റെ കനിയല്ല. മരക്കൊമ്പിൽ ചുറ്റിവരിയുന്ന സർപ്പത്തിന്റെ ഫണമാണ്. കോപത്തിൽ ചീറ്റുന്ന പത്തി. ഉലകത്തിനോട് ഫൂ എന്ന വിഷമയമായ ഊത്ത്.

അപരത്വത്തിന്റെ പുറമ്പോക്കുകളിലേക്കായിരുന്നു എന്റെ പര്യടനങ്ങളത്രയും. എന്റെ ഉച്ചാരണഭേദങ്ങൾ മനസ്സിലാക്കുന്നവർ നാടും വീടുമില്ലാത്തവരാണ്. കിഴക്കുള്ള മണൽപ്പരപ്പുകളിൽ നിന്ന് പണ്ടെന്നോ അതിർത്തികൾ കടന്നെത്തിയ ഊരുതെണ്ടികൾ. അവരുടെ തന്ത്രിവാദ്യങ്ങൾ ഉച്ചത്തിൽ മുഴങ്ങുന്ന രാത്രിയാണിത്. തീക്കുണ്ഡങ്ങൾക്കു ചുറ്റും നൃത്തച്ചുവടുകൾവെച്ച് അവർ ആടിപ്പാടുന്നത് കേൾക്കുന്നില്ലേ? കടന്നേറ്റങ്ങളാൽ മാറിമറിയുന്ന ഭൂപടങ്ങളിൽ അവരുടെ കാൽപ്പാടുകളുണ്ട്. നിങ്ങളുടെ രാജ്യങ്ങളിൽനിന്നും ആട്ടിയോടിപ്പിക്കപ്പെട്ട ജനതകൾ. എനിക്കുവേണ്ടി പാട്ടുകൾ പാടി അക്കൂട്ടർ എമ്പാടും തെണ്ടി നടക്കും. അവരാണ്

എനിക്ക് ശയിക്കാനുള്ള മണ്ണ് ശേഖരിക്കുന്നത്. അടർക്കളങ്ങളിൽ ചത്തടിഞ്ഞവർ, അഴുകിച്ചേർന്ന ചേറിലെ എനിക്ക് മയക്കം ലഭിക്കൂ. വിലാപങ്ങളുടെ മാറ്റൊലികൾ അസ്വസ്ഥമാക്കുന്ന എന്റെ അർധസുഷുപ്തികൾ. രാഷ്ട്രം എന്റെ ഭാരമാണ്.

ആ നശിച്ച ചെളി നിറച്ച പെട്ടികളുമായി നാവികസൈന്യങ്ങൾ കടൽക്ഷോഭങ്ങൾ തരണംചെയ്ത് നിങ്ങളുടെ തീരങ്ങളിൽ നങ്കൂരമിടും. വേലിയേറ്റങ്ങളിൽ അപ്രത്യക്ഷരാകുന്ന കപ്പൽ ജീവനക്കാർ എന്റെ ബലിയാടുകൾ. മഹാനൗക മുങ്ങിത്താഴും വരെ കപ്പിത്താൻ സംക്ഷേപിക്കുന്ന ദാരുണരംഗങ്ങൾ മാനവരാശിയുടെ ശാപഗ്രസ്തമായ ചരിത്രം.

കറുത്തവാവുകളിലെ കൊടുങ്കാറ്റുകളിൽ ഞാൻ മൃത്യുപേടകം തുറന്ന് എഴുന്നേൽക്കുന്നു. ആരുടേയും കിടപ്പറകൾ സുരക്ഷിതമല്ല. പല്ലിയായും പാറ്റയായും ചുണ്ടെലിയായും വെളിച്ചമേശാത്ത മൂലകളിൽ ഞാൻ പതുങ്ങിയിരുപ്പുണ്ട്. സ്വസ്ഥമെന്നു കാട്ടിക്കൂട്ടുന്ന നിങ്ങളുടെ വീടുകൾക്കപ്പുറമുള്ള ഊടുവഴികളിൽ ഞാൻ എല്ലായ്പ്പോഴും തക്കം പാർത്തുനടക്കുന്നു. വ്യാളികളുടെ ആക്രോശങ്ങൾ നിങ്ങളുടെ കിനാവുകളെ അശാന്തമാക്കും. നിങ്ങളുടെ ഇണകളെ വശീകരിക്കാൻ ഞാൻ എത്തും. അവരെ തട്ടിക്കൊണ്ടുപോയി ഞാൻ എന്റെ നിഴൽ പ്രവിശ്യയിലെ പ്രജകളാക്കും. അനന്തരം മയക്കുന്ന അംഗചലനങ്ങളുമായി അവർ നിങ്ങളെ സമീപിക്കും. നിണപാനത്തിനായി നിങ്ങൾ തലകുനിച്ചു കൊടുക്കും. ഞാനും എന്റെ നിത്യവധുക്കളും നിങ്ങളെ പച്ചക്ക് കടിച്ചുകീറട്ടെ.

പുഴു, പഴുതാര, പാറ്റ... നിസ്സാരമെന്ന് നിങ്ങൾ തള്ളിക്കളഞ്ഞ ചെറുപ്രാണനുകളിൽ അപാരമായ ചൈതന്യമുണ്ട്. അത് വലിച്ചുറുഞ്ചി എന്റെ അനുയായികൾ നിങ്ങളുടെ ഭ്രാന്താലയങ്ങളിലും തടവറകളിലും കിടക്കുന്നു. അവർ ചങ്ങലകളും ഇരുമ്പഴികളും പൊട്ടിച്ചെറിയുംവരെ ഞാൻ എന്റെ പ്രതികാരക്രിയകൾ നടപ്പിലാക്കും. കണ്ണീർപ്രളയത്തിൽ സമസ്തവും ഒടുങ്ങട്ടെ.

ഉഷ്ണപ്പുണ്ണ് പിടിച്ചു നരകിക്കുന്നവൻ എന്റെ അനേകം പൊരുളുകളിൽ ഒന്നിനെ ആവിഷ്കരിക്കും. അസ്ഥിയുരുക്കത്തിന്റെ എരിപൊരി സഞ്ചാരങ്ങളിൽ ആ ഗ്രന്ഥകാരൻ ഞാൻ ഇല്ലാതായെന്ന് പുസ്തകമവസാനിപ്പിക്കും. എന്നാൽ ഞാൻ അനാദിയായ നിലനില്പും ആയിത്തീരലുമാണ്. അന്ധകാരചക്രവർത്തിയായ ഞാൻ.

കോടമൂടിയ കൊടുമുടികൾക്കിടയിൽ ഉയർന്നുനിൽക്കുന്ന എന്റെ കോട്ട ഈ പ്രപഞ്ചം തന്നെയാണ്. അതിന്റെ തളങ്ങളിൽ പുതിയ താരാവ്യൂഹങ്ങൾ രൂപമെടുക്കുന്നു. പാതാളഗർത്തങ്ങളിൽ തമോദ്വാരങ്ങൾ കറങ്ങുന്നു. കമാനങ്ങളിലെ ആകാശഗംഗകളിൽ എന്റെ ചുവന്ന അങ്കി പാറിപ്പരക്കുന്നു. താഴികക്കുടങ്ങളെ വലംവെച്ചു പോകുന്ന ഗ്രഹപഥങ്ങൾ. തുരുമ്പെടുത്ത പിരിയൻഗോവണികളിലൂടെ കുതിച്ചുകയറുന്ന ധൂമകേതുക്കൾ. ഇവിടെ വസ്തുക്കളുടെ ക്രമവും മുറയും വ്യത്യസ്തമാണ്. കറുത്ത ദ്രവ്യംകൊണ്ടു നിർമിച്ച അജ്ഞാത രഹസ്യമാണ് ഞാൻ.

ഇനി ഞാൻ എന്റെ കൊലയാളികളെ കാത്ത് ദുർഗത്തിനടിയിലെ ശ്മശാനത്തിൽ പോയിക്കിടക്കട്ടെ. കരയിലൂടെയും കടലിലൂടെയും നാളുകളോളം അവർ എന്നെ പിന്തുടർന്നു. അതാ അവർ എത്തിക്കഴിഞ്ഞു. തടയാൻ ചെന്ന നാടോടികളെ തുരത്തി അവർ ഗോപുര കവാടത്തിനു നേരെ തിരിയുന്നു.

ഇപ്പോൾ ഞാൻ പോകുന്നു. അടിത്തട്ടിലേക്കു പൊടിയായി മടങ്ങാനുള്ള

നേരമായി. തൽക്കാലത്തേക്ക് എനിക്ക് മറുപുറത്തേക്കു മായണം. പക്ഷേ ഞാൻ മടങ്ങിവരും. വിശ്വാസങ്ങളുടെ കുരുതിക്കളങ്ങളിലും കലാപങ്ങളിലെ കൂട്ടക്കശാപ്പുകളിലും ചോര നുണച്ചിറക്കാൻ ഞാൻ ഉയിർത്തെഴുന്നേൽക്കും. സമ്പൂർണനാശത്തിന്റെ അന്ത്യകാഹളം മുഴങ്ങുമ്പോൾ കനത്ത ഹിമപാതമായി ഞാൻ ഭൂഗോളത്തെ പൊതിയും.

ചിലന്തിവലകൾക്കുള്ളിലൂടെ പൗരാണിക ധൂമങ്ങളുടെ സൗരഭ്യം ഒഴുകിപ്പരക്കുന്നു. പ്രിയമുള്ളതും പേരില്ലാത്തതുമായ അനാദ്യന്തസാന്നിധ്യമേ, ഇത് എന്റെ അവസാനത്തെ സന്ദേശമാണ്.

സ്നേഹത്തെയാണ് എല്ലാവരും എന്നെന്നും ഭയന്നത്. സ്വയം നഷ്ടമായത് മറ്റാർക്കും ലഭിക്കാൻ ആരും അനുവദിച്ചതുമില്ല. എനിക്ക് തുടർന്നുപോകേണ്ടതുണ്ട്. പൊയ്പ്പോയ പ്രണയത്തെ കണ്ടെത്തും വരെ... ഓരോരുത്തർക്കും ഉള്ളിലുള്ള രക്തരക്ഷസ്സിനെ മനുഷ്യർ സഹാനുഭൂതിയാൽ മെരുക്കിയെടുത്തു ശാന്തരാക്കുംവരെ. ആ നൊടിയുടെ ഉജ്വല വിസ്ഫോടനത്തിൽ ഞാൻ നിന്നിലേക്ക് എത്തിച്ചേരും. നമ്മൾ എന്നന്നേക്കുമായി ഒരുമിക്കും. ഒന്നാകും.

അതുവരെ... വിട.

കുറിപ്പ്: കഥയിലെ പേരുകൾ ബ്രാംസ്റ്റോക്കർ രചിച്ച ഡ്രാക്കുള എന്ന നോവലിലെ കഥാപാത്രങ്ങളുടെ പേരുകളാണ്.

വരയാടുകൾ

മനോജ് വെങ്ങോല

"ചേച്ചി ഇറങ്ങിയില്ലേ?"
വാട്സ് ആപ്പിൽ തെരേസയുടെ മെസേജ്.

"ദാ ഇറങ്ങി..."

അവൾ മറുപടിയിട്ടു.

അവളുടെ അമ്മ, അവരുടെ മുറിയിൽ സ്വന്തം മലത്തിലും മൂത്രത്തിലും വീണുകിടന്നിഴയുന്നത് കണ്ടുകൊണ്ട് അവൾ പുറത്തേക്കിറങ്ങി. തനിയെ കൈകുത്തി എഴുന്നേൽക്കാനാകാത്ത ആ നിസ്സഹായതയിൽ അവരെ സഹായിക്കണമെന്ന് അവൾക്ക് തോന്നിയില്ല.

അവരുടെ വാർധക്യവും ഏകാന്തതയും, അവരുടേത് മാത്രമാണ്.

കയ്പ്പ് ഇറ്റിവീഴുന്ന മനസ്സുമായി നഗരത്തിലേയ്ക്കുള്ള ബസ് വരാനായി കാത്തുനിൽക്കുമ്പോൾ അവളോർത്തു:

കുറച്ചുകഴിഞ്ഞ് തൊട്ടടുത്തുതന്നെ താമസിക്കുന്ന തന്റെ അനുജനോ അവന്റെ ഭാര്യയോ പതിവുപോലെ വരുമായിരിക്കും. അവർ അമ്മയെ എഴുന്നേൽപ്പിയ്ക്കും. കുളിപ്പിയ്ക്കും. പുതിയ ഉടുപ്പണിയിക്കും. ഭക്ഷണം വാരിക്കൊടുക്കും. മുറി വൃത്തിയാക്കും. നീരുവന്നു വീങ്ങിയ അമ്മയുടെ കാലുകളിൽ അനുജന്റെ ചെറിയ കുട്ടി ഇക്കിളിയാക്കും. ക്ഷീണം നിറഞ്ഞ ചെറുചിരിയോടെ അമ്മ എല്ലാത്തിനും ഇരുന്നു കൊടുക്കും. അവർ അവളെ അന്വേഷിക്കും. അപ്പോഴും, എല്ലായ്പ്പോഴും അമ്മയുടെ മുഖത്തുണ്ടായിരുന്ന സ്നേഹവും വാത്സല്യവും നിറഞ്ഞ ആ ചെറുചിരി, വികലമെന്ന് അവൾക്കെപ്പോഴും തോന്നിയിട്ടുള്ള ആ ചിരി മാത്രമായിരിക്കും അവർക്കുള്ള മറുപടി. അത് തനിയ്ക്ക് നേരെ ഉയരുന്ന ഭീഷണിയാണ് എന്നോർക്കെ അവളറിയാതെ വീട്ടിലേയ്ക്ക് തിരികെ നടന്നു.

കൈയിലെ ബാഗ് കസേരയിലേക്ക് വലിച്ചെറിഞ്ഞ്, അമ്മയെ താങ്ങിയെടുത്ത് കുളിമുറിയിലേക്ക് നടത്തുമ്പോൾ അവർ വിക്കിവിക്കി പറഞ്ഞു.

"നീ തിരിച്ചു വരുമെന്ന് എനിക്കറിയാമായിരുന്നു..."

നിങ്ങളുടെ ജീവിതംപോലെ നിങ്ങളുടെ വേദനകളും നിങ്ങളുടേതാണ്. ആ ശത്രുവിനെ നിങ്ങൾ തന്നെ സ്വീകരിക്കണം. നേരിടണം. അനുനയിപ്പിക്കണം. ഒന്നിനെ

ശത്രുവായി കരുതുന്നതോടെ അതിന്റെ അടിമയാവുകയാണ് നിങ്ങൾ. അതിലേയ്ക്ക് എന്നെ എന്തിന് വലിച്ചിടണമെന്ന് ചോദിയ്ക്കാൻ അവൾക്ക് തോന്നി. പക്ഷേ, ചോദിച്ചില്ല.

അമ്മയെ പരിചരിക്കുകയും ഭക്ഷണം നൽകുകയും ചെയ്ത ശേഷം വീണ്ടും പുറത്തേയ്ക്ക് ഇറങ്ങാനായുമ്പോൾ അവളാ മുഖത്തേയ്ക്ക് വെറുതേ ഒന്ന് നോക്കി. വിഷാദങ്ങളെ വിശദീകരിക്കുന്ന ആ ചിരി ഇപ്പോഴും അവിടെയുണ്ട്.

അമ്മ ചോദിച്ചു: "നീയിന്ന് നേരത്തേ വരുമോ മോളേ?"

ഉള്ളിലെ കയ്പ് വാക്കായി ഇറ്റിവീണു: "എന്തിന്? തീട്ടം കോരാനോ?"

അമ്മ കണ്ണുകൾ താഴ്ത്തി.

വാതിൽ ഓടാമ്പലിട്ട് റോഡിലേക്കിറങ്ങുമ്പോൾ അനുജൻ എതിരെ തിരക്കിട്ട് നടന്നുവരുന്നുണ്ടായിരുന്നു.

"ഞായറാഴ്ചയും നിനക്ക് അവധിയില്ലേ...?" അവൻ ചോദിച്ചു.

മറുപടിക്ക് നിന്നില്ല. അവന്റെ ചുണ്ടിലും സഹതാപത്തിൽ നനഞ്ഞ ചിരിയുണ്ടാകുമെന്നോർത്ത് ഉള്ളിൽ ഒരു വിറ വന്നു.

ബസ്സിലിരിക്കുമ്പോൾ അമ്മയും അനുജനും ഇപ്പോൾ തന്നെക്കുറിച്ചാകും സംസാരിക്കുന്നുണ്ടാവുക എന്ന് അവൾക്കുറപ്പായിരുന്നു. അച്ഛന്റെ മരണശേഷം മക്കളെ വളർത്താൻ താൻ സഹിച്ച കഷ്ടതകൾ പറഞ്ഞുകൊണ്ടാകും അമ്മയുടെ തുടക്കം. തുടർന്നങ്ങോട്ട്, ഒരു വശം തളർന്നു വീഴും വരെ താൻ ഓടിത്തീർത്ത ദൂരങ്ങൾ അളന്നളന്നു പറയും. തന്നേക്കാൾ മുതിർന്ന പെങ്ങളെ കല്യാണം കഴിച്ചയക്കാനുള്ള ഉത്തരവാദിത്തം കാണിക്കാതെ പ്രേമിച്ച പെൺകുട്ടിയെ സ്വന്തമാക്കാൻ അനുജൻ കാണിച്ച തിടുക്കത്തെ അമ്മ കുറ്റപ്പെടുത്തും. അവനതെല്ലാം കുറച്ചേറെ നേരം വിനീതനായി കേട്ടു നിൽക്കും. ഒന്നും മിണ്ടുകയില്ല. പിന്നെയിറങ്ങിപ്പോകും. ചലനശേഷിയുള്ള ഇടതുകാൽ കിടക്കയിൽ തൊഴിച്ചുകൊണ്ട്, 'അവൾക്കൊരു ചെറുക്കനെ അന്വേഷിക്കുന്നുണ്ടോ നീയ്' എന്നൊരു ചോദ്യം അനുജന് പിറകെ ഓടിച്ചെല്ലും. തുരുമ്പെടുത്ത ഗെയ്റ്റ് ആഞ്ഞടയുന്ന ലോഹശബ്ദം മറുപടിയായി മടങ്ങിവരും. അത്രമാത്രം.

ബസ് കണ്ടക്ടർ പതിവ് യാത്രക്കാരിക്ക് നേരെ നീട്ടിയ മന്ദഹാസം അവൾ കണ്ടില്ലെന്ന് വച്ചു. ഒരു ചിരി. കുശലങ്ങൾ. തിരികെ നീട്ടേണ്ട സൗഹൃദം. ഒക്കെ അവളെ മടുപ്പിച്ചു.

എന്റെ ജീവിതം. എന്റെ കുരിശ്. എന്റെ ഗാഗുൽത്ത. അവിടേക്ക് എനിക്കൊപ്പം ആരെയും ഞാൻ പ്രതീക്ഷിക്കുന്നില്ല. ക്ഷണിക്കുന്നില്ല. ഈ കല്ലുമല ഞാൻ ഒറ്റയ്ക്ക് കയറിയെത്തും. കല്യാണം. കുടുംബം. കുട്ടികൾ. വരയാടുകൾ മേയുന്ന മലനിരകൾ. അവൾക്ക് കാർക്കിച്ചു തുപ്പാൻ തോന്നി.

അപ്പോഴേക്കും ബസ് പതിവു സ്റ്റോപ്പിൽ എത്തിയിരുന്നു. അവളിറങ്ങി. അവളെക്കണ്ടതും, കാത്തുനിൽക്കുകയായിരുന്ന തെരേസ ഓടി വന്നു.

"ചേച്ചി ദേ ഇറങ്ങീന്നു പറഞ്ഞിട്ട്... എത്ര നേരായി ഞാൻ നില്ക്കണ്..."

അവൾ പുഞ്ചിരിക്കാൻ ശ്രമിച്ചു.

അവരിരുവരും ജോലി ചെയ്യുന്ന മൺപാത്രങ്ങളും കളിമൺശിൽപ്പങ്ങളും വിൽക്കുന്ന കടയിലേക്ക് നോക്കി തെരേസ തുടർന്നു:

"ഇന്നും മുതലാളി കടയിൽ വന്നിരിപ്പുണ്ടെന്നു തോന്നുന്നു. കാറ് കിടപ്പുണ്ടല്ലോ ചേച്ചി..."

"അതിനു നമുക്കെന്താ. ഇന്നവധിയല്ലേ... നീ വാ..."

അവരിരുവരും എതിർവശത്തേയ്ക്ക് നീളുന്ന റോഡിലൂടെ ബസ് സ്റ്റാൻഡിനു നേരെ നടക്കുമ്പോൾ തെരേസ പറഞ്ഞു.

"മുതലാളി എന്നോട് എന്തൊക്കെ വഷളത്തമാണ് പറയുന്നതെന്നറിയാമോ? ചേച്ചിയോട് അയാൾ ഒന്നും പറയില്ല. മോശമായി പെരുമാറുകയുമില്ല. ദൂരെ നിന്നല്ലേ സംസാരിക്കുക പോലുമുള്ളൂ. അങ്ങോർക്ക് പേടിയാ..."

അവൾ പൊട്ടിച്ചിരിച്ചു.

"ഈ ലോകത്ത് നല്ലവനായ മുതലാളി എന്നൊന്നില്ല പെണ്ണേ. പിന്നെ, അയാൾക്ക് എന്നെയല്ലല്ലോ എന്റെ രോഗത്തെയല്ലേ പേടി."

തെരേസയുടെ മുഖം വാടി.

"ഞാനങ്ങനോർത്ത് പറഞ്ഞതല്ല."

മലയാറ്റൂർ അടിവാരം എന്ന് ബോർഡെഴുതി വച്ചിട്ടുള്ള ബസ്സിലിരുന്ന് മുന്നോട്ട് പോകുമ്പോൾ തെരേസ ചോദിച്ചു.

"എത്ര കാലമായി ചേച്ചി ഇതിങ്ങനെ?"

അവളോർത്തുനോക്കി. എന്റെ ഉടൽ. എന്റെ ഉദ്യാനം. എന്നായിരുന്നു ഈ ഉദ്യാനത്തിൽ ആദ്യമായി ഒരു വെളുത്ത പൂ മൊട്ടിട്ടു വന്നത്?.

ഭാഷാധ്യാപകനായ ഒരാൾ തന്നെ പെണ്ണുകാണാൻ വന്ന ദിവസമായിരുന്നു അത്. അച്ഛന്റെ ഫോട്ടോയ്ക്ക് താഴെ വച്ച ഇലകൾ പടർന്നു തുടങ്ങിയ മണിപ്ലാന്റിന്റെ കുപ്പിയിൽ തെരുപ്പിടിച്ചു നിൽക്കെ അയാൾ ചോദിച്ചു:

"എന്താണ് പേര്?"

"കനി"

അവൾ പറഞ്ഞു.

"ഖനി?"

അയാൾ സംശയിച്ചു.

അവൾ മിണ്ടാതെ നിന്നു.

കനിയെങ്കിൽ ഇയാൾ തിന്നുകളയുമോ? അഥവാ ഖനിയാണെങ്കിൽ ഖനിച്ചു ഖനിച്ചു പോയി ഇയാൾ എന്തുകണ്ടെത്തും?

അപ്പോൾ ഇടതു ചെവിയ്ക്ക് താഴെ പിൻകഴുത്തിൽ മേയാനിറങ്ങിയ ആട്ടിൻപറ്റത്തിന്റെ ചെറുകുട്ടത്തിലേയ്ക്ക് വിരൽച്ചൂണ്ടി അയാൾ ചോദിച്ചു.

"ഇതെന്താണ്? ഒരു പാട്?"

ഇത്തവണയും മറുപടി പറയാതെ അവൾ അകത്തേയ്ക്ക് പിൻവാങ്ങി. അതിഥികൾ പോയ്ക്കഴിഞ്ഞ ശേഷം കണ്ണാടിക്ക് മുന്നിൽ നിന്ന് അവളാ ചെറുവട്ടത്തിനു ചുറ്റും ഐബ്രോകൊണ്ട് കറുപ്പിച്ചു: ഖനി.

അടിവാരത്തിൽ അവർ ബസ്സിറങ്ങുമ്പോൾ തീർഥാടകരുടെ തിരക്കായിരുന്നു ചുറ്റും. മാർത്തോമാ ശ്ലീഹയുടെ രൂപത്തിനടുത്ത് നിന്നും, മരക്കുരിശും മെഴുകുതിരികളും ഏന്തിയ ആളുകൾ മലമുകളിലേക്ക് തിടുക്കപ്പെട്ടു. കൂറ്റൻ കല്ലുകൾക്കിടയിലൂടെ ക്ലേശകരമായിരുന്നു മലകേറ്റം. ആളുകൾ നടന്നുനടന്നുണ്ടായ വഴിത്താരകൾ

പ്രാർഥനകൾ പോലെ നീണ്ടുകിടന്നു.

"ചേച്ചി ആദ്യായിട്ടാ ഇവിടെ വരുന്നത്. അല്ലേ?" തെരേസ ചോദിച്ചു.

"അതെ." അവൾ പറഞ്ഞു.

"ഞാൻ എല്ലാക്കൊല്ലോം വരാറ്ണ്ട്. മിക്കവാറും അൻപതുനോമ്പിന്."

"നീയെന്നാ ആദ്യായിട്ട് ഇവിടെ വന്നത്..?"

തെരേസ അൽപ്പമൊന്നാലോചിച്ചു പറഞ്ഞു.

"ചെറുതിലേ. അപ്പന്റേം അമ്മേടേം കൂടെ. എനിക്കെന്തോ മാറാദീനമായിരുന്നു. അതുമാറാനാ വന്നത്."

അവൾക്കപ്പോൾ പൂട്ടിപ്പോയ ഓട്ടുകമ്പനിക്ക് പിന്നിലെ ഇപ്പോഴില്ലാത്ത അവരുടെ പഴയ വീട് മനസ്സിൽവന്നു. അതിനു മുന്നിലെ വലിയ ഞാവൽമരവും. ഞാവൽക്കായകൾ വീണ വയലറ്റ് നിറമായ പൊട്ടിയ ഓട്ടുകളുടെ ഇടയിലായിരുന്നു അവളുടേയും അനുജന്റെയും കളിസ്ഥലം. വയലറ്റ് നിറമുള്ള ഓട്ടുകൾക്കിടയിലെ ആ ഇത്തിരി ഇടമാണ് അവൾക്കെന്നും കുട്ടിക്കാലം. പെട്ടെന്നൊരു ദിവസം അച്ഛൻ മരിച്ചതോടെ അവൾ മുതിർന്നതായി അമ്മ പ്രഖ്യാപിച്ചു. അനുജനെ നോക്കേണ്ട ചുമതല അവൾക്കായി. കുറച്ചുമാസങ്ങൾക്ക് ശേഷം അച്ഛൻ ജോലി ചെയ്തിരുന്ന ഓട്ടുകമ്പനിയിലേയ്ക്ക് അമ്മ പോയിത്തുടങ്ങി.

"ഇനി എനിക്ക് നിങ്ങളേ ഉള്ളൂ."

ഇടയ്ക്കിടെ അമ്മ അവളോടും അനുജനോടും പറഞ്ഞു.

"ഞാൻ ജീവിക്കുന്നത് നിങ്ങൾക്ക് വേണ്ടിയാണ്."

അതുകേൾക്കേ വരും കാലത്ത് തങ്ങൾ വീട്ടേണ്ട ഒരു കടത്തെക്കുറിച്ച് അമ്മ ഓർമ്മിപ്പിക്കുകയാണ് എന്ന് അവൾക്ക് തോന്നും.

കുരിശിന്റെ വഴിയിലെ അഞ്ചാം സ്ഥാനത്ത് നിന്നും വലത്തോട്ടു തിരിഞ്ഞു കിഴക്കോട്ട് കയറുകയാണ് കയറ്റം. കുറ്റനൊരു മരത്തെ തെരേസ ചൂണ്ടി കാണിച്ചു: "ചേച്ചി, അതാണ് താണി.."

അവൾ നോക്കി.

തിരസ്കൃതരുടെ തണൽ. ദു:ഖിതരുടെ സ്വപ്നം. അവരിരുവരും കുഴഞ്ഞകാലുകളുമായി തണൽ നോക്കി ഇരുന്നു. കാവിയുടുത്ത് കുരിശുമേന്തി കാൽനടയായി മലകയറുന്നവരുടെ നീണ്ട നിര തന്നെ ഉണ്ടായിരുന്നു അവർക്ക് മുന്നിൽ. തെരേസ പറഞ്ഞു.

"ഒക്കെ ഓരോ വഴിപാട് നേർന്ന ആളുകളാ. മുടി വളരാൻ ചൂലാണ് നേർച്ച. കിണറ്റിൽ വെള്ളം കിട്ടാൻ പാളയും കയറും. കുട്ടികൾക്ക് കൈക്കുടന്ന പണം. രോഗം മാറാൻ വ്രതം നോക്കി കല്ല് തലയിൽ ചുമന്നുകൊണ്ട് മല കയറണം. ഇവിടെ വന്നു നേർച്ചയിട്ടു പ്രാർഥിച്ചാ തീരാത്ത സങ്കടോമില്ല ചേച്ചി. മാറാത്ത രോഗോമില്ല..."

അവൾ ചിരിച്ചു. തെരേസ തുടർന്നു:

"മലമുകളില് ഒരു കെടാവിളക്കുണ്ട്. അതങ്ങനെ വർഷമെത്രയായി കത്തിനിൽക്കുന്നു. എങ്ങാനും കെട്ടുപോയാ മലയിലെ വരയാടുകൾ കരഞ്ഞുകൊണ്ട് അടിവാരത്ത് വന്നുനിൽക്കുമായിരുന്നുത്രേ. ആരെങ്കിലും ചെന്ന് വിളക്ക് വീണ്ടും തെളിച്ചാലേ അവ പിന്നെ മലകയറൂ. എന്താല്ലേ? അതിനുള്ള വഴിപാടാണ് എള്ളും

മുളകം."

അവൾ തന്റെ വിരലുകളിലേയ്ക്ക് നോക്കി. ആകെ നിറം പകർന്നിരിക്കുന്നു. നഖത്തുമ്പുകളിൽ കടയിലെ ശിൽപ്പങ്ങൾക്ക് പുരട്ടാൻ ഉപയോഗിക്കുന്ന വാർണീഷിന്റെ കറയുണ്ട്. എത്ര കഴുകിയാലും അതങ്ങനെ പോകില്ല.

വീണ്ടും കല്ലുകൾക്കിടയിലൂടെ മല കയറുമ്പോൾ അവൾ അവനെ ഓർമ്മിച്ചു. മൺപാത്രക്കടയിൽ അവൾ ജോലിയ്ക്ക് കയറിയ കാലമായിരുന്നു അത്. അക്കാലത്ത് മരങ്ങൾകൊണ്ട് നിർമ്മിച്ച ചെറുശിൽപ്പങ്ങളുടെ വിൽപ്പനയും പ്രദർശനവും ഉണ്ടായിരുന്നു കടയിൽ. ശിൽപ്പങ്ങളുമായി അവനിടയ്ക്കിടെ കടയിൽ വന്നു. അവയെല്ലാം അവൻ നിർമ്മിച്ചതാണെന്നു കേട്ട് അവൾ അതിശയിച്ചു.

പ്ലാവിന്റെ വേരിൽ നിലാവിനെ നോക്കി ഓരിയിടുന്ന ചെന്നായ. ഇലഞ്ഞിത്തടിയിൽ കുന്നിൻചെരുവിലെ കുറുക്കൻ. ഏതോ മഴക്കാലം കടപുഴക്കിയ മുള്ളുവേങ്ങയുടെ കാതലിൽ ഒരൊറ്റക്കൊമ്പൻ മലയിറങ്ങി വന്നു. പുഴയോരത്തെ പുൽക്കുനകൾക്കിടയിലൂടെ അലയുന്ന മാൻകൂട്ടത്തെ നായാടാൻ, മാന്തടിയിൽ ഒരു സിംഹം കുതിച്ചോടി. ചെറുതേക്കിൽ കുപ്പിവളകളണിഞ്ഞ പെൺകുട്ടി. അവയോരോന്നും കൈകളിലെടുത്ത് സസൂക്ഷ്മം നോക്കുമ്പോൾ അവൻ പറയുമായിരുന്നു:

"നിന്റെ കറുത്ത വിരലുകൾക്ക് എന്തൊരു ഭംഗിയാണ്."

അവളപ്പോൾ കോപം നടിച്ചു.

എങ്കിലും അവനുവേണ്ടിയാണ് വിരലുകളിൽ നെയിൽ പോളിഷ് തേച്ചു തുടങ്ങിയത്. അപ്പോഴൊക്കെ നിന്റെ കറുപ്പിന് ഭംഗിയുണ്ടെന്ന് അവൻ ഉറപ്പിച്ചുപറഞ്ഞു. പക്ഷേ, അവയുടെ നിറം മാറാൻ തുടങ്ങിയതോടെ അക്കാലമത്രയും അവനുവേണ്ടി നീട്ടിയ വിരലുകൾ അവനിൽ നിന്നും ഒളിപ്പിയ്ക്കാൻ നന്നേ പാടുപെട്ടു. ആദ്യമാദ്യം ഷാൾ കൊണ്ടു മറയ്ക്കാനായിരുന്നു ശ്രമം. പിന്നെ അതും വയ്യാതായി.

അവസാനം കാണുമ്പോൾ അവൻ കൊണ്ടുവന്ന ശിൽപ്പം, ഏതോ തുലാപെയ്ത്തിൽ കടയറ്റ ഇരുൾ മരം കടഞ്ഞ വരയാടിന്റേതായിരുന്നു.

അത് കൈമാറുമ്പോൾ അവൻ പറഞ്ഞു:

"വരയാടുകളെ എനിക്ക് ഇഷ്ടമല്ല. എനിക്കിതിന് വില വേണ്ട. ആർക്കെങ്കിലും കൊടുത്തോളൂ.."

കിതച്ചും വിയർത്തും അവർ മലമുകളിൽ എത്തിയിരുന്നു. അവൾ തെരേസക്കൊപ്പം നിന്ന് ശ്ലീഹയുടെ കാൽപ്പാദവും അത്ഭുത ഉറവയും പൊൻകുരിശും കണ്ടു. വലിയ പള്ളിയും ആനകുത്തിയ പള്ളിയും കണ്ടു. മണ്ഡപത്തിലേയ്ക്കുള്ള ഇരുപത് കൽപ്പടവുകൾക്ക് കീഴെ നിൽക്കുമ്പോൾ അവൾ തെരേസയോടു പറഞ്ഞു.

"നീ പോയിട്ട് വാ. ഞാനിവിടെ നിൽക്കാം."

"ചേച്ചി വരുന്നില്ലേ?" തെരേസ സംശയിച്ചു.

"നീ പോയിട്ട് വാ.." അവൾ ആവർത്തിച്ചു.

പിൻതിരിഞ്ഞു നോക്കിയപ്പോൾ ദൂരെ തെക്ക് സമതലങ്ങൾക്കപ്പുറം പെരിയാർ നൂറ്റാണ്ടുകളിലേക്ക് ഒഴുകിപ്പോകുന്നു. വടക്ക് മുന്നൂറോ നാന്നൂറോ അടി താഴ്ചയുള്ള ചെരിവുകൾ കൈമാടി ക്ഷണിക്കുന്നു. കിഴക്ക് വനം. സങ്കടങ്ങൾ വീശി അകറ്റുന്ന വെഞ്ചാമരം.

അവൾ പടികളിൽ തളർന്നിരുന്നു.

മടക്കയാത്രയിൽ ബസിലിരിക്കുമ്പോൾ തെരേസ ഓർമ്മിപ്പിച്ചു.

“ചേച്ചി പ്രാർഥിച്ചില്ലല്ലോ..”

“എന്തിന്?”

വീടെത്തുമ്പോൾ ഇരുട്ടിയിരുന്നു. ഗെയ്റ്റ് അവൾ അടച്ചിട്ട പോലെ തന്നെയുണ്ട്. മുൻവാതിലും. അവൾ അമ്മ കിടക്കുന്ന മുറിയിൽ ചെന്നുനോക്കി.

അമ്മ ഉറങ്ങുകയാണ്. കിടക്കവിരിയും ഉടുത്ത വസ്ത്രവും മൂത്രത്തിൽ നനഞ്ഞിരിക്കുന്നു. അവൾ അമ്മയെ വിളിച്ചെഴുന്നേൽപ്പിച്ചു. കുളിപ്പിച്ചു. പുതിയ ഉടുപ്പണിയിച്ചു. ഭക്ഷണം വാരിക്കൊടുത്തു. അവളും കഴിച്ചു.

കിടക്ക വിരിക്കുമ്പോൾ തെരേസയുടെ മെസേജ് വന്നു:

“എന്തൊരു കുത്തനെയുള്ള കയറ്റമായിരുന്നല്ലേ. തളർന്നുപോയി. നാളെ കടയിൽ വരില്ലേ..”

“ഉവ്വ്” അവൾ മറുപടിയിട്ടു.

കണ്ണടച്ചു കിടക്കുമ്പോൾ ദൂരെയൊരു താഴ്വരയിൽ വരയാടുകൾ കരയുന്ന ഒച്ച അവൾ കേട്ടു.

പന്തീരായി

എം ജി ബാബു

ചെണ്ടയും ചേങ്കിലയും മദ്ദളവും മത്സരിച്ച് കാതിൽ കഥകളിമേളം മുഴക്കുന്നു. അതങ്ങനെ ഉച്ചസ്ഥായിയിലും താഴ്ന്നസ്ഥായിയിലുമായി മാറി മാറി കുറച്ചുനേരം തകർത്താടുന്നത് വാമദേവൻ കേട്ടു. പെരുക്കൽ പോലെ ഒന്ന് അടിവയറ്റിൽ നിന്ന് ഉയരുന്നുണ്ട്. ഇപ്പോഴും ഉള്ളിലെ ആന്തൽ ഒടുങ്ങുന്നില്ല. ഹെന്റെ ദേവിയേ എന്നിങ്ങനെ ഉച്ചത്തിൽ നിലവിളിക്കണമെന്നുണ്ടായിരുന്നു അദ്ദേഹത്തിന്. പക്ഷേ നാവിൽ ഭാരമുള്ള താഴ് വീണിരിക്കുകയാണ്. ചെവികൾ അത്താഴപൂജയ്ക്ക് ശേഷം നടയടച്ച പോലെ കൊട്ടിയടച്ചു. കണ്ണുകളിൽ മഞ്ഞളിപ്പ്. അല്പനേരം തോംസൺ ലെയ്ത്തിലെ ഇലക്ട്രിക് വെൽഡിങ്ങിലേക്ക് നോക്കിയ മാതിരി കുറേനേരത്തേക്ക് പിന്നെ നോക്കുന്നിടത്തെല്ലാം വലിയ തേജോഗോളങ്ങളായിരുന്നു. തുരുതുരാ കണ്ണുകൾ ഇറുക്കി അടച്ചു തുറന്നു. ദേവിയുടെ മുഖത്തിന് ചുറ്റുമുള്ള അതിശക്തമായ പരിവേഷത്തിന് അത്രയ്ക്ക് വോൾട്ടേജ്.

കണ്ണുകൾക്ക് നൽകിയ മഞ്ഞളിപ്പ് പതുക്കെ മഞ്ഞുപോലെ മാറിയപ്പോൾ വിയർത്തു കുളിച്ചിരുന്നു. തൊണ്ട വറ്റിവരണ്ടു. ഒരു കിണ്ടി വെള്ളം കുടിച്ചാലും തീരാത്ത ദാഹം.

ഇങ്ങനെയായിരുന്നു വാമദേവന്റെ രണ്ടാമത്തെ ദൈവാനുഭവം. തട്ടകത്തെ ക്ഷേത്രത്തിന്റെ പ്രധാന ട്രസ്റ്റിയാണ്. പുലരുവാൻ ഏഴരരാവുള്ളപ്പോഴാണ് അദ്ദേഹത്തിന് മുന്നിൽ അപ്രതീക്ഷിതമായി തട്ടകത്തമ്മ ദർശനം നൽകിയത്. ദർശനം നൽകുക മാത്രമല്ല ഒരു സുപ്രധാനമായ കാര്യം തട്ടകത്തെ മക്കളെ അറിയിക്കാൻ വാമദേവനെ ദേവി ഏൽപ്പിക്കുകയും ചെയ്തിരുന്നു. അരുളപ്പാട് കഴിഞ്ഞതും ഒരു സംശയം നിവൃത്തിക്കാൻ ഒരുങ്ങി നോക്കുമ്പോൾ ദേവിയെ പിന്നെ കണ്ടില്ല. ചന്ദനത്തിരിയുടെ പുകപോലെ അന്തരീക്ഷത്തിലേക്ക് മാഞ്ഞുവോ?

ഇതൊക്കെ പറഞ്ഞാൽ ആര് വിശ്വസിക്കാൻ! പൂർവികർ ദേവിയെ ദർശിച്ചതായി കേട്ടിരുന്നുവെങ്കിലും വാമദേവൻ ഇത്രയും വിശദമായി മുൻപൊരിക്കലും ദർശിച്ചിരുന്നില്ല. എങ്കിലും സംശയിക്കാനില്ല സാക്ഷാൽ ദേവി തന്നെ. ഉറപ്പിക്കാം. അമ്പലത്തിലെ ചുവരിൽ പണ്ടത്തെ ചിത്രകാരൻ വരച്ച ചുമർചിത്രത്തിൽ നിന്ന് എഴുന്നേറ്റ് വരികയാണെന്നേ തോന്നൂ. വിശദാംശങ്ങൾ ഓർത്തെടുക്കാൻ ശ്രമി

Kabita'22

ച്ചുകൊണ്ടിരുന്നു. ട്രസ്റ്റി എന്ന നിലയിൽ അമ്പലക്കമ്മിറ്റിയിലെ മറ്റുള്ളവരെ വിശ്വസിപ്പിക്കേണ്ട ബാധ്യതയുണ്ട്.

ഓർത്തെടുത്തേ പറ്റൂ. തീക്ഷ്ണമായ നോട്ടത്തിന്റെ ഉറവിടമായ രണ്ടു കണ്ണുകൾ. ഗോളാകൃതിയിലുള്ള നഗ്നമായ മുലകളിലെ മുകളിൽ മുത്തുമാലകളുടെ തിളക്കം. പൂമാല കെട്ടാൻ വരാറുള്ള രുഗ്മിണിയമ്മയുടെ പോലെ അത് ഉടഞ്ഞു തൂങ്ങിയിട്ടൊന്നുമില്ല. ആലില വയറ്റിൽ പൊക്കിൾക്കൊടിയുടെ ബിന്ദു. അരയിൽ അരമണി വിറച്ചു. ദേവിക്ക് നാല് കൈകളുണ്ട്. അല്ല. ആറെണ്ണമുണ്ട്. എല്ലാ കയ്യിലും വാളും സമാനമായ മറ്റ് ആയുധങ്ങളുമുണ്ട്. നടക്കുമ്പോൾ കാലിൽ ചിലമ്പൊച്ച. യുവജനോത്സവത്തിന് ഭരതനാട്യക്കാർ അണിയുന്നപോലെ ചുവന്ന പട്ട് ഞൊറിയിട്ട് ഉടുത്തിരിക്കുന്നു. തലമുടി അഴിച്ചിട്ടിരിക്കുകയാണ്. അനിമേഷൻ ചിത്രം കണക്കെയായിരുന്നു ഭഗവതിയുടെ ചലനങ്ങൾ. ഇതിലും കൂടുതൽ വ്യക്തതയോടെ ദേവിയെ എങ്ങനെ വിവരിക്കും? എന്റെ ദേവിയേ എന്ന് വാമദേവൻ പിന്നെയും വരണ്ട തൊണ്ടയിൽ നേരം പുലരും വരെ ശബ്ദമില്ലാതെ നിലവിളിച്ചുകൊണ്ടിരുന്നു.

ഇതിന് മുൻപും ഇങ്ങനെ ദേവിയെ വിളിച്ച് തൊണ്ട പൊട്ടുമാറ് കരഞ്ഞിട്ടുണ്ട്. വർഷങ്ങൾക്ക് മുൻപ് തീവെട്ടികൾ മഞ്ഞച്ച പ്രകാശം വിതറുന്ന ഒരു താലപ്പൊലി നാൾ രാത്രിയിലാണത്. താലി എഴുന്നള്ളിപ്പിന്റെ ഭക്തിസാന്ദ്രമായ അന്തരീക്ഷം. അമ്പലപ്പറമ്പിൽ ക്ലബ്ബുകാരുടെ കലാപരിപാടികൾ അവസാനിച്ചിരുന്നു. വീക്കൻ ചെണ്ടകൾ പൊള്ളയായ പുറത്ത് അടിയേറ്റ് വാങ്ങുകയായിരുന്നു. കലിതുള്ളിയ ഭദ്രൻ വെളിച്ചപ്പാട് ആവിപാറുന്ന പന്തീരായി വാർപ്പിൽ നിന്ന് കോരിയെടുത്ത് കൈയിൽ വെച്ചുതന്നപ്പോൾ അത്രയ്ക്ക് അങ്ങ് നിരീച്ചിരുന്നില്ല. അധികാരം കൈമാറിക്കിട്ടിയ ഹുങ്കിൽ എല്ലാറ്റിലും മുൻനിരയിലുണ്ടെന്ന് കാട്ടിക്കൂട്ടാൻ പന്തീരായി തുള്ളുമ്പോൾ പന്തികേടറിയാതെ ചെന്നുപെട്ടതായിരുന്നു. ചുറ്റും അമ്പലക്കമ്മിറ്റിയിലെ അടക്കം പ്രമാണിമാരുണ്ട്. ചുവന്ന ബ്ലൗസും കസവ് സെറ്റ് ധരിച്ചവരുമായ താലമെടുത്ത പെൺകൊടികളുണ്ട്. ചാന്ത്, പൊട്ട് വളവിൽപ്പനക്കാരും ബലൂൺ-പീപ്പി വിൽപ്പനക്കാരും കൈനോട്ടക്കാരും വായിൽനോക്കികളും അടങ്ങുന്ന വലിയൊരു പുരുഷാരം. വിശ്വാസത്തിനും അവിശ്വാസത്തിനും ഇടയിലെ മനസ്സിന്റെ ചാഞ്ചാട്ടം അന്നേ ഉണ്ടായിരുന്നു. ഭദ്രൻ വെളിച്ചപ്പാട് നീട്ടുന്ന പന്തീരായി വാങ്ങിയില്ലെങ്കിൽ അവിശ്വാസിയായി കരുതുന്നതാണോ കൈ പൊള്ളുന്നതാണോ നല്ലതെന്ന ആലോചന അധികനേരം നീട്ടിക്കൊണ്ടുപോകാൻ സമയം കിട്ടിയില്ല. വാങ്ങിയതേ ഓർമയുള്ളൂ. സ്വർഗവും നരകവും ഒരുമിച്ചു കണ്ടു. ഹയ്യോ... എന്റെ ദേവിയേ എന്ന അന്നത്തെ വിളി തട്ടകം മുഴുവൻ പിന്നീട് ആളുകൾ പറഞ്ഞു പ്രശസ്തമാക്കി. നേരത്തോട് നേരം ദേവിയുടെ പ്രസാദം ഏറ്റുവാങ്ങിയ കൈ ചുട്ടുപൊള്ളി. പൊള്ളലേറ്റ വിവരം വിശ്വാസികളായ മറ്റുള്ളവരോട് പറഞ്ഞാൽ ഭക്തിയില്ലാത്തതും നൊയമ്പെടുക്കാത്തതുമടക്കം നിരവധി ഗുരുതര കുറ്റങ്ങളാണ് ചുമത്തപ്പെടുക. ട്രസ്റ്റിയായി തുടരാൻ പിന്നെ എന്തു ന്യായമാണുണ്ടാവുക. കൈപ്പടം പഴുത്ത് വ്രണമാകാനുള്ള തീരുമാനത്തിലേക്ക് നീങ്ങുന്ന വിവരം ശരീരം അറിയിച്ചു. ദേവി സമക്ഷത്തിൽ പോയി പ്രാർഥിച്ചാലോയെന്ന് ആലോചിച്ചു. പക്ഷേ ഉത്സവം കഴിഞ്ഞാൽ ഏഴു ദിവസത്തേക്ക് അമ്പലത്തിലേക്ക് ചെന്നു കൂടാ. ഏഴു ദിവസം അശ്രുപികളുടെ ഉത്സവമാണവിടെ. അറിയാതെ നോക്കിപ്പോയാൽ ഭയാനകമായ

കാഴ്ചകളാണ് ദർശിക്കുക. അങ്ങനെയാണ് ചികിത്സക്കായി ഡോക്ടർ ചാക്കോച്ചന്റെ ഡിസ്പെൻസറി രഹസ്യമായി സന്ദർശിച്ചത്.

കൈക്ക് എന്തു പറ്റിയതാണെന്ന് ഡോക്ടർ ചോദിച്ചപ്പോൾ ഒന്നു സംശയിച്ചു. ഉള്ളതു പറയണോ. ഉള്ളതു പറഞ്ഞാൽ ഉറി മാത്രമല്ല ചിരിക്കുക, എംബിബിഎസ്, എംഡിയായ ചാക്കോച്ചനും ചിരിക്കും. എന്റെ ദേവിയേ വിശ്വാസത്തിന്റെ വല്ലാത്തൊരു പ്രതിസന്ധിയാണല്ലോ ഈ പരിഹാസ്യത. അവിശ്വാസത്തിനും വിശ്വാസത്തിനുമിടയിലെ മനസ്സിന്റെ പുകച്ചിൽ വീണ്ടും. ഡോക്ടറോടും വക്കീലിനോടും കള്ളം പറഞ്ഞാൽ പിന്നീട് വിവരമറിയും എന്നറിയാതെയല്ല. പക്ഷേ വിശ്വാസത്തിന്റെ പൊള്ളുന്ന പ്രശ്നം ആധുനിക സയൻസിന് വല്ലതും മനസ്സിലായിട്ടു വേണ്ടേ! പരിഹാസ്യനാവേണ്ടെന്നു കരുതി ആധുനിക സയൻസിന്റെ ഭാഷയാണ് വായിൽ തോന്നിയത്. ചൂടുവെള്ളത്തിൽ കൈ മുക്കിയപ്പോൾ പറ്റിയതാ എന്നൊരു പെരുംനുണ. അപ്പോൾ ഡോക്ടർ ചാക്കോച്ചൻ ഇളംപുഞ്ചിരിയോടെ ചോദിച്ചു: ഇടയ്ക്കിടയ്ക്ക് ഇങ്ങനെ ചൂടുവെള്ളത്തിൽ കയ്യിടാറുണ്ടോ? അതോ നടാടെയാണോ? ചോദ്യം കേട്ട് നോക്കുമ്പോൾ ചാക്കോ ഡോക്ടറുടെ കറങ്ങുന്ന നീല കുഷ്യനിട്ട സീറ്റിൽ ഇരിക്കുന്ന ആൾക്ക് ഭഗവതിയുടെ മുഖം. കഴുത്തിൽ സ്റ്റെതസ്കോപ്പിന് പകരം പത്തിയെടുത്ത ഒരു മൂർഖൻ പാമ്പ്. മേശപ്പുറത്തെ സിറിഞ്ചിന് പകരം ശൂലം. ഹയ്യോ. ഭഗവതിയുടെ ശക്തി കുറച്ചുകണ്ടത് വിനയായല്ലോ. വീണ്ടും വിളിച്ചു, എന്റെ ദേവ്യേ പരീക്ഷിച്ചത് മാപ്പാക്കണേ. സത്യം സത്യമായി തന്നെ പറയാം. എല്ലാത്തിലും ദേവിയുണ്ടെന്നറിഞ്ഞില്ല. പൊറുക്കണേ. ദേവി ക്ഷമിച്ചു. അടുത്തനിമിഷം മുന്നിലെ ആൾ ഡോ. ചാക്കോച്ചനായി. കൈയിൽ പുരട്ടാനായി ബർണോക്രീം എന്ന് ആർക്കും ഒരിക്കലും വായിക്കാൻ സാധിക്കാത്ത അക്ഷരത്തിൽ കുറിക്കുമ്പോൾ ഡോ. ചാക്കോച്ചൻ അമർത്തിപ്പിടിച്ചു ചിരിച്ചു. ഉള്ള സത്യം ആദ്യമേ തന്നെ പറഞ്ഞാൽ പോരേ. നമ്മൾ ദൈവത്തിൽ വിശ്വസിക്കുമെങ്കിൽ അത് എന്തിന് മറച്ചുവയ്ക്കണം. അതിൽ അഭിമാനിക്കുകയല്ലേ വേണ്ടത്?

അതിനുശേഷം ദേവിയെ പരീക്ഷിക്കാൻ ഒരിക്കലും പോയിട്ടേയില്ല. മറയില്ലാത്ത ഭക്തനായി തന്നെ ജീവിക്കണം. ദേവി കൽപ്പിക്കുന്നത് ശിരസാവഹിക്കുക. അതിനാൽ ദേവി പ്രത്യക്ഷപ്പെട്ട് നൽകിയ സന്ദേശം ഒരു ബോർഡടിച്ച് അമ്പലത്തിന് മുന്നിൽ സ്ഥാപിക്കാൻ അമാന്തം പാടില്ലെന്ന് വാമദേവൻ ഉറപ്പിച്ചു. എന്നാൽ അത് സാഹസമാവുമോ എന്ന് ചെറുതായി ചിന്തിക്കാതിരുന്നില്ല. വിവരം ഗുപ്തമാക്കി വെച്ചാലോയെന്നായിരുന്നു അയാൾ ആദ്യം കരുതിയത്. എന്നാൽ ദേവിയുടെ തീരുമാനം കരക്കാരെ അറിയിക്കാതിരിക്കുന്നത് വലിയ ഭവിഷ്യത്തുണ്ടാക്കും. കുംഭത്തിലെ താലപ്പൊലി വരാൻ പോകുകയാണ്. ആഘോഷങ്ങൾക്ക് നേരത്തെ ഒരുക്കങ്ങൾ വേണം. ആഘോഷക്കമ്മിറ്റി തെരഞ്ഞെടുക്കാനുള്ള പൊതുയോഗം രണ്ടു തവണയായി വിളിച്ചു. പക്ഷേ കോറം തികയാത്തതിനാൽ കൂടാനായില്ല. അമ്പലത്തിൽ ആളുകൾ വരുന്നത് കുറഞ്ഞിട്ടുണ്ട്. ആളുകൾക്ക് ആഗ്രഹങ്ങളില്ലാഞ്ഞിട്ടല്ല, പ്രാർഥിക്കാൻ കാരണങ്ങളില്ലാഞ്ഞിട്ടല്ല. വിശേഷാൽ പൂജകളില്ല. ഭണ്ഡാരത്തിലെ വരുമാനം ഈയിടെ വല്ലാതെ ഇടിഞ്ഞിട്ടുണ്ട്. മഹാമാരിയോടെ എല്ലാ രംഗത്തുമെന്നപോലെ വിശ്വാസത്തിന്റെ കാര്യത്തിലും പ്രതിസന്ധി വന്നിട്ടുണ്ട്.

അമ്പലം അടയ്ക്കാൻ സർക്കാർ മാർഗനിർദ്ദേശം പറഞ്ഞപ്പോൾ ആചാരങ്ങൾ ലംഘിക്കാമോ, ദൈവകോപം ഉണ്ടാവില്ലെ എന്നെല്ലാം ചോദിച്ച ഭക്തരെ പിന്നെ അതുവഴി കണ്ടിട്ടില്ല. ഭക്തരുടെ ഊറ്റം കണ്ട് നിയമം ലംഘിച്ച പൂജാരിയെ പൊലീസ് പിടിച്ചപ്പോൾ ജാമ്യത്തിലിറക്കാൻ ഒരു ദൈവവും വന്നില്ല. അഡ്വ. നരസിംഹറാവുവാണ് എത്തിയത്. വീണ്ടും പതുക്കെ നിയന്ത്രണം നീങ്ങി ഭക്തിയും ആഘോഷവും തലപൊക്കിയിട്ടും പഴയപോലെ ആരും വന്നില്ല. മൂന്നാം തവണയും അമ്പലക്കമ്മിറ്റി പൊതുയോഗം വിളിച്ചിട്ടുണ്ട്. കോറം തികഞ്ഞില്ലെങ്കിൽ കള്ള ഒപ്പിട്ട് കോറം തികയ്ക്കാനാണ് കമ്മിറ്റിക്കാരുടെ രഹസ്യനിർദ്ദേശം. എന്നാൽ കള്ളയൊപ്പ് നിയമ വിരുദ്ധമാണ്.

ട്രസ്റ്റി എന്ന നിലയ്ക്ക് അംഗീകരിക്കാനാവില്ല. പക്ഷേ, ലക്ഷ്യം മാർഗത്തെ സാധൂകരിക്കും. എന്തായാലും ഇന്നത്തെ യോഗത്തിലെ അജണ്ട എടുത്താൽ പൊന്താത്തതാണ്.

ദേവിക്ക് അനിഷ്ടകരമായതെന്തോ സംഭവിച്ചെന്ന തോന്നൽ വാമദേവന് നേരത്തെ തോന്നിയിരുന്നു. അനിഷ്ടം ഉണ്ടായാൽ ഓരോ നിമിത്തങ്ങൾ ഓരോന്നായി തട്ടകത്തിൽ പ്രത്യക്ഷപ്പെട്ടേക്കാം. രോഗമാണ് എക്കാലത്തും നല്ലമ്മയുടെ ആയുധം. അതും നല്ല ഒന്നാന്തരം വസൂരി വിത്തിറക്കിയുള്ള കൃഷി. ശാസ്ത്രം അതിനെ ചിക്കൻപോക്സാക്കി ലഘൂകരിച്ചപ്പോൾ മറ്റ് ആയുധങ്ങൾക്ക് മൂർച്ച കൂട്ടിയിരിക്കാം. ഒരിക്കലും ദേവി നേരിട്ട് പ്രത്യക്ഷപ്പെട്ട് ഒന്നും വെളിപ്പെടുത്തിയിരുന്നില്ല. വ്യാഖ്യാനിക്കാൻ ചില നിമിത്തങ്ങൾ കാട്ടിത്തരുന്നതാണല്ലോ അമ്മയുടെ എക്കാലത്തെയും വിനിമയ രീതി. അഷ്ടമംഗല്യ പ്രശ്നങ്ങൾ ഇത്തരം ഘട്ടങ്ങളിൽ നടത്തിപ്പോന്നിരുന്നു. കവടി നിരത്തി എല്ലാറ്റിനെയും കണ്ടെത്താവുന്നതേയുള്ളൂ. ആചാരങ്ങളിൽ എന്തെങ്കിലും തടസ്സപ്പെട്ടാൽ ദേവീകോപം പ്രതീക്ഷിക്കാം. അമ്പലം കുറച്ചുമാസത്തേക്ക് അടച്ചിടേണ്ടി വന്നതാവാം ഇപ്പോഴത്തെ പ്രകോപനത്തിന് കാരണം. ആ ചൈനീസ് വൈറസ് പറ്റിച്ച പണിയാണ്. ശ്രീകോവിൽ അടച്ചിട്ടാൽ പൂജാദികൾ മുടങ്ങിയാൽ ആകാശം ഇടിഞ്ഞുവീഴുമെന്ന പ്രവചനം പൊളിഞ്ഞതായി അവിശ്വാസികൾ പറഞ്ഞുപരത്തി. കോപിച്ചാൽ വസൂരി വിത്തെറിയുന്ന തട്ടകത്തെ അമ്മയ്ക്ക് മാത്രമല്ല എല്ലാ ദൈവങ്ങൾക്കും പണിയായി. അഥവാ പണി പോയി. ഭണ്ഡാരങ്ങളിൽ പണ്ടത്തെ ചില്ലറ കിലുക്കമില്ല. മഹാമാരിയെ തടുക്കാൻ പാങ്ങില്ലെങ്കിൽ ദൈവങ്ങളെ കൊണ്ടെന്ത് പ്രയോജനമെന്ന് മാലോകർ ചിന്തിച്ചു പോയെങ്കിൽ അത്ഭുതപ്പെടാനില്ല. തീർഥത്തെയും പ്രസാദത്തെയുംകാൾ സാനിറ്റൈസറിലും മാസ്കിലുമായി മാലോകർക്ക് വിശ്വാസം. കലികാലം കഴിഞ്ഞു. ഇത് സത്യാനന്തര യുഗമാണ്. ഭൂലോകത്ത് നുണയന്മാർ പെരുകിയപ്പോൾ ശിക്ഷിക്കാൻ തട്ടകത്തമ്മ തന്നെ സൃഷ്ടിച്ചതാണ് ഈ ചൈനീസ് വൈറസ് എന്നൊരു പാഠഭേദം പടച്ചാലോയെന്ന ആശയവും തോന്നാതിരുന്നില്ല. എന്തും പടച്ചുവിടാൻ മടിയില്ലാത്ത ഭൂലോക കുന്ദംകുളമാണല്ലോ ചൈന. വേണ്ട. തട്ടകത്തമ്മയ്ക്ക് ചൈനീസ് ബന്ധം പറഞ്ഞാൽ ഒരു പക്ഷേ രാജ്യദ്രോഹമോ തിരിച്ചടിയോ ആവുകയും ചെയ്യാം.

ഇതിലും വലിയ വിശ്വാസപ്രതിസന്ധികൾ തട്ടകത്ത് ഉണ്ടായിട്ടുണ്ട്. നാട്ടിലെങ്ങും ചെങ്കണ്ണ് ദീനം പൊട്ടിപ്പുറപ്പെട്ട നാല്പതുകളിലും അമ്പതുകളിലും. ആചാരങ്ങ

ളും അനുഷ്ഠാനങ്ങളും തകർന്നു. തട്ടകത്തെ ക്ഷേത്രം ഭരിച്ച സി പി നമ്പൂതിരിയുടെ പ്രതാപകാലമായിരുന്നു. അക്കാലത്ത് തൊട്ടുകൂടാത്തവരും തീണ്ടിക്കൂടാത്തവരും ഏറെ. ക്ഷേത്രത്തിന് നാലയൽപക്കത്തേക്ക് ഒന്നിനെയും അടുപ്പിച്ചിരുന്നില്ല. ഗുരുവായൂരും വൈക്കത്തുമൊക്കെ ഇവർക്ക് ക്ഷേത്രപ്രവേശനത്തിനായി പ്രശ്നങ്ങൾ ആരംഭിച്ചതായി വാർത്ത പരന്നിരുന്നു. അക്കാലത്ത് കിട്ടച്ചോൻ എന്നൊരു ഈഴവ പ്രമാണി തട്ടകത്തിൽ വളരുന്ന കാലവുമായിരുന്നു. പാരമ്പര്യമായി ചെത്തുകാരനായിരുന്നു ഈ ചോവൻ. കടൽ കടന്ന് സിലോണിൽ പോയി ചെത്തി കുറേ കാശുണ്ടാക്കി. നാട്ടിൽ മടങ്ങിയെത്തിയിട്ടും കിട്ടച്ചോൻ വെറുതെയിരുന്നില്ല.

ബ്രിട്ടീഷ് ഫോറസ്റ്റ് കൺസർവേറ്ററെ സ്വാധീനിച്ച് മലയിൽ കപ്പകൃഷി നടത്താനു ള്ള അനുമതി നേടിയെടുത്തിരുന്നു. കൊള്ളി ലോഡിനിടയിൽ ഈട്ടിയും തേക്കും കടത്തി. പതുക്കെ പിന്നെയും പത്തു കാശുണ്ടാക്കി. മുത്തപ്പൻ, വീരഭദ്രൻ, വിവിധ തരം ചാത്തൻമാർ മുതലായവയുടെ സേവ കിട്ടച്ചോന് ഉണ്ടായിരുന്നു. പാരമ്പര്യ മായി കൊട്ടില്ല പണിത് അവർക്ക് യഥാവിധി കള്ളും കോഴിയും നൽകി പ്രീതി നേടി. കലശം നടത്തിയും എല്ലാ കൊല്ലം പാട്ട് നടത്തിയും സ്വാധീനം വർധിപ്പിച്ചു.

അതിന്റെ അഹന്തയിൽ കിട്ടച്ചോൻ ഒരു ദിവസം സി പിയെ മുഖം കാണിച്ച് മോഹം ഉണർത്തിച്ചു: അടിയങ്ങൾക്കും തട്ടകത്തെ ദേവിയെ നേരിട്ട് ദർശനം നട ത്താൻ അനുമതി തരണം. ക്ഷേത്രം വഴിയിലൂടെ സഞ്ചാരസ്വാതന്ത്ര്യം വേണം. തറവാടിയായ സി പിയുണ്ടോ വഴങ്ങുന്നു. ഇന്നലെ വരെ ഏഴയൽപക്കത്തുപോലും വരാൻ ധൈര്യമില്ലാത്ത ജന്തുക്കൾ. രണ്ടു തുട്ട് കൈയിൽ വന്നപ്പോൾ ഇത്ര ധൈര്യമോ? ഫാ... എന്നൊരു ആട്ടങ്ങട് ആട്ടിയപ്പോൾ കിട്ടച്ചോൻ ഉരുകി മാഞ്ഞു പോയി.

എന്നാൽ കിട്ടച്ചോൻ വെറുതേയിരുന്നില്ല. കിട്ടച്ചോൻ തന്റെ ആരാധനാമൂർ ത്തികളായ 390 ചാത്തന്മാരെ പറഞ്ഞുവിട്ടു. ചാത്തൻമാർ കുത്തിമറിഞ്ഞിട്ടും പഠിച്ച പണി പതിനെട്ടും പയറ്റിയിട്ടും ഇല്ലപ്പറമ്പിലോ തട്ടകത്തെ ക്ഷേത്രത്തിന്റെ പടിയിലോ ചവിട്ടാനായില്ല. കാരണം മനക്കുളത്തിന്റെ കരയിലെ കാഞ്ഞിരമര ത്തിനു ചുവട്ടിലും കല്ലിന്റെ രൂപത്തിൽ അപാര ശക്തി സ്വരൂപിയായ ദേവിയുണ്ട ല്ലോ.

പരിസരത്തെത്തുന്ന ചാത്തന്മാരെ അപ്പൂപ്പൻതാടി പോലെ ദേവിയങ്ങനെ ഊതി പറത്തി വിട്ടു. അങ്ങനെയിരിക്കേ കാര്യങ്ങൾ നടക്കാതായപ്പോൾ ചാത്തൻ മാർ പിന്നെ കളം മാറ്റിച്ചവിട്ടാൻ തീരുമാനിച്ചു. ഒരു കിഴക്കൻ അന്തോണി മാപ്ല യുടെ രൂപത്തിൽ സി പിയെ ചാത്തൻ മുഖം കാണിച്ചു. മാപ്ലയ്ക്ക് മുറ്റം വരെ വരാൻ അനുമതിയുണ്ട്. വരാലും മുഷിയും നീന്തി തുടിക്കുന്ന വിശാലമായ മനക്കുളത്തിലെ മീൻ പിടിക്കാനുള്ള അനുമതിയാണ് മാപ്ല ചോദിച്ചത്. മാപ്ലയുടെ അഹമ്മതി നോക്കണേ, മനക്കുളം തീണ്ടാനോ സി പി കോപിച്ചു. പക്ഷേ മാപ്ല ഒന്നു ചിരിച്ചു. ചിരിയുടെ അർഥം രണ്ടു ദിവസം കഴിഞ്ഞപ്പോഴാണ് സി പിക്ക് മനസ്സിലായത്. ഒരു ദിവസം രാവിലെ കുളം കലങ്ങിക്കിടക്കുന്നത് കണ്ട് സി പി കോപാകുലനായി. കുളം കലങ്ങിയതും മീനുകൾ ചത്തു പൊന്തിയതും കണ്ടു തെറ്റിദ്ധരിച്ചു. എടീ പുല യാടിച്ചി, മാപ്ലമാർ വന്ന് മീൻപിടിച്ചോണ്ടു പോയപ്പോൾ നീ എന്തു നോക്കിയാ ഇരുന്നത്? തടുക്കാൻ നിനക്ക് പറ്റിയില്ലെങ്കിൽ നീ പിന്നെ ഇവിടെ എന്തിനാ ഇരിക്കണേ. പറഞ്ഞതും കുളത്തിലേക്ക് ദേവിയുടെ കല്ലെടുത്ത് എറിഞ്ഞതു മാത്രം ഓർമയുണ്ട്.

സത്യത്തിൽ അതെല്ലാം ചാത്തൻമാർ പറ്റിച്ച പണിയായിരുന്നുവെന്ന് സി പി അറിഞ്ഞപ്പോൾ വൈകി. സി പി യെ പ്രകോപിപ്പിക്കാൻ തലേന്ന് രാത്രിയിൽ മനക്കുളത്തിലിറങ്ങി ചാത്തൻമാർ കുളം കലക്കിയതായിരുന്നു. ക്ഷിപ്രകോപിയായ സി പി ദേവിയുടെ കല്ലെടുത്ത് എറിഞ്ഞതോടെ പിന്നെയുണ്ടായ അനർഥങ്ങൾ പറയണോ. ആദ്യം ഇല്ലത്തിന്റെ മോന്തായത്തിൽ തീ പൊട്ടിപ്പുറപ്പെട്ടു. തട്ടകത്തെ ക്ഷേത്രത്തിന്റെ മതിലുകൾ തകർന്നുവീണു. അതോടെ ചാത്തൻമാർക്കൊപ്പം ച

വപ്പണിഞ്ഞ് ചോവൻമാരുടെയും ചെറുമരുടെയും പട ക്ഷേത്രവഴിയിൽ കാലുകുത്തി. ദേവിയെ തീണ്ടി. മനയുടെ വേലിക്കെട്ടുകൾ പൊളിഞ്ഞു വീണു. ജാതിയും മതവും തകർന്നു. കൈമൾമാരുടെയും കർത്താക്കളുടെയും കൈയിൽ നിന്ന് ഭൂമിയുടെ കൈവശാധികാരം പൊയ്പോയി. ദേവസ്വം കച്ചേരിയിൽ നെല്ലും ചേമ്പും കായക്കുലയും മറ്റു കരങ്ങളും വരാതെയായി. ഇല്ലത്തെ പത്തായത്തിന്റെ വയറ് വിശന്നു പൊരിഞ്ഞു. നാടെങ്ങും ചെങ്കണ്ണ് പരന്നു.

എല്ലാം പഴയ കഥകൾ. കാലമെത്രയോ പോയ്മറഞ്ഞു. പഞ്ഞവും കഷ്ടപ്പാടും പോയ്മറഞ്ഞതോടെ പിന്നെയും വിശ്വാസം തെളിഞ്ഞു. വാമദേവൻ പുതിയ ട്രസ്റ്റിയായി. അമ്പലത്തിന്റെ പൊളിഞ്ഞ മതിലുകൾ വീണ്ടും കെട്ടിപ്പൊക്കി. ജാതിയും മതവും ദൈവവും പിന്നെയും തിരിച്ചെത്തി. ഒളിഞ്ഞിരുന്ന ആചാരങ്ങളും വിശ്വാസങ്ങളും പിന്നെയും പ്രത്യക്ഷപ്പെട്ടു. ദൈവമില്ലെന്നാരെങ്കിലും പറഞ്ഞാൽ അവരുടെ ആസനത്തിൽ ശൂലം കേറ്റണമെന്ന് പറയുന്ന മൗലികവാദികളും വളർന്നു. എങ്കിലും ഇക്കാലത്ത് ദേവിയെ നേരിൽ കണ്ടുവെന്ന് പറഞ്ഞാൽ ഒരുത്തനെയും വിശ്വസിക്കാൻ കിട്ടില്ല. പണ്ടത്തെ ബുദ്ധിയില്ലാത്തവരുടെ വിശ്വാസവും ഇന്നത്തെ ബുദ്ധിയുള്ളവരുടെ വിശ്വാസവും വ്യത്യസ്തമാണ്. പഠിക്കാത്ത വിശ്വാസവും പഠിച്ച വിശ്വാസവുമാണ്. ദേവി ഉണ്ടെന്ന് അഗാധമായി വിശ്വസിക്കുന്നവരാണ് തട്ടകത്തുള്ളത്. എങ്കിലും ദേവിയെ നേരിൽ ദർശിച്ച വിവരം കമ്മിറ്റിക്കാരോട് പറയുമ്പോൾ ട്രസ്റ്റിയാണെങ്കിലും വളരെ കരുതൽ കൈക്കൊള്ളണം. ട്രസ്റ്റിയുടെ മുന്നിൽ ഇന്നലെ ദേവി പ്രത്യക്ഷപ്പെട്ടുവെന്ന് പറഞ്ഞാൽ എത്രപേർ വിശ്വസിക്കും. മുഴുത്ത ഭ്രാന്തെന്നേ പറയൂ. വിശ്വാസത്തിന്റെ ഒരു പ്രധാന വൈരുധ്യമാണിത്. ദൈവമില്ലെന്ന് പറയുന്ന എ ടി കോവൂരും എം സി ജോസഫുമെല്ലാം ഇവരെക്കാൾ എത്രയോ ഭേദമാണ്. അവർ ദൈവവും ചെകുത്താനുമൊന്നുമില്ലെന്ന് പറഞ്ഞു. കുറച്ചുപേർ അന്ന് അതൊക്കെ കേട്ടു വിശ്വസിച്ചു. പക്ഷേ അവർ മരിച്ചതോടെ ദൈവവും ചെകുത്താനുമൊക്കെ തിരിച്ചു വന്നപ്പോൾ ആരും അവിശ്വാസികളുണ്ടാവില്ലല്ലോയെന്നോർത്ത് വാമദേവൻ അടക്കമുള്ളവർ എത്രയോ സന്തോഷിച്ചിരുന്നു. പക്ഷേ അതൊക്കെ പറഞ്ഞിട്ടെന്ത്? ദൈവത്തെക്കാൾ വലിയ ആൾ ദൈവത്തെ സൃഷ്ടിക്കപ്പെടുന്ന ഏർപ്പാടൊക്കെയാണ് ഇപ്പോൾ. ശരിക്കും ദൈവത്തിന് പ്രത്യക്ഷപ്പെടാൻ വലിയ പ്രയാസമാ. ദേവിയെ കണ്ടുവെന്ന് പറഞ്ഞാൽ എങ്ങനെയാണ് വന്നത്? കാറിനോ ഓട്ടോയ്ക്കോ? അതിന്റെ നമ്പറെത്രയായിരുന്നു. വിശദീകരിക്കാനാകാത്ത ഒരു നൂറുകൂട്ടം ചോദ്യമുയരും.

ഭക്തജനങ്ങളുടെ പ്രത്യേക ശ്രദ്ധയ്ക്ക് എന്ന പേരിൽ ക്ഷേത്രത്തിന് മുന്നിൽ ഇങ്ങനെയൊരു ബോർഡ് പ്രത്യക്ഷപ്പെട്ടാൽ എങ്ങനെയുണ്ടാകും: ക്ഷേത്രം കൊണ്ട് ഉദ്ദേശിച്ച എല്ലാ ലക്ഷ്യങ്ങളും പൂർത്തീകരിച്ചതിനാൽ അടുത്ത ഒന്നാം തീയതി മുതൽ നമ്മുടെ ക്ഷേത്രം എല്ലാ പ്രവർത്തനങ്ങളും അവസാനിപ്പിക്കുകയാണ്. ഇതൊരറിയിപ്പായി കണക്കാക്കി പ്രിയ ഭക്തജനങ്ങൾ ദയവായി സഹകരിക്കുക.

രാവിലെ തന്നെ തട്ടകക്ഷേത്രത്തിന്റെ മതിലിൽ പതിച്ച ഫ്ളക്സിലെ പ്രത്യേക അറിയിപ്പ് അമ്പലം കമ്മിറ്റി ഓഡിറ്റർ സേതുരാമൻ രണ്ടാമതും ഒരു വട്ടംകൂടി വായിച്ചു. ആരെങ്കിലും തെറ്റിദ്ധരിപ്പിക്കാനോ മതവിദ്വേഷം പരത്താനോ ഒട്ടിച്ചതാണോ? അല്ല. സംഗതി യാഥാർഥ്യമാണല്ലോ. ട്രസ്റ്റി വാമദേവൻ നമ്പൂതിരി അടിയിൽ

ഒപ്പിട്ടിട്ടുണ്ട്. പക്ഷേ അദ്ദേഹത്തെ കഴിഞ്ഞ ദിവസം സന്ധ്യയ്ക്ക് കണ്ടതാണ്. അപ്പോഴൊന്നും ഈ വിഷയത്തെപ്പറ്റി ഒരക്ഷരം കമായെന്ന് മിണ്ടിയിരുന്നില്ലല്ലോ. അപ്പോൾ ഒരൊറ്റ രാത്രി കൊണ്ടെടുത്ത തീരുമാനമാകണം. എന്നാലും അത് വല്ലാത്ത എടുത്തുചാട്ടമായി. ലോകത്തെവിടെയെങ്കിലും സംഭവിക്കുന്ന കാര്യമാണോ! സേതുരാമൻ ഇങ്ങനെ ചിന്തിക്കുമ്പോൾ ഫോണിൽ മെസേജ് വന്നതിന്റെ ശബ്ദം മുഴങ്ങി. ഓ. അപ്പോൾ അടിയന്തര യോഗവും വിളിച്ചിട്ടുണ്ടോ? തീരുമാനം എടുത്തതിന് ശേഷമാണോ യോഗം വിളിക്കുന്നത്. ശരിയായ നടപടിയല്ല.

അമ്പലം കമ്മിറ്റി യോഗം വിളിച്ചാൽ ഒന്നോ രണ്ടോ പേർ മാത്രമേ വരാറുള്ളൂ. ഉത്സവപ്പിരിവിനും മറ്റും ആരും ഇറങ്ങാനില്ല.

സേതുരാമൻ അമ്പലത്തിലെത്തുമ്പോൾ അവിടെ അമ്പലക്കമ്മിറ്റിയിൽ പെട്ടവരും അല്ലാത്തവരുമായ പലരും എത്തിയിട്ടുണ്ട്. വാമദേവൻ നമ്പൂതിരി ചാരുകസേരയിൽ പിന്നിലോട്ട് കൈ ഉയർത്തി ഇരിക്കുന്നു. എന്തെങ്കിലും അവിവേകം ചെയ്ത ഭാവമൊന്നും മുഖത്ത് തെളിഞ്ഞുകണ്ടില്ല.

ആരോട് ചോദിച്ചിട്ടാണ് ഇതൊക്കെ തീരുമാനിച്ചതെന്നാവും നിങ്ങള് ആലോചിക്കുന്നത്, അല്ലേ? എന്നാൽ ഒരു സംഗതി ഞാനങ്ങോട്ട് പറയാം. ഭഗവതി തന്നെയാണ് അറിയിച്ചത്. ഇത്തരം കാര്യങ്ങൾ ചർച്ച ചെയ്യാൻ കമ്മിറ്റിയൊക്കെ കൂടിയാൽ ഒരു തീരുമാനവും എടുക്കാതെ അടിച്ചുപിരിയുകയേയുള്ളൂ. ഭഗവതിയുടെ കൽപ്പന നിറവേറപ്പെടാതെ പോവുന്നതിന്റെ ഭവിഷ്യത്ത് വന്നു പെടുകയും ചെയ്യും. എത്രയും പെട്ടെന്ന് ഫ്ളക്സടിച്ച് വിളംബരം ചെയ്യണമെന്നും നിർബന്ധിച്ചത് മറ്റാരുമല്ല.

എന്തായീ പറയണേ നമ്പൂതിരി! നിങ്ങടെ ബുദ്ധിക്ക് എന്താ സംഭവിച്ചത്? എന്തൊക്കെ ഭൂകമ്പാ ഇനി ഉണ്ടാവാൻ പോകുന്നതെന്ന് നിശ്ചയില്ല. വേഗം പ്രായശ്ചിത്തം ചെയ്തോളൂ. അമ്പലം നിർത്താ, പള്ളി അടയ്ക്കാ എന്നൊക്കെ എവിടെയെങ്കിലും കേട്ടിട്ടുള്ള കാര്യമാണോ? തുറക്കുന്നതല്ലാതെ അടയ്ക്കുന്ന ചരിത്രം നമ്മുടെ അറിവിലില്ല.

നിങ്ങള് പത്രമൊന്നും വായിക്കാറില്ലേ വെളിച്ചപ്പാടേ? വെസ്റ്റേൺ കൺട്രീസിൽ, യു കെയിലും മറ്റും എത്ര ക്രൈസ്തവ പള്ളികളാ സമീപകാലത്ത് നിർത്തിയത്. പകരം അതിന്റെ സ്ഥലത്ത് ഹോട്ടലും ബാറുമൊക്കെ തുറന്ന കഥ... അതുകൊണ്ട് അവിടെ എന്തെങ്കിലും ഭൂകമ്പം സംഭവിച്ചോ, ഇല്ല.

ഞാനൊരു കാര്യം ചോദിക്കട്ടെ. അമ്പലം നിർത്തി ബാറ് തൊടങ്ങാനാണോ ട്രസ്റ്റി ഉദ്ദേശിക്കുന്നത്! അല്ലല്ലോ. വെസ്റ്റേൺ കൺട്രീസിലെ കഥ അവിടെ നിൽക്കട്ടെ. നമുക്ക് ഇവിടത്തെ കാര്യം ആലോചിക്കാം. ഇവിടെ അങ്ങനെ കീഴ്‌വഴക്കമില്ല. ബ്രിട്ടീഷുകാരുടെ കാലത്തുപോലും ഉണ്ടായിട്ടില്ല. പണ്ട് ഇരിങ്ങാലക്കുടയിൽ റെയിൽവേ ലൈനിനുവേണ്ടി അമ്പലം പോവുമെന്ന സ്ഥിതി വന്നു. അമ്പലക്കമ്മിറ്റിക്കാർ എതിർത്തു. എന്നാൽ റെയിൽവേ എഞ്ചിനീയർ വിട്ടുകൊടുത്തില്ല. അതിലേ തന്നെ പോവുമെന്നായി. എന്നാൽ അന്ന് രാത്രി എഞ്ചിനീയർക്ക് ദേവി സ്വപ്നത്തിൽ ദർശനമുണ്ടായി. പനിച്ചു വിറച്ച എഞ്ചിനീയർ പറഞ്ഞു, അതുവഴി പോയാൽ തീവണ്ടി എല്ലാം മറിച്ചിടുമെന്ന് ദേവി കൽപ്പിച്ചിട്ടുണ്ട്. പരീക്ഷണത്തിന് നിൽക്കേണ്ട, റെയിൽവേ കല്ലേറ്റുകര വഴി വിട്ടോളൂ. അതുകൊണ്ട് ദേവിയെ പരീക്ഷിക്കാൻ

നിൽക്കേണ്ട.

ട്രസ്റ്റിയായാലും ആരായാലും നാട്ടുനടപ്പും ആചാരങ്ങളും ലംഘിക്കാൻ പറ്റില്ല. ആലോചിച്ചിട്ടുണ്ടോ?

അമ്പലം നിർത്തിയാൽ പിന്നെ ദേവി പിന്നെ വേറെ എവിടെ പോകും?

ശരിയാണ് ഞാനത് അപ്പഴേ ആലോചിക്കാതിരുന്നില്ല. ഈ വിവരം ദേവിയോട് ചോദിച്ചു. അപ്പോൾ ദേവി പറഞ്ഞു, എന്റെ കാര്യമൊക്കെ നിങ്ങള് വിട്. ഞാനെന്തെങ്കിലും ചെയ്യാം. ഈ അമ്പലം ഉണ്ടാവുന്നതിന് മുൻപ് ഞാൻ എവിടെയായിരുന്നു? നിങ്ങൾ മനുഷ്യന്മാര് നിങ്ങടെ കാര്യം ചിന്തിക്ക്. അതുപോലും പറ്റാത്തവരാ ദൈവത്തിന്റെ കാര്യം ആലോചിച്ച് തലപുണ്ണാക്കുന്നത്. കുറച്ചുദിവസമായി ഞാൻ ആലോചിക്കുന്നതാണിത്. എത്ര കാലമായി ഞാനിത് തുടങ്ങിയിട്ട്. എനിക്കും അൽപ്പം വിശ്രമമൊക്കെ വേണ്ടേ?

ഈ പറയുന്നതൊക്കെ സത്യമാണോ? ദേവി എപ്പോഴാണ് ട്രസ്റ്റിയുടെ മുന്നിൽ പ്രത്യക്ഷപ്പെട്ടത്. ദേവി നേരിട്ട് വന്നു പറഞ്ഞുവെന്നൊക്കെ പറഞ്ഞാൽ ഈ വിഡ്ഢിത്തമൊക്കെ ഇക്കാലത്ത് മാലോകര് വിശ്വസിക്കോ?

അപ്പോൾ ദൈവം ഇല്ലെന്നാണോ വെളിച്ചപ്പാട് പറയുന്നത്! ദൈവം ഉണ്ടെങ്കിൽ മനുഷ്യരുടെ മുന്നിൽ പ്രത്യക്ഷപ്പെടുന്നതിലെന്താ തരക്കേട്? അപ്പോൾ നിങ്ങള് അവിശ്വാസിയാണല്ലേ? എന്നിട്ടാണ് പറയെടുപ്പിന് തുള്ളലും ചാട്ടവുമൊക്കെ? ഒക്കെ അഭിനയമാണല്ലേ!

അയ്യയ്യോ... ട്രസ്റ്റി, അങ്ങനെയൊന്നും ഞാൻ ഉദ്ദേശിച്ചില്ല. വിശ്വാസം കളഞ്ഞുള്ള ഒരു കളിയും നമുക്കില്ല. അങ്ങ് ഭഗവതിയെ കണ്ടത് സത്യം തന്നെയാവും, ഭദ്രൻ വെളിച്ചപ്പാട് ചോദ്യവും പറച്ചിലുമൊക്കെ നിർത്തി പതുക്കെ നിശ്ശബ്ദനായി.

എന്നാൽ പിന്നെ ഞാൻ പറയുന്നത് വിശ്വസിക്കണം. കഴിഞ്ഞ രാത്രി വെളുപ്പിനാണ് ഭഗവതിയെ സത്യമായും കണ്ടത്. ഞാനിത് പറഞ്ഞപ്പോൾ ചുവരിലെ പല്ലി ചെലച്ചത് നിങ്ങള് കേട്ടില്ലേ? ഞാനങ്ങനെ നിൽക്കുമ്പോൾ ക്ഷേത്രത്തിന്റെ ചുവരിലെ ഭഗവതിയുടെ ചിത്രത്തിൽ പെട്ടെന്ന് ഒരനക്കം. അവിടെ നിന്നാണ് ഭഗവതി പ്രത്യക്ഷപ്പെട്ടത്. എന്നാൽ ഇത് നേരിട്ട് കണ്ടതാണെന്ന് ഞാൻ പറയില്ല. വേണമെങ്കിൽ ഇതൊക്കെ സ്വപ്നത്തിൽ കണ്ടതാണെന്ന് കൂട്ടിക്കോ.

അയ്യയ്യോ... സ്വപ്നമെന്നൊക്കെ പ്രമാണമാക്കാൻ പറ്റ്വോ? നാട്ടുകാർ വിശ്വസിക്കുമോ?

അതെന്താ വിശ്വസിച്ചാല്? സ്വപ്നം പ്രമാണമാക്കിയല്ലേ നമ്മളിതൊക്കെ കെട്ടിപ്പൊക്കിയത്. അമ്പലം തന്നെ ഉണ്ടായത് ഇങ്ങനെയൊരു സ്വപ്നത്തിലൂടെയല്ലേ? ചെറുമിപ്പെണ്ണ് കാട്ടിൽ പുല്ലരിയാൻ പോയ കാര്യം ഓർമയില്ലേ? അരിവാൾ മൂർച്ചകൂട്ടാൻ കല്ലിൽ ഉരച്ചപ്പോൾ ചോരയൊഴുകിയതെല്ലാം ഓർമയില്ലേ? പണ്ട് മുത്തച്ഛന്റെ മുത്തച്ഛന്റെ കാലത്ത്. അന്ന് രാത്രിയാണല്ലോ സ്വപ്നത്തിൽ ദേവി അങ്ങോർക്ക് മുന്നിൽ പ്രത്യക്ഷപ്പെട്ടതും അവിടെ ക്ഷേത്രം നിർമിക്കണമെന്നുമെല്ലാം അരുളിചെയ്തത്. മറന്നോ?

അതൊക്കെ പണ്ടല്ലേ. പഴയ പോലെ ഇപ്പോൾ ആരെങ്കിലും വിശ്വസിക്കുമോ? അതും ഒരു നിമിത്തവും കാണാതെ.

വിശ്വസിക്കണം. വിശ്വാസമില്ലാത്തവർക്ക് ഇവിടെ സ്ഥാനമില്ല. അമ്പലം ഉണ്ടാ

ക്കാൻ സ്വപ്നം കണ്ടൂന്ന് പറഞ്ഞാൽ ശരി. എന്നാ അമ്പലം നിർത്താൻ സ്വപ്നം കണ്ടൂന്ന് പറഞ്ഞാൽ അതെന്താ വിശ്വസിച്ചാൽ?

എന്നാലും. പലരും അർധോക്തിയിൽ വഴിമുട്ടി. അപ്പോൾ വാമദേവൻ കളംമാറ്റി ചവിട്ടി, ഹെന്റെ ദേവിയേ, ഞാൻ പറയണത് കള്ളമാണെങ്കിൽ എന്റെ തലയിലേക്ക് ആകാശം ഇടിഞ്ഞു വീഴട്ടെ. അമ്പലവും ഇടിഞ്ഞു വീഴട്ടെ.

കമ്മിറ്റിക്കാരിൽ ചിലരെങ്കിലും പരിഭ്രമിച്ച് മുകളിലേക്ക് നോക്കി. വാമദേവന്റെ വിശദീകരണത്തിൽ കമ്മിറ്റിക്കാരൊക്കെ മറുമൊഴിയില്ലാതെ ഇരിക്കുന്ന കാഴ്ചയാണ് പിന്നീട് കാണുന്നത്. ഭദ്രൻ വെളിച്ചപ്പാടിന്റെ പൊടിപോലും അവിടെ കാണാനില്ല. ചോദ്യം ചോദിക്കുന്നതിൽ സമർഥനായ മൂപ്പിൽ നായരും മൗനിയായി. എന്ത് തെമ്മാടിത്തമാണ് ഇവിടെ നടക്കുന്നതെന്ന് ചോദിക്കണമെന്നുണ്ടായിരുന്നു സേതുരാമന്. സേതുരാമൻ ബാങ്കിൽ നിന്ന് റിട്ടയർ ചെയ്തതിന് ശേഷം ക്ഷേത്ര കമ്മിറ്റിയിൽ ഓഡിറ്ററായി തെരഞ്ഞെടുക്കപ്പെട്ട ആളാണ്. റിട്ടയറാവുന്ന ആളുകൾക്ക് അടിഞ്ഞുകൂടാൻ പറ്റിയ നല്ല ലാവണമാണല്ലോ അമ്പലക്കമ്മിറ്റി. സേതുരാമന്റെ നാവിൽ നിന്ന് വീണത് മറ്റൊരു നിയമ പ്രശ്നമായിരുന്നു. എന്തായാലും നിയമത്തെക്കാൾ വലുതല്ല വിശ്വാസം.

അമ്പലം നിർത്താൻ തീരുമാനിച്ചാൽ ആ വിവരം അറിയിക്കുമ്പോൾ അടിയിൽ ഒപ്പിടേണ്ടത് ആരാ? ട്രസ്റ്റിയോ അതോ ദൈവമോ? അത് തീരുമാനിച്ചിട്ട് മതി ദേവി പറഞ്ഞത് വെളിപ്പെടുത്താൻ. സേതുരാമൻ ശബ്ദം ഉയർത്തി.

ദൈവത്തിന്റെ കയ്യൊപ്പ് ഏതാണെന്ന് നിശ്ചയിക്കാൻ അതിന് ഇവിടെ ആരെങ്കിലും കണ്ടിട്ടുണ്ടോ? പറയിൻ. വാമദേവന്റെ ചോദ്യം യോഗത്തിൽ മുഴങ്ങി. മറുപടി പറയാതെ എതിരാളികൾ പതറി.

അതോടെ പരസ്പരമുള്ള ഗ്രൂപ്പ് ചർച്ചയായി. അത് ശരിയാണല്ലോ. ഇതും ശരിയാണല്ലോ എന്നൊക്കെ ചിന്തിച്ച് അന്തംവിടുന്ന ശുദ്ധാത്മാക്കളും ഉണ്ടായി. കുശുകുശുപ്പുകൾ ആരവമായി. അധ്യക്ഷൻ യോഗനടപടികൾ നിയന്ത്രിക്കാനാവാതെ നിശ്ശബ്ദതയ്ക്ക് വേണ്ടി വെപ്രാളപ്പെട്ട് മേശയിൽ കൈകാലിട്ടടിച്ചു.

അമ്പലം നിർത്തണോ, വേണ്ടേ? അമ്പല കമ്മിറ്റിയിൽ അന്നത്തെ അജണ്ട താലപ്പൊലി പറമ്പിലെ വാർപ്പിലെ പന്തീരായി പോലെ തിളച്ചു മറിയുകയാണ്. തൊട്ടാൽ പൊള്ളുമെന്ന ഭീതിയിൽ പലരും കൈകൾ പിന്നിൽ കെട്ടി. അവർ മുട്ടിപ്പായി പ്രാർഥിച്ചു, അടിയങ്ങളെ പരീക്ഷിക്കാതെ ഒരു നിമിത്തം കാണിച്ച് തരണേ.

നടയിൽ പെട്ടെന്ന് മണികൾ മുഴങ്ങി. അസമയത്ത് ആരാണ് കൂട്ടമണിയടിച്ചത്? കാര്യമറിയാൻ കസേരയിൽ നിന്ന് വാമദേവൻ ചാടിയെഴുന്നേറ്റു, ഭദ്രൻ വെളിച്ചപ്പാടും സേതുരാമനും എഴുന്നേറ്റു. അമ്പലക്കമ്മിറ്റിക്കാർ എത്തിനോക്കുമ്പോൾ അവരുടെ കണ്ണുകൾ ആശ്ചര്യം കൊണ്ട് വികസിച്ചു. എന്താ ഇപ്പോ ഉണ്ടായത്? പക്ഷേ കമ്മിറ്റിക്കാർക്ക് ആർക്കും എത്ര ശ്രമിച്ചിട്ടും ഒന്നും കാണാനായില്ല. നോക്കുന്നിടത്തെല്ലാം വലിയ പ്രകാശവൃത്തങ്ങൾ. പരസ്പരം മുഖം കാണാൻ പോലും ആവുന്നില്ല. അന്ധകാരമല്ല. വല്ലാത്ത വെളിച്ചം. കണ്ണുകൾ കൂടെക്കൂടെ തിരുമ്മി കാഴ്ച തെളിച്ചെടുക്കാൻ കഠിനമായി ശ്രമിക്കുന്നതിനിടെ അകന്നകന്നു പോവുന്ന ചിലങ്കയുടെ ശബ്ദം മാത്രം അവർ കേട്ടു. അതോ അവ അടുത്തടുത്തു വരികയാണോ? .

ഗന്ധമാദകം

ശ്രീകണ്ഠൻ കരിക്കകം

മുക്കോല ബൈപ്പാസിനടുത്താണ് സുഭദ്രൻ ആ 'നാറ്റ' ലോറിയും ഉപേക്ഷിച്ച് കടന്നുകളഞ്ഞത്. അല്ലെങ്കിലും അവനതിനോട് ഒരിക്കലും മമത ഇല്ലായിരുന്നല്ലോ...

"എവിടെയും കളഞ്ഞിട്ട് പോകാം ഒരുത്തനും തൊടില്ല" അവൻ ഒരുതരം ഊള ച്ചിരിയോടെ കൂട്ടുകമ്പനികളിൽ ഇരുന്ന് ഗിയർ മാറുന്ന ലാഘവത്തോടെ പറയുമായിരുന്നു. താര എന്നു പേരുള്ള ആ ലോറിപ്പെണ്ണിന് അന്നേരം കുടുകുടാന്ന് കരച്ചിൽ വരും. ഇത്രയും ഉള്ളുരുക്കിയിട്ടും ഒരു വേശ്യക്കുകിട്ടുന്ന അരസീറ്റുപോലും തനിക്ക് കിട്ടുന്നില്ലല്ലോ എന്നവൾ സങ്കടപ്പെടും.

സുഭദ്രന് നിരത്തിലും ജീവിതത്തിലും ആർക്കും സൈഡ് കൊടുക്കാത്ത അലംഭാവങ്ങളേയുള്ളൂ. ചത്താൽ കുഴിച്ചിടാനെങ്കിലും വേണ്ട ജീവിതരേഖകളോ തയ്യാറെടുപ്പുകളോ ഇല്ലാതെയുള്ള നരക പാച്ചിൽ.

"എന്തര് കുളിയും നനയും ഒക്കെ? പിന്നെയും ഈ നാറ്റം ചുമക്കാനല്ലേ?" എന്ന ചോദ്യം! ഉപേക്ഷ!!

"വെറുതെയല്ലല്ലോ, നാറ്റം ചുമന്ന് തള്ളണേന് ചൊളചൊളാന്ന് തുട്ട് എണ്ണിവാങ്ങാറില്ലേ? ഇറച്ചിക്കടക്കാരും ഹോട്ടലുകാരുമൊക്കെ കണ്ണുഴപ്പിക്കണ പണമല്ലേ, എണ്ണിത്തരുന്നത്? ആരെങ്കിലും തേച്ചിട്ട് പോയാൽ നിങ്ങളവരെ വിട്വോ? അവന്റെ അണ്ടം കീറില്ലേ? പിന്നെ, നാറ്റം ചുമ്മണ വണ്ടിക്കും മണം കോരണ വണ്ടിക്കും കൂലി ഒറ്റ ഗാന്ധിയല്ലേ? "

ഇതൊക്കെ തമിഴ്നാട്ടിലെ വിജനമായ പാതകളിലൂടെ അവൻ അവളുടെ തേഞ്ഞ നെഞ്ചിൻകൂട്ടിൽ ചവിട്ടി വിറപ്പിക്കുമ്പോൾ ചോദിക്കാറുള്ളതാണ്. അപ്പോഴൊന്നും അവൻ മിണ്ടില്ല. ഒന്നും അറിയാത്ത മട്ടിൽ ഒരു കല്ലൻകൂരിയെപ്പോലെ പമ്മി ഇരിക്കും. നാറ്റത്തിനിത്രയൊക്കെമതിയെന്ന വിടുവായന്റെ മൂച്ച്.

അങ്ങനെ നനയും കുളിയുമില്ലാതെ പൊറുതിമുട്ടിയപ്പോഴാണ് താരപ്പെണ്ണ് ഈ മുരടനൊരു പണികൊടുക്കണമെന്ന് ഉറപ്പിച്ചത്. ആളും അനക്കവും ഇല്ലാത്തൊരു പെരുവഴിയിൽ വണ്ടി തള്ളി അവൻ ഒരു സ്ഥിരം കുറ്റിയുടെ ചെറ്റ പൊക്കാൻ പോയതായിരുന്നു. പല്ലിടിച്ച് കോർക്കുന്ന തണുപ്പും ചന്നം പിന്നം പെയ്യുണ മഴയും. കുറ്റാക്കൂരിരുട്ടത്ത് പള്ളനിറയെ കള്ളുംമോന്തി വന്നിട്ട് എണ്ണതൊടാതെ മുട്ടത്തു

പോയ ക്ലച്ചിലും കീറിവിളിക്കുന്ന ആക്സിലേറ്ററിലുമെല്ലാം അവൻ മാറിമാറി കുത്തി മറിച്ചു. അവൾ ഒരു വെട്ടുപോത്തിന്റെ മുക്കറക്കരുത്തിൽ മുൻകാലുറപ്പിച്ച് നിന്നു. അന്നേരം അവൻ കാര്യസാധ്യത്തിനെടുക്കുന്ന വഷളൻ കൊഞ്ചലോടെ കുഴഞ്ഞ് മൊഴിഞ്ഞു:

"നീ നോക്കിക്കോ വൈകാതെ ഞാൻ ഈ ക്രൂതറ പണിയൊക്കെ നിർത്തും. അന്ന് നിന്നെ ഞാൻ വേഷെ തേച്ച് കുളിപ്പിച്ച്, പൗഡറൊക്കെ പൂശി ജിൽ ജില്ലെ ന്നൊരു ചുന്ദരിയാക്കും. എന്നിട്ട് എല്ലാ പുല്ലന്മാരുടെയും മുന്നിൽക്കൊണ്ട് നിറുത്തും. അണ്ണന്റെ മുത്തല്ലേ........ഇപ്പഴത്തേക്ക് ഒന്ന് എണീറ്റ് വാ, നമുക്ക് പോകാം......"

അവൻ സ്നേഹം കൊണ്ടൊരു പാതിരാപ്പൂവായി. താരപ്പെണ്ണ് എല്ലാം മറന്ന് അതെടുത്ത് തലയിൽ ചൂടി. അവൻ ആക്സിലേറ്ററിലും ഗിയറിലും മാറി മാറി മുത്തി അവളെ നിലം തൊടാതെ കിതപ്പിച്ചു. അവന്റെ ആ ചാതുര്യമുള്ള അഭിനയത്തിൽ അവൾ ആർദ്രയായിപ്പോയി. മണമുള്ള പെണ്ണിനെപ്പോലെയല്ലല്ലോ, നാറ്റപ്പെണ്ണ്! നാറ്റത്തിന് തന്റെ ഉടൽ വടിവോ കുലമഹിമയോ പ്രവർത്തനമികവോ ഒന്നുംകാണിച്ച് അധികനേരം പിടിച്ചുനിൽക്കാനാകില്ല. കിട്ടുന്ന സ്നേഹവും തഴുകലുമെല്ലാം കുടല് തണുപ്പിക്കാൻ കിട്ടണ ഇത്തിരി വെള്ളംപോലെ ബോണസ്സാണ്. അവിടെ മുരിശൃങ്കാരത്തിനും കൊഞ്ചിക്കുഴയലിനുമൊക്കെ നിന്നാൽ ആണൊരുത്തന്റെ മട്ട് മാറും. പിന്നെ ഈ നാറ്റത്തിനെക്കാൾ കെട്ട തെറികളാവും സ്നേഹഞരമ്പുകൾ പൊട്ടിയ അവന്റെ സൈലൻസറിലൂടെ പുറത്ത് ചാടുക! അതുകൊണ്ട് എല്ലാത്തിനും ഒരു പരിധിയുണ്ട്, നാറ്റമാകുമ്പോഴും നാറ്റത്തെ പേറുമ്പോഴും... ഒരു വേള സുഭദ്രന്റെ ഉപേക്ഷ മാത്രമല്ല, എന്തെങ്കിലും പണിക്കായി വർക്ക്ഷോപ്പുകളിൽ കൊണ്ടു ചെല്ലുമ്പോൾ അവരും പറയും: "ഈ നാറ്റവണ്ടി പിന്നീടെപ്പോഴെങ്കിലും കൊണ്ടുവാടേ..."

അന്നേരം സമയം രാത്രി പന്ത്രണ്ടേ മുക്കാൽ കഴിഞ്ഞിരുന്നു. പതിവു ദിവസങ്ങളിലാണെങ്കിൽ അവൻ അന്നേരം കളിയിക്കാവിള അതിർത്തികടന്ന് കള്ളിയങ്കാട്ട് നീലിയുടെ ഓർമ്മകൾ പനങ്കുലപോലെ മുടിവിരിച്ചിട്ട ഹൈവേയിലൂടെ നൂറ്റിയറുപതിലോ എൺപതിലോ ഒക്കെ കാലുകൊടുത്ത് പായുന്ന സമയമായിരിക്കും.

നേരം പരാപരാവെളുക്കുമ്പോൾ വണ്ടി മേട്ടുപ്പാളയത്തിലെത്തും. അവിടെവച്ചാണ് എരുമച്ചൂരുള്ള മാരിയപ്പൻ കുടലുകുത്തി മറിക്കുന്ന ഈ അളിഞ്ഞതും പുളിഞ്ഞതു മൊക്കെ മൂക്കത്തൊരു തുണിപോലും ചുറ്റാതെ കറവത്തഴമ്പുള്ള തന്റെ കൈകളി ലേക്ക് ഏറ്റുവാങ്ങുന്നത്. പിന്നീട് അതിന്റെ ജൈവവും ആത്മീയവുമായ പരിണാമ ങ്ങളെക്കുറിച്ചൊന്നും സുഭദ്രൻ അന്വേഷിക്കാറില്ല. അതിന്റെ ആവശ്യവുമില്ല. ഒന്നറിയാം, പറഞ്ഞുറപ്പിച്ച കാശും വാങ്ങിക്കൊണ്ട് വേഗം സ്ഥലം വിടണം. പിന്നെ പണ്ടേ "പാണ്ടി" മലയാളിയിടെ വെള്ളവും ഊറ്റും തീട്ടവും ചുമ്മും.

മടക്കയാത്രയിൽ മിക്കവാറും വണ്ടികാലിയായിരിക്കും. തുത്താലും തുടച്ചാലും പോകാത്ത മുശുടുമണവുമായി ഏതെങ്കിലും ട്രാഫിക് സിഗ്നലിലോ ടോൾസെന്റ റുകളിലോ ചവിട്ടിപ്പിടിക്കേണ്ടി വന്നാൽ മൂക്കുപൊത്തിയും വിൻഡോഗ്ലാസുകൾ ഉയർത്തിയുമൊക്കെ അസ്വസ്ഥത പ്രകടിപ്പിക്കുന്ന ചില കൂതറകളുണ്ട്. അവരെ ക്കാണുമ്പോൾ സുഭദ്രന് ആക്സിലേറ്ററിൽ ചാരിയ വലത്തേ കാലിൽ നിന്നും ഒരു വെള്ളി വിറ ഉച്ചിയിലേക്ക് കത്തിപ്പടരും. അവൻ അന്നേരം സ്വയം നിയന്ത്രിക്കു ന്നത് ഇങ്ങനെ ചിലതൊക്കെ ഓർത്താണ്. കാമത്തരിപ്പും വിസർജ്ജ്യവും ഉടലിന്റെ കീഴ്ത്തട്ടിൽ ഒരു ചാൺപോലുമില്ലാത്ത അകലത്തിൽ ചുമന്ന് നടക്കുന്നവരുടെ ഒരു ഭാവമേ...!

മിക്കവാറും ദിവസങ്ങളിൽ സുഭദ്രന് ഏതെങ്കിലും കള്ളുകച്ചവടക്കാരുടെയോ കഞ്ചാവ് ലോബിയുടെയോ പൊതികൾ അതിർത്തി കടത്താനുള്ള കോള് കിട്ടും. അതൊന്നും അത്ര പ്രയാസമുള്ള കാര്യങ്ങളല്ല. കാവൽക്കാർ അവിടെ വേട്ടപ്പട്ടി കളെപ്പോലെ നിൽക്കും.

"നാറ്റവണ്ടിയെ തൊട്ടാൽ തൊടുന്നവനും നാറും. ഒരു വഴി അടഞ്ഞാൽ പതിനാറ്! പിന്നെ അവന്റെയൊക്കെ പേട്ട് തന്തയല്ല, എന്റെ തന്ത " ഓപ്പറേഷൻ സക്സസ് ആകുമ്പോൾ അവൻ ക്ലയിന്റുകളോട് നടുവേദനകൊണ്ട് തള്ളിയ ചന്തി യിൽ കൈ ഊന്നിനിന്ന് പറയും.

നേരം വെളുത്തപ്പോഴാണ് നാട്ടുകാരിൽ പലർക്കും പുലർച്ചെ മുതൽ മൂക്കിൽ ഒരു ട്രാഫിക് സിഗ്നലിലെന്നോണം തടഞ്ഞ് കിടന്ന ആ ഗന്ധത്തിന്റെ റൂട്ട്മാപ്പ് തെളിഞ്ഞ് കിട്ടിയത്.

ആറോളം ബാരലുകളിലും അതിലേറെ ചാക്കുകളിലുമായി വാരിനിറച്ചിരുന്ന പപ്പും പൂടയും വൻകുടലുമൊക്കെ ചെറുചൂടിൽ അവിഞ്ഞ് വീർക്കാൻ തുടങ്ങിയതോ ടെ അവർക്ക് ആസനത്തിൽ പന്നിപ്പടക്കം വച്ചപോലെയായി!

ഇരിക്കപ്പൊറുതിയില്ലാതൊടുവിൽ മൂക്കുപാലത്തിനുമീതെ തുവാലകെട്ടിയും കൊറോണാക്കാലത്ത് വാങ്ങിവച്ച മാസ്കുകൾ ധരിച്ചും റസിഡൻസ് അസോസി യേഷന്റെ വളയംപിടിക്കുന്ന ചില മുൻനിരക്കാർ ഉൾപ്പെടെ കുറേപ്പേർ സാമൂഹ്യ അകലം പാലിച്ച് താരയ്ക്കുചുറ്റും മണ്ടി നടന്നു.

"നാറ്റം ചുമന്നുനിൽക്കുന്നവൾ" എന്ന ആത്മനിന്ദയോടെ ശിരസ്സുകുമ്പിട്ടാണ് ലോറിപ്പെണ്ണ് നിന്നത്! കാക്കയും പരുന്തും പറക്കിപ്പട്ടികളുമൊക്കെ കൃത്യമായ ഇടവേളകളിൽ കടന്നുവന്നു. മനുഷ്യനുമാത്രമാണ് നാറ്റം!

ഒരു ചിറകടിയിൽ കാറിവിളിച്ച് ഒരു കുമ്പിൾ മാംസവും കൊത്തിപ്പറിച്ച് അടുത്ത മരച്ചില്ലയിലേക്ക് പായുന്ന പരുന്തിനും കാക്കയ്ക്കും അത് ദൈവം കരുതിയ അന്ന

മാണ്. കനത്ത ചന്തി ഇളക്കി നായ്ക്കൾക്കും പൂച്ചകൾക്കും കൂടി കുറച്ച് എല്ലും കുടലും മഞ്ഞനിറമുള്ള കോഴിക്കാലുമൊക്കെ വിതറികൊടുത്താലെന്തെന്ന് താരപ്പെണ്ണിന് തോന്നാതിരുന്നില്ല.

വശങ്ങളിലേക്ക് ഒലിച്ചിറങ്ങുന്ന നീരിൽ കുമ്മായം വിതറിയും മണ്ണ് കോരിയിട്ടും തുപ്പി തുപ്പി നടക്കുന്ന മനുഷ്യരുടെ മുഖത്തേക്ക് നോക്കാതെ അവൾ വിവൃതമായ മുലയും മാറും കൈകൾകൊണ്ട് ഗുണാകൃതിയിൽ പിണച്ച് കുമ്പിട്ട് നിന്നു. നാറ്റത്തിന്റെ അതിഗൂഢവഴികളിലൂടെയാണ് ഇപ്പോൾ ഒരു ദേശം സഞ്ചരിച്ചുകൊണ്ടിരിക്കുന്നത്.

“ഒരു നാറ്റ ലോറി, ഞങ്ങളുടെ ഇടവഴിയിൽ എതോ പരനാറി ഉപേക്ഷിച്ചിട്ട് മുങ്ങിയിരിക്കുന്നു!!” ഒരു കാട്ടുപൂച്ചയുടെ വന്യതയോടെ അവർ ഫോണിനെ മാന്തിപ്പൊളിച്ച് നൂറും നൂറ്റിയിരുപതും കിലോമീറ്റർ സ്പീഡിൽ പലരേം വിളിച്ചറിയിച്ചു.

“ഇതിപ്പോൾ ആരോ മനപ്പൂർവം ചെയ്തതാകാനേ ഇടയുള്ളൂ, നാളത്തെ പൊങ്കാല കലക്കണം. ഈ ദുരിതം ഇവിടെ ഇങ്ങനെ വച്ചിരുന്നാൽ ഒരു അയ്യായിരം പൊങ്കാലയെങ്കിലും മാറിപ്പോകുമല്ലോ....” കൂട്ടത്തിൽ അല്പം മുതിർന്ന ഒരാൾ ഗവേഷണബുദ്ധിയോടെ പറഞ്ഞു. ഏയ്......തെറ്റി, സുഭദ്രന് അത്രത്തോളം ചിന്തിക്കാനുള്ള വിശേഷബുദ്ധിയൊന്നും ഇല്ലെന്ന് പറയുവാൻ ലോറിപ്പെണ്ണ് ആഞ്ഞെങ്കിലും പിന്നെ അത് തടിച്ചുകൂടിയ ആൾക്കൂട്ടത്തിന്റെ കണ്ണുകളിൽ നോക്കി വേണ്ടെന്ന് വച്ചു.

രണ്ടുദിവസമായി ഉറക്കം തീരെ കുറഞ്ഞ ഡ്യൂട്ടികളിൽ ആണ്ടുകിടന്ന പൊലീസ് സംഘം ഒരു പരിഹാരവുമില്ലാതെ വിയർത്തുനാറിയ അരയും ഇടുപ്പുമൊക്കെ ചൊറിഞ്ഞുനിന്നു. മൂക്കിൽ നാലഞ്ചുവട്ടം പരതിപ്പിടിച്ച് നിന്നിട്ടൊടുവിൽ നാട്ടുകാരിൽ ഒരാൾ കൊടുത്ത പുതിയ സർജിക്കൽ മാസ്ക് അണിഞ്ഞുകൊണ്ട് ചെറുപ്പക്കാരനായ സർക്കിൾ ഇൻസ്പെക്ടർ താരപ്പെണ്ണിന്റെ ഹൃദയകവാടം വലിച്ചുതുറന്ന് അകത്തുകയറി. സന്ദർഭം അത്ര നല്ലതല്ലെങ്കിലും ഇത്രയും സുന്ദരനും സുമുഖനുമായ ഒരു ഉദ്യോഗസ്ഥൻ തന്നെ പരതുകയും തഴുകുകയും ഒക്കെ ചെയ്തതിൽ അവൾക്ക് അനുഭൂതി കലർന്ന രോമാഞ്ചമുണ്ടായി. അവൾ ‘ഇതാ ഇവിടെവരെ’ യിലെ ജയഭാരതിയെപ്പോലെ കുമ്പി. താക്കോൽ പരതുവാനാണ് അയാൾ ഉള്ളിലേക്ക് കയറിയത്. പതിവുവിവരക്കേടുകളുടെ തുടർച്ചയെന്നോണം വണ്ടിയിൽ താക്കോൽ വയ്ക്കാതെയാണ് അവൻ കടന്നുകളഞ്ഞിരിക്കുന്നത്. സർക്കിൾ ഇൻസ്പെക്ടർ അക്കാര്യമായിരിക്കണം ഒരു പ്രത്യേക താളത്തിൽ ഷൂസ് നിലത്ത് മുട്ടിച്ചു നിന്ന് സഹപ്രവർത്തകരോട് പറഞ്ഞു. താക്കോൽ കിട്ടിയെങ്കിൽ, പൊങ്കാല കഴിയുന്നതുവരെ എങ്ങോട്ടെങ്കിലും മാറ്റിയിടാമെന്ന ആശ്വാസത്തിലായിരുന്നു അയാൾ.

ഹൊ! എത്ര മധുര മനോഹരമായ നിമിഷങ്ങളാണ് നഷ്ടമായിരിക്കുന്നത്! കാരിരുമ്പിന്റെ കരുത്തുള്ള ഒരു പുരുഷൻ പിടിക്കുന്ന വളയമാകാൻ, ആ നെഞ്ചിൽ ചേർന്നിരുന്ന് കുതി കുതിക്കാൻ, ആഗ്രഹിക്കാത്ത ഏതുപെണ്ണാണ് ഈ ഭൂമിയിലുള്ളത്? നെടുവീർപ്പുകൊണ്ട് താരപ്പെണ്ണിന് ഈ ലോകത്തെയാകെ എരിച്ചുകളയാനുള്ള നിരാശ തോന്നി !

ലിബറൽ ജനാധിപത്യത്തിൽ പോലും നാറ്റങ്ങളെ സമൂഹമധ്യത്തിൽ ചോദ്യം ചെയ്യാൻ ഏറെ നേരം നിറുത്തരുതെന്നും അടിയന്തരസ്വഭാവത്തോടെ

കുഴിച്ചുമൂടണമെന്നും മുൻഗാമികളായ പൊലീസുദ്യോഗസ്ഥരെപ്പോലെ അയാൾക്കും അറിയാമായിരുന്നു.

തന്റെ മികവും കഴിവും പ്രകടമാക്കാൻ ഒരു തുമ്പുംകിട്ടാതെ ഒരു തടിയൻ വേട്ടാവളിയനെപ്പോലെ പറന്നുനടന്ന വാർഡ് കൗൺസിലറെ സർക്കിൾ ഇൻപെക്ടർ വിളിച്ച് കുറച്ചു ദൂരേക്ക് തനത് സ്റ്റൈലിൽ കൊണ്ടുപോയി.

“നിങ്ങൾ വിചാരിക്കണം, ഏതുവിധേനയും നാട്ടുകാരെ പറഞ്ഞ് മനസ്സിലാക്കിക്കണം. ഈ ഓരത്തെവിടെയെങ്കിലും നല്ലൊരു കുഴികുത്തി തൽക്കാലം കുഴിച്ചിടുകയേ നിവൃത്തിയുള്ളൂ. മൂന്നോ നാലോ ബംഗാളികൾക്ക് കൊടുക്കാനുള്ള കൂലി നമുക്ക് ക്ഷേത്രക്കമ്മിറ്റിക്കാരിൽനിന്നും വാങ്ങാം. അതൊരു പ്രശ്നമല്ല.” അയാൾ ജനാധിപത്യത്തിന്റെ കണ്ണിലേക്ക് പ്രതീക്ഷയോടെ നോക്കി.

“ആ പരിപാടി നടക്കില്ല, ആരതിന് സമ്മതിക്കും?”

വേട്ടാവളിയൻ കുതറി.

വണ്ടിക്കുള്ളിൽ പരതി എവിടെയൊക്കെയോ കുറിച്ചിട്ടിരുന്ന ചില നമ്പറുകൾ പൊലീസുകാർ എടുത്തെങ്കിലും അതൊന്നും സുഭദ്രനിലേക്ക് പോയില്ല.

ഇനിയും നാറ്റത്തിന്റെ കാര്യത്തിൽ യാതൊരു തീരുമാനവും ആയിട്ടില്ല. മണിക്കൂർ നാലഞ്ച് കടന്നുപോയിരിക്കുന്നു! കാക്കയും പട്ടിയും പരുന്തും പിന്നെ പേരറിയാത്ത കുറേ പക്ഷികളും ഉറുമ്പ്, മണിയൻ ഈച്ച, കൊതുക്, ഒച്ച്, പഴുതാര തുടങ്ങിയ അധോലോകത്തിലെ പൊതുസമൂഹമെല്ലാം അവിടെമാകെ നിറഞ്ഞുകഴിഞ്ഞു.

“ഇവിടെ ഇറച്ചിക്കടകൾ നടത്തുന്നവന്മാരോട് തിരക്കിയാൽ ഈ കള്ള പുലയാടിമോനെക്കുറിച്ച് എന്തെങ്കിലും വിവരങ്ങൾ കിട്ടും” സി ഐ ഒരു ഫുൾ ചിക്കൺ ഒറ്റയിരിപ്പിന് ചവിട്ടിക്കീറുന്ന ആവേശത്തോടെ ക്ഷമനശിച്ച് പറഞ്ഞു. അയാൾ വണ്ടിക്കുചുറ്റും അന്നേരം ആറാമത്തെ പ്രദക്ഷിണം പൂർത്തിയാക്കിയിരുന്നു.

കൗൺസിലറിന് ആ ബുദ്ധിയും വേണ്ടത്ര മൊരിഞ്ഞതായി തോന്നിയില്ല. നാറ്റക്കേസ് ആയതുകൊണ്ട് അവന്മാരെല്ലാം കൈമലർത്താനാണ് സാധ്യതയെന്ന് അയാൾ ആദ്യമേ തന്നെ ഊഹിച്ചിരുന്നു. എന്നിട്ടും നാല് പ്രമുഖ മീറ്റ് സ്റ്റാളുകളിലേക്ക് സർക്കിൾ ഇൻസ്പെക്ടർ പിൻപോക്കറ്റിൽ താഴ്ത്തിവച്ചിരുന്ന ഫോൺ എടുത്ത് വറുത്തുകോരുന്ന വേഗത്തിൽ വിളിച്ചു. ഒന്നിലും കോഴികൾ കൂവിയില്ല!

അതിനിടയിൽ മേൽമുണ്ടും ചന്ദനക്കുറിയും സെന്റിന്റെ മണവുമൊക്കെയുള്ള ഉത്സവക്കമ്മിറ്റിക്കാർ ആനച്ചന്തത്തിൽ അവിടെയെത്തി. താരപ്പെണ്ണിന് അവരെക്കൂടി കണ്ടപ്പോൾ വല്ലാത്ത സങ്കടം വന്നു. അവൾ ദൈവങ്ങളെ ഉറക്കെ വിളിച്ചു:

“നിങ്ങൾക്ക് നാറ്റമില്ല. പൂജയ്ക്ക് പൂക്കൾ, അഭിഷേകത്തിന് നെയ്യ്, പുകയ്ക്കാൻ കുന്തിരിക്കം, വിളക്കിൽ എണ്ണ... ഒന്നിലും നാറ്റമില്ല! മണം, അഹമിഹം മണം മാത്രം! നാറ്റം വിറ്റവന്റെ പണത്തിനും നാറ്റമില്ല! അല്ലേ? നോക്കിക്കോ, നാളത്തെ പൊങ്കാല ഞാൻ മുടക്കും ! എനിക്ക് കാണണം, ബോംബ് മഴ പെയ്യുണ രാജ്യങ്ങളിൽ നിന്നുവരെ വിശ്വാസികൾ എത്തി പൊങ്കാലയിടുന്നത്!”

നാറ്റം ഒരു കീറാമുട്ടിയായി വേതാളച്ഛായയിൽ വളർന്നു. കുറേക്കൂടി ബ്ലീച്ചിങ് പൗഡറും ഉപ്പുമെല്ലാം കോർപ്പറേഷൻ ജീവനക്കാർ ഒരു ആഭിചാരക്രിയയിലെന്ന വണ്ണം വാരി വിതറി.

“വെറുതെ എന്തെങ്കിലുമൊക്കെ കണാകുണാന്ന് പറഞ്ഞിട്ട് കാര്യമില്ല. നിങ്ങൾ നാട്ടുകാർ സഹകരിക്കണം. വണ്ടി അനക്കാൻ കഴിയാത്ത സ്ഥിതിക്ക് ഇനി അതേ പോംവഴിയുള്ളൂ, എന്തെങ്കിലും ഒരു തീരുമാനത്തിലെത്തുമ്പോൾ വിളിക്ക്, ഞാൻ വരാം”എന്നുപറഞ്ഞ് സർക്കിൾ ഇൻസ്പെക്ടർ പതിയെ സ്കൂട്ടായി.

അതിർത്തിയിൽ പരിശോധന കടുപ്പിച്ചെന്നും ഊടുവഴികളെല്ലാം കാമറക്കണ്ണു കൾ തുറന്നെന്നും കേട്ടപ്പോഴാണ് അവൻ താരയെ ഇങ്ങനെ മുട്ടുകാലിൽ നിറുത്തി യിട്ട് കടന്നുകളഞ്ഞത്. ഇത്തവണ അവന്റെയൊക്കെ ചട്ടിയിൽ വീണാൽ കുറച്ചു കാലം ഉള്ളേൽ കിടന്ന് മൊരിയുമെന്ന് സുഭദ്രന് ഉറപ്പായിരുന്നു.

ആരുടെ മുന്നിലും ഒരു പരിഹാരമാർഗം തെളിഞ്ഞുവന്നില്ല. മുറുകുന്തോറും കടു പ്പമേറുന്ന നാറ്റക്കൈവഴികൾ അങ്ങനെ ഒരുകൂട്ടം മനുഷ്യരുടെ തീറ്റയേയും കുടി യേയുമൊക്കെ തകിടംമറിച്ച് മുന്നേറുന്നതിനിടയിലാണ് മഴ തുടങ്ങിയത്. പതിയെ ചാറിത്തുടങ്ങി പിന്നെയത് കനത്തു. ജനം തുള്ളി കനക്കും പോലെ ഇളകി. വീപ്പ കളും കുത്തിനിറച്ച ചാക്കുകളുമൊക്കെ വീർത്ത് വളരാൻ തുടങ്ങി. ചാക്കുകെട്ടുകൾ അയഞ്ഞ് പുറത്തേക്ക് വീണു. ചൂണ്ടുവിരലോളം വലിപ്പമുള്ള വെളുത്തപുഴക്കൾ നുരച്ചു. അവ ടാർ റോഡിൽ ചോക്കുവരകളായി നീന്തി. മഴയെന്നെഴുതി നുരച്ചു. കാക്കകൾ അവയെ വിശപ്പാറുവോളം കൊത്തിപ്പറന്നു.

കാര്യങ്ങൾ കൈവിട്ടുപോകുമെന്ന് ഉറപ്പായി. നാട്ടുകാർ അയഞ്ഞു. അല്ലെങ്കിൽ തന്നെ കനത്ത് കഴിഞ്ഞാൽ മഴ അവരുടെ കിടപ്പറകളിലേക്കും അടുക്കളയിലേ ക്കുമൊക്കെ അധികാരഭാവത്തിൽ തലനീട്ടുന്നത് പതിവാണ്. മഴക്കൊപ്പം ഇരട്ട ക്കരളുള്ള കാറ്റും നെഞ്ചുയർത്തി വീശിക്കൊണ്ടിരുന്നു. വൈദ്യുതി മിന്നി മിന്നി പിടഞ്ഞ് നിലച്ചു. റോഡുകളെല്ലാം തോടുകളായി പുനർജനിച്ചു. വേരിളകിനിന്ന മരങ്ങൾ പലതും ദൈവമേ... എന്ന വിലാപത്തോടെ മറിഞ്ഞുവീണു. താരയുടെ തേഞ്ഞ പാദങ്ങളിൽ തട്ടി തട്ടി നിന്ന വെള്ളം പതിയെ കണങ്കാലോളം മൂടിപ്പൊ ങ്ങാൻ തുടങ്ങി. അവൾക്ക് ഇക്കിളിയായി. പിന്നെയത് മുട്ടും തുടയും ഉപസ്ഥലവും അരക്കെട്ടും പൊക്കിളും ഒക്കെ പിന്നിട്ട് വയറും നെഞ്ചുമൊക്കെ കടന്ന് തലപ്പൊ ക്കത്തിൽ മൂടി നിറഞ്ഞു. അവൾ തണുത്ത് വിറച്ചു. വിശപ്പ് മാറിയ കാക്കകളും പരുന്തും നായ്ക്കളുമൊക്കെ അടുത്ത നേരത്തേക്ക് ഒരു കൈപ്പിടിയിൽ പോലും ഒന്നും കരുതാതെ ഒഴിഞ്ഞുമാറി. അത്യാവശ്യസാധനങ്ങളും എടുത്തുകൊണ്ട് കുറേ മനു ഷ്യർ ഉയരമുള്ള ദുരിതാശ്വാസ ക്യാമ്പുകളിലേക്ക് ഉരുക്കളെപ്പോലെ പാഞ്ഞു.അവർ വീടുകൾക്കുചുറ്റും കെട്ടിപ്പൊക്കിയ കുറ്റൻമതിലുകൾ കുതിർന്ന ബിസ്കറ്റുകൾ പോലെ അടർന്നുവീണു. ഇപ്പോൾ റോഡില്ല! താരയെന്ന ലോറിയില്ല! ഗന്ധങ്ങളൊന്നുമില്ല! എങ്ങും എവിടെയും ഒരൊറ്റ മണം മാത്രമുള്ള വെള്ളം മാത്രം! .

Kabita '22

സ്പീച്ച് തെറാപ്പി

മനോജ് ജാതവേദര്

റിപ്പോർട്ടറുടെമൊഴി

സംഭവം നടക്കുമ്പോൾ വളരെക്കുറച്ചുപേർ മാത്രമേ റെസ്റ്റോറന്റിലുണ്ടായിരുന്നുള്ളൂ. ഞാൻ, ആക്രമണത്തിനിരയായ കുടുംബം, വനിതാവിധികാരി, പിന്നെ റസ്റ്റോറന്റിലെ ചിലവിളമ്പുകാർ... ഇത്രമാത്രം.

താങ്കൾ അന്നേരം എന്തെടുക്കുകയായിരുന്നു?

ഞാൻ അന്നേരം ഒരു ചായ മൊത്തിക്കുടിച്ചുകൊണ്ട് വാട്സ്ആപ്പിൽ എന്റെ കാമുകിയോട് ചാറ്റ് ചെയ്തു കൊണ്ടിരിക്കുകയായിരുന്നു. അന്നേരമാണ് അയ്യോ എന്നൊരു നിലവിളിയൊച്ച കേട്ടത്.

എന്നിട്ട്?

ഞാൻ പെട്ടെന്ന് തല ഉയർത്തി നോക്കിയപ്പോൾ ആക്രമണകാരി വളരെ ശാന്തനായി, അതോ മന്ദഹസിച്ചുകൊണ്ടോ, എഴുന്നേറ്റ് ചിരിച്ചുകൊണ്ട് ഭാര്യയ്ക്കു നേരെ വെടി ഉതിർക്കുന്നതാണ് കണ്ടത്... ദയനീയമായ ഒരു നിലവിളിയോടെ കാഴ്ചക്ക് വളരെയധികം കുലീനത്വം തോന്നിക്കുന്ന ആ സ്ത്രീ കൈകൾ ഉയർത്തി അരുതേ എന്ന മട്ടിൽ തൊഴുന്നുമുണ്ടായിരുന്നു. അതിനകംതന്നെ വെടിയൊച്ച മുഴങ്ങുകയും അവർ താഴെ വീഴുകയും ചെയ്തിരുന്നു.

എന്നിട്ട്?

അപ്പോഴേയ്ക്കും പുക കൊണ്ട് പരിസരം മൂടിത്തുടങ്ങിയിരുന്നു. ആക്രമണകാരി ശാന്തോത്സുകനായി കസേര തട്ടിമാറ്റി വനിതാവിധികാരിക്കുനേരേ തോക്ക്ചൂണ്ടിത്തിരിഞ്ഞു. തൊട്ടുമുമ്പിൽനടന്ന ആക്രമണത്തിൽ പകച്ച് വെറുങ്ങലിച്ചിരിക്കുകയായിരുന്ന വനിതാവിധികാരി അപ്പോഴാണ് ആക്രമണകാരിയുടെ മുഖം കണ്ടതെന്നു തോന്നുന്നു. ഒരു നിലവിളിയോടെ വിധികാരി, ഇരുന്നിരുന്ന കസേര തട്ടിമാറ്റി റസ്റ്റോറന്റിന്റെ പുറത്തേയ്ക്കോടി. ആക്രമണകാരി നീട്ടിപ്പിടിച്ച തോക്കുമായി അവർക്കു പിന്നാലെ ഓടാൻ തുനിഞ്ഞെങ്കിലും കസേരയിൽ തട്ടി വീണു. നീട്ടിപ്പിടിച്ചതോക്കിൽ നിന്ന് അന്നേരവും ഒരു വെടിയൊച്ച മുഴങ്ങി.

എന്നിട്ട്?

അത് പാഴായിപ്പോയ ഒരു വെടിയൊച്ചയായിരുന്നു. കസേര തട്ടിവീണ വീഴ്ചയിൽ എവിടെയോ പിടിക്കാനാഞ്ഞ അയാളുടെ കൈയിൽ നിന്നും തോക്ക് താഴെവീണു. ഞാനിരുന്നതിന്റെ അടുത്തായിട്ടായിരുന്നു അത് വീണത്. എന്തോ ഒരു ഭാഗ്യത്തിന് എനിക്കതന്നേരം കാലുകൊണ്ട് ദൂരേയ്ക്ക് നീക്കിയിടാൻ കഴിഞ്ഞു. ആ സമയത്തിനകം റസ്റ്റോറന്റ് ജീവനക്കാർ ഓടി വന്ന് കസേരയ്ക്കും മേശയ്ക്കും ഇടയിലായി വീണു കിടന്നിരുന്ന ആക്രമണകാരിയെ ബലമായി ഇറുക്കിപ്പിടിച്ചു. റസ്റ്റോറന്റ് മാനേജർ പൊലീസിന് ഫോൺ ചെയ്തു.

മറ്റൊന്നും നിങ്ങൾ കേട്ടില്ലേ? ഇതിനിടെ ആക്രമണകാരിയോവെടികൊണ്ടു മരിച്ച അയാളുടെ ഭാര്യയോ മക്കളോ പറയുന്നതൊന്നും നിങ്ങൾ കേട്ടില്ലേ?

ഇല്ല. ആക്രമണകാരി ഞാൻ സംഭവം ശ്രദ്ധിക്കാൻ തുടങ്ങുന്ന, വെടിയൊച്ച കേട്ട ആദ്യ നേരം മുതൽ എന്തോ മൂളിപ്പാട്ടു പാടുന്നതുപോലെയാണ് തോന്നിയത്.

അതിനു മുൻപ് നിങ്ങൾ അവരെ ശ്രദ്ധിച്ചിരുന്നില്ലേ?

കാര്യമായി ഇല്ല. ഒരുപക്ഷേ, ഒരു അശ്രദ്ധമായ നോട്ടം മാത്രം. എന്റെ ശ്രദ്ധയത്രയും വാട്സ്ആപ്പിൽ കാമുകിയോടുള്ള ചാറ്റിങ്ങിലായിരുന്നു.

നിങ്ങൾ ശ്രദ്ധിക്കുമ്പോൾ അവർ എന്താണ് ചെയ്തുകൊണ്ടിരുന്നത്?

അയാൾ ഓർഡർ എടുക്കാൻ വന്ന വെയിറ്ററോട് എന്തൊക്കെയോ ഒച്ച താഴ്ത്തി സംസാരിക്കുകയായിരുന്നു. കുട്ടികൾ, ഞാൻ പറഞ്ഞല്ലോ, ഇരട്ടക്കുട്ടികളായിരുന്നു; പരസ്പരം കൈയിലടിക്കുകയോ ഒച്ച താഴ്ത്തി അങ്ങോട്ടുമിങ്ങോട്ടും എന്തോ പറയുകയോ ചെയ്യുന്നുണ്ടായിരുന്നു. അവരുടെ കലഹം ഇഷ്ടപ്പെടാഞ്ഞതുകൊണ്ടാവും ആ സ്ത്രീ ഒച്ച താഴ്ത്തി വഴക്കു പറയുന്നതുപോലെ എന്തോ പറയുകയുണ്ടായി. അതോടെ കുട്ടികൾ നിശ്ശബ്ദരായി.

ഇത് മൂന്നാമത്തെ തവണയാണ് നിങ്ങൾ ഒച്ച താഴ്ത്തി എന്ന വാക്ക് പറയുന്നത്?

ശരിയാണ്. ഞാൻ ഓർത്തില്ല. ഇപ്പോളോർക്കുമ്പോൾ, ശരിയാണ്. എല്ലാം ഒരു നിഗൂഢത പോലെ തോന്നുന്നു. എല്ലാം സംഭവിച്ചത് ഒരു താഴ്ന്ന സ്ഥായിയിലാണ്. റസ്റ്റോറന്റിലെ മങ്ങിയ വെളിച്ചം. താഴ്ന്ന വോള്യത്തിലുള്ള സംഗീതം. ഒറ്റയ്ക്കൊറ്റയ്ക്കും പരസ്പരവുമുള്ള അവരുടെ പെരുമാറ്റം എല്ലാം ഒരു... മങ്ങിയ മട്ടിലായിരുന്നു പരസ്പരം ചേർന്നിരുന്നത്.

വനിതാവിധികാരിയുടെ മൊഴി

മാഡം, സംഭവത്തിന്റെ ഷോക്കിൽ നിന്ന് താങ്കൾ പൂർണമായും മോചിതയായിട്ടില്ലെന്നറിയാം. എങ്കിലും നടപടി ക്രമങ്ങൾ ഒഴിവാക്കാനാവില്ലല്ലോ. സത്യത്തിൽ എന്താണ് സംഭവിച്ചത്? ഇത് താങ്കളെ ലക്ഷ്യം വെച്ചുകൊണ്ടുള്ള ഒരു ആക്രമണ ശ്രമമായിരുന്നെന്നു തോന്നുന്നുണ്ടോ? അതോ യാദൃച്ഛികമായി സംഭവിച്ചതോ?

അല്ല. ഇത് കരുതിക്കൂട്ടിയുള്ള ഒരു ആക്രമണം തന്നെയായിരുന്നുവെന്നാണ് എനിക്ക് ഇപ്പോൾ മനസ്സിലാകുന്നത്. സാധാരണ വീക്കെൻഡിൽ ഞാനും ഭർത്താവും പുറത്ത് സമയം ചെലവിടാറുണ്ട്. ഈ റസ്റ്റോറന്റിൽ വന്ന് കാപ്പി കഴിക്കാറുമുണ്ട്. അത് മനസ്സിലാക്കിത്തന്നെയുള്ള ഒരു ആക്രമണം ആയിരുന്നു ഇതെന്നാണ് എനിക്കിപ്പോൾ തോന്നുന്നത്.

ഇയാളെ മാഡത്തിന് അറിയാം, ഇല്ലേ?

ഉവ്വ്. തീർച്ചയായും. ഇവരുടെ കുടുംബക്കോടതിയിലെ കേസ് ഞാനാണല്ലോ കേട്ടത്.

എന്തായിരുന്ന കേസിന്റെ വിവരങ്ങൾ?... കേസ് രാജിയാവുകയായിരുന്നോ അതോ?

ഇല്ല. ഞാൻ ഡിവോഴ്സിനെ അനുകൂലിച്ചില്ല. എന്റെവിശ്വാസം ആ സ്ത്രീയ്ക്ക് യഥാർ ഥത്തിൽ ഡിവോഴ്സിൽതാല്പര്യമുണ്ടായിരുന്നില്ല എന്നാണ്. ഇയാൾ സ്വന്തംപ്രവൃത്തികളിലൂടെ അതിനു പറ്റിയൊരന്തരീക്ഷം സൃഷ്ടിക്കുകയായിരുന്നു എന്നാണ് എനിക്ക് തോന്നിയത്. കൗൺസിലിങ്ങിൽ ആദ്യമൊക്കെ ബലംപിടിച്ചു നിന്നിരുന്ന ഇയാൾ പിന്നീട് വഴങ്ങി എന്നാണ് കൗൺസിലറും എന്നോട് പറഞ്ഞ ത്.

മാഡം, നിങ്ങൾ എപ്പോഴാണ് ഇയാളെ തിരിച്ചറിഞ്ഞത്?

ഞാൻ ഇയാളെ തിരിച്ചറിഞ്ഞതേയില്ല. ഇയാൾ എനിക്കെതിരെയുള്ള കസേ രയിലായിരുന്നു ഇരുന്നിരുന്നത്. ഞാൻ ആ സ്ത്രീയുടെ മുഖം കണ്ടു. അവർക്കെന്നെ മനസ്സിലായിട്ടുണ്ടാവും. പക്ഷേ, അവർ അറിഞ്ഞ ഭാവം നടിച്ചില്ല എന്ന് ഇപ്പോ ളോർക്കുന്നു.

മാഡം, നിങ്ങൾ ഓരോ ദിവസവും അനേകം കേസുകൾ കേൾക്കുന്നു. പക്ഷേ ഈ കേസ് അല്ലെങ്കിൽ ഇതിലെ കക്ഷികളെ ഇത്ര സ്പഷ്ടമായി ഓർക്കാൻ കാരണം?

ശരിയാണ്. അനേകം കേസുകൾ ഓരോ ദിവസവും കേൾക്കുന്നു. പലതും ഓർ ത്തിരിക്കുന്നതല്ല. ഓർമയിൽനിന്ന് പറിച്ചെറിഞ്ഞാലും പോകാതെ പറ്റിപ്പിടിച്ചു നില്ക്കുന്നതാണ് ചിലത്. ഇതുംഅതുപോലെ ഒന്നായിരുന്നു. ആ സ്ത്രീയ്ക്ക് മരിച്ചുപോയ എന്റെ ക്ലാസ്മേറ്റിന്റെ വിദൂരമായ ഛായ ഉണ്ടായിരുന്നു. കോടതിയിൽ അവരെ ആദ്യം കാണുമ്പോൾ, അവൾ, എന്റെ കൂട്ടുകാരി, സഹായം അഭ്യർഥിച്ചുകൊണ്ട് എന്റെ മുൻപിൽ വന്നുനില്ക്കുന്ന ഒരു പ്രതീതിയാണ് എനിക്കുണ്ടായത്. അതുപോലെ വിചാരണവേളയിൽ അയാളിൽ നിന്നുണ്ടായ വിചിത്രമായ പെരുമാറ്റങ്ങൾ. ഞങ്ങൾ ചോദിക്കുന്ന ചോദ്യങ്ങൾക്കൊന്നും മറുപടി പറയാതെ ഞങ്ങളോട് ചോ ദ്യങ്ങൾ ചോദിക്കുകയായിരുന്നു അയാൾ.

പക്ഷേ, ഈ സംഭവം നടക്കുന്നതുവരെ പരസ്പരം അറിയുന്ന ഒരു പ്രതികരണം നിങ്ങളിൽനിന്നോ അവരിൽനിന്നോ ഉണ്ടായതുമില്ല. എന്തുകൊണ്ടാണത്?

എനിക്കറിയില്ല. വ്യക്തമായ ഒരുത്തരം ഈ ചോദ്യത്തിന്ന് നൽകാൻ കഴിയുമോ എന്ന് എനിക്ക് സംശയമുണ്ട്. ആക്രമണത്തിനിരയായ കുടുംബം എന്റെ അടുത്താ യിരുന്നില്ല ഇരുന്നിരുന്നത്. ഞാനും അവരും തമ്മിൽ ഒരുപാട് ദൂരമുണ്ടായിരുന്നു. അതാവാം ഒരു കാരണം. പിന്നെ ആ സ്ത്രീ... അവർ എന്നെ തിരിച്ചറിയും എന്നു ഞാൻ പ്രതീക്ഷിച്ചു. പക്ഷേ, അവർ എന്നെ മനസ്സിലാക്കിയ മട്ടുപോലും കാണിച്ചി ല്ല. ഇനി അവർ എന്നെ തിരിച്ചറിഞ്ഞ് എന്റെ ടേബിളിനടുത്തു വരികയോ എന്നോ ടെന്തെങ്കിലും സംസാരിക്കുകയോ ചെയ്യാൻ ശ്രമിച്ചിരുന്നുവെങ്കിൽപ്പോലും ഞാൻ അത് എന്റർടെയിൻ ചെയ്യാൻ ശ്രമിക്കുമായിരുന്നില്ല. എനിക്കുറപ്പുണ്ട്.

കാരണം?

കാരണം അവർ ഒരിക്കലും എന്റെ മരിച്ചുപോയ സുഹൃത്താകുകയില്ലെന്നതു കൊണ്ടുതന്നെ. ഒരേസമയം ഒരാൾ നിങ്ങളിൽ ഒരുപാട് ഓർമകൾ ഉണർത്തുകയും ഒരാൾ നിങ്ങൾക്ക് മറ്റൊരാളായി തോന്നിപ്പിക്കുകയും അതേസമയം അയാൾ നിങ്ങൾ സങ്കല്പിക്കുന്ന ആൾ അല്ലായെന്ന് നിങ്ങൾക്ക് സ്വയം ബോധ്യപ്പെടുകയും ചെയ്യുന്ന സമയം നിങ്ങൾ പറഞ്ഞ വിദൂരത ഒരുപക്ഷേ, മനുഷ്യർക്കിടയിൽ സ്വയം ക്രിയേറ്റ് ചെയ്യപ്പെടുന്നതാവാം.

കുട്ടികളുടെ മൊഴി

ഞങ്ങൾക്കിഷ്ടം കുതിരകളെ ആയിരുന്നു. പക്ഷേ, അച്ഛൻ കുതിരകളുടെ കളിപ്പാട്ടം ഒരിക്കലും വാങ്ങിത്തന്നില്ല. അച്ഛനിഷ്ടം മോട്ടോർ സൈക്കിളുകളും തോക്കുകളും മറ്റുമായിരുന്നു. അത്തരം കളിപ്പാട്ടങ്ങൾ മാത്രം അച്ഛൻ വാങ്ങിത്തന്നു. അതും വല്ലപ്പോഴും മാത്രം. പിന്നെപ്പിന്നെ കളിപ്പാട്ടങ്ങളുടെ സഞ്ചിയിൽ തോക്കുകളും മോട്ടോർസൈക്കിളുകളും നിറയാൻ തുടങ്ങിയപ്പോൾ ഞങ്ങൾ കളിപ്പാട്ടങ്ങൾ വാങ്ങിത്തരാൻ പറയുന്നത് നിർത്തി.

അമ്മ നിങ്ങൾക്ക് കളിപ്പാട്ടങ്ങൾ വാങ്ങിത്തരാറുണ്ടായിരുന്നില്ലേ?

ഇല്ല. അമ്മയ്ക്ക് പൈസ ഇല്ലായിരുന്നല്ലോ. അമ്മ അച്ഛനോട് പറയും. അന്നേരം അച്ഛൻ ഞങ്ങളെ ഒന്നു നോക്കും. ചിലപ്പോൾ മൂളും. ചിലപ്പോൾ ഒന്നും പറയുകയുമുണ്ടാവില്ല.

അമ്മയ്ക്ക് അച്ഛനെ ആയിരുന്നോ അച്ഛന് അമ്മയെയായിരുന്നുവോ കൂടുതലിഷ്ടം?

കുട്ടികൾ പരസ്പരം നോക്കി. ഇഷ്ടം എന്ന വാക്ക് അവർക്ക് മനസ്സിലായില്ല എന്നു തോന്നി. അവർ ഒന്നുംപറഞ്ഞില്ല.

കളിപ്പാട്ടമല്ലാതെ ഒരു യഥാർഥ കുതിരയെ കിട്ടിയാൽ നിങ്ങൾ എന്തുചെയ്യും?

അപ്പോഴേക്കും കുട്ടികൾ ആവേശഭരിതരായെന്നു തോന്നി. ഞങ്ങൾ അതിന്റെ പുറത്തു കയറി ഒരുപാട് സ്ഥലങ്ങളിലേക്ക് അങ്ങനെ പോകും. ഒരുപാട് ദൂ രെ...

അമ്മയ്ക്ക് എന്തുപറ്റി എന്നറിയാമോ?

വെടിവെച്ചു. അച്ഛൻ. അമ്മയെ. അമ്മ നിലത്തു വീണു. പെട്ടെന്നെന്തോ ഓർത്തതുപോലെ കുട്ടികൾ നിശ്ശബ്ദരായി. ഒരാൾ ചെറുതായി കരയാൻ തുടങ്ങി. അപ്പോൾ തീരെ പ്രതീക്ഷിക്കാതെ മറ്റേ കുട്ടി ആദ്യത്തെ കുട്ടിയുടെ കണ്ണ് തുടയ്ക്കുകയുംചെയ്തു.

അച്ഛനും അമ്മയും തമ്മിൽ വഴക്കിടാറുണ്ടായിരുന്നോ?

അമ്മ വഴക്കിടാറില്ലായിരുന്നു. അച്ഛൻ അമ്മയെ ദേഷ്യപ്പെട്ടും, ഇടയ്ക്ക്. മുറിയടച്ചു പിണങ്ങി ഇരിക്കും. പിന്നെ അമ്മ ചെന്നുവിളിച്ചാലേ കതകു തുറക്കൂ. അതും ഒത്തിരി വിളിക്കണം.

ഡിവോഴ്സ് കേസ് കൈകാര്യം ചെയ്ത കൗൺസിലറുടെ മൊഴി കൊലപാതക ശ്രമങ്ങളോ ആത്മഹത്യാ ശ്രമങ്ങളോ ഒന്നും കൗൺസിലിങ് വേളയിൽ ശ്രദ്ധയിൽപ്പെട്ടിരുന്നില്ല. ആ സ്ത്രീ അതിനെപ്പറ്റി ഒന്നും സൂചിപ്പിച്ചിരുന്നുമില്ല. ഒത്തുപോകാൻ പ്രയാസമാണെങ്കിലും കുട്ടികളെ കരുതി ബന്ധം തുടരാൻ അവർ തയ്യാറായിരുന്നു എന്നാണ് കൗൺസിലിങ്ങിൽ തോന്നിയത്.

അയാളുടെ സമീപനമോ?

അയാൾ വല്ലാതെ അസംതൃപ്തനായിരുന്നു എപ്പോഴും എന്നാണ് തോന്നിയത്. ഈ ബന്ധം ഉപേക്ഷിച്ചാൽ മറ്റൊരു ബന്ധത്തിൽ ഏർപ്പെടാം എന്നൊരുചിന്ത അയാൾക്ക് ഉണ്ടായിരുന്നതായി തോന്നിയില്ല. ഇപ്പോൾ ഓർക്കുമ്പോൾ വിചിത്രമായിരുന്നു അയാളുടെ പെരുമാറ്റ രീതികൾ എന്ന് മനസ്സിലാകുന്നു. കൗൺസിലിങ്ങ് വേളയിൽ ഇരിക്കുന്ന കസേരയുടെ കൈപ്പിടിയിൽ അയാൾ എന്തോ എഴുതുന്നത് കാണാം. പിന്നെ ആരും കാണാതിരിക്കാനെന്നോണം അത് മായിച്ചു കളയുകയും ചെയ്യും. ചിലപ്പോൾ ഒട്ടും ഓർക്കാത്ത നേരത്ത് ഉച്ചത്തിൽ ചിരിക്കും. ചില ചോദ്യങ്ങൾക്കൊന്നും മറുപടി പറയാറുണ്ടായിരുന്നില്ല. മടുത്തു, മതിയായി... എന്നിങ്ങനെ ഇടയ്ക്കിടെ പറയുമായിരുന്നു.

അതേപ്പറ്റി നിങ്ങളൊന്നും ചോദിച്ചിരുന്നില്ലേ?

ഉവ്വല്ലോ. ചോദിച്ചു. മതിയായി. എന്റെ ദൗത്യം പൂർത്തിയായി. കുട്ടികളെ ജനിപ്പിച്ചു കഴിഞ്ഞാൽ ദാമ്പത്യബന്ധത്തിന്റെ ആവശ്യം തീർന്നു. ഞാൻ പറഞ്ഞതല്ല. മഹാത്മാഗാന്ധി പറഞ്ഞതാണ്, കേട്ടോ... പിന്നെ സന്ദർഭത്തിനു യോജിക്കാത്ത തരത്തിൽ ഉച്ചത്തിലൊരു ചിരിയും. ചിരിയല്ല, അട്ടഹാസമെന്നാണ് പറയേണ്ടത്. ഒരു കൗൺസിലറായിരുന്നിട്ടു കൂടി പലപ്പോഴും അത്തരം സന്ദർഭങ്ങളിൽ എനിക്ക് സ്വയം നിയന്ത്രിക്കാൻ സാധിക്കാതെ വന്നിട്ടുണ്ട്.

ആ സമയത്ത് നിങ്ങൾക്ക് ഒരു തോക്ക് കിട്ടിയാൽ?

ശരിയാണ്. ഉറപ്പായും ഞാൻ അത് അയാൾക്ക് നേരെ പ്രയോഗിച്ചേനെ. കഷ്ടം, ആ സ്ത്രീ...

കുറ്റാരോപിതന്റെ മൊഴി

തോക്ക് കൈയിൽ കരുതിയിരുന്നു എന്നത് നിഷേധിക്കുന്നില്ല. വെടിവെയ്ക്കാൻ ഉദ്ദേശിച്ചു തന്നെയാണ് പോയത്. ഡിവോഴ്സ് നിഷേധിച്ച വിധികാരിയെ വെടിവെയ്ക്കാനാണ് ഉദ്ദേശിച്ചിരുന്നത്. എന്തിനാണ് അവളെ ആദ്യം ഉന്നം വെച്ചത് എന്ന് സത്യത്തിൽ ഇപ്പോൾ ഓർക്കുന്നില്ല. അതറിയണമെങ്കിൽ ആ സമയം വന്ന് ചോദിക്കണമായിരുന്നു. ചിന്ത, വാക്കുകൾ, പ്രവൃത്തി... ഇവയ്ക്കൊക്കെ സമയവുമായി ബന്ധമുണ്ട്. ആ സമയം കഴിഞ്ഞു പോയല്ലോ. ഡിവോഴ്സിന് ഞാൻ തയ്യാറായിരുന്നു. അവൾ എത്രമാത്രം തയ്യാറായിരുന്നു എന്നെനിക്കറിയില്ല. പറ്റില്ല എന്നൊന്നും പറഞ്ഞിരുന്നില്ല. ഇതുമാത്രമല്ല, പറ്റില്ല എന്ന് ഒരു കാര്യവും അവൾ എന്നോട് പറയുമായിരുന്നില്ല. വിധികാരിയാണ് എല്ലാം തുലച്ചത്. അവർ കൗൺസിലിങ്ങിന് വിട്ടതാണ് എല്ലാം പ്രശ്നമായത്.

അത് നടപടി ക്രമങ്ങളുടെ ഭാഗമല്ലേ?

എന്തു നടപടിക്രമം? ഞാൻ ഒരാളെ കല്യാണം കഴിച്ചു. കുറച്ചായപ്പോൾ എനിക്കതു മടുത്തു. അപ്പോൾ എനിക്കതു മതിയാക്കി പോകാൻ പാടില്ലേ? അതിനെന്തു നടപടി ക്രമം? കോടതി, കേസ്, കൗൺസിലിങ്ങ്... ഇതെന്റെ സ്വാതന്ത്ര്യത്തിന്റെ പ്രശ്നമാണ്. എനിക്ക് സ്വാതന്ത്ര്യം വേണം. നിബന്ധനകൾ എനിക്ക് അംഗീകരിക്കാനാവില്ല.

എങ്കിൽ നിങ്ങൾ അവളെ കല്യാണം കഴിച്ചതെന്തിന്? കുട്ടികളെ ഉല്പാദിപ്പിച്ചതെന്തിന്? നിങ്ങളെപ്പോലെ അവർക്കും സ്വാതന്ത്ര്യത്തിനു മേൽ അവകാശം

ഇല്ലേ?

ഇല്ലെന്ന് ഞാൻ പറഞ്ഞില്ലല്ലോ. ഒരാൾ ഒരാളെ കല്യാണം കഴിക്കുമ്പോൾ എത്ര വർഷങ്ങൾ ഒരുമിച്ച് ജീവിച്ചുകൊള്ളാം എന്ന് എവിടെയെങ്കിലും എഴുതി വെച്ചിട്ടാണോ കല്യാണം കഴിക്കുന്നത്? അതിനിടയിൽ ചത്തു പോയാലെന്തു ചെയ്യും? പിന്നെ കുട്ടികൾ... ഒരു ജീവി വർഗം എന്ന നിലയിൽ പ്രത്യുല്പാദനം ഒരു ധർമമാണ്. ഞാൻ അത് നിറവേറ്റി. എന്റെ ദൗത്യം കഴിഞ്ഞു. ഇനി എനിക്ക് പോകണം. അത് വിധികാരി സമ്മതിച്ചില്ല.

കുട്ടികൾ എങ്ങനെ ജീവിക്കും? ആ സ്ത്രീ എങ്ങനെ ജീവിക്കും? ഇതൊന്നും നിങ്ങളുടെ ഉത്തരവാദിത്തമല്ലേ? ഇതൊന്നും ദാമ്പത്യ ബന്ധത്തിന്റെ കടമകളിൽപ്പെടുന്നതല്ലേ?

കടമകൾ, ചുമതലകൾ, ഉത്തരവാദിത്വങ്ങൾ... നിബന്ധനകളെപ്പറ്റിയൊന്നും താങ്കൾ എന്നോട് സംസാരിക്കരുത്. ഞാൻ അതിനു പുറത്തേക്ക് നോക്കുന്ന ഒരാളാണ്. പിന്നെ കുട്ടികളും അവളും... കുട്ടികളെ സർക്കാർ സംരക്ഷിച്ചു കൊള്ളും. സംരക്ഷിക്കണം. സമൂഹത്തിന്റെ പ്രതിനിധി എന്ന നിലയിൽ സർക്കാരിന്റെ ഉത്തരവാദിത്തമാണത്. പിന്നെ അവളുടെ കാര്യം. അവൻ എങ്ങനെയാണോ അതു പോലെയാണ് അവളും. ഡിവോഴ്സ് നടപ്പിലാകുമ്പോൾ ഞാൻ മാത്രമല്ലല്ലോ സ്വതന്ത്രനാകുന്നത്. അവളും സ്വതന്ത്രയാകുകയല്ലേ. പ്രായപൂർത്തിയായ ഒരാൾ എന്നനിലയിൽ സ്വന്തം ജീവിതം സ്വന്തം ഇഷ്ടപ്രകാരം ജീവിക്കാൻ അവളും പ്രാപ്തയാകുകയല്ലെ? രക്തച്ചൊരിച്ചിൽ ഇല്ലാതെ നടക്കുമായിരുന്ന ഒരു സ്വാതന്ത്ര്യസമരമാണ് ആ വിധികാരി തകർത്തത്. തോക്കിലെ ഉണ്ടകൾക്ക് കാലപ്പഴക്കമുണ്ടാവുകയില്ലെന്ന് ഓർത്താൽ അവർക്ക് നല്ലത്.

തോക്ക് നിങ്ങൾക്ക് എങ്ങനെയാണ് കിട്ടിയത്?

ഒരു സ്വാതന്ത്ര്യസമര സേനാനിയോട് ചോദിക്കാവുന്ന ചോദ്യമല്ല ഇത്. ഞാൻ ഈ ചോദ്യം റദ്ദ് ചെയ്യുന്നു.

ഡോക്ടറുടെ മൊഴി

അയാളിപ്പോൾ ശാന്തനാണ്. ഇവിടെ വരുമ്പോൾ ഒരുപാട് സംശയങ്ങളും സങ്കീർണതകളുമുള്ള ഒരാളായിരുന്നു. നിർത്താതെ ചോദ്യങ്ങൾ ചോദിച്ചു കൊണ്ടിരുന്നു. ഒരു വാക്കിന് രണ്ട് അർഥങ്ങളുണ്ടെങ്കിൽ ഏത് അർഥമാണ് സ്വീകരിക്കേണ്ടതെന്ന് സന്ദർഭം കണക്കാക്കി തീരുമാനിക്കുന്നതെന്തുകൊണ്ടാണ് ഡോക്ടർ?തെറ്റുകൾ ഏറ്റുപറഞ്ഞ് കുമ്പസാരിച്ചാൽ പിന്നെയും മനുഷ്യർ തെറ്റ് ചെയ്യുന്നതെന്തുകൊണ്ടാണ് ഡോക്ടർ? ഇനി അങ്ങനെ തെറ്റ് ചെയ്താൽ തന്നെ ഒരിക്കൽ മോചിപ്പിക്കപ്പെട്ട പഴയ പാപങ്ങൾ വീണ്ടും ആ വ്യക്തിയുടെ കണക്കിൽ കോപ്പിപേസ്റ്റ് ചെയ്യപ്പെടുമോ ഡോക്ടർ? ഡോക്ടർ, എല്ലാ മനുഷ്യരും സ്വതന്ത്രരായി എന്നുകരുതുക; എല്ലാമനുഷ്യരും സന്തുഷ്ടരായെന്നു കരുതുക; ലോകത്ത് നിരാശ, ദുഃഖം, അസംതൃപ്തി, വിഷാദം ഇവയൊന്നും ഇല്ലെന്ന് കരുതുക. അത്തരമൊരു ലോകത്ത് ജീവിക്കുന്ന മനുഷ്യർക്ക് ഓർമകൾ കാണുമോ? എന്തെങ്കിലും ഓർത്ത് അവർ ദീർഘനിശ്വാസം കഴിക്കുമോ? എന്നിങ്ങനെ എണ്ണിയാലൊടുങ്ങാത്ത സംശയങ്ങളായിരുന്നു അയാൾക്ക്.

ഞങ്ങൾ അയാൾക്ക് ഒരു പൂന്തോട്ടം കൊടുത്തു. താങ്കളാണ് ഈ തോട്ടത്തിന്റെ അധികാരി. ഞങ്ങൾ അയാളോട് പറഞ്ഞു. ഇവിടെ പൂക്കൾ സൃഷ്ടിക്കുന്ന ജോലിയാണ് താങ്കൾക്ക്. അതുകേൾക്കവേ ആദ്യം അയാൾപൊട്ടിത്തെറിക്കുക യാണ് ചെയ്തത്. ജോലി എനിക്കിഷ്ടമല്ല. അയാൾ പറഞ്ഞു. ഞാൻ ജോലികളിൽ നിന്നും വിആർഎസ് എടുത്തു വന്നവനാണ്. കൂടാതെ വാക്കുകൾ ഉപയോഗിക്കു മ്പോൾ നിങ്ങൾ കുറച്ചു കൂടി കരുതൽ കാണിക്കേണ്ടതുണ്ട്. ഞാൻ ഈ തോട്ടത്തി ന്റെ അധികാരിയാണെങ്കിൽ അധികാരിക്ക് നിങ്ങൾ ജോലി നിർദേശിക്കുന്നതെ ങ്ങിനെയാണ്? മാത്രവുമല്ല, ഞാൻ പൂക്കളെ ഇഷ്ടപ്പെടുന്നില്ല. അവ നിഷ്പ്രയോജനങ്ങളാണ്. സമൂഹത്തിന് ഒരു ധർമവും നൽകാതെ വെറുതെ ചിരിച്ചു ജീവിക്കുന്ന മുഖങ്ങൾ. എന്നോട് ഒരു പച്ചക്കറിത്തോട്ടം സൃഷ്ടിക്കാൻ പറയൂ. ഇതിലുമേറെ ഞാനത് ഇഷ്ടപ്പെടും. കാരണം പച്ചക്കറികൾക്ക് പൂക്കളെക്കാൾ സമൂഹത്തിനു നൽകാൻ ഒരു സന്ദേശമുണ്ട്. ബലി പോലെ, ക്രിസ്തുവിന്റെ ജീവിതം പോലെ, ആവാസവ്യവസ്ഥയ്ക്ക് ഉത്തേജനം നൽകുന്ന ഒന്ന്. നമ്മുടെ സമൂഹം എന്നാണ് പൂക്കളെക്കാൾ കായ്കനികളെ ഇഷ്ടപ്പെടാൻ തുടങ്ങുക എന്നുനോക്കിയി രിക്കുകയാണ് ഞാൻ...

“എന്നിട്ട്?” പകർത്തെഴുത്തുകാരൻ ഡോക്ടറോട് ചോദിച്ചു.

ഇതിനു ഞാൻ മറുപടി പറയുന്നതിന് മുൻപ് നിങ്ങൾ ഈ തോട്ടത്തിലേക്ക് ഒന്നു നോക്കു. ഡോക്ടർ പറഞ്ഞു. എത്ര ജാതി പൂക്കളാണ്. എത്ര ജാതി നിറങ്ങളാണ്. എത്രമാത്രം സുഗന്ധങ്ങളാണ്... ഇതെല്ലാം ഒരുകാലം പൂക്കളെ നിഷേധിച്ചിരുന്ന, കായ്കനികൾക്കു വേണ്ടി സംസാരിച്ചിരുന്ന, ആ മനുഷ്യന്റെ പരിവർത്തനങ്ങളാണ്. അയാളുടെ സ്നേഹവായ്പും കരുതലും ശുശ്രൂഷയുമാണ്.

അവിശ്വസനീയമാണ് ഈ മാറ്റം. ഇതെങ്ങിനെ സാധിച്ചു? പകർത്തെഴുത്തുകാ രൻ ചോദിച്ചു.

അയാൾ ചോദിച്ച ചോദ്യങ്ങൾ തന്നെയായിരുന്നു അയാളിലേക്കുള്ള ഉത്തര ങ്ങൾ. അയാൾ സങ്കല്പിച്ച അർഥങ്ങൾ തന്നെയായിരുന്നു അയാളിലേക്ക് പറയ പ്പെടേണ്ടിയിരുന്ന വാക്കുകൾ. അത് തിരിച്ചറിഞ്ഞ നിമിഷം അയാളിലെ സങ്കീർ ണതകൾ ഞങ്ങൾക്ക് തിരിഞ്ഞു കിട്ടാൻ തുടങ്ങി. അതുവരെ സമൂഹവും അയാളും സംസാരിച്ചിരുന്നത് ഭിന്നാർഥങ്ങളുള്ള ഭാഷയിലായിരുന്നു. നോക്കൂ, തോട്ടത്തിൽ ഇപ്പോൾ അയാൾ പണിയെടുക്കുന്നതെത്ര ആസ്വദിച്ചിട്ടാണെന്ന്. സോറി, അങ്ങനെ പറയാൻ പാടില്ല. സമയം ചെലവിടുന്നതെന്ന്... അങ്ങിനെ വേണം പറയാൻ.

ആ സമയം തോട്ടത്തിലെ പൂക്കൾക്കിടയിൽ ഒരു ചെറിയ കാറ്റുവീശി. അല്ലെ ങ്കിൽ അയാൾ അവയ്ക്കിടയിലൂടെ നടന്നതുമാവാം. ചില പൂക്കൾ ആ കാറ്റിലിളകി. ചിലവ ലജ്ജിച്ചു. മറ്റു ചിലവ വായുവിന്റെ സ്പർശം ഇഷ്ടപ്പെടാത്ത മട്ടിൽ മുഖം അങ്ങോട്ടുമിങ്ങോട്ടും വെട്ടിച്ചു. പുതുമഴ കതിർന്ന മണ്ണിൽ, ചെടികൾക്കിടയിൽ, ഏതോ പുതിയ വാക്കുകൾ പൊട്ടിമുളച്ചതു പോലെ നനവ് പടർന്നിട്ടുണ്ടായിരുന്നു. കുനിഞ്ഞ്, അവയെ സാകൂതംനോക്കി, മന്ദഹസിച്ച്, കുറ്റാരോപിതൻ ഉദ്യാനത്തി ലൂടെ നടന്നുകൊണ്ടിരുന്നു.

ബ്രാല്

തോമസ് ദേവസ്യ

1

ആകാശത്തേക്ക് നോക്കി നേരിട്ട് തെറ്റുകൾ ഏറ്റുപറയാവുന്നത്രയും ഉയരത്തിലുള്ള തടവറ. ഇടുങ്ങിയ ഒറ്റമുറി. ഉയരങ്ങളിലെ ഏകാന്തതയ്ക്ക് അത്രതന്നെ ഉയരവും കട്ടിയും കടുപ്പവുമായിരുന്നു. അതു താങ്ങാൻ കഴിയാഞ്ഞാവണം, അറുപത്തിയെട്ടാം നിലയിലെ കുടുസുമുറിയുടെ ഗ്ലാസ്ചുമർ തുറന്ന്, വിനോദ് ശങ്കർ മൂപ്പങ്കുണ്ടിലേക്ക് കൂപ്പുകുത്തിയിറങ്ങിയത്.

ചൂണ്ടയിൽ ബ്രാലനക്കം...

കണ ഒന്നയച്ചു കൊടുത്തിട്ട് ചിറി കോട്ടി, അരക്കിറിയുടെ കോണിച്ച വിടവിലൂടെ നാറ്റമുള്ള പുക, ബെന്നി ഊതി വിട്ടു. കത്തിത്തീരാറായ ബീഡിക്കുറ്റി ചിറിയുടെ മറ്റേഭാഗത്തുകൂടി തുപ്പിത്തെറുപ്പിച്ചു. അതു കറങ്ങിക്കറങ്ങി വെള്ളത്തിൽ വീണ് 'പിശ്' ശീൽക്കാരത്തോടെ കെട്ടുവീഴുന്നതു കാണാൻ രസമുണ്ട്.

"ആ മറ്റവൻ പിന്നേം എരേം മൂഞ്ചീട്ട് പോയി."

കറപിടിച്ച മേൽപ്പല്ലുകൾകൊണ്ട് നാക്കു വടിച്ചിറക്കി വെള്ളത്തിലേക്ക് ബെന്നി ഒറ്റ തുപ്പുവെച്ചുകൊടുത്തു. "ഇന്നിനി ചൂണ്ടയിടില്ല, ഉറപ്പാ..." വിനോദ് ശങ്കറിനറിയാം.

പെരിയാറിന്റെ തീരത്ത്, ഉള്ളിലേക്ക് വെള്ളം കയറി കെട്ടിക്കിടക്കുന്ന ചെറുതടാകമാണ് മൂപ്പങ്കുണ്ട്. വയലിൽ നിന്ന് ഉഴുതു കയറ്റിയ കാളകളെ കുളിപ്പിച്ചുകൊണ്ടിരിക്കേ, വെള്ളൻ മൂപ്പനും കാളക്കുറ്റൻമാരും ചതുപ്പിലേക്ക് താണുതാണു പോയത്രേ. അതിൽപ്പിന്നെയാണ് ഇവിടം മൂപ്പങ്കുണ്ടായത്. പകലുപോലും ആളുകൾ വരാൻ മടിച്ചിരുന്ന മൂപ്പങ്കുണ്ടിൽ, ബെന്നിയുടെ അപ്പൻ കുട്ടപ്പൻ നട്ടപ്പാതിരായ്ക്കും പുലർകാലത്തും മലഞ്ഞിലു പിടിച്ചു കുത്തിയിരുന്നു. കുട്ടപ്പനങ്ങനെ മലഞ്ഞിക്കുട്ടപ്പനും, വരാല് പിടിച്ചുപിടിച്ച് ബെന്നി ബ്രാല് ബെന്നിയുമായി.

ചൂണ്ടനൂൽ, കണയിൽ അളന്നളന്ന് ചുറ്റിയെടുത്ത്, മുറിഞ്ഞ കല്ലിനോട് ചേർന്നു നിൽക്കുന്ന പോട്ടുകമ്പിളിന്റെ അള്ളയ്ക്കകത്ത് മറ്റാർക്കും എടുക്കാൻ കിട്ടാത്തവിധം ചൂണ്ടക്കണ കുത്തിക്കടത്തി വെച്ചു. കനേഡിയൻ കമ്പനി ഡാം പണി തുടങ്ങിയ കാലത്തേയുള്ള മരമാണ്. നൂറു വർഷത്തിലധികമെങ്കിലും പഴക്കം കാണും.

പോടെന്ന് പറഞ്ഞാൽ ഒരൊന്നൊന്നര പോട്. മഴ വരുമ്പം രണ്ടുമൂന്ന് പേർക്കൊക്കെ സുഖമായി കയറിയിരിക്കാം.

വള്ളിനിക്കറിന്റെ കീശയിൽ നിന്ന് കോവാൽപീഡിയുടെ പൊതിയെടുത്ത്, ബീഡി വലിച്ചൂരി ചുക്കാ ഊർത്തിക്കളഞ്ഞ്, വേറൊരു സാധനം പകരം തിരുകിക്കേറ്റി നൂലുകെട്ടി, തുപ്പലുകൊണ്ട് ബീഡിയൊന്നു നനച്ചെടുത്ത്, ഒട്ടകത്തിന്റെ പടമുള്ള തീപ്പെട്ടിയുരച്ച് ബീഡിയുടെ അറ്റത്ത് തീപിടിപ്പിച്ച്, ബെന്നി ആഞ്ഞുവലിച്ചു.

പൊക പൊറത്തേക്ക് വിടത്തേയില്ല. കണ്ണു പതുക്കെ ചൊമന്ന് വരും. വിനോദ് ശങ്കറിനെക്കൊണ്ട് 'ജെസ്സിയൻ' വിശേഷങ്ങൾ പറയിക്കാൻ പോട്ടുകമ്പിളിന്റെ അള്ളയിൽക്കേറി ബെന്നി ബീഡിയും വലിച്ചിരിക്കും.

"ആ... പറയടാ... ജെസ്സീനെ ന്ന് കണ്ടാർന്നോ? എപ്പോ? എവടെ വെച്ച്? അവളെന്താ ഇട്ടിരുന്നത്? കാല് കാണാൻ പറ്റിയോ? വിശദായിട്ട് പറ..."

ബ്രാലിനെ പോലത്തെ ചുവന്ന കണ്ണുരുട്ടി ബെന്നി പ്രതീക്ഷയോടെ വിനോദ് ശങ്കറിനെ നോക്കി ചിണുങ്ങി.

കാലു കണുന്നതെന്തിനാ? ഇന്നാളൊരുദ്ദസം മൊല കണ്ടോന്ന് ചോദിച്ചു. കാണുന്നതെന്തിനായിരിക്കും?

വിനോദ് ശങ്കർ ഓർത്തു.

"ഞാനിങ്ങോട്ട് എറങ്ങി വരുമ്പോ ജെസ്സിച്ചേച്ചി അഴേന്ന് തുണി പെറുക്കുവാർന്നു. കണ്ടപാടെ ചിരിച്ചു, വാടാ കുട്ടാ... തേനൊഴിച്ച് രസനാ കലക്കിത്തരാന്ന് പറഞ്ഞു."

"എടാ കൊച്ചു കഴുവേറി... അവള് മറ്റേത് തന്നെയാ ഉദ്ദേശിച്ചത്. എന്നിട്ട് നീ പോയില്ലേ...?"

"ഞാനിങ്ങോടി പോന്നു."

ജെസ്സിയുടെ അനുജത്തി ഗേളി, വിനോദ് ശങ്കറിന്റെ തരപ്പടിയാണ്. ഗേളിയെ കാണുമ്പോൾ അവന് നാണം വരും. ബെന്നിച്ചേട്ടൻ പറയുന്നതിൽ ഒരു കാര്യവുമില്ല. ശരിക്കും ഗേളിയാ സുന്ദരി. അവളെ കാണാനെന്താ രസം. വർത്തമാനോം ചിരീം... പക്ഷേ,ബെന്നിചേട്ടൻ പറയുന്നത്, "അവളൊക്കെ ഒരു പെണ്ണാണോടാന്നാ." പെണ്ണെന്ന് പറഞ്ഞാ ജെസ്സിച്ചേച്ചിയാ പോലും...

ഗേളിക്ക് ഒറ്റ കുഴപ്പമേയുള്ളൂ. ചിരി തൊടങ്ങിയാ പിന്നെ നിർത്തില്ല. പെണ്ണുങ്ങളിങ്ങനെ ചിരിക്കാൻ പാടുണ്ടോ? അവള് ചിരി നിർത്തണമെങ്കിൽ അപ്രതീക്ഷിതമായി എന്തെങ്കിലും സംഭവിക്കണം.

2

ഒരു ദിവസം പള്ളിക്കൂടത്തീന്ന് വരുന്ന വഴി, കല്ലെടുത്ത് ഉന്നം നോക്കി, പടർന്നുനിൽക്കുന്ന പൂവത്തിലേക്ക് വിനോദ് ശങ്കർ ഒറ്റയേറ്. ശ്രദ്ധിച്ചില്ലേൽ കളി മാറും. താഴെ ഓവർസീയർ കരുണാകരൻ സാറും ഡാംസൈറ്റിലെ നൈറ്റ് വാച്ച്മാൻ സെന്തിലും താമസിക്കുന്ന ഡി ടൈപ്പ് ക്വാർട്ടേഴ്സാണ്. പള്ളിക്കൂടം പിള്ളേരുടെ ഏറ് കാരണം പൊറുതി മുട്ടിയിരിക്കുകയാണ്.

ഒറ്റയേറിന് മൂന്ന് കായ് വീണു. രണ്ടെണ്ണമവൻ ഗേളിക്ക് കൊടുത്തു. മൂപ്പങ്കുണ്ടിൽ ചൂണ്ടയിട്ടിരുന്നപ്പോൾ ബെന്നി പറഞ്ഞ ഏതോ വളിപ്പ് അവൻ തട്ടിവിട്ടു. പൂവത്തുംകായുടെ തൊണ്ട് കടിച്ചു പൊളിക്കുകയായിരുന്ന അവൾ ചിരി തുടങ്ങി. കയ്യാലേൽ ചാരി നിന്ന് ചിരിയോടു ചിരി. സ്വിച്ചിട്ട പോലെ അവളുടെ ചിരി നിന്നതെന്താണെന്ന് ആലോചിച്ച് നിൽക്കുമ്പോൾ, ക്വാർട്ടേഴ്സുകൾക്ക് മുന്നിലൂടെ വളഞ്ഞുപുളഞ്ഞു കിടക്കുന്ന വീതികുറഞ്ഞ പഴയ ടാർ റോഡിലൂടെ പോകാതെ, കുത്തിറക്കമിറങ്ങി, ഇടവഴിയിലൂടെ മാട്ട ചാടിക്കടന്ന് അവൾ ഒറ്റ ഓട്ടം വെച്ചു കൊടുത്തു.

കുറേ നാളത്തേക്ക് ഗേളിയെ കണ്ടതേയില്ല. ക്വാർട്ടേസിന് വെളിയിലും സ്കൂളിലേക്കുള്ള വഴിയിലും ഏഴ് എയുടെ ജനലിനോട് ചേർന്ന ബെഞ്ചിലുമൊന്നും ഗേളിയെ കണ്ടില്ല. വെളിക്കാൻ വിടുമ്പോഴും ഉച്ചയ്ക്കുമൊന്നും ഒരു ക്ലാസിലുള്ളവർ മറ്റു ക്ലാസുകളിൽ പോകാൻ പാടില്ല എന്ന് അസംബ്ലിയിൽ ഉണ്ടക്കൻ ചാക്കോ സാറിന്റെ കല്പന കാരണം, അവളെ ഒന്നു കാണാൻ പോലും പറ്റാതെയായി. ജെസ്സിയോട് ചോദിച്ചപ്പോൾ "അവൾ എന്നും വരുന്നുണ്ടല്ലോ" എന്നുപറഞ്ഞ് ചിരിച്ചു. ജെസ്സിച്ചേച്ചി പത്താം ക്ലാസ്സുകാരിയല്ലേ, രാവിലേം വൈകുന്നേരോം സ്പെഷ്യൽ ക്ലാസുണ്ട്. കുന്തം പിടിച്ച കണക്ക് എടുത്താലുമെടുത്താലും തീരില്ല കണക്കൻ ബാലന്.

എന്നും സ്കൂളിൽ വരികയും പോവുകയും ചെയ്യുന്ന ഗേളിക്കെങ്ങനെ ഒളിച്ചും പതുങ്ങിയും നടക്കാനാവുന്നു?

"കാണണ്ടാന്ന് വിചാരിച്ചാൽ, കൺമുമ്പിൽ ഉണ്ടായിരുന്നാലും തമ്മിൽ കാണാതെ ജീവിക്കാൻ മനുഷ്യർക്ക് പറ്റുമത്രേ." അമ്മ പറഞ്ഞത് അവൻ ഓർത്തു. സ്കൂൾ വിട്ട് അവൻ ആദ്യം ഇറങ്ങിയോടി.

ക്വാർട്ടേഴ്സിലേക്കിറങ്ങുന്ന അറുപത്തെട്ട് പടിക്കെട്ടുകൾ വലിയൊരു മലമ്പാമ്പിനെപ്പോലെ കുത്തനെ വീണുകിടന്നു. അതിലൂടെ അങ്ങോട്ടുമിങ്ങോട്ടും കയറിയിറങ്ങുമ്പോഴാണ് അമ്മ ലാലി, വിനൂട്ടനെ എണ്ണം പഠിപ്പിച്ചത്. പടിക്കെട്ടുകൾക്കുതാഴെ തളിർത്തു നിൽക്കുന്ന ചിറ്റീന്തിന്റെ ഇളംകൂമ്പ് പൊട്ടി പോകാതെ പറിച്ചെടുത്ത് അതിനറ്റത്തെ മധുരമുള്ള കാമ്പ് പതുക്കെ ചവച്ച് രുചിയിറക്കിക്കൊണ്ട് കുറേ നേരമങ്ങനെ അവനിരുന്നു. ആർക്കുമവനെ പെട്ടന്ന് കാണാൻ പറ്റില്ല. പടികളിറങ്ങി വരുന്നത് ഓലകൾക്കിടയിലൂടെ കാണുകയും ചെയ്യാം. പടിക്കെട്ട് ആരംഭിക്കുന്നിടത്തെ പേഴിന്റെ ചുവട്ടിൽ ഗേളിയുടെ തലവെട്ടം കണ്ടു. അവൾ താഴേക്കിറങ്ങി വരുമ്പോൾ അവൻ ശ്രദ്ധിച്ചു, ഗേളി വല്ലാതെ മാറിയിരിക്കുന്നു. കുറച്ചുകൂടി ഗൗരവവും പക്വതയുമൊക്കെ വന്നപോലെ. പെൺകുട്ടികൾ ഇങ്ങനെ മാറുമോ? ചിറ്റീന്തിന്റെ ഓലകൾക്കിടയിൽ നിന്ന് തലയുയർത്തി അവൻ വിളിച്ചു. 'ഗേളീ... നീയെന്തിനാ എന്നോട് പിണങ്ങിയേ...?"

വഴിയിലേക്കു ചാഞ്ഞുപടർന്നു നിൽക്കുന്ന, ചോരപോലെ ചൊകന്ന കൊങ്ങിണിപ്പൂക്കൾ മൃദുലമായ കൈകൾ കൊണ്ട് ഊർത്തിയെടുത്ത് വിനോദ് ശങ്കറിന്റെ മുഖത്തേക്കെറിഞ്ഞ് അവൾ ചിരിച്ചു.

"എനിക്കൊരു വയറ്റുവേദന. അതാ ഞാനോടീത്. ക്വാർട്ടേഴ്സ്സി ചെന്നു നോക്കുമ്പം തൊടേല് മൊത്തം ചോര."

"ങാ... ചെലോർക്ക് പൂവത്തുങ്കാ തിന്നാ ചോര പോകും. അമ്മ കട്ടഞ്ചായേല് നാരങ്ങാ പിഴിഞ്ഞൊഴിച്ച് പഞ്ചാരയിടാതെ തരും. ഒറ്റവലിക്ക് കുടിച്ചാ മതി."

"അതൊന്നുവല്ല. പെങ്കുട്ടികൾക്കിങ്ങനെയൊക്കെ ഉണ്ടാകുന്നാ മമ്മി പറഞ്ഞേ."

"ഗേളിടെ മമ്മി നേഴ്സല്ലേ... ശരിയായിരിക്കും."

ഗ്രേസി, ക്വാർട്ടേഴ്സ് ഡിസ്പെൻസറിയിലെ നഴ്സാണ്. ഡാമിന്റെ പണിസൈറ്റിൽ വെച്ച് കാലുതെറ്റി താഴെ വീണിട്ടാണ് ഗ്രേസിയാന്റീടെ കെട്ടിയോൻ മരിച്ചത്. അന്ന് ജെസ്സി തീരെ കുഞ്ഞാ. ഗ്രേസിയാന്റീടെ വയറ്റില് കുഞ്ഞാവയായി ഗേളി കെടപ്പൊണ്ടാരുന്നു. ഇതെല്ലാം അമ്മ വിനുട്ടന് പറഞ്ഞു കൊടുത്ത കഥകളാണ്.

പക്ഷേ, ബെന്നിച്ചേട്ടൻ പറയുന്നത് വേറെ ചില വേണ്ടാത്ത കഥകളാ.

"എടാ ഊത്തേ... നെനക്കെന്നാറിയാം... കെട്ടിയോൻ ചത്തേപ്പിന്നെ അവള് ആർക്കൊക്കെ കെടന്നു കൊടുത്തിട്ടാ ഡിസ്പെൻസറീല് ആ പണി തരപ്പെടുത്തിയേന്നറിയ്യോ?"

"കെടന്നു കൊടുത്താ ജോലി കിട്ടുവോ?" ബെന്നിച്ചേട്ടൻ പറയുന്നതൊന്നും ചെലപ്പം മനസ്സിലാകത്തില്ല.

"ആ എളേ പെണ്ണിന്റെ തന്തയാരാന്ന് ആ കുത്തിച്ചിക്ക് പോലും അറിയാമ്മേലാ പിന്നെയാ."

3

ഗേളിയുടെ പപ്പയെപ്പറ്റി ബെന്നിച്ചേട്ടൻ പറയുന്ന കേട്ടപ്പം വിനോദ് ശങ്കറിന് ശരിക്കും സങ്കടം വന്നു.

അവന്റെ പപ്പേം മരിച്ചുപോയതാണ്. സുന്ദരനായിരുന്നു. പപ്പയവനെ തോളിൽ കേറ്റിയിരുത്തി കുഞ്ഞുമണിയ്ക്കന്റെ മാടക്കടേൽ ചായ കുടിക്കാൻ കൊണ്ടുപോയ മഞ്ഞുപോലെ നേർത്ത ഒരോർമ അവനുണ്ട്.

ബ്രാല് ബെന്നീടെ പല വർത്തമാനങ്ങളും അത്ര ഇഷ്ടപ്പെടാറില്ലെങ്കിലും, ചൂണ്ടനൂലിന്റെ അറ്റത്ത് ബ്രാല് വാലും പെടപ്പിച്ച് പൊങ്ങി വരുന്ന കാഴ്ചയോർത്ത് അവൻ പലതും കണ്ടില്ലാ കേട്ടില്ലാന്നങ്ങ് നടിക്കും.

ശനിയും ഞായറും ക്ലാസില്ലാത്ത ദിവസങ്ങളിൽ മാത്രമാണ് ചൂണ്ടയിട്ട്, ബ്രാല് പിടിത്തം കാണാനുള്ള വിനോദ് ശങ്കറിന്റെ വരവ്. ശനിയാഴ്ച ഉച്ചതിരിഞ്ഞ് ഓടിപ്പിടിച്ച് മൂപ്പങ്കുണ്ടിലെത്തുമ്പോൾ ബെന്നി പറയും.

"ഇന്നലെ ഒരുത്തനെ ഞാമ്പൊക്കീടാ... രണ്ടു കിലോം കാണും. അവൻ എരേം മൂഞ്ചീട്ട് വെളവെറക്കുന്ന്. കണയങ്ങ കേറ്റിക്കൊടുത്തു, അല്ല പിന്നേ."

ചൂണ്ടക്കണയുടെ കീഴറ്റം കത്തിപോലെ മൂർച്ചയാണ്. മണ്ണിലിങ്ങനെ ചുമ്മാ കുത്തിയിറക്കി വെക്കാനാണ് ഇത്രയും മൂർച്ച എന്നാണ് ആദ്യം വിചാരിച്ചത്. പക്ഷേ, സംഗതി വേറെയുണ്ട് കാര്യം. ചൂണ്ടയിടുമ്പോ ബ്രാല് മാത്രമല്ല കുടുങ്ങുക. ഞണ്ടും

ആരലും മലഞ്ഞിലും പാമ്പുവരെ ചൂണ്ടയിൽ കോർത്ത കോഴിക്കൊടലേൽ കേറി പ്പിടിക്കും. അതുങ്ങളെ പൊക്കി നെലത്തേക്കടിച്ച് ചൂണ്ടക്കണേടെ മൂർച്ചയുള്ള അറ്റംകൊണ്ട് ഒറ്റ കുത്താ... മലഞ്ഞിലായാലും പാമ്പായാലും ഒന്നോരണ്ടോ പെ ടച്ചിൽ, കഴിഞ്ഞു.

"എറിഞ്ഞു പിടുത്തം" വല്ലാത്തൊരു ത്രില്ലാണ് ബ്രാല് ബെന്നിക്ക്...

ചെല വിദ്വാൻമാര് ചൂണ്ടേൽ കുടുങ്ങീ കുടുങ്ങീലാ എന്ന മട്ടിൽ പൊങ്ങി വരും. അവൻമാര് ഇര നക്കിയതിന്റെ ചെറിയൊരു മയക്കത്തിലും സുഖത്തിലുമായിരിക്കും. മൂപ്പങ്കുണ്ടിന്റെ ഓളമില്ലാത്ത പരപ്പിൽ ഞൊട്ടി ഞൊളഞ്ഞങ്ങ് നിൽക്കുന്ന ഏതാനും സെക്കന്റ് സമയത്തിനുള്ളിൽ ബെന്നിയുടെ ചൂണ്ടക്കണ അവറ്റകളുടെ കഴുത്തു കുത്തിത്തുളച്ച് കടന്നുപോകും.

ഇന്നാള് ഒരു ദിവസം, ചൂണ്ട വെള്ളത്തിലെറിഞ്ഞ് കണ മണ്ണിൽ കുത്തിവയ്ക്കാൻ നോക്കുമ്പോ ഒരുത്തൻ ഞാന്നു കിടക്കുന്ന ഞരള വള്ളിയിൽ കേറിയിരുന്ന് 'കൊ ണാകൊണാന്ന്" ചെലച്ച്, ചാടി മറിയുന്നു! മിന്നൽവേഗത്തിലായിരുന്നു ബെന്നി യുടെ കണപ്രയോഗം. ചൂണ്ടക്കണയുടെ അറ്റത്ത് വായും പൊളിച്ച് കാട്ടണ്ണാൻ വളഞ്ഞുകുത്തികിടന്നു. അപ്രതീക്ഷിതമായിട്ടെന്തെങ്കിലും തടഞ്ഞാൽ ബെന്നിയത് കള്ളുഷാപ്പിലോ വീട്ടിലോ കൊണ്ടുപോകില്ല. പൊളിച്ച വൃത്തിയാക്കി, കരികിലയും ചുള്ളിക്കമ്പും കൂട്ടിയിട്ട് കത്തിച്ച്, ചരൽക്കല്ല് പൊള്ളിച്ച് അതിൽ വെച്ച് ചുട്ടെടുത്ത് തിന്നും. അത്യാവശ്യത്തിന് ഉപ്പും മുളകും മഞ്ഞപ്പൊടിയുമൊക്കെ പോട്ടുകമ്പിളിന്റെ പൊത്തിൽ തിരുകിവച്ചിട്ടുണ്ടാവും.

വാഴത്തോപ്പിലെ ക്വാർട്ടേഴ്സുകളിൽ നിന്ന് ജോലി മാറ്റം കിട്ടി പലരും പൈനാവിലും കുളമാവിലും മൂലമറ്റത്തുമാണ് താമസം. വഞ്ചിക്കവലയിലും വാഴ ത്തോപ്പിലുമൊക്കെ ഇപ്പോൾ ക്വാർട്ടേഴ്സുകളും താമസക്കാരും കുറവാണ്. ശ്യാമും സൈമണും കിരൺകുമാറുമൊക്കെ ക്വാർട്ടേഴ്സിൽ വിനോദ് ശങ്കറിന്റെ കൂട്ടുകാരായിരിരുന്നു.

എഞ്ചിനീയർ ജോർജുകുട്ടി സാർ വഞ്ചിക്കവല കെഎസ്ഇബി ഓഫീസിൽ വർക്ക് ചെയ്യുന്ന കാലത്താണ് താൽക്കാലിക തൂപ്പുകാരനായ മുത്തരശ്ശിന് ഡി ടൈപ്പ് ക്വാർട്ടേഴ്സ് അനധികൃതമായി അനുവദിച്ചത്. പുതിയ എഞ്ചിനീയർ വന്ന പ്പോൾ ഒഴിഞ്ഞു പോകാൻ പലതവണ പറഞ്ഞതാണ്. ഉദ്യോഗസ്ഥർ കരണ്ടും വെള്ളവും കട്ട് ചെയ്തു. സന്ധ്യയായാൽ തോട്ടികൊണ്ട് കറണ്ട് ലൈനിൽ രണ്ട് വയറ് കൊളുത്തിയിട്ട് കറണ്ട് കട്ടെടുക്കുന്ന വിദ്യയൊക്കെ മുത്തരശ്ശിനറിയാം. റേഷൻ മണ്ണെണ്ണക്ക് പോലും ഗതിയില്ലായെന്ന് അറിയാവുന്നതുകൊണ്ട് ആരും ഒറ്റാറുമില്ല.

മുത്തരശ്ശ് ആരോടും വഴക്കിടില്ല, തെറി പറയില്ല, അടിപിടിക്കും പോകില്ല. പഞ്ച പാവമാണ്. കനകക്കയെ സ്നേഹിച്ച്, ജാതി മാറി വിവാഹം കഴിച്ചതുകൊണ്ട് ഉത്ത മപാളയത്തെ സ്വന്തംനാട്ടിലേക്ക് പോയിക്കൂടാ. ബന്ധുക്കളാരും അടുപ്പിക്കില്ല. വീടും സ്ഥലവും ജീവിക്കാൻ വരുമാനമുള്ള ഒരു പണിയുമില്ല. ഇവിടെ നിന്നിറങ്ങി യാൽ, പൊണ്ടാട്ടിയെയും പെൺമക്കളെയും കിരൺകുമാറിനേയുമൊക്കെകൊണ്ടു തെരുവിലാകും. മക്കൾക്ക് വയറുനിറച്ച് എന്തെങ്കിലും കൊടുക്കാൻ കഴിയുന്നില്ല. ഒരു തുണിക്കഷണം വാങ്ങിക്കൊടുത്തിട്ട് വർഷങ്ങളായി. തിന്നാനും ഉടുക്കാനുമി

ല്ലാത്തതുകൊണ്ട് കിരൺകുമാറിന്റെ ചേച്ചിമാരൊന്നും പുറത്തെറങ്ങാറില്ല. കടം മേടിക്കാനിനി ആരുമില്ല, മട്ടത്തു. ഡാമിന്റെ മുകളിൽനിന്ന് ചാടിച്ചാവാൻ രണ്ടുമൂന്ന പ്രാവശ്യം ശ്രമിച്ചതാണ് മുത്തരശ്ശ്. പിന്നെ എല്ലാവരേയും ഓർക്കുമ്പം തിരിച്ചു പോരും.

കനകക്ക പഴയ സാരിക്കും ബ്ലൗസിനും വന്ന. ഉണ്ടെങ്കിൽ ഒരു പഴയ ബ്രായും അടിപ്പാവാടയും കൂടെ തരുമോന്ന് ചോദിക്കുന്നത് കേട്ടു. അത്രയ്ക്ക് ഗതികേടിലാണ്. വിനോദ് ശങ്കറിന്റെ പഴയ നിക്കറുകളൊക്കെ അമ്മ കൊടുത്തുകൊണ്ടിരുന്നത് കിരൺകുമാറിനായിരുന്ന. രണ്ടുദിവസത്തിനുള്ളിൽ അവനതിന്റെ മൂട് കീറിയിരിക്കും. ചന്തിയിൽ ഒരു ഉണക്കപ്പാള വെച്ച്, പടിക്കെട്ടിന്റെ സിമന്റിട്ട വശങ്ങളിലൂടെ ഊർന്നിറങ്ങുന്ന കാര്യത്തിൽ കിരൺകുമാറിനെ വെല്ലാൻ ആരുമില്ല. ചിലപ്പോഴൊക്കെ മറിഞ്ഞുകെട്ടി താഴെപ്പോകും. ഒരഞ്ഞു പൊട്ടി ചോര വരും. എന്നാലുമവൻ പിന്നേം നിരങ്ങും. ബട്ടണില്ലാത്ത നിക്കർ എങ്ങനെയോ കെട്ടിവെക്കുകയാണ് ചെയ്യുക. കീറിയ നിക്കറിന്റെ വിടവിലൂടെ സകലതും കാണാം. അരയിൽ സദാ ഒരു തെറ്റാലി തിരുകി വെച്ചിട്ടുണ്ടാവും.

ജോർജ്ജുകുട്ടി സാറ് താമസിച്ചിരുന്ന പഴയ ക്വാർട്ടേഴ്സിന്റെ മുറ്റത്ത് വലിയൊരു പേര നിൽപ്പുണ്ടായിരുന്ന. കേറാനൊന്നും പറ്റത്തില്ല. അതിന്റെ തുഞ്ചത്ത് ചൊമന്ന കുട്ടക്കപ്പഴം ഇല മറഞ്ഞ് കിടക്കും. കിരൺകുമാർ തെറ്റാലിയിൽ മെറ്റൽ കല്ല് തിരുകി വെച്ച് ഉന്നം പിടിച്ച് ഒറ്റയടി കൊടുക്കും. പത്തെണ്ണമൊക്കെ നിലത്തിട്ടിട്ടേ അവനടങ്ങൂ. ചിലപ്പോൾ തെറ്റാലികൊണ്ട് എയ്ത്ത്, നൊടിനേരംകൊണ്ട് തെറ്റാലി അരയിൽ തിരുകി, ഇലകൾക്കിടയിലൂടെ ഊർന്നുവീഴുന്ന പേരക്ക ഒരു അഭ്യാസിയെപ്പോലെ ഒറ്റച്ചാട്ടത്തിനവൻ കൈക്കുള്ളിലാക്കും. അവൻ ബ്രാല് ബെന്നിക്കൊണ്ടായവനാണെന്നാ വെടിക്കൊച്ചാപ്പ പറഞ്ഞു നടക്കുന്നത്.

4

ക്വാർട്ടേഴ്സുകളുടെ പിന്നാമ്പുറത്ത് രണ്ടുവശവും സിമന്റ് മതിലു കെട്ടിയ ആഴമില്ലാത്ത ഓടകളാണ്.

അടുക്കള മാലിന്യങ്ങളൊക്കെ ഒഴുകി വരാറുണ്ടെങ്കിലും ക്വാർട്ടേഴ്സ് വാസികൾക്ക് പൈപ്പുവഴി ഇഷ്ടംപോലെ ഡാമുവെള്ളം കിട്ടുന്നുണ്ട്. പലരും പൈപ്പ് തുറന്നു വിടുന്നതുകൊണ്ട് ഓടയിലധികം അഴുക്കുണ്ടാവില്ല. ചെറുമീനുകളും, തവളക്കുഞ്ഞന്മാരുമൊക്കെയുണ്ടാവും. വഞ്ചിക്കവലയിൽ നിന്ന് ഗ്രേസി വാങ്ങിക്കൊണ്ടുവന്നതാണ് രണ്ട് താറാവിൻ കുഞ്ഞുങ്ങളെ. ഗേളി രണ്ടിനേം കുളിപ്പിച്ച് കണ്ണെഴുതി പൊട്ടുതൊടീച്ച് പൗഡറൊക്കെ ഇടീക്കും. അടുത്ത നിമിഷം അതുങ്ങള് ഓടയിൽ ചാടി വേട്ട തുടങ്ങും. കൊക്കുകൊണ്ട് ഓട അരിച്ചുപെറുക്കി ഒരു വരവാണ്. പിറകെ ഗേളിയുമുണ്ടാവും. ജെസ്സി ഭയങ്കര വൃത്തിക്കാരിയായതുകൊണ്ട് അവൾക്കറപ്പാണ്. അതുങ്ങടെ വൃത്തികെട്ട ഒച്ചയും അവൾക്കിഷ്ടമല്ല. ഗേളിക്കിഷ്ടമായതുകൊണ്ട് വിനോദ് ശങ്കറും താറാക്കുഞ്ഞുങ്ങളെ ഇഷ്ടപ്പെട്ടു തുടങ്ങി. ഓടയിലെ ചടഞ്ഞ വെള്ളത്തിലൂടെ രണ്ടും കൂടി അരിച്ചു പെറുക്കുന്നതു ശ്രദ്ധിച്ചിരിക്കുമ്പോൾ ഗേളി പറഞ്ഞു. "ഇത്ങ്ങള് ആണും പെണ്ണുവാ, നമ്മളെപ്പോലെ. ഞാൻ പേരിട്ടു. എന്താന്നോ മോന്തും സോനം."

"ഇത് നീ, ഇവള് ഞാൻ."

ഓടയിൽ നിന്ന് താറാവുകൾ തലയുർത്തി നോക്കി, വിനൂട്ടൻ ഗേളിയെയും. അവളെ കാണാൻ അപ്പോൾ നല്ല ഭംഗിയുണ്ടെന്ന് അവന് തോന്നി. അവര് രണ്ടു പേരും താറാവുകളായി മൂപ്പങ്കുണ്ടിലൂടെ ഊളിയിട്ട നീന്തിച്ചെന്ന് ബ്രാലുകളെ വില ങ്ങനെ കൊത്തിയെടുത്തുയർന്നു വന്ന് ബ്രാലു ബെന്നിയെ അത്ഭുതപ്പെടുത്തുന്ന രംഗം ഞൊടിനേരം കൊണ്ടവൻ സ്വപ്നം കണ്ടു.

ഉച്ച കഴിഞ്ഞ നേരത്ത് ക്വാർട്ടേഴ്സ് വാസികൾക്കൊക്കെ ഒരു മയക്കമുണ്ട്. അന്നേരം, ഗേളി ജനലിലൂടെ കണ്ണുകൊണ്ടു വിളിച്ച് ഒരു സൂത്രം കാണിച്ചുതരാന്ന് പറഞ്ഞു. ഗ്രേസിയാന്റിയുടെ പട്ടുസാരി വെട്ടിത്തുന്നിയ ഹുൾ പാവാടയും ബ്ലൗസു മാണ് അവൾ ഇട്ടിരുന്നത്. വെയിലേറ്റ് കവിളുകൾ തുടുത്തിരുന്നു. വിനൂട്ടന്റെ അടു ത്തേക്ക് ചേർന്നുനിന്നതുകൊണ്ട് അവളുടെ നേർത്ത കിതപ്പ് അവന് കേൾക്കാ മായിരുന്നു, നല്ല രസം. പാവാടയുടെ കീശയിൽ നിന്ന് വെളുത്ത ഒരു മുട്ട പുറത്തെടുത്ത് അവൾ പറഞ്ഞു.

“സോനു ഇന്നൊരു മുട്ടയിട്ടു... നോക്ക്.”

“ഓ അവളിത്രയ്ക്കൊക്കെ വളന്നോ?”

“ഇതിനകത്തെന്താന്നറിയുവോ? മോനൂട്ടന്റേം സോനൂന്റേം കുഞ്ഞാവ, മീനൂട്ടി...”

മീനൂട്ടി... ഈ ഗേളിയെ സമ്മതിക്കണം. പേരിടാൻ ഇവള് മഹാ മിടുക്കിയാ.

ക്ലാസിലെ മിക്ക കുട്ടികൾക്കും ഇരട്ടപ്പേരിട്ടത് ഗേളിയാണ്. ഉമ്മൻ, ബിംബസാ രൻ, മരോട്ടിമോറൻ, വെള്ളത്തിലാശാൻ, അങ്ങനെയെത്രയെത്ര പേരുകൾ.

ഒന്നും പഠിപ്പിക്കാതെ “നിങ്ങള് പൊത്തകം എടുത്ത് വായിച്ചോ പിള്ളേരേ” എന്ന് കുട്ടികളോട് സ്ഥിരം പറയുന്ന ദാമുപിള്ള സാറിന് ‘കഴകത്തു കോണാലി' എന്ന അതിഭീകരൻ പേരുകൊടുത്തത് ഗേളിയാണ്. അങ്ങനെയുള്ള ഗേളിക്ക് രണ്ട് താറാക്കുഞ്ഞന്മാർക്കും, മുട്ടയ്ക്കകത്തെ ഒരിത്തിരിക്കുഞ്ഞനും ഒരു പേരിടാനാ ണോ പാട്! “മീനൂട്ടി...” അവൻ താറാമുട്ടയുടെ ചെവിയിൽ മന്ത്രിച്ചു.

അവന്റെ ഇടത്തെ കവിളിൽ നേർത്ത ചൂടും തരിപ്പും സുഖവും തോന്നി. അവൾ ഓടിപ്പോയി.

ഗേളി അവനൊരുമ്മ കൊടുത്തതാണെന്ന് അവന് മനസ്സിലായതുതന്നെ കുറ ച്ചുകഴിഞ്ഞാണ്.

5

ഗ്രേസിക്ക് ഇത്രയും വൃത്തികെട്ട തെറികളറിയാമെന്ന് ആർക്കും വിശ്വസിക്കാൻ കഴിഞ്ഞില്ല. ഏച്ചുകെട്ടിയും വളച്ചൊടിച്ചും തമിഴൻ മുത്തരശ്ശിനേയും കനകക്കയേയും അവരുടെ തന്തക്കാർന്നോന്മാരെയുമടക്കം പ്രാകി, ഗ്രേസി പച്ചത്തെറിയിൽ കുളി പ്പിച്ചു. ഗ്രേസിയുടെ ചീത്തവിളിയും ബഹളവും ഗേളിയുടെ നിലവിളിയും കേട്ടാണ് ക്വാർട്ടേഴ്സുവാസികൾ ഞെട്ടി എണീറ്റത്.

“കുട്ടീ കാണാതായപ്പം വിചാരിച്ച്, വല്ല പട്ടിയോ കുറുക്കനോ പിടിച്ചു കാണുന്ന്... മുട്ടയിട്ട താറാച്ചിയാ. രണ്ടിനേം പിടിച്ച് കൊന്നു തിന്നുകളഞ്ഞു ഈ പാണ്ടിപ്പുണ്ട മക്കള്.”

കാലത്ത് താറാവിനെ തേടിയിറങ്ങിയ ഗേളി ഞെട്ടലോടെയാണ് ആ കാഴ്ച കണ്ടത്. മുത്തുവണ്ണാച്ചിയുടെ ക്വാർട്ടേഴ്സിന്റെ പിന്നാമ്പുറത്ത് ഓടയോടു ചേർന്നു നിൽക്കുന്ന പപ്പായമരത്തിന്റെ ചുവട്ടിൽ കുഴിയിൽ മണ്ണിട്ടു മൂടിയെങ്കിലും, രാത്രി

യിൽ ഏതോ ജീവി വലിച്ച പുറത്തിട്ട താറാവുകളുടെ പപ്പും പൂടയും കുടലുമെല്ലാം...

അവൾ ബോധം കെട്ടു വീണില്ലെന്നേയുള്ളൂ.

ബഹളം കേട്ടാണ് പലരും പുറത്തുവന്നത്. ഗേളി വിനൂട്ടനെ നോക്കിയതേയില്ല. അവളുടെ സങ്കടം ഇനിയൊരിക്കലും തീരില്ലെന്നും കണ്ണീര് തോരില്ലെന്നും ഇനിയവൾ ചിരിക്കില്ലെന്നും തോന്നിയപ്പോൾ, മുത്തുവണ്ണാച്ചിയോടും കിരൺകുമാറിനോടുമൊക്കെ അവന് വെറുപ്പുതോന്നി.

"ഒടുക്കത്തെ തീറ്റോം കഴിഞ്ഞ മലന്നു കെടന്ന് മുടിഞ്ഞ ഒരൊറക്കം. വാതില് തൊറക്കടീ പുണ്ടച്ചീ."

ഗ്രേസി പലകക്കതകിന് രണ്ടു ചവിട്ടു വെച്ചുകൊടുത്തു.

വെളിച്ചപ്പാടിനെപ്പോലെ തുള്ളി വിറച്ച്, അവർ കിടപ്പുമുറിയുടെ പഴകി ദ്രവിച്ച പലകപ്പാളി വലിച്ചു തുറന്നു. ജെസ്സിയും ഗേളിയും കൂടി അവരെ പിടിച്ചുവെച്ചെങ്കിലും കണ്ണുപൊട്ടുന്ന നാലഞ്ച് 'കരയവരാതം' കൂടി ഗ്രേസി വെച്ചലക്കി. പിന്നെ, സ്വിച്ചിട്ടതു പോലെ, മിണ്ടാട്ടംമുട്ടി, കണ്ണുമിഴിച്ച്, ശ്വാസം നിന്നപോലെ പുറകോട്ടു മറിഞ്ഞു...

മാംസം കരിഞ്ഞ കല്ലിച്ച ഗന്ധം പലകപ്പാളി ജനലിലൂടെ പുറത്തു വന്നു.

തെന്നിത്തെറിച്ച കൈപ്പടയിൽ, മുത്തരശ്ശ്, എഴുതിയ ആത്മഹത്യാക്കുറിപ്പ് വായിച്ച്, മലയാള അർഥം പറഞ്ഞു കേൾപ്പിച്ചത് വഞ്ചിക്കവല പൊലീസ് സ്റ്റേഷനിൽ ജോലി ചെയ്യുന്ന കമ്പമ്മേട്ടുകാരൻ, കല്യാണസുന്ദരമെന്ന തമിഴൻ പോലീസാണ്.

തയ്യാറെടുപ്പുകളെല്ലാം പൂർത്തിയായപ്പോഴാണ്, "അപ്പാ എറച്ചീം കൂട്ടി വയറ് നെറച്ച് ചോറ് വേണന്ന്" കിരൺകുമാർ പറഞ്ഞത്. കൊല്ലാൻ പോകുന്ന മകന്റെ ആഗ്രഹം നിറവേറ്റി കൊടുക്കാനാണ് മുത്തരശ്ശ്, ഗേളിയുടെ താറാവുകളുടെ കഴുത്തു പിരിച്ച്, ഉപ്പും മുളകും മഞ്ഞളും മാത്രം ചേർത്ത് കറി വെച്ചത്. അങ്ങനെ ചെയ്യേണ്ടി വന്നതിൽ ഗ്രേസിയോടും മക്കളോടും അയാൾ മാപ്പു ചോദിച്ചു. ഇറച്ചിക്കറി കൂട്ടി എല്ലാവരും വയറു നിറച്ച് പച്ചരിച്ചോറു തിന്നു. പാതിരാവോളം വർത്തമാനം പറഞ്ഞു. കിരൺകുമാറിന്റെ തമാശകൾ കേട്ട് അവന്റെ സെൽവിയക്ക മുല കുലുക്കി ചിരിച്ചു. ആനന്ദവല്ലി കുറേ നാളുകൂടി "ഓടി വിളയാട് പാപ്പാ... നീ ഒയ് ന്തിരിക്കലാകാത് പാപ്പാ..." എന്ന തമിഴ് പാട്ട് ഈണം മുറിയാതെ പാടി.

അടുത്തടുത്ത്, ചേർന്നാണ് എല്ലാവരും കിടന്നത്.

കനകക്കയുടെ കാലിന്റെ പെരുവിരലുകളിൽ ചുറ്റിക്കെട്ടിയ അലൂമിനിയം കമ്പി, അവരുടെ കൈകളിലൂടെ ചുറ്റി, അവരോട് ചേർന്നു കിടന്ന സെൽവിയുടെ കൂട്ടിപ്പിടിച്ച, വളയിടാത്ത കൈയിലൂടെ ചുറ്റി, പെരുവിരലിലേക്കും സെൽവിയെ ഒട്ടിച്ചേർന്നു കിടന്ന ആനന്ദവല്ലിയുടെ കൈകാലുകളിലൂടെ പടർന്നു കയറി, വാസന്തിയെ ചുറ്റിയിറങ്ങി, കിരൺകുമാറിന്റെ കഴുത്തിലൂടെ കറങ്ങി, താറാവിറച്ചിക്കറി കൂട്ടി വീർത്തു ഊത്തവയറിനെ വരിഞ്ഞു മുറുക്കി, കല്ല് കാച്ചിപ്പഴുത്ത അവന്റെ പരുപരുത്ത കാൽപ്പാദത്തിലൂടെ നാലു തവണ കറങ്ങിയിഴഞ്ഞ് മുത്തരശ്ശിന്റെ മെല്ലിച്ച ദേഹത്തുകൂടി തലങ്ങും വിലങ്ങും വട്ടമിട്ടു മടുത്ത അലൂമിനിയം കമ്പി, അയാളുടെ കൈയെത്തും ദൂരത്ത് വച്ചിരുന്ന പഴയൊരു സ്വിച്ച് ബോർഡിൽ വീണ് കരിഞ്ഞു വിശ്രമിച്ചു.

ഒരു കഷണം മെറ്റൽ കല്ലുകൊണ്ട് ജീവിതം എയ്തു പിടിക്കാൻ

ശ്രമിച്ചുകൊണ്ടേയിരുന്ന കിരൺകുമാറിന്റെ തെറ്റാലിയും രണ്ടു മൂന്ന് ഉരുണ്ട കല്ലുകളും അവന്റെ മുഷിഞ്ഞ കീശയിൽ കണ്ണടച്ചു കിടന്നു.

6

മരക്കുറ്റിക്ക് മുകളിൽ കുത്തിയിരുന്ന ചൂണ്ടയിൽ ഇര കോർക്കുന്ന ബെന്നിയോട് വിനോദ് ശങ്കറിനത് ചോദിക്കണമെന്നുണ്ടായിരുന്നു. ഇര കോർക്കുമ്പോൾ വർത്തമാനം പറയുന്നത് ബെന്നിക്കിഷ്ടമല്ല. കോഴിക്കുടൽ സൂക്ഷ്മതയോടെ ചൂണ്ടയിൽ കോർത്ത് ഒരു പ്രത്യേക താളത്തിൽ ആട്ടിയെറിഞ്ഞ് ചൂണ്ടക്കണ മണ്ണിൽ കുത്തിനിർത്തിയിട്ട് അയാൾ തിരിഞ്ഞു.

“നെനക്കെന്തോ ചോദിക്കാനോ പറയാനോ ഒണ്ടല്ലോടാ. ജെസ്സീടെ കാര്യംവെല്ലോം ആണെങ്കി വേഗം പറ.”

“വീട്ടീ പൊരുന്നക്കോഴിയൊണ്ടോ ബെന്നിച്ചേട്ടാ...?”

അവന്റെ പെട്ടെന്നുള്ള ചോദ്യം കേട്ട് ബ്രാല് ബെന്നി ഉറക്കെ ചിരിച്ചു പോയി.

“ഇതിനാണോ നീയിത്രേം ത്ധറാമുട്ടിയത്?”

ഒരു മുട്ട മാത്രമിട്ട്, മുത്തുവിനും, കുടുംബത്തിനും വായ്ക്കരിയിടാനായി കഴുത്തു പിരിച്ചു കൊല്ലപ്പെട്ട സോനത്താറാച്ചിയെ എല്ലാവരും മറന്നെങ്കിലും ഗേളി മറന്നില്ല. അവളുടെ മീനൂട്ടി ഉറങ്ങിക്കിടക്കുന്ന ആ വെളുത്ത മുട്ട, പച്ചരികൊണ്ട് മെത്തയൊരുക്കിയ ചെറിയ ഡപ്പിയിൽ മാസങ്ങളായി അവൾ സൂക്ഷിച്ചു വെച്ചിരിക്കുകയായിരുന്നു. ഈയിടെയാണ് ഗേളി ആ രഹസ്യം വിനോദ് ശങ്കറിനോട് പറഞ്ഞത്. പൊരുന്നയിരിക്കുന്ന കോഴിക്കടീൽവെച്ച് മുട്ട വിരിയിച്ചെടുക്കാമെന്ന്.

“കോഴി പൊരുന്നുമ്പം അവളോട് ചോദിച്ചിട്ട് പറയാം...”

ബെന്നിയുടെ കെട്ടിയോള് കഴുത ബിന്ദുവിന് കോഴിവളർത്തുണ്ടെന്ന് അമ്മയാണ് അവനോട് പറഞ്ഞത്.

ബ്രാല് ബെന്നിയെപ്പോലെ ഒരു മരമൂരിയെ പ്രേമിച്ച് വേലിചാടിപ്പോയ മകൾക്ക് അവളടപ്പൻ കാട്ടുപുരയ്ക്കൽ മാത്തൻ ചാർത്തിക്കൊടുത്തതാണ് കഴുത ബിന്ദു എന്ന പേര്.

ഒത്തിരിക്കാലമിരുന്നാൽ ചീമുട്ടയായി പോകും, വിരിയത്തില്ലെന്ന് പറയാൻ ബെന്നി വായ തുറന്നതാണ്.

പെട്ടെന്ന് മിന്നൽപ്പിണർ പോലെ ഒരാശയം, അയാളുടെ അടിനാഭിയിൽ നിന്ന് ആഹ്ലാദത്തോടെ ചാടിയെഴുന്നേറ്റ് വൻകുടലും ചെറുകുടലും ആമാശയവും അന്നനാളവും തുരന്ന്, ബീഡിപ്പുക മണക്കുന്ന വൃത്തികെട്ട ശ്വാസകോശവും കുത്തിത്തുരന്ന് കറപിടിച്ച നാറിയ കണ്ഠനാളത്തിലൂടെ പുറത്തേയ്ക്ക് വന്നു.

“എടാടാ... ഒണ്ടൊണ്ട് ... പൊരുന്നച്ചിയൊണ്ട്. പക്ഷേ, മൊട്ട...കൈമാറാതെ, കലുങ്ങാതെ ഇങ്ങെത്തിക്കണം. പെൺകുട്ടിയുടെ കൈയിടെ ചൂടില് സൂക്ഷിച്ചു പിടിച്ചു കൊണ്ടോന്നാ മതി. ആ ജെസ്സിപ്പെണ്ണില്ലേ അവളേം കൂട്ടി നാളെയുച്ചയ്ക്ക് നീയീ മൂപ്പങ്കുണ്ടിലോട്ട് പോരെ. ഞാനത് ചൂട് പോകാതെ ട്രൗസറിന്റെ കീശേലിട്ട് പൊരുന്ന കോഴീടെ അടീല് വെച്ചോളാം... ആരോടും പറയണ്ട, പറഞ്ഞാ മൊട്ട വിരിയത്തില്ല.”

ഗേളി പ്രാക്ടിക്കലാണ്.

“ജെസ്സിച്ചേച്ചി വരത്തില്ല. പട്ടീം പൂച്ചേം താറാവും കോഴീം മീനുവൊക്കെ ചേച്ചി

ക്കറപ്പാ. അതുങ്ങടെ മണം ഓർക്കുമ്പം ഓക്കാനം വരും. പെൺകുട്ടികളുടെ കൈയിന്റെ ചൂട് തട്ടണോന്നല്ലേയൊള്ള്. സാക്ഷാൽ ഞാൻ തന്നെ മൊട്ടയും പൊത്തിപ്പിടിച്ച വരാം."

അതു ശരിയാണല്ലോന്ന് വിനൂട്ടനും തോന്നി.

ഡപ്പിയിലെ അരിമെത്തയിൽ നിന്ന്, ഗേളിയുടെ പതുപതുത്ത കൈച്ചൂടിലമർന്ന്, ബ്രാല് ബെന്നിയുടെ ട്രൗസറിനടിയിലെ ചൂടിൽ മയങ്ങി, കഴുത ബിന്ദുവിന്റെ പൊരുന്നപ്പെടച്ചീടെ അടിവയറിന്റെ ചൂടിൽ 28 ദിവസം സുഖമായി ഉറങ്ങിയെഴുന്നേറ്റ്, മുട്ടത്തോട് കുത്തിപ്പൊട്ടിച്ച പുറത്തുവരുന്ന മീനൂട്ടി, ക്വാർട്ടേഴ്സിന്റെ പിന്നാമ്പുറത്തെ ഓടയിലൂടെ കുഞ്ഞിക്കൊക്കുകൾ നീട്ടി അരിച്ച പെറുക്കി നീങ്ങുന്ന സുന്ദരമായ കാഴ്ചയിലാണ് വിനൂട്ടന്റെ സ്വപ്നം അവസാനിച്ചത്.

നട്ടുച്ചയായിരുന്നെങ്കിലും മൂപ്പങ്കുണ്ടിലാകെ നേർത്ത ഇരുട്ടുണ്ടായിരുന്നു. പണ്ട് ആദിവാസി മൂപ്പന്മാര് കൂടോത്രം ചെയ്തിരുന്നതും കോഴിപ്പൂജ നടത്തിയിരുന്നതും യക്ഷി കൂടിയ പെമ്പിളമാരുടെ പ്രേതങ്ങളെ ആവാഹിച്ചെടുത്ത് ആണിയടിച്ച കുടിയിരുത്തിയിരുന്നതുമെല്ലാം മൂപ്പങ്കുണ്ടിലെ കറവേങ്ങയിലായിരുന്നു.

കൈക്കുമ്പിളിൽ ഒതുക്കിപ്പിടിച്ച താറാമുട്ടയുമായി ചോലയിലൂടെ അവർ നടന്നു. ഇര കോർത്ത് ചൂണ്ട വെള്ളത്തിലിട്ടു കഴിഞ്ഞാൽ ഉറക്കെ വർത്തമാനം പറയുന്നതും ഓട്ടവും ചാട്ടവുമൊന്നും ബെന്നിയ്ക്കും ബ്രാലുകൾക്കും ഇഷ്ടമല്ല. ഒരു ചെറിയ ചരൽക്കല്ലെടുത്ത് വിനോദ് ശങ്കർ, ബെന്നിയുടെ പുറത്തേക്ക് പതുക്കെയൊന്നിട്ടു, തിരിഞ്ഞ് ഒറ്റ നോട്ടമായിരുന്നു.

7

അകത്തേക്ക് വിഴുങ്ങിയ പുക, പുറത്തേക്ക് വിടാത്തതുകൊണ്ടാവണം കണ്ണുകൾ ചുവന്നിരുന്നു. അയാളോട് ഒന്നും പറയാൻ തോന്നിയില്ലെങ്കിലും 'മൊട്ട' എന്നവൻ ആംഗ്യം കാണിച്ചു. ബെന്നി അന്തംവിട്ടു നോക്കി. വിഴുങ്ങിയ പുകയത്രയും അയാളുടെ നിയന്ത്രണത്തിന് വഴങ്ങാതെ, മൂക്കിലൂടെയും വായിലൂടെയും ചെവിദ്വാരങ്ങളിലൂടെയും പുറത്തു വന്നു. കനമുള്ളൊരു മന്ത്രം പോലെ അയാൾ പിറുപിറുത്തു.

"അവളെവിടെ, ജെസി... ?"

"ജെസ്സിച്ചേച്ചിയല്ല, ഗേളിയാ മൊട്ടേം കൊണ്ട് വന്നത്."

അതത്ര ബോധിക്കാതെ, എരിഞ്ഞുകൊണ്ടിരുന്ന ബീഡി ബെന്നി ഒന്നിരിത്തി വലിച്ചു.

ഉള്ളം കൈയിലെ ചൂട് മുട്ടയിലേൽപ്പിച്ചുകൊണ്ട് ഗേളി പോട്ടുകമ്പിളിന്റെ ഇടതുവശത്തൂടെ എത്തിനോക്കി.

ബ്രാല് ബെന്നിയെ എന്തോ ഗേളിക്കത്ര പിടിച്ചില്ല.

"ഇതാ, മൊട്ട" എന്നു മാത്രമവൾ പറഞ്ഞു. ബെന്നിയുടെ പുകമൂടിയ കണ്ണുകൾ ഗേളിയെ ശരിക്കും കണ്ടത് അന്നേരമായിരുന്നു.

"വിചാരിച്ച പോലത്ര ചെറിയ മുട്ടയല്ലല്ലോടാ... നീയീ ചൂണ്ടക്കണ പിടിച്ചിവിടിരി. ബ്രാല് കൊത്തിയാ ഒന്നയച്ച് കൊട്ത്ത് ഞൊട്ടി വലിച്ചിങ്ങെട്ത്തോ... എന്നാ ഒച്ച കേട്ടാലും ബെന്നിച്ചേട്ടനെ വിളിക്കണ്ട. ഞാനീ മൊട്ട അടവെക്കാനുള്ള പണി നോക്കട്ടേ."

കൈയിലിരുന്ന് എരിഞ്ഞ് കെട്ടുവരെയെത്തിയ ബീഡി, ആഞ്ഞാഞ്ഞ് ചപ്പിവ

ലിച്ച് പുക വിഴുങ്ങിയെടുത്ത് വായും മൂക്കും ചെവികളും ബീഡിപ്പുകമറകൊണ്ടടച്ച് അയാൾ പോട്ടു കുമ്പിളിനടുത്തേക്ക് നടന്നു. അതിമഹത്തായ ആ ബ്രാല്വചൂണ്ടയും, അസ്ത്രം പോലെ മുനയുള്ള ചൂണ്ടക്കണയും പിടിച്ച് മൂപ്പങ്കുണ്ടിന് നേരെ വിനോദ് ശങ്കർ തിരിഞ്ഞു. താൻ ബ്രാല്വ ബെന്നിയ്ക്കും കഴുത ബിന്ദുവിനും കൂടിയുണ്ടായ ഏകസന്താനമാണെന്ന തോന്നൽ അപ്പോളവനിൽ വല്ലാത്തൊരു ഉന്മാദമുണ്ടാക്കി. മണ്ണിൽ കുത്തിയിറക്കാത്ത കണയും ചൂണ്ടി ബ്രാലനക്കത്തിനായി അവൻ ജാഗ്രതയോടെ നിന്നു.

ബെന്നിയും ഗേളിയും തമ്മിൽ എന്തൊക്കെയോ, വർത്തമാനം ഇടയ്ക്ക് കേട്ടതാണ്.

ഇപ്പോ, കരികിലയിൽ കാട്ടുകോഴി ചിക്കുന്ന പോലുള്ള ഒച്ച മാത്രം. മൂപ്പങ്കുണ്ടിലെ ഓളമില്ലാത്ത ചെളിമറനീക്കി ഒരു ചെങ്കണ്ണൻ ബ്രാല് കോഴിക്കുടലിൽ ഒന്ന് നക്കിയോന്നൊരു സംശയം. തോന്നലാണോ? അല്ല, സത്യമാണ്...

ചൂണ്ടയിൽ ഒരുങ്കൻ ബ്രാല് കൊത്തിയിരിക്കുന്നു. ആഞ്ഞുവലിച്ചാലോ? പാടില്ല, ക്ഷമ വേണം.

പതുക്കെ... ദാ ഇങ്ങനെയൊന്നു നൂലയച്ചു കൊടുത്തുകൊടുത്ത്, അറിയാത്ത മട്ടിൽ ഒന്നിങ്ങോട്ട് വലിച്ചുനോക്കി, ഞൊട്ടി ഒടക്കി വലിച്ചു പൊക്കി നിലത്തേക്കൊറ്റയടി.

“വിനൂട്ടാ... ”

അവൻ ഞെട്ടിത്തരിച്ചു പോയി. ബ്രാല്വകൾ നിലവിളിക്കുമോ?

ബെന്നി, ചൂണ്ട ഏൽപിച്ചതു മുതൽ, ചോരക്കണ്ണൻ ബ്രാലിനെ മൂപ്പങ്കുണ്ടിന്റെ ചതുപ്പിൽ നിന്ന് വലിച്ചു പുറത്തിടുന്നതുവരെ വിനോദ് ശങ്കർ പറഞ്ഞറിയിക്കാനാവാത്ത ഒരുതരം ഉന്മാദത്തിന് അടിപ്പെട്ടിരുന്നു. അവനുമൊരു ബ്രാല്വ വേട്ടക്കാരനായിരിക്കുന്നു.

ചൂണ്ടയിൽ തൂങ്ങി പിടച്ചടിക്കുന്ന ബ്രാലിനേയും വലിച്ചിഴച്ച് ബെന്നിയേയും ഗേളിയേയും കാണിക്കാൻ അവൻ പോട്ടുകുമ്പിളിന്റെ ചുവട്ടിലേക്ക് ഓടി.

അവൻ ഒരിക്കലുമൊരിക്കലും അങ്ങനൊരു കാഴ്ച കാണുകയോ ആരെങ്കിലും പറഞ്ഞുകേൾക്കുകയോ കൂടി ചെയ്തിട്ടില്ല. ഒരു കാര്യമവൻ കണ്ടു, ബെന്നിയുടെ മുഷിഞ്ഞ ലുങ്കിക്കിടയിലൂടെ, ഗേളീടെ വെളുത്ത രണ്ടുകാലുകൾ തുടവരെ... ചൂണ്ടയിൽ കുരുങ്ങിയ ബ്രാല്വകളെപ്പോലെ അവ പിടയ്ക്കുന്നു. ബെന്നിയെ തള്ളിമാറ്റാൻ പാടുപെടുന്ന വെളുത്തു ചുവന്ന കൈകളും അവളുടേതാണ്.

ശ്വാസം മുട്ടിക്കുതറുന്ന ഗേളിയുടെ, കെട്ടഴിഞ്ഞു ചിതറിയ മുടിയിൽ ചുവന്ന ക്ലിപ്പ് തൂങ്ങിക്കിടക്കുന്നു.

എന്തോ ഉൾവിളിപോലെ അവൻ ചോദിച്ചു.

“ബെന്നിച്ചേട്ടനെന്നാ കാണിക്കുന്നേ?... വിട്... അവക്ക് ശ്വാസം മുട്ടും.”

ബെന്നിയൊന്നയഞ്ഞ് മുകളിലേക്ക് തലതിരിച്ചുകൊണ്ടു മുരണ്ടു.

“പോടാ, ചെറ്ക്കാ... പോയി ഊത്തപിടി, പോ...”

ഏതോ ചിത്രകഥയിൽ കണ്ട വൃത്തികെട്ട മൃഗത്തെ അവന് ഓർമ വന്നു. ഗേളി ശക്തിയായി ശ്വാസം വലിക്കുന്നതും അടുത്ത നിമിഷം ഹൃദയം നുറുക്കുന്ന ഒരു നിലവിളി അവളിൽ നിന്നുണ്ടായതും അവൻ ശരിക്കും കേട്ടു. കൈയിലിരുന്ന ചൂണ്ട

ക്കണ കൊണ്ടവൻ ബെന്നിയെ തലങ്ങും വിലങ്ങും അടിച്ചു.

8

ഒരു കാട്ടുപന്നിയുടെ പുറത്തടിക്കുന്നതു പോലെ തോന്നി. അസ്ത്രം പോലെ നാവു നീട്ടി നിൽക്കുന്ന ചൂണ്ടക്കണയുയർത്തി,വികൃതമായ ഒച്ചയോടെ അവൻ നിലവിളിച്ചു.

"പട്ടീ... വിട് ടാ... ഞാൻ കുത്തുവേ... സത്യായിട്ടും ഞാങ്കുത്തുവേ..."

പിന്നൊന്നും ഓർത്തെടുക്കാൻ വിനോദ് ശങ്കറിന് കഴിഞ്ഞില്ല.

പച്ചമണ്ണിലേക്ക് ചൂണ്ടക്കണ ഇറങ്ങിപ്പോകുന്നതും, മൂപ്പങ്കുണ്ടിലെ ചെളിവെള്ളം പോലെ വഴവഴത്ത, ചൂടുള്ള എന്തോ അവന്റെ മുഖത്തേക്ക് തെറിച്ചതും, നേർത്ത ബോധശകലം പോലുമില്ലാത്ത ഉൻമാദത്തിൽ വിനോദ് ശങ്കർ അറിഞ്ഞു.

അവൻ ഒരു പ്രാചീന ഗുഹാമനുഷ്യനായി പരിണമിക്കുന്നതും, പിടഞ്ഞെഴുന്നേറ്റ ഒരു കാട്ടുപന്നി ഉട്ടുമുണ്ട് ചുഴറ്റി വാരിച്ചുറ്റുന്നതും ഗുഹാമനുഷ്യൻ മൂർച്ചയേറിയ കുന്തവും കുലുക്കി ആ മൃഗത്തിന് പിന്നാലെ പായുന്നതും മൃഗം ആറ്റുവഞ്ചിക്കാടിനിടയിലൂടെ ഊളിയിട്ടു പാഞ്ഞ് അപ്രത്യക്ഷനായിക്കളഞ്ഞതും, വേട്ടക്കാരൻ കുന്തവുമായി പൗരാണികമായ വൃക്ഷത്തിന്റെ, വികൃതമായ വേരിൽ തട്ടിതെറിച്ചു വീണതുമൊക്കെ ആരോ പറഞ്ഞുകേട്ട നായാട്ടുകഥയായി വിനോദ് ശങ്കറിന് തോന്നി.

ആ നശിച്ച വൃക്ഷത്തിന്റെ ചുവട്ടിൽ, മുറുകെപ്പിടിച്ച ഇടം കൈയിൽ, തോടുപൊട്ടിച്ചിതറിയ താറാമുട്ടയുടെ ഉണ്ണിയും വെള്ളയും കൂടിക്കുഴഞ്ഞ ദ്രവമൊഴുക്കി, തൊണ്ടക്കുഴിയിൽ ഈറ്റമുനകൊണ്ട് കുത്തേറ്റ, ആഴമുള്ള മുറിവിൽ നിന്ന് ചുവന്ന കൊഴുത്ത രക്തം ചെറുചൂടോടെ ഒഴുക്കിക്കൊണ്ട് ചെറിയൊരു വെളുത്ത ബ്രാല്, സുന്ദരിക്കണ്ണുകൾ മിഴിച്ച് കിടക്കുന്നുണ്ടായിരുന്നു. അപ്പോൾ ചൂണ്ടയറ്റത്തെ ചുവന്ന കണ്ണുകളുള്ള ബ്രാലിന്റെ വാലറ്റത്തെ അവസാന അനക്കവും നിലച്ചിരുന്നു.

മഹാനഗരത്തിലെ ഉയരം കൂടിയ കെട്ടിടത്തിൽ അറുപത്തിയെട്ടാമത്തെ ഫ്ലോറിൽ, എക്സ് 10 അപ്പാർട്ട്മെന്റിലെ ഇടുങ്ങിയ ഒറ്റമുറി. ഏറ്റവും ഉയരത്തിലുള്ള തടവറ. സിംഗിൾ കോട്ട് കിടക്കയിൽ ശ്വാസം കിട്ടാതെ പിടഞ്ഞ് ഏതോ ജന്മത്തിലെന്നപോലെ എല്ലാം അനുഭവിച്ചറിയുകയായിരുന്നു വിനോദ് ശങ്കർ. തപ്പിത്തടഞ്ഞെഴുന്നേറ്റ്, കട്ടിലിനോടു ചേർന്ന ഉയരം കുറഞ്ഞ ടേബിളിനു മുകളിൽ നിന്ന് മിനറൽ വാട്ടർ ബോട്ടിലെടുത്ത് ഒറ്റവലിക്ക് അയാൾ കുടിച്ചു തീർത്തു.

മൂപ്പങ്കുണ്ടിലെ ചെളി മണം...

വിശാലമായ ഗ്ലാസ് ഭിത്തിയെ മൂടിയിരുന്ന നീലക്കർട്ടൺ നെടുകെ പിളർന്നു കിടന്നു. പാതിരാനക്ഷത്രങ്ങൾ കുമ്പസരിക്കുന്ന, പുകമഞ്ഞു മറയുള്ള ആകാശത്തിലേക്ക് നോക്കി വിനോദ് ശങ്കർ നിന്നു.

അവിടെ നിന്ന് നോക്കിയാൽ നരകത്തിലേക്ക് അധികം ദൂരമില്ലെന്ന് അയാൾക്ക് തോന്നി.

കുഴവി

അമൽ

"What's in a name? That which we call a rose by any other name would smell as sweet"
William Shakespeare

കലങ്ങിമറിഞ്ഞൊഴുകുന്ന യമുന.

അതിലിടം പിടിക്കാനാകാതെ പൊട്ടിപ്പൊളിയുന്ന, മഞ്ഞിൽക്കുളിച്ച വെൺതാജ്മഹൽ പ്രതിബിംബം.

തീരത്തൊരു പൂന്തോട്ടം. സുഗന്ധങ്ങളുടെ ജുഗൽബന്ദി.

ചുവചുവന്നൊരു പൂവ് പനിനീർ പൊഴിച്ച് കരയുന്നത് കണ്ട് പൂക്കുളത്തിലെപ്പൂവ് കാരണം ചോദിച്ചു. കരയുംപൂവ് പറഞ്ഞു: "തോട്ടക്കാരൻ പറയുന്ന എന്റെ പേര് മാറ്റണം. ഇല്ലെങ്കിൽ വേരോടെ വെട്ടി കത്തിക്കുമെന്ന്."

"അല്ല ഗുലാബ് എന്നത് നല്ല പേരല്ലേ, എന്താ കുഴപ്പം?"

"ഗുലാബ് ശുദ്ധ പേർഷ്യൻ ആണത്രേ... ഞാൻ വിദേശിപ്പൂവാണ്. കുഴിച്ചുചെന്നാൽ എന്റെ വേര് ഗ്രീക്കിലും റോമിലും പേർഷ്യയിലും ഇംഗ്ലണ്ടിലും അമേരിക്കയിലും ഒക്കെയാണ് പോലും."

പൂക്കുളത്തിലെ പൂവ് ഇതളിറുമ്മി: "ഛെ എന്റെയൊക്കെ വേര് കുഴിച്ചുചെന്നാൽ തോട്ടക്കാരൻ ദോ കുളത്തിന്റെ അടിയിലെ ചെളി തിന്നും."

"എനിക്ക് പേരും വേരും വന്ന വഴിയുമൊന്നും അറിയില്ല. വളർന്ന മണ്ണിന് നറുസുഗന്ധമേകാനേ എനിക്കറിയൂ, വളമാകാനും." ചുവന്ന പൂവ് വിടർന്നു.

"വിഷമിക്കാതെ പൂവേ, നീയില്ലാതെ ഇന്നാട്ടിൽ പ്രണയമുണ്ടോ, ഇന്നാട്ടിന് സൗന്ദര്യമുണ്ടോ? സുഗന്ധമുണ്ടോ? ജനനവും വിവാഹവും മരണവുമുണ്ടോ? എന്തിന് പൂവേ നീയില്ലാതെ ദൈവങ്ങളുണ്ടോ? പൂജകളുണ്ടോ? നീയില്ലാതെ ഞാനുണ്ടോ," പൂക്കുളത്തിലെ പൂവ് വെള്ളം തെറ്റി ചുവന്ന പൂവിനെ ചിരിപ്പിച്ചു. കാറ്റ് സുഗന്ധക്കൊടിക്കൂറ ഉയരത്തിൽ പാറിപ്പറപ്പിച്ചു.

"അല്ല നിന്നെ എന്തിനാണ് കമൽ എന്ന് വിളിക്കുന്നത്?" ചുവന്ന പൂവ് ചോദിച്ചു.

"ആവോ ആർക്കറിയാം?" പൂക്കുളത്തിലെപ്പൂവ് ഇലകൾ മലർത്തിക്കാട്ടി കൂവി.

നൂറുകണക്കിന് പൂവുകൾ അവർക്ക് ചുറ്റുംകൂടി. വർണസുഗന്ധമേളങ്ങൾകൊണ്ട് അവിടം ജൈവോന്മാദത്തിലായി. അന്നേരം രാസവളങ്ങളും കോടാലിയും കത്തിയും കത്രികയും അറക്കവാളുമൊക്കെയായി തോട്ടക്കാരൻ പിക്കപ്പ് ഓടിച്ച് അങ്ങോട്ട് വന്നു. പൂവുകളെല്ലാം നിശ്ശബ്ദരായി.

“അല്ല ഇത് തോട്ടം ആണെന്ന് ഇയാളോട് ആരാണ് പറഞ്ഞത്? ഇയാളുടെ താണീ തോട്ടമെന്ന് ആരാണ് പറഞ്ഞത്?” പൂവുകൾ ഉറക്കെ ചോദിച്ചു.

“ആവോ ആർക്കറിയാം?” പൂവുകൾ തന്നെ മറുപടിയും പറഞ്ഞു. ആത്മാവിനെ അലിയിച്ചുകളയുന്ന സുഗന്ധമാസ്വദിച്ചുകൊണ്ട് തോട്ടക്കാരൻ പിക്കപ്പിൽ നിന്ന് ചെടികളെ പിരിച്ചുനടാനുള്ള ചട്ടികൾ ഇറക്കാൻ തുടങ്ങി.

****

അന്നേരം അവർക്ക് നേരേ മുകളിൽ പരലോകം.

പത്തഞ്ഞൂറുകൊല്ലം മുമ്പ് മരിച്ച്, ചെയ്ത ചെറിയ ചെറിയ തെറ്റുകൾക്കുള്ള നിസ്സാരമായ ശിക്ഷകൾ അനുഭവിച്ചുവരുന്ന കള്ളനെത്തേടി ധൃതിപിടിച്ച് പരലോകാധികാരിയുടെ ആളുകൾ എത്തി. അടിച്ചും ചവിട്ടിയും അവർ കള്ളനെ പരലോകാധികാരിയുടെ കാൽക്കൽ കൊണ്ടിട്ടു. ഇന്നേവരെ ഇത്ര മോശം പെരുമാറ്റം നേരിട്ടിട്ടില്ലാത്ത കള്ളൻ അമ്പരപ്പോടും അമർഷത്തോടും അധികാരിയെ നോക്കി.

“ഇവനുള്ള ശിക്ഷ പതിനായിരം മടങ്ങ് വർധിപ്പിച്ചിരിക്കുന്നു. കൊണ്ടുപോ ഈ കൊലയാളിയെ.” അധികാരി പുതുക്കി നിശ്ചയിച്ച വിധി പ്രഖ്യാപിച്ചു.

“അല്ലറ ചില്ലറ കളവുകളും ദ്രോഹങ്ങളും മാത്രമല്ലേ ഞാൻ നടത്തിയിട്ടുള്ളൂ. അതും അഞ്ഞൂറുകൊല്ലം മുമ്പ്. ഇതെന്ത് ചതിയാണിത്...”

“നിന്റെ ചില്ലറ ദ്രോഹം...” പരലോകാധികാരി ഇരുന്ന് വിറച്ചു: “അഞ്ഞൂറ് കൊല്ലം മുമ്പ് നീ ചെയ്ത ചില്ലറ കുത്സിതവൃത്തി കാരണം ഇന്ന് നൂറുകണക്കിന് നിരപരാധികളാണ് പരസ്പരം പൊരുതി മരിച്ചുവീണുകൊണ്ടിരിക്കുന്നത്. ഇപ്പോഴും ദേശാതിർത്തികൾ കടന്ന് കലാപം പടരുകയാണ്, നഗരങ്ങൾ കത്തുകയാണ്.”

"എന്റെ ഏത് തെറ്റാണ്..." കള്ളൻ നൂറ്റാണ്ടുകൾക്ക് പിന്നിലുപേക്ഷിച്ച ജീവിതത്തിലേക്ക് പരിഭ്രാന്തിയോടെ നോക്കി. പരലോകാധികാരി കുറ്റം വായിച്ചു.

"അഞ്ഞൂറ് വർഷങ്ങൾക്ക് മുമ്പ് നിന്റെ ഗ്രാമം. സ്വാദിഷ്ടമായ അപ്പങ്ങൾ ചുട്ട് വിറ്റ് സന്തോഷത്തോടെ ജീവിച്ചിരുന്ന ഒരമ്മൂമ്മയെ നീ കണ്ടു. അവരുടെ സന്തോഷം നിനക്കത്ര പിടിച്ചില്ല. അവർ അപ്പങ്ങൾ കുട്ടയിലാക്കി ഗ്രാമച്ചന്തയിൽ പോയ തക്കത്തിന് നീ അവരുടെ കുടിലിൽക്കയറി. ആട്ടുകല്ല് എടുത്ത് പൊക്കാൻ നിനക്ക് സാധിച്ചില്ല. കുഴവിക്കല്ല് എടുത്ത് നീ സമീപമുള്ള കുളത്തിലെറിഞ്ഞു. ദ്രോഹച്ചിരിയോടെ നീ നടന്നുമറഞ്ഞു."

"ഛെ, ഇതെന്ത് നീതിയാണ്. നിങ്ങൾക്ക് തലയ്ക്ക് വെളിവില്ലേ?" കള്ളൻ അരിശം കൊണ്ടു: "ആ ഒരു കഷ്ണം കല്ല് കാരണം കലാപം, നൂറുകണക്കിന് മരണം പോലും..."

"അമ്മൂമ്മ പിന്നീട് ആ പുരയിടം ഒരു പള്ളി നിർമിക്കാനായി വിട്ടുനൽകി. അഞ്ഞൂറ് വർഷങ്ങൾക്ക് ശേഷം ഈയിടെ അന്നാട്ടിൽ രൂക്ഷമായ ഒരു വരൾച്ചയുണ്ടായി. കുളം വറ്റിവരണ്ടു. ആ കല്ല് വെളിപ്പെട്ടു."

"അതിന്? അതിനന്നാട്ടിൽ കലാപവും മരണങ്ങളും ഉണ്ടാകുമോ?"

"ഉണ്ടാകും, നീ തന്നെ നോക്ക്" പരലോകാധികാരി വിധിയിൽ ഒപ്പ് ചാർത്തി പേന കീഴോട്ട് ചൂണ്ടിക്കാട്ടി: "കാരണം ആ നാടിന്റെ പേര് ഇന്ന് ഇന്ത്യ എന്നാണ്."

നാവിറങ്ങിപ്പോയ കള്ളൻ കീഴേക്ക് നോക്കി.

ഒരു തോട്ടക്കാരൻ നാനാവിധമായ പൂച്ചെടികളെയെല്ലാം വെട്ടിപ്പിഴുത് ചട്ടിയിലാക്കി പിക്കപ്പ് വാനിൽ കയറ്റുന്നത് അവ്യക്തമായി അയാൾ കണ്ടു.

അരിവാൾ കൊക്കൻ

മിഥുൻ കൃഷ്ണ

ഒന്ന്

"ഒരുരുള ചോറ്... എനിക്കെന്റെ തൊണ്ട കടത്തിവിടേണ്ടീന..." രതീശൻ മേശപ്പുറത്തുവെച്ച കഞ്ഞിവെള്ളം ഒരുവിധേന കുടിച്ചു. ഓക്കാനം. അടുക്കളയിൽ പച്ചക്കറി നുറുക്കുകയായിരുന്ന ദയ ഓടിയെത്തി. തറയിൽ ചവിട്ടാനിട്ടിരുന്ന തുണി നീക്കിയവൾ ചർദ്ദിലിലേക്കിട്ടു. രതീശൻ നീട്ടിയൊന്നു ശ്വാസംവിട്ട് നരകയറിയ മീശയിൽ പറ്റിക്കിടന്ന കഞ്ഞിപ്പാട മുണ്ടിൻതുമ്പുകൊണ്ടു തുടച്ചു. "കുറേനേറായല്ലോ ഈ ഇറിപ്പ്. അതാകും... അകത്തുപോയി കുറച്ചു കിടക്കു..." ദയ മേശപ്പുറത്തുവെച്ച ഗ്ലാസെടുത്തു.

"നീയാ പ്ലാസ്റ്റിക് സഞ്ചിയിങ്ങെടുത്തേ... ഇങ്ങനെ ഇരുന്നാൽ ശരിയാകില്ല..." രതീശൻ അവശതയോടെ എഴുന്നേറ്റ് മുണ്ട് വാരിക്കുത്തി. "അടുത്ത ദിബസം എൻഡോസ്കോപ്പി റിസൽട്ട് കിട്ടും. അതറിഞ്ഞിട്ട് പോരേ ഇനി കണ്ടബന്റെ പറമ്പിലെ തേങ്കാ പെറുക്കാൻ..." ദയ പുലമ്പിയെങ്കിലും അയലിൽ തൂങ്ങിക്കിടന്ന തോർത്തുമുണ്ടെടുത്ത് തലയിലിട്ട് ചായ്പിൽനിന്നും ചാക്കെടുത്ത് രതീശൻ മുറ്റംകയറിയ മൊട്ടപ്പാറയിലേക്ക് ഇറങ്ങി. അടുക്കളയിൽ ദയ തുറന്നുവെച്ച റേഡിയോയിലെ ഹിന്ദിവാർത്തയുടെ ശബ്ദം കാതിൽനിന്ന് മാഞ്ഞുമാഞ്ഞുപോയി. അരയിൽ ചെരുതിയ ബീഡിയും തീപ്പെട്ടിയുമെടുത്ത് രതീശൻ ആരും വരുന്നില്ലെന്ന് ഉറപ്പുവരുത്തി ചുണ്ടിൽ വെച്ച് തീ പകർന്നു. ഒന്നുരണ്ടുവട്ടം ചുമച്ചു. "നാശം..." അയാൾ ബീഡി പൊന്തക്കാട്ടിലേക്ക് എറിഞ്ഞു. കാലുകൾ ആടിയുലഞ്ഞപ്പോൾ കൊള്ളിനുമുകളിൽ കൈവച്ച് അസയിനാരുടെ തുറസ്സായ തെങ്ങിൻപറമ്പിലേക്ക് നോക്കി. അങ്ങിങ്ങായി വീണുകിടക്കുന്ന തേങ്ങകൾ പെറുക്കിയെടുത്ത് സഞ്ചിയിലാക്കി. ചുമട് തോളത്തുകയറ്റാൻ പറ്റുന്നില്ല. ഒന്നുരണ്ടുവട്ടം പരാജയപ്പെട്ടതോടെ തലപോയൊരു തെങ്ങിൻതടത്തിൽ കുന്തിച്ചിരുന്നു. ഒരാഴ്ച കൊണ്ട് തനിക്ക് വന്ന മാറ്റം. ദീർഘമായൊന്നു നിശ്വസിച്ച് രതീശൻ എഴുന്നേറ്റ് വീട്ടിലേക്ക് നടന്നു. റേഡിയോയിൽ ചലച്ചിത്രഗാനം. ഉമ്മറത്തെത്തി ചുമച്ചു. "തേങ്കാ കിട്ടി ഇല്ലേ..." ദയ അയലിൽ ഉണങ്ങിയ തുണികൾ പെറുക്കി. കിതപ്പടങ്ങുന്നതുവരെ രതീശൻ ഒന്നും മിണ്ടിയില്ല. "അതവിടെ... അതവിടെ... അസയിനാരുടെ പറമ്പിലെ തലപോയ

തെങ്ങില്ലേ, അതിന്റെ ചുവട്ടിലെ കുറ്റിക്കാട്ടിൽ മറച്ചുവച്ചിട്ടുണ്ട്. നീ പോയി എടുക്കോ...” രതീശൻ കിതച്ചു. ദയ രതീശനെ തറപ്പിച്ചുനോക്കി വഴിയിലേക്ക് ഇറങ്ങി. റേഡിയോയിൽ പാട്ട്. രതീശൻ രണ്ടുപാട്ടിന് കാതോർത്തു. ആദ്യായിട്ടാണ് വരികളുടെ അർഥം ശ്രദ്ധിക്കുന്നത്. ഒന്നിനും സമയമുണ്ടായിരുന്നില്ലല്ലോ. പാട്ട് തീർന്നതും തേങ്ങാച്ചുമടുമായി ദയ തിരിച്ചെത്തി. വീടിനുമുന്നിൽ എന്തോ ആലോചിച്ച് നിന്നവൾ മുന്നോട്ടുനടന്നു. വരാന്തയിൽ കിടക്കുകയായിരുന്ന രതീശൻ കൈകുത്തി എഴുന്നേറ്റു.

തേങ്ങ കിട്ടിയ വിലയ്ക്ക് സുബൈറിന്റെ മലഞ്ചരക്ക് കടയിൽ വിറ്റ് ദയ ക്യൂവിന്റെ മുന്നിലേക്ക് നടന്നു. “പെങ്ങളെ ഇവിടെ പെണ്ണുങ്ങൾക്ക് സംവരണവും പ്രത്യേക ക്യൂവും ഒന്നുമില്ലാട്ടോ...” ക്യൂവിൽനിന്നും ഒരുത്തൻ വിളിച്ചു പറഞ്ഞതിന് അവൾ ചെവികൊടുത്തില്ല. “ഹാഫ് ലിറ്റർ ജവാൻ' അവൾ വായിലെ മുറുക്കാൻ നീട്ടിത്തുപ്പി. ക്യൂ നിയന്ത്രിക്കാൻ എത്തിയ പൊലീസുകാരൻ അവളെ ഇരുത്തിയൊന്നു നോക്കി. “നോക്കണ്ട സാറെ... അത് വീര്യം കൂടിയതാ സാറെ” ക്യൂവിൽനിന്നും വീണ്ടും ചിലത് തെറിച്ചു. “പോടാ... പോടാ...” പൊലീസുകാരൻ ലാത്തിയോങ്ങി. ദയ അയാളെ കടന്നു പുറത്തേക്ക് നടന്നു. “ഹലോ പോകല്ലേ... ആ അരിവാളിന്റെ പെണ്ണല്ലേ...” പൊലീസുകാരൻ പിന്നാലെ കൂടി. ‘ഉം..’ അവൾ നിന്നു. “പെണ്ണല്ല. അബന്റെ ബീവി. അയാൾക്ക് കൊറേ പെണ്ണിനെ കാണും. പക്ഷേ ബീവി നാൻ മാത്രാ...” ദയ അതു പറഞ്ഞതും ക്യൂവിൽനിന്നും വീണ്ടും ചിരിപടർന്നു. “ചീങ്കണ്ണിയെ പിടിച്ചു വാറ്റുന്ന അരിവാളിന്റെ പെണ്ണിനെന്തിനാപ്പാ ജവാൻ...” ആരോ വിളിച്ചുകൂവി. അവൾ കണ്ണുരുട്ടി പോകാനൊരുങ്ങിയപ്പോൾ പൊലീസുകാരൻ മുന്നിൽ വട്ടംചാടി... “എടീ... ഓൻ വീട്ടിലുണ്ടോ... പറയ്... എനിക്ക് കിട്ടുന്നതിന്റെ പാതി നെനക്ക് തരാം...”

“സാറെ... അബനെ ഇനി കിട്ടീട്ടെന്താ... അതിപ്പോൾ അരിബാളൊന്നും അല്ല... മേരാ രതീശൻ... ബയ്യാണ്ടായി സാറെ ഇനീ പിടിച്ചാ സാർ കുടുങ്ങും. കാൻസറാ... ബയറ്റിൽ...”

“ഇത് ഏതു കേസിലാ സാർ ഇനാം... നാൻ പോണു.” പൊലീസുകാരനെ ഗൗനിക്കാതെ ദയ ചന്തയിലേക്ക് നടന്നു. പച്ചക്കറിയും മീനും വാങ്ങിക്കുമ്പോഴും അവളുടെ മനസ്സിൽ രതീശനെക്കുറിച്ചുള്ള ചിന്തയായിരുന്നു. ഏതൊക്കെ കേസിലാണ് പൊലീസ് ജാമ്യമില്ലാ വാറന്റ് പുറപ്പെടുവിച്ചതെന്ന് ആർക്കറിയാം. ബാംഗ്ലൂർ ചിത്രദുർഗയിൽനിന്ന് കഞ്ചാവ് പിടിച്ച കേസിലാണോ... അതോ ലോക്ഡൗൺ കാലത്ത് ഗോവയിലെ ബാറിൽ വിദേശിയെ കുത്തിയ കേസിലാണോ... കേസെത്രയാന്ന് പൊലീസിനുമില്ല നിശ്ചയം. രതീശനോട് ചോദിച്ചാൽ വിരലുകൾ തൊട്ടുകൂട്ടാൻ തുടങ്ങും. “എന്റേം നിന്റേം വിരലുകൾ മതിയാവില്ല ദയേ... എന്റെ കേസിന്റേയും ഞാൻ ശയിച്ച പെണ്ണിന്റേയും എണ്ണം കണക്കാക്കാൻ.” രതീശൻ ദയ നീട്ടിയ ജവാൻ വെള്ളംതൊടാതെ തൊണ്ട കടത്തി. ആഹാ... അവൻ അവളുടെ ചുണ്ടിലൊരു കടിവെച്ചുകൊടുത്തു. “അങ്കോട്ടുമാറിനിക്ക് മനുഷാ... കൊറച്ച് ബെള്ളം ചേർത്തുകഴിച്ചാൽ പോരേ...” ദയ അവനെ തള്ളിമാറ്റി.

“ഡോക്ടർമാര് എനിക്ക് കാൻസർ ഉറപ്പിച്ച സ്ഥിതിക്ക് ഇനീപ്പം പൊലീസെങ്കിൽ പൊലീസ്... ഞാൻ നാളെ പോയി കീഴടങ്ങുകയാ... നെനക്ക് ന്റെ ചികിത്സാ

ചെലവൊന്നും താങ്ങാനാകില്ല... ചികിത്സിച്ചില്ലേൽ ഞാൻ ചത്തുപോകുന്നല്ലേ ഡോക്ടറ് പറഞ്ഞത്... പിടികൊടുത്താൽ ചത്താലും ജീവിച്ചാലും സർക്കാർ ചെല വിലാകുമല്ലോ...” അവൻ മീൻ പൊളിച്ച് വായിലിട്ടു.

“നാൻ നോക്കും... നാട്ടുകാരുടെ മുമ്പിൽ കൈനീട്ടി ആണെങ്കിലും...”

“എടീ ഏതു നാട്ടുകാർക്കാ ഒരു കള്ളന്റെ ആരോഗ്യത്തിൽ ശ്രദ്ധ... ഒന്നെങ്കിൽ ഒന്ന് രോഗംവന്ന് തീർന്നല്ലോ എന്ന് സമാധാനിക്കും. എനിക്ക് സൗജന്യ ചികി ത്സയും കിട്ടാൻ വഴിയില്ല. പിന്നെ നിന്റെ കാര്യം പണിയില്ലാത്ത നീയെന്തു ചെയ്യാനാ...” രതീശൻ കുപ്പിയിലെ അവസാനതുള്ളിയും വായിലേക്ക് ഉറ്റിച്ചു. “വല്ല മാവോയിസ്റ്റ് എങ്ങാൻ ആയിരുന്നേൽ കീഴടങ്ങി നന്നാകാൻ സർക്കാർ അവസരം തന്നേനേ. ജോലിയും കിട്ടിയേനെ... എനിക്കാണേൽ ആ അവസരവും ഇല്ല...” രതീശൻ ഷർട്ടിന്റെ കുടുക്കുകൾ ഊരി.

“എന്തിട്ട് പൊലീസിൽ പോബാൻ തീറുമാനിച്ചോ...” ദയ കാതുകൂർപ്പിച്ചു.

“ഉം...”

“നിങ്കള് പോയാ നാനെങ്കനെ ജീബിക്കും.”

അവൾ വിതുമ്പി.

“ഹഹഹ...” അയാൾ അവശതയോടെ എഴുന്നേറ്റ് പിന്നാമ്പുറത്തെ ചായ്പ്പി ലേക്ക് പോയി. “സെറിക്കും നിങ്കള് ചീങ്കണ്ണി വാറ്റീട്ടുണ്ടോ...” അവൾ പിന്നാലെ കൂടി. അവനൊന്നു ചിരിച്ചു. “ഹോട്ടലിൽ ആട്ടിറച്ചീന്ന് പറഞ്ഞിട്ട് വിളമ്പുന്നതൊക്കെ ആട്ടിറച്ചിയാന്നാ നെന്റെ വിചാരം.” അയാൾ പത്തായം തുറന്നു.

“ഞാനൊരു രഹസ്യം പറയാം...”

അവൾ കാതുകൂർപ്പിച്ചു.

“അതൊരു ഉടുമ്പായിരുന്നു. നല്ല നെയ്യുള്ള ഉടുമ്പ്.”

രണ്ട്

വല്യപ്പന്റെ വാപിയിലെ മലയിൽ നിറയെ മുള്ളൻപന്നീണ്ട്. കൃഷിയൊക്കെ അതു നശിപ്പിച്ചു. അതിനെ എങ്ങനെയെങ്കിലും പിടിക്കണമെന്നായി വല്യപ്പന്. അന്ന് ഗുജറാത്തിലെ ജാംനഗർ ബീച്ചിലെ റാക്കുറിന്റെ കൂടെ കരയിലും വെള്ളത്തി ലും ജീവിക്കുന്ന കാലാ... കടലിൽപോയ ഒരാഴ്ചയൊക്കെ കഴിഞ്ഞാലേ ഞങ്ങള് മടങ്ങിവരൂ. വർഷങ്ങൾക്ക് മുൻപ് നാടുവിട്ടുപോയ വല്യപ്പൻ അവിടെ എവിടെയോ ആണെന്ന് അറിയാമായിരുന്നു.

ഒരുദിസം വന്നപ്പോൾ കരക്കിരുന്ന ബോട്ടിൽ വല്യപ്പൻ! ഇവിടെ വെറേ കല്യാണം കഴിച്ച് ഭൂമീം വാങ്ങി താമസിക്കുന്നുണ്ടെന്ന് ചില ടൂറിസ്റ്റ് ബസ്സുകാര് പറഞ്ഞറിവുണ്ടായിരുന്നു. “ആവശ്യമാണ് എന്നെ ഇവിടെ എത്തിച്ചത്. നീ എന്റെ കൊച്ചുമകനല്ലേടാ... എത്ര ആളോട് ചോദിച്ചിട്ടാ നിന്റെ റൂട്ട്മാപ്പ് ഞാൻ കണ്ടെ ത്തിയേന്ന് നെനക്ക് അറിയാമോ. അരിവാൾ കൊക്കൻ, ദേശാടനപ്പക്ഷി... നിനക്ക് പറ്റിയ പേര്” വല്യപ്പൻ രതീശന്റെ കാതിൽപ്പിടിച്ചു. “എന്റെ പൊന്നു മോനെ... കൃഷിയെല്ലാം മുള്ളൻപന്നി നശിപ്പിക്കുകയാ... നീ സഹായിക്കണം.” വല്യപ്പൻ കാര്യം പറഞ്ഞു. ബോട്ട് മാറ്റികെട്ടി വലയുമായി റാക്കൂർ രതീശനെ ഇരുട്ടിലേക്ക് വിളിച്ചു. “എടാ പോയി വാടാ... ഈ മുള്ളൻപന്നിയുടെ ഇറച്ചിക്ക് നല്ല ടേസ്റ്റാ....

എനിക്ക് വേണം. മുള്ളൻപന്നിയുടെ ഇറച്ചി മൃഗങ്ങൾപോലും കഴിച്ചിട്ടില്ല. പക്ഷേ ചില മനുഷ്യര് കഴിച്ചിട്ടുണ്ട്. ചെലര് മാത്രം. അപ്പോ ഒരു രസാകും. നീ പോയി കൊണ്ടുവാ... ഞാനൊരു സൂത്രം കാണിച്ചുതരുന്നുണ്ട്." ഠാക്കൂർ ഗുജറാത്തിയിൽ പറഞ്ഞ് അവന്റെ ചുമലിൽ തട്ടി. "ഭായി പറഞ്ഞാൽ ഞാൻ പോകും." രതീശൻ വല്യപ്പനെ പിന്നാലെ വെച്ചുപിടിച്ചു. കൂരിരുട്ടാണ്... രതീശൻ കീശയിൽനിന്ന് സിഗരറ്റ് എടുത്ത് ചുണ്ടിൽവെച്ച് തീപ്പെട്ടിയുരച്ചു. നിറയെ പച്ചപ്പുനിറഞ്ഞ വാപിയിലെ മല. കാടിനുള്ളിൽ കയറിയപ്പോൾത്തന്നെ ഹവായ് ചെരിപ്പിൽ മുള്ളു തറച്ചു. വീട്ടിൽനിന്ന് ഇറങ്ങാൻനേരം വല്യപ്പൻ അരയിൽ ചെരുതിക്കൊടുത്ത കൊടുവാൾ തലപ്പുകൊണ്ട് കാടുവെട്ടി വഴിയൊരുക്കി മൊബൈൽ വെളിച്ചത്തിൽ രതീശൻ മുന്നോട്ടു നടന്നു. അടിക്കാടിൽനിന്നും നീളമുള്ള വടി വെട്ടിയെടുത്തു കൈയിൽ കരുതി. ഇതിലും നല്ലത് നാട്ടിൽ തൊഴിലുറപ്പിനുപോകുന്നതാണെന്നു അവന് തോന്നി. കാട് വെട്ടിവെട്ടി നീങ്ങി. വീണ്ടും കാലിലൊരു മുള്ളുകൊണ്ടപ്പോൾ ഭഗവാനെ എന്നാ തൊണ്ടയിൽ മുരണ്ടത്. അതെന്താപ്പാ അങ്ങനെ എന്നു ചിന്തിച്ചപ്പോൾ ഠാക്കൂറിനെയാണ് ഓർമവന്നത്. ഇപ്പോൾ അഞ്ചാറുമാസായി അയാളുടെ കൂടെയല്ലേ താമസം. അവൻ മുന്നോട്ടുതന്നെ നടന്നു. കാലിൽ തറച്ച മുള്ളൻപന്നിയുടെ മുള്ളെടുത്ത് ചെവിയിൽതിരുകി ആ ഗുഹയിലേക്ക് കയറി. തലമുട്ടിയ പാറക്കെട്ടിൽനിന്നും വെള്ളം കിനിഞ്ഞു തലനനഞ്ഞു. കൈയിൽ കരുതിയ കയറ് പാറയോട് ചേർന്ന മരത്തിൽ കെട്ടി അതിൽ തൂങ്ങി താഴേക്ക് ഊർന്നിറങ്ങി. പൊടുന്നനെ കയറിന്റെ താഴേ ഭാരം. നാലുകാലും വാലുമുള്ള ഒരു ജീവി കിടന്നുപിടയ്ക്കുന്നു. അവൻ മുകളിലേക്ക് തന്നെ കയറി. അതിനെ ഒരുവിധേന വലിച്ചെടുത്തു. സൂക്ഷിച്ചുനോക്കി. പട്ടിയല്ല... ഫോണെടുത്ത് ഠാക്കൂറിനെ വീഡിയോ കോൾ ചെയ്തു. "എടാ നീയാ വെളിച്ചം അതിനുനേരെ പിടിക്ക്. കാണട്ടെ."

"ഇതു മുട്ടനൊരു ഉടുമ്പാ.. ഞാൻ അവിടേക്ക് വരാം." ഠാക്കൂർ ഫോൺ കട്ടാക്കി. ഠാക്കൂർ വരുന്നതുവരെയൊന്നും കാക്കാൻ പറ്റുമെന്ന് തോന്നുന്നില്ല. രതീശൻ മുകളിലേക്ക് നോക്കി. അടുത്തചാട്ടത്തിന് അത് രതീശന്റെ വലം കൈയിലെ നടുവിരലിൽ കടിച്ചു. രതീശൻ ഇരുണ്ട നക്ഷത്രമെണ്ണി. മരണവേദന സഹിക്കാനാവാതെ അവൻ അരിവാൾ ഉടുമ്പിനുനേരെ ആഞ്ഞുവീശി. തന്റെ വിരലടക്കം ഉടുമ്പിന്റെ കഴുത്ത് തുണ്ടമായി താഴെ പാറക്കൂട്ടത്തിൽ ചെന്നു പതിച്ചു. ഠാക്കൂർ എത്തുമ്പോഴേക്കും അവൻ മുണ്ടിൻതുമ്പ് കീറി മുറിവിൽ വച്ച് കെട്ടി. ഉടുമ്പിന്റെ ഉടൽ തോളത്തിട്ട് രതീശന്റെ കൈപിടിച്ച് ഠാക്കൂർ മലയിറങ്ങാൻ തുടങ്ങി. അറ്റ വിരൽതുമ്പിൽനിന്നും ചോരത്തുള്ളി താഴെ കരിയിലകളിൽ ചുവപ്പെഴുതി.

രാത്രി വൈകി ഠാക്കൂറിന്റെ ബുള്ളറ്റ് കടപ്പുറത്തെ ബോട്ട് ചായ്പ്പിൽ കുതിച്ചെത്തി. പിന്നിലിരുന്ന രതീശൻ താഴെയിറങ്ങി. അവന്റെ തോളത്തിരുന്ന ഉടുമ്പിനെ ഠാക്കൂറെടുത്ത് ബക്കറ്റിലെ വെള്ളത്തിലേക്കിട്ടു. ബോട്ടിനടിയിൽ സൂക്ഷിച്ച ഫസ്റ്റ് എയ്ഡ് ബോക്സിൽനിന്നും മരുന്നും സൂചിയും നൂലുമെടുത്ത് ഠാക്കൂർ രതീശന്റെ ചോരയോട്ടംനിന്ന വിരലിലെ കെട്ടഴിച്ചു. അറ്റുപോയിടത്ത് ടിഞ്ചർവെച്ച് നന്നായി തുടച്ചു. മരവിപ്പോടെ രതീശൻ വെള്ളത്തിൽ മുങ്ങിയ ഉടുമ്പിലേക്ക് നോക്കിയിരുന്നു. തുന്നിക്കെട്ടിയശേഷം അരയിൽ ചെരുതിയ കുപ്പിയെടുത്ത് ഠാക്കൂർ വായിലേക്ക് കമഴ്ത്തി. വേവിക്കാനുള്ള മസാലകളും കക്കറും ഗ്യാസടുപ്പുമെടുത്ത് ഠാക്കൂർ ബോ

ട്ടിലേക്കിട്ടു. "എനിക്കൊന്നു വിശ്രമിക്കണം..." അഴിച്ചിട്ട ബോട്ടിൽനിന്നും രതീശൻ താഴെയിറങ്ങാൻ ശ്രമിച്ചു. "വിശ്രമമൊക്കെ നടുക്കടലിലാകാം. നീ വാ..." ഠാക്കൂർ അവനെ ബോട്ടിൽത്തന്നെ പിടിച്ചിരുത്തി.

കടലൂതിവിടുന്ന കാറ്റിന്റെ തണുപ്പിൽ മുറിഞ്ഞ വിരലറ്റം കനത്തു. ഏതൊക്കെ നാട്ടിൽ എന്തിനൊക്കെ പോയിരിക്കുന്നു... പക്ഷേ ആദ്യായിട്ടാ സ്വന്തം ചോര പൊടിയുന്നത്. രതീശൻ നഖംകടിച്ചു തുപ്പി. ആയത്തിൽ പാഞ്ഞും ചെരിഞ്ഞും ഓള പ്പരപ്പിനെ കീറിമുറിച്ച ബോട്ടിൽ ശാന്തതയുടെ മുഴക്കം വട്ടംചുറ്റി. അങ്ങ് ദൂരെ മറ ഞ്ഞുകിടക്കുന്ന തീരം. തലയ്ക്കുമീതെ അടിച്ചുയരുന്ന തിരകൾ. ചെറിയ ഓളങ്ങൾ നിറഞ്ഞ വലിയൊരു തടാകംപോലെ കടൽ. ഠാക്കൂർ ഉടുമ്പിനെ തൊലിയുരിഞ്ഞ് മരക്കുറ്റിയിൽവെച്ച് അതിനെ തുണ്ടമാക്കി. അവശിഷ്ടങ്ങൾ ഓരോന്നായി കടലി ലേക്ക് എറിഞ്ഞു. ബോട്ടിന്റെ രഹസ്യഅറ തുറന്ന് വലിയ മൺകുടത്തിൽ കെട്ടിവ ച്ച മിശ്രിതമെടുത്ത് ഠാക്കൂർ നന്നായി ഇളക്കി. പിന്നെ കൈകൊണ്ട് എണ്ണി. "15 ദിവസം... ഭാഗ്യം... വാഷായി." ഒരുനിമിഷം ആലോചിച്ചു.

"നമുക്കിത് വാറ്റിയാലോ..."

"എന്ത്..." രതീശൻ ആശ്ചര്യപ്പെട്ടു. അവൻ ഠാക്കൂറിന്റെ കൈയിൽനിന്നും മൺകുടം വാങ്ങി മണത്തുനോക്കി. "കെട്ടഴിച്ചോടാ... ഉണ്ടശർക്കരയും വെള്ളവും വലിയ കറുവപ്പട്ടയും താതിരിപ്പൂവും അമോണിയയും ബിസ്കറ്റും ചേർത്ത് അടച്ചു വെച്ചതാ..." ഠാക്കൂർ ഉടുമ്പിറച്ചി എടുത്ത് വീണ്ടും ചെറുതായി അരിയാൻ തുടങ്ങി. "ഠാക്കൂർ നിങ്ങളെ സമ്മതിക്കണം. ഈ നടുക്കടലിലെത്തിയാ ഠാക്കൂറിന് വലിയ ഐഡിയായാ... ഉടുമ്പിനെ വാറ്റൽ ആഹാ..." രതീശൻ പൊട്ടിച്ചിരിച്ചു, പുറംകടലിൽ നല്ല വേഗത്തിലായിരുന്ന ബോട്ടിളകി. "എടാ... കിന്നാരം പറയാണ്ട് ആ കുടത്തിൽ കയിലിട്ട് ഇളക്കിക്കേ..." ഠാക്കൂർ ബോട്ടിന്റെ വേഗത കുറച്ചു. ചെറുതായി അരിഞ്ഞ ഉടുമ്പിറച്ചിയെടുത്ത് ഠാക്കൂർ കഴുകി. ബോട്ടിന്റെ മധ്യഭാഗത്തായി സൂക്ഷിച്ച പെട്ടി യിൽനിന്ന് കുക്കർ പുറത്തെടുത്തു. കുക്കറിന്റെ വിസിൽ ഊരിമാറ്റി അതിൽ ഒരു ചെമ്പു കുഴലും അതിനറ്റത്ത് റബ്ബർ കുഴലും ഘടിപ്പിച്ചു. കാറ്റിൽ അയാളുടെ താടിയും മുടിയും പറന്ന് കടലിന് ചിറകുവിരിച്ചു. "ഇതെങ്ങനെയാ കുക്കറിൽ വാറ്റുന്നത്." രതീശൻ അടുത്തേക്ക് ഇരുന്നു. "എടാ പൊട്ടാ... മൂന്നുകലം വെച്ചുള്ള നിന്റെ വാറ്റല്ലേ ഇത്. പുതിയ ടെക്നിക്കാ. ഇവിടെ മദ്യം കിട്ടില്ലല്ലോ അപ്പോൾ ഞങ്ങള് ഗുജറാ ത്തികൾ വികസിപ്പിച്ച ടെക്നിക്കാ." ഠാക്കൂർ കുക്കർ കഴുകി. "അതുപിന്നെ എല്ലാ നാട്ടുകാരും പറയുന്നതാ. ഇതെങ്ങനെയാ..." രതീശൻ റബ്ബർ കുഴലിന്റെ അറ്റം പിടിച്ചു. "എടാ വാറ്റുകാരന് ആദ്യംവേണ്ടത് ക്ഷമയാ..." ഠാക്കൂർ റബ്ബർ കുഴലെടുത്ത് ബക്കറ്റിലെ വെള്ളത്തിലിട്ടു. "കുക്കറിൽനിന്നും തിളച്ചുവരുന്ന ആവി വെള്ളത്തിലൂ ടെ കടത്തിവിടും. അങ്ങനെയാണ് നമുക്ക് ശുദ്ധമായ ചാരായം കിട്ടുന്നത്. വാറ്റു തുടങ്ങുമ്പോൾ കണ്ടുപഠിച്ചോളണം." ഠാക്കൂർ വെള്ളത്തിലേക്ക് തുപ്പി. മുറുക്കാൻ പത കൊത്തിയെടുക്കാൻ മീൻകൂട്ടം മിന്നായമായെത്തി. രാത്രിത്തണുപ്പ് പകൽ ച്ചൂടിന് വഴിമാറി. കാറ്റിന്റെ തീവ്രത കുറഞ്ഞു.

"നമുക്കീ കടലിന്റെ നടുവില് ഒരു പെണ്ണിനെ പ്രാപിക്കണം ഭായി..." തല തുവർ ത്തിക്കൊണ്ട് രതീശൻ മോഹം പറഞ്ഞു. "അതിനെന്താ നീ കപ്പലിൽ പോയ്ക്കോ നല്ല ഫിലിപ്പി പെണ്ണിനെ കിട്ടും. അല്ലേ പാകിസ്ഥാനി..." "അതുവേണ്ട... നമ്മക്ക്

രണ്ടാൾക്കും ആകാശം നോക്കി ഒരു പെണ്ണിനെ ഈ ബോട്ടിൽവെച്ച്..."രതീശൻ മുകളിലേക്ക് നോക്കി ചിരിച്ചു.

"അത് വല്ലാത്ത മോഹാണല്ലോ..... മോനേ..." ഠാക്കൂർ ബോട്ടിൽത്തട്ടി ചിതറുന്ന തിരകളിലേക്ക് കണ്ണിട്ടു. "സത്യായിട്ടും വല്ലാത്ത മോഹം... നമ്മളെന്തെല്ലാം പങ്കിട്ടിരിക്കുന്നു. ഒരു പെണ്ണിനെയും കൂടി ഒരുമിച്ച്... ഠാക്കൂർ വിചാരിച്ചാൽ നടക്കും." രതീശൻ ഠാക്കൂറിന്റെ കൈയിൽപിടിച്ചു. ഠാക്കൂറിന്റെ മുഖം വാടി. പൊടുന്നനെ ഠാക്കൂർ എഴുന്നേറ്റ് തന്റെ പാന്റഴിച്ചു. ആ കാഴ്ച കണ്ട് രതീശൻ പിന്നാക്കം നിന്നു. മുറിഞ്ഞ വിരൽത്തുമ്പിൽ അവൻ അമർത്തിപ്പിടിച്ചു. ഠാക്കൂർ പാന്റ് നേരെയാക്കി ഒരു സിഗരറ്റിന് തീകൊളുത്തി. കടൽക്കാറ്റിൽ അത് അവന് ചുറ്റും വലയം തീർത്തു. "എത്രയെത്ര ഉടലുകൾ... പക്ഷേ ഒന്നിൽ പിഴച്ചു. അവളെ ഞാൻ വിടില്ല." ഠാക്കൂർ അസ്വസ്ഥനായി. "നിങ്ങൾക്ക് കുറ്റബോധം തോന്നുന്നില്ലേ." രതീശൻ ബീഡിക്ക് തീ കൊളുത്തി. "എന്തിന്? ഒരിക്കലുമില്ല. ചെറിയ മൃഗങ്ങൾ വലിയ മൃഗങ്ങൾക്ക് ഭക്ഷണമാകില്ലേ. കഴിച്ച ഭക്ഷണത്തോട് കുറ്റബോധം തോന്നേണ്ട കാര്യമില്ല." ഠാക്കൂർ രതീശന് അഭിമുഖമായി നിന്നു. അയാളുടെ നരകയറിയ മുടി പാറിപ്പറന്നു. "കഴിഞ്ഞ പതിനഞ്ചുവർഷമായി ഞാൻ..." ഠാക്കൂറിന്റെ മുഖത്തെ പേശികൾ മുറുകി.

മൂന്ന്

"ആ... പതുക്കെപ്പിടിക്ക്." മുറിഞ്ഞ വിരലറ്റത്ത് ദയ മുറുക്കിപ്പിടിച്ചപ്പോൾ രതീശന് ദേഷ്യംവന്നു. എത്ര മുറിവു കൂടിയാലും മായാത്ത ചില വേദനകളുണ്ട്. രതീശന്റെ നീണ്ടു വളഞ്ഞ കൊക്കുപോലുള്ള മൂക്കിൻതുമ്പത്ത് ദേഷ്യം ഊറിവരുന്നത് കാണാൻ നല്ല രസമാണ് അവൾക്ക്. അതിനുവേണ്ടി തന്നെ ഒന്നും രണ്ടും പറഞ്ഞവൾ അവനെ ശുണ്ഠി പിടിപ്പിക്കും. വിരലിന്റെ അറ്റത്ത് തള്ളിനിൽക്കുന്ന അസ്ഥിയിൽ പതുക്കെ വേദനിപ്പിക്കും. അവന്റെ ശരീരത്തിലെ ചെമ്പൻരോമങ്ങൾ നുള്ളിയെടുക്കും. ബംഗാളിലും തമിഴ്നാട്ടിലുമുള്ള കാമുകിമാരെക്കുറിച്ച് ചോദിക്കും. രണ്ടിടത്തും മക്കളുള്ളതായാണ് ദയയുടെ നിരീക്ഷണം. "ഒറ്റ ദിബസം മക്കളെ കാണാൻ എന്നെ കൂട്ടിക്കൊണ്ടുപോകു നിങ്ക..." ദയ അവന്റെ കഷണ്ടി കയറിയ തലയിലെ ചുവന്നപാടിലൂടെ വിരലോടിച്ചു. കൈ തട്ടിമാറ്റി അവൻ എഴുന്നേറ്റ് മുറ്റത്തേക്കിറങ്ങി. അവൾ വരാന്തയിൽ ചെന്നിരുന്ന് നിലാവത്ത് രതീശൻ ഉലാത്തുന്നത് നോക്കിയിരുന്നു.

തന്റെ കൊറ്റില്ലങ്ങളെക്കുറിച്ചാണ് അയാൾ ചിന്തിച്ചിരുന്നത്. ഇനിയൊരുവട്ടം കൂടി അതുവഴിയൊക്കെ പോകാൻ കഴിയുമോ? "മഞ്ചുകൊല്ലണ്ട... കയറി വറാന്തയിലിറുന്നോ." ദയ പറഞ്ഞത് രതീശൻ കേട്ടില്ല. അവൾ മുറ്റത്തേക്കിറങ്ങി. വരണ്ട പാടത്ത് നിലാവെളിച്ചം തട്ടി കണ്ണിലടിച്ചപ്പോൾ അയാൾ നോട്ടം പിൻവലിച്ചു. "നിങ്കള് പോയാൽ നാൻ എങ്കനാ. നിങ്കളെ കാണാതിരിക്കാൻ എനിക്കു പട്ടില്ല." അവൾ സാരിത്തുമ്പെടുത്ത് രതീശന്റ തലയിലേക്കിട്ടു. അവൻ അത് തട്ടിമാറ്റി. "എന്നെക്കുറിച്ച് നിങ്കക്ക് ഒറ്റു വിചാറവുമില്ല." അവൾ ഞൊടിഞ്ഞു.

"എന്നെക്കൊണ്ട് നീ പറയിപ്പിക്കരുത്..." രതീശൻ ചുവന്നു.

നാല്

പത്തുപതിനഞ്ച് വർഷത്തിനപ്പുറം. അന്ന് ഉച്ചയൂണ് കഴിഞ്ഞ് രതീശൻ തലയണയും കെട്ടിപ്പിടിച്ച് കിടക്കുമ്പോഴാണ് വാതിൽപ്പാളിയിൽ മുട്ടുകേട്ടത്. മുംബൈയിൽനിന്നും ഗാന്ധിനഗറിലെ വാടക കെട്ടിടത്തിൽ എത്തിയിട്ട് ഒരാഴ്ച കഴിഞ്ഞതേയുള്ളൂ. അപരിചിതരാണെന്ന വകതിരിവൊന്നും ഇവറ്റകൾക്ക് ഇല്ലല്ലോ എന്നോർത്ത് രതീശൻ തലയണ ഒന്നുകൂടി തന്നിലേക്ക് അടുപ്പിച്ച് മുറുകെ കെട്ടിപ്പിടിച്ചു. വീണ്ടും മുട്ട്. "വാതില് തുറക്കൂ..." ഗുജറാത്തി കേട്ട് രതീശൻ ചാടിയെഴുന്നേറ്റ് മുണ്ട് വാരിച്ചുറ്റി വാതിൽ തുറന്നു. വെപ്രാളത്തോടെ കിതച്ചുകൊണ്ട് മുന്നിൽ ഒരു സ്ത്രീ. ഹാംഗറിൽനിന്നും ഷർട്ടെടുത്തിട്ട് ബട്ടൺസ് ഇട്ടുകൊണ്ട് അവൻ ഉമ്മറത്തെത്തി. "എന്റെ മോനെ ഞങ്ങൾ ആ പുകയിലപ്പാടത്ത് താമസിക്കുന്നവരാണ്. എന്റെ മകളെ ചിലർ വന്ന്... വേഗം ആശുപത്രിയിലാക്കിത്തരണം..." രതീശൻ താമസിച്ച കെട്ടിടത്തിന് പിന്നിൽ നീണ്ടുനിൽക്കുന്ന പാടത്തിലേക്ക് കൈനീട്ടി സ്ത്രീ വിതുമ്പി. "ഞാൻ വരാം."അവൻ അകത്തേക്ക് പോയി ജീപ്പിന്റെ താക്കോലെടുത്ത് പോക്കറ്റിലേക്കിട്ടു. ജീപ്പ് പാടത്തിനോട് ചേർത്തുനിർത്തി ആ സ്ത്രീയുടെ വീടിന്റെ ഉമ്മറത്തേക്ക് കയറിയപ്പോൾ നിലംനക്കിത്തുടച്ച് ഇഴഞ്ഞുവരുന്ന ചോരപ്പാമ്പ്! രതീശൻ ഞെട്ടലോടെ കാലുവെട്ടിച്ചു. "മോനെ കയറിവന്ന് ഒന്നു സഹായിക്കൂ." അകത്തുനിന്നും സ്ത്രീയുടെ ശബ്ദം. രതീശൻ രണ്ടുംകൽപ്പിച്ച് വീടിനകത്തേക്ക് കയറി. മുറിയിൽ ചുവന്ന നദീതീർത്ത് അവരുടെ മകൾ ദയ. "ഒന്നു താങ്ങിപ്പിടിക്കൂ..." അവശയായ മകളെ നോക്കി സ്ത്രീ പിടഞ്ഞു. മനസ്സില്ലാമനസ്സോടെ രതീശൻ ചോരയിൽമുങ്ങിയ ദയയെ താങ്ങിപ്പിടിച്ച് ജീപ്പിലേക്ക് കയറ്റി. എന്താ പറ്റിയതെന്ന് രതീശൻ അഞ്ചാറുതവണ ചോദിച്ചെങ്കിലും അവർ ഒന്നും പറഞ്ഞില്ല. "അവന്മാര്... ജന്മിമാര് എന്റെ മോളെ... വേണ്ട മോനേ. ഞാൻ പറയില്ല. ഞങ്ങള് ദളിതരാ. ഈ ഗ്രാമത്തിൽ എത്ര പെൺമക്കളെയാണ് അവർ പിച്ചിച്ചീന്തി ചുട്ടുകൊന്നതെന്ന് അറിയുമോ? എന്റെ മോള്..." ജീപ്പിന്റെ പിന്നാമ്പുറത്തെ നീളൻ സീറ്റിൽ കിടത്തിയ ദയയുടെ തലയെടുത്ത് മടിയിൽവെച്ച് സ്ത്രീ വിതുമ്പി. രതീശൻ ജീപ്പ് സ്റ്റാർട്ട് ചെയ്തു.

ആശുപത്രി അത്യാഹിത വിഭാഗത്തിലേക്ക് അബോധാവസ്ഥയിലായ ദയയെയും ഉന്തുവണ്ടിയിൽ കയറ്റി രതീശൻ തള്ളി. "സാറെ രക്ഷിക്കണം എന്റെ മോളെ." സ്ത്രീ ഡോക്ടറുടെ കാലിൽവീണു. ഡോക്ടർ വെപ്രാളപ്പെട്ട് അകന്നുമാറി. "കോംപ്ലിക്കേറ്റഡ് ആണ്. നല്ല കുത്താ കിട്ടിയത്. കമ്പിക്കഷ്ണം കയറിനിൽപ്പാണ്. കൂടെ ആണുങ്ങളാരെങ്കിലും ഉണ്ടോ." ഡോക്ടർ പോകാനൊരുങ്ങി.

"ഉണ്ട് സാറെ... അതാ..." സ്ത്രീയുടെ വിരലുകൾ രതീശനിലേക്ക് നീണ്ടു. ഡോക്ടർ ദയയെ ലേബർ റൂമിലേക്ക് മാറ്റാൻ പറഞ്ഞതോടെ, തിരിഞ്ഞുനടക്കാൻ തുടങ്ങിയ രതീശന്റെ മുന്നിൽവീണ് സ്ത്രീ വാവിട്ടു. "എന്റെ മോളുടെ ജീവൻ രക്ഷിക്കാനാ മോനേ..." രതീശന് വിയർത്തു. നാവുമുറിക്കപ്പെട്ട പെൺകുട്ടികൾ. തീപ്പന്തങ്ങളിൽ ചാരമാകുന്ന ഉടലുകൾ... ആ സ്ത്രീ ഗ്രാമജീവിതം വരച്ചിട്ടു. "ഗർഭപാത്രത്തിനും തകരാറ് സംഭവിച്ചിട്ടുണ്ട്. നീക്കം ചെയ്യണം." ഒരു ഫയലുമായി വന്ന ഡോക്ടർ പറഞ്ഞയിടങ്ങളിലെല്ലാം അവൻ ഒപ്പുവച്ച് നീളൻഹാളിന്റെ ജാലകത്തോട് ചേർത്തിട്ട മരബെഞ്ചിൽ ഇരുന്നു. അവന് മുന്നിലൂടെ അരയ്ക്കുതാഴെ ചോരയിൽ കുളിച്ച

ഒരാളെ സ്ട്രെച്ചറിൽ വേഗത്തിൽ തള്ളിക്കൊണ്ടുപോയി.

അഞ്ച്

എന്തൊരു ആലോചനയാ. ദയ രതീശനെ തട്ടിവിളിച്ചു. "നിങ്കള് പോയാ ഇനീ തിരിച്ചു ബരുമെന്ന് ഉറപ്പില്ലാ എന്ന് ആലോചിക്കുമ്പോൾ." ദയ ദീർഘനിശ്വാസം വിട്ടു. "ഞാൻ പോയാൽ ഒന്നുകിൽ രോഗം കൂടി മരിക്കും. രക്ഷപ്പെട്ടാൽ ഏമാന്മാര് തീർത്തോളും. എന്തായാലും ഇനിയൊരു മടക്കം സാധ്യമാണെന്ന തോന്നുന്നില്ല." രതീശൻ ജാലകപ്പാളി തുറന്നിട്ടു.

"ഞാൻ പോയി കഴിയുമ്പോൾ നീ വെറൊരുത്തനെ കെട്ടിക്കോ. അല്ലേ ശിവകാശിയിലെ സൂര്യയോട് വരാൻ പറയാം. അവൻ എന്റെ മോനാ. എന്നെ പോലെ തന്നെ... നിനക്ക് അവൻ ചേരും."

"നിങ്കള് എന്ത് തോന്നിബാസാ പറയണത്..." ദയ രതീശന്റെ കഴുത്തിൽ കുത്തിപ്പിടിച്ചു. "അബൻ എന്റെയും മോനാ... നിങ്കക്ക് പ്രായത്തിനുമൂത്ത പെണ്ണിനുണ്ടായ കൊച്ചാണേലും അബൻ എനിക്കു മോൻ പോലയാ. ഏതെങ്കിലും ഒറച്ഛൻ മകനൊപ്പം കിടക്കാൻ അമ്മയോട് പറയുമോ..." ദയ അലറി. കരയാൻ കണ്ണുകൾ മറന്നുപോയിരിക്കുന്നോ. അവൾ തൊട്ടുനോക്കി. നെഞ്ചിൽ എരിച്ചിൽ. രതീശൻ വക്രിച്ച് ചിരിച്ച് പുറത്തേക്ക് ഇറങ്ങി.

"എനിക്കൊരു മോഹംണ്ട് ദയേ... ചിലപ്പോൾ എന്റെ അവസാന ആഗ്രഹാകും." രതീശൻ അവളെ വട്ടമിട്ടു. "കുറെക്കാലമായുള്ള മോഹാ... ശരിയും തെറ്റും ഞാൻ ചിന്തിക്കാറില്ല. അപ്പ തോന്നുന്നത് പറയും. ഞാനെന്റെ മോഹം പറയട്ടെ... എനിക്ക് നിനക്കൊപ്പം നടുക്കടലിൽ ബോട്ടിൽ കഴിയണം. ഇത് ചെലപ്പോൾ എന്റെ അവസാനത്തെ മോഹാകും. പറ്റുമെങ്കിൽ പറ..." അവൻ അവളുടെ സാരിത്തുമ്പിൽ പിടിച്ചു. അവൾ സാരിത്തുമ്പ് വലിച്ചെടുത്ത് മുറിയിൽ കയറി വാതിലടച്ചു. ശരിയാണ് ഞാൻ അയാളുടെ ആരാണ്? ഗുജറാത്തിൽനിന്ന് ഓടിപ്പോന്നശേഷം അവന്റെ ഏകസമ്പാദ്യമായ ഈ വീടിന് കാവലിരുന്നവൾ. ഉള്ളിൽ വിത്തുപാത്രമില്ലന്നറിഞ്ഞുതന്നെ അവന്റെ കാമത്തിന് കൂട്ടിരുന്നവൾ. ശരിക്കും അവൻ എനിക്ക് ആരാണ്. അവൾ കണ്ണടച്ചു കിടന്നു.

കുപ്പിയിലെ അവസാനതുള്ളിയും നാവിലിറ്റിച്ച് റേഡിയോ ഉച്ചത്തിൽ തുറന്നുവെച്ച് അവൾ അടച്ചിട്ട മുറിക്ക് പുറത്ത് രതീശൻ കമഴ്ന്നു.

പിറ്റേദിവസം രാവിലെ വാതിൽപ്പടിക്ക് മുന്നിൽ കിടക്കുന്ന രതീശനെ കവച്ചുവെച്ച് ദയ പുറത്തേക്ക് ഇറങ്ങി. ഉമ്മറവാതിലിലൂടെ വെളിച്ചമടിച്ചപ്പോൾ അവൻ കണ്ണുതുള്ളി തുടച്ചു. മുറ്റം തൂത്തുവാരുന്ന ശബ്ദം. എഴുന്നേറ്റു വരാന്തയിലേക്ക് ഇറങ്ങി. അവൾ തലയുയർത്തി ചൂലിൻതലപ്പ് വലതുകൈവെള്ളയിൽ കുത്തി അവനെ രൂക്ഷമായൊന്നു നോക്കി. അവൻ ഒരു ചിരിയോടെ കോട്ടുവായിട്ട് ജാലകത്തിലെ കുപ്പിയിൽനിന്ന് ഉമിക്കരി കയ്യിലെടുത്ത് പല്ലുതേച്ച് കരിപ്പത നീട്ടിത്തുപ്പി.

"ഞാൻ ഇന്നലെ പറഞ്ഞതിന് നീ ഒന്നും പറഞ്ഞില്ല." അവൻ കൈത്തണ്ടകൊണ്ട് ചിറിതുടച്ചു. "ഈ ബയ്യാത്ത നിങ്കക്ക് ഇനി..." അവൾ നിവർന്നുനിന്നു. "നാൻ റെഡി... എന്റെ മരണം നീട്ടിവച്ചബനല്ലേ... നാൻ വരാം." അവൾ മുറ്റമടിക്കുന്നത് തുടർന്നു. പൈപ്പ് തുറന്ന് വായും മുഖവും കഴുകി അവൻ ഠാക്കൂറിനെ

വിളിച്ചു.

“ഞാനിങ്ങ് ചെന്നൈയിലുണ്ട് മദിരാശി.” ഠാക്കുറിന്റെ പരുക്കൻ ശബ്ദം ഫോണിന് പുറത്തേക്ക് തെറിച്ചു. “എന്റെ ഒരാഗ്രഹം ഞാൻ പറഞ്ഞിരുന്നില്ലേ... കടലിന്റെ നടുക്ക് ബോട്ടിൽ നമ്മൾ രണ്ടാളും ഒരു പെണ്ണും.” രതീശൻ ദയ കേൾക്കുന്നില്ലാ എന്നു ഉറപ്പുവരുത്തി മുറ്റത്തേക്ക് ഇറങ്ങി. “അതുകൊള്ളാല്ലോ... ഈ വയ്യാത്ത നിന്റെയൊരു മോഹം. അതിനുപെണ്ണുണ്ടോ.” ഠാക്കുർ ചിരിച്ചു. “ഉണ്ടെന്നേ... അതൊക്കെ റെഡിയാണ്... ഭായി ബോട്ടുമായിങ്ങ് വന്നാൽ മതി...” രതീശൻ മുറ്റത്തിന് അതിരുതീർത്ത ചെമ്പരത്തിച്ചെടികളിലൊന്നിൽനിന്നും പൂവ് ഇറുത്ത് കടിച്ചു. “എന്റെ കാര്യങ്ങളെല്ലാം നിനക്കറിയാല്ലോ...പിന്നെ നിന്റെ അവസാനത്തേതു എന്നു പറയാവുന്ന ഒരു അത്യാഗ്രഹല്ലേ... ഈ അത്യാഗ്രഹം ഉള്ളവരെ എനിക്ക് വലിയ ഇഷ്ടമാ.”ഠാക്കുറിന്റെ ശബ്ദം മറീന ബീച്ചിൽ പ്രകമ്പം കൊള്ളിച്ചു.

“അതിന്റെ പടം ഒന്നിങ്ങ് വാട്സ്ആപ്പ് ചെയ്യെഡാ...” ഠാക്കുർ ആകാശത്തേക്ക് നോക്കി. “എനിക്ക് എന്തെല്ലാം സർപ്രൈസ് ഒരുക്കിയ ആളാ... അവളെ ഇവിടെ എത്തീട്ട് കണ്ടാൽമതി.” രതീശൻ ഫോൺ ഒന്നുകൂടി ചെവിയോടു ചേർത്തുപിടിച്ചു.

“ഞാനീ മുറി ബീഡികൊണ്ട് എന്താക്കാനാ... വന്നിട്ട് നിരാശയിലാക്കരുത്. നിന്നെക്കൊണ്ട് വല്ലതും നടക്കുമോ.” ഠാക്കുർ നിരാശയോടെ തന്റെ നാഭിയിലൂടെ വിരലോടിച്ചു. പാതിമുറിഞ്ഞ കൊമ്പ് അവന്റെ നെഞ്ചുകത്തിച്ചു.

“ഞാൻ ലക്ഷദ്വീപിലേക്ക് സാധനം കയറ്റിവരുമ്പോൾ ബേപ്പൂർ പുലിമുട്ടിൽ നിൽക്കാം. മറ്റന്നാൾ നീ അവളെയും കൂടി അവിടെയെത്തിയാൽ മതി.” ഠാക്കുർ ഫോൺ കട്ടാക്കി.

അതിരാവിലെത്തന്നെ ടൗണിൽനിന്നും ബേപ്പൂരിലേക്കുള്ള പച്ച സിറ്റി ബസ്സിൽ രതീശനും ദയയും യാത്ര തുടങ്ങി. അന്നത്തെ കടൽയാത്രയ്ക്കായി രതീശൻ തലേദിവസം വാങ്ങിച്ചുകൊടുത്ത ചുവപ്പിൽ വയലറ്റ് പുള്ളികളുള്ള സാരിയിൽ ഇടയ്ക്കിടെ അവൾ കണ്ണോടിച്ചു. അവൻ തുവാലയെടുത്ത് തലയിൽക്കെട്ടി പുറംകാഴ്ചകളിൽ കണ്ണുനട്ടിരുന്നു. ഇടയ്ക്കിടെ അവളെ പാളിനോക്കി. സാരികൊണ്ടു എത്ര മറച്ചാലും തെളിഞ്ഞുവരുന്ന അവളുടെ വയറിലെ നീളത്തിലുള്ള കുത്തിക്കീറലിന്റെ പാട്.

പുലിമുട്ടിൽനിന്നും ദൂരെ കടലിൽ നിലയുറപ്പിച്ച ഗുജറാത്ത് രജിസ്ട്രേഷനുള്ള ബോട്ട് ബസ് ഇറങ്ങിയ ഉടനെ രതീശൻ കണ്ടു. കാറ്റിനൊപ്പം വിറച്ചുവിറച്ച് ദയ അവനെ പിന്തുടർന്നു. രതീശനെ കണ്ടതും ഠാക്കുർ ബോട്ട് കരയിലേക്ക് അടുപ്പിച്ചു. കാറ്റിൽ അയാളുടെ ഷർട്ടും മുടിയും താടിയും പാറി. ബോട്ടിലേക്ക് കയറാൻ തുടങ്ങവേ രതീശന്റെ കാൽ വഴക്കി. അവൻ അവശതയോടെ പിന്നാക്കം മറിഞ്ഞു. നനയാതിരിക്കാൻ സാരി മാടിക്കുത്തി ദയ അവനെ താങ്ങി. ഠാക്കുർ അവളുടെ ചെമ്പൻ രോമത്തരികളുള്ള കണങ്കാൽ നോക്കി വറ്റിച്ചു. രതീശൻ ബോട്ടിലേക്ക് കയറിയതും ഠാക്കുർ അവനെ കെട്ടിപ്പിടിച്ചു. “എത്ര നാളായെടാ കണ്ടിട്ട്.” ദയ ബോട്ടിലേക്ക് കയറി അൽപ്പം മാറിനിന്നു. ആദ്യമായി കടലിലെത്തിയതാണ് അവൾ. നല്ല വെയിലും ചൂടും. തീരത്തിന്റെ പച്ചപ്പ് മാഞ്ഞുമാഞ്ഞുപോകുന്നു. ബോട്ട് വന്ന വഴിയിലെ വെൺനുരകൾ നോക്കിനിൽക്കവെ കടൽച്ചൊരുക്കിൽ അവൾക്ക് ഓക്കാനം വന്നു. ഠാക്കുർ ചിരിയോടെ അവൾക്ക് വട്ടംചുറ്റി. അവൾ പതുങ്ങി. “നടുക്കടലിലെത്തട്ടെ.” രതീശൻ ഠാക്കുറിനെ പിടിച്ചുവലിച്ചു. ഠാക്കുർ അനുസരണയോ

ടെ ബോട്ട് നടുക്കടലിലേക്ക് പായിച്ചു. രതീശൻ പൊട്ടിച്ചിരിച്ചു. ഠാക്കൂർ ഷർട്ടിന്റെ ബട്ടണഴിച്ചു. പുലിവയർ ഇളകി. വിവസ്ത്രനായി അവൾക്കുചുറ്റും ചുവട് വച്ചു. അയാളുടെ അരക്കുതാഴെ കണ്ട് ഒരു ചർദിലോടെ അവൾ സ്തബ്ധയായി. തലക്കുമീതെ അടിച്ചുയരുന്ന തിരകൾക്കൊപ്പം ഓർമകൾ ഗാന്ധിനഗറിലെ പാടവരമ്പിലെത്തിച്ചു.

വലിയ ഇലകളുമായി ഒരാൾ പൊക്കത്തിലുള്ള പുകയില ചെടികൾക്കിയിലൂടെ നടക്കുന്ന പതിനാറുവയസ്സുകാരി. പിന്നിൽ കാളവണ്ടികളുടെ മണിക്കിലുക്കം. ശരവേഗത്തിൽ ഒരാൾവന്ന് കഴുത്തിലൂടെ ദുപ്പട്ട ചുറ്റി. ഒച്ചവച്ചെങ്കിലും അയാളുടെ കൈക്കുള്ളിൽ അത് നിലച്ചു. മരണവെപ്രാളത്തോടെ പിടഞ്ഞു. അപ്പോഴേക്കും കാളവണ്ടികളിൽനിന്നിറങ്ങിയ നാലഞ്ചുപേരും അവനൊപ്പം കൂടി. അവർ പുകയിലപ്പാടത്തിനുള്ളിലെ വീട്ടിലേക്ക് വലിച്ചിഴച്ചു. കയ്യിൽ തടഞ്ഞ തറയിൽക്കിടന്ന കൊടുവാൾ എടുത്ത് അവൾ ആഞ്ഞുവീശി. ഠാക്കൂറിന്റെ അരക്കെട്ടിൽനിന്നും ഇറച്ചിത്തുണ്ട് നിലത്തുവീണ് പിടച്ചു. മരണവെപ്രാളത്തിനിടയിൽ അയാൾ വിളക്കുതൂക്കാൻവെച്ച കമ്പിയെടുത്ത് അവളുടെ അരക്കെട്ടിലേക്ക് കുത്തിക്കയറ്റി. അലർച്ച കേട്ട്, പുകയിലക്കാട് വകഞ്ഞുമാറ്റി അമ്മ വീട്ടിനുള്ളിലേക്ക് ഓടിയടുത്തു. പരിഭ്രാന്തിയിലായ സംഘം പരിക്കേറ്റ ഠാക്കൂറിനെയും താങ്ങിയെടുത്ത് രക്ഷപ്പെട്ട ഇരുട്ട് ദയക്ക് മുന്നിൽ തെളിഞ്ഞു. അവളുടെ കണ്ണുകളിലെ തീക്ഷ്ണതയിൽ പതർച്ചയോടെ ഠാക്കൂർ പിന്നാക്കംനിന്നു. രതീശൻ സർവശക്തിയുമെടുത്ത് കയ്യിൽകരുതിയ കത്തി അയാളുടെ വാരിയെല്ലിലേക്ക് കുത്തിയിറക്കി. തിരമാലകൾ രാക്ഷസക്കൈകൾ തീർത്ത് ബോട്ടിനെ മറച്ചു. ഠാക്കൂറുമായി, കടൽത്തട്ടിലേക്ക് ആഴ്ന്നുപോകുന്ന വലയുടെ തുമ്പിൽനിന്നും ദയ കൈകളെ സ്വതന്ത്രമാക്കി. അത് ആകാശത്തേക്ക് ചിറകുവിരിച്ചു. അവൻ അവളോട് ചേർന്നുനിന്നു. ബോട്ട് മുന്നോട്ടുനീങ്ങി

ഏകതാര

മോബിൻ മോഹൻ

സങ്കീർത്തിയിലെ അലമാരയിൽ കാപ്പയഴിച്ചുവെച്ച് സെബാനച്ചൻ തിടുക്കത്തിൽ നടന്നത് പള്ളിപ്പറമ്പിലേക്കായിരുന്നു. അപ്രതീക്ഷിതമായിരുന്ന ആ നീക്കം. അൾത്താര ബാലന്മാർ അമ്പരപ്പോടെ അച്ചനെ നോക്കിനിന്നു. കുർബാനയ്ക്ക് ശേഷം കൊച്ചുവർത്തമാനം പറയാൻ വന്ന അമ്മച്ചിമാരും ചാച്ചൻമാരും ആ പോക്ക് നിരാശ നിറഞ്ഞ കൗതുകത്തോടെ ഉറ്റുനോക്കി.

ഒരു ചെറുപിറുപിറുക്കൽ പോലും അരിച്ചെടുത്ത് അറിയുന്ന സെബാനച്ചന്റെ ചെവിയെപ്പറ്റി ഇടവകയിലാകെ ചർച്ചയുള്ളതാണ്. ഈ ശ്രവണശക്തിയുടെ ചൂട് നന്നായി അറിയാവുന്നതിനാൽ വേദപാഠക്ലാസ്സിലെ വില്ലന്മാർ നിശ്ശബ്ദത പാലിച്ചു. കുർബാനക്കിടയിലെ പരദൂഷണസല്ലാപം ചട്ടയിട്ട ചേട്ടത്തിമാർ നിറുത്തി. കപ്യാരുടെ അടക്കം പറച്ചിലും കൈക്കാരൻമാരുടെ വെടിപറച്ചിലും നിന്നു.

'ഹോ! അച്ചന്റെ ഒരു ചെവി' എന്ന് ആളുകൾ പറയുമ്പോൾ തന്റെ ശ്രവണശക്തിയെപ്പറ്റി സെബാനച്ചനും അനല്പമായ അഭിമാനമുണ്ടായിരുന്നു. പക്ഷേ അപാരമായ ശ്രവണശക്തി ഒരു ഭാരമായി തോന്നിയത് ഇന്നത്തെ കുർബാനക്കിടയിലാണ്. പള്ളിപ്പറമ്പിൽ നിന്നുള്ള ശബ്ദകോലാഹലങ്ങളും അതിനിടയിൽ അലസമായി ഒഴുകുന്ന പാട്ടും അയാളിൽ വല്ലാത്ത അസ്വസ്ഥത ഉണ്ടാക്കി. കുർബാന കൂടുന്നവരിൽ ആരുംതന്നെ ആ ബഹളം കേൾക്കുന്നുണ്ടായിരുന്നില്ല. അത് സെബാനച്ചനും അറിയാമായിരുന്നു. ഒരുവിധത്തിൽ ആശീർവാദ പ്രാർഥന ചൊല്ലി അൾത്താരയിൽ നിന്നും അച്ചൻ ഇറങ്ങുകയായിരുന്നു.

എല്ലാത്തിനും കാരണം അവനാണ് തപൻദാസ് ബാവുൽ. ഒരാഴ്ച മുമ്പാണ് ഇയ്യോബും ബിജുവും കൂടി സെബാനച്ചനെ കാണുവാൻ പള്ളിമേടയിലേക്ക് വരുന്നത്. പ്രദേശത്തെ ഒരു സാംസ്കാരിക സംഘടനയായ സമദർശന്റെ പ്രസിഡണ്ടാണ് ഇയ്യോബ്. നാട്ടുകാർ അയാളെ സമദർശൻ ഇയ്യോബ് എന്ന് വിളിച്ചു. വർഷങ്ങൾക്കുമുമ്പ് പൊളിഞ്ഞുപോയ ഒരു നാടക സമിതിയുടെ ഉടമയായിരുന്നു അയാൾ. എല്ലാ യൂട്യൂബ് യുഗങ്ങളും തകരുമെന്നും ഒരു പുഷ്കലകാലം വരുമെന്നും അന്ന് കാണികൾ നാടകം കാണാനായി ഹാളിലേക്ക് ഇരച്ചുകയറുമെന്നും അയാൾ വെറുതെ സ്വപ്നം കണ്ടു. അടുത്ത ബെല്ലോടുകൂടി നാടകം തുടങ്ങുകയാണ് എന്ന്

പറഞ്ഞുകൊണ്ട് എല്ലാ ദിവസവും ഉറക്കമുണർന്നു. കൈയിലുള്ള പൈസ മുടക്കി വലിയ സാംസ്കാരിക പരിപാടികൾ നടത്തി വീണ്ടും കടക്കാരനാവുമ്പോൾ ഇയ്യോബിനെ നോക്കി നാട്ടുകാർ പറഞ്ഞു 'ഇയാൾക്ക് മുഴുത്ത വട്ടാണ്.' ആ പറച്ചിലിന്റെ സുഖം പിടിച്ച് അയാൾ വീണ്ടും പരിപാടികൾ നടത്തിക്കൊണ്ടേയിരുന്നു.

ബിജുവാകട്ടെ ഒരു നിഴൽപോലെ ഇയ്യോബിന്റെ ഒപ്പമുണ്ട്. തേക്കടിയിലെ ഏതോ റിസോർട്ടിലാണ് അയാൾക്ക് ജോലി. തടിച്ച് ഉരുണ്ട പ്രകൃതം. ദേഹക്കറുപ്പിൽ ജീവിത പ്രാരാബ്ധങ്ങൾ ഏൽപ്പിച്ച ചുളിവുകൾ. സൗമ്യമായ ശബ്ദം.

വൈകുന്നേരം നടക്കുന്ന ബാവുൽ സംഗീതനിശയ്ക്ക് സെബാനച്ചനെ ക്ഷണിക്കാനായിരുന്നു അവർ വന്നത്. ബാവുലോ അതെന്ത് സാധനം എന്ന് പള്ളിമുറിയുടെ ഇടനാഴിയിൽ കപ്യാർ മുറുമുറുക്കുന്നത് അച്ചൻ മാത്രം കേട്ടു.

ഉത്തരേന്ത്യയിലായിരുന്നപ്പോൾ എത്രയോ തവണ ബാവുൽ സംഗീതം കേൾക്കാൻ കഴിഞ്ഞിട്ടുണ്ട്. ഒരു ബാവുൽ ഗായകൻ തന്റെ ഏക്താര മീട്ടുമ്പോൾ വല്ലാത്ത ഒരു അനുഭൂതിയിലേക്ക് താൻ പോകുന്നത് അച്ചൻ അനുഭവിച്ചിട്ടുണ്ട്. ആ ഒറ്റതന്ത്രി വീണയിലെ തന്ത്രിയുടെ ഒരറ്റം തന്റെ ഹൃദയത്തിലാണ് കൊളുത്തിയിരിക്കുന്നത്. ഗായകൻ തന്ത്രിയിൽ വിരൽ തൊടുമ്പോൾ അതിന്റെ നാദം മുഴങ്ങുന്നത് നെഞ്ചകത്ത് എവിടെയോ ആണ്. അന്നൊക്കെ ഒരവധൂതനെപ്പോലെ ബാവുൽ ഗായകർക്കൊപ്പം അലഞ്ഞു തിരിഞ്ഞുനടക്കാൻ മനസ്സ് കൊതിച്ചിട്ടുണ്ട്. പ്രസിദ്ധ ബാവുൽ ഗായകൻ സുമൻദാസ് ബാവുലിന്റെ സംഗീതം കേൾക്കുവാനായി എത്ര കിലോമീറ്ററോളം സഞ്ചരിച്ചിട്ടുണ്ട്. സെമിനാരിയുടെ ഇടവഴികളിൽ ആരും കേൾക്കാതെ 'ഗോലെ മാലെ ഗോലെമാലെ പിരിത് കൊറോ നാ' എത്രയോവട്ടം പാടി

നടന്നിട്ടുണ്ട്.

ഒരിക്കൽ പൂർണദാസ് ബാവുലിന്റെ സംഗീതസന്ധ്യ കാണുവാൻ സെമിനാരിയുടെ മതിൽ ചാടിക്കടന്നു. പരിപാടി കഴിഞ്ഞപ്പോൾ അർധരാത്രി. തിരികെ മതിൽ ചാടിയത് കൃത്യം റെക്ടറച്ചന്റെ മുന്നിലേക്ക്.

പത്തുദിവസത്തേക്ക് ദൈവമന്ദിരത്തിലെ അഗതികളായ എട്ടുപേരെ ശുശ്രൂഷിക്കുക എന്നതായിരുന്നു അതിനുള്ള ശിക്ഷ. എട്ടുപേരും പ്രായാധിക്യം കൊണ്ട് അവശരായവർ, കെട്ടുപൊട്ടി ബോധപ്പട്ടം എങ്ങോ പറന്നുപോയവർ, പലവിധരോഗങ്ങൾ ബാധിച്ചവർ. അവരെ കുളിപ്പിക്കണം, ഭക്ഷണം കൊടുക്കണം, യഥാസമയങ്ങളിൽ മരുന്ന് നൽകണം, അങ്ങനെ നീളുന്ന ചുമതലകൾ. ഭക്ഷണം കഴിക്കാൻ കൂടി സമയം കിട്ടിയിരുന്നില്ല. അവിടെ വെച്ചാണ് സെബാനച്ചൻ ഗൗരബ് ചാറ്റർജിയെ പരിചയപ്പെടുന്നത്. എല്ലാ ഓർമകളും നഷ്ടപ്പെട്ട് ഒരു അപ്പൂപ്പൻതാടിയെ പോലെ ഗൗരബിന്റെ മനസ്സ് പറന്നുനടന്നു. വിറയാർന്ന ശബ്ദത്തോടെ അയാൾ ബാവുൽ ഗാനങ്ങൾ പാടിക്കൊണ്ടേയിരുന്നു. ദൈവമന്ദിരത്തിലെത്തി രണ്ടാമത്തെ ദിവസം ഗൗരബ് ചാറ്റർജിയുടെ ബാഗിൽ നിന്നും സെബാനച്ചൻ ഒരു ഏക്താര കണ്ടെടുത്തു. അതിന്റെ തന്ത്രി മീട്ടുമ്പോൾ ഗൗരബ് ചാറ്റർജി ബാവുൽ ഗാനങ്ങൾ പാടാൻ തുടങ്ങും. എത്രയെത്ര ഗാനങ്ങൾ. തന്റെ ജീവിതകാലം മുഴുവൻ ഏക്താരയുമായി പാടിയലഞ്ഞ് നടന്ന ഒരവധൂത ഗായകനാണ് ഗൗരബ് ചാറ്റർജി എന്ന് ഗാനങ്ങൾ കേൾക്കുമ്പോൾ അറിയാം.

വാതിൽ അകത്തുനിന്നും പൂട്ടി ബാവുൽ ഗാനങ്ങൾ പാടി നൃത്തം ചെയ്യുമ്പോൾ ബോധച്ചങ്ങല അറ്റുപോയ എട്ടുപേരും സെബാനച്ചനോടൊപ്പം ചേർന്നു. സെമിനാരി ജീവിതത്തിലെ വിലപ്പെട്ട പത്ത് ദിവസങ്ങളായിരുന്നു അത്.

എന്നാണ് ആ അവധൂതമനസ്സ് തന്നിൽ നിന്നും പറന്നു പോയത്, അച്ചൻ അപ്പോൾ ചിന്തിച്ചു. പള്ളിയിലേക്കുള്ള കൽപ്പടവുകൾ ചെന്നവസാനിക്കുന്നത് മെയിൻ റോഡിലേക്കാണ്. കൽപ്പടവിന്റെ ഇടതുവശത്ത് റോഡിനോട് ചേർന്നുള്ള ഓടിട്ട പഴയ ഇരുനില കെട്ടിടത്തിന്റെ മുകളിലത്തെ നിലയിലാണ് സമദർശന്റെ ഓഫീസ്. ഇയ്യോബിന്റെ അപ്പൻ ഉണ്ടാക്കിയ കെട്ടിടമാണ്. നാഷണൽ ഹൈവേയുടെ അതിരായതുകൊണ്ട് സ്ഥലത്തിന് പൊന്നുംവില കിട്ടും. കടങ്ങളൊക്കെ വീട്ടി ശിഷ്ടകാലം സുഖമായി ഇയ്യോബിന് കഴിയാം. പക്ഷേ അതിനൊന്നും അയാൾ തയ്യാറായില്ല. പള്ളിയുടെ മുൻപിൽ പ്രാചീന സ്മരണകളുണർത്തി അതവിടെ നിന്നു. നല്ലവില കൊടുക്കാമെന്ന് പള്ളിക്ക് വേണ്ടി കൈക്കാരന്മാർ പറഞ്ഞിട്ടും കെട്ടിടം വിൽക്കാൻ ഇയ്യോബ് കൂട്ടാക്കിയില്ല. ഏതോ അറബിക്കഥയിലെ ഭൂതത്തെപ്പോലെ അയാൾ ആ കെട്ടിടത്തെ പരിപാലിച്ചു പോന്നു. നാട്ടിലെ പുതിയ കെട്ടിടങ്ങൾക്ക് നടുവിൽ ഇയ്യോബിന്റെ ഇരുനില കെട്ടിടം കരയ്ക്കടിഞ്ഞ ഒരു പാഴ്വസ്തു പോലെ കാണപ്പെട്ടു. ഏതോ കാലത്ത് തകരപ്പാട്ടയിൽ എഴുതപ്പെട്ട സമദർശന്റെ പരസ്യപ്പലക കാറ്റിൽ സദാ ഇളകിയാടി. റോഡ് വികസനം വരുമ്പോൾ കെട്ടിടം പൊളിക്കേണ്ടി വരുമല്ലോ എന്നുപറഞ്ഞ് വിലപേശാൻ പോയവർ സമാധാനിച്ചു.

ഇരുട്ടു വീണു തുടങ്ങിയപ്പോഴെ സെബാനച്ചൻ പള്ളിയുടെ കൽപ്പടവുകളിറങ്ങി സമദർശന്റെ മുറ്റത്തെത്തി. അവിടെ ഒരു ചെറിയ വേദി ഒരുക്കിയിരുന്നു.

കുറച്ചു നിമിഷങ്ങൾക്കകം സമദർശന്റെ ഓഫീസിൽനിന്നും പലവർണങ്ങളി ലുള്ള വേഷം ധരിച്ച്, കാവിത്തുണി അരയ്ക്ക് കുറുകെ കെട്ടി, സംഗീത ഉപകരണ ങ്ങൾ കയ്യിലേന്തി ബാവുൽ ഗായകർ വേദിയിലേക്ക് എത്തി. പത്തോളം പേർ അടങ്ങുന്ന സംഘത്തിൽ ആണുങ്ങളും പെണ്ണുങ്ങളുമുണ്ടായിരുന്നു. താടിയും മുടിയും നീട്ടി വളർത്തിയ ആണുങ്ങളെയും ജഡകെട്ടി പലതായി പിരിഞ്ഞ് നാഗങ്ങളെ പ്പോലെ മുടിയുള്ള പെണ്ണുങ്ങളെയും അച്ചൻ കൗതുകത്തോടെ നോക്കി. അവരണി ഞ്ഞ പല നിറത്തിലുള്ള മുത്തുമാലകളിൽ തട്ടി വെളിച്ചം പലതായി ചിതറി. ഏതോ ചരിത്ര പാഠപുസ്തകത്തിന്റെ താളുകളിൽ നിന്നും ഇറങ്ങിവരുന്നത് പോലെ ബാവുൽ ഗായകർ ഇയ്യോബിന്റെ കെട്ടിടത്തിന്റെ പലകപ്പടികൾ ചവിട്ടിയിറങ്ങി. ഒരു പു ല്ലാങ്കുഴലുമായി ബിജ്ജുവും അവരോടൊപ്പം ഉണ്ടായിരുന്നു.

ഇയ്യോബ് ഓരോരുത്തരെയായി സദസ്സിലുള്ളവർക്ക് പരിചയപ്പെടുത്തി. തപൻ ദാസ് ബാവുൽ, ഇന്ദ്രാണി മണ്ഡൽ, പ്രഫുൽ ഭട്ടാചാര്യ, അഭോയ്ദാസ്...

ഏക്താരയുടെ തന്ത്രികൾ മീട്ടി, ദുഗിയിൽ താളം പിടിച്ച് ബാവുൽ ഗായകർ പാടിത്തുടങ്ങി. വാഹ്... പിന്നീടുള്ള ഓരോ നിമിഷങ്ങളും സംഗീതത്തിന്റെ പുഴയിൽ മുങ്ങി നിവർന്നു. ജീവിതത്തിന്റെ കെട്ടുപാടുകൾ പൊട്ടിച്ച്, മുറുക്കങ്ങൾ അയച്ച് എല്ലാവർക്കുമൊപ്പം സെബാനച്ചനും ആ താളനദിയോടൊപ്പം ഒഴുകി.

കാൽചിലങ്കകൾ അണിഞ്ഞ്, താളത്തിൽ ചുവടുകൾ വച്ച്, ഇടംകൈയാൽ ഒറ്റതന്ത്രി വീണമീട്ടി, അരയിൽ കെട്ടിയ ധമക്കിൽ വലംകൈയാൽ താളമിട്ട് ഇന്ദ്രാ ണി മണ്ഡൽ പാടിയാടി...

'ഗോലെമാലെ ഗോലെമാലെ പിരിത് കൊറോ നാ...'

സെബാനച്ചന്റെ ഉള്ളം അവർക്കൊപ്പം നൃത്തം ചെയ്തു. ഏക്താരകൾ ഹൃദയ ത്തിലേക്ക് കൊളുത്തിട്ടു. കണ്ണുകൾ വെറുതെ നിറഞ്ഞു. കൈയിൽ സൂക്ഷിച്ച തുവാല കൊണ്ട് അയാൾ കണ്ണുനീരിനെ ഒളിപ്പിച്ചു.

തപൻദാസിന്റെ സ്വരമാധുരിയിൽ വീണ്ടും ഗാനങ്ങൾ ഒഴുകിക്കൊണ്ടേയിരുന്നു. ഏക്താരയുടെ തന്ത്രി തലോടി, ശിരസ്സുയർത്തി, ഇമകളടച്ച് അയാൾ പാടുമ്പോൾ സ്വർഗത്തിൽ നിന്നും രാഗനദി ഒഴുകുകയാണെന്ന് തോന്നും. ഇളംകാറ്റിൽ അയാളുടെ മുടിയിഴകൾ അലസമായി പാറി. എത്ര വശ്യതയോടെയാണ് അയാൾ പാടുന്നത്.

ഇയ്യോബിന്റെ പൂച്ചക്കണ്ണുകൾക്ക് വജ്രത്തിന്റെ തിളക്കം. ബിജ്ജുവിന്റെ പുല്ലാംകു ഴൽ വായന ഹൃദയത്തിന്റെ നേർത്ത ബിന്ദുക്കളിൽ കുളിരുകോരിയിടുന്നു. ഈ കുറിയ മനുഷ്യനാണോ ആ മുളംതണ്ടിൽ നിന്നും മധുരഗീതം ചൊരിയുന്നത്. കേൾ വിക്കാരായി നിന്ന പെണ്ണുങ്ങളുടെ കണ്ണുകളിൽ പ്രണയം തുളുമ്പുന്നത് അച്ചൻ കണ്ടു. ജീവിതത്തിലെ ഏറ്റവും മനോഹരമായ ഒരു സായാഹ്നമായിരുന്നു അത്.

പരിപാടി കഴിഞ്ഞപ്പോൾ തപൻദാസിന്റെ കവിൾത്തടത്തിൽ തലോടി അച്ചൻ പറഞ്ഞു.

"ഗംഭീരം..."

അയാളുടെ കവിളിലെ രോമങ്ങൾ അച്ചന്റെ വിരലുകളെ ആശ്ലേഷിച്ചു.

തിരികെ പള്ളിമേടയിൽ എത്തുമ്പോഴും ബാവുൽ സംഗീതത്തിന്റെ അലകൾ സെബാനച്ചന്റെ അകക്കാമ്പിൽ നിലച്ചിട്ടുണ്ടായിരുന്നില്ല. ഉറക്കം വന്നില്ല. ഒരു

അവധൂതനെപ്പോലെ നാട്ടും നഗരവും അലഞ്ഞുതിരിഞ്ഞു നടക്കണമെന്നും ഉത്ത രവാദിത്തങ്ങളുടെ ഭാരമില്ലാതെ ഒരു അനായാസ ജീവിതം നയിക്കണമെന്നും ഒരുപാട് ആഗ്രഹിച്ചിരുന്നു. എപ്പോഴാണ് എല്ലാം തകിടം മറിഞ്ഞത്. അത്രമേൽ അപ്രതീക്ഷിതമായ ട്വിസ്റ്റേ, നിന്റെ പേരല്ലോ ജീവിതം. സെബാനച്ചൻ വെറുതെ ഓർത്തു. പള്ളിമേടയുടെ വരാന്തയിലൂടെ നടക്കുമ്പോൾ കപ്യാർ മുറുമുറുക്കുന്നത് കേട്ടു - ഇന്ന് ഒറക്കവുമില്ലേ.

അവിടെ നിന്നും നോക്കിയാൽ ഇയ്യോബിന്റെ കെട്ടിടത്തിന്റെ പിൻഭാഗം കാണാം. പിന്നിലേക്ക് പള്ളിപ്പറമ്പാണ്. തുറന്നിട്ട ജനാലയിലൂടെ അരണ്ട വെളി ച്ചത്തിൽ സമദർശന്റെ ഓഫീസിനകം കാണാം. തപൻദാസിന്റെ ഇടംകൈയിൽ ഒരു ഒറ്റതന്ത്രി വീണയുണ്ട്... അയാൾ ഏതു ഗാനമാണ് പാടുന്നത്.

'പ്രേം കിനിതേ പ്രേം ബജാരെ...'

അയാളുടെ മടിയിൽ ഇന്ദ്രാണി മണ്ഡൽ തല ചായ്ച്ചുറങ്ങുന്നു. അവളുടെ ജഡ കിട്ടിയ മുടിയിൽ തപൻദാസിന്റെ വലത് കൈവിരലുകൾ വഴിതിരയുന്നു. ബിജു മൃദുലമായ ഏതോ രാഗം വായിക്കുന്നു. ഇന്ദ്രാണിയുടെ മടിയിൽ ആരാണ് മയങ്ങു ന്നത്, അഭോയ് ദാസോ? അതോ പ്രഫുൽ ഭട്ടാചാര്യയോ?

എപ്പോഴാണ് ഉറങ്ങാൻ കിടന്നതെന്ന് ഓർമയില്ല. ഉറക്കത്തിന്റെ പടികൾ കയറിച്ചെന്നത് ഒരു സ്വപ്നത്തിലേക്കായിരുന്നു. ഒരു വലിയ ഹാൾ. അതിന്റെ ഒത്ത നടുക്ക് വൃത്തത്തിൽ പ്രകാശം. മുകളിൽ നിന്നുള്ള വലിയ ലൈറ്റിൽ നിന്നുമാവണം അത്. ചുറ്റും ഇരുട്ടാണ്. ഒരു ഫുട്ബോൾ ഗ്രൗണ്ടിലേക്ക് കളിക്കാർ കയറി വരുന്ന തുപോലെ ബാവുൽ ഗായകർ കടന്നുവരുന്നു. ഇരുട്ടിൽ നിന്നും കരഘോഷങ്ങൾ. പക്ഷേ ഇരുട്ടിന്റെ അവ്യക്തതയിൽ കാഴ്ചക്കാരെ കാണാൻ കഴിയുന്നില്ല.

താനിരിക്കുന്നത് ഗാലറിയിലാണ്. തൊട്ടടുത്ത സീറ്റിൽ ആരെങ്കിലുമുണ്ടോ എന്ന റിയില്ല. ഹാളിന്റെ നടുവിലെ വെളിച്ചത്തെ ഒഴികെ മറ്റെല്ലാം ഇരുട്ട് വിഴുങ്ങിയിരി ക്കുന്നു. ബാവുൽ ഗായകരിൽ ഇന്ദ്രാണി മണ്ഡൽ, പ്രഫുൽ ഭട്ടാചാര്യ, അഭോയ്ദാ സ്, സുമൻദാസ്, കൗശിക് ഫക്കീർ,ബിജു എല്ലാവരുമുണ്ട്.

അത്ഭുതം അതല്ല, ഗൗരബ് ചാറ്റർജിയായിരുന്നു അവരെ നയിച്ചിരുന്നത്.

എത്രയോ നാളുകൾക്ക് ശേഷമാണ് ഗൗരബ് ചാറ്റർജിയെ കാണുന്നത്. അയാളുടെ താടി എല്ലാം നരച്ചിരിക്കുന്നു. മുഖത്ത് കൂടുതൽ ചുളിവുകൾ. പക്ഷേ കണ്ണുകളിലെ പ്രകാശം പഴയതുപോലെതന്നെ. എവിടെ തപൻദാസ്? കണ്ണുകൾ അയാളെ തിരഞ്ഞു. ശരിയാണ്, കൂട്ടത്തിൽ തപൻദാസ് മാത്രമില്ല.

ഏക്താരകൾ മീട്ടിക്കൊണ്ട് ബാവുൽ സംഗീതം ഹാളിലാകെ നിറഞ്ഞു. ഇരു ട്ടിൽനിന്നും കരഘോഷങ്ങൾ. കാൽച്ചിലങ്കകളുടെ പ്രതിധ്വനി. ഡുഗ്ഗിയിൽ നിന്നും മുഴങ്ങുന്ന താളവും ഹൃദയത്തിന്റെ തുടിയും അനുനാദത്തിലായി. ഇന്ദ്രാണി മണ്ഡൽ ചുവടുകൾ വെക്കുന്നു. അവരുടെ മുടിയിഴകൾ നാഗങ്ങളെ പോലെ ഇരുട്ടിലേക്ക് ഇഴയാൻ ശ്രമിക്കുന്നു.

ബാവുൽ സംഗീതത്തിൽ മതിമറന്ന് ഇരിക്കുമ്പോൾ പിന്നിൽ നിന്ന് ആരോ അപ്രതീക്ഷിതമായി വന്ന് കണ്ണുപൊത്തി. കൈകൾ വിടുവിച്ച് തിരിഞ്ഞുനോക്കി യെങ്കിലും ഇരുട്ടിൽ മുഖം വ്യക്തമായില്ല. പക്ഷേ, സ്നേഹാർദ്രമായ ഒരു സ്പർശ മായിരുന്നു അത്. അയാൾ സെബാനച്ചന്റെ കൈകൾ പിടിച്ച് ഇരുട്ടിൽ നിന്നും

ബാവുൽ ഗായകരുടെ അടുത്തേക്ക് നടക്കുന്നു. വെളിച്ചത്തിലെത്തിയപ്പോഴാണ് അത് തപൻദാസ് ആണെന്ന് മനസ്സിലാകുന്നത്. അവൻ സെബാനച്ചന്റെ കൈകളിൽ പിടിച്ച് ചുവടുകൾ വെക്കുന്നു. അച്ചനും ചുവടുകൾ വെക്കാതിരിക്കാൻ ആവുന്നില്ല. ഇരുളും വെളിച്ചവും സംഗീതത്തിനൊപ്പം നൃത്തം ചവിട്ടി. അപ്പോൾ മാത്രമാണ് സെബാനച്ചൻ തന്റെ വസ്ത്രത്തിലേക്ക് നോക്കുന്നത്. ളോഹയുടെ രൂപമെങ്കിലും വിവിധ നിറങ്ങളുള്ള ചതുരങ്ങൾ അതിൽ തുന്നിപ്പിടിപ്പിച്ച് വച്ചിരിക്കുന്നു. വെളിച്ചത്തിൽ നിറങ്ങൾ കൂടുതൽ ശോഭയുടെ തിളങ്ങുന്നു. ഇരുട്ടിൽ എവിടെയോ ഒരു സ്ഫടികക്കാഴ്ചയിൽ തന്റെ രൂപം നോക്കി നിൽക്കവേ സ്വപ്നം മുറിഞ്ഞുപോകുന്നു...

പുലർച്ചെ പള്ളിപ്പറമ്പിൽ നിന്നുള്ള കോലാഹലം കേട്ടാണ് സെബാനച്ചൻ എഴുന്നേറ്റത്. വെളിച്ചം വീഴുന്നതേയുണ്ടായിരുന്നുള്ളൂ. ആ ശബ്ദം തപൻദാസിന്റെതാണ്. സെബാനച്ചൻ പള്ളിപ്പറമ്പിലേയ്ക്ക് ശരവേഗതയിലാണ് എത്തിയത്. ആ കാഴ്ച കണ്ട് പുലർച്ചത്തണുപ്പിലും അച്ചൻ ദേഷ്യം കൊണ്ട് വിയർത്തു.

വിശാലമായ പള്ളിപ്പറമ്പിൽ നിറയെ മൂവാണ്ടൻ മാവുകളാണ്. മാവുകളിൽ നിറയെ പറിക്കാൻ പാകമായ ഉരുണ്ട മാങ്ങകൾ. പ്രത്യേക ശ്രദ്ധയോടെ പരിപാലിക്കപ്പെടുന്ന മാവുകളാണവ. അതിന് കാരണവുമുണ്ട്.

നാലുദിവസം കഴിഞ്ഞാൽ പുണ്യാളന്റെ തിരുനാളാണ്. അന്നേ ദിവസം തോരണങ്ങളും അലങ്കാര ബൾബുകളും കൊണ്ട് നാടിനെ അണിയിച്ച് ഒരുക്കും. ഒരാഴ്ച നീണ്ടുനിൽക്കുന്ന നോമ്പ് അന്നേദിവസം അവസാനിക്കും. മരുതുംപാറയിലെ കുരിശടിയിൽ നിന്നു തുടങ്ങി മങ്ങാട്ടുകവലയും തിരുതക്കുന്നും താണ്ടി കിലോമീറ്ററുകൾ സഞ്ചരിച്ച് പ്രദക്ഷിണം പള്ളിമുറ്റത്തെത്തും. അപ്പോൾ നടക്കുന്ന വെടിക്കെട്ടിൽ ആകാശം പ്രകമ്പനം കൊള്ളും. ഭൂമിയിലെ വർണബിന്ദുക്കൾ ആകാശത്തും വിടരും. നടന്നു ക്ഷീണിച്ച് വരുന്നവർക്ക് നേർച്ചക്കഞ്ഞി ഉണ്ട്. ചെറുപയറിട്ട് വേവിച്ച ചൂട് പറക്കുന്ന കഞ്ഞി. കഞ്ഞിക്കൊപ്പം സന്ധ്യചോപ്പിന്റെ നിറമുള്ള മാങ്ങാ അച്ചാറും ഉണ്ടാവും. സ്റ്റീൽ പാത്രവുമായി കഞ്ഞിക്കുള്ള ക്യൂവിൽ നിൽക്കുമ്പോഴെ ഉമിനീർ ഉറവകൾ പൊട്ടും. നാവിലെ രസമുകുളങ്ങളെ തഴുകി കഞ്ഞി വയറ്റിലെത്തുമ്പോൾ കിട്ടുന്ന അനുഭൂതി അത് കഴിച്ചിട്ട് ഉള്ളവർക്ക് മാത്രം സ്വന്തം. അതിൽ പുണ്യാളന്റെ അനുഗ്രഹവുമുണ്ട്.

നേർച്ചക്കഞ്ഞിക്ക് വിളമ്പേണ്ട അച്ചാറിനുള്ള മാങ്ങകൾ പള്ളിപ്പറമ്പിലെ ഈ മൂവാണ്ടൻ മാവുകളാണ് നൽകുന്നത്. പ്രദക്ഷിണ ദിവസത്തിന് രണ്ടുനാൾ മുന്നേ കൂട്ടായ്മയിലെ ആണുങ്ങൾ വന്ന് മാങ്ങകളെല്ലാം പറിച്ച് ചാക്കിൽ നിറയ്ക്കും. ഉച്ചയോടെ പെണ്ണുങ്ങൾ എത്തും. വൈകുന്നേരമാകുമ്പോഴേക്കും ഒരു വലിയ വല്ലത്തിൽ അരിഞ്ഞ മാങ്ങ ഒരു കുമ്പാരമാകും. പാരിഷ് ഹാളിന്റെ പിറകുവശത്ത് അടുപ്പുകൂട്ടി ഒരു വലിയ ഉരുളിയിൽ ആണുങ്ങളും പെണ്ണുങ്ങളും ചേർന്ന് അച്ചാർ ഉണ്ടാക്കും. അച്ചാറിന്റെ ഗന്ധം പള്ളിയുടെ കൽപ്പടവുകളിലൂടെ ഒഴുകി നാടാകെ പരക്കും. വായിൽ കൊതിക്കപ്പൽ ഓട്ടും.

അങ്ങനെ നേർച്ചയ്ക്ക് നിർത്തിയിരുന്ന മാങ്ങകളാണ് ഇന്ദ്രാണി മണ്ഡൽ തന്റെ കൈയിലുള്ള തുണിസഞ്ചിയിൽ നിറച്ചിരിക്കുന്നത്. തപൻദാസ് ഒരു മാവിന്റെ മുകളിലാണ്.

"എന്ത് ദ്രോഹമാണീ ചെയ്യുന്നത്?" സെബാനച്ചൻ ചോദിച്ചു.

സംഗതി വഷളാകുന്നെന്ന് മനസ്സിലാക്കിയ തപൻദാസ് മാവിൽ നിന്നും ബദ്ധപ്പെട്ട് ഇറങ്ങി. ഇന്ദ്രാണി മിന്നലേറ്റ പോലെ നിന്നു. അപ്പോഴേക്കും പീള കെട്ടിയ കണ്ണുകളുമായി ബിജു അവിടേയ്ക്ക് ഓടിയെത്തി. സെബാനച്ചന്റെ മുഖത്ത് ദേഷ്യച്ചുവപ്പ് പടരുന്നു.

"അച്ചൻ ക്ഷമിക്കണം... ഇവർക്ക് അറിയില്ലല്ലോ..."

തപൻദാസനെയും ഇന്ദ്രാണിയെയും കൂട്ടിക്കൊണ്ട് ബിജു അവിടെനിന്നും നടന്നകന്നു. തപൻദാസിന്റെ ചുണ്ടുകളിൽനിന്നും മറ്റൊരു ഗാനം അച്ചന്റെ കാതുകളിൽ വന്നു തൊട്ടു. ഒരുപക്ഷേ, ഇന്ദ്രാണി പോലും അത് കേട്ടിട്ടുണ്ടാവില്ല.

'പാഖി ജെദിൻ ജാബേ ഉരെ...'

ഇന്നലത്തെ സംഭവം അതോടെ കഴിഞ്ഞു എന്ന് കരുതിയതാണ്.

ഇതിപ്പോൾ വീണ്ടും. അങ്ങനെ വിട്ടുകൊടുക്കാൻ പറ്റില്ല. സമർപ്പണത്തോടെ കുർബാന ചൊല്ലാൻ പോലും കഴിഞ്ഞില്ല. ചെറിയ പുൽനാമ്പുകളെ വകഞ്ഞു മാറ്റിക്കൊണ്ട് സെബാനച്ചൻ മൂവാണ്ടൻ മാവിന്റെ അടുത്തേക്ക് നടന്നു. ളോഹയിൽ കാറ്റ് അവതാളം പിടിച്ചു.

തപൻദാസ് ഒരു ശിഖരത്തിൽ ഇരിക്കുകയാണ്. അയാളുടെ കൂസലില്ലാത്ത ഭാവം സെബാനച്ചനെ കൂടുതൽ ചൊടിപ്പിച്ചു. എത്ര അവകാശഭാവത്തോടെയാണ് അയാൾ അവിടെ ഇരിക്കുന്നത്. പക്ഷേ, ഇന്ദ്രാണി ഒപ്പമുണ്ടായിരുന്നില്ല. അപ്പോൾ ആരോടാണ് ഇയാൾ ഇത്ര ഉച്ചത്തിൽ സംസാരിച്ചു കൊണ്ടിരുന്നത്. പള്ളിപ്പറമ്പ് കഴിഞ്ഞ് കൈപ്പൻ കാട്ടും കടന്ന് തൊണ്ടയിലേക്ക് ഓടിയൊളിക്കുന്ന വികൃതിക്കുട്ടങ്ങളെ അപ്പോഴാണ് അച്ചൻ കണ്ടത്. വേദപാഠ ക്ലാസ്സിന് കയറേണ്ട വില്ലന്മാരാണ്. കല്ലേറു നടത്താൻ ധൈര്യം ഇല്ലാത്തതിനാൽ മാവിൽ കണ്ണേറ് നടത്തിയിരുന്നവന്മാരാണ്. തരത്തിൽ ഒരു നേതൃത്വം തപൻദാസിലൂടെ ലഭിച്ചപ്പോൾ ഒപ്പം കൂടിയതാണ്. കാട്ടുതീപോലെ കോപച്ചൂട് തലയിൽ പടരുന്നത് സെബാനച്ചൻ അറിഞ്ഞു. താഴേക്ക് ഇറങ്ങി വരാൻ തപൻദാസിനോട് അയാൾ ആംഗ്യം കാണിച്ചു. സൗമ്യമായ ചിരിയോടെ അയാൾ മാവിൽ നിന്നും ഇറങ്ങി. ളോഹയുടെ കൈകൾ തെറുത്തു കയറ്റി മുഷ്ടിചുരുട്ടിക്കൊണ്ട് സെബാനച്ചൻ തപൻദാസിന്റെ അടുത്തേക്ക് ചെന്നു. ഇനിയെന്ത് സംഭവിക്കുമെന്നറിയാതെ പള്ളിമുറ്റത്ത് കൂടിയവർ ആശങ്കയോടെ ആ കാഴ്ച നോക്കിനിന്നു. അച്ചന്റെ കണ്ണിൽ നിന്നുമുള്ള ഉഷ്ണപ്രവാഹത്തിൽ മാവിൽനിന്നും ഇലകൾ വാടിക്കൊഴിയുന്നു. എന്നിട്ടും തപൻദാസിന്റെ മുഖത്ത് നിന്നും അൻപാർന്ന ആ പുഞ്ചിരി അടർന്നുപോയില്ല. അതിൽ തന്റെ രോഷക്കുന്ന് ഇടിഞ്ഞു വീഴുന്നുവോ? തപൻദാസ് ഏതോ ഗാനം മൃദുവായ് മൂളുന്നുണ്ടല്ലോ. ഏതാണത്. 'ഗോലെ മാലെ ഗോലെ മാലെ പിരിത് കൊറോനാ...'

അല്ല, 'ഭാലോ കൊരിയ ബജാവോ ദോതരാ,' അതുമല്ല. അയാൾ ശരിക്കും പാടുന്നുണ്ടോ? ചുണ്ടുകൾ അനങ്ങുന്നതേയില്ലല്ലോ. ആ ഗാനം വന്ന് പതിക്കുന്നത് കാതിന്റെ ഭിത്തികളിൽ അല്ല. ഹൃദയത്തിന് ചെവിയുണ്ടാമോ? സെബാനച്ചൻ വല്ലാതെയായി. നെറ്റിയിൽ അരിക്കുണ് പോലെ വിയർപ്പ് തുള്ളികൾ. പിന്നീടവ ചാലുവെട്ടി കൃതാവിലൂടെ ഒഴുകിയിറങ്ങി.

തപൻദാസിലേക്ക് അയാൾ ഒരു ചുവട് കൂടി വെച്ചു. അയാളുടെ ശ്വാസത്തിന്

അഷ്ടഗന്ധം പുകയ്ക്കുന്ന മണം. അച്ചൻ യാന്ത്രികമായി തപൻദാസിന് നേരെ കൈകൾ നീട്ടി. പൊട്ടിച്ചെടുത്ത മാങ്ങകൾ ആ കൈകളിലേക്ക് ഏൽപ്പിക്കുമ്പോൾ തപൻദാസിന്റെ മുഖത്ത് നിലാവിന്റെ ആർദ്രത. മാവിന്റെ ശിഖരങ്ങളിൽ എവിടെയോ ഒളിച്ച കാറ്റ് അയാളുടെ മുടിയിഴകളെ തഴുകി. ഏതോ ബാവുൽ രാഗത്തിൽ അവ കാറ്റിനോടോത്ത് നൃത്തംചെയ്തു.

ഒരു ചെറു മന്ദഹാസത്തോടെ തപൻദാസ് തിരികെ നടക്കുമ്പോൾ തിരുരക്തം പോലെ ഞെട്ടിൽ നിന്നും ഒലിച്ചിറങ്ങിയ മാങ്ങയുടെ ചുന സെബാനച്ചന്റെ കൈകളെ പൊള്ളിച്ചു .

Kabita
'22

ലൈലാ മജ്നുവിൻ നാട്ടില്...
മൈലാഞ്ചി പൂവിട്ട കാട്ടില്...

ഷബ്ന മറിയം

അനേകം വർഷങ്ങളായി കണ്ടിട്ടില്ലാത്ത തന്റെ നാടിനെ കണ്ണുനിറച്ചും കണ്ടു തീർക്കാനുള്ള ആർത്തിയോടെയാണ് അവൾ മക്കളുമായി വിദേശത്തുനിന്ന് വന്നെത്തിയത്. സുന്ദരിയായ യുവതി, അതീവ സന്തോഷവതി. തന്റെ നാടിന്റെ വേനലിൽ ദേഹമുടക്കിയപ്പോഴും മനോഹരമായ ആറ്റുവഞ്ചിപ്പൂക്കളിലേക്ക് കാലെടുത്ത് വെക്കുന്നത്രയും മൃദുത്വത്തോടെയാണ് അവൾ കൈകാലുകൾ ചലിപ്പിച്ചത്.

മൈനകൾ

ആറ്റുവഞ്ചിപ്പൂക്കൾ

ചെമ്പല്ലിയും മാങ്ങയും കൂടിയുള്ള കറി

ഉമ്മാന്റേം അവന്റേം കൂടെയുള്ള, ദുആകൾ

അവളുടെ വേരുകൾ കാലൻകുട വീശി മക്കളെയും കൂട്ടി അവളേക്കാൾ മുമ്പേ നടന്നുതുടങ്ങി. ആനന്ദരഹസ്യങ്ങളുടെ മനസ്സാക്ഷി സൂക്ഷിപ്പുകാരായ പായൽപ്പച്ചകളിൽ മുഖം പൂഴ്ത്താൻ വെമ്പൽകൊള്ളുന്ന ബാല്യത്തിൽനിന്ന് കൗമാരത്തിലേക്ക് വേച്ചുവേച്ച് നടക്കുന്ന പെൺകുട്ടിയായി അവളപ്പോൾ. ഇതുവരെ നാട് കണ്ടിട്ടില്ലാത്ത ബാല്യം കടന്ന അവളുടെ കുഞ്ഞുങ്ങളപ്പോഴും അവളുടെ കൈ വിടാതെ മുറുക്കിപ്പിടിച്ചു.

നാട്ടിലിറങ്ങിയപ്പോൾ ആദ്യം പരിചയപ്പെട്ട മനുഷ്യനെന്ന നിലയിൽ ബൽക്കീസ് ടാക്സി ഡ്രൈവറോട് മിണ്ടിത്തുടങ്ങിയിരുന്നു. നല്ല വിശപ്പുണ്ടായിരുന്നതുകൊണ്ട് പെട്ടെന്ന് കണ്ടൊരു ഹോട്ടലിൽ കയറി ഭക്ഷണവും കഴിച്ചു.

"ങ്ങള് മുസ്ലീമാല്ലേ, ഞാനും. പ്പം പേടിയാ ചെലരോട്, പ്രത്യേകിച്ച് പുറത്ത് ന്ന്ള്ളോരോട് പേര് പറയാൻ പോലും. കേരളം വന്നുവന്ന് ഗുജറാത്താവോന്നാ ന്റെമ്മാക്ക് പോലും പ്പം പേടി. പണ്ട് ബാബരി മസ്ജിദ് തകർത്തപ്പോ പോലും വല്യ തായങ്ങ് ബാധിക്കാഞ്ഞ മ്മയാ. ആ... പ്രായാകുന്നേന്റെ പേടിയും ണ്ടാവായിരിക്കും." "ങ്ങക്ക് അത്ര പ്രായൊന്നും ല്ലാലോ. ങ്ങക്കും പേടി ണ്ടോ?" "എങ്ങനാ പേടിക്കാതിരിക്ക്യാ. മ്മളെ പൗരത്വം ഒക്കെ ഇന്ത്യേല് എന്നെങ്കിലും ചോദ്യം ചെയ്യപ്പെട്ടൂന്ന്

മ്മള് വിചാരിച്ചിരുന്നോ. ന്നിട്ട് പ്പം ന്തായി?"

ബൽക്കീസ് ഒന്നും മിണ്ടാതെ നെടുനീളൻ ദീർഘനിശ്വാസങ്ങളിലേക്കുളിയിട്ടു.

മുഹമ്മദ് നബി പറഞ്ഞ വാചകം ഓർമ വന്നു ബൽക്കീസിന്.

'ഒരു കാലം വരും. അന്ന് കൊല്ലപ്പെട്ടവനറിയില്ല, താനെന്തിനാണ് കൊല ചെയ്യപ്പെട്ടതെന്ന്. കൊലപാതകിക്കും അറിയില്ല താനെന്തിനാണ് കൊന്നതെന്ന്.'

അവള് മെല്ലെ പറഞ്ഞു, "പടച്ചോനറിയാത്ത വാക്കുകളൊന്നും മ്മക്കും അറിയില്ലല്ലോ. ബർക്കത്തും ഫിത്റും സക്കാത്തും ഒക്കെ ഓനും കൂടിയറിയാലോ എന്നങ്ങ് സമാധാനിക്കാം. കണ്ണടച്ച് ഇരുട്ടാക്കാന്നും പറയാം അല്ലേ ഇക്കാ."

ആദ്യരതിയുടെ പൂർണമാവാത്തതും എന്നാൽ അങ്ങേയറ്റം മത്തുപിടിപ്പിക്കുന്നതുമായ തേങ്ങലുപോലെ എന്തോ ഒന്ന് അവളിലപ്പോൾ മുമ്പിലേക്ക് തെറിച്ചുനിന്നു.

"അല്ല, എവിടേക്കാന്ന് കൃത്യം പറഞ്ഞില്ലല്ലോ?"

"ആദ്യം ഒരു നല്ല, സേഫായ ഹോട്ടല് കണ്ടുപിടിക്കണം. എന്നിട്ട് മെല്ലെ ഒരു വീട് വാടകക്കെടുക്കണം."

"അപ്പം, ങ്ങളെ നാടല്ലേ ദ്. വിടെ വീടില്ലേ?"

"വീട്ടുണ്ട്, പക്ഷേ ഇടിഞ്ഞുപൊളിഞ്ഞ് കെടക്കാണ്. വർഷങ്ങളായി നാട്ടിലോട്ട് ആരും വരവില്ല. അത് നന്നാക്കിയെടുക്കാനാ വന്നത് തന്നെ."

" വേറാരുല്ലെ കൂടെ?"

"ഞങ്ങളിത്ര പേര് തന്നെ അധികാ. ല്ലേ." അവള് മക്കളെ കുസൃതിയോടെ തോണ്ടി.

പിന്നെ ഒന്നോരണ്ടോ വാക്ക് അയാൾ മിണ്ടിയെങ്കിലും അവളതിനെ അവഗണിച്ചു. മനസ്സിൽ അവളൊരു പുസ്തകത്തിൽ അക്കങ്ങളിട്ട് കുറിപ്പുകളെഴുതിത്തുടങ്ങുകയായിരുന്നു. വീട് നന്നാക്കണം. പണ്ട് നടന്നതിലൂടെയൊക്കെ ഒന്നൂടിയൊന്ന് ഊറിക്കൂടണം. കോളേജിലും ഉസ്താദിന്റെ അടുത്തും പോണം. ഓടിത്തീർത്ത് വിജയിയായി മുകളിലെത്തിയവളെന്ന നിലയ്ക്ക് പിന്നിട്ട മരണക്കിണറുകളിലേക്ക് രസത്തിനൊന്ന് കല്ലെടുത്തെറിയണം.

ഒരു കൂട്ടം ചോന്ന ഇലഞ്ഞിപ്പൂക്കൾ.

ഫൈവ് സ്റ്റാർ ഹോട്ടലിന്റെ അവരുടെ മുറിയുടെ പ്രവേശനകവാടം വരെ അയാളും സഹായത്തിനുണ്ടായിരുന്നു

"എന്റമ്മോ, ഒടുക്കത്തെ വെയിറ്റ്."

"ദാ, ങ്ങക്കൊരു ഷർട്ടും ഭാര്യക്കൊരു സാരിയും." അവള് അപ്പോൾത്തന്നെ ഒരു പെട്ടി തുറന്ന് എടുത്തുകൊടുത്തു.

ഒരു വീട് വാടകക്കെടുക്കാനുള്ള കാര്യങ്ങൾ ചെയ്യാനുള്ള പൂർണ ഉത്തരവാദിത്വം അവൾ അയാളെത്തന്നെ ഏൽപ്പിച്ചു.

'ദമ്പിടി ഇച്ചിരിയൊന്നും അല്ലാന്ന് തോന്നുന്നു. കണ്ടിട്ട് പണച്ചാക്ക് ഇറങ്ങിവന്നത് പോലുണ്ട്. പോരുന്നത് പോരട്ടെ. കാറിന്റെ പണി തീർക്കാനെങ്കിലും കിട്ടിയാ മതിയായിരുന്നു.'

ഡ്രൈവർ മുസ്തഫ മനസ്സിൽ പറഞ്ഞു.

എന്തൊക്കെയോ കൊളുത്തി വലിക്കുന്നു, വിലങ്ങനെ. കുത്തനെ. സമാധാനത്തിലിരിക്കുമ്പോഴും മനുഷ്യന് ബോറടിക്കും. അവർ അനാവശ്യമായി, എന്നോ

തപിച്ച വറ്റിയ ഉപ്പച്ചൂരിനെയും തേടിയിറങ്ങും. മനുഷ്യന്റെ വയറ് നിറയ്ക്കാൻ മണ്ണിനല്ലാതെ മറ്റൊന്നിനും കഴിയില്ലെന്ന് പറയുന്നത് ശരിയായിരിക്കാം.

എല്ലാരും അന്നത്തേതു പോലെത്തന്നെ ഉണ്ടായിരിക്കണമേ...

എല്ലാം എല്ലാം അന്നത്തേത് പോലെത്തന്നെ ഉണ്ടായിരിക്കണമേ... ഓർമ വറ്റിയതിലും ജഠരാഗ്നി തിങ്ങിനിറയുന്നു.

ഓടിട്ട മിക്കവാറും ദ്രവിച്ച് തീർന്ന വീടും കൈവരികൾ പൊളിഞ്ഞ് പൊത്താറായ ഒരു കിണറും. ചുറ്റുപാടും കാടുപിടിച്ച് പാമ്പും തേളും നിറഞ്ഞ് കിടക്കുന്ന ഏഴ് സെന്റ് സ്ഥലം. ഉമ്മച്ചി അവരെ രണ്ടാളെയും ഒരുമിച്ച് കുളിപ്പിച്ച് തോർത്തിയിരുന്ന കിണറിന്റെ പടവുകളിൽനിന്ന് നഗ്നരായ രണ്ട് കുട്ടികൾ സ്വർഗത്തിലേക്കെന്നവണ്ണം പ്രസന്നതയോടെ അകത്തേക്കോടുന്നു. ജീരകക്കഞ്ഞിയും തരിക്കഞ്ഞിയും നാടൻ കോഴിക്കറിയുമെല്ലാം വെന്തു വരുന്നതിന്റെ മണം വരുന്നുണ്ട്. കോഴിയറുത്തപ്പോൾ കിട്ടിയ പാതി വളർച്ചയെത്തിയ മുട്ടകൾ പുഴുങ്ങിയത് കഴിക്കുന്നതിന്റെ തിരക്കിലാണ് അനിയൻ ചെറുക്കൻ. ഉമ്മമ്മ അരിയും പെറുക്കി കോലായത്തിണ്ണയിലുണ്ട്. നോമ്പുകാലത്ത് സന്ധ്യയോടടുപ്പിച്ച് കുളിച്ചുവന്ന് ഈറൻ മാറുന്നതിനു മുമ്പ് നിലത്തിരുത്തി വിളമ്പിത്തരുന്ന, പൂളയും കായയും പയറുമെല്ലാംകൂടി വേവിച്ചെടുത്ത പുഴുക്ക് തയ്യാറാക്കി വെച്ചിരിക്കുന്നു. നോമ്പുകാലത്ത് മാത്രമുണ്ടാവുന്ന ആർഭാടങ്ങളിൽ പലതുമാണതൊക്കെയെങ്കിലും 'വയറ് നെറച്ച് തിന്ന് മക്കളേ, വയറ് നെറച്ച് തിന്ന് മക്കളേ' എന്ന ഉമ്മച്ചിയുടെ വാത്സല്യപ്പെയ്ത്ത് പൊതിഞ്ഞുപിടിച്ച കാലം. ഉമ്മച്ചിയുടെ വറുത്തരച്ച തെരണ്ടിക്കറിക്കും പാല് വാഴക്കയ്ക്കും ഉള്ള രുചിയൊന്നും പിന്നെ ഈ ലോകത്തെവിടേം കിട്ടീട്ടില്ല. ചരിത്രമില്ലാത്തവരുടെ ചരിത്രത്തിൽനിന്നിറങ്ങി ഒരു ശീതക്കാറ്റ് അവളുടെ കാൽപ്പടിയിൽ മുട്ടുകുത്തി. മുട്ടനാടിന്റെ ഗന്ധമായിരുന്നു അതിന്. പേരമക്കളുമായി വന്നുകയറിയ മകളെ ഓമനിക്കാൻ, മക്കളെ താലോലിക്കാൻ, ഓടിവരുന്ന ഉമ്മച്ചിയെയും കിനാവ് കണ്ടിരുന്നതിനു ശേഷം ബൽക്കീസ് മെല്ലെ പുറത്തേക്കിറങ്ങി. പറമ്പിൽ ഏകദേശം എല്ലായിടത്തുംതന്നെ പൊത്തുകളുണ്ട്. ആരും ഒന്നും നട്ടുവെച്ചിട്ടില്ല, ഒന്നും മാന്തി തിന്നാനുമില്ല. പിന്നെ എവിടെ നോക്കിയാലും എന്താണിത്ര പൊത്തുകൾ?

അടുക്കളത്തിണ്ണേല് പിന്നെയും കുറച്ചുനേരമിരുന്നു. രാവിലെ മദ്രസയിൽ പോകുന്നതിന് മുമ്പായി അവിടെയിരുന്ന് പല്ല് തേക്കുമ്പോൾ ഉമ്മമ്മ മുറ്റത്ത് കുന്തിച്ചിരുന്ന് അടുപ്പ് മൂട്ടുന്നത് കാണായിരുന്നു.

എവിടെ നിക്കണെമെങ്കിലും അവിടെയുള്ള കാടും പൊടിയും മാറ്റണം. ഉമ്മച്ചി ഏത് നേരത്തും തൂത്തും തുടച്ചും നടന്നിരുന്ന ഇടം. മനുഷ്യന്റെ ആത്മാക്കളെപ്പോലെത്തന്നെ നട്ടതിന്റെയും നനച്ചതിന്റെയും പറിച്ചതിന്റെയുമെല്ലാം ആത്മാക്കളും ഇവിടൊക്കെ തന്നെയുണ്ടാവണം. ഉമ്മച്ചിയുടെ നിലവിളക്ക് കത്തുന്ന പോലുള്ള കണ്ണുകൾ, ദുആകൾ. ബൽക്കീസ് കണ്ണടച്ച് കുറച്ചു നേരം ചുമരിനോട് ചേർന്നുനിന്നു. അലക്കുകല്ലിൻമേൽ ഇപ്പഴും ജീർണിച്ച് തീർന്നിട്ടില്ലാത്ത ഒരു ബക്കറ്റ്. അത്ഭുതമായിരിക്കുന്നു. അവളതെടുത്ത് കൈയിൽപ്പിടിച്ചു കുറച്ചുനേരം. വർഷങ്ങളായി അവിടം സ്വന്തം വാസസ്ഥലമായി മാറ്റിയിരുന്ന കുഞ്ഞൻജീവികൾ അവിടെ ജീവന്റെ കണികകൾ ഇനിയുമുണ്ടെന്ന് ഓർമിപ്പിച്ചു. എലി ചാടി, പൂച്ച പതുങ്ങി, പല്ലി വാൽ മുറിച്ചിട്ടോടി. ബൽക്കീസ് ആർത്തിയോടെ ആശ്വാസത്തോടെ വിങ്ങലോടെ സുജൂദി

ലേക്കെന്നപോലെ മെല്ലെ മുട്ടുകുത്തി.

ഇവിടെ കുറച്ച് ദിവസമെങ്കിലും താമസിച്ചിട്ട് വേണം തിരിച്ചുപോകാൻ.

എന്തോ അവിടയങ്ങനെ കുറേനേരം നിന്നപ്പോൾ ബൽക്കീസിന് നാട്ടിൽനിന്ന് പോയതിന് ശേഷമുള്ള യാത്രകളും ഓർമ വന്നു. അതിൽ കണ്ടതും കേട്ടതുമായ കാര്യങ്ങളും. ശാസ്ത്രവും കലയും സാഹിത്യവും സാങ്കേതിക വിദ്യയും മതവും ഭാഷയും അപ്പുറമിപ്പുറം സഞ്ചരിച്ച കൊടുക്കൽ വാങ്ങലുകളുടെ ആ പാത. ഒരിക്കൽ ബിസിനസ്സ് ആവശ്യങ്ങൾക്കായി ചൈനയിലെ ഷിയാനിൽ പോയപ്പോഴാണ് അവിടുന്ന് പണ്ടു തുടങ്ങിയൊരു സിൽക്ക് പാതയെക്കുറിച്ച് കേട്ടതും, അതിൽ ഹരം കേറി ആകെമൊത്തം ആ വിവരങ്ങളിലൂടെ ഒന്ന് കറങ്ങിത്തിരിഞ്ഞതും. ഷിയാനിൽനിന്ന് തുടങ്ങി തുർക്കിയിലെ ഇസ്താംബൂൾ വരെ എത്തുന്ന അനേകം കിലോമീറ്ററുകളിലൂടെ പല രാജ്യങ്ങളെ ഒന്നിപ്പിച്ച പട്ടിന്റെ പാത. ചൈന നൂറ്റാണ്ടുകളോ സഹസ്രാബ്ദങ്ങളോ മുന്നിൽ കണ്ടാണ് പ്രവർത്തിക്കുക എന്ന് പറയുന്നതിൽ വലിയ ശരിയുണ്ടെന്ന് തോന്നാറുണ്ട്. ദുർഘടമായ പർവതനിരകളും ചുട്ടുപഴുത്ത മരുഭൂമികളും പിന്നിട്ട് കച്ചവടത്തിനായി സിൽക്ക് പാതയുണ്ടാക്കിയ കഥ അന്ന് ആഴ്ചകളോളം അല്ലെങ്കിൽ മാസങ്ങളോളം എഴുന്നേറ്റ് നടത്തിച്ചിട്ടുണ്ട്. അന്നത്തെ ആ പാതയിലെ സാധാരണ ദൃശ്യമായിരുന്ന, ആയിരത്തിലേറെ ഒട്ടകങ്ങളുമായി വ്യാപാര സംഘങ്ങൾ സഞ്ചരിക്കുന്ന കാഴ്ച മനസ്സിൽ സങ്കൽപ്പിച്ച് നോക്കി ബൽക്കീസ്. ചീനപ്പട്ടിന്റെ പകിട്ടിലായിരുന്നു ബൽക്കീസപ്പോൾ.

കുട്ടികൾക്ക് ഒട്ടും ഇഷ്ടമാവുന്നില്ല ഇതൊന്നും. അവർ ഇടയ്ക്കിടക്ക് അവരുടെ പപ്പയെ വീഡിയോ കോൾ വിളിച്ച് പരാതി പറയുന്നുണ്ട്. എവിടെ തൊട്ടാലും അസ്വസ്ഥരാവുന്നുണ്ട്. ഒന്ന്, രണ്ട്, മൂന്ന്... അത്ര വേഗത്തിൽ മുഷിയുന്നു. നാറുന്നു. കുറച്ച് മണിക്കൂറുകൾകൊണ്ട് ക്ഷീണിതരായി ഉറക്കം തൂങ്ങിയിരിക്കുന്നു. ചിലപ്പോഴെല്ലാം ഒരു ഭയന്ന, അരക്ഷിതമായ നോട്ടവുമുണ്ട്. കുറച്ചുദിവസമെടുക്കും ശരിയാവാൻ. സാരമില്ല.

അന്നൊരിക്കൽ നമ്മൾ മറന്നുവെച്ച മഷിക്കുപ്പിയിൽ
നമ്മെ സാക്ഷിയാക്കി മക്കൾ കൈച്ചൂണ്ടയിടും
സൂര്യവെളിച്ചം തെളിഞ്ഞ് വരുമ്പോൾ നാം കാണും
നമ്മുടെ നീല, അവർക്ക് മഞ്ഞയായിത്തീരുന്നെന്ന്

ഉസ്താദിനെ കണ്ടു. ആഴ്ചയിലൊരിക്കലെങ്കിലും ഉസ്താദിനോട് ഫോണിലോ വീഡിയോ കോളിലോ സംസാരിക്കുന്നതുകൊണ്ട് ഇത്ര വർഷം കാണാതിരുന്നതിന്റെ അപരിചിതത്വം തോന്നിയതേയില്ല.

പത്മിനി ടീച്ചറുടെ മകൾ ദേവൂന് രണ്ട് വയസ്സ് കൂടുതലായിരുന്നെങ്കിലും അവളായിരുന്നു കളിക്കൂട്ടുകാരി. മദ്രസയും സ്കൂളും അടുത്തടുത്ത പറമ്പിലും അതിന് എതിർവശത്തായിട്ട് പള്ളിയുമായിരുന്നു. പള്ളിക്ക് തൊട്ടടുത്താണ് അവളുടെ വീട്. പള്ളിക്ക് മുന്നിലൂടെ ഒരു തോടുള്ളതിനാൽ അതിന്റെ വിടവേ പള്ളിക്ക് ആ വീടുമായിട്ടുണ്ടായിരുന്നുള്ളൂ. പള്ളിപ്പറമ്പിലെ രണ്ട് മാവിലെയും ഏറിയ മാങ്ങകളും അവരുടെ പറമ്പിലായിരുന്നു ഉണ്ടാവാറ്. ടീച്ചർക്കും കുടുംബത്തിനും പള്ളിക്കാരോടും പള്ളിപ്പറമ്പിലെ മാങ്ങയോടും സ്നേഹമേ ഉണ്ടായിരുന്നുള്ളുതാനും. ടീച്ചറ് കോട്ടയത്തുന്ന് ജോലികിട്ടി വന്ന് കൂടിയതാണ്. ഇന്നിപ്പം ആ തോട് കനാലായി എന്ന്

ബൽക്കീസിനറിയാം.

'ഇതിലുള്ളത് മറ്റു പലയിടത്തും ഉണ്ടായിരിക്കും. എന്നാൽ ഇതിലില്ലാത്തത് മറ്റെവിടെയും ഉണ്ടാവില്ല...'

മഹാഭാരതം സീരിയലിന്റെ തുടക്കത്തിലുള്ള വാക്കുകൾ കേട്ട് അവരൊരുമിച്ച് ആർത്തുവിളിച്ചത്, ചിരിച്ചത് ആ വീട്ടിൽ വെച്ചാണ്.

ടീച്ചറും കുടുംബവും ഇപ്പോൾ ബാംഗ്ലൂര് മകന്റെ കൂടെയാണ്. ദേവു ഭർത്താവിന്റെ വീട്ടിൽനിന്ന് ഇടയ്ക്കൊക്കെ വന്ന് വൃത്തിയാക്കിയിടും. അവള് മാത്രമേ ഉണ്ടായിരുന്നുള്ളൂ സുഹൃത്തായിട്ട്. അവള് മാത്രമായിരുന്നല്ലോ ഏതവസ്ഥയിലും കൂട്ടുണ്ടായിരുന്നതും. അവളെ കുറച്ചുദിവസത്തേക്ക് ഇങ്ങോട്ട് കൊണ്ടുവരണം. സ്കൂൾ ജീവിതത്തിലെ ഏറ്റവും പ്രധാനപ്പെട്ട ഒന്നുരണ്ടു വർഷങ്ങൾ എന്തായാലും നഷ്ടപ്പെട്ടുമെന്ന് പറഞ്ഞ് നിരുത്സാഹപ്പെടുത്തിയ അധ്യാപകരെപ്പോലും അത്ഭുതപ്പെടുത്തിക്കൊണ്ട് അവളാണ് തന്നെ മുന്നിൽനിന്ന് നയിച്ചത്. അവള് മാത്രാണ് കൂട്ടിരുന്നത്. വെറുതെയാണെങ്കിലും രുചിച്ചിട്ടും രുചിച്ചിട്ടും തീരാത്ത ഞാവൽക്കാലങ്ങൾ ഇനിയും അവർക്കായി കാത്തിരിക്കുന്നുണ്ടെന്ന് തോന്നി ബൽക്കീസിന്.

ഒട്ടും ഇഷ്ടമില്ലായിരുന്നെങ്കിലും അവിടെ നടത്തിയെടുക്കാനുള്ള കാര്യങ്ങളെപ്രതിയാണ് ഒന്നുരണ്ട് ബന്ധുവീടുകളിൽ സമ്മാനങ്ങളുമായി ചെന്ന് കയറാമെന്ന് വെച്ചത്. വലിയ ബന്ധമൊന്നും ആരുമായും അങ്ങോട്ടോ ഇങ്ങോട്ടോ ഉണ്ടായിരുന്നില്ല എന്നതാണ് സത്യം. അവള് അവിടൊരു വീട് പണിയുന്നതിനെക്കുറിച്ച് ആർക്കും വലിയ താത്പര്യവുമില്ല.

"ങ്ങള് അവിടത്തെ സൗകര്യങ്ങളും പത്രാസും ഒക്കെ വിട്ട് ഇങ്ങോട്ട് വരാനൊന്നും പോവുന്നില്ലല്ലോ? മക്കളാണെങ്കില് ജനിച്ചതും വളർന്നതുമെല്ലാം അമേരിക്കേലാ. പിന്നെ എന്തിനാ ഈ പെടാപ്പാടൊക്ക പെടുന്നേ."

"അന്യരാജ്യത്ത് എത്രയൊക്കെ ണ്ടാക്കിയാലും സ്വന്തം നാട്, വീട് ഇല്ലല്ലോ എന്ന ചിന്ത വല്ലാണ്ട് കൂടെക്കൂട്ടും. പിന്നെ എന്റെ എല്ലാരും ഇവിടല്ലേ അന്തിയുറങ്ങുന്നത്? ആ പ്രായാവുമ്പോഴേക്ക് തിരിച്ച് വര്വേലാന്നൊന്നും പറയാനാവൂല."

കൊണ്ടുവന്ന വിലപിടിപ്പുള്ള സിൽക്ക് തുണികളും മാലകളും സുഗന്ധദ്രവ്യങ്ങളും നട്സും വൈനും ഈന്തപ്പഴങ്ങളും ചോക്ലേറ്റുകളുമെല്ലാം തന്നേക്കാൾ വേഗം കുടുംബക്കാരുമായി സൗഹൃദത്തിലായതുപോലെ തോന്നി.

അംബാസിഡർ കാറിലായിരുന്നു യാത്ര. എയർപോർട്ടിൽനിന്ന് ഇക്കാക്കാനെ കാണുന്ന വരെ ശ്വാസം മുട്ടിയിരുന്നു. എന്തോരം എന്തോരം കാഴ്ചകളാ. ആരോ പറഞ്ഞു 'ദാ ഫ്ളൈറ്റെത്തി.' ദൂരേന്ന് ആൾക്കൂട്ടത്തിൽ നിന്നുതന്നെ മനസ്സിലായി ആളെ. ഇക്കാക്ക വന്ന ഉടനേ, ഉണ്ടായിട്ട് അതുവരെ കാണാതിരുന്ന സ്വന്തം കുഞ്ഞിനെ വാരി ഉമ്മ വെച്ചു, മിണുങ്ങി. എയർപോട്ടിനടുത്തുനിന്ന് തന്നെയാ ഭക്ഷണം കഴിച്ചത്. മുട്ടയുള്ള ചിക്കൻ ബിരിയാണി. പിന്നൊരു ജ്യൂസ് കിട്ടി. എത്ര വലിച്ചിട്ടും വായിലേക്ക് കിട്ടുന്നില്ല. കുറച്ചുനേരം നോക്കിനിന്നശേഷം ഇക്കാക്ക പറഞ്ഞു, "വല്ലപ്പോഴും ഒരു ജ്യൂസൊക്കെ പുറത്തുന്ന് വാങ്ങിത്തരാൻ പറയ് ഉമ്മയോട്. എന്നാലേ വലിക്കാൻ പറ്റൂ. ഇനിയിപ്പോ സ്ട്രോ മാറ്റിയിട്ട് കുടിക്ക്." ബൽക്കീസ് ജാള്യതയോടെ ചിരിച്ചു. എന്നാലും അന്നല്ലേ ആദ്യമായി വിമാനം അടുത്തുനിന്ന് കണ്ടത്.

ഉത്തരാഖണ്ഡിലെ പരിസ്ഥിതി മുന്നേറ്റങ്ങളിൽ സജീവമായിരുന്ന പരിസ്ഥിതി ഗവേഷകയായ ഒരു സുഹൃത്ത് പറഞ്ഞത് ബൽക്കീസിനപ്പോൾ ഓർമ വന്നു. അവരൊരിക്കൽ മരങ്ങളോടുള്ള സ്നേഹാധിക്യത്തിന്റെ ഭാഗമായി മരങ്ങളിൽ പൂമാലകൾ ചാർത്തുകയും കറയെടുക്കാനായി മുറിവേൽപ്പിച്ചിരുന്ന ആ മരങ്ങളിൽ തുണികൾകൊണ്ട് ചുറ്റുകയും ചെയ്തിരുന്നത്രേ. ദേഹം മുഴുവനായി ഒളിച്ചിരിക്കുന്ന മുറിവുകൾക്ക് തനിക്കും ആരെങ്കിലും തുണിചുറ്റി തന്നിരുന്നെങ്കിലെന്ന് തോന്നി ബൽക്കീസിന്.

വീടുപണി കരാറ് കൊടുത്തതുകൊണ്ട് വലിയ ബുദ്ധിമുട്ടായി ആദ്യത്തിൽ തോന്നിയതേയില്ല. വീണ്ടും വീണ്ടും പൊളിക്കുന്നതും ഇടിക്കുന്നതും പൊക്കുന്നതും കണ്ടു നിൽക്കുമ്പോഴുള്ള മുഷിപ്പൊഴിച്ചാൽ. 'ഞാൻ വരണോ, ഞാൻ വരണോ' എന്ന് ഭർത്താവ് പലവട്ടം വിളിച്ചുചോദിക്കുന്നുണ്ട്. വീട് പൊളിച്ചതിൽനിന്ന് ഒരുപിടി മണ്ണെടുത്തവൾ മാറ്റിവെച്ചു, പണ്ട് നട്ടവയുടെ കാതൽ അവിടെത്തന്നെയിരിക്കട്ടെ എന്നോർത്താവണം. ഒന്നുമില്ലായ്മ എന്നൊന്നില്ല, നമ്മളുണ്ടാക്കുന്നതാണെല്ലാം.

ഭാഗ്യത്തിന് വീടിന് അടുത്തുതന്നെ ഒരു വാടകവീട് കണ്ടുകിട്ടി. പത്തോ പതിനഞ്ചോ അതിൽക്കൂടുതലോ ആളുകൾ എന്നും പണിക്കെത്തുന്നുണ്ട്. എല്ലാം ദ്രവിച്ച് പോയതെങ്കിലും ഇടിച്ചുപൊളിച്ചെടുത്തതിന്റെ അവശിഷ്ടങ്ങളൊഴിവാക്കൽ വലിയ പ്രശ്നമാകുമെന്നോർത്തിരിക്കുമ്പോഴാണ് എൻജിനീയർ രക്ഷക്കെത്തിയത്. അയാൾ അത് കൈകാര്യം ചെയ്തോളാം എന്നേറ്റപ്പോൾ വലിയ സന്തോഷമായി. എല്ലാവരുടെയും പരിഹാസം ഏറ്റുവാങ്ങിക്കൊണ്ട് തന്നെയാണ് വീടിനോട് ചേർന്നുള്ള മുപ്പത് സെന്റ് പൊന്നുംവില കൊടുത്തു വാങ്ങിയത്. പുതിയ വഴിയാണ് ആദ്യം വെട്ടിയത്. രണ്ട് മുറികൾ പുതിയ സ്ഥലത്തേക്കും വന്നു. ആദ്യത്തെ വീടിന്റെ പണികളിൽ കുറേയൊക്കെ വാപ്പിച്ചി തന്നെയായിരുന്നു ചെയ്തതെന്ന് പറഞ്ഞുകേട്ടിട്ടുണ്ട്. സിമന്റ്, കല്ല്, മണൽ, മരം, ടൈല്, അടുക്കളയിലേക്ക് വേണ്ട ഇന്റീരിയർ, ബാത്ടബ്ബ്... എത്ര പൈസയിറക്കിയിട്ടും ഇടയ്ക്കൊക്കെ ബൽക്കീസും ഓടേണ്ടി വന്നു. മുൻവശത്ത് നിൽപ്പുണ്ടായിരുന്ന വലിയ മാവ് മുറിക്കാൻ ഒരു താത്പര്യവുമില്ലാതിരുന്നിട്ടും അത് മുറിക്കേണ്ടിവന്നു. അവധിക്കാലങ്ങൾ അതിലായിരുന്നു ഏറിയ പങ്കും. ചെറിയ വിഷമമായി. പക്ഷേ മൈലാഞ്ചി മരങ്ങളും പ്ലാത്തിച്ചക്കയും ജാതിയും ചെറുകൊന്നയും ജക്കറാന്തയുമൊന്നും അവൾ തൊട്ടില്ല. കാട് വെട്ടിയപ്പോഴാണ് ശരിക്ക് കണ്ടത്, മൈലാഞ്ചി നട്ട സ്ഥലം ഒരു മൈലാഞ്ചിക്കാടായിട്ടുണ്ട് ഇപ്പോ. പാട്ടും കൂത്തും മരത്തിൽ കയറലും പണിയും ഓട്ടവും പടവ് നനക്കലും പൊടി തൂക്കലും പൊതിച്ചോറും... കുട്ടികളും പതിയെപ്പതിയെ അതിനോടൊപ്പമായി. കപ്പി, തൊട്ടി, പൊതിച്ചോറ് എല്ലാം അവർ ആദ്യമായി കാണുകയായിരുന്നു.

ഓർമയുടെ തണ്ടിൽ കേറിപ്പിടിച്ച് പഴപ്പുണ്ടാക്കുന്ന പലതും അതിനിടയ്ക്കും കണ്ടു. ആ സൈക്കിൾ, അതിന് മുന്നിലെ ഭാഗം പൂർണമായും ഉണ്ടായിരുന്നില്ല.

ഏകദേശം വാർപ്പ് കഴിഞ്ഞ സമയത്ത് നൗഫൽ വിളിച്ചതും നന്നായി എന്ന് തോന്നി പിന്നീട്. അവനിടയ്ക്കിടക്ക് എഫ്ബിയിലും മറ്റും സെർച്ച് ചെയ്യുന്നുണ്ടായിരുന്നെന്ന് അറിയാമായിരുന്നെങ്കിലും വന്നാൽ വിളിക്കുമെന്നോ നേരിൽ കാണണമെന്ന് വാശി പിടിക്കുമെന്നോ കരുതിയതേയില്ല. സത്യത്തിൽ അവൻ വന്നത് സഹായമായി താനും. ഗ്രാമത്തിലിപ്പോഴും ഒരു പെണ്ണ്, വാടകക്കെടുത്ത

കാറിലെ ഡ്രൈവറുടെ കൂടെ അങ്ങോട്ടുമിങ്ങോട്ടും ഓടിയാൽ, അതിനി മരണവെപ്രാളത്തിലാണെങ്കിൽപോലും വലിയ പുകിലാണെന്ന് കണ്ട് ബൽക്കീസിന് ചിരിയാണ് വന്നത്. "ഓ... രക്ഷപ്പെട്ടത് നന്നായി."

ആദ്യ പ്രണയം, പ്രണയത്തിന്റെ ഇനിയും പുറംലോകം കണ്ടെത്തിയിട്ടില്ലാത്ത ത്രയും ആഴമുള്ള ഒരു ഭ്രൂഗർഭ അറയിലേക്ക് തന്നെയും ഉന്തിത്തള്ളിയിട്ടിട്ടാണ് അന്നവൻ പോയതെങ്കിലും, ഇന്നവൻ വന്ന് അന്നത്തെ തന്റെ അറിവില്ലായ്മയായിരുന്നു അതെന്ന് പറഞ്ഞ് ആണയിട്ട് കാലുപിടിച്ചപ്പോൾ ബൽക്കീസും ഉരുകി. വിവരമില്ലായ്മയിൽ ചെയ്തുപോയവയെല്ലാം ശുദ്ധികലശം ചെയ്തെടുത്തപ്പോൾ അവർ നല്ല സുഹൃത്തുക്കളാവുകയും നാട്ടിലെ, അവളുടെ അഭ്യുദയകാംക്ഷികളിൽ മുൻപന്തിയിൽ അവളവനെ കുടിയിരുത്തുകയും ചെയ്തു. ഒരിക്കൽ അവനെയോർത്ത് എത്ര ചിരിച്ചിരുന്നു. ഒരിക്കൽ അവനുവേണ്ടി എത്ര കരഞ്ഞിരുന്നു. ഒരിക്കൽ അവനുവേണ്ടി എത്ര പാൽപ്പാടകളിൽ ഉറയൊഴിച്ചിരുന്നു.

വീടുപണി പൂർത്തിയാവുമ്പോഴേക്കും ഭർത്താവിനോട് എത്തിക്കാൻ പറഞ്ഞ ലിസ്റ്റിലേക്ക് നൗഫലിനുവേണ്ടി ബൽക്കീസ് ഈന്തപ്പഴവും കുങ്കുമപ്പൊടിയും അവന്റെ വീടലങ്കരിക്കാനുള്ള സ്ഫടിക പാത്രങ്ങളും കൂടി പറഞ്ഞേർപ്പാടാക്കി.

അന്നത്തെ രണ്ടാമത്തെ ഫ്ളൈറ്റായിരുന്നു അത്. ഒരു വർഷത്തോളം കടന്നുപോയത് എത്ര വേഗത്തിലാണ്. ഉത്സാഹിയായ ഒരുമ്മയും രണ്ട് കുഞ്ഞുങ്ങളും. ഒരു വർഷത്തിനു ശേഷം അയാളുംകൂടി അവരോടൊപ്പം ചേരുകയാണ്. ലഗ്ഗേജുകളുടെ ആധിക്യമുണ്ട്. കൂലിക്കാരൻ രണ്ടുതവണയായിട്ടാണ് എത്തിച്ചത്. ഭർത്താവ് എത്തിച്ചേർന്നതിൽ അവൾക്ക് വലിയ സന്തോഷം തോന്നി. അല്ലറച്ചില്ലറ പണികൾ ബാക്കിയുണ്ടെങ്കിലും അത്യാധുനിക സൗകര്യങ്ങളോടുകൂടിയ സ്വപ്നസൗധത്തിന്റെ പണി തീർന്നിരിക്കുന്നു. വിശാലമായ മുറികളും എല്ലാ മുറികളിലും എസിയും, പൂന്തോട്ടവും അവയെല്ലാം പരിപാലിക്കാനുള്ള സഹായിയും, പൂളും ഹോം തിയേറ്ററും തുടങ്ങി സർവവും തയ്യാർ. വിദേശത്തുനിന്നും സ്വദേശത്തുനിന്നും എത്തിച്ച പെയിന്റിങ് ശേഖരം തന്നെയുണ്ട് ലക്ഷക്കണക്കിന് രൂപയുടേത്. പറമ്പിന്റെ വടക്കേമൂലയിൽ ഒരു വായനാമുറിയുംകൂടി പണിതുകൊണ്ടിരിക്കുന്നു. കുട്ടികൾ സമ്മാനങ്ങളിലേക്ക് മൂക്കുകുത്തി, അവൾ ഭർത്താവിലേക്കും. അവരുടെ സന്തോഷം തന്റെ വഴിയുറപ്പുള്ള ഒരു ചീറ്റയെപ്പോലെ വേഗത്തിൽ കുതിച്ചു.

ഏറ്റവും അടുത്ത വളരെക്കുറച്ചാളുകൾക്ക് വീട്ടുകൂടലിന്റെ ഭാഗമായി സംഘടിപ്പിച്ച വിരുന്നു സൽക്കാരവും കഴിഞ്ഞാണ് ബൽക്കീസ് ഭർത്താവിനെയും മക്കളെയും കൂട്ടി പുറപ്പെട്ടത്. കാറിന് ഏറെനേരം കാത്തിരുന്ന് കാണാതായപ്പോൾ എന്നാൽ പിന്നങ്ങ് നടന്നേക്കാം എന്നും കരുതി അൽപ്പദൂരം നടന്നപ്പോഴാണ് അലവിമാഷ് നേരെ മുമ്പിൽ വന്നുപെട്ടത്. നരച്ച് തൂങ്ങിയിരിക്കുന്ന അയാൾ. മിണ്ടരുതെന്നാണ് ആഗ്രഹിച്ചതെങ്കിലും കേറിച്ചെന്ന് മുന്നിൽ വിടർന്ന് നിൽക്കയാണുണ്ടായത്.

"ആര്... ബൽക്കീസോ. വന്നിട്ട് കുറേയായി എന്ന് കേട്ടല്ലോ?"

"ആ."

"ആസ്യേടെ മോള് ബൽക്കീസല്ലേ."

"ആന്ന്."

"ഓ, ന്റെ മോളെ. അന്റെ കഥ പ്പം നാട്ടില് പാട്ടാ. എങ്ങനെ കഴിഞ്ഞതാ. ഉട്ട

തുണിക്ക് മറുതുണി വേണെങ്കില് വേറാരേം തരണ്ട അവന്ടേല് ന്ന് കോടികള് ള്ള വ്യവസായി. പട്ട് കച്ചോടോം സ്വർണവും രത്നോം. എല്ലാം ഉണ്ടെന്നറിയാം. അല്ല, വർഷങ്ങള് കൂടി വന്നിട്ട് മ്മക്കൊന്നും ഒന്നൂല്ലേ. സത്യം പറഞ്ഞാ യ്യ് ജീവിച്ചിരിക്കുംന്ന് ഞങ്ങളാരും അന്ന് നിരീച്ചില്ല. എങ്ങനാ മോളേ യ്യ് അന്ന് പിടിച്ചുനിന്ന് ഇത്രവരെ എത്തിയേ. ഞങ്ങളെ നാടിന്റെ അഭിമാനാ യ്യ്. അനക്ക് നാട്ട്കാര് ഒര് സ്വീകരണൊക്കെ സംഘടിപ്പിക്കുന്നുണ്ടല്ലോ. അറിഞ്ഞോ?"

അവള് പുഞ്ചിരിച്ച് സ്നേഹം നീട്ടി വലിച്ചെടുത്ത് കുനി നിന്നു, പണ്ട് നിക്കുന്ന പോലെ. കൊറേ പണിയെടുപ്പിച്ചിട്ടുണ്ട് അയാളുടെ പെമ്പറന്നോത്തി അന്നൊക്കെ. ഒരിക്കൽ നിത്യേനെയുള്ള എല്ലാ പണികളും തീർത്ത് ചോറുണ്ണാനിരിക്കാൻ തുടങ്ങിയപ്പഴാണ് വർഷങ്ങളായി കഴുകാതിരുന്ന ഒരു ബാത്റൂം ചെരുപ്പുമായി അവര് വന്നത്. വർഷങ്ങളുടെ കാറ്റും കോളും മെഴുക്കും അഴുക്കും കൈകൾക്ക് താങ്ങാവുന്നതിലുമപ്പുറമായിരുന്നു. യത്തീംഖാനേലേക്ക് സഹായം ചെയ്യുന്ന കുടുംബം അല്ലേ? ആരോടും പരാതി പറയാനില്ല. വൈകുന്നേരം ചായന്റെ സമയായപ്പം അവര് വന്ന് പറഞ്ഞു

"ചോറ് പോലും തിന്നില്ലല്ലോ. മതി മതി. ഇനി മോള് ചായ കുടിച്ചോ."

വർഷങ്ങൾക്കുശേഷം ഒന്ന് കണ്ടാൽത്തീരാവുന്ന ദുഃഖവും പകയും കഥാസന്ദർഭങ്ങളിലെ മുഴപ്പമേ മനുഷ്യന്റെ ജീവിതത്തിലുമുള്ളൂ എന്ന് ചിലപ്പോൾ തോന്നും. വീട്ടിലേക്ക് ക്ഷണിച്ച് അയാൾ നടന്നകലുമ്പോ ബൽക്കീസിന് ഒരിക്കൽക്കൂടി പുനർജനിച്ചതുപോലെ തോന്നി. കാലത്തിന്നറിയാത്ത വളവുകളും തിരിവുകളുമുണ്ടോ... ബൽക്കീസ് കുഞ്ഞുങ്ങളെ നെഞ്ചോട് ചേർത്തുപിടിച്ചു.

മുന്നോട്ട് നടക്കുന്തോറും വല്ലാത്തൊരു വിഭ്രാന്തി നുരഞ്ഞുപൊങ്ങുന്നു.

ആശുപത്രി ജനലിന്റെ മണമായിരുന്നു അക്കാലത്ത് അവൾക്ക്. ഭാരിച്ച ഉത്തരവാദിത്വവുമായിരിക്കുന്ന, ഭർത്താവ് മരിച്ച അർബുദരോഗിയായ ഉമ്മയോടൊപ്പം മകളല്ലാതെ ആര് നിൽക്കാൻ. പതിനാല് വയസ്സായിരുന്നു അന്നവൾക്ക്. ഉമ്മച്ചി ചോര തുപ്പി, കെടന്നിടത്ത് നിന്ന് ഛർദ്ദിച്ചു. സമ്പന്നരായ ബന്ധുക്കൾ ധാരാളമുണ്ടായിരുന്നു. എന്നിട്ടും ബന്ധുക്കൾക്കും അല്ലാത്തവർക്കും നേരെ പായേണ്ടി വന്നു, പറയേണ്ടവരോടും അല്ലാത്തവരോടും അവൾ തന്റെയും കുടുംബത്തിന്റെയും ഭാണ്ഡക്കെട്ടുകളഴിച്ചുവെക്കേണ്ടി വന്നു. ഏങ്ങി, ഏങ്ങിപ്പൊന്തി. അധ്യാപകർക്ക് പ്രിയപ്പെട്ട... മിടുക്കിയായ വിദ്യാർഥിയായിരുന്നവളുടെ നോട്ടുപുസ്തകങ്ങളിൽ കടം വാങ്ങിയതിന്റെ കണക്കെഴുത്തുകൾ മാത്രമായി. എത്രയൊക്കെ ചേർന്നും ചോർന്നുമിരുന്നിട്ടും അധികം താമസിയാതെ അവളുടെ ഉമ്മ പോയി. തുരുമ്പിച്ച ആശുപത്രി ജനലുകളുപേക്ഷിച്ച് അവളും അനിയനും യത്തീംഖാനയിലേക്കും. തിരിച്ച് എല്ലാം കഴിഞ്ഞ് സ്കൂളിലെത്തിയപ്പോൾ അവളുടെ പ്രിയപ്പെട്ട അധ്യാപിക അവളെയും അവളുടെ തുരുമ്പിച്ച കൈകളെയും നോക്കിനിന്ന ദിവസങ്ങളോളം.

ഉമ്മച്ചിയുണ്ടായിരുന്നതിന്റെ മുമ്പും പിമ്പും.

പള്ളിക്കാട്ടിലേക്ക് കയറുമ്പോൾ അവൾ ഭർത്താവിന്റെയും മക്കളുടെയും കൈകൾ വീണ്ടും വീണ്ടും മുറുക്കിപ്പിടിച്ചു. ഉസ്താദ് ഇടപെട്ട് അവൾക്കും കുടുംബത്തിനും സുരക്ഷിതമായി ആ ഖബറിടംവരെ പോയി വരാനുള്ള ഏർപ്പാട് രഹസ്യമായി ചെയ്തിരുന്നു. മുന്നോട്ട് നടക്കും തോറും അവൾ ആയിരം കാതങ്ങൾ പിറകോട്ടോടി.

ആദ്യമായി ചോറ് വാരിക്കൊടുത്തും താരാട്ടുപാടി നെഞ്ചിലിട്ടുറക്കിയും വളർത്തിയ തന്റെ കുഞ്ഞ്. ഉമ്മച്ചി മരിക്കുമ്പോൾ ഉറപ്പ് കൊടുത്തിരുന്നു, അവനെ ഒരിക്കലും എങ്ങും കളയില്ലെന്ന്. പടവുകൾ കയറുംതോറും മാസങ്ങളായി വർഷങ്ങളായി കൊണ്ടുനടക്കുന്ന വലിയ വേദന പ്രക്ഷുബ്ധമായ സമുദ്രം കണക്കെ ഉരുണ്ടുകൂടി. ഉമ്മച്ചി മരിച്ചപ്പോ അവനാണ് ധൈര്യം തന്നത്. പക്ഷേ, ബന്ധുക്കളും കൈവിട്ട് യത്തീംഖാനയിൽ അഭയംതേടി മാസങ്ങൾ കഴിഞ്ഞപ്പോളൊരിക്കൽ അവനെ, അവിടെനിന്ന് കാണാതാവുകയും അവരുടെ വീട്ടിൽ ആത്മഹത്യ ചെയ്ത നിലയിൽ കണ്ടെത്തുകയും ചെയ്തു. എന്റെ കുഞ്ഞ്, എന്റെ കുഞ്ഞ്, എന്റെ ആദ്യത്തെ കുഞ്ഞ്... റിയാസ്...

"ഇത്ര അഭിമാനമില്ലാതെ, എരന്ന് ജീവിക്കാൻ എനിക്ക് വയ്യ ഇത്താ." അവസാനം കണ്ടപ്പോൾ അവൻ പറഞ്ഞതോർത്ത്, അവൻ കിടക്കുന്നിടത്തേക്ക് തളർന്നുവീണു ബൽക്കീസ്.

നമ്മൾ നടന്ന വഴിയേ നടക്കുന്നു,
നീ ഉപേക്ഷിച്ച എന്നെയും നിന്നെയും തേടുന്നു...
എന്റെ വിരലുകളിൽ ഇത്രയും മുറുക്കിപ്പിടിക്കാതെ...
എന്റെ വിരലുകളിൽ ഇങ്ങനെ മുറുക്കിപ്പിടിക്കാതെ...
എനിക്ക് വേദനിക്കുന്നു...
വല്ലാതെ വേദനിക്കുന്നു.

രണ്ടാമത്തെ വഴി

അനിത ശ്രീജിത്ത്

വല്ലപ്പോഴുമങ്ങോട്ടേക്കെത്തുന്ന ബസ്സിൽ നല്ല തിരക്കുണ്ടെന്നച്ഛൻ പറഞ്ഞിരുന്നു. എന്നാലുമിതെന്തൊരു തിരക്കാണപ്പാ! വല്ലവിധേനയും ബസ്സിൽനിന്നും നൂണ്ടിറങ്ങി പുറത്തു കടന്നപ്പോൾ അനിഷ ദേഷ്യംപിടിച്ച് സാരിത്തുമ്പിലെ ചുളുക്ക് നിവർത്താൻ ശ്രമിക്കുകയും ദേഷ്യത്തിൽ ഒരുകാൽ അമർത്തിച്ചവിട്ടിക്കൊണ്ടും പറഞ്ഞു,

"നാശം ഇതെന്തൊരു ബസ്സാണ്! ഇത്ര തിരക്കുണ്ടാവുംന്നോർത്തില്ല. ഹ്ന്റെ സാരീലാരുടെയോ പിന്നോ മറ്റോ ഉടക്കി. ഞാൻ വലിച്ചപ്പോ ദാ മുന്താണി പിഞ്ഞിപ്പോയി. പുത്തൻ കാഞ്ചീപുരമാ. ആദ്യമുടുത്തതാ, ശ്ശോ എന്റെ സാരി. ഇതുടുക്കാൻ തോന്നിയ നേരത്തെപ്പറഞ്ഞാൽ മതിയല്ലോ."

അനിഷയുടെ മയിൽപ്പീലിനീല കാഞ്ചീപുരം സാരി വെട്ടിത്തിളങ്ങിക്കിടന്നിരുന്നു. അതു പൊതിഞ്ഞുടുത്ത അവളുടെ നേർത്ത ഉടൽ പണ്ടവർ ഒന്നിച്ചുപഠിച്ച പതിനഞ്ചു വയസ്സിൽ നിന്നും വളരാത്തതുപോലെ മുരടിച്ചുനിൽക്കുന്നു. തലമുടിമാത്രം വളർന്നു നീണ്ടിട്ടുണ്ട്. ബസ്സിൽനിന്ന് ഇനിയുമിറങ്ങാൻ പറ്റാത്ത ജിഷ ഉള്ളിൽ നിന്ന് ദേഷ്യപ്പെട്ടു.

"മനുഷ്യനെ ഒന്നിറക്കിവിട് കണ്ടക്ടറേ... എല്ലാത്രുടി തള്ളിക്കേറാതെ. ഒന്നിറങ്ങീട്ട് കേറാം."

അവളെ എല്ലാവരുംകൂടി തള്ളിയിറക്കിവിട്ടു. നേരിയ ഹീലുള്ള ചെരിപ്പ് അവൾക്കു പിന്നാലെ നടതള്ളപ്പെട്ടു. ബസ് ഒരു കുലുക്കത്തോടെ ശ്വാസമെടുത്ത് പാഞ്ഞു പോയി.

"എന്റെയനിതേ... നിനക്ക് ഞങ്ങളെ വീട്ടിക്കൊണ്ടോരാൻ തോന്നിയ നേരം കൊള്ളാം. അറ്റ്ലീസ്റ്റ് തനിക്കു തന്റെ ശകടം എടുത്ത് ഞങ്ങളെ അതിലെങ്ങാൻ കേറ്റിക്കൊണ്ടോന്നൂടായിരുന്നോ? ഉന്തീം തള്ളീം മനുഷ്യനെക്കൊന്നു. ഹോ എന്തൊരു മനുഷ്യന്മാര്!"

"അതേയ് ഞാനിത്ര പ്രതീക്ഷിച്ചില്ലടോ, സോറി. അച്ഛൻ പുതിയവീട് വാങ്ങിയ സ്ഥലം വിവരിച്ചുതന്നു. ഫോട്ടോയുമിട്ടപ്പോൾ കൊതിയായി. പാലുകാച്ചിന് വരാ

നിരുന്നപ്പോൾ മോൾക്ക് പരീക്ഷ. അതു കഴിഞ്ഞ് ഞങ്ങൾ വരാൻ പ്ലാനിട്ടപ്പോൾ എനിക്കൊരു രസം തോന്നി. നിങ്ങളെക്കൂട്ടി ആദ്യമിങ്ങു പോരാന്ന്. രഘുവിനേം മോളേമിട്ടിട്ട് ഞാനിറങ്ങിപ്പാഞ്ഞുപോന്നത് നമ്മൾടെ നൊസ്റ്റ ഓർത്തിട്ടു കൂടിയാടോ ക്ഷമീര്."

"ഉം, ഞാൻ സൽവാറിട്ടതു നന്നായീന്നു തോന്നുന്നു. എങ്ങനുണ്ട് പട്ടുസാരീസ്? How was your feelings?" ജിഷ ഉറക്കെച്ചിരിച്ചുകൊണ്ട് ചോദിച്ചു.

"Ow! too much feelings..." അനിഷ കട്ടക്കലിപ്പിൽ എന്നെ നോക്കി. ഞാനാകെ ചമ്മലോടെ അവരെയും.

"അല്ല, എനിക്ക് മനസ്സിലാകാഞ്ഞിട്ടുചോദിക്കുവാ നിങ്ങൾക്കു രണ്ടാൾക്കും ഈ പട്ടുസാരീം സ്വർണമാലേമൊക്കെയണിഞ്ഞ് ഇമ്മാതിരിക്കെട്ടുകാഴ്ചയിൽ വീട്ടി ലേക്ക് പോരാൻ തോന്നിയ കാര്യമെന്താ?."

"അതേയ് വീട്ടിലേക്കല്ലേടോ അച്ഛന് പൊന്നും പട്ടുമെല്ലാമണിഞ്ഞ് കാണുന്നത് വല്യ താൽപര്യമാ. ഞാനത്രേ ഓർത്തൊള്ളു. കാണുമ്പോൾ സന്തോഷിച്ചോട്ടെ

എന്ന നിർദോഷമായ ആഗ്രഹം. അല്ലാതെ എപ്പഴും ഇപ്പരിപാടി ഇല്ലപ്പാ."

അതുപറഞ്ഞു നിർത്തുന്നതിനും മുമ്പ് ഞാനാ സ്ഥലം വീക്ഷിക്കാനാരംഭിച്ചിരുന്നു. വലിയൊരു കുന്നിന്റെ മുകളിലാണ് നിൽപ്. ബസ്സിലെ തിരക്കിൽപ്പെട്ട് സ്ഥലം മനസ്സിലായിരുന്നില്ല.

ഗോവർധനഗിരിധാരി ക്ഷേത്രം ഒരു പഴകിപ്പറിഞ്ഞ ചൂണ്ടുപലക ക്ഷേത്രമെവിടെയെന്ന് ചൂണ്ടിക്കൊണ്ടവിടെ നിന്നിരുന്നു.

അവിടെ നിന്ന് താഴേക്ക് കല്ലൊതുക്കുകൾ ആരംഭിക്കുന്നു.

"ഓ അതാ ആ ടെമ്പിൾ റോഡ് കാണുന്നു. ബാ നടക്കാടോ". ജിഷയാണ് മുന്നിൽ. അവൾ പണ്ടേ സ്കൂൾ ലീഡറും ക്ലാസ് ലീഡറുമായിരുന്നു. മിടുക്കിക്കുട്ടി. ഞാൻ ചിരിയോടെ ഓർത്തുപോയി.

സാരി പിഞ്ഞിപ്പോയതേ മൂഡോഫായ അനിഷയെ ഞാൻ പാളിനോക്കി. കക്ഷി കൗതുകത്തിൽ നടക്കുന്നുണ്ട് ഭാഗ്യം.

"അല്ല ടീംസേ... നമുക്ക് അമ്പലം വഴി പോകാതെ ഒരോട്ടോ വിളിച്ച് വീട്ടിലേക്ക് പോയാപ്പോരെ? ഈ പടികൾ കണ്ടിട്ടെനിക്ക് അത്ര പന്തിയായി തോന്നുന്നില്ല, ഇതിപ്പോൾ തീരുന്ന ലക്ഷണമില്ല."

ജിഷ കാലേക്കുട്ടി അക്ഷമയായി.

"പറ്റൂല്ല. അമ്പലത്തിപ്പോണം. ഞാനതാ സാരീം ചുറ്റി ഇറങ്ങീതു തന്നെ. അല്ലാതെ എവളു പറഞ്ഞിട്ടൊന്നുമല്ല. അമ്പലത്തിക്കേറി ഐശ്വര്യമായി വീട്ടിലെത്തണം."

"പൊന്നും പട്ടുമിട്ടാലേ ആണ്ടവനും തൃപ്തിയാവൂന്നുണ്ടോ?" ജിഷ പൊട്ടിച്ചിരിച്ചുകൊണ്ട് അനിഷയെ കളിയാക്കി. അവളുടെ കാതിലെ നീണ്ട ഫാഷൻലോലാക്കും കൂടെയാടിച്ചിരിച്ചു.

അനിഷ അതൃപ്തിയിൽ മുഖംകോട്ടി. ഈശ്വരാ. ഇതുമതി അവൾക്ക് പിണങ്ങാൻ. തൊട്ടാവാടിയും കോപിഷ്ഠയുമാണ്. എന്നാലും വെറും പാവമാണവൾ. അവർ രണ്ടുപേരും തനിയെയുള്ള കോമ്പോ അത്ര നന്നാവില്ല. ഇടയിൽ ഞാനില്ലെങ്കിൽ അടി ഉറപ്പ്.

വീട്ടിലേക്ക് രണ്ടു വഴികളുണ്ടെന്ന് അച്ഛൻ പറഞ്ഞിരുന്നു. അമ്പലംവഴി വന്നാൽ നിങ്ങളുടെ ആഗ്രഹങ്ങളൊട്ടുങ്ങുംവിധം സുന്ദരമാണെന്നും രണ്ടാമത്തെ വഴി സ്ഥിരം കാഴ്ചകളിലൂടെ മാത്രമാണെന്നും ഓർമപ്പെടുത്തിയിരുന്നു. അപ്പോൾ ഓർത്തു അത്ര സുന്ദരമാണെങ്കിൽ ആ വഴിയൊന്നു കാണണമല്ലോന്ന്. അതാണ് നിങ്ങളെ ക്ഷണിക്കാൻ തന്നെ കാരണം. നമ്മുടെ പഴയ ട്രക്കിങ്ങോർമ്മകൾ യാത്രകൾ... എല്ലാമോർത്തു.

"ഛേ, ഞാനോർത്തത് വല്ല ആലുംമൂട്ടിലും നിൽക്കണ അമ്പലമാന്നാ... കേറിത്തൊഴുത് ഐശ്വര്യമായിട്ട് വീട്ടിലെത്താന്നും കരുതി. ശ്യാമാണേൽ എന്നെക്കളിയാക്കിയാ വിട്ടത്, നീയിതെന്താ കല്യാണപ്പൊരേൽ പോവ്വാണോന്നും ചോദിച്ച്!"

അനിഷ ഇപ്പഴും പരാതിപ്പെട്ടി തന്നെ! ഞാനൂറിച്ചിരിച്ചു. എന്റെ ചിരിയവൾ വകവച്ചില്ല, മുഖംകോട്ടിക്കാണിച്ചു.

"വല്ല ജീൻസുമിട്ട് വരാൻ പറ്റിയ സ്ഥലമാ, ട്രക്കിങ്ങിനിറങ്ങുന്ന ഫീൽ."

ഞാനതു പറഞ്ഞതും

"സത്യം." എന്നവരും ഉറപ്പിച്ചു.

നല്ല തണുത്ത പ്രഭാതമായിരുന്നു അത്. ബസ്സിൽ നിന്നുമിറങ്ങിയ പലക്കൂട്ടം മനുഷ്യർ ഇടയ്ക്കിടെ ഇരമ്പിക്കൊണ്ട് ഞങ്ങളെക്കടന്നു പോകുമ്പോഴാണ് ഈ ഗ്രാമത്തിലെന്താ ഇത്ര തിരക്കെന്നു നമ്മൾ അതിശയപ്പെട്ടുക. ചിലരുടെ കൈയിൽ ഉത്സവത്തിനു പോയി വരുംപോലെ പലഹാരപ്പൊതികളും ബലൂണുകളും കാണുന്നുണ്ട്. അമ്പലത്തിലേക്ക് പോകുമ്പോഴെന്തിനാ ഇതെല്ലാം മടങ്ങി വരുമ്പോഴല്ലേ കാണേണ്ടതെന്ന് ഞാനന്തം വിട്ടു. കുട്ടികൾ ഒന്ന്, രണ്ട്, മൂന്ന് എന്ന് പടികൾ ചാടിച്ചാടി ഇറങ്ങുന്നു. ചിലരെല്ലാം തമിഴരാണെന്നതും എന്നെ അതിശയപ്പെടുത്തി. ഈ ഓണം കേറാമല ഇത്ര പ്രശസ്തമാണോ?

"ഈശോ. സ്ഥലം മാറിപ്പോയോ. നമ്മള് വല്ല മധുരേലോ പളനീലോ മറ്റോ ആണോ?"

ജിഷ കരിങ്കുവരച്ചുകൊണ്ട് എന്നെ നോക്കി. ഞാൻ ആശങ്കയോടെ അവരെയും.

"ഗോവർദ്ധനഗിരീന്നൊക്കെപ്പറഞ്ഞാ ഒരുതരം പുരാണപടത്തിന്റെ പേരുപോലുണ്ട്."

അനിഷ ഇപ്പോഴും മാലയിലും സാരിയിലുമെല്ലാം തൊട്ടുതലോടിത്തന്നെയാണ് നടപ്പ്. മുഖത്താണേൽ കട്ടക്കലിപ്പ്.

നടന്നുനടന്ന് കല്ലൊതുക്കുകൾ അവസാനിച്ചു. പക്ഷേ അവിടുന്നങ്ങോട്ട് മലയിടുക്കിലൂടെ മണ്ണുടരുകളിലൂടെ ചെടികളിലും മറ്റും പിടിച്ചുപിടിച്ചിറങ്ങണം. കുത്തനെ താഴേക്ക് ആളുകൾ കൂട്ടം ചേർന്ന് കൈപിടിച്ചിറങ്ങുന്നുണ്ട്. പ്രായം ചെന്നവരുമുണ്ട്. കൂസലില്ലാതെ കൃഷ്ണനാമവും ജപിച്ചിറങ്ങുന്നു. മിക്കവരും ചെരിപ്പൂരി കൈയിൽ പിടിച്ചിട്ടുണ്ട്. ദൂരെ താഴ്‌വാരത്തിൽ അമ്പലത്തിന്റേതാണോ കൂർത്ത മുഖപ്പുകാണാം. അതിനുമപ്പുറം രണ്ടു വലിയ ഉയർന്നുതിളങ്ങുന്ന പള്ളി മിനാരങ്ങളും മകുടങ്ങളും ദൃശ്യമാവുന്നുണ്ട്. അതിനുനേരെ മുൻപിലായിവരും വീടെന്നാണച്ഛൻ പറഞ്ഞത്. പക്ഷേ ഈ താഴ്ച!

"എന്റമ്മേ!"

ഞങ്ങൾ ഒന്നിച്ചു നിലവിളിച്ചുപോയി. "ഇതിലേക്കെങ്ങനെ ഇറങ്ങാനാ? ഇതൊരു ഗവിയാണല്ലോ അനിതേ." ജിഷ മൊത്തത്തിൽ അക്ഷമയായി.

"വല്ലാത്തൊരു ചെയ്ത്തായിപ്പോയി." അനിഷയ്ക്ക് ദേഷ്യം പുറത്തുചാടി.

ഓടിവന്ന ഒരു കുട്ടി ഞങ്ങളെ ഇടിച്ചുതെറിപ്പിച്ചിട്ടില്ല എന്നേയുള്ളൂ, താഴേക്ക് തെറിക്കാനാഞ്ഞ ഞാൻ ഞെട്ടലോടെ തറഞ്ഞുനിന്നു. ആളുകൾ കൂസലില്ലാതെ ഇഴഞ്ഞിറങ്ങുന്നു. ഉറക്കെ വിളിച്ചുകൂവി സംസാരിക്കുന്നു. പരന്നൊഴുകുന്ന പുഴയിലെ മുളച്ചുനിൽക്കുന്ന കല്ലുകൾപോലെ അവിടവിടെ പല വലിപ്പത്തിൽ ആളുകളുടെ രൂപങ്ങൾ ഇറങ്ങിക്കൊണ്ടിരുന്ന ദൃശ്യം ഞങ്ങളെ കുഴക്കിക്കളഞ്ഞു.

"എടോ ഞാൻ തിരിച്ചു പോട്ടെ? എനിക്കു വയ്യ ചെരിപ്പൂരിപ്പിടിച്ച് സാഹസത്തിന്. നീ അഡ്രസ് താ ഞാൻ മുകളിച്ചെന്ന് വല്ല ഓട്ടോയും വിളിച്ച് വീട്ടിൽച്ചെന്നിരിക്കാം. ഇത്രേം ഇറങ്ങണ്ടായിരുന്നു. തന്നേമല്ല എനിക്ക് വേഗന്ന് തിരിച്ചുപോണം ജിൻസേട്ടായീടെ അടുത്ത് ജോർജപ്പാപ്പൻ വന്നിട്ടുണ്ട്. പേപ്പനും മേമേം വിളിച്ചാരുന്നു. കാണാൻ പോണം വയസ്സായതല്ലേ. ഇന്ന് ചെന്നില്ലേൽ ഞാൻ ചെന്നൈയിൽപ്പോയി കാണലൊന്നും നടക്കില്ല."

അവളെന്റെ സമ്മതമോ അഡ്രസ്സോ വാങ്ങാതെ തിരികെ നടക്കാൻ തുടങ്ങി.

"നിനക്ക് അഡ്രസ് വേണ്ടേ..." എന്നു ചോദിക്കാൻ തുടങ്ങിയ നാവ് ഞാൻ അവളുടെ വേഗത കണ്ട് മിണ്ടാതാക്കി. പരിഭ്രമത്തോടെ അനിഷയെ നോക്കിയപ്പോൾ അവൾ സാരി പൊക്കിപ്പിടിച്ച് ഇറങ്ങി കുറേദൂരം എത്തിക്കഴിഞ്ഞിരുന്നു.

ആഴങ്ങളിലേക്ക് നോക്കുമ്പോൾ ആന്തൽ വരുന്ന എന്റെ തൊണ്ട വരണ്ടു.

"അനീ..."

ഞാനവളെ ഉറക്കെ വിളിച്ചു. അവളെന്നെ ദേഷ്യത്തിലൊന്നു നോക്കി.

"ജിഷേ..." ഞാൻ പിറകിലേക്കു തിരിഞ്ഞ് നീട്ടി വിളിച്ചു.

"എന്താ അനിതാ?"

ഏറെപ്പടികൾ കയറിയിരുന്നു അവൾ

"അനീ നീയൊന്നു തിരികെപ്പോ പ്ലീസ്. ഞാൻ ജിഷയോടു പറയാം."

"വേണ്ട എന്നിട്ടുവേണം തമ്മിത്തല്ലിച്ചാകാൻ. നീയൊന്നു വരണുണ്ടോ വേഗം?"

അവളുടെ ദേഷ്യം ഇത്തവണ എന്നെ ദുഃഖിതയാക്കി. തിരിഞ്ഞുനോക്കി ജിഷയോട് പൊക്കോളാൻ ആംഗ്യം കാണിച്ചു പറഞ്ഞു. കേൾക്കേണ്ട താമസം അവൾ പോയിക്കഴിഞ്ഞു.

ഞാൻ വെപ്രാളത്തോടെ ചെരിപ്പൂരി കൈയിൽപ്പിടിച്ചു. സാരിത്തലപ്പ് എളിയിൽക്കുത്തി സാരി പൊക്കിപ്പിടിച്ചു. പതിയെ മൺ ഭിത്തിയിൽ തപ്പിപ്പിടിച്ചു. സൂക്ഷിച്ച് കാലുകൾ താഴേക്കു നിരക്കി നീർത്തി. ഒരു മണ്ണട്ടർ എന്നെ പേടിപ്പിച്ചുകൊണ്ട് കൈപിടിച്ചിടത്തുനിന്നും ഉതിർന്നു താഴേക്ക് വീണുപോയി. രാവിലെയായിട്ടും ഞാൻ വിയർത്തു കുളിച്ചു. താഴെനിന്നും പൊടുന്നനെ ഒരു കൂക്കുവിളി ഉയർന്നു. കുറേ കുട്ടികൾ ഒരു കാട്ടുചെടിയിൽ തൂങ്ങിയാടി ഇറങ്ങുന്നതിന്റെ ബഹളം.

അനിഷ ഒരുപാടകലെയായി.

അവൾക്ക് ആകെ വെറുപ്പായിട്ടുണ്ട്. എന്തിനാണെല്ലാവരും വെറുപ്പോടെ പിരിയുന്നത്. അവരെപ്പോലെ ഞാനും ആദ്യമായി വന്നതല്ലേ, അറിഞ്ഞു കൊണ്ടല്ലല്ലോ. എല്ലാം തകിടം മറിഞ്ഞു. എനിക്കാണെങ്കിൽ ഈയിടെയായി ആഴവും ഉയരവും ഒരേപോലെ പേടിയാണ്. പണ്ടത്തെ നെഞ്ചുറപ്പോ കുതിപ്പോ ഇല്ല. അവളിറങ്ങിപ്പോകുന്നതിനാൽ എനിക്കു പോകാതെ വയ്യ. അവൾക്ക് എന്തെങ്കിലും പറ്റിയാൽ എനിക്ക് മാറി നിൽക്കാൻ പറ്റില്ലല്ലോ.

"മാറി നിക്കക്കാ..."

എന്നെ ഉന്തിമാറ്റി ഒരു കൊച്ചുചെറുക്കൻ കടന്നു പോയി.

ആ കറുത്തുമെലിഞ്ഞ തമിഴൻ ചെക്കന്റെ മൂടുകീറിയ ട്രൗസറിൽനിന്നും മൂത്രമണം പടരുന്നുണ്ടായിരുന്നു. അവന്റെ മൂത്രമണത്തേക്കാളുപരി അവന്റെ നിറമെന്നെ ചെകിടിപ്പിച്ചു.

"ഛർദ്ദിക്കാൻ തോന്നുന്നു. അഴുക്കു പിള്ളേര്." ഞാനുറക്കെപ്പറഞ്ഞു. ആരൊക്കെയോ അവജ്ഞയോടെ ദേഷ്യത്തോടെ എന്നെ നോക്കിയത് ഞാൻ കണ്ടില്ലെന്നു നടിച്ചു. കടുംപച്ച കാഞ്ചീപുരംസാരി എന്റെ ദേഹത്തോടൊട്ടി ഊതനിറം കൂടുതൽ കാന്തിയോടെ തിളങ്ങുന്നതായി ഞാൻ നടിച്ചുകൊണ്ടുമിരുന്നു.

"അനീ..."

അനിഷ വിളിക്കുന്നല്ലോ.

"ഞാൻ വേഗംപോണ, അമ്പലത്തിൽക്കേറിയിട്ട് കിട്ടുന്ന ബസ്സിൽ ഞാനങ്ങ് പോകും... വീട്ടിലേക്ക് പിന്നീട് വരാം".

ആകെ മ്ലാനമായ മനസ്സോടെ ഞാൻ ഇടറിനിന്നു. തിരിച്ചു പോകാൻ തോന്നുന്നില്ല. പക്ഷേ, മുമ്പോട്ടിറങ്ങാനും പേടി. ആരും വീഴുന്നൊന്നുമില്ല. എന്തോ ഒരുന്മാദം എല്ലാവരേയും ബാധിച്ചിരിക്കുംപോലെ അവർ കൂവിവിളിച്ചും ചിരിച്ചുല്ലസിച്ചും താഴേക്കിറങ്ങുന്നു.

അച്ഛന് വല്ല ഭ്രാന്തുമുണ്ടോ? ഈ വഴി പോയാൽ എങ്ങനെ മോഹങ്ങളടങ്ങും? ഇതാണോ ഇത്ര സുന്ദരമായ വഴി. അവളുമാരോട് ഞാനിനി എങ്ങനെ സംസാരിക്കും? രഘുവിന്റെ കൂടെ വന്നാൽ മതിയായിരുന്നു. എന്നെയും തൂക്കിയെടുത്ത് ആളിപ്പോൾ അമ്പലം കടന്നേനെ. അഹങ്കാരം പിടിച്ച് 'ഞങ്ങൾ പെൺകുട്ടുമതി ആദ്യം പോകാൻ എന്നും പറഞ്ഞ് ചാടിത്തുള്ളിയിറങ്ങിയിട്ടെന്തായി. പെരുവഴിയിൽ മൂന്നും മൂന്നുവഴിയായി.

കൈകൾ വിറയ്ക്കുന്നു. വിയർപ്പ് തുടകളിൽക്കൂടി ചാലിട്ടൊഴുകി അടിപ്പാവാട ഒട്ടിപ്പിടിക്കുന്നു. എന്റെ പിറകിൽനിന്ന പെണ്ണ് 'ഒന്നു സൈഡ് തരൂ ചേച്ചീ' എന്ന് പറഞ്ഞപ്പോൾ ഞെട്ടിമാറി. ഞാനൊതുങ്ങിയ കൈച്ചാലിൽ അവൾ ഒരു കുതിരയെപ്പോലെ അതിശീഘ്രം ഇറങ്ങിപ്പോയി. കരിയിലകൾ ഞെരിച്ചമർത്തി മൺകട്ടകൾ ചിതറിത്തെറിപ്പിച്ച് ഉറപ്പുള്ള കുറ്റിത്തോട്ടിയിൽത്തൂങ്ങി മണ്ണിടുക്കിൽ കൈയെത്തിപ്പിടിച്ച് ചാടിയിറങ്ങിപ്പൊയ്ക്കൊണ്ടിരുന്നു. അവളെനോക്കി ഞാൻ അസൂയപ്പെട്ടു.

പതിയെ പറ്റിപ്പിടിച്ച് പുറകിലേക്ക് വലിഞ്ഞുകയറാൻ ശ്രമിച്ചു. തിരികെക്കയറി വല്ല ഓട്ടോയ്ക്കും പോകാം. കഷ്ടപ്പെട്ട് തിരിഞ്ഞുനിന്ന് മുകളിലേക്ക് നോക്കിയപ്പോൾ തലകറങ്ങിപ്പോയി. ഇറങ്ങുന്നതിനേക്കാൾ ഭീതിതോന്നുംവിധം കുത്തനെയുള്ള മുകൾക്കാഴ്ച!

ഞാൻ വന്ന വഴിയാണോ ഇത്!

'വഴിയിൽ നിൽക്കാതെ മാറൂ.' ആരെല്ലാമൊക്കെയോ ചവിട്ടിക്കുതിച്ച് കടന്നുപോകുന്നു. കുട്ടികളുടെ ചിരി കേൾക്കുന്നു. ഭാരം തൂങ്ങിയ കാലുകൾ വലിച്ചുപൊക്കി നോക്കി. ചെരിപ്പുകളെ ഞാനവിടെ നിന്നും താഴേക്ക് വലിച്ചെറിഞ്ഞു. പിന്നീടൊരു ചെരിപ്പുവാങ്ങാനാണോ പാട്. പതിയെ നിലത്തേക്കിരുന്നു നിരങ്ങി നീങ്ങാമെന്നോർത്തു. നിലത്തിഴയും പോലെ പതിയെ താഴേക്കൂർന്നു നീങ്ങി. മൺഭിത്തിയിൽ മാത്രം ശ്രദ്ധയൂന്നി നാലുകാലിൽ നീങ്ങിക്കൊണ്ടിരുന്നു. സാരി വിയർപ്പിൽ കുതിർന്നു. നിലത്ത് പതിവിൽക്കവിഞ്ഞ് നനഞ്ഞുകുഴഞ്ഞ മണ്ണ്, അതിലേക്കാഴ്ന്നുപോയ കൈവലിച്ചെടുക്കവേ പിറകിൽ വന്ന കുട്ടി പൊട്ടിച്ചിരിച്ചു.

"ഹ ഹ തീട്ടമാ ചേച്ചീ അത്, കുക്കുമോൻ അപ്പിയിട്ടപ്പോ ഞാൻ മൂടിയിട്ടതാ. എന്നിട്ടവനെ തിരികെ കൊണ്ടുപോയി അമ്മേടടുത്താക്കി വന്നതാ ഞാൻ. അമ്മ മോളിലിരിക്കയാ."

അറച്ചു കുഴഞ്ഞുപോയി ഞാൻ. നിലത്തുനിന്നും കൈകൾപൊക്കി നിവർന്നു നിൽക്കാനുള്ള മനക്കരുത്തില്ലായ്മകൊണ്ട് കൈ ഭിത്തിയിലെ മണ്ണിലുരസ്സിയുരസ്സി അവിടെ നിന്നും ധൃതിയിൽ താഴേക്കുനീങ്ങി. അല്പം വിസ്തൃതിയുള്ള സ്ഥലം നിൽക്കാൻ കിട്ടിയപ്പോൾ നിവർന്നുനിന്നു. പിറകിൽ വന്ന കുട്ടി ചൂളം കുത്തി താഴേക്കോ

ടിപ്പോയി. കൈയിലെ അഴുക്ക് അവിടെക്കണ്ട പുല്ലിലെല്ലാം തുടച്ചുണക്കി. അറപ്പ് മാത്രം ബാക്കിയാക്കി കൈ മെനയാക്കിത്തീർത്തു. പെട്ടന്നുവന്ന തോന്നലിൽ വേഗതകൂട്ടി കുന്നിറങ്ങിത്തുടങ്ങി. കുന്നിന്റെ ചുമന്ന മണ്ണിൽപ്പുശിയ കാലും തീമഞ്ഞ നിറമാർന്ന സാരിയുടെ അടിഭാഗവും ശ്രദ്ധിക്കാതായി. പക്ഷേ, ഉടലിലൊട്ടുന്ന അടിവസ്ത്രങ്ങൾ ആകെ ബുദ്ധിമുട്ടിലാക്കി.

ഇതെന്തു പരീക്ഷണമായിപ്പോയി. അനിഷ എവിടെയെത്തിയിരിക്കും? ജിഷയോ? ഭിത്തിയിലേക്കു നോക്കാതെ എത്തിപ്പിടിച്ച കൈയിൽത്തടഞ്ഞത് ചുമന്നുമുഴുത്ത ഒരു തേരട്ട. അറപ്പോടെ വലിച്ചെറിഞ്ഞ് കൈകുടഞ്ഞു. തൊട്ടുപിറകിലാരുടെയോ നിഴലനക്കം.

"എന്റെ ശാലിനിയേച്ചിയേ ഈ സാരിയൊക്കെ ഊരിക്കളഞ്ഞ് ഫ്രീയായി നടക്കണംന്നേ, അപ്പോൾ ദാ ഇതുപോലെ സുന്ദരമായിറങ്ങാം. ദാ ഇതുപോലെ."

തലയിലെ തൊപ്പി താളത്തിൽ ഊരിയെടുത്ത് അവളെ വണങ്ങിക്കൊണ്ടൊരു ഫ്രീക്കൻ പയ്യൻ അവളെ തൊടാതെ ഒഴുകിയിറങ്ങിപ്പൊക്കൊണ്ടിരുന്നു. തൊപ്പി പിടിച്ച അവന്റെ കൈ മുഴുവൻ ടാറ്റൂ ചെയ്തിരുന്നു. മുടി പിറകിൽ വാരിക്കെട്ടിവച്ചിരുന്നത് താളത്തിലിളകി. ലൂസ് ട്രൗസറിൽ ഒരു പുലി പച്ച നിറത്തിൽ അലറിക്കൊണ്ടുമിരുന്നു. അവൻ പോയവഴി പേരറിയാ സുഗന്ധമൊന്ന് അവളെത്തൊട്ട് ലാളിച്ചുനിന്നു.

ശരിയാണല്ലോ. ഈ സാരിയാണിത്ര ഭാരത്തിലെന്നെ കുഴക്കുന്നത്. നനഞ്ഞൊട്ടിയ പാവാടയും ഉരഞ്ഞ തുടയിടുക്കും നീറ്റലോടെ എന്നോടത് സമ്മതിച്ചു.

കുനിഞ്ഞുനിന്ന് തീമഞ്ഞയായ സാരി ഞൊറികൾ കൂട്ടിപ്പിടിച്ച് അടിയിലെ അറ്റം കണ്ടെത്തി ഞാൻ അടിവശം വലിച്ചു കീറിനോക്കി. പച്ചപ്പട്ട് കീറില്ലെന്ന വാശിയിൽ ബലം പിടിച്ചു. കഠിനമായ ദേഷ്യത്തോടെ ഞാൻ അടിപ്പാവാട അടിയിലേക്ക് കൈയിട്ട് കീറിക്കളയാൻ നോക്കി. അത് നെടുനീളത്തിൽ കീറിപ്പോയി. വള്ളി അയഞ്ഞപ്പോൾ സാരി ഊരിപ്പോയി. ആരു കാണുന്നു എന്നത് വകവയ്ക്കാതെ ഭ്രാന്തമായ വേഗത്തിൽ സാരിയുടെ ഒറ്റച്ചുറ്റൽ വിടാതെ ഞാനതഴിച്ചു. മുണ്ടുപോലെ പിടിച്ച് അടിപ്പാവാടയുടെ മുറിവള്ളി ചുറ്റിക്കെട്ടി പകുതിസാരി ഞാൻ കടിച്ചുമുറിച്ച് കീറി തലയിൽക്കെട്ടി. ബാക്കി പകുതികൊണ്ട് തറ്റുടുത്തു. അപ്പോഴാണ് ഞെട്ടലോടെ ഓർത്തത്. കൈയിലിരുന്ന ചെരിപ്പിന്റെ കൂടെ പിടിച്ചിരുന്ന നീളൻ പേഴ്സുകൂടിയാണ് ഞാൻ താഴേക്ക് വലിച്ചെറിഞ്ഞത്.

ആന്തലോടെ അതിലിരുന്ന ഐ ഫോണും എടിഎം കാർഡുകളും മറ്റ് പലതരം കാർഡുകളും മൂവായിരം രൂപയുമോർത്തു. അതിലില്ലാത്തതെന്തുണ്ട്. തന്റെ മൊത്തം ജീവിതത്തിന്റെ വിരലടയാളങ്ങൾ. ഭാഗംവയ്പുകളുടെ രേഖകളെ കാർഡുകളിലാക്കിയ അടയാളങ്ങൾ. എല്ലാം... എല്ലാം പോയി.

പൊടുന്നനെ ഉന്മാദം ബാധിച്ചവളായി. പേടിയോടെ ഭ്രാന്തിയെപ്പോലെ മുൻപിൻ നോക്കാതെ ആഞ്ഞുനടക്കാൻ തുടങ്ങി. നിരാശയുടെ ചൂടും സൂര്യന്റെ ചൂടും ഒപ്പം തലയിൽ നിന്നു കത്തി. എപ്പോഴോ വിയർപ്പിൽക്കുതിർന്ന തലയിൽക്കെട്ട് അഴിഞ്ഞു പറന്നുപോയി. കുറ്റിക്കാട് ക്രമേണ മരങ്ങൾ നിറഞ്ഞ വഴികളായി. മുമ്പിൽ വഴിയിലേക്ക് തൂങ്ങിനിന്ന മരക്കൊമ്പിലേക്ക് വലിഞ്ഞുകയറാൻ തോന്നി. അവിടെപ്പാതി തിന്ന ചുമന്നു തുടുത്ത ഏതോ ഒരു പഴം തൂങ്ങിക്കിടന്നിരുന്നു. അത്

കയ്യെത്തിച്ച് പറിച്ചപ്പോഴാണ് തൊട്ടുമുമ്പിൽ വലിയൊരു കുരങ്ങനുമുണ്ടെന്നു കണ്ടത്.

അതിഭയങ്കരമായി ഉച്ചത്തിൽ ശബ്ദംവച്ചുകൊണ്ട് ആ കുരങ്ങ് എന്റെ മുമ്പിലെ വള്ളിയിലേക്ക് ചാടി. എനിക്ക് രസം തോന്നി, ഒന്നു ചാടി നോക്കിയാലോ? ഞാൻ സാരിക്കഷ്ണം തുടയ്ക്ക് മുകളിലേക്ക് ചെരിച്ചുകയറ്റി വള്ളി ലക്ഷ്യമാക്കിച്ചാടി. കിട്ടിപ്പോയ്.

ഹ ഹ ഹ!

എനിക്കത്ഭുതാഹ്ലാദമായി. മുമ്പിലെ കുരങ്ങൻ രണ്ടു വള്ളികൾ ചാടിക്കടന്ന് തൂങ്ങിനിന്ന് എന്നെ നോക്കി ക്രീ... ക്രീ... എന്ന് അത്യുച്ചത്തിൽ പല്ലിളിച്ചുകാട്ടി. എനിക്ക് ഹരവും വാശിയും തോന്നി. വെറുമൊരു പീറക്കുരങ്ങൻ എന്നെ നോക്കി കളിയാക്കുന്നോ!

ഞാൻ ചാടി, കിട്ടിപ്പോയ്. വീണ്ടും വീണ്ടും വള്ളികളുടെ ആയങ്ങൾ... ചിലതിൽ നിന്നും വഴുതിപ്പോകുമോയെന്ന് തോന്നിയെങ്കിലും നീയും ഞാനും ഒരു പരിണാമത്തിന്റെയും ബാക്കിയല്ലെന്ന അകാരണമായൊരു വെറുപ്പിൽ എനിക്ക് വാശിയേറി.

ഞാനും ഉറക്കെയുറക്കെ കൂവി.

പേടിയോടെ തിരിഞ്ഞ ജീവി അതിവേഗത്തിൽ വള്ളിയിലാടി. ഞാനും വേഗം കൂട്ടി. അകലെയകലെ ആദിയിൽ നിന്നും അതിപുരാതനമായൊരു കാറ്റ് ആഞ്ഞു വീശാൻ തുടങ്ങി. ഇലകൾക്കെല്ലാം പുതലിച്ച മൺമണം. ഞാനും കുരങ്ങും വേഗതയുടെ നാഴികക്കല്ലുകൾ പിന്നിട്ടുകൊണ്ട് കുതിച്ചുപാഞ്ഞു. നായാടി വരുന്ന ഒരു കാട്ടുമനുഷ്യനെപ്പോൽ ഞാനാവേശത്തോടെ മുന്നോട്ടു കുതിച്ച് തെറിച്ചുകൊണ്ടിരുന്നു. കുരങ്ങിന്റെ രോമങ്ങൾ കാട്ടുമരത്തിലുരസി പറിഞ്ഞുതെറിച്ചു. എന്റെ ഉടുതുണികളിൽ പറ്റിക്കിടന്ന അടിവസ്ത്രവും ബ്ലൗസും മാത്രമവശേഷിപ്പിച്ചുകൊണ്ട് കാറ്റിന്റെ ആവേഗത്തിൽ വള്ളിയെന്നെ തെറിപ്പിച്ചെറിഞ്ഞു. ശരീരത്തിൽനിന്നും ഒട്ടിപ്പിടിച്ചു വളർന്നുവന്ന നാണവും പേടിയും ഭംഗിയും അഹന്തയും അങ്ങനെയങ്ങനെ ഒരു മൃഗത്തിനില്ലാത്തതെല്ലാം പറിഞ്ഞകന്ന തുണിക്കൊപ്പം പിറകിലേക്ക് മാഞ്ഞു. മുമ്പിൽ നിന്നാടി വരുന്ന വള്ളിക്ക് രഘുവിന്റെ രൂപമാണോ! അതെന്റെ ശരീരത്തിലേക്കാഴ്ന്നിറങ്ങും പോലെ ദ്രുതചലനങ്ങൾ... ശരീരത്തിലേക്ക് പലരസങ്ങളുടെ പെരുക്ക മേളങ്ങൾ. പൊടിക്കാറ്റ് ഉന്മാദം.

എവിടെയോ ഒരു പാറപ്പുറത്ത് ഞാൻ മലർന്നുകിടന്നു. ഹാ! തല താഴേക്ക് തൂക്കിയിട്ടു. അകമേ നിറഞ്ഞ ശാന്തിയിൽ മൗനത്തിന്റെ ഇലകൾ താഴേക്കുതാഴേക്ക് പൊഴിഞ്ഞു വീണുകൊണ്ടിരുന്നു.

പിന്നീടുള്ള നടത്തം ആയാസരഹിതമായിരുന്നു, കാറ്റിലൊരു തുമ്പി പാറുമ്പോലെ സുന്ദരമായത്. ചുറ്റുമുള്ള മരങ്ങളിലേക്ക് വള്ളികളുടെ സ്നേഹാലിംഗനങ്ങൾ, വെയിലാറുന്ന അക്കരെക്കുന്നിലേക്കുള്ള നിഴൽവീണ വഴികൾ, നീണ്ട വാലുള്ള ഇരട്ടവാലൻ കിളിയുടെ അമ്പരന്നുള്ള നോട്ടം. പൊടുന്നനെ വന്ന കുട്ടിത്തത്തിൽ ഒന്നു തൊങ്കിച്ചാടി അവിടെക്കിടന്നൊരു മൺകട്ട ഉടച്ചെറിഞ്ഞു. കഴുത്തിലെ മാലയൂരി വായുവിൽ കറക്കിക്കറക്കി ഒരു കളി കളിച്ചു. കളിച്ചു മടുത്തപ്പോൾ പിറകോട്ടാഞ്ഞുനിന്ന് താഴ്വാരത്തിലേക്ക് നീട്ടിയെറിഞ്ഞു. ഒന്നുറക്കെപ്പാടാനൊരു പാട്ടുണ്ടാക്കിനോക്കി.

'ചൂണ്ടക്കൊളുത്തു വിഴുങ്ങാതങ്ങനെ
ഇര തിന്നാൻ പഠിച്ചോളാണേയ്
ഇരകോർത്തു പിടിച്ചോനെല്ലാം
ഇരയില്ലാതൊടുങ്ങീട്ടുണ്ടേയ്!'

പൊങ്ങിപ്പൊങ്ങിച്ചാടിക്കൊണ്ട് കുറച്ചുദൂരം നടന്നു. വീണ്ടും ചൊല്ലിയതൊരു കവിതയായിരുന്നു:

'ജലത്തിൽ ഋതുക്കൾ
നിറം കലക്കിയൊഴിക്കുമ്പോൾ
ഞാനൊരു ചുമന്ന പച്ച നീല മീനായ്
ജലവേരുകളെ കാർന്നുതിന്നാറുണ്ട്.
ജലത്തിൽ ഒരു മരച്ചില്ലപോലെ
എനിക്കുള പൂക്കുവാനറിയാം'

ഇപ്പോൾ എന്തു സുഖമാണ് നടക്കാൻ! എവിടെപ്പോയി എല്ലാവരും? ഞാനെങ്ങോട്ടാണ് പോകുന്നത്? വെള്ളം വേണം. നല്ല ദാഹം. ചുറ്റും നോക്കിയപ്പോൾ അതാ കുറച്ചപ്പുറത്ത് ഒരമ്പലം. താഴികക്കുടമോ ചുറ്റുവിളക്കോ കൊടിമരമോ ഇല്ലാത്തതൊന്ന്. നേരെ കയറിച്ചെന്നു, അവിടെ നിന്നുമിറങ്ങി വന്ന പൂജാരിയോട് 'ഇത്തിരി മോരുംവെള്ളം തരാമോ?' എന്നു ചോദിക്കാനാണ് തോന്നിയത്. ഒരു പുഞ്ചിരിയോടെ തിരികെ പോയതു നോക്കി നിന്നപ്പോഴാണ് വളരെച്ചെറിയ കൃഷ്ണ വിഗ്രഹത്തിലെ വാടിയ തുളസിമാലയിൽ നോട്ടമുടക്കിയത്. ചെറുചിരിയോടെ 'ഭഗവാനേ നാരായണാ' എന്ന് പറഞ്ഞു കൊണ്ടവിടെത്തന്നെ ഇരുന്നു. തണുത്ത തറ കരിങ്കല്ലു പാകിയതായിരുന്നു. കറുത്തു മെലിഞ്ഞ പൂജാരിയുടെ ദേഹത്തെ പൂണൂൽ കരിപിടിച്ച് കറുത്തിരുണ്ടു കിടന്നിരുന്നു. അപ്പോൾ അയാളുടെ നിറമോ ഭംഗിയോ നോക്കാനുള്ള കണ്ണുകൾ എനിക്ക് അപ്രത്യക്ഷമായിരുന്നു. ദാഹം ദാഹം മാത്രം. അവിടെ രൂപമേയില്ലാത്തൊരന്തർദാഹം മാത്രമങ്കുരിച്ചെരിഞ്ഞു. അയാൾ കൊണ്ടുവന്ന ഓട്ടുമോന്ത ഞാൻ തട്ടിപ്പറിച്ചെടുത്തു. മടുമടാ കുടിച്ചിറക്കിയ തണുത്ത വെള്ളത്തിന് തുളസീഗന്ധം. അടിയിലൊരു ചെത്തിപ്പൂവ് ചുമന്നു കിടന്നിരുന്നു. മോന്ത അവിടത്തന്നെ വച്ചശേഷം ഇരുന്നിടത്തു തന്നെ മലർന്നു കിടന്നുറങ്ങി. അത്ര സ്വച്ഛസുന്ദരമായൊരുറക്കം അതുവരെ ഉറങ്ങിയിട്ടേയില്ലായിരുന്നു.

ഉച്ചതിരിഞ്ഞാണ് ഉണർന്നത്. എന്തൊരുണർവാണിത്. പുറത്തിറങ്ങിയപ്പോൾ കുറച്ചു ദൂരത്തായി പുഴ ഒഴുകുന്നതിന്റെ ദൃശ്യം കാണാം. ധാരാളം പേർ കുളിക്കുന്നു. നല്ല സമതല ഭൂമി.നിറയെ തണൽ പരത്തുന്ന മരങ്ങൾ. ഇല്ലിക്കൂട്ടങ്ങൾ. ഞാൻ പതിയെ പുഴയിലേക്കു നടന്നു.

"ആഹാ! ശാലിന്യേച്ചിയേ."

പുഴയിൽ കുളിക്കുന്ന ഫ്രീക്കൻ. കൂടെ കുറേ കുട്ടികൾ...

ഞാൻ കൈ ഉയർത്തി വീശിക്കാണിച്ചു. ഞങ്ങൾ ചിരിച്ചു.അവർക്കരികിലൂടെ നടന്ന് പുഴയിലിറങ്ങി ഒന്നു മുങ്ങി, പിന്നെ തലവെളിയിലാക്കി മുങ്ങിക്കിടന്നു.

നല്ല തണുപ്പ്, കുളിരോളങ്ങൾ ഉടലാകെ പടർന്നു മുത്തുന്നു. നട്ടെല്ലിലൂടെ കുളിരു പടർന്ന് നെറുകയിലെത്തുന്നു. ഏറെ നേരം അങ്ങനെ കിടന്നപ്പോൾ വിശപ്പ് തോന്നി. പെട്ടന്നു വീടിനെപ്പറ്റി ഓർത്തു.

എഴുന്നേറ്റ് നനഞ്ഞ മേനിയോടെ മുന്നോട്ടു നടന്നു. ഒറ്റയടിപ്പാത മുളകൾക്കിടയിലേക്ക് ചിതറിക്കിടന്നു. വഴിയിലാകെ മുളന്തലപ്പുകൾ ഒടിഞ്ഞുവീണു കിടന്നു. ഞാൻ അവ നനഞ്ഞ കൈ കൊണ്ട് മാറ്റിയിട്ടു. കുറച്ചു നടന്നപ്പോൾ വഴി മുഴുവനടഞ്ഞ് ഇലപ്പടർപ്പുകൾ ആർത്തുനിന്നു. മുൻപിലേക്കുള്ള മാർഗം മുഴുവനട ഞ്ഞപോലെ അതെന്നെ തടഞ്ഞു നിർത്തി. അപ്പോഴേക്കും വീടണയണമെന്ന മോഹം തലയ്ക്ക് പിടിച്ചിരുന്നതിനാൽ ഞാൻ വഴിയിലെ തടസ്സങ്ങൾ കഷ്ടപ്പെട്ടു മാറ്റിത്തുടങ്ങി. പൊടുന്നനെ എന്നെ നടുക്കിക്കൊണ്ട് ഒരു ടാർ റോഡിലേക്ക് വഴി തുറന്നുവന്നു.

അപരാഹ്നത്തിന്റെ സൂര്യന് മങ്ങിയ ചൂടായിരുന്നിട്ടും ടാർ റോഡിൽത്തൊട്ട എന്റെ കാൽ പൊള്ളി. ചുറ്റിനുമടിച്ച കാറ്റിനും ചൂടായിരുന്നു. മൊത്തം ഒരു അപരി ചിതത്വത്തിന്റെ രണ്ടാമത്തെ വഴിയിലേക്ക് ഞാൻ അന്തംവിട്ടു നോക്കുമ്പോൾ അകലെ നിന്നും മൂടി തുറന്നൊരു ജീപ്പ് വലിയ ഒച്ചയിൽ പാട്ടും വച്ച് അലറിക്കുതി ച്ചെത്തി. എന്നെ കടന്നുപോയ ജീപ്പ് അതേപോലെ റിവേഴ്സിലെത്തി. അതിൽ നിന്നുമൊരുവൻ

“അല്ല ശാലിനിച്ചേച്ചിയേയ്, എങ്ങോട്ടാ? മുമ്പില് മുമ്പില് തുണിയില്ലല്ലോ. അവി ടവിടെ ആരേലുമൊക്കെ കടിക്കുമേ...” എന്ന അശ്ലീല വാചകമെറിഞ്ഞപ്പോൾ

വേറൊരുത്തൻ: “വട്ടാണെടാ, ളുങ്ങാൻ നിക്കണ്ട വണ്ടി വിട്ടോ അളിയാ. എന്താ യാലും സാധനം പൊളിയാ അധികം അരഞ്ഞ ചരക്കല്ലല്ലിയാ...”

വണ്ടി വന്നുനിന്ന അതേ സ്പീഡിൽ കുതിച്ചു പാഞ്ഞ് എന്നെ കടന്നുപോയി.

അയ്യോ! ഞാനാകെ പൊള്ളിപ്പിടഞ്ഞുപോയി. ഞാൻ തുണിയില്ലാതെ നിൽക്കു ന്നോ. എനിക്കെന്താണ് പറ്റിയത്? ഭ്രാന്തുപിടിച്ചോ? എന്താണ് സംഭവിച്ചതെല്ലാം.

മുമ്പിൽ കുറച്ചപ്പുറത്തായി പള്ളിയുടെ മിനാരങ്ങൾ രണ്ടും സൂര്യവെളിച്ചത്തിൽ തിളങ്ങിനിന്നു. അതിന് എതിർവശത്തെ വിശാലമായ തെങ്ങിൻതോപ്പിനപ്പുറം ഒരു ഓടിട്ട വീട് അവളെ നോക്കി വെളുക്കെച്ചിരിച്ചുകൊണ്ട് സ്വാഗതം പറഞ്ഞു .

ഞാൻ

എം കെ മനോഹരൻ

ഞാൻ തന്നെ മെയ്ൻ കാരക്ടർ ചെയ്യും. അഡോൾഫ് ഹിറ്റ്ലർ എന്ന നാടകത്തിലെ ഹിറ്റ്ലർ അതിനു വേറൊരാളെ നോക്കണ്ട. അങ്ങിനെയൊരു നടനെ നിങ്ങൾക്ക് കിട്ടാൻ പോകുന്നില്ല. ആ കഥാപാത്രമായി മാറാൻ ആരുണ്ടീ ദേശത്ത്.

ആ കഥാപാത്രമല്ലെങ്കിൽ ഞാനില്ല എന്നു ഉച്ചത്തിൽ ദേഷ്യത്തിൽ പറഞ്ഞ് പി.ബി എ സിയുടെ പകുതി തുറന്ന വാതിൽ മുഴുവൻ തുറന്ന്, പിന്നെ പുറത്തു നിന്നു വലിച്ചടച്ച് , മരപ്പടികൾ അമർത്തിച്ചവിട്ടി, മരപ്പിടിയിൽ കൈ ഊർന്നിറക്കി , പ്രേക്ഷക സദസ്സ് സങ്കൽപ്പിച്ച് അവർക്ക് നേരെ ആഞ്ഞ് തുപ്പി എസ് ആനന്ദ് എന്ന പെരുവളശ്ശേരി ദേശത്തെ മഹാനടൻ അമ്പലനട റോഡിലിറങ്ങി .കണ്ണൂർ കുത്തുപറമ്പ് മെയിൻ റോഡിൽ കയറി കച്ചേരി മട്ടകയറി പിന്നെ ഇറങ്ങി അപ്രത്യക്ഷനായി. നാടകത്തിന് കർട്ടൻ വീഴുമ്പോൾഅവസാനത്തെ കയ്യടിയൊന്നും കിട്ടാത്ത, പ്രേക്ഷകർ ആവേശത്തോടെ ഷേക്ക് ഹാൻഡ് തരാനും, കെട്ടിപ്പിടിക്കാനും കയറിവരാത്ത മേക്കപ്പ് റൂം പോലെ പി ബി എ സി നിശബ്ദമായി.

എസ് ആനന്ദ് ഇറങ്ങിപ്പോയ പെരുവളശ്ശേരി ബ്രദേർസ് ആർട്സ് ക്ലബ്ബിലെ താഴോട്ടും മുകളിലേക്കും പോകാനുള്ള ഏണിയുടെ മരപ്പലകകളുടെ സംഗീതം അരങ്ങിൽ ആഞ്ഞടിച്ചു.നാടകം സ്തംഭിച്ചു നിന്നു. മൂലക്കൊരു ഹാർമ്മോണിയം നേർത്ത വിഷാദത്തിന്റെ കട്ടയമർത്തി. സ്ക്രിപ്റ്റ് വായിച്ചു തീർത്ത് വിനീതവിധേയനായി മടിയിലത് വെച്ച് തലകുനിച്ചും ഇടയ്ക്ക് പകുതി തലയുയർത്തിയും ആർട്ടിസ്റ്റുകളെ നോക്കിയിരിക്കുന്ന രചയിതാക്കളുടെ മഹാസങ്കടം മുഖത്ത് വായിച്ചെടുക്കാം. നാടകാവതരണം തന്നെ നിന്നു പോകുമോ എന്ന ഭയത്തിൽ വായിച്ചിരുന്ന സുരേഷിന്റെ മടിയിൽ നിന്ന് സ്ക്രിപ്റ്റ് ഊർന്നുവീണു.

എസ് ആനന്ദ് ഞാൻ തന്നെയാണ്. വീട്ടിൽ നിന്ന് സ്ക്രിപ്റ്റ് വായിക്കാൻ പി ബി എ സി യിലേക്ക് ഉച്ചനേരത്ത് വരുന്നതിനു മുമ്പ് നീല ബാക്ക് ഗ്രൗണ്ടിൽ ഫെയിസ് ബുക്കിൽ ഞാനൊരു പോസ്റ്റിട്ടു.3 h മാത്രമേ ആയിട്ടുള്ളു എഫ് ബി യിലത് വിലസാൻ തുടങ്ങിയിട്ട് . 'പെരുവളശ്ശേരിയുടെ മഹാനടൻ.' ഈഒറ്റ വാചകമായിരുന്നു എഫ് ബി പോസ്റ്റ്. 5.7kലൈക്കുകളുടെയും അറുനൂറ്റി ഇരുപത്തിരണ്ട് കമന്റു

കളുടെയും സ്നേഹസംഗീതം എഫ് ബി സ്റ്റേജിൽ. ആ എന്നെയാണ് നാടകത്തിലെ രണ്ടാമത് മാത്രം വരുന്ന അപ്രധാന കഥാപാത്രത്തിന്റെ റോളിലേക്ക് ഡയറക്ടർ മാർ കാസ്റ്റ് ചെയ്യുന്നത്. തോട്ടക്കാരൻ എന്ന പാവം കഥാപാത്രം.

ആക്ച്വലി ഈ പുതു സംവിധായകർക്ക് നാടകമറിയാമോ? എസ് ആനന്ദിനെ അറിയാമോ? എന്റെ എഫ് ബിയുടെ അരങ്ങിൽവന്ന വീണ ലൈക്ക് കമന്റ് പ്രകാശങ്ങളറിയാമോ?

കച്ചേരി മട്ട ഇറങ്ങി വരുമ്പോൾ ഞാൻ ബാലഗോപാലനെ കണ്ടു. അവനാണത്രെ ബ്രാഞ്ച് സെക്രട്ടറി. അല്ലെങ്കിൽ ലോക്കൽ കമ്മിറ്റി മെമ്പർ. എനിക്കവരുടെ പാർട്ടിയിലെ പോസ്റ്റൊന്നും അറിയില്ല. അതൊന്നും അറിയേണ്ട കാര്യം എനിക്കില്ല. പാർട്ടിയുടെ ഈ ഭാഗത്തെ പ്രധാനപ്പെട്ട ആൾ അവനാണത്രെ. ഞാനയാൾക്ക് മുന്നിൽ വിനയം കാണിക്കാനൊന്നും പോയില്ല. അവന് വല്യപഠിപ്പൊന്നും ഇല്ല. അഞ്ചിലൊ ആറിലോ ഞരങ്ങി ബീഡിക്കമ്പനീല് എത്തിയോനാ. നല്ല വായനക്കാരനാന്നാ എല്ലാരും പറേന്നത്. നാടകത്തെപ്പറ്റിയെല്ലാം വല്യ ധാരണയാ. ജ്ജ് നല്ല മനുശനാകാൻ നോക്ക്, നമ്മളൊന്നുംന്നൊക്കെ പ്രസംഗിക്കും. ഗോദോയെ കാത്തിനെക്കുറിച്ചൊന്നും കേട്ട കാണില്ല.അവനെന്റെ മുന്നിലാ കുനിയേണ്ടത്. ഒരു പകുതി ചിരി ചിരിച്ച് വേഗത കാണിച്ച ഞാനങ്ങ് കടക്കാൻ നോക്കി.. അവനെന്റെ കൈ കയറി പിടിച്ചു. എന്നിട്ട പറഞ്ഞു.

“സ്ക്രിപ്റ്റ് വായനക്ക് എത്താനായില്ല. നമ്മളെ നടി ശാരദ ടോയ്‌ലറ്റ്ന്ന വഴുതി വീണ. പെരുവളശ്ശേരീലെ പഴയ നടിയാ. എഴുപതായി. സി എൽ ജോസിന്റെ ജ്വലനത്തിലെ പ്രധാന കഥാപാത്രമായി എന്തായിരുന്നഅഭിനയം.അവർക്ക് നല്ല പ്രയാസമുണ്ട്. ഡോക്ടറെ കാണാൻ പൈസ ഒന്നും ഇല്ലാന്നാ തോന്നുന്നത്. ഞാനാ അരവിന്ദനെ വിളിച്ച കുറച്ച പൈസ കൊടുത്തിറ്റ് ഓട്ടോ പിടിച്ച് ഡോക്ടറെ കാണിക്കാൻ പറഞ്ഞു. നീ എന്താ വേഗം മടങ്ങിയേ. റിഹേഴ്സൽ തുടങ്ങീലേ..."

അയാളുടെ ശരീര ഭാഷയൊന്നും എനിക്ക് പിടിക്കുന്നില്ല. അയാൾ ചാരയെക്കുറിച്ചാണ് പറഞ്ഞത് –നാടകനോട്ടീസിൽ ശാരദ എന്ന അച്ചടിക്കും. നല്ല നടിയാ. എന്നാലും ഓളോടൊപ്പമുള്ള അഭിനയം എനിക്കിഷ്ടമല്ല. രണ്ടു മൂന്ന നാടകങ്ങളിൽ കെണിഞ്ഞു പോയിട്ടുണ്ട്. നാട്ടുകാരെല്ലാം ചാര എന്നാ വിളിക്കുന്നത്. ചാര, ചാര തന്നെ. അതിലപ്പുറം ഭംഗിവേണ്ട. ഓൾക്കും ടോയ്‌ലറ്റോ? ഓലക്കെട്ടുകൊണ്ടുള്ള ഒരു മറയാ. അതാ ടോയ്‌ലറ്റ്.

ഞാനയാളോട് പറഞ്ഞു:“നിങ്ങളെ പിബിഎസിക്കാർക്ക് ഒരു നടനെന്ന നിലയിൽ എന്റെ കഴിവ് മനസ്സിലായിട്ടില്ല. ഞാൻ ....”

ഞാൻ, മുണ്ടിന്റെ താഴത്തെക്കര ഇടംകയ്യിലുയർത്തിപ്പിടിച്ച് കാൽ നീട്ടി വെച്ച് വേഗത്തിൽ നടന്നു. അസംതൃപ്തനായ ഒരു കഥാപാത്രം വേദിയിൽ നിന്നു പിൻസ്റ്റേജിലേക്ക് നിഷ്ക്രമിക്കുംപോലെ ഒരു കുതിപ്പ്.

ഈ നാൽപത്തഞ്ച് വയസ്സിനിടയിൽ മുപ്പത്തിയാറ് നാടകങ്ങളിൽ അഭിനയിച്ചിട്ടുണ്ട്. സ്കൂൾ യുവജനോത്സവത്തിൽ കളിവീണയിലെ കളിവീണ വിൽക്കുന്ന വൃദ്ധൻ മുതൽ കോവിഡിനു തൊട്ടുമുമ്പ് നല്ലവനായ തമ്പുരാനിലെ തമ്പുരാൻ വരെ. അരങ്ങിലെപ്പോഴും നിറഞ്ഞു നിന്നിട്ടേ ഉള്ളൂ. അരങ്ങിൽ മറ്റൊരു കഥാപാത്രമുണ്ടെന്ന് പ്രേക്ഷകർക്ക് തോന്നിക്കരുത്. മറ്റേ നടന്റെ ചലനങ്ങളെ ദുർബലമാക്കി

കളയണം. അവന്റെ സംഭാഷണമുതിർക്കുന്ന ഒച്ചയെപ്പോലും സദസ്സിനു ഉയർന്നു കേൾക്കാനാവരുത്. എസ് ആനന്ദിന്റെ മുഖത്തിലും ശരീരത്തിലുമായിരിക്കണം പ്രേക്ഷക ഗൃഹത്തിന്റെ ഫോക്കസ്. മികച്ച നടന്മാർ എവിടെയും എല്ലാ കാലത്തും അങ്ങിനെ തന്നെയാണ്. അവർ അരങ്ങിലെഏകാധിപതിമാരാണ്.

അരങ്ങിലെ മറ്റ കഥാപാത്രങ്ങളെ നോട്ടംകൊണ്ടും, ലക്ഷ്യം വെച്ചുള്ള ചലനങ്ങൾകൊണ്ടും, ഡയലോഗ്പ്രസന്റേഷന്റെ മാസ്മരികത കൊണ്ടും എസ് ആനന്ദ് സ്റ്റേജിന്റെ മരപ്പലകകൾക്കിടയിലെ ചെറിയ വിള്ളലിലൂടെ അടിച്ചുതാഴ്ത്തുന്നത് ഒരാളെ കാണുന്നുള്ളു. ദീപനിയന്ത്രണം നടത്തുന്ന പ്രദീപൻ മാത്രം. അവസാനത്തെ തിരശ്ശീലയും വീണ് പ്രേക്ഷകൻ ഇറങ്ങിപ്പോകുമ്പോൾ ചിലരെങ്കിലും തമ്മിൽ പറയും. അപാരം, അവന്റെ അഭിനയം. ആനന്ദേ,നാടകത്തെ രക്ഷപ്പെടുത്തിയത് നീയാണെന്ന് മേക്കപ്പ് റൂമിൽ വന്നു കൈ തന്നു പറഞ്ഞവരുടെ പേരൊന്നും എനിക്കോർമ്മയില്ല. പേരോർമ്മിക്കേണ്ട ഒരു കാര്യവും എനിക്കില്ല.

ദീപനിയന്ത്രണം നടത്തുന്ന പ്രദീപനുമായി എനിക്കൊരു കരാറുണ്ട്. വെളിച്ചം എപ്പോഴും എന്റെ കഥാപാത്രത്തിനു മുകളിലാണ്. അരങ്ങിലെ മറ്റുള്ളവരെല്ലാം നിഴലാകണം. പ്രധാന കഥാപാത്രത്തിന്റെ തണലിലാണ് അവർക്ക് അരങ്ങിലെ ജീവിതം. അത് പ്രദീപൻ സമർത്ഥമായി ചെയ്യും. അതിനു പ്രതിഫലമുണ്ട്. പൊറോട്ടാ, നാൻ, ബീഫ്, പെപ്പർ ചിക്കൻ, മന്തി. അവനതൊക്കെമതി.

ഇന്നു പി ബി എ സിയിൽ വായിച്ച രചന സുരേഷ് ബാബുവിന്റേതും, ശശിയുടേതുമാണ്. രണ്ട് പേർ ഒന്നിച്ചുള്ള എഴുത്ത്. രാത്രിയും പകലും അവർ ഒന്നിച്ചു തന്നെ. രണ്ടു പേനകളിൽ നിന്നുതിർന്ന് വീഴുന്ന ചരിത്രവും ജീവിതവും ഒന്നായി ചേർന്ന് കടലാസ്സിലേക്ക് പ്രവഹിക്കുന്നു എന്നാണ് പറഞ്ഞു കേൾക്കുന്നത്.

രണ്ടു പേർ തന്നെ സംവിധാനവും. മനോജുംപത്മനാഭനും. നാടകത്തിന്റെ ഉള്ള് അവർ പകുത്തെടുക്കുകയാണോ? അതോ നാടകം അവരെ മുറിച്ചെടുത്തുവെക്കുകയാണോ? എനിക്കിതൊന്നും മനസ്സിലാവുന്നില്ല. ഞാൻ ചോദിക്കുക തന്നെ ചെയ്തു. ആരാ ശരിക്കും രചന ? ആരാ സംവിധാനം? ഈ രണ്ടാൾ എഴുത്തുപണി എനിക്കൊട്ടും ദഹിക്കുന്നില്ല.

ശശിയാണ് പറഞ്ഞത്. ഞങ്ങൾ രണ്ടാളില്ല. രണ്ടു പേരും ചേർന്ന ഒരു മനസ്സ്. മനോജ് കൂട്ടിച്ചേർത്തു. “സത്യത്തിൽ നമ്മളാരും ഒറ്റയ്ക്ക് ഒന്നും ചെയ്യുന്നില്ല.”

ഭാരവാഹികൾ സ്ക്രിപ്റ്റ് വായനയ്ക്ക് വരണമെന്നു പറഞ്ഞപ്പോൾ തന്നെ, പ്രധാന കഥാപാത്രം ഹിറ്റ്ലറാണെന്ന് മുൻകൂട്ടി അറിഞ്ഞതുകൊണ്ട് ഞാൻ പറഞ്ഞു. “പ്രധാന കഥാപാത്രം ഞാൻ അഭിനയിക്കും. തിരിച്ചു പറഞ്ഞാൽ ഞാനാണ് പ്രധാന കഥാപാത്രം. രണ്ടാമത്തെയും മൂന്നാമത്തെയും കഥാപാത്രത്തെ എനിക്കറിയണമെന്നില്ല.”

“കാസ്റ്റിംഗ് സംവിധായകർ ചെയ്യട്ടെ. നല്ല നടന്മാർ നമുക്ക് കുറേയുണ്ടല്ലോ.” അതു പറഞ്ഞത് ഭാരവാഹികളോടൊപ്പം വന്ന ബാലഗോപാലൻ തന്നെയാണ്.

എനിക്കതത്ര ബോധിച്ചിട്ടില്ല. നല്ല നടന്മാർ വേറെയുമുണ്ടാകും. പക്ഷേ, എനിക്ക് ഞാനാണ് നല്ല നടൻ.അപ്രധാന കഥാപാത്രമായി അഭിനയിക്കാൻ ഇനി ഞാനില്ല. അരങ്ങിന്റെ മൂലയിൽ ആരും കാണാതെ പറ്റിക്കൂടുന്ന ഒരു കഥാപാത്രമാവാൻ എനിക്കാവില്ല. പഴയ നാടകങ്ങളിലെ പോസ്റ്റുമാസ്റ്റർ, വളിപ്പ് തമാശ

പറയുന്ന പോലീസുകാരൻ, നന്മ നിറഞ്ഞ മനസ്സുള്ള അയൽപക്കത്തെ മുസ്സക്ക, വീട്ടുവേലക്കാരൻ, അഞ്ചുപേരുള്ള സംഘത്തിൽ വന്ന ഒന്നിച്ചു ഡയലോഗു പറയുന്നവരിൽ ഒരാൾ, പ്രധാന കഥാപാത്രത്തിന്റെ മനസ്സാക്ഷി സൂക്ഷിപ്പുകാരൻ -പോകാൻ പറ. അരങ്ങിൽ എനിക്ക് തന്നെ നിറഞ്ഞു നിൽക്കണം. മൂന്നാമത്തെ ബല്ലടിക്കുമ്പോൾ തിരശ്ശീല ഉയർന്നു കഴിഞ്ഞാൽ പ്രേക്ഷകൻ ആദ്യം കാണുന്നത് എന്നെ. പിന്നെ എന്റെ ഒരു വളർച്ചയാണ്. നിൽക്കാനുള്ള തറയിൽ, പിന്നിലുള്ള മറയും തൊട്ട്, മുന്നിലുള്ള നിങ്ങളുടെ തലയ്ക്കു മുകളിൽ, എന്റെയുള്ളിലെ കഥാപാത്രമായി ഞാനങ്ങ് ഉയർന്നു നിൽക്കും. കഥാപാത്രം നാടകം കളിക്കുന്ന അമ്പലമുറ്റത്തെ ഊതിവീർപ്പിച്ച ബലൂൺപോലെ അരങ്ങാകെ വികസിച്ച് വികസിച്ച് വരണം.

എസ് ആനന്ദ് എന്ന ഞാൻ എന്റെ വീട്ടുമുറ്റത്തെത്തുന്നു. അവളുടെ ഒച്ചയൊന്നും കേൾക്കുന്നില്ല. അകത്തില്ലെന്നു തോന്നുന്നു. ഞാൻ ശബ്ദമുയർത്തി വിളിച്ചു. തൊണ്ടയിൽ നിന്നു പറിച്ചെടുക്കുന്ന ആ നാടക ശബ്ദത്തിൽ തന്നെ “റീത്തേ” ഒന്നുകൂടി “റീത്തേ” മൂന്നാമതായി അൽപ്പം വേഗതയിൽ “റീ.....ത്തേ”

റീത്ത എന്റെ ഭാര്യയാണ്. നല്ല സുന്ദരിയാണ്. ചാല യംഗ്പയനിയേഴ്സിന്റെ ഒരു വാർഷികത്തിന് ‘സ്വപ്നങ്ങളുടെ വീട്’ എന്ന നാടകത്തിൽ അവളെന്റെ കാമുകിയായിരുന്നു. നാടകത്തിൽ അവളെന്നെ ഉപേക്ഷിച്ചു പോയി. ജീവിതത്തിൽ അവളെന്റെ കൈ പിടിച്ചു വന്നു.പിന്നെ ഞാനവളെ നാടകം കളിക്കാൻ വിട്ടില്ല. അത് റിസ്കാണ്. എനിക്ക് ഞാനാണ് പ്രധാനം. അപ്പോൾ എന്റെ ഭാര്യയും എനിക്ക് പ്രധാനമാണ്. രണ്ടാമത്തെ ഞാൻ .അവളെ നാടകത്തിലേക്ക് വിട്ട് എന്റെ സൗഖ്യങ്ങളൊക്കെ ഉപേക്ഷിക്കാൻ ഞാനില്ല.

ആനന്ദേട്ടാ എന്നു വിളിച്ച് അവൾ എന്റെ പിറകെ കയറി വരുന്നു. വീടും അടച്ചിട്ട് നീ എങ്ങട്ടാ പോയത്? എന്നു ഞാൻ ചോദിക്കുമ്പോൾ അവളിങ്ങോട്ട് “റിഹേസൽ തുടങ്ങിയില്ലേ.” എന്റെ മറുപടിക്ക് ഒരു ബ്രേക്കറ്റ് (ദേഷ്യത്തോടെ) നീ ഞാൻ ചോദിച്ചതിനുത്തരം പറ. ഞാനല്ലേ ആദ്യം ചോദിച്ചത് എന്നു ഞാൻ. അവളുടെ മറുപടിയിൽ ബ്രേക്കറ്റുണ്ട് (സങ്കടത്തോടെ) സുലുഉമ്മക്ക് കണ്ണിൽ മരുന്ന് ഉറ്റിച്ചോടുക്കാൻ പോയതാ.

അപ്പുറത്തെ ഇടിഞ്ഞു പൊളിഞ്ഞ വീട്ടിൽ സുലുഉമ്മയേയുള്ളൂ. കണ്ണില് മരുന്ന് ഉറ്റിക്കൽ റീത്തയുടെ പണിയാ. എനിക്കതൊന്നും ഇഷ്ടമല്ല. റീത്തയുമായി തെറ്റണ്ടാന്ന് വിചാരിച്ചാ. സുലുഉമ്മയുടെ കണ്ണിൽ സുലുഉമ്മയുടെ മക്കൾ മരുന്നുറ്റിക്കട്ടെ. നമ്മളാരും അല്ലല്ലോ അവർക്ക്.

ഇതൊന്നും റീത്തയ്ക്ക് മനസ്സിലാവില്ല. ഓള് ചെറുപ്പത്തിൽ കളിച്ച നാടകങ്ങളുടെ അകമാ ഓളെ മനസ്സിലിപ്പളും. തിരശ്ശീല വീണ് ജീവിതത്തിന്റെ രംഗം മാറിയതൊന്നും ഈ സുന്ദരിക്കുട്ടിക്കറിയില്ല.

“ഞാൻ നാടകത്തിലില്ല. പ്രധാന കഥാപാത്രം തന്നില്ലെങ്കിൽ ഞാനില്ല എന്നു പറഞ്ഞു ഞാനിങ്ങിറങ്ങിപ്പോന്നു.”

“പ്രധാന കഥാപാത്രമോ? ഇങ്ങളല്ലെ പണ്ട് പറയാറ്. കർട്ടൺ വലിക്കുന്ന ആൾ പോലും പ്രധാനമാണെന്ന്. പ്രധാന കഥാപാത്രത്തിന് കത്തുമായി വരുന്ന പോസ്റ്റ്മേൻപോലും പ്രധാനമാണെന്ന്.”

അരങ്ങിലെ റൊട്ടേറ്റിംഗ് ചെയറിലിരുന്ന പോലെ ഞാനൊന്നു കറങ്ങി. ഈ ഭൂമിയും കറങ്ങുന്നുണ്ട്. ഇവളെന്തറിഞ്ഞു. ജീവിതത്തിലും നാടകത്തിലും പ്രധാന കഥാപാത്രങ്ങളുണ്ട്. മനുഷ്യതുല്യത എന്നൊക്കെ പറയുന്നത് വെറും സങ്കൽപ്പമാണ്. സുരേഷ് ബാബുവും ശശിയും എഴുതിയ നാടകത്തിലെ പ്രധാന കഥാപാത്രം ഹിറ്റ്ലറാണ്. അന്നു ലോകത്തിലെ പ്രധാന കഥാപാത്രവും അയാൾ തന്നെ. പൂന്തോട്ടത്തിൽ പൂക്കൾക്കും ചെടികൾക്കുമിടയിൽ മനുഷ്യ ശരീരങ്ങളുടെ മുകളിൽ ഹിറ്റ്ലർ കാൽ ചവിട്ടി നൃത്തം ചെയ്യുന്ന ഒരു രംഗമുണ്ടതിൽ. അത് ഞാനല്ലാതെ വേറെ ആരാണ് ആവിഷ്കരിക്കുന്നത്. അരങ്ങ് മുഴുവൻ നിറഞ്ഞു നിൽക്കുന്ന നൃത്തത്തിന്റെ മാസ്മരികത. എനിക്കും അനശ്വരനാകണം. ഹിറ്റ്ലറെ കയ്യൊഴിഞ്ഞ് എനിക്ക് വേറൊരു കഥാപാത്രം വേണ്ട.

നാടകം വായിച്ചുതീർന്നതിനു ശേഷമാണ് സുരേഷ് ബാബു നാടകത്തിന്റെ പേരു പറഞ്ഞത്. അഡോൾഫ് ഹിറ്റ്ലർ.ഹിറ്റ്ലറും ഒരു തോട്ടക്കാരനും ,തോട്ടക്കാരന്റെ മകളും, നാസികളും - പൂന്തോട്ടത്തിലേക്ക് മതിൽ ചാടി വരുന്ന കുട്ടികളും തോട്ടക്കാരന്റെ മകളും തമ്മിലുള്ള സ്നേഹോഷ്മളതയാണ് നാടകത്തിന്റെ സൗന്ദര്യമെന്ന് വായിച്ചു കേട്ടപ്പോൾ ഓട്ടോറിക്ഷ ഡ്രൈവർ സുരേന്ദ്രനാണ് പറഞ്ഞത്. നാടകത്തിന്റെ സൗന്ദര്യം അതൊന്നുമല്ല. ഹിറ്റ്ലറുടെ ഞാൻ ഭാവമുണ്ടല്ലോ. അതാണ് ലോകത്തിലെ തന്നെ വലിയ സൗന്ദര്യം. ഫാസിസത്തിന്റെ കാലം എന്നൊക്കെ ശശിയും സുരേഷും ബാലഗോപാലനും പറയുന്നുണ്ട്. ലൊട്ട. ഫാസിസത്തിന്റെ സൗന്ദര്യം എന്നു ഞാൻ പറയും.

റീത്തയോട് ഞാൻ പറഞ്ഞു: "എന്റെ മനസ്സ് നിറയെ ഹിറ്റ്ലറാണ്. എന്തൊരു ധീരത. വംശാഭിമാനം ലോകത്തെ അയാൾ കീഴടക്കും. അയാളാണ് ഞാൻ. ഞാൻ അയാളും എനിക്ക് ഹിറ്റ്ലറായി തന്നെ അഭിനയിക്കണം. എനിക്ക് ഹിറ്റ്ലറാവണം. കബന്ധങ്ങൾക്കു മുകളിൽ എനിക്ക് നൃത്തം ചെയ്യണം."

കത്തിക്കയറുന്ന ഒരു നാടക രംഗത്തിനു മുന്നിലെ പ്രേക്ഷകയായി റീത്ത വിറങ്ങലിച്ചു നിന്നു. താനൊരു മൃതശരീരമാവുകയാണോ എന്നു റീത്തക്ക് തോന്നി. മരണം തൊട്ടടുത്തു നിൽക്കുന്നതുപോലെ. കത്തിയെരിയുന്ന മനഷ്യ ജീവനുകൾക്ക് മുന്നിൽ നിൽക്കുന്നത് പോലെ. യവനിക ഒന്നു പെട്ടെന്ന് താഴെ വീണിരുന്നെങ്കിൽ.

"എനിക്ക് ഉറങ്ങണം" അതൊരു ശീലമാണ്. മനസ്സിൽ സംഘർഷങ്ങൾ രൂപപ്പെടുമ്പോൾ അയാളുടെ കണ്ണുകളിൽ ഉറക്കം തൂങ്ങി നിൽക്കും. കൺപീലികളെ ആഞ്ഞു വലിച്ച് നിദ്ര പറയും. ഉറങ്ങിക്കോ - ഇപ്പോളാണെങ്കിൽ വൈകുന്നേരം ആറ് മണി ആകുന്നതേയുള്ളൂ.

റീത്ത ബഡ്റൂമിലേക്കോടി. നാല് പേർക്ക് കിടന്നുറങ്ങാൻ വലിപ്പമുള്ള കോട്ട്. റീത്ത അതിലെ വിരിപ്പ് വലിച്ചെടുത്തു തട്ടി മാറ്റി വിരിച്ചു. ഉറങ്ങാൻ കിടക്കുമ്പോൾ ഒരു ചുളിവുമുണ്ടാകരുതെന്ന് ഒന്നിച്ചു കിടക്കാൻ കാലത്തേയുള്ള അനൗൺസെമെന്റാണ്. നിദ്രയുടെ തുടക്കത്തിലും ഞാൻ ഒറ്റയ്ക്കാണ്. വിശാലമായ ഈ ബെഡ്ഡ് എനിക്കു മാത്രമാണ്. ഞാൻ മാത്രമുള്ള നിദ്രയ്ക്ക് ഞാൻ ബഡ്ഡിലേക്ക് ചരിഞ്ഞു. ഈ ഒരു സാമ്രാജ്യം മുഴുവൻ എനിക്ക് കിനാവ് കാണാനുള്ള നിദ്രാലയമാണ്.

ഉറങ്ങുന്നതിനു മുമ്പ് എഫ് ബിയിൽ ഒരു ഡയലോഗിടണം. ഞാൻ ലോകത്തോട് പറയുന്ന ഡയലോഗ്. 'ഞാനാണ് ഹിറ്റ്ലർ' കാവി തിരശ്ശീലയിൽ കറുത്ത അക്ഷ

രങ്ങളിൽ അത് തെളിഞ്ഞു വന്നപ്പോൾ തന്നെ തൊട്ടടുത്ത നിമിഷം ഏഴ് ലൈക്ക് വീണു. ഓ 'ഞാൻ' മാരുടെ ലോകം തന്നെ ഇത്. ഒരു കമന്റ് നോക്കു "ഞാനില്ലെങ്കിൽ ഈ ഭൂമിയെന്തിനു കൊള്ളും" വേറൊരുത്തൻ - നീ ഹിറ്റ്ലറാണെങ്കിൽ ഞാനും. ഹിറ്റ്ലർ തന്നെ. രണ്ട് ഹിറ്റ്ലറോ എന്നു വിചാരിക്കുമ്പോൾ അതാ ചെറിയ കമന്റ് ബോക്സിന്റെ പ്രസവ വാർഡിലെ ചെറിയതൊട്ടിലിൽ പിറന്നു വീണു. ഞാനും' ഹിറ്റ്ലർമാരുടെ ഇമോജികളും പ്രസ്താവനകളുംകൊണ്ട് എഫ് ബി. നിറഞ്ഞു നിറഞ്ഞു വന്നു. പി ബി എ സിക്കാരും ആ ബാലഗോപാലനും ഒന്നു ഭയക്കുന്നത് നല്ലതു തന്നെ.

മതി എനിക്കുറങ്ങണം. ഞാനുറങ്ങാൻ പോകുന്നു. ഈ ലോകത്തെ മറന്നുറങ്ങണം. ഞാൻ മാത്രമുള്ള ഇരുട്ട് മുറിയിലെ തിരിഞ്ഞും മറിഞ്ഞും യഥേഷ്ടം കിടക്കാവുന്ന, കാലുകൾക്കിടയിൽ രണ്ട് കൈ ഒന്നിച്ചു തിരുകിയും, രണ്ട് കൈ പില്ലോക്ക് മുകളിൽ വേറൊരു പില്ലോ ആയി പിൻതലയ്ക്ക് താങ്ങ് വെച്ചും, ചരിഞ്ഞു കാലുകൾ മടക്കി വെച്ച് ചെവിക്ക് താഴെ പ്രാർത്ഥന പോലെ കൈ വെച്ചും, ഒരു കുഞ്ഞിനെപ്പോലെ ശരീരം ഒതുക്കി മടക്കി വെച്ചും, പില്ലോവിനെ ഉമ്മ വെച്ചും, പില്ലോവിൽ തേനിറ്റും പോലെ കദാച്ചേറൊഴുക്കിയും എനിക്ക് മതിമറന്നുറങ്ങണം. നിദ്രയിലും ഹിറ്റ്ലർ ഞാൻ തന്നെ.

ഇങ്ങനെയുള്ള സന്ദർഭങ്ങളിൽ അവളുടെ ഒരു പതിവുണ്ട്. ഒരു തലയണമന്ത്രത്തിനും അവൾ വരില്ല. അവൾ താഴെ പഴയ ഒരു പായ വിരിച്ച്, ഒരു വിരിപ്പ പോലുമില്ലാതെ അനുസരണയുള്ള ഭാര്യയായി ആദ്യ മണിക്കൂറുകളിൽ ഉറക്കം നടിച്ചു കിടക്കും. പിന്നെ അറിയാതെ ഉറങ്ങിപ്പോകും. പാവം.

ഉറക്കം പിടിച്ചു തുടങ്ങിയപ്പോളാണ് റീത്ത തൊട്ടു വിളിച്ചത്. പുറത്ത് രാജീവൻ. നടി ചാരയുടെ മകൻ. വാതില് തുറന്ന് പുറത്തിറങ്ങി വന്നപാടെ അവൻ പറഞ്ഞു. “ആനന്ദേട്ടൻ ഇതെന്താ ഇത്ര നേരത്തെ ഉറങ്ങുന്നത്.”

അതിനെന്താ, നിന്റെ അനുവാദം വേണോ? എന്നു ഞാൻ ചോദിച്ചില്ല. ഞാനൊന്നവനെ കടുപ്പിച്ചു നോക്കി.അപരിചിതനായ ഒരു കഥാപാത്രം അരങ്ങിൽ വന്നു നിന്നതുപോലെ.

സ്ക്രിപ്റ്റ് വായിക്കുമ്പോൾ അവനെ കണ്ടിരുന്നു. നല്ല ഉയരമുള്ള, മുഖത്താകെ ആത്മവിശ്വാസമുള്ള ധീരതയുമുള്ള ഒരുത്തൻ. പേടിച്ചതുപോലെ, സംവിധായകരിലൊരാൾ പത്മനാഭനാണ് കാസ്റ്റിംഗിൽ ഹിറ്റ്ലർ രാജീവനാണെന്നു പറഞ്ഞത്. രൂപംകൊണ്ടും അഭിനയംകൊണ്ടും അവനാണത്രെ ഹിറ്റ്ലർ.

ആ നേരം അവൻ എന്റെ ശത്രുവായി. ഇപ്പോൾ ഞാനവനെ നോക്കുന്നത് കണ്ണിൽ നിറച്ചുവെച്ച വെറുപ്പിന്റെ ഇരുണ്ട പ്രകാശം കൊണ്ടാണ്. ഓൻ തന്നെ പറയട്ടെ. എന്റെ കയ്യിൽ ഇവനോട് മിണ്ടാൻ ഒരു ഡയലോഗുമില്ല.

“ഹിറ്റ്ലർ ഞാനാകുന്നില്ല. ആനന്ദേട്ടൻതന്നെ അത് ചെയ്യണം. ഞാൻ നാടകംഎഴുതിയവരോടും സംവിധായകരോടും, പി ബി എസി ഭാരവാഹികളോടും പറഞ്ഞിട്ടുണ്ട്. അവർക്കും സമ്മതാ.”

രാജീവനതു പറയുമ്പോൾ ഒരു ചെറിയ കിതപ്പുണ്ടായിരുന്നു. അവൻ എന്നെ ഭയക്കുന്നുണ്ട്. ആരെങ്കിലും നമ്മളെ ഭയക്കുന്നത് അപ്രധാന കാര്യമല്ല. അത് നമ്മളെ അഹങ്കാരികളാക്കും. അഹങ്കാരികളാകുന്നതാണ് ഈ കാലത്ത് നല്ല

മനുഷ്യരുടെ ലക്ഷണം.

അവൻ നാടകീയത ഒട്ടുമില്ലാതെ ഒന്നുകൂടി കൂട്ടിച്ചേർത്തു.

“എനിക്ക് പറ്റിയ റോളല്ല അത്. ”

“അപ്പോ ഡയറക്ടർ പറഞ്ഞതോ.”

ചെറിയ സമയം അവനൊന്നും മിണ്ടിയില്ല. റീത്ത വാതിൽക്കൽ വന്നു നിന്നിരുന്നു. ഒരു ചെറിയ ഇടവേള. റീത്ത അവനൊരു ചായകൊടുത്തു. റീത്തയ്ക്ക് ഇങ്ങിനെ ചില ദുശ്ശീലങ്ങളൊക്കെയുണ്ട്. ഒന്നു വലിച്ച് കുടിച്ച അവൻ ഇടവേള മുറിച്ചു.

“ഡയറക്ടർക്ക് നടന്റെ മനസ്സ് വായിക്കാം. രാജീവന്റെ മനസ്സ് വായിക്കാനാവില്ലല്ലോ.”

വെളിച്ചം ഇപ്പോൾ അവനിലാണ് കേന്ദ്രീകരിക്കുന്നത്.. ഞാൻ ഇരുട്ടിലാണ്. ഞാൻ പറഞ്ഞു

“നീ അഡോൾഫ് ഹിറ്റ്ലറുടെ പൂന്തോട്ടത്തിലെ തോട്ടക്കാരനായി അഭിനയിക്ക്. ഹിറ്റ്ലറാവാൻ ഞാൻ വരാം.”

“ഒ കെ ആനന്ദേട്ടാ, ഞാൻ തോട്ടക്കാരനാകാം. ഞങ്ങളുടെ അഡോൾഫ് ഹിറ്റ്ലർ ആനന്ദേട്ടൻ തന്നെയാണ്.”

രാജീവിന്റെ സംഭാഷണം കേട്ടപ്പോൾ റീത്തയുടെ മുഖത്ത് വിരിഞ്ഞ ചെറിയ ചിരി ഞാൻ കാണുന്നുണ്ട്. രാജീവിന്റെ ഡയലോഗും, റീത്തയുടെ ചിരിയും എന്നെ ഒരു ആക്കലാണ്. അതൊന്നും എന്നെ വ്യാകുലപ്പെടുത്തുന്നില്ല.

ഹിറ്റ്ലറുടെ പൂന്തോട്ടമായി അരങ്ങ് മാറിയെന്ന് എനിക്ക് തോന്നി. ആഹ്ലാദത്തിന്റെ സംഗീതം അലയടിക്കുന്നുണ്ട്. ഇത് ഒരു സാമ്രാജ്യമാണ്.എസ് ആനന്ദ് എന്ന ഞാനാണ് ഈ സാമ്രാജ്യത്തിലെ ഏകാധിപതി. രചയിതാക്കളും സംവിധായകരും മറ്റ് നടന്മാരുമെല്ലാം തടങ്കൽപ്പാളയങ്ങളിലെ ഇരുട്ടിലാണ്. പ്രദീപാ, വെളിച്ചം തെളിയിക്ക്.

ഞാൻ ഫോണെടുത്തു. എഫ്ൽ വിരൽ മുന കത്തിപോലെകുത്തിയിറക്കി. എന്തെങ്കിലും എഴുതൂ..... പ്രൊഫൈലിൽ വീണ്ടും വിരൽ മുന. നിങ്ങളുടെ മനസ്സിലെന്താണ്? ചോദ്യം വന്നു. ബാക്ക് ഗ്രൗണ്ട് കളർ ഞാൻ കാവിയിലേക്ക് തന്നെ നീക്കി. കറുപ്പിൽ പോസ്റ്റ് തെളിഞ്ഞു വന്നു. “ഞാനാണ് ഹിറ്റ്ലർ. നിശബ്ദമായി എന്റെ പോരാട്ടം. ഞാൻ തന്നെ വിജയി.”

അന്നു രാത്രി ഞാൻ എന്റെ പുസ്തക ഷെൽഫ് പരതി. അധികം പുസ്തകങ്ങളൊന്നുമില്ല, എന്റെ പുസ്തക ഷെൽഫിൽ. പൈസ കൊടുത്തു പുസ്തകം വാങ്ങൽ എന്റെ അജണ്ടയിലില്ല. വന്നു ചേരുന്ന പുസ്തകങ്ങൾ. അത് മാത്രം. എന്നാൽ മെയിൻ കാംഫ് ഞാൻ പൈസ കൊടുത്തു വാങ്ങിയതു തന്നെ. അഞ്ഞൂറ്റി എൺപത്തി അഞ്ച് രൂപ. ഇരുപത് ശതമാനം ഡിസ്കൗണ്ട് തന്നു എന്നോർമ്മയുണ്ട്. എന്തോ അത് വാങ്ങണമെന്നു തോന്നി. ഞാനുണ്ടല്ലോ അയാളിൽ.

അഡോൾഫ് ഹിറ്റ്ലറിന്റെ സൂക്ഷ്മമായ നോട്ടവും മൂക്കിന്റെ വീതിയുള്ള കട്ടി കറുത്ത മീശയും, നെറ്റിയുടെ ഇടതു ഭാഗത്ത് ഒരു സാമ്രാജ്യം വെട്ടിപ്പിടിച്ച മുടിക്കറുപ്പും നിറഞ്ഞ കവർ ഓർമ്മയുണ്ട്. പുസ്തകം തപ്പമ്പോൾ റീത്ത ചോദിച്ചു. ഏത് പുസ്തകമാ? മെയിൻ കാംഫ് എന്ന ഉത്തരം കേട്ടത് ഭാവിക്കാതെ അവൾ അടുക്കളയെന്ന തടങ്കൽപാളയത്തിലേക്ക് തെറിച്ചുവീഴുന്നെന്ന പോലെ നടന്നു പോയി.

അത് ഗൗനിക്കാതെ ഞാനതു തപ്പിയെടുത്തു.

"മെയിൻ കാംഫിലെ ഓരോ വാക്കിനും 125 ജീവിതങ്ങൾ നഷ്ടമായി. ഓരോ പേജിനും 47000 മരണങ്ങൾ. ഒരോ അധ്യായത്തിനും 1200000 മരണം" കവർ പേജിലെ നോർമൻ കസിൻസിന്റെ ഈ ഉദ്ധരണി അടുക്കളയിൽ റീത്ത കേൾക്കാൻ തന്നെയാണ് ഞാൻ ഉച്ചത്തിൽ വായിച്ചത്. അവൾ പ്രകോപിതയാകുന്നത് എനിക്ക് ആഹ്ലാദമുണ്ടാക്കും. റിഹേഴ്സൽ തുടങ്ങുന്നതിനു മുമ്പ് ഇത് മുഴുവൻ ഒരിക്കൽ കൂടിവായിച്ചു തീർക്കണം.

അടുത്ത ഞായറാഴ്ച വൈകുന്നേരം അഞ്ച് മണിക്ക് റിഹേഴ്സൽ തുടങ്ങാമെന്ന് പി ബി എ സി യുടെ സെക്രട്ടറി രഘുനാഥനാണ് വിളിച്ചു പറഞ്ഞത്. വിളി വന്ന ഉടൻ മൊബൈൽ താഴെ വെക്കാതെ ഞാൻ FB പോസ്റ്റിട്ടു.

'ഞാൻ ഹിറ്റ്ലർ -റിഹേഴ്സൽ ജൂൺ 20ന് .' ലൈക്കും, കമൻറും വെടിയുതിർക്കും പോലെ വന്നു വീഴുമ്പോൾ ഞാൻ മെയിൻ കാംഫ് അവിടവിടെ മറിച്ചു നോക്കുകയായിരുന്നു. വംശം, അഹംഭാവം,യുദ്ധം, നുണ, വെറുപ്പ്, ശത്രു, ജൂതകീടങ്ങൾ, രാജ്യസ്നേഹം എന്തൊരു സൗന്ദര്യമാണ് ഭൂമിക്ക്.

സ്ക്രിപ്റ്റ് വായനദിവസം സുരേഷ് ബാബു പറഞ്ഞിരുന്നു. ഫാസിസത്തിന്റെ യഥാർത്ഥ മുഖം നമ്മുടെ ജനങ്ങൾ അറിയേണ്ടതുണ്ട്. ശശി കൂട്ടിച്ചേർത്തു. നമ്മുടെ രാജ്യം പോകുന്ന വഴിയും.

അതൊന്നും എനിക്ക് മനസ്സിലാകുന്നില്ല. എന്തൊരു ഗംഭീര കഥാപാത്രം എന്ന അത്ഭുതത്തിലായിരുന്നു ഞാൻ. 'ഞാൻ' നിറഞ്ഞു നിൽക്കുന്ന ഒരു ചരിത്ര ജീവിതമാണത്. ഭൂമിയിലേറ്റവും മനോഹരമായ വാക്യം 'ഞാൻ 'എന്നാണെന്ന് നാടകം വായിച്ചു തീർന്ന നിമിഷം എനിക്കു തോന്നി. നാസിപ്പടയുടെ മാർച്ചിൽ കാലും കയ്യും നിലത്താഞ്ഞു ചവിട്ടുന്ന ഷൂസും ഒന്നിച്ച് നിലവിളിക്കുന്നത് ഞാൻ -- ഞാൻ എന്നു തന്നെ.

റിഹേഴ്സൽ തുടങ്ങുന്ന ദിവസം എന്നെ നിരാശപ്പെടുത്തി. നടി സ്വാതിയാണ്. കറുത്ത് മെലിഞ്ഞ ഒട്ടും അഴകില്ലാത്ത ഒരു പെൺകുട്ടി. കാക്കകോളനിയിലാണ് അവളുടെ പാവം വീട്.വേറെയാരെയും കിട്ടിയില്ലേ ഇവർക്ക്. അഡോൾഫ് ഹിറ്റ്ലറിന്റെ തോട്ടക്കാരന്റെ മകൾ ചളിച്ചിറയിൽ വിരിഞ്ഞ ആരും ശ്രദ്ധിക്കാത്ത ഒരു നിറവും മണവുമില്ലാത്ത വൃത്തികെട്ടപൂ പോലെ. പക്ഷേ, അഭിനയം കത്തുന്നതാണത്രെ. അതാണവളെ വിളിച്ചതെന്ന് സംവിധായകർ മനോജും പത്മനാഭനും.

ഞാൻ പരാതി പറയാനൊന്നും നിന്നില്ല. ഞാനവളോട് മിണ്ടാനും പറയാനും പോയില്ല. തോട്ടക്കാരന്റെ മകൾ അഡോൾഫ് ഹിറ്റ്ലറിന്റെ ആരുമല്ല. അവളുടെ കൂടെയുള്ള ഒരു രംഗത്തിന്റെ ചെറിയ ഭാഗം റിഹേഴ്സൽ ചെയ്തു. അതെന്നെ ഭയപ്പെടുത്തുന്നുണ്ട്. അവൾ ആ രംഗത്ത് എന്നേക്കാൾ മുകളിൽ കയറി നിൽക്കും.പൂന്തോട്ടത്തിനു നടുവിൽ നിന്ന്, ശയനമുറിയുടെ ജാലകത്തിലൂടെ പുറത്തേക്ക് നോക്കുന്ന അഡോൾഫ് ഹിറ്റ്ലറുടെ - എന്റെ - മുഖത്തു കൈചൂണ്ടി അഗ്നികുണ്ഡംപോലെ തിളയ്ക്കുന്ന കണ്ണുകൾകൊണ്ട് അവൾ ചോദിക്കുന്ന ചോദ്യമുണ്ട്. വിറയ്ക്കുന്നത് അഡോൾഫ് ഹിറ്റ്ലറല്ല, നടൻ ഞാനാണ് .

സംവിധായകൻ മനോജിന്റെ ചെവിട്ടിൽ ഞാൻ പറഞ്ഞു: "ഈ കഥാപാത്രത്തിന്റെ കാസ്റ്റിംഗ് ശരിയല്ല. വൃത്തിയും സൗന്ദര്യവുമില്ലാത്ത നടി .അവളെ മാറ്റുന്ന

താ നല്ലത്. നാടകം തകർന്നുപോകും. നാസി ജർമ്മനി പോലെ.” എന്തോ നാടകത്തിലില്ലാത്ത എന്റെ ഈ ഡയലോഗ് അവനൊട്ടും ബോധിച്ചില്ലെന്നു തോന്നുന്നു. അവനെന്നെത്തന്നെ തുറിച്ചു നോക്കി.

റിഹേഴ്സൽ കഴിഞ്ഞ് വീട്ടിലെത്തിയ ഉടൻ ഞാൻ എഫ് ബിയിൽ എഴുതി.

“വംശങ്ങളുടെയും നിറങ്ങളുടെയും കലർപ്പ് വേണ്ട. ഞാൻ തന്നെയാണ് പ്രധാന കഥാപാത്രം.”

ചില പോസ്റ്റിന് ദുരൂഹത ആവശ്യമാണ്. മനസ്സിലാകേണ്ടവർക്ക് അത് മനസ്സിലാകും. ഞാൻ റീത്തയോട് പറഞ്ഞു. “സ്വാതിയാണ് നടി.”

നന്നായി അഭിനയിക്കുമല്ലോ അവളെന്ന് റീത്ത. അരങ്ങിൽ നിറഞ്ഞു നിൽക്കാനുള്ള സൗന്ദര്യമില്ലാതെ എന്തഭിനയം എന്നു ഞാൻ. മുഖം കോട്ടിവലിച്ച് റീത്ത പിൻവാങ്ങി. അവൾക്ക് ഞാനല്ല പ്രധാനം. മറ്റ് മനുഷ്യരാണ്.

നാളെ രാവിലെ മുതൽ റിഹേഴ്സലുണ്ട് .ഡയലോഗ് പഠിച്ചു തുടങ്ങണം. സ്ക്രിപ്റ്റെടുത്തു മുമ്പിൽ വെച്ച് വെറുതെ തുറന്നു വായിച്ച പേജിലെ ഹിറ്റ്ലറുടെ ഡയലോഗ് ഇങ്ങിനെയായിരുന്നു." ചില പ്രത്യേക വംശങ്ങൾ മാത്രമാണ് മനുഷ്യപുരോഗതിക്ക് സംഭാവന നൽകിയവർ. കുലീന വംശം, കുലീന വംശം തന്നെയാണ്. ഞാൻ അതാണ് .ഞാനാ വംശത്തിൽ അഭിമാനിക്കുന്നു."

ആ സമയം അകലെ നിന്നു കേൾക്കുന്ന ഒട്ടും ഒച്ചയില്ലാത്ത വെടിയൊച്ച പോലെ ഫോൺ ഞരങ്ങി. ഞാനെടുത്തു വിരൽ കൊണ്ട് വലിച്ചു. അറിയാത്ത നമ്പർ. അവസാനം ഒന്ന് ഒന്ന് ഒന്ന് ഒന്ന് നാലൊന്ന്. കൗതുകം തോന്നി .ഒന്നാമൻ. ഞാൻ ഗംഭീരമായ ഒരു ഹലോ പറഞ്ഞു.

“ആ നാടകത്തിൽ നിങ്ങൾ അഭിനയിക്കരുത്. അഡോൾഫ് ഹിറ്റ്ലർ എന്ന വംശാഭിമാനിയായ രാജ്യസ്നേഹിയെ തെറ്റായി വ്യാഖ്യാനിക്കുന്ന നാടകമാണത്. അത് മഹത്തായ ഇന്ത്യ മഹാരാജ്യത്തിലെ ഈ കാലത്തെ ഓർമ്മിപ്പിക്കുന്നുണ്ട്. പൗരത്വ ബില്ലിനെ കുറിച്ച് ഒരു രംഗമുണ്ടതിൽ എന്നു കേട്ടു. കാശ്മീരുമുണ്ടത്രെ. അതു കൊണ്ട് നാടകം ഞങ്ങൾക്കെതിരാണ്. രാജ്യത്തിനും. നാടകം കളിക്കാൻ ഞങ്ങൾ വിടില്ല. നാടകത്തിൽ നിന്നു മാറുന്നതാണ് നിങ്ങൾക്ക് നല്ലത്. അല്ലെങ്കിൽ ജീവിക്കാൻ വിടില്ല.”

എഴുതി പഠിപ്പിച്ച വാക്കുകൾ പോലെ ഭീഷണി. ഒരു ബോംബു സ്ഫോടനം കണക്കെ അതിന്റെ ചീളുകൾ മനസ്സിൽ ചിതറിക്കിടന്നു. അഡോൾഫ് ഹിറ്റ്ലർ - ഇന്ത്യ -രാജ്യസ്നേഹി- വംശാഭിമാനി - പൗരത്വ ബില്ല് - - കാശ്മീർ -ജീവിക്കാൻ വിടില്ല’ –ഒരു പ്രോംപ്റ്റർ പിറകിലുള്ള പോലെ ഘനഗംഭീര അഹംഭാവം നിറഞ്ഞ പുരുഷശബ്ദം.

ഞാൻ എന്നു ഞാൻ തുടങ്ങുമ്പോളേക്കും ഫോൺ മുറിഞ്ഞു. ഓസ് വിറ്റ്സ്റ്റടങ്കൽ പാളയത്തിൽ നിന്നെന്ന പോലെ ഒരു നിലവിളി ഞാൻ കേട്ടു.

ഞാൻ റീത്തയെ വിളിച്ചു. എന്റെ ഭയം എന്റെ മുഖത്തുണ്ട്. അവളെന്നെ സമാധാനിപ്പിച്ചു. അതാരോ തമാശകളിച്ചതാണെന്നു പറഞ്ഞു. അല്ല. ഒരു നാടകം ഇത്ര പ്രശ്നമുണ്ടാക്കുമോ?

“നിങ്ങൾ വലിയ നടനല്ലേ. പിന്നെന്തിനാ ഭയക്കുന്നത് .”

റീത്തയുടെ പരിഹാസമായിരുന്നു രാത്രിയിലെ അവസാനത്തെ ഡയലോഗ്.

അതിനു ഭയങ്കര മൂർച്ചയുണ്ടായിരുന്നു. ഒട്ടും ഞാനുറങ്ങിയില്ല. വല്ലാത്ത രാത്രി. ഭയം – ഭയപ്പെടുത്തുന്ന കൂരിരുട്ട് -ഇരുൾ പോലെ പരന്ന കിടക്കയിൽ തിരിച്ചലും മറിച്ചലും തന്നെ. കിടക്കക്കുള്ളിൽ നനുത്ത പഞ്ഞികളല്ല. അസ്ഥികൂടങ്ങൾ. പുറത്താരോ നടന്നടുക്കുന്നതുപോലെ. എവിടെയോ എന്തൊക്കെയോ തകർന്നു വീഴുന്ന ഒച്ച .നിലവിളി. മനുഷ്യമാംസത്തിന്റെ മണം. ആരോ വാതിലിൽ ഭീകരമായി ഇടിക്കും പോലെ. എന്റെ വസ്ത്രങ്ങൾ ആരോ ഓരോന്നായി പറിച്ചെടുക്കുന്നു. ഇപ്പോൾ ഞാൻ പൂർണനഗ്നനാണ്. ഞാൻ തകർന്നു പോവുകയാണ്. ഞാൻ ഇല്ലാതാവുകയാണ്. എന്നെക്കാൾ വലുത് എന്തൊക്കെയോ ഭൂമിയിലുണ്ട് എന്ന തോന്നലിൽ മനസ്സ് കയറിപ്പിടിക്കവേയാണ് ഞാൻ നിദ്രയിൽ വീണുപോയത്. അതും പുലരാൻ നേരത്ത്. ഒരു സ്വപ്നം വന്നു നിന്നു. അവ്യക്തമായിരുന്നു അത്. ഞാനും റീത്തയും സ്വാതിയും, മനോജും, ശശിയും, പിന്നാരൊക്കെയോ ഉണ്ട്. ഒരു അഭയാർത്ഥി കേമ്പിൽ ഒട്ടിപ്പിഞ്ഞിയ അലൂമിനിയം പാത്രവും പിടിച്ച് ഭക്ഷണത്തിന്റെ ക്യൂവിൽ. അകലെ വേറൊരു ക്യൂവിലാണ് റീത്ത.ഞാനവളെ വിളിക്കുന്നുണ്ട്. ശബ്ദമുയരുന്നില്ല. കാൽ മാറ്റിവെച്ച് എനിക്ക് നടക്കാനാവുന്നുമില്ല. കെട്ടിയിട്ടതു പോലെ.

റീത്ത വന്നു വിളിച്ചു. ഇന്നു റിഹേഴ്സലില്ലേ എന്നു ചോദിച്ചു. ആ നേരം രാത്രിവന്ന വിളിയെക്കുറിച്ച് ഞാൻ വീണ്ടുമോർത്തു.

“അതൊന്നും ഓർമ്മിക്കണ്ട. റിഹേഴ്സലിനു പോകണം. ആ നാടകം നമുക്ക് അവതരിപ്പിക്കണം എന്നു പറഞ്ഞ് അവളെന്റെ കൈയിൽ പിടിച്ചു. കിടക്കയിലിരുന്നു അവളെന്നെ പൊക്കി.ഇതാദ്യമാണ്. എന്റെ ഇഷ്ടത്തിനു ഞാനുറങ്ങും. ഞാനെഴുന്നേൽക്കും. പിടിച്ചെണീപ്പിക്കുന്നത് എനിക്കിഷ്ടമല്ല. വിവാഹത്തിനു ശേഷം ഇത് ആദ്യം. അവളപ്പോഴും പറഞ്ഞുകൊണ്ടിരുന്നു. ആരോ നാടകത്തെ പേടിക്കുന്നുണ്ട്. അതുകൊണ്ട് തന്നെ ഈ നാടകം കളിക്കണം. നിങ്ങളെഴുന്നേറ്റ് റെഡിയാവ്.

റീത്തയുടെ വാക്കുകൾ അരങ്ങിൽ മുഴങ്ങുന്നുണ്ട്. നാടകം കളിക്കണം. ഭയം വിട്ടുമാറിയിട്ടില്ല. വീട്ടിൽ നിന്നിറങ്ങുമ്പോൾ മുറ്റത്ത് സ്വാതി. ഒരു മോട്ടോർ സൈക്കിളിൽ .ഞാനിന്നലെ അവസാനം FB യിലിട്ട പോസ്റ്റിനെ ഓർത്തു. എനിക്ക് സങ്കടം വന്നു. അപൂർവ്വമായേ എനിക്ക് സങ്കടം വരാറുള്ളൂ. സങ്കടം എന്റെ സ്വന്തം വികാരമല്ല.

രാത്രിയിലാണെന്നു തോന്നുന്നു. ഉണരുമ്പോൾ നിശാവസ്ത്രം ഊരിയിടുന്നതു പോലെ ഞാനെന്റെ ഉള്ളിലെ ഞാനിനെ അഴിച്ചൂരിയിട്ടതുപോലെ. അതാവാം സ്വാതിയെ കണ്ടപ്പോൾ എന്റെ കണ്ണു നിറഞ്ഞത്.

സ്വാതി: “ആനന്ദേട്ടൻ FB യിൽ എഴുതിയത് ശരിയാ. എനിക്കത് മനസ്സിലായി. ഞാനതിനു പറ്റില്ല.”

ഞാൻ: “സ്വാതീ എന്നോട് ക്ഷമിക്കുക. നീ തന്നെആ കഥാപാത്രമാകണം. ഞാനങ്ങനെ എഴുതിപ്പോയതാ. നീ നന്നായി അഭിനയിക്കുന്നുണ്ട്.”

പശ്ചാത്തലത്തിൽനിന്ന് റീത്ത പറയുന്നത് മുറ്റത്ത് കേൾക്കാം:

“ഈ കാണിക്കുന്ന സെന്റിമെന്റ്സും, അഹംഭാവവും നമ്മുടെ നാടകത്തിന് പറ്റില്ല. നല്ല ശക്തി വേണം. തടങ്കൽ പാളയങ്ങളുടെ മതിലുകൾ തകർക്കുന്ന ശക്തി.”

സ്വാതിയുടെ മോട്ടോർ സൈക്കിളിൽ പിറകിലിരുന്നു ഞാൻ റീത്തയ്ക്ക്

കയ്യുയർത്തി യാത്ര പറഞ്ഞു. പി ബി എ സിയിലെത്തി. ഞാനാരുടെയും പിറകിലിരിക്കാറില്ല. ആദ്യമായി മോട്ടോർ സൈക്കിളിൽ ഞാൻ സ്വാതിയുടെ പിറകിലിരുന്നു.

ബാലഗോപാലനടക്കം എല്ലാവരും നേരത്തെ എത്തിയിരിക്കുന്നു. എനിക്കു രാത്രി വന്ന ഫോൺ കോൾ വിവരം എല്ലാവരുമറിഞ്ഞിട്ടുണ്ട്.

ബാലഗോപാലൻ : (എന്നോട് സ്വകാര്യം) "നാടകം അവരെ ഭയപ്പെടുത്തുന്നുണ്ട്. നമ്മളൊന്നിച്ച് നിന്നാൽ മതി. ധീരരായി. ഹിറ്റ്ലറെ പോലെയല്ല . നാടകത്തിലെ തോട്ടക്കാരനെ പോലെ."

മനോജ് : "തുടങ്ങാം."

ഞാൻ: (പതുക്കെ, പതുക്കെ) "ഒരു മാറ്റം പറയാം. ഞാൻ തോട്ടക്കാരനാവാം. രാജീവൻ തന്നെ ഹിറ്റ്ലറാവട്ടെ. മനോജും പത്മനാഭനും പറഞ്ഞതാണ് ശരി."

(അരങ്ങ് ഒരു നിമിഷം സ്തംഭിച്ചു നിന്നു. പിന്നത് സംഗീതമയമായി. സംഗീതോപകരണങ്ങൾക്ക് നടുവിലിരുന്നു അവ്യക്തമായ അക്ഷരങ്ങളിൽ ആരോ പാടുന്നുണ്ട്.)

ഞാൻ : "രാജീവൻ കരുത്തനാണ്. ഏകാധിപതിയായ, ക്രൂരനായ ഹിറ്റ്ലറെ രാജീവൻ കൃത്യമായി കാണിച്ചു തരും.രാജീവൻ എന്നേക്കാളും നല്ല നടനാണ്."

(രാജീവൻ എന്തോ പറയാൻ ശ്രമിക്കുന്നുണ്ട്. സംഗീതത്തിൽ അത് മുങ്ങിപ്പോകുന്നു.)

മനോജും പത്മനാഭനും ഒന്നിച്ച് : "റിഹേഴ്സൽ തുടങ്ങാം."

ചുകന്ന തിരശ്ശീലയിൽ എഫ് ബി യിൽ തോട്ടക്കാരൻ എഴുതി : 'ഞങ്ങൾ നാടകം കളിക്കും.'

ഞാൻ എവിടെയോ അപ്രത്യക്ഷനായി. തോട്ടക്കാരനായി തിരിച്ചു വന്നു. തോട്ടക്കാരൻ തിരശ്ശീലയ്ക്കു പിറകിൽ നിന്നു. അരങ്ങിൽ അയാളുടെ ഊഴവും കാത്ത്.

ഇപ്പോൾ ഞാൻ ഇല്ല. ഞങ്ങൾ കഥാപാത്രങ്ങളും നടന്മാരും മാത്രം.

ഫ്രീഡം @ മിഡ് നൈറ്റ്

സുധ തെക്കേമഠം

അമ്പലക്കുന്നിന്റെ ചെരിവിലുള്ള അങ്കണവാടിയുടെ നീളൻ വരാന്തയിലാണ് യോഗം നടക്കുന്നത്. ഒരുമ കുടുംബശ്രീയിലെയും വനിത കുടുംബശ്രീയിലെയും മുഴുവൻ അംഗങ്ങളും കൃത്യസമയത്തു തന്നെ എത്തിച്ചേരണം എന്ന മെമ്പർ മിനിയുടെ കർശന നിർദേശം വാട്സാപ്പ് ഗ്രൂപ്പുകളിൽ കിടപ്പുണ്ട്. അതുകൊണ്ടായിരിക്കണം വരാന്തയിലും പടിപ്പുറത്തും തിണ്ണയിലുമൊക്കെ തിങ്ങിനിറഞ്ഞ് പെണ്ണുങ്ങൾ മുഴുവനും ഹാജരായിട്ടുണ്ട്. കുന്നിലേക്കുള്ള വെട്ടുവഴി മുഴുവൻ ഓടിക്കയറിയതിന്റെ കിതപ്പു മാറിയപ്പോൾ സൈനു മുന്നിലേക്കൊന്ന് എത്തിച്ചു നോക്കി.

"മസ്റ്ററോളില് പേരുണ്ടാവണങ്കില് ഇങ്ങനെ ചെല മീറ്റിങ്ങോൾക്കൊക്കെ വരണ്ടേരും. അല്ലാതെ ആരും അന്റെ പെരേ കൊടന്ന് തരൂല പെണ്ണേ"

ഇന്നലെ എ ഡി എസ് ശോഭയെ വിളിച്ച് വരണന്ന് നിർബന്ധാണോ എന്നു ചോദിച്ചപ്പോൾ കിട്ടിയ മറുപടിയാണ്.

അലുമിനിയം ബക്കറ്റുകളിൽ ചായയും കാസറോളിൽ എണ്ണക്കടിയുമായി വാപ്പക്കയും ആമിനത്തായും കയറി വന്നതോടെ എല്ലാവരുടെയും ശ്രദ്ധ അതിലേക്കായി. ചായയും കടിയും അടുക്കളത്തിണ്ണയിലേക്കു വെച്ച് അവർ മടങ്ങിപ്പോയി.

"പിന്നിൽ നിൽക്കാനല്ല, പരിശീലിക്കേണ്ടത്. പ്രതിസന്ധികളെ തരണം ചെയ്യണം. മുന്നിലേക്കു കടന്നുചെല്ലണം. ധൈര്യപൂർവം തലയുയർത്തി പിടിക്കണം."

തൂണിനു മുന്നിലെ കുഞ്ഞു സ്റ്റൂളിലിരിക്കുന്ന സ്പീക്കർ സൈനുവിനെ നോക്കിപറഞ്ഞു. അവൾ മുന്നിലിരിക്കുന്ന പെൺതലകളെ, അസൂയയോടെ നോക്കി.

കൂട്ടു പണിക്കാരി രമണിയുടെ ചെമ്പൻ തല നാലാം നിരയിലെ വലത്തേ അറ്റത്തുണ്ട്. സൈനു തിരക്കിലൂടെ നൂഴ്ന്നു കയറി രമണിയുടെ അരികിലേക്കെത്തി.

"ആവൂ... പണ്ടാറക്കാലി കാലുമ്മേ ചവിട്ടിപ്പീച്ചി... ഏതടുപ്പിലേക്കാടീ തെരക്കിക്കേറണ് ?."

വാറ്റ് ജാനു എന്നറിയപ്പെടുന്ന പള്ളിക്കോട്ടിലെ നാരാണന്റെ ഭാര്യയും പലചരക്ക് സോമണ്ണന്റെ സൈഡുമായ ജാനകി അമർഷത്തോടെ പിറുപിറുത്തു.

"ഈ തള്ളനെ എന്നേലും ഞാന് മാത്തോളിക്കെണറ്റില് ചവിട്ടിത്താഴ്ത്തും..."

സൈനു രമണിയുടെ ചെവിയിൽ പറഞ്ഞു. ഉച്ചച്ചൂടിന്റെ ഏനക്കേടും പറ്റി പെണ്ണുങ്ങൾ ഇത്തിരിവട്ടത്തിൽ തിക്കിത്തിരക്കി ഇരിപ്പാണ്. വിയർപ്പിന്റെയും എണ്ണക്കനപ്പിന്റെയും ദുഷിപ്പ മണം അവളുടെ മൂക്കു തുളച്ചു കയറി. തലയിലിട്ട തട്ടത്തുണിയുടെ തുമ്പെടുത്ത് മൂക്കുപൊത്തി സൈനു രമണിയോട് എന്തോ ഒന്നുകൂടി പറയാനാഞ്ഞു. പക്ഷേ രമണി ചുറ്റുപാടുകളിൽ നിന്നു വേർപെട്ട് പ്രസംഗത്തിൽ തന്നെ മുഴുകിയിരിക്കുകയാണ്... പരിസരം മൊത്തം മറന്നു പോയതുപോലെയുള്ള

അവളുടെ ഇരിപ്പ് കണ്ടപ്പോഴാണ് സൈനുവും മുന്നോട്ട് നോക്കിയത്. മിനിടീച്ചർ ചുവന്ന പ്ലാസ്റ്റിക് കസേരയിൽ ചാഞ്ഞിരിക്കുകയാണ്. അടുത്ത് നിൽക്കുന്ന മങ്ങിയ നിറമുള്ള കോട്ടൺസാരിയുടുത്ത സ്ത്രീയാണ് സംസാരിക്കുന്നത്.

" വേഷം കൊണ്ടോ ഹെയർസ്റ്റൈല് കൊണ്ടോ അല്ല നമ്മൾ മത്സരിക്കേണ്ടത്. അതൊക്കെ വെറും പുറംപൂച്ചുകളാണ്. മാനസികമായി കരുത്ത് നേടലാണ് ആദ്യം ചെയ്യേണ്ടത്. നിങ്ങളോരോരുത്തരും ഓരോ വ്യക്തികളാണെന്ന് സ്വയം തിരിച്ചറിയണം. നിങ്ങളുടെ ചിരി, നിങ്ങളുടെ സന്തോഷം, നിങ്ങളുടെ ആകാശം... നിങ്ങളുടെ ഭൂമി എല്ലാം നിങ്ങളെ കാത്തിരിക്കുന്നു. ഇവിടെയുള്ളതെല്ലാം ആസ്വദിച്ച് സന്തോഷത്തോടെ ജീവിക്കാനുള്ള അവകാശം എല്ലാവർക്കുമുണ്ടെന്ന ബോധ്യമുണ്ടാവണം... എല്ലാ സമയങ്ങളും കാലങ്ങളും ഒരുപോലെ എല്ലാവർക്കും അവകാശപ്പെട്ടതാണ്."

സൈനുവിനു മുഷിഞ്ഞു. നല്ല ഉഷ്ണം... അവൾ നൈറ്റിയുടെ തുമ്പു പൊക്കി മുഖം തുടച്ചു. തലയിലെ മുണ്ട് നേരെയാക്കി. കളർ ടൈലിട്ട് ചന്തം കൂട്ടിയ മുറ്റത്ത് നിന്ന് തീച്ചൂടാണ് ഉയരുന്നത്.

"ഹൗ എന്തൊരു ആവി... മീറ്റിങ്ങ് അമ്പലത്തൊട്ടൂല് മതിയാർന്നു. ആലിന്റെ ചോട്ടില് എന്ത് സുഖേർന്നു. കഴിഞ്ഞ കൊല്ലം വനിതാ മതിലിന്റെ കാര്യം പറയാൻ വിളിച്ചപ്പോ നമ്മളവടെല്ലെന്നും കൂടിത്?"

ആരോടെന്നില്ലാതെ പറഞ്ഞ് തോട്ടുവഴിയിലെ ശങ്കരന്റെ ഭാര്യ സരോജിനി ബ്ലൗസിന്റെ കുടുക്ക് അയച്ചിട്ടു. നടുവൊന്നു നിവർത്തി വെച്ച് തോർത്ത് വിശറിയാക്കി മാറിലേക്കു വീശാൻ തുടങ്ങി.

"അതെങ്ങനാന്നും അമ്രാളേ... അഹിന്ദുക്കളെക്ക് അങ്ങട് കേറാൻ പാടില്യലോ... വെറ്റില വെച്ചട്ട് വഴി മാറ്റീതല്ലേ. വനിതാ മതിലിന് യോഗം കൂടീത് അയിനും മുന്നെല്ലേ."

ശബ്ദമടക്കി പറയുന്നതിനിടയിൽ ജാനു സൈനുവിനെ ഇടങ്കണ്ണിട്ടു നോക്കി.

സൈനുവിന് എന്തെല്ലാമോ പറയണമെന്നുണ്ടായിരുന്നു. ചോദിക്കണമെന്നുണ്ടായിരുന്നു. പക്ഷേ അവൾ തട്ടത്തുണി നേരെയാക്കി പ്രസംഗക്കാരിയിലേക്ക് ശ്രദ്ധ തിരിച്ച് ചുരുങ്ങിക്കൂടി ഇരുന്നു.

സൈനുവിന്റെ ഉറക്കമില്ലാത്ത രാത്രികളിൽ അവളെ സൊല്ലപ്പെടുത്തുന്ന ചിന്തകളാണ് ഇതെല്ലാം. പണ്ടേക്കു പണ്ടേ നാട്ടിൽ പരന്നുകിടന്നിരുന്ന കുന്നിൻപുറങ്ങളിലും നടവഴികളിലുമൊക്കെ ചില വേർതിരിച്ചിലുകൾ വന്നു കൂടിയത് വളരെ പതുക്കെയെന്ന പോലെ തോന്നിച്ചെങ്കിലും അതിവേഗത്തിലായിരുന്നു. ഉപ്പയുടെ കയ്യും പിടിച്ച് നടന്നു കയറിയിരുന്ന പലയിടങ്ങളും അന്യമായിപ്പോയെന്നു തിരിച്ചറിഞ്ഞപ്പോഴേക്കും വളരെയധികം വൈകിയിരുന്നു. അതൊരു മാറ്റമായി തോന്നാത്ത വിധത്തിലുള്ള മാറ്റമായിരുന്നു. അതുകൊണ്ടായിരിക്കണം, പണ്ടുമുതലേ നടപ്പിലുണ്ടായിരുന്ന പല കാര്യങ്ങളിലൊന്നായി അവളും അതിനെ അംഗീകരിക്കാൻ തുടങ്ങിയത്... ആകാശത്തോളം പരന്നുകിടന്നിരുന്ന അവളുടെ ലോകം ചുരുങ്ങിച്ചുരുങ്ങി ചെറുതാവാൻ തുടങ്ങിയത് അന്നു മുതലാണ്.

ജനലിനപ്പുറത്തെ കറുത്തു ശോഷിച്ച ആകാശവും നരച്ചിരുണ്ട ഭൂമിയും മൗനത്തിലാഴുന്ന ചിലനേരങ്ങളിൽ സൈനു ഓർമ്മകളെ പൊടി തട്ടിയുണർത്താൻ

നോക്കും. പിടി തരാതെ ചുറ്റും ഓടിയൊളിച്ചുകളിക്കുന്ന ഓർമ്മകളുടെ ചില ചെറിയ പൊട്ടുകൾ സൈനുവിന്റെ വീട്ടുമുറ്റത്ത് കൊഴിഞ്ഞു കിടക്കും. കൈയൊന്നു നീട്ടിയാൽ തൊടാവുന്നയത്ര അടുത്തു വന്നു വീഴുന്ന ആ മിനുക്കച്ചില്ലുകൾ അവളുടെ കാഴ്ചയപ്പാടെ പിടിച്ചെടുക്കും... കുറേ നേരം കഴിയുമ്പോൾ അന്തം വിട്ട നിൽപ്പിൽ നിന്ന് ഞെട്ടിയുണർന്ന് അവൾ ഉമ്മയെ നോക്കും.

"എന്താലേ ഉമ്മാ...?"

എന്തെന്ന ചോദ്യത്തിനു പകരം ഒരു നെടുവീർപ്പോടെ ഉമ്മ തിരിഞ്ഞു കിടക്കും. പഴകിയ മുറിവെണ്ണയുടെയും വിയർപ്പിന്റെയും മടുപ്പിന്റെയും ദുഷിപ്പമണത്തിന്റെ അലകൾ മുറിയിലാകെ പരക്കും. സൈനു മൂക്ക് ജനൽക്കമ്പികളിലൂടെ പുറത്തേക്കിട്ട് പുത്തൻ വായുവിനെ വലിച്ചെടുത്ത് ആശ്വസിക്കും. ഉമ്മയിൽ നിന്ന് ഉത്തരങ്ങളൊന്നും കിട്ടില്ലെന്നറിഞ്ഞിട്ടും ഒന്നു കൂടി തിരിഞ്ഞു നോക്കും. പിന്നീട് സൈനുവും ജനൽപ്പാളിയടച്ച് പായ നീർത്തും.

"രാത്രിയിലെ ഈ ഒരു നടത്തം കൊണ്ടു മാത്രം എല്ലാം കഴുകി വെടിപ്പാക്കാം എന്ന ചിന്തയൊന്നും വേണ്ട. ഇതൊരു തിരിച്ചറിവിലേക്കുള്ള വഴിവെട്ടലാണ്. എല്ലാ സ്ഥലങ്ങളും സമയങ്ങളും നമ്മുടേതു കൂടിയാണ് എന്നുള്ള തിരിച്ചറിവ്. ഇവിടെ കൂടിയിരിക്കുന്ന എല്ലാ വനിതകളും അതിൽ പങ്കാളികളാകണമെന്ന് ഓർമ്മിപ്പിക്കുന്നു, ഒപ്പം ഒരേ ഒരു കാര്യം പറഞ്ഞുകൊള്ളട്ടെ. നിങ്ങളുടെ ഇടങ്ങളെ കണ്ടെത്തേണ്ടതും സ്വന്തമാക്കേണ്ടതും നിങ്ങളാണ്. കൈ കോർത്തുപിടിച്ച് മുന്നോട്ടു നീങ്ങുക..."

സദസ്സിൽ നിന്നും നീണ്ട കയ്യടി ഉയർന്നു. സാരിക്കാരി കസേരയിലിരുന്ന് വാച്ചിൽ സമയം നോക്കി. മെമ്പർ മിനിടീച്ചർ എഴുന്നേറ്റു നിന്ന് എല്ലാവരെയും നോക്കി പുഞ്ചിരിച്ചു .

"ഇപ്പ തൊടങ്ങും... തീണ്ടാരിക്കാലത്ത് മാറി ഇരിക്കരുത്. കുലി കെട്ട്യോനെ ഏൽപ്പിക്കരുത്. ഇജ്ജാതി ഓരോ ഉപദേശങ്ങള് ... ഇതൊക്കെ വീട്ടില് പോയി പറയാൻ പറ്റണ കാര്യാണോ...? കെട്ട്യോൻമാര് ചവിട്ടീട്ട് എല്ലുപൊടിക്കും..."

കെട്ടുകാരൻ ചാമിയുടെ ഭാര്യ ലക്ഷ്മി പിറുപിറുത്തുകൊണ്ട് മുറുക്കാൻ പൊതിയഴിച്ചു കെട്ടി.

"രാത്രിയെ സ്വന്തമാക്കി ഒരു നടത്തം. ഓർത്തു നോക്കൂ. നല്ല രസമായിരിക്കും അല്ലേ. രാത്രിയിൽ ഒറ്റയ്ക്ക് പുറത്തിറങ്ങി നടന്നവരുണ്ടോ ഈ കൂട്ടത്തില്? അവർ ഓരോരുത്തരായി എണീറ്റ് സ്വന്തം അനുഭവം ഒന്നു പറയാമോ? നിങ്ങൾ കണ്ട കാഴ്ചകൾ... കേട്ട ശബ്ദങ്ങൾ... മനസ്സിൽ തോന്നിയ ചിന്തകൾ... ഒന്നു പങ്കുവെക്കാമോ... അതു കഴിഞ്ഞാൽ നമുക്ക് ചായ കുടിച്ച് പിരിയാം".

മിനി ടീച്ചറുടെ ശബ്ദം സ്പീക്കർ എല്ലാ പെണ്ണുങ്ങൾക്കുമായി പകുത്തു നൽകി. സൈനു ചുറ്റും നോക്കി. ആരെങ്കിലും ഒന്നു വേഗം പറഞ്ഞിരുന്നെങ്കില്. പുരയില് എത്താൻ വൈകിയാല് ഉമ്മ കിടക്കപ്പായേല് കാര്യം സാധിക്കും. പിന്നെയൊന്നു വെടിപ്പാക്കിയെടുക്കാൻ നല്ല മെനക്കേടാണ്... പക്ഷേ, മീറ്റിങ്ങ് കഴിയുന്നതിന് മുൻപ് ഇറങ്ങിയാൽ മെമ്പറും ഏ ഡി എസ്സും കാണും.

"ഏടീ... പെണ്ണുങ്ങളേ മൊയന്ത് മിണ്ങ്ങി ഇരിക്കാണ്ടെ എന്തേലും പണ്ടാരൊന്ന് പറഞ്ഞൊടക്കീ ... ഓരോരോ അച്ചി പൊന്നാരങ്ങള്... പോയിട്ട് നൂറൂട്ടം പണി

കള്ണ്ട്."

ശങ്കരന്റെ ഭാര്യ സരോജിനി മുന്നിലിരിക്കുന്ന കാന്തിയേയും പ്രഭയേയും ഉന്താൻ തുടങ്ങി. പ്ലസ് ടു വരെ പഠിച്ചവരായതുകൊണ്ട് അവരാണ് യോഗങ്ങളിലെ സ്ഥിരം അഭിപ്രായം പറച്ചിലുകാർ. ഉന്ത് കനത്തു തുടങ്ങിയപ്പോൾ കല്യാണം കഴിക്കാത്തതു കൊണ്ട് വെറും കാന്തിയായ കാന്തി എഴുന്നേറ്റു. മെടഞ്ഞിട്ട ചുരുളൻ മുടിക്കെട്ട് മാറിലേക്കെടുത്തിട്ട തലോടി.

"മീത്തട്ടക്കാവിലെ രാത്രിപ്പൂരം കഴിഞ്ഞിട്ട് വീട്ടകാരടെ ഒപ്പം മടങ്ങി വരുമ്പഴാ ആദ്യായിട്ട് ഞാൻ രാത്രീല് പൊറത്തെറങ്ങുന്നത്. അന്ന് നല്ല നെലാവേർന്നു... പാടത്ത് നെറയേ ആൾക്കാരും ചൂട്ടും വെളിച്ചോം വർത്തമാനങ്ങളും. നെല്ലും വരമ്പരികിലെ ചെടികളും രാവെട്ടത്തില് തിളങ്ങി നിക്കേരുന്നു. നല്ല രസേർന്നു ആ കാഴ്ച."

കാന്തി രസമിറ്റിയ ഓർമ്മകളുമായി എല്ലാവരേയും നോക്കി ചിരിച്ചുകൊണ്ട് ഇരുന്നതേയുള്ളൂ. നാരാണന്റെ ഭാര്യ ജാനു ശബ്ദം പരമാവധി താഴ്ത്തിപ്പിടിച്ച് കമന്റടിച്ചു.

"ഈ പെണ്ണിനെ അല്ലേന്നും പണ്ട് നട്ടരാത്രിക്ക് ചൊക്കൻ സലീമിന്റെ ഒപ്പം ആലുങ്കൂട്ടത്തിന്ന് പിടിച്ചത്? ആ രാവില് നെലാവ് ണ്ടായിരുന്നോ ആവോ...?"

പെണ്ണുങ്ങൾ ചിരിയടക്കി.

"ജാനേടത്തി എന്തോ പറയുന്നുണ്ടല്ലോ. എഴുന്നേറ്റു നിന്ന് ഉറക്കെ പറയൂ. അനുഭവങ്ങൾക്ക് പ്രായവ്യത്യാസമില്ല. നിങ്ങളുടെ ഓർമ്മകളും വിശേഷങ്ങളും ഉറക്കെ പങ്കുവെയ്ക്കൂ. എല്ലാവരും കേൾക്കട്ടെ."

മിനിടീച്ചറുടെ ശബ്ദം സ്പീക്കറിലൂടെ വന്നെത്തിയപ്പോൾ ജാനു പരുങ്ങലോടെ എഴുന്നേറ്റു. പെണ്ണുങ്ങൾ പിന്നെയും ചിരിക്കാൻ തുടങ്ങി.

അതിപ്പോ ടീച്ചറേ... ഒന്നു രണ്ടു വട്ടം നല്ല കട്ട കുത്ത്യേ ജാതി ഇരുട്ടില് ഞാനും നടന്നിട്ട്ണ്ട്. ഇന്റെ കെട്ട്യോന്റെ പണ്ടത്തെ പരിപാടി എല്ലാരിക്കും അറിയാലോ...

മൂങ്കേരിക്കോറീല് വാറ്റല്. ഷാപ്പോള് പൂട്ടിക്കെട്ടിയ കാലല്ലേ.

നല്ല ചെലവേർന്നു.

ഓല് കച്ചോടം കയിഞ്ഞ് പള്ള നെറച്ചും മോന്തീട്ട് എവടേങ്കിലും വീണു പോയിട്ട്ണ്ടാവും. ചെലപ്പോ ഞാൻ കരുതും അവടെ കെടക്കട്ടേന്ന്. പിറ്റേന്ന് അയിന്റെ വക ചവിട്ട് ന്റെ പൊറത്ത് കിട്ടും. ആ പേടീല് മുട്ട വെളക്കും പിടിച്ചിട്ട് ഓലെ തെരഞ്ഞോര് പോക്ക് ണ്ട്. അന്ന് ഈ പറഞ്ഞ നെലാവും കാറ്റും നക്ഷത്രൊന്നുല്ല മനസ്സില്. ആധി പിടിച്ച പോലൊരു പോക്കല്ലേ. ശരിക്കും പറഞ്ഞാ വയറ്റിലെ തീട്ടം വായേലെത്തീട്ട്ണ്ടാവും... ഒരു കാഴ്ചേം ല്ല... പൊലിവും ല്ല... നെലാവും നക്ഷത്രോം ഒക്കെ കാൾള്ളോരക്കല്ലേ ടീച്ചറേ."

ജാനു നന്നായൊന്നു ചിരിച്ചു. ബാക്കി എല്ലാവരും ചിരിക്കാൻ മറന്നു പോയിരുന്നു.

"നിലാവും ആകാശവുമൊക്ക എല്ലാവരുടേതുമാണ് ജാനേടത്തീ... ഒക്കെ കാണണമെങ്കില് ഇടക്കെപ്പോഴെങ്കിലും കണ്ണൊന്നു നിവർത്തി മേലോട്ടു നോക്കണം എന്നു മാത്രം. സമയം കളയണ്ട. ഇനി നമ്മടെ സൈനു പറയട്ടെ."

ഏഴ് ബി ക്ലാസ്സിലെ സയൻസ് പിരീഡിൽ ചോദ്യം ചോദിച്ചിരുന്ന അതേ ലാ

ഘവത്തോടെ മിനിടീച്ചർ സൈനുവിനെ പൊക്കി.

"ഓ... മതമൈത്രി..." കാന്തി ചുണ്ടു കോട്ടി.

"ഹേയ്. മിണ്ടാതിരി. ഇത് ന്യൂനപക്ഷ പ്രശ്നം... മിനിടീച്ചറ് അതു വിട്ടു കളിക്കില്ല മോളേ. ഇലക്ഷൻ അടുത്ത വർഷല്ലേ."

എഴുന്നേൽക്കാൻ തുടങ്ങിയ സൈനു പ്രഭയുടെ പിറുപിറുക്കൽ കേട്ടതോടെ തട്ടം നെറ്റിയിലേക്ക് വലിച്ചിട്ട് ഒതുങ്ങിക്കൂടി ഇരുന്നു.

ഓർമ്മിച്ചെടുക്കാനും പങ്കുവെക്കുവാനുമായി ചില രാത്രികൾ സൈനുവിനുമുണ്ടായിരുന്നു...

മദ്രസ്സ വിട്ടു വരുന്ന നേരങ്ങളിൽ ഉപ്പയുടെ വിരൽതുമ്പു പിടിച്ച് മാലേമ്പ്ര പള്ളിപ്പറമ്പിലൂടെ നടന്നിരുന്ന ചന്തമുള്ള രാത്രികൾ...

ആകാശം പൂത്തുലഞ്ഞു മദിച്ചു നിൽക്കുന്ന കാഴ്ച കാണണമെങ്കില് പള്ളിക്കുന്നിൽ നിന്നു തന്നെ നോക്കണം. മൈലാഞ്ചിക്കാടുകൾക്ക് വെള്ളിപൂശിയ പോലെ തിളക്കം തോന്നുന്ന ചില മൊഞ്ചത്തി രാവുകളുണ്ട്. നിലാവിന്റെ ചെമ്പ് മറിഞ്ഞുരുണ്ടു വീണതുപോലെ എന്നാണ് ഉപ്പ പറയാറ്. രാത്രിയ്ക്ക് നനുത്ത മഞ്ഞു വീണ പനിനീരിന്റെ മണമായിരുന്നു. ഉപ്പ പോയതോടെ മറ്റു കാഴ്ചകളുടേയും മണങ്ങളുടേയും കൂടെ അതും പോയി. ഇപ്പോ എല്ലാ കാഴ്ചകൾക്കും ഒരേ നിറം, ഒരേ മണം... അവൾ ദീർഘമായി നിശ്വസിച്ചു.

"എന്നാലിനി ചായ കുടിച്ചാലോ" എന്നു ചോദിച്ച് പരിപാടി അവസാനിപ്പിക്കാൻ തുടങ്ങുകയായിരുന്നു മിനിടീച്ചർ. അപ്പോഴാണ് അവൾ എഴുന്നേറ്റു നിന്നത്. ചുമരിന്റെ അരികുപറ്റി ചുമരിനോട് ചേർന്ന് അവൾ അനുവാദം കാത്തുനിന്നു. അതുവരേയും അങ്ങനെയൊരാൾ അവിടെയുണ്ടായിരുന്നെന്ന് ആരും ശ്രദ്ധിച്ചിരുന്നില്ല.

ജമന്തി ...

ജമന്തിയെ എല്ലാവർക്കുമറിയാം. പക്ഷേ, ആർക്കുമറിയില്ല.

സേലത്ത് ഡ്രൈവറായിരുന്ന രാഘവന്റെയും മാരിയമ്മയുടേയും ഒരേയൊരു മകളാണ് ജമന്തി. ലോറിയോട്ടത്തിനിടയിൽ ഏതോ നാട്ടിൽ നിന്ന് രാഘവൻ കൂടെക്കൂട്ടിയ പെണ്ണാണ് മാരിയമ്മ . കുടുംബമായതോടെ അയാൾ പുറത്തേക്കുള്ള ഓട്ടങ്ങളൊക്കെ മതിയാക്കി ചീങ്കണ്ണിപ്പാറയിലെ ക്വാറിയിൽ സ്ഥിരം ഡ്രൈവറായി.

വാടക വീടാണെങ്കിലും നിറഞ്ഞ സന്തോഷത്തോടെ കഴിഞ്ഞിരുന്ന കുടുംബമായിരുന്നു അതെന്ന് സൈനു ഓർത്തു.

ഒരിക്കൽ പാറമടയിൽ നിന്ന് കല്ലു കേറ്റുന്നതിനിടയിൽ പറ്റിയ വലിയൊരു അപകടത്തിൽ പെട്ട് നാലു പേർ മരിച്ചു. കല്ലുകയറ്റിയ ലോറി നിയന്ത്രണം വിട്ട് പിറകിലേക്ക് ഉരുളുകയായിരുന്നു. ക്വാറിയിലെ കൽഭിത്തിയിലേക്ക് ചതഞ്ഞു ചേർന്ന നാല് ശരീരങ്ങൾ... അതിലൊന്ന് രാഘവനായിരുന്നു. അതോടെ ആ വീടാകെ നശിച്ചു. പത്താം ക്ലാസിലെത്തിയിരുന്ന ജമന്തി നാടുവിട്ടു പോയി. മാരിയമ്മ എങ്ങനെയൊക്കെയോ ആ നാട്ടിൽ തന്നെ പിടിച്ചു നിന്നു.

കാലങ്ങൾക്കിപ്പുറം അവർക്കു രോഗം വന്നു കിടപ്പിലായതിന്റെ പിറ്റേ ആഴ്ച ജമന്തി നാട്ടിലേക്ക് മടങ്ങി എത്തി.

അവൾ ആരോടും ചിരിച്ചില്ല... ഒന്നും മിണ്ടിയില്ല. ആരെയും നോക്കിയില്ല.

ജമന്തിയെ കുറിച്ച് നാട്ടിൽ പരന്നിട്ടുള്ള കഥകൾക്ക് പല നിറങ്ങളും മണങ്ങളുമായിരുന്നു. കണ്ണുചുളുക്കിയും മൂക്കുപൊത്തിയും ഓക്കാനിച്ചും കഥകളെ നേരിട്ട നാട്ടുകാർ പതിയെ അവളെ അവഗണിക്കാൻ ശീലിച്ചു. പതിവുപോലെ മൗനം പാലിക്കാൻ പഠിച്ചു.

തൊഴിലുറപ്പിന്റെ പണിക്കൂട്ടത്തിലേക്ക് ആദ്യമായി വന്നെത്തിയപ്പോൾ അവളോട് സംസാരിക്കാനൊരു പ്രേരണ സൈനുവിനുണ്ടായിരുന്നു. പക്ഷേ ശീലിച്ചുപോന്ന നിശ്ശബ്ദതയിൽ നിന്ന് പുറത്തുവരാൻ അവൾക്കു കഴിഞ്ഞില്ല.

ജമന്തി എഴുന്നേറ്റതോടെ സദസ്സ് നിശ്ശബ്ദമായതാണ്.

"ഈ മൂധേവിടെ പണി മുഴുവൻ രാത്രീലേർന്നൂന്ന് കേട്ടീര്ന്നു. ഓളറിയും പോലെ ഇരുട്ടും രാവും വേറെ ആരറിയാനാ?"

നാവാടാൻ തുടങ്ങിയ സരോജിനിയെ സൈനുവും കാന്തിയും രൂക്ഷമായി നോക്കി. അതോടെ സരോജിനി വെറ്റിലപ്പൊട്ട് വായിലേക്കിട്ട് തല താഴ്ത്തി ഇരുന്നു...

"ജമന്തി പറഞ്ഞോളൂ." മിനിടീച്ചർ പറഞ്ഞു.

ജമന്തി സാരിത്തലപ്പുകൊണ്ട് മുഖം തുടച്ചു. പിന്നെ തലയുയർത്തിപ്പിടിച്ച് നിവർന്നു നിന്നു.

" ഞാൻ... ഞാനൊരു ലൈംഗിക തൊഴിലാളിയാണ്. ആയിരുന്നു. മദ്രാസ്സില്... ചേച്ചി ഇപ്പോ പറഞ്ഞ പോലെ രാത്രി തന്നെ ആയിരുന്നു പണി. ആദ്യമൊക്കെ മുറിയില്. ചില്ലറയൊന്നുമല്ല കേട്ടോ ചേച്ചീ... ചില രാത്രികളില് ഇരുപതും ഇരുപത്തഞ്ചും ആൾക്കാരൊക്കെ ഉണ്ടായിരുന്നു. അതും പലജാതി സ്വഭാവക്കാര്... രാത്രി, ഇരുട്ട് എന്നൊക്കെ പറഞ്ഞാല് മനുഷ്യരുടെ ഉള്ളിലെ കൊടും ക്രൂരതകള് മുഴുവനും പുറത്തിറങ്ങുന്ന സമയമാണ്. ഒന്നു എഴുന്നേറ്റിരിക്കാന് കൊതിയാവും. ദേഹത്തൊക്കെ മുള്ളുകുത്തണ പോലത്തെ വേദനയാവും."

ജമന്തി സരോജിനിയെ നോക്കി ഒന്നു ചിരിച്ചു. സരോജിനി ചിരിച്ചില്ല.

"ആണുങ്ങടെ ദുർഗന്ധങ്ങളപ്പാടെ ഉറഞ്ഞുകൂടി കുഴമ്പ് പോലായ വായു, ചീഞ്ഞു നാറുന്ന കിടക്കയും ഞാനും... ശ്വാസം മുട്ടിപ്പിടഞ്ഞ് കൈകാലിട്ടടിക്കാൻ തോന്നും. ഒന്നിനുമാവാതെ വിരിപ്പില് അള്ളിപ്പിടിച്ച് കിടക്കും."

സൈനുവിന് ശ്വാസം മുട്ടുന്നതുപോലെ തോന്നി. അവൾ മുഖമുയർത്തിപ്പിടിച്ച് ആവുന്നത്ര വായു വലിച്ചെടുത്തു.

"പിന്നെ പതിവുകാരുടെ എണ്ണം കുറഞ്ഞു വരാൻ തുടങ്ങി... ഈ ഫീൽഡ് അങ്ങനാ. അപ്പോ നമ്മള് റൂമിന്ന് പുറത്താവും. തെരുവിലെ കടത്തിണ്ണയിലെത്തും. ആണുങ്ങളെ പിടിക്കാനായിട്ട് റോഡരുകില് പതുങ്ങി നിക്കും... പല ജാതി ആൾക്കാരല്ലേ ചേച്ചീ... നമ്മളൊരു ജീവിയാണെന്നുള്ള ചിന്ത പോലും ഇല്ലാതെയാ ഓരോരുത്തര്... എനിക്ക് കടുത്ത വേദനയായിരുന്നു. നടുവിനും അരക്കെട്ടിനുമൊക്കെ. എന്നാലും മുകളിലെ ഭാരം ഒഴിഞ്ഞു മാറണ വരെ വേദന കടിച്ചമർത്തി കിടക്കും. എന്നാലല്ലേ കാശ് കിട്ടൂ. ആ കിടപ്പിലാ ഞാനീ ആകാശോം നിലാവും ഒക്കെ കാണാൻ തുടങ്ങീത്."

ജമന്തി ഒന്നു നിർത്തി. സൈനുവിന്റെ കണ്ണുകൾ പുകയാൻ തുടങ്ങിയിരുന്നു.

പ്രസംഗിക്കാൻ വന്ന സാരിക്കാരി വാച്ചിൽ നോക്കി എഴുന്നേറ്റു. മിനിടീച്ചറിനോട് എന്തോ ആംഗ്യം കാട്ടി നടക്കാൻ തുടങ്ങി.

"മാഡം ഒരു അഞ്ചു മിനിറ്റ് കൂടി ഇരിക്കണം... ഞാനൊന്നു പറഞ്ഞു തീർന്നോട്ടെ. എനിക്കു പറയാനുള്ളതു മുഴുവനും നിങ്ങള് പറഞ്ഞ രാത്രികളെക്കുറിച്ചാണ്. അല്ലെങ്കി... രാത്രികളെ പറ്റി മാത്രമേ എനിക്ക് പറയാനുള്ളൂ."

സാരിക്കാരി സീറ്റിലിരുന്നു. സരോജിനിയും ജാനുവും അടിമുടി അമ്പരന്നുലഞ്ഞ ഭാവത്തിൽ ജമന്തിയെ തന്നെ നോക്കിയിരിപ്പാണ്.

"അപ്പൻ മരിച്ചത് നിങ്ങക്കൊക്കെ അറിയാലോ. രാവിലെ പണിക്ക് പോയതാ. വൈകിട്ട് പായേല് പൊതിഞ്ഞു കെട്ടി ഉമ്മറത്ത് കൊണ്ടന്നു കിടത്തി. ഞാന് അപ്പന്റെ തൊട്ടടുത്ത് തന്നെ ഇരുന്നു... ഷോക്കടിച്ച പോലെ ഒരു മരവിപ്പിലേർന്നു. കരയാനും കഴിയാതെ..."

"ഇതൊക്കെന്തിനാ ഇബടെ എറക്കണെത്? മനിഷരടെ സൊയ്രം കളയാന്."

സരോജിനി പിറുപിറുക്കാൻ തുടങ്ങി.

"ഒന്നു മുണ്ടാണ്ടിരിക്കീൻ തള്ളെ. ഓല് പറഞ്ഞോട്ടെ... പാവം..." കാന്തിയും പ്രഭയും സരോജിനിയെ രൂക്ഷമായി നോക്കി.

"ഞങ്ങള് അന്ന് മുഴുവനും പട്ടിണിയായിരുന്നു. അമ്മാ കരഞ്ഞ് തളർന്ന് അകത്തു കിടന്നു. അപ്പഴാ അയാള് വന്ന് എന്നെ വിളിച്ചത്. ചന്ദ്രൻ."

രാഘവന്റെ ഉറ്റചങ്ങാതിയായിരുന്നു ചന്ദ്രൻ. രാഘവന് ചന്ദ്രൻ ഒരു കൂടപ്പിറപ്പിനെ പോലെയായിരുന്നു. മരണ വിവരമറിഞ്ഞപ്പോൾ മുതൽ ചന്ദ്രൻ അലറി വിളിച്ചു കരയുകയായിരുന്നു. നാട്ടിലെ ഷാപ്പുകളെല്ലാം നിരങ്ങിക്കുടിച്ചു. ഇടക്കിടെ മാരിയമ്മയുടെ അടുത്തു ചെന്ന് "നിങ്ങള് കരയണ്ട. രാഘണ്ണനേ പോയിട്ടുള്ളൂ ചന്ദ്രൻ ഇബടെ ണ്ട്." എന്നു പറഞ്ഞ് സമാധാനിപ്പിച്ചു.

"ഇന്റെ കുട്ടി പട്ടിണി കെടന്നാ അപ്പ പൊറുക്കൂല. ഈ ചന്ദ്രനോട് പൊറുക്കൂല. നമ്മക്ക് വീട്ടില് പോയിട്ട് ഇത്തിരി കഞ്ഞി കുടിച്ച് വരാം..." രാത്രിയായപ്പോൾ ചന്ദ്രൻ ജമന്തിയെ എഴുന്നേൽപ്പിച്ചു.

" അയാളുടെ വീട് ഞങ്ങടെ തൊടീടെ തൊട്ടുപിന്നിലാണ്. എനിക്ക് വിശപ്പും ദാഹോം ഒന്നുണ്ടായിരുന്നില്ല. പക്ഷേ, എല്ലാവരും കൂടെ നിർബന്ധിച്ച് എന്നെ അയാളുടെ ഒപ്പം വിട്ടു."

ചന്ദ്രൻ വീട്ടിലെത്തി കഞ്ഞി സ്പൂണിലാക്കി കോരിക്കൊടുത്തു. മുഖവും വായും തുടച്ചു കൊടുത്തു.

"എനിക്ക് അപ്പാ ചെയ്യണ പോലെതന്നെ തോന്നീത്. പക്ഷേ... മടക്കത്തില്. .."

ചെറിയ പെൻ ടോർച്ചടിച്ച് വെളിച്ചം കാട്ടി ചന്ദ്രൻ ജമന്തിയുടെ പിന്നിലായിരുന്നു നടന്നിരുന്നത്. മുന്നിലൂടെ പാറിക്കളിക്കുന്ന മിന്നാമിന്നിയെ തൊടാനായി കൈയൊന്ന് നീട്ടിയതേയുള്ളൂ. പെട്ടെന്ന് ടോർച്ച് കെട്ടു.

ഇരുട്ടായിരുന്നു ... കട്ടകുത്തിയ ഇരുട്ട്...

" എന്താ പറ്റിയതെന്ന് തിരിച്ചറിയുന്നതിനു മുന്നെ ഞാൻ നിലത്ത് വീണു പോയിരുന്നു. അയാളെന്റെ വായില് മണ്ണും ചപ്പും കുത്തി നിറച്ചു. എന്നെ മണ്ണിലേക്കമർത്തിക്കിടത്തി... ശ്വാസം മുട്ടിച്ചുകൊണ്ട് വലിയൊരു ഭാരം മേല് വന്നു വീണു. അനങ്ങാൻ പോലും പറ്റാതെ ഞാന്... മുള്ളുകൂട്ടത്തിനിടയിൽ പെട്ട് ഞെരുങ്ങിയ പോലെയായിരുന്നു. കട്ടം നീറ്റല്."

ശരീരം നീറി നീറി പൊള്ളാൻ തുടങ്ങിയത് സൈനുവറിഞ്ഞു. ജാനുവറിഞ്ഞു.

മിനി ടീച്ചററിഞ്ഞു... അവിടെ കൂടിയ എല്ലാവരുമറിഞ്ഞു.

"ആ രാത്രി അപ്പന്റെ ഒപ്പം ഞാനും മരിച്ചു. ഗർഭിണിയായീന്നറിഞ്ഞപ്പോ അമ്മാ എന്റെ ചെകിട്ടത്തടിച്ചു. ഇറങ്ങിപ്പോവാൻ പറഞ്ഞു. അന്ന രാത്രീല് ആരോടും ഒന്നും പറയാതെ നാട്ടുവിട്ടു... എനിക്കാരേം കാണാൻ വയ്യായിരുന്നു. പക്ഷേ പിന്നീട്... ചില രാത്രികളില് ആകാശം നോക്കിക്കിടക്കുമ്പോ തോന്നും. പറയായിരുന്നു. ആരോടെങ്കിലും എന്ന്... ഇതാണ് മിനിടീച്ചറേ എന്റെ രാത്രികള്... ഇനി നമുക്ക് ചായ കുടിച്ച് പിരിയാം അല്ലേ..."

പിന്നീട് ആരും ഒന്നും മിണ്ടിയില്ല.

കനം വിങ്ങിക്കൂടിയ മനസ്സുമായി എല്ലാവരും പിരിഞ്ഞുപോയി.

രാത്രിനടത്തം തുടങ്ങുന്ന പോയിന്റായ മീത്തട്ട സെന്ററിലെ അത്താണിച്ചോട്ടിൽ വെച്ചാണ് പിന്നീട് സൈനു മിനിടീച്ചറെ കണ്ടത്. അപ്പോൾ ടീച്ചറുടെ കൂടെ കാന്തിയും പ്രഭയും നാലാം വാർഡിലെ എഡിഎസും ശിങ്കിടികളായ നാലു പെണ്ണുങ്ങളുമുണ്ടായിരുന്നു.

"അഞ്ചുമിനിറ്റു കൂടി നോക്കാം. ആരും വന്നില്ലെങ്കിലും നമുക്ക് നടക്കാം..."

കാന്തി പറഞ്ഞു. എല്ലാ വഴികളിലേക്കും നോട്ടമെറിഞ്ഞു നിൽക്കുന്ന മിനിടീച്ചറുടെ മുഖത്ത് നിരാശ തെളിയാൻ തുടങ്ങി.

സമയം നീങ്ങി... പെണ്ണുങ്ങൾ നടക്കാൻ തയാറായി നിരന്നു നിന്നു... അപ്പോഴാണ് കാന്തി തോട്ടുവരമ്പിലേക്കു വിരൽ ചൂണ്ടിയത്. ചെറിയ പെൻ ടോർച്ചുകളുടെ മിന്നാമിന്നി വെളിച്ചങ്ങൾ അവരുടെ അടുത്തെത്തി കിതച്ചു നിന്നു. ജാനുവാണ് പടയുടെ മുന്നിൽ.

" പെണ്ണുങ്ങളൊക്കെ പെരേല് സീരീലും കണ്ട് കുത്തിരിക്കേർന്നു. ഞാന് ചെന്നിട്ട് ആട്ടിക്കൊണ്ടന്നതാ... ഒരുമിച്ച് എന്തേലും തീരുമാനിച്ചാ അതിന്റൊപ്പം നിക്കണ്ടേ. അല്ലാതെ ഒരു തീരുമാനോം പലജാതി ചെയ്ത്തും നേരുള്ളോറ്റയ്ക്ക് പറഞ്ഞതല്ല. അതൊന്നും മനസിലാക്കാന് ഇവറ്റോൾക്കൊന്നും ഒരു വെളിച്ചോം ഇല്ലാന്ന്."

അങ്ങനെ ആ ദേശത്തിന്റെ ചരിത്രത്തിലാദ്യമായി ഒരു സംഘം പെണ്ണുങ്ങൾ രാത്രി മൂത്ത നേരത്ത് പൊതുനിരത്തിലിറങ്ങി നിന്നു. റോഡിൽ നേരിയ നിലാവെളിച്ചമുണ്ട്. മിനിടീച്ചർ കൂട്ടത്തിന്റെ നേതാവായി മുന്നിൽ നടക്കാൻ തുടങ്ങി. സൈനു ഏറ്റവും പിന്നിലായിരുന്നു. അവൾ ഇടക്കിടെ ചുറ്റിനും തിരിഞ്ഞു നോക്കിക്കൊണ്ടിരുന്നു...

" നിൽക്കേയ്... അതാ... അവള് ... ജമന്തി വരുന്നുണ്ട്." സൈനു വിളിച്ചു കൂവി.

എല്ലാവരും തിരിഞ്ഞു നോക്കി.

റോഡിലേക്കു വന്നുചേരുന്ന ഒറ്റയടിവരമ്പിന്റെ അങ്ങേത്തലക്കൽ ഒരു ചെറുവെട്ടം തെളിഞ്ഞു. പതറിപ്പതറിയാണെങ്കിലും ഇരുട്ടിനോട് പടവെട്ടി വെളിച്ചം മുന്നോട്ടു വരികയാണ്. കാത്തുനിന്ന പെൺകൂട്ടം നിറഞ്ഞ സന്തോഷത്തോടെ ഒന്നു നിശ്വസിച്ചു. സൈനുവിന്റെ ഉള്ളിൽ നിലാവിന്റെ ചെമ്പ് തട്ടിമറിഞ്ഞൊഴുകാൻ തുടങ്ങി.

കാറ്റത്ത് ഇളകിയാടുന്ന ചെറിയ മെഴുകുതിരി വെട്ടത്തിൽ ജമന്തിയുടെ മുഖം

തെളിഞ്ഞു. സൈനു മെല്ലെ അവളുടെ അടുത്തേക്കു ചെന്ന് കൈ പിടിച്ചു. ജമന്തിയുടെ വിരലുകൾക്ക് തണുപ്പും വിറയലുമുണ്ടായിരുന്നു. സൈനു അവളെ ചേർത്തു പിടിച്ചു.

"വാ... നമ്മക്ക് ഒപ്പം നടക്കാം."

ആകാശത്തു നിന്ന് ഇറങ്ങി വന്ന നിലാവ് ഓളം വെട്ടുന്നതായും നൃത്തം വെയ്ക്കുന്നതായും പെണ്ണുങ്ങൾക്ക് തോന്നി. നക്ഷത്രങ്ങൾ താഴേക്കിറങ്ങിപ്പെയ്യാൻ തുടങ്ങി. എല്ലാ ചെടികളും ഒന്നിച്ചു പൂത്തുലഞ്ഞു. ആൺചൂരിനിപ്പുറത്തുള്ള രാത്രിയുടെ പുത്തൻ മണത്തിലേക്ക് അവർ മൂക്കുകൾ തുറന്നു വെച്ചു. പാടത്തിനക്കരെ ഉറങ്ങിക്കിടക്കുന്ന ആൺവീടുകളെ സൈനുവും ജമന്തിയും തുറിച്ചു നോക്കി.

"എനിക്കൊരു തോന്നല്..."

സൈനു നിന്നു. ജമന്തി ചോദ്യഭാവത്തിൽ തിരിഞ്ഞു നിന്നു.

സൈനു രണ്ടു കൈകളും ആകാശത്തേക്കുയർത്തി ദേഹം വില്ലുപോലെ വളച്ച് ശക്തിയെടുത്തു. പിന്നീട് കണ്ണുകൾ തുറിപ്പിച്ച് ഉച്ചത്തിൽ കൂവാൻ തുടങ്ങി. ഉന്മാദം നിറഞ്ഞു തുവിയ കൂവലിന്റെ അറ്റം പിടിച്ച് ജമന്തിയും തൊട്ടുപിന്നാലെ മറ്റു പെണ്ണുങ്ങളും അവസാനമായി മിനിടീച്ചറും ഉറക്കെയുറക്കെ കൂവി. ഉറങ്ങിക്കിടന്ന ആൺവീടുകളിലെ ചെവികൾ പുതപ്പും വിരലും ഉള്ളിലേക്കുള്ളിലേക്കു തിരുകിക്കയറ്റി ഇരുട്ടിലേക്ക് മുഖം തിരിച്ച് ഉറങ്ങിക്കൊണ്ടേയിരുന്നു.

സുൽത്താനയുടെ ഫെയ്സ്ബുക്ക്

ജയകൃഷ്ണൻ നരിക്കുട്ടി

മുജീബിന്റെ മകളുടെ കല്യാണം കഴിഞ്ഞു. ഫസലാണ് ആ പോസ്റ്റ് ഇട്ടത്. കൂടെ മുഖം വ്യക്തമല്ലാത്ത ഒരു കല്ല്യാണപ്പെണ്ണിന്റെ ചിത്രവും. ഏത് മകൾ. ഞാൻ തിരിച്ചുചോദിച്ചു. ഫസൽ ദുബായിൽനിന്ന് മറുപടിപോസ്റ്റ് ചെയ്തു. ഓർമയില്ലേ, അന്ന് നമ്മൾ കാണാൻപോയ കുട്ടി. പിന്നാലെ ഒരു വരികൂടി ചേർക്കപ്പെട്ടു. മകളുടെ വിവാഹം ഉപ്പ അറിഞ്ഞില്ല എന്നുതോന്നുന്നു.

ആ പോസ്റ്റ് എന്നെ ഒരുപാട് പിന്നിലേക്ക് കൂട്ടിക്കൊണ്ടുപോയി. വെള്ളത്തിലേക്ക് എന്നപോലെ ഒരുസ്കൂൾ വാഹനത്തിനുള്ളിലേക്ക് താഴ്ന്നുപോയ ഒരു പെൺകുട്ടിയുടെ മുഖം.

വർഷങ്ങൾക്കുമുമ്പ് മഴയുള്ള ഒരു ദിവസം എന്റെ വീട്ടിലേക്ക് മുജീബും ഫസലും വന്നത് ആ കുട്ടിയെ കാണാനായിരുന്നു. എന്റെ പട്ടണത്തിലുള്ള ഒരു ഇംഗ്ലീഷ് മീഡിയം സ്കൂളിൽ മുജീബിന്റെ മകൾ പഠിക്കുന്നു. അവളെ കാണണം. ആറാംവയസ്സിൽ കണ്ടതാണ്. ഇപ്പോൾ പന്ത്രണ്ട് വയസ്സായിട്ടുണ്ടാവും. അവളെ തിരിച്ചറിയുമോ. ഞാനും ഫസലും സംശയിച്ചു. എന്നാൽ മുജീബിന് സംശയമൊന്നുമുണ്ടായിരുന്നില്ല.

പാറിവരുന്ന പറവകളെപ്പോലെ സ്കൂൾ വിട്ടുവരുന്ന കുട്ടികൾ. പുറത്തുനിർത്തിയ വാഹനങ്ങളിലേക്ക് കൂട്ടിലേക്കെന്നപോലെ അവർ കയറിപ്പോകുന്നു. അവർക്കിടയിൽനിന്ന് എങ്ങനെയാണ് മുജീബിന്റെ മകളെ കണ്ടെത്തുക.

അതാ എന്റെ മോള്. ഞങ്ങളെ വിസ്മയിപ്പിച്ച് മുജീബ് വിരൽ ചൂണ്ടി. അതേ അതുതന്നെ എന്റെമോൾ. ഞങ്ങൾ കണ്ടത് ഏതാനും കുട്ടികൾ ഒരുമിച്ച് സ്കൂൾ വാഹനത്തിൽ കയറുന്നതാണ്. അതിനിടയിൽ ഒരുപെൺകുട്ടി തിരിഞ്ഞുനോക്കിയോ.

അതേ അവൾ തന്നെ. അവൾ തന്നെ. മുജീബ് സ്വയം ഉറപ്പിച്ചുകൊണ്ട് കുട്ടികൾ കയറിയ വാഹനത്തിനുനേരെ കുതിച്ചു. ഞങ്ങൾ പിന്നാലെയും. ഫസലും ഞാനും സ്കൂൾവാനിൽ പരതി. ഒരേ തൂവൽപ്പക്ഷികളെ അടച്ച കൂടുപോലെയായിരുന്നു സ്കൂൾ വാഹനം. ചാരനിറമുള്ള യൂണിഫോമിൽ എല്ലാവരും ഒരുപോലെ. അതിനിടയിൽ നിന്ന് മുജീബ് മകളെ കണ്ടെടുത്തു. അതാ ആ കുട്ടി. ആ കുട്ടി... അവന്റെ മുഖം ചുവന്നു.

ഹൃദയത്തിലെ പ്രകാശം ആ മുഖത്ത് കാണാമായിരുന്നു. അപ്പോൾ ഭയത്തോടെ അവൾ മുഖം പൂഴ്ത്തുകയായിരുന്നു; സ്വന്തം മുഖം എത്രമാത്രം കാണിക്കാതിരിക്കാനാവും അത്രത്തോളം. അധികസമയമൊന്നും നമുക്ക് അവളെ തിരിച്ചറിയാൻ ലഭിച്ചില്ല. പരിഭ്രമിച്ച ആ കണ്ണുകൾ നമ്മുടെ മനസ്സിൽ ബാക്കിയാക്കി സ്കൂൾവണ്ടി മുന്നോട്ടുനീങ്ങി. മുജീബ് സ്വന്തം ശരീരത്തിൽനിന്ന് എന്തോ വേർപെടുന്നതുപോലെ വാഹനത്തിനൊപ്പം നീങ്ങി. വാഹനം അങ്ങുദൂരെ ബിന്ദുവായി മറയുന്നതുവരെ നിശ്ചലനായി നിന്നു. ഒപ്പം ഞങ്ങളും. മുന്നിൽ ആരോ വിരിച്ചിട്ടതുപോലെ ഒരു ശൂന്യത കാറ്റത്താടി.

മടങ്ങുമ്പോൾ ഞങ്ങളൊന്നും സംസാരിച്ചില്ല. ഫസൽ വണ്ടി ഓടിച്ചു. മുജീബ് പുറത്തേക്ക് നോക്കി ഇരുന്നു. ഞങ്ങൾ പുറത്തുള്ള കാഴ്ചകളൊന്നും കാണുന്നുണ്ടായിരുന്നില്ല. രണ്ടുകണ്ണുകൾ മാത്രം പിന്തുടരുന്നു. അതവളുടെതായിരുന്നു. മുജീബിന്റെ മകളുടെ.

ഞാൻ ഫസൽ അയച്ച പോസ്റ്റിലേക്ക് വീണ്ടും തിരിഞ്ഞു. ചുവന്ന പട്ടിനുള്ളിൽ പാതി ഒളിപ്പിച്ച ഒരു പൂവിന്റെ ചിത്രംപോലെയുണ്ടായിരുന്നു അവളുടെ മുഖം. മനസ്സിൽ മായാതെ കിടക്കുന്ന രണ്ട് കണ്ണുകൾ തന്നെയാണോ ഇത് എന്ന് ഞാൻ ഓർത്തുനോക്കി. മുജീബിനാൽ ഉപേക്ഷിക്കപ്പെട്ട മകൾ. വർഷങ്ങൾക്കുശേഷം സ്കൂൾ വാഹനത്തിൽക്കണ്ട കുട്ടി അവൾ തന്നെയായിരുന്നോ. ചോരക്ക് ചോരയെ തിരിച്ചറിയാനാവുമെന്ന് പറയുന്നത് ശരിയാണോ. മുജീബിന് ഉറപ്പായിരുന്നു അതു തന്നെയാണ് മകൾ എന്ന്.

എന്തിനായിരുന്നു അവരുടെ വേർപെടൽ. അവർ എപ്പോഴാണ് പരസ്പരം ശത്രുക്കളായത്. മുജീബിന്റെ ഭാര്യയും ഉത്തരം തന്നില്ല. "കുറ്റം ആരുടെതെങ്കിലുമാകട്ടെ ഇനി ഒപ്പമില്ല." മുജീബിന്റെ ഭാര്യ ഫസലിനോട് അറത്തുമുറിച്ചു പറഞ്ഞു. മകളെ ഓർത്തെങ്കിലും "ഞാൻ പറഞ്ഞു നോക്കി." "ഇതുംപറഞ്ഞു നിങ്ങ പോകും.അയാളെത്രമാത്രം സ്വാർഥനാണെന്ന് നിങ്ങൾക്കറിയില്ല. ജീവിക്കേണ്ടത് ഞാനല്ലെ. അവൾ ഇത്രയായില്ലെ. ഇനിയും വളരും; ഉപ്പയില്ലെങ്കിലും." മുജീബിന്റെ സുഹൃത്തുക്കളായ ഞങ്ങൾക്ക് പിന്നെയൊന്നും പറയാനുണ്ടായിരുന്നില്ല. ഞങ്ങൾക്കറിയുന്ന മുജീബിനെക്കൊണ്ടുതന്നെയാണോ ഇതുപറയുന്നത്. അതോടെ മുജീബ് നാട്ടിൽ വരുന്നതും കുറഞ്ഞു. മുജീബ് വേറെ ജീവിതം തേടി. താമസിയാതെ അവളും.

സ്വാർഥത എന്ന വാക്കിന് മാത്രം എനിക്ക് ഉത്തരം കിട്ടിയില്ല.

വാട്സാപ്പിൽ ഫസലിന്റെ പോസ്റ്റ് ഞാൻ നോക്കിയിരുന്നു. അച്ഛനും അമ്മയും വേർപെട്ടപ്പോൾ അനാഥയായ കുഞ്ഞ്. മുജീബിന്റെ മകൾ അന്ന് മനസ്സിൽ കുത്തിനിറച്ച വേദന ഇപ്പോഴും മാറിയിട്ടില്ല. ആ കണ്ണുകൾ എവിടെനിന്നോ പാറിവന്ന് ഹൃദയം കൊത്തിപ്പറിക്കുന്നു.

ഫേസ്ബുക്കിലൂടെ വെറുതെ കടന്നുപോവുമ്പോഴാണ് ആ പോസ്റ്റ് കണ്ടത്. ചുവന്ന സന്ധ്യയിൽ, കാലിൽ തൊടാൻ ശ്രമിക്കുന്ന തിരയെ കൂസാതെ നടന്നു പഠിക്കുന്ന ഒരു കുട്ടിയുടെ ചിത്രം. തനിച്ചായിപ്പോവും മുമ്പേ തനിയെ നടന്നുശീലിക്കുന്നുവെന്ന കുറിപ്പും. അത് പോസ്റ്റ് ചെയ്തയാളുടെ പേര് സുൽത്താന. പ്രൊഫൈൽ ചിത്രത്തിനുപകരം രണ്ട് കണ്ണുകൾ മാത്രം. കൗതുകം തോന്നിയതിനാൽ അവരുടെ ഫേസ് ബുക്കിൽ കയറി.

അടുത്ത പോസ്റ്റ്.

ഇരുണ്ട ജീവിതത്തെ ഓർമിപ്പിക്കുന്ന കറുത്ത പ്രതലത്തിൽ വെള്ള എഴുത്ത്. എന്റെ മോശം സമയത്തെയും ഞാൻ വളരെ ഇഷ്ടപ്പെടുന്നു. കാരണം ആ സമയത്താണ് എനിക്ക് ശരിക്കും മനസ്സിലാക്കാൻ കഴിഞ്ഞത്. ആരെയാണ് ഞാൻ സ്വന്തമെന്ന് വിളിക്കേണ്ടത് എന്ന്.

വല്ലാത്ത ഒരു വിമ്മിട്ടം ഉള്ളിൽ ഉറഞ്ഞുകൂടി. ഫോണെടുത്ത് അങ്ങകലെ പഠിക്കുന്ന മകളെ വിളിച്ചു. റിങ് നിലച്ചപ്പോൾ തിരിച്ചുവിളിക്കാമെന്ന സന്ദേശം പറന്നെത്തി. ഫോൺ മൗനം പൂണ്ടു. നീലാകാശത്തേക്ക് പറന്നുപോകുന്ന ഒരു പെൺകുട്ടിയുടെ ചിത്രമാണ് മനസ്സിൽ തെളിഞ്ഞത്. ഒരുതരം അസ്വസ്ഥത കുന്ന് കയറിവന്നു. വൈകിയ നേരത്തും മോൾ എന്താണ് ഇത്ര തിരക്കിൽ. മനസ്സ് നിൽക്കാതെ പിടഞ്ഞുകൊണ്ടിരുന്നു. അവളുടെ ഫേസ്ബുക്കിലൊന്ന് കയറി'. 'നമ്മുടെ മനസ്സുപോലെ വലുതായൊരു സുഹൃത്തും നമ്മിലില്ല.' അതായിരുന്നു അവൾ അവസാനമായി പോസ്റ്റ് ചെയ്തത്. ഞാൻ ഏറെനേരം അതിൽ നോക്കിയിരുന്നു. പിടിതരാതെ പറന്നുകളിക്കുന്ന ശലഭങ്ങളെപ്പോലെ വാക്കുകൾ...

ഞാൻ സുൽത്താനയുടെ ഫേസ്ബുക്കിലേക്ക് മടങ്ങി.

അച്ഛന്റെയും അമ്മയുടെയും തണലിൽ നിൽക്കുന്ന കുട്ടിയുടെ ചിത്രം. അതിനു കീഴിലായി ഇങ്ങനെ എഴുതിയിരിക്കുന്നു. വലിയ തിരക്കുണ്ടെങ്കിലും അത് നമ്മൾ സ്നേഹിക്കുന്നവർക്കുവേണ്ടി, നമ്മളെ സ്നേഹിക്കുന്നവർക്കുവേണ്ടി മാറ്റിവയ്ക്കുമ്പോഴാണ് ജീവിതമാകുന്നത്.

നെഞ്ചിൽ എന്തൊക്കെയോ ഉരുണ്ടുകൂടുന്നത് അറിഞ്ഞു. ശ്വാസത്തിന് ദൈർഘ്യം കൂടുന്നു. ചുറ്റും ഇരുട്ടുമാത്രം. വളരെ വേഗത്തിൽ കറങ്ങുന്ന കസേരയിൽ ഇരുന്നതുപോലുള്ള അനുഭവം. അമ്മ, ഭാര്യ, ഒടുവിൽ മകൾ.

ഓർത്തിരിക്കെ ലാപ്പിന്റെ മോണിറ്ററിൽ കമ്പനിയിൽനിന്ന് മെസേജ്. കൺഗ്രാജുലേഷൻ. താങ്കളുടെ പ്രവർത്തനം ഞങ്ങൾ വിലമതിക്കുന്നു. കമ്പനി നിശ്ചയിച്ച ടാർജറ്റ് പൂർത്തിയാക്കിയതിനുള്ള അഭിനന്ദനങ്ങൾ. നേട്ടങ്ങൾ ആഘോഷിക്കാൻ ഇത്തവണ തായ്‌ലൻഡല്ല മലേഷ്യയാണ് നൽകുന്നത്. ആ മോഹിപ്പിക്കലിൽ പുച്ഛമാണ് തികട്ടിയത്.

നേട്ടങ്ങൾ. ഇതുവരെ എന്തുനേടി. പൊടുന്നനെ മോണിറ്ററും ഉറക്കത്തിലേക്കു പോയി. പൂർണമായും ഇരുട്ടുമാത്രം. കട്ടിലിൽ കയറിക്കിടന്നു. ജീവിതചിത്രങ്ങളുടെ പ്രദർശനം നടക്കുന്ന ആർട് ഗ്യാലറിയിൽ കയറിയതുപോലെ ഓരോന്നായി മുന്നിൽ.

ഇടവഴിയിലൂടെ, തെങ്ങോലയുടെ നിഴൽ തണൽ വിരിക്കുന്ന വീട്ടിൽനിന്ന് അമ്മ. നിങ്ങൾക്കാർക്കും വീട് വേണ്ടായിരിക്കും. അച്ഛൻ കിടന്നുമരിച്ച മണ്ണിൽനിന്ന് ഞാനെവിടേക്കുമില്ല. ചോർച്ച മാറ്റാൻ വീടിനുമുകളിൽ ഷീറ്റെങ്കിലും ഇടണം.

ചിതലും ഉറുമ്പും തിന്നുതീർക്കുന്ന വീടിന് ഇനി എന്തിന് ഷീറ്റ്. അമ്മ ഞങ്ങളെ അപമാനിക്കാനാണ് അവിടെ ഇങ്ങനെ ഒറ്റക്ക് കഴിയുന്നത്. പെങ്ങന്മാരുടെ വാദം ശരിവച്ചു. അമ്മേ ഈ കുഗ്രാമത്തിൽ ഇനി ആര് വന്നുനിൽക്കാനാണ്.

നിനക്ക് ഒന്ന് വരാൻ പറ്റുമോ.

അമ്മേ നോക്കട്ടെ. വിചാരിക്കുന്നതുപോലെ ഇറങ്ങാൻ... അമ്മയുടെ ഫോൺ

മിണ്ടിയില്ല. പതിയെ അത് മടങ്ങി. പിന്നെ അമ്മ വിളിക്കാതായി. അങ്ങോട്ടുവിളിച്ചാൽ രണ്ടോ മൂന്നോ വാക്ക്. അസ്വസ്ഥതയുളവാക്കുന്ന ഒരു ഫോണായി അമ്മ മാറി.

ഉള്ളിൽനിന്ന് തുടരെത്തുടരെ നെടുവീർപ്പുയർന്നു. ഒരു ഗ്ലാസ് വെള്ളം അമിത ദാഹമുള്ളതുപോലെ കുടിച്ചുതീർത്തു. വിജയിച്ചുവെന്ന് കരുതിയപ്പോഴൊക്കെ തോറ്റുപോകുന്ന ഒരു ഓട്ടക്കാരന്റെ മനസ്സാണ് എനിക്ക്.

ഇതിലൊന്നും കാര്യമില്ലെന്ന് പറഞ്ഞു, ഒറ്റവീർപ്പിന് കുതറി നോക്കി. പക്ഷേ...

വാട്സാപ്പിൽ മെസേജ് വന്നുതൊട്ടുവിളിച്ചപ്പോഴാണ് ഉണർന്നത്. ചുറ്റും മങ്ങിയതാണെങ്കിലും വെളിച്ചമുണ്ട്. പിന്നെ എങ്ങനെയാണ് ഇരുട്ട് പരന്നത്. ജനൽ ക്കണ്ണാടിയിൽക്കൂടി പുറംകാഴ്ച കാണാം. ആകാശത്ത് നക്ഷത്രങ്ങളൊന്നുമില്ല. എന്നാൽ ഭൂമിയിൽ നിറയെ നക്ഷത്രങ്ങളാണ്. പലവർണത്തിൽ പല രൂപത്തിൽ.

ഒരാളുടെ കൈ ചേർത്തുപിടിച്ചുറങ്ങുന്ന ഒരു കുഞ്ഞിന്റെ ചിത്രം മകൾ പോസ്റ്റ് ചെയ്തിരിക്കുന്നു. തന്റെ വലംകൈയിൽ തലവച്ച് ചുരുണ്ടുകൂടിക്കിടക്കുന്ന ഒരു പെൺകുട്ടിയുടെ മുഖം ഓർമവന്നു. അവളുടെ നെറുകയിൽ ഒന്ന് ഉമ്മവയ്ക്കണമെന്ന് തോന്നി. അവളിപ്പോൾ വലുതായിരിക്കുന്നു. അച്ഛന് താലോലിക്കാൻ ആഗ്രഹിച്ചാലും കഴിയാത്തവിധം.

വാട്സാപ്പ് മറിച്ചപ്പോഴാണ് ഭാര്യയുടെ ഒരു സന്ദേശം മുന്നിലേക്ക് എടുത്തുചാടിയത്. ഇന്ന് മൂന്നുതവണ ഞാൻ വിളിച്ചു. നിങ്ങൾ കട്ട് ചെയ്തു. തിരക്കൊഴിയുമ്പോൾ വിളിക്കുമോ. വൈകിട്ട് അഞ്ചിനാണ് പോസ്റ്റ് ചെയ്തത്. തുടർന്ന് രാത്രി ഒമ്പതിനുമു

ണ്ട് പ്രതികരണം. സ്വാർഥൻ. ബാക്കിയുള്ളവർക്ക് എന്ത് സംഭവിച്ചാലെന്താ... അന്നും ഇന്നും നിങ്ങളിങ്ങനെ തന്നെയല്ലേ.

മുജീബിന്റെ ഭാര്യയുടെ മുഖം മനസ്സിൽ ഓടിയെത്തി. അവളും ഇത് തന്നെയല്ലേ പറഞ്ഞത്.

വാട്സാപ്പും ഫേസ്ബുക്കുമായപ്പോൾ എല്ലാവരും തൊട്ടടുത്തുണ്ട് എന്ന് തോന്നുമ്പോഴും ഒരു വലിയമതിൽ മുന്നിൽ. സാന്ത്വനം കൊതിക്കുന്നവരെ ഒന്നുചേർത്തുപിടിക്കാൻ കഴിയാത്തവിധം കണ്ണാടിമതിൽ. യാന്ത്രികമായി കുറെ സന്ദേശങ്ങൾ കണ്ണിലൂടെ കടന്നുപോയി. ഒരു സന്ദേശംമാത്രം കണ്ണിൽത്തടഞ്ഞു.

ഇനിയെന്ന് കാണും.

കാണാം. യാന്ത്രികമായാണ് മറുപടി അയച്ചത്.

കാത്തിരുന്നതുപോലെ ഉടൻവന്നു.

ഇന്ന്... നാളെ...? ഞാൻ കാത്തിരിക്കുന്നു. ഒപ്പം ഒരു ചുംബന ചിത്രവും.

മറുപടിയൊന്നും കൊടുത്തില്ല. പാതിചാരിവച്ച വാതിൽപോലെ നിർത്തി; ഒന്ന് തള്ളിത്തുറക്കാൻ പാകത്തിൽ.

ചെന്നുവീണത് മറ്റൊരു ഫേസ്ബുക്ക്പോസ്റ്റിലാണ്. നമ്മേ സ്നേഹിക്കാത്തവർക്ക് നമ്മേ മനസ്സിലാക്കാത്തവർക്ക്, നമ്മേ വിലകൽപ്പിക്കാത്തവർക്ക് മുന്നിൽ നിന്ന് നാം സ്വയം ഒഴിഞ്ഞുപോകണം.

വീണ്ടും ഓഫീസിൽനിന്നുള്ള മെസേജ്: താങ്കൾക്ക് മറ്റ് മതസ്ഥരായ ബന്ധുക്കളും സുഹൃത്തുക്കളുമുണ്ടെങ്കിൽ അവരുടെ വിവരം അറിയിക്കണം.

എന്തിന്? കടുത്ത രോഷം അണപൊട്ടി. പുതിയകാലത്ത് അതൊക്കെ സ്ഥാപനത്തിന് ആവശ്യമാണ് എച്ച്ആറിൽ നിന്ന് നിഷ്കളങ്കമായ മറുപടി.

തിരിഞ്ഞുനോക്കാതെയുള്ള നടത്തത്തിനിടയിൽ കല്ലേറിഞ്ഞുവീഴുന്നതുപോലെയാണ് സന്ദേശങ്ങൾ. കയറിട്ടുമുറുക്കി ബന്ധിപ്പിക്കപ്പെട്ടതുപോലെ മനസ്സ് പിടഞ്ഞുകൊണ്ടിരിക്കുന്നു.

വീണ്ടും സുൽത്താനയുടെ പോസ്റ്റ്. ഒടുവിൽ എന്നെ എന്നിലേക്ക് തന്നെ നാടുകടത്താൻ ഞാൻ തീരുമാനിച്ചു. എന്നേക്കാൾ ഏകാന്തവും തണുത്തുറഞ്ഞതും ചുട്ടുപൊള്ളുന്നതുമായ ഒരിടം വേറെയില്ല. ചിത്രങ്ങളൊന്നുമില്ലാതെ, എന്താണ് നിറമെന്ന് പറയാനാവാത്ത പ്രതലത്തിൽക്കുറിച്ച വാക്കുകൾ. തണുത്തുറഞ്ഞ മഞ്ഞുമലകൾ പിന്നിലുയർന്നുവരുന്നുണ്ടോ. പൊടുന്നനെ അതൊരു ഓറഞ്ചുനിറമുള്ള കടുത്ത വരൾച്ചയായി മാറുകയാണോ. ലാപ്പിന്റെ പുറംപാളി വേഗത്തിൽ അടച്ചു. കാരണം പറയാനറിയാത്ത സംഘർഷക്കടലായി ജീവിതം മാറിയിരിക്കുന്നു. തിരിഞ്ഞുനോക്കാതെയുള്ള യാത്രയാണിത്. അതിനിടയിൽ....

ത്രിലോക്

ശ്യാംകൃഷ്ണൻ ആർ

ഒന്ന്

പുറത്തൊരു ബസ് വന്നതിന്റെ തിരക്കായിരുന്നു ഹോട്ടലിൽ. മുഴുവൻ ടേബിളു കൾക്ക് ചുറ്റും ആളുകൾ ഇരുന്നുകഴിഞ്ഞു. ഡൽഹിയിൽനിന്നു വന്ന ബസ്സാണ്. പന്ത്രണ്ടുമണിക്കൂർ യാത്രചെയ്തതിന്റെ ക്ഷീണം എല്ലാവർക്കും കാണും. ഒരു കാലി ച്ചായ എങ്കിലും പെട്ടെന്ന് കിട്ടാൻ ആളുകൾ തിരക്കുകൂട്ടുകയാണ്. പുറകുവശത്തെ വാതിൽ വഴി ഇറങ്ങുമ്പോൾ ത്രിലോക് പാളിനോക്കി.

പാണ്ഡേജി ശ്രദ്ധിക്കുന്നുണ്ടോ?

'ഈ തിരക്കിനിടെ നീയിതെങ്ങോട്ടാ' എന്ന് വിളിച്ചുചോദിച്ചാൽ എന്ത് പറയും?

എങ്ങോട്ടാണെന്ന് മൂപ്പർക്കും അറിയാം. സാധാരണഗതിയിൽ ആള് കണ്ണട യ്ക്കും. പക്ഷേ, എപ്പോഴാണ് ദേഷ്യം വരുന്നതെന്ന് പറയാനും പറ്റില്ല. ത്രിലോക് ധൃതിയിൽ നടന്നു. ചൂടുകുപ്പായത്തിലെ വിടവുകളിലൂടെ ഇടയ്ക്ക് മഞ്ഞുവന്ന് തൊടും. അപ്പോൾ മാത്രം നടത്തത്തിന് അല്പം വേഗം കുറയും.

ഹോട്ടൽ ജോലിക്ക് പുറമേയുള്ളൊരു സൈഡ് ബിസിനസ്സിനാണ് ഈ പോക്ക്. മണാലിയിൽനിന്ന് റോത്താങ് പാസിലേക്ക് ദിവസവും ഹിമാചൽ ടൂറിസത്തിന്റെ ബസ്സുകൾ പോകും. ടിക്കറ്റുകൾ കിട്ടണമെങ്കിൽ രാവിലെ ആറുമണിക്ക് പോയി ക്യൂ നിൽക്കണം.

കാഴ്ചകൾ കാണാൻ വരുന്നവർക്ക് ഇത് വല്ലതും അറിയുമോ?

ടിക്കറ്റുകൾ കൂട്ടത്തോടെ വാങ്ങി ബ്ലാക്കിൽ വിൽക്കലാണ് പരിപാടി. ഒന്നിന് അറന്നൂറ് വെച്ചുവാങ്ങുന്ന ടിക്കറ്റുകൾക്ക് ആയിരത്തിയഞ്ഞൂറ് രൂപ വില പറയും. പേശലിനൊടുവിൽ ആയിരമെങ്കിലും കിട്ടിയാൽ കച്ചവടം കുശാൽ. ഓരോ ടിക്ക റ്റിനും ഇരുന്നൂറ്, മുകളിലുള്ളവരുടെ കമീഷൻ.

ഈ ഇടപാടിൽ ത്രിലോകിന് ഒരു പാർട്ണർ കൂടെയുണ്ടായിരുന്നു. ഹിമാൻശു. പാണ്ഡേജിയുടെ ഹോട്ടലിൽ ഒപ്പം ജോലി ചെയ്യുന്നവനാണ്. ഒരാൾ ക്യൂ നിൽക്കു മ്പോൾ മറ്റേയാൾ ഹോട്ടലിൽ ഷിഫ്റ്റിന് കയറും. വൈകുന്നേരം അയാൾ വേണം ടിക്കറ്റുകൾ വിറ്റുതീർക്കാൻ. പക്ഷേ, ആളുകളെ സംസാരിച്ചുവീഴ്ത്താൻ ത്രിലോകി

നുള്ള കഴിവ് ഹിമാൻശുവിനില്ല. അതുകൊണ്ട് കുഴപ്പം പിടിച്ച കേസുകൾ ത്രിലോകിന്റെ അടുത്തുതന്നെ അവസാനമെത്തും.

"നോക്കൂസാർ..."

വാങ്ങണമോ വേണ്ടയോ എന്ന് സംശയിച്ചു നിൽക്കുന്ന ആളുകളോട് ത്രിലോക് ചാടിക്കേറി പറയും.

"സാർ, കൈലാസം എന്ന് കേട്ടിട്ടുണ്ടോ? കൈലാസത്തിന്റെ ചിത്രമെങ്കിലും കണ്ടിട്ടുണ്ടാകുമല്ലോ? അതുപോലൊരു സ്ഥലമാണ് സാർ റോത്താങ് പാസ്. നിങ്ങൾ പാരാഗ്ലൈഡിങ്ങോ റാഫ്റ്റിങ്ങോ ചെയ്യാതെ പോകൂ, ഒരു കുഴപ്പവുമില്ല. പക്ഷേ, മണാലിയിൽ വന്നിട്ട് റോത്താങ് പാസ് കാണാതെ പോകുന്നതുപോലൊരു നഷ്ടം വേറെ വരാനില്ല സാർ. സംശയമുണ്ടെങ്കിൽ, ദാ നോക്ക്."

ത്രിലോക് വേഗം ഫോണെടുക്കും. റോത്താങ് പാസിന്റെ മനോഹരമായ കുറെ ഫോട്ടോസ് ഗ്യാലറിയിലുണ്ട്. വേനൽക്കാലത്തും മഞ്ഞുമൂടിനിൽക്കുന്ന മലനിരകൾ. ശരീരം മുഴുവൻ മൂടുന്ന സ്നോഡ്രസ്സിട്ട് പരസ്പരം മഞ്ഞുവാരിയെറിയുന്ന കമിതാക്കൾ. തലയിലുതിർന്നു വീഴുന്ന മഞ്ഞിൽ നിഷ്കളങ്കമായി പുഞ്ചിരിക്കുന്ന ഒരു പെൺകുട്ടി.

ഒരുമാതിരിപ്പെട്ടവരെല്ലാം അതോടെ വീഴും. അല്ലാത്തവരെ വിട്ട് ത്രിലോക് അടുത്ത ഇടപാടുകാരെ തേടും.

ഭാഗ്യത്തിന്, ടിക്കറ്റിന് അഡ്വാൻസ് തന്ന കൂട്ടർ ബസ്സിന്റെ അടുത്തുതന്നെ കാത്തുനിൽപ്പുണ്ടായിരുന്നു. അവരെ ബസ് കയറ്റി മടങ്ങുമ്പോൾ, പുറകിലാരോ ഇതെല്ലാം നോക്കിനിൽക്കുന്നതുപോലെ ത്രിലോകിന് തോന്നി. പ്രബീർദായാണ്. ത്രിലോക് ചിരിച്ചു. മേൽവരിയിലെ പല്ലുകൾ ഇളകിപ്പോയ വിടവിലൂടെ പ്രബീർദായുടെ വായിൽനിന്ന് ഒരു ചിരി തെറിച്ചു.

രണ്ട്

പ്രബീർദാ മണാലിയിലെ മാജിക്കുകാരനായിരുന്നു. വൈകുന്നേരം സ്ക്വയറിൽ ആളുകൂടുമ്പോൾ പ്രബീർദാ തൊപ്പിയും കോട്ടും ഇട്ട് ഇറങ്ങും.

"നോക്കൂ..."

ആളുകൾ ശ്രദ്ധിച്ചു എന്ന് ബോധ്യപ്പെടുമ്പോൾ, കാല് രണ്ടും പിണച്ചുവെച്ച്, ഇടതുകൈ തൊപ്പിയിൽതൊട്ട്, വലതുകൈ നീട്ടിപ്പിടിച്ച് പ്രബീർദാ ഒരു പോസ് കൊടുക്കും. ഒരൊറ്റ വിരൽഞൊടിയിൽ ദായുടെ വലത്തേ ചൂണ്ടുവിരലിൽ ഒരു പൂവിരിയും. അടുത്ത ഞൊടിയിൽ അതൊരു പൂച്ചെണ്ടായിമാറും. കാഴ്ചക്കാർ കയ്യടിക്കും.. രണ്ട് മണിക്കൂർ നീളുന്ന ഷോ കഴിയുമ്പോഴേക്കും ദായുടെ തൊപ്പി നോട്ടുകളും നാണയങ്ങളും വീണ് നിറഞ്ഞിരിക്കും.

ഇതെല്ലാം പ്രശാന്ത് ഭായി പറഞ്ഞുകേട്ട കഥയാണ്.കുറെക്കാലം ഭായി പ്രബീർദായുടെ അസിസ്റ്റന്റ് ആയിരുന്നു. ത്രിലോകിന്റെ നാട്ടുകാരൻകൂടിയായ ഭായിയാണ് *ബാബയോട് പറഞ്ഞു അവനെ മണാലിയിലേക്ക് കൊണ്ടുവന്നത്. പാവം, കഴിഞ്ഞവർഷം ഒരപകടത്തിൽ മരിച്ചുപോയി.

പ്രബീർദായ്ക്ക് ഇപ്പോൾ മണാലിയിൽ ബന്ധുക്കളാരുമില്ല. പോരാത്തതിന് നിറയെ ശത്രുക്കളും. ചിലർ പാവത്തിനെ കാണുമ്പോൾ പ്രാക്ക് തുടങ്ങും. മറ്റുചിലർ

കയ്യിൽ കിട്ടിയതെടുത്തു വലിച്ചെറിയും. ഇത്തരക്കാരുടെ കണ്ണിൽപ്പെടാതെ നടക്കാൻ പ്രബീർദായക്കറിയാം.

"ഞാൻ ഒരു മായാവിയാണെന്ന് ഈകഴവേറികൾ മറന്നുപോകുന്നു."

പ്രബീർദാ അവരെ പരിഹസിച്ചു ചിരിക്കും.

"എന്തൊക്കെ ഉണ്ട് കുട്ടീ വിശേഷം."

ത്രിലോകിനെ കണ്ടാൽ പ്രബീർദാ കുശലം ചോദിക്കും.

"ഞാൻ അത്ര കുട്ടി ഒന്നുമല്ല. വയസ്സ് പത്തൊമ്പത് കഴിഞ്ഞു."

ത്രിലോക് കെറുവിച്ചു മറുപടി പറയും.

"മുതിരാൻ കൊതിക്കുന്ന എല്ലാവരും കുട്ടികൾതന്നെ."

പ്രബീർദാ ചിരിക്കും.

"നിന്റെ വീട്ടിൽ ആരൊക്കെയുണ്ടെന്നാണ് പറഞ്ഞത്?"

പ്രബീർദായ്ക്ക് ഒരിക്കലും ഓർമ നിൽക്കില്ല. എത്രവട്ടം പറഞ്ഞാലും ത്രിലോകിന് മടുക്കുകയുമില്ല. വീട്ടിൽ ബാബയും മായും ഉണ്ട്. *നാനിയും ടിറ്റുവുമുണ്ട്.പിന്നെ തൊട്ടപ്പുറത്തു *ലഖ്മി. ബാബയുടെ സുഹൃത്തായ കളിന്ദ*മോസ്സയുടെ മകൾ. ത്രിലോകിന്റെ പ്രേമഭാജനം.

" പക്ഷേ, നീ ഇവിടെ മണാലിയിലുമുണ്ട്." പ്രബീർദാ കളിയാക്കും.

നാടുവിട്ടുപോരാൻ ത്രിലോകിന് താൽപ്പര്യമുണ്ടായിട്ടല്ല. ഒഡിഷയിലാണ് അവന്റെ വീട്. നബരംഗ്പൂരിൽ. പുറത്താരും കേൾക്കാൻ സാധ്യത ഇല്ലാത്തൊരു ചെറിയ ഗ്രാമത്തിൽ. ദൈവങ്ങളുടെ ബിംബങ്ങളും കളിപ്പാട്ടങ്ങളും ഉണ്ടാക്കി വിറ്റാണ് കാലങ്ങളായി അവിടുത്തുകാർ ജീവിക്കുന്നത്. ലഖ്മിദേവി, സരസ്വതിദേവി, ദുർഗാദേവി, ഗണപതി എന്നിങ്ങനെ പല ദൈവങ്ങളുടെ മനോഹരമായ ബിം

ബങ്ങൾ ബാബ വിരുതോടെ പണിയും. ഈ പ്രതിമകളെല്ലാം കണ്ട് തെറ്റിദ്ധരിച്ചാണ് ദൈവങ്ങൾ ഒന്നും യഥാർഥത്തിൽ ഈ വഴിക്ക് വരാത്തതെന്ന് ബാബ തമാശ പറയാറുണ്ടായിരുന്നു.

"നിന്റെ കഥയിലൊരു അമരേഷ് പുരിയുണ്ടല്ലോ. അതാരായിരുന്നു?"

വില്ലനെന്നാണ് ദാ ഉദ്ദേശിക്കുന്നത്.

കിഷൻ നായിക്ക് എന്നാണ് അയാളുടെ പേര്. രാക്ഷസന്മാരുടെയത്ര നീളവും വണ്ണവുമുള്ള പരമദുഷ്ടൻ. ബാബ അയാളുടെ പക്കൽനിന്ന് പണ്ടെപ്പോഴോ കടം വാങ്ങിയിരുന്നു. ആ ദ്രോഹിയുടെ കയ്യിൽനിന്ന് ഒരിക്കലെങ്കിലും കടം വാങ്ങാത്ത ഒരാളുപോലും ഗ്രാമത്തിലില്ല. അയാള് പറയുന്നതാണ് പിന്നെ കണക്ക്. രാവുപകലില്ലാതെ തുറന്നുവെച്ച ജീപ്പിൽ അയാൾ റോന്തുചുറ്റും. അയാളുടെ കൂർത്ത മൂക്കും ഉണ്ടക്കണ്ണുകളും ദൂരെനിന്ന് കാണുമ്പോഴേ ആളുകൾ ഓടിമാറും. രാത്രിയായാൽ പെണ്ണുങ്ങൾക്ക് പിന്നെ മൂത്രമൊഴിക്കാൻ പുറത്തിറങ്ങാൻ പോലും പേടിയാണ്. ഇരുട്ടിൽ രണ്ട് പച്ചത്തിളക്കം എപ്പോഴാണ് ചാടിവീഴുന്നതെന്ന് പറയാൻ പറ്റില്ല. ഏതെങ്കിലും ജന്തുവിന്റെ കണ്ണുകളല്ല. കിഷന്റെ കല്ലുവെച്ച കടുക്കനുകളാണ്.

ഈ ചോദ്യങ്ങളും ഉത്തരങ്ങളും കഴിഞ്ഞാൽ ദാ പിന്നെ സ്വന്തം കഥ പറഞ്ഞു തുടങ്ങും.

സ്വാമിജിയാണ് ദാ യുടെ കഥയിലെ വില്ലൻ.

പക്ഷേ, സ്വാമിജി കിഷനെ പോലൊരാളാണോ?

"ഇവിടെ ഈ ഹിഡിംബയിൽ എന്റെ മാജിക്കും കണ്ട് ഷോ പൊളിച്ചിരുന്നവനാണ്. പെട്ടെന്നൊരു സുപ്രഭാതത്തിൽ അവൻ സ്വാമിജി."

ഇങ്ങനെ പറഞ്ഞാണ് പ്രബീർദാ തുടങ്ങുക.

"അതിലെന്താ, മഹാന്മാരുടെ ചരിത്രം ചികയേണ്ട കാര്യമെന്താണ്? അങ്ങനെ നോക്കിയാൽ രാമായണം എഴുതിയതാരാണ്?"

ഇതിനെപ്പറ്റി ചോദിച്ചപ്പോൾ പാണ്ഡേജിയുടെ മറുപടി ഇങ്ങനായിരുന്നു. സ്വാമിജിയുടെ മുന്നിൽ ദേവി നേരിട്ട് പ്രത്യക്ഷപ്പെട്ടതാണ്. അതുകൊണ്ടാണ് അദ്ദേഹത്തിന്റെ ഫോട്ടോ ഹോട്ടലിൽ വെച്ച് പാണ്ഡേജി നിത്യവും പൂജിക്കുന്നത്.

മണാലിയിൽനിന്ന് കുളുവിലേക്ക് പോകുന്ന വഴി, താഴ്വാരത്താണ് സ്വാമിജിയുടെ ആശ്രമം. പാണ്ഡേജി സ്വാമിജിയെ കാണാൻ പോകുമ്പോൾ രണ്ട് തവണ ത്രിലോകും കൂടെപ്പോയിട്ടുണ്ട്. പാമ്പുപോലെ വളഞ്ഞുപുളഞ്ഞു പോകുന്നൊരു വഴിയാണ് ആശ്രമത്തിലേക്ക്. പാമ്പ് വാ തുറക്കുന്നത് ആശ്രമകവാടത്തിലേക്ക്. ഉള്ളിൽ പലമുറികളിൽ ഭക്തർ ഇരുന്നു ഭജന പാടുന്നുണ്ടാകും. ഏറ്റവും അറ്റത്താണ് സ്വാമിജിയുടെഇരിപ്പിടം. സ്വാമിജി പേരെടുത്തു വിളിക്കുമ്പോൾ പാണ്ഡേജിക്കൊരു വിറ കയറും.

എന്തൊരു ചൈതന്യമാണ് സ്വാമിജിയുടെ മുഖത്ത്!

"മേലാൽ, ആ കിളവനോട് മിണ്ടാനോ പറയാനോ നിൽക്കരുത്."

പാണ്ഡേജി താക്കീത് ചെയ്യും.അതിൽപിന്നെ പാണ്ഡേജി ആ പരിസരത്തൊന്നും ഇല്ലെന്ന് നൂറുവട്ടം ഉറപ്പിച്ചിട്ടേ ത്രിലോക് പ്രബീർദായോട് മിണ്ടൂ.

"കോട്ടിട്ട് ഒരുത്തൻ അന്തരീക്ഷത്തിൽനിന്ന് ആപ്പിൾ എടുത്താൽ നാട്ടുകാർ അവനെ മാജിക്കുകാരൻ എന്ന് വിളിക്കും. കാവിയുടുത്തിട്ടൊരുത്തൻ ചെയ്താൽ

അവൻ സ്വാമിജി."

പ്രബീർദാ കത്തിക്കയറും.

സ്വാമിജി വെറുമൊരു മായാജാലക്കാരനാണോ?

എത്ര പേർക്കാണ് അദ്ദേഹം സൗജന്യമായി ഭക്ഷണം വിളമ്പുന്നത്?

എത്ര കുട്ടികളെയാണ് വെറുതെ പഠിപ്പിക്കുന്നത്?

സ്വാമിജിയുടെ അടുത്ത് നിന്ന് യോഗവും ധ്യാനവും പഠിക്കാൻ ഭക്തരുടെ ഒഴുക്കാണ്. ഇങ്ങനൊരാളെപ്പറ്റി ഇല്ലാക്കഥകൾ പുലമ്പിനടക്കുന്നത് കൊണ്ടാണ് പ്രബീർദായെ ആരും അടുപ്പിക്കാത്തത്. കിളവന് കിറുക്കാണെന്ന് പാണ്ഡേജി പറയുന്നത് ശരിയാണെന്ന് ത്രിലോകിനും തോന്നും.

"അവനെന്റെ ജീവിതം നശിപ്പിച്ചു. എന്റെ മാജിക്ക് നശിപ്പിച്ചു."

പ്രബീർദാ നിർത്തില്ല. പക്ഷേ, കൂട്ടിൽ നിന്ന് കിളിയെ പുറത്തെടുക്കാൻ നേരം കമ്പികളിൽ കൈ കുടുങ്ങി, ആളുകൾ കൂവി നിർത്തിച്ചതാണ് ദായുടെ അവസാനത്തെ മാജിക് ഷോ എന്ന് പ്രശാന്ത് ഭായി പറഞ്ഞിരുന്നു.

പ്രശാന്ത് ഭായിയെയും സ്വാമിജി കൊന്നതാണെന്നാണ് പ്രബീർദാ വിശ്വസിക്കുന്നത്.

"റോത്താങ് പാസിലേക്കുള്ള ചുരം ഏത് പാതിരാത്രിക്ക് വിളിച്ചാലും എന്റെ പ്രശാന്ത് ഓടിച്ചുകയറ്റും. ആ അവൻ കൊക്കയിലേക്ക് വണ്ടി മറിഞ്ഞു മരിച്ചൂന്ന്. എന്നോടുള്ള ദേഷ്യം കൊണ്ടാ, ആ പാവത്തിനേം..."

പ്രബീർദായോട് ദേഷ്യമുണ്ടെങ്കിൽ ദായെ അല്ലേ കൊല്ലേണ്ടത്? പ്രശാന്ത് ഭായിയുടെ പ്രേതം ഉണ്ടായിരുന്നെങ്കിൽ മൂപ്പരെ കാര്യം പറഞ്ഞു മനസ്സിലാക്കുമായിരുന്നു. നാട്ടിലെപ്പോലല്ല, മണാലി പ്രേതങ്ങളിറങ്ങാത്ത നഗരമാണ്.

സ്വാമിജിയുടെ ജന്മോത്സവം അടുത്തുവരുന്നുണ്ടായിരുന്നു. നാടൊട്ടുക്ക് തോരണങ്ങളും അലങ്കാരങ്ങളുമാണ്. അതാണോ കാര്യമെന്നറിയില്ല, പ്രബീർദായെ ഒന്നുരണ്ടാഴ്ചയായി തീരെ കാണാനില്ലായിരുന്നു. കിളവൻ വല്ല കുഴപ്പവും ഉണ്ടാക്കാനുള്ള പുറപ്പാടാണോന്ന് പാണ്ഡേജി ഒരുദിവസം ത്രിലോകിനെ വിളിച്ചുചോദിച്ചിരുന്നു.

"എന്തായാലും ശരി... നീ ആ ഭാഗത്തേ പോകാൻ നിൽക്കണ്ട. അയാളുടെ കൂടെക്കൂടി എന്തെങ്കിലും ഒപ്പിച്ചാൽനിന്നെ ഞാൻ വെച്ചേക്കില്ല." പാണ്ഡേജി കണ്ണുരുട്ടി.

"കിളവൻ പഴേ പരിപാടികളൊക്കെ തട്ടിക്കൂട്ടാനുള്ള പ്ലാനാണെന്ന് കേൾക്കുന്നുണ്ടല്ലോ." എന്ന് വേറൊരു ദിവസം പാണ്ഡേജി വന്നുചോദിച്ചു. ത്രിലോക് കൈ മലർത്തി.

"നീയാണ് അയാളുടെ കയ്യാളെന്ന് നാട്ടിലൊരു സംസാരമുണ്ട്. ഒന്നൂടെ ഞാൻ പറയാം . നിന്റെ പ്രശാന്ത് ഭായിയുടെ കാര്യമൊക്കെ അവിടെ നിൽക്കട്ടെ. വേണ്ടാത്ത ഒരു പണിക്കും നീ പോകരുത്."

പാണ്ഡേജി തുടരെ ഇങ്ങനെ പറഞ്ഞപ്പോൾ, ശരിക്കും പ്രബീർദാ എന്തെങ്കിലും കുഴപ്പം ചെയ്യാനുദ്ദേശിച്ചിട്ടുണ്ടോ എന്ന് ത്രിലോകിനും സംശയമായി. ജന്മോത്സവത്തിന്റെ അന്ന് സ്വാമിജിയുടെ ഘോഷയാത്ര കടന്നുപോകുമ്പോൾ പഴയതുപോലെ തൊപ്പിയും ഗൗണുമിട്ട് പ്രബീർദാ ചാടി വീണാലോ?

അതോ ഇനി ദായ്ക്ക് വല്ലതും സംഭവിച്ചുകാണുമോ?

ത്രിലോകിന് അങ്ങനെയൊരു പേടിയും ഉണ്ടായിരുന്നു. ദാ താമസിക്കുന്നിടത്തൊന്ന് പോയി നോക്കാൻ ത്രിലോക് തീരുമാനിച്ചു. ബിയാസ് നദിയുടെ തീരത്തെ പ്രബീർദായുടെ ടെന്റിലേക്ക് ത്രിലോക് ഒരു ദിവസം കയറിച്ചെന്നു. ഉച്ചനേരമായിരുന്നു. എന്നിട്ടും പ്രബീർദാ മൂടിപ്പുതച്ചു കിടപ്പാണ്. ത്രിലോകിനെ കണ്ടപ്പോൾ ദാ ക്ഷീണത്തോടെ ഒന്ന് പുഞ്ചിരിച്ചു.

"സുഖമില്ലേ ദാ?" ത്രിലോകിന് കഷ്ടം തോന്നി.

"സൂക്കേടിന്റെ പേര് വിശപ്പെന്നാണ്." പ്രബീർദാ ഒന്ന് ചുമച്ചു.

"നിന്റെ ദൈവത്തിന്റെ ഭക്തന്മാരെക്കൊണ്ട് പുറത്തിറങ്ങാൻപറ്റുന്നില്ല. കഞ്ചാവ് വിറ്റും പെണ്ണുകുട്ടിക്കൊടുത്തും ജീവിക്കുന്ന കുറെ ഭക്തർ."

ദാ കാറിത്തുപ്പി.

"നിങ്ങള് പഴേ മാജിക്കൊക്കെ തട്ടിക്കൂട്ടുകയാണെന്ന് മണാലിയിലൊരുവർത്തമാനമുണ്ട്."

"ഞാൻ ആലോചിച്ചതാണ്. പക്ഷേ, കൊള്ളാവുന്നൊരു അസിസ്റ്റന്റ് വേണ്ടേ?"

ദാ, ത്രിലോകിനെ നോക്കി കണ്ണിറുക്കി.

ഉള്ളിലെ സാമാനങ്ങളെല്ലാം ആകപ്പാടെ അലങ്കോലമായി കിടക്കുകയായിരുന്നു. ത്രിലോക് ഒന്നൊതുക്കിവെക്കാൻ ശ്രമിച്ചപ്പോഴേക്കും പ്രബീർദാ തടഞ്ഞു.

"അതൊക്കെ അവിടെവെക്ക് കുട്ടീ..."

വർണക്കടലാസ്സുകളും കുറേ തുണിത്തരങ്ങളുമാണ്. രണ്ടുമൂന്ന് ഒഴിഞ്ഞ പക്ഷിക്കൂടുകൾ മാറാല കെട്ടി കിടക്കുന്നുണ്ട്. അപ്പോഴാണ് ത്രിലോക് വലിയ ഒരു മരപ്പെട്ടി ശ്രദ്ധിക്കുന്നത്. ഇതിമുമ്പ് വന്നപ്പോഴെല്ലാം അത് തുണിവെച്ച് മൂടിയിരിക്കുകയായിരുന്നു. ത്രിലോക് വെറുതെ ഒന്ന് തൊട്ടുനോക്കി.

"ശ്......അത് മാത്രം തൊടരുത്." പ്രബീർദായുടെ മുഖത്തു ഇതുവരെയില്ലാത്തൊരു ഗൗരവം വന്നത് കണ്ട് ത്രിലോക് അമ്പരന്നു.

"ഇതെന്താ." ത്രിലോകിന് അതിശയമായി.

"അത് ഞാൻ പ്രശാന്തിനോട് പോലും പറയാത്തൊരു രഹസ്യമാണ്."

പ്രബീർദാ വളരെ പതിയെ പെട്ടിയിലൊന്ന് തലോടി.

"ഞങ്ങള് വളരെ ചുരുക്കം മാന്ത്രികന്മാർക്ക് മാത്രം സാധിക്കുന്നൊരു കാര്യമാണ്. പരമരഹസ്യം."

എന്തോ കാര്യമായി ചിന്തിക്കുംപോലെ പ്രബീർദാ കുറച്ചു നേരം മുകളിലോട്ട് നോക്കിനിന്നു. എന്നിട്ട് ത്രിലോകിന്റെ നേർക്ക് പെട്ടെന്ന് തലവെട്ടിച്ചു.

"ഏതായാലും നീ കണ്ടല്ലോ. നിന്നോട് പറഞ്ഞേക്കാം. കൂടുവിട്ടു കൂടുമാറ്റം എന്ന് കേട്ടിട്ടുണ്ടോ നീ. നിന്റെ സ്വാമിജി ചെയ്യുന്ന നമ്പർ അല്ലേ?"

സ്വാമിജിക്ക് ആത്മാവ് സ്വന്തം ദേഹം വിട്ടുമറ്റുള്ളവരുടെ ശരീരത്തിലേക്ക് പ്രവേശിപ്പിക്കാനുള്ള വിദ്യ അറിയാം.

"അത് ഞങ്ങള് മാജിക്കുകാരും ചെയ്യും കേട്ടോ. എല്ലാവരുമല്ല, ലോകത്തുതന്നെ വളരെ കുറച്ചുപേർക്കേ അതറിയൂ. ആത്മാവ് മാത്രമല്ല, വേണേൽ ശരീരവും ഞങ്ങള് മാറ്റും."

ത്രിലോക് സംശയത്തോടെ ദായെ നോക്കി. ദായുടെ കണ്ണുകൾ തിളങ്ങുകയാണ്.

"ഞാൻ അജ്മീറിലായിരുന്ന കാലത്താണ്. ഒരു ഭയങ്കരനായ മാജിക്കുകാരൻ തെരുവുതോറും അലഞ്ഞുനടക്കുന്നുണ്ടെന്ന് കേട്ട് ചെന്നതാണ്. ഇത്ര ഭയങ്കരൻ ആണെങ്കിലൊന്ന് കാണണമല്ലോ എന്നാണ് എന്റെ മനസ്സിൽ. ഞാൻ ചെല്ലു മ്പോൾ ആള് പുറംതിരിഞ്ഞിരിപ്പാണ്. ഞാൻ വിളിച്ചുനോക്കി. ആള് തിരിഞ്ഞുനോക്കി. എന്റെ കണ്ണ് തള്ളിപ്പോയി. മുന്നിലിരുന്ന് എന്നെ നോക്കുന്നത് ഞാനാണ്. എന്റെ സ്ഥാനത്തോ, മുഖമെല്ലാം ചുക്കിച്ചുളിഞ്ഞു, പുറത്ത് കൂന് വന്നൊരു കിളവൻ. ദേ, ഇതിലും വലിയ കിളവൻ."

പ്രബീർദാ സ്വന്തം ദേഹത്തേക്ക് ചൂണ്ടി. ത്രിലോകും അന്തിച്ചു വാപൊളിച്ചു.

"അപ്പോൾത്തന്നെ ഞാൻ സാഷ്ടാംഗം വീണു."

അത് അതേപടി കാട്ടിക്കൊടുക്കാൻ പ്രബീർദാ നിലത്തു കിടന്നു. ത്രിലോകിന് അത്ഭുതംകൂടി.

"സംശയമുണ്ടേൽ നീ അകത്തൊന്ന് കേറിയിരി. നിന്നെ ഞാൻ ഷാരൂഖ് ഖാൻ ആക്കട്ടെ?"

ത്രിലോക് പ്രബീർദായെ മിഴിച്ചുനോക്കി. ആള് വളരെ കാര്യമായിട്ടാണ് പറയുന്നത്. വന്നപ്പോഴുണ്ടായ ക്ഷീണമൊന്നും ഇപ്പോൾ കാണാനേയില്ല.

"പിന്നൊരു കാര്യം. ഇതൊന്നും പുറത്താരോടും പോയി മിണ്ടാൻ നിൽക്കരുത്."

പ്രബീർദായുടെ ഗൗരവവും ആവേശവും കണ്ടപ്പോൾ ത്രിലോകിനും കൊറേശ്ശെ വിശ്വാസം വന്നുതുടങ്ങി.

"അല്ലേ നീ പറ. നിനക്ക് ആരാകണം?"

ആരെങ്കിലും ആയി മാറുന്നതിനെപ്പറ്റി ത്രിലോക് ഇതുവരെ ചിന്തിച്ചിട്ടില്ലായിരുന്നു. അവനൊരു ആശയക്കുഴപ്പം വന്നു. കുറേയാലോചിച്ചപ്പോൾ അവന്റെ മനസ്സിലൊരു പേരു വന്നു.

"എന്നെ കിഷനാക്കാൻ പറ്റുമോ?"

"ഇപ്പോഴത്തെ പിള്ളാർക്ക് വില്ലന്മാരോടാണല്ലോ താൽപ്പര്യം."

താൽപ്പര്യം കൊണ്ടല്ല. വേറൊരാളായി മാറിയിട്ട് എന്തെങ്കിലും ഒരു കാര്യമുണ്ടാവണമെങ്കിൽ അത് കിഷനായിരിക്കണം. ഒരു ദിവസമെങ്കിലും കിഷനായി മാറിക്കഴിഞ്ഞാൽ ഒരു നാടിന്റെ തലവിധിതന്നെ മാറ്റാൻ ത്രിലോകിന് കഴിയും. ഒരുപാട് പേരുടെ കടം വീടും. ഒരുപാട് പെൺകുട്ടികൾ സമാധാനത്തോടെ ജീവിക്കും.

"ഞാൻ കിഷനായാൽ കിഷൻ ആരാകും?"

"കിഷൻ നീയാകും. പിന്നെ നീ വന്നു പറഞ്ഞാലേ ഞാൻ തിരിച്ചുമാറ്റൂ."

പ്രബീർദാ രണ്ടും കൽപ്പിച്ചാണ്. അയാൾ ഗൗണും തൊപ്പിയുമെടുത്തിട്ടു കഴിഞ്ഞു. ത്രിലോകിന്റെ ഹൃദയമിടിപ്പ് കൂടി.

"അവന്റെ ഫോട്ടോ ഒന്ന് കാട്ട്. അല്ലാതെ ഞാൻ എങ്ങനെ മാറ്റാനാണ്?"

കിഷനെക്കുറിച്ച് പത്രത്തിൽ വന്നൊരു വാർത്ത ഒരു ചങ്ങാതി ത്രിലോകിന് അയച്ചുകൊടുത്തിരുന്നു. ത്രിലോക് വേഗം അതെടുത്തുകാട്ടി.

"ഹോ... മുഖത്തു എഴുതിവെച്ചിട്ടുണ്ട് ആ ദുഷ്ടത്തരം. നിന്നെപ്പോലൊരുത്തനെ ഇങ്ങനെ മാറ്റാനും കുറച്ചുപാടാണ്. എന്നാലും ഒന്ന് പരീക്ഷിച്ചുനോക്കാം."

കിഷന്റെ ഉച്ചമയക്കത്തിന്റെ നേരമായതുകൊണ്ട് അതിൽ കുഴപ്പമില്ലെന്ന്

ത്രിലോകം ചിന്തിച്ചു. പ്രബീർദാ പെട്ടി തുറന്നു.

"പിന്നൊരു കാര്യം. ഞാൻ പറയുന്നതു വരെ കണ്ണുതുറക്കാനോ അനങ്ങാനോ പാടില്ല. ഒരുചെറിയ തെറ്റുപറ്റിയാൽ ആകെ കുഴയും."

ത്രിലോകിന് പേടിയായി. എങ്കിലും അവൻ അകത്തു കയറി. തരിമ്പും വെളിച്ചം കേറാത്ത പെട്ടിയാണ്. ഉള്ളിലെത്തിയപ്പോഴാണ് അകത്തു രണ്ടറകളുള്ള കാര്യം ത്രിലോക് ശ്രദ്ധിക്കുന്നത്.

"ഉം, കണ്ണടച്ചോ."

ത്രിലോകിന് ശ്വാസം മുട്ടുന്ന ആകാംക്ഷ വന്നു. പ്രബീർദാ പെട്ടിമൂടി. ത്രിലോകിന്റെ ദേഹത്തൊരു കുളിരൊക്കെ വന്നുതുടങ്ങി.പുറത്തിരുന്ന് പ്രബീർദാ ഏതാണ്ടൊക്കെയോ മന്ത്രം ചൊല്ലുന്നുണ്ട്. പുറത്തു പ്രബീർദായുടെ ഒച്ച പൊങ്ങിപ്പൊങ്ങിവരുന്നു. ത്രിലോകിന്റെ ദേഹം വല്ലാതെ കനത്തു. പെട്ടിക്കുള്ളിൽ ഇരിക്കാൻ പറ്റാത്ത വിധം ശരീരം വളരുന്നത് അവൻ തിരിച്ചറിഞ്ഞു.ദായുടെ മന്ത്രങ്ങളുടെ മുഴക്കവും വേഗവും കൂടി വരുന്നു.

"കിഷൻ.... നീ ഇപ്പോൾ കിഷനാണ്... പുറത്തുവാ."

ഏതാണ്ട് അഞ്ചുമിനിറ്റുകൾക്ക് ശേഷം ദാ പറഞ്ഞു. ത്രിലോക് ഒരു വിറയലോടെ പുറത്തുവന്നു. പെട്ടെന്ന് വെളിച്ചത്തുവന്നത് കാരണം കണ്ണിലൊന്നും പിടിക്കുന്നുണ്ടായിരുന്നില്ല.

"ദാ നോക്ക്."

കയ്യിൽ കിട്ടിയതൊരു കണ്ണാടിയാണെന്ന് തടവി നോക്കിയിട്ടാണ് അവൻ തിരിച്ചറിഞ്ഞത്. ത്രിലോക് കണ്ണ് രണ്ടും വിടർത്തി കണ്ണാടിയിലേക്ക് നോക്കി. കിഷനെവിടെ? പഴയ അതേ മുഖം. അതേ ശരീരം. മീശ പോലും അധികമായി കിളിർത്തിട്ടില്ല. ത്രിലോക് പ്രബീർദായെ നോക്കി. പ്രബീർദാ പൊട്ടിച്ചിരിച്ചു.

"ആ പെട്ടിയിൽനിന്ന് കിഷൻ പുറത്തു വന്നേനെ. പക്ഷേ, അതിന് നിനക്ക് മുന്നേ അവൻ ഈ പെട്ടിക്കുള്ളിൽ കയറണം. കാരണം ഞാൻ ദൈവമല്ല. ഞാനൊരു മാജിക്കുകാരൻ ആണ്."

അയാളുടെ ചിരിയിൽ ടെന്റ് കുലുങ്ങി വിറച്ചു. പെട്ടെന്ന് ദായുടെ ചിരി നിന്നു. കണ്ണിലെ വെളിച്ചം കെട്ടു. ആ മുഖത്തൊരു വാട്ടം വന്നു.

"ഇപ്പോൾ ഞാനൊരു മാജിക്കുകാരനും അല്ല. ഓരോ മാജിക്കും മുഴുമിപ്പിക്കുന്നത് കാണികളാണ്. എനിക്കെന്റെ കാണികളെ എന്നോ നഷ്ടപ്പെട്ടു കഴിഞ്ഞു."

പ്രബീർദായുടെ കണ്ണുനിറഞ്ഞു. അയാൾ ത്രിലോകിനെ കെട്ടിപ്പിടിച്ചു. പ്രബീർദാ കരയാൻ തുടങ്ങി. ത്രിലോകിന്റെ ചുമലിൽ താങ്ങി പ്രബീർദാ ഏങ്ങലടിച്ചു കരഞ്ഞു. ബിയാസിന് താങ്ങാവുന്നതിലും അധികം കണ്ണീർ ത്രിലോകിന്റെ തോളിലൂടെ ഒഴുകി. പ്രബീർദായ്ക്ക് അപ്പോൾ ബാബയുടെ മണമായിരുന്നു. കരയുമ്പോൾ എല്ലാവർക്കും ഒരേ മണമാണെന്ന് ത്രിലോകിന് തോന്നി.

പ്രബീർദായ്ക്ക് രാത്രിയത്തേക്കുള്ള ഭക്ഷണം കൂടെ വാങ്ങിക്കൊടുത്താണ് ത്രിലോക് പുറത്തുവന്നത്. മെയിൻ റോഡിലേക്കുള്ള തിരിവിൽ നിന്ന് ആരോ തുറിച്ചു നോക്കുന്നതുപോലെ ത്രിലോകിന് തോന്നി. പാണ്ഡേജിയാണ്. ത്രിലോക് വിളറി. അതുകൊണ്ട് അവന്റെ ചിരിയും വിളറി.പാണ്ഡേജി തിരിച്ചു ചിരിക്കാതെ വെറുതെ തുറിച്ചു നോക്കിക്കൊണ്ടിരുന്നു.

മൂന്ന്

പാണ്ഡേജി ത്രിലോകിനോട് മിണ്ടിയിട്ട് ദിവസം കുറെയായി. ത്രിലോക് മിണ്ടാൻ പലവട്ടം ശ്രമിച്ചുനോക്കിയിരുന്നു. പാണ്ഡേജി കേൾക്കാത്ത മട്ടിൽ ഇരിക്കും. അല്ലാത്തപക്ഷം ജന്മോത്സവത്തിന്റെ ഏതെങ്കിലും കാര്യത്തിൽപെട്ട് പാണ്ഡേജി തിരക്കിലായിരിക്കും. ത്രിലോകിന് പാണ്ഡേജിയോട് പ്രധാനപ്പെട്ടൊരു കാര്യം സംസാരിക്കാനുണ്ടായിരുന്നു. ജന്മോത്സവത്തോട് അനുബന്ധിച്ച് സ്വാമിജി ഇരുപത് പാവപ്പെട്ട കുടുംബങ്ങളെ ആശ്രമത്തിലേക്ക് ദത്തെടുക്കുന്നുണ്ട്. ആ കൂട്ടത്തിൽ സ്വന്തം വീട്ടുകാരുടെ പേരും ചേർത്താൽ കൊള്ളാമെന്ന് അവനുണ്ട്.

ത്രിലോക് ഇങ്ങനെ പെട്ടെന്ന് ചിന്തിക്കാനും ഒരു കാരണമുണ്ടായിരുന്നു.

നാട്ടിൽ കിഷൻ ദുർഗാദേവിക്ക് പുതിയൊരമ്പലം പണിയാൻ തുനിയുന്നുണ്ട്.

“ദുർഗാമന്ദിർ ഒക്കെ നല്ലതു തന്നെ. അതിന് നമ്മളോട് വീടൊഴിയാൻ പറയുന്നതെന്തിനാണെന്നാണ് മനസ്സിലാകാത്തത്. അയാൾക്ക് വേറെ സ്ഥലം കിട്ടാഞ്ഞിട്ടാ?”

മാ കുറച്ചു ദേഷ്യപ്പെട്ടാണ് ചോദിച്ചത്.

അതാണ് കാര്യം. ത്രിലോകിന്റെ വീടിരിക്കുന്ന സ്ഥലമാണ് അമ്പലം പണിയാൻ കിഷൻ കണ്ടുവെച്ചിരിക്കുന്നത്. ത്രിലോകിന്റെ കുടുംബം മാത്രമല്ല, കലിന്ദ മോസ്സയും പഞ്ചാനൻ മോസ്സയുമുൾപ്പടെ പത്തിരുപതു വീട്ടുകാരാണ് കുഴപ്പത്തിലായിരിക്കുന്നത്. എത്രയോ തലമുറകളായി അവിടെ കഴിഞ്ഞുകൂടുന്നവരെയാണ് പന്നികളെ തുരത്തുന്നത് പോലെ ഒഴിവാക്കാൻ നോക്കുന്നത്. കിഷൻ ഒഴിയാൻ പറഞ്ഞാൽ ഒഴിയണം. ഒന്നാമത് ഈ സ്ഥലമൊന്നും ഇവരുടെ സ്വന്തം പേരിലല്ല. രണ്ടാമത്തെ കാര്യം, ഇത് ദേവിക്കും കൂടെ വേണ്ടിയാണ്. പക്ഷെ ഒഴിഞ്ഞിട്ട് എങ്ങോട്ട് പോകാനാണ്?

“പൊരിച്ചെടുക്കാൻ പറ്റാത്ത ഭാരപ്പെട്ട സാധനമൊന്നും ഇവിടെ കുഴിച്ചിട്ടിട്ടല്ല. പ്രതിമയുണ്ടാക്കി ഏതുനാട്ടില് വേണേലും നമ്മൾക്ക് ജീവിക്കാം. പക്ഷേ, അങ്ങനൊരു നാടു വേണ്ടേ പോകാൻ?”

മാ ചോദിച്ചതും ഇതുതന്നെ ആയിരുന്നു. കിഷന്റെ ഉപദ്രവമില്ലാത്ത ഒരു നാട്ടിലേക്ക് രക്ഷപ്പെട്ടുപോകാമെന്നാണ് ഏറെപ്പേരും ചിന്തിക്കുന്നത്.

“കേരളത്തിൽ പോയി വല്ല കൂലിപ്പണിയും എടുത്തു ജീവിക്കാമെന്നാണ് നിന്റെ കലിന്ദ മോസ്സ പറയുന്നത്. അങ്ങേരുടെ കുറെ പരിചയക്കാര് അവിടുണ്ടല്ലോ.”

ലഖ്മി വിട്ടുപോകുന്നതോർത്തപ്പോൾ ത്രിലോകിന്റെ നെഞ്ചിലെ കനം ഒന്നുകൂടെ കനത്തു.

“പക്ഷേ, നമ്മുടെ ടിറ്റു പോകുന്നത് പൊലീസ് സ്റ്റേഷനിലേക്കാണ്.”

ഈസങ്കടം പറച്ചിലിനിടയിലും മായ്ക്ക് ചിരി വന്നു. എട്ടാംക്ലാസ്സുകാരൻ ആയ അനിയന്റെ അഭിപ്രായം കേട്ടപ്പോൾ ത്രിലോകും ചിരിച്ചു. ആ പ്രായത്തിൽ ഇതുപോലെ കുറെചിന്തകൾ ത്രിലോകിനും വന്നതാണ്. പക്ഷേ ഒരു കുഴപ്പമുള്ളത്, നാട്ടിലുള്ളവർ പൊലീസുകാരെ നേരിട്ട് കണ്ടിട്ടുള്ളത് മിക്കപ്പോഴും കിഷന്റെ വീട്ടിലായിരിക്കും.

ഇതങ്ങനെ ചിരിച്ചു കളയാനുള്ള വിഷയമല്ലെന്ന് ത്രിലോകിന് അറിയാമായിരുന്നു. ഞണ്ടുകളുടെ സ്വഭാവമാണ് കിഷന്. കാര്യം നേടിയെടുക്കുന്നതു വരെ ഇറുക്കി

പ്പിടിച്ചുകൊണ്ടിരിക്കും. പെട്ടെന്നുതന്നെ എല്ലാവർക്കും വീടൊഴിഞ്ഞു പോകേണ്ടി വരുമെന്ന് അവനറിയാം. അല്ലാത്തപക്ഷം സിനിമകളിലൊക്കെ കാണുന്നതുപോലെ കൊലവിളി നടത്തി കിഷനും റൗഡികളും വീട്ടിലേക്ക് കയറി വന്നെന്നിരിക്കും. ബാബയ്ക്കും മായ്ക്കും വയസ്സായെന്നോ ടിറ്റു കുട്ടിയാണെന്നോ ഒന്നും ആ ദുഷ്ടൻ നോക്കില്ല. നാനിയുടെ കാര്യമോർക്കുമ്പോളാണ് ത്രിലോകിന് ഏറ്റവും പേടി.

"ഖുർദയിലേക്ക് പോയാലോന്നാണ് ഞാൻ വിചാരിക്കുന്നത്."

മായുടെ കുറച്ചു ബന്ധുക്കൾ ഖുർദയിൽ താമസിക്കുന്നുണ്ടായിരുന്നു. അവരും വലിയ ദുരിതത്തിലാണ്. കൊത്തിപ്പറിക്കാൻ തക്കം പാർത്തൊരു കിഷൻ അവരുടെ തലയ്ക്ക് മുകളിലും വട്ടമിട്ടു പറക്കുന്നുണ്ടെങ്കിലോ?

പ്രതിമകളെ കണ്ടു മടങ്ങിപ്പോകുന്ന ദൈവങ്ങളോട് ത്രിലോകിന് ചെറിയ പരിഭവം തോന്നി.

എല്ലാത്തിനും പരിഹാരമായി ത്രിലോക് കണ്ടുപിടിച്ചൊരു പോംവഴിയായിരുന്നു ഈ ദത്തെടുപ്പ്. മണാലിയിൽ സീസൺ കഴിഞ്ഞാലും പാണ്ഡേജി ഹോട്ടലടയ്ക്കാറില്ല. അതുകൊണ്ട് മുഴുവൻ സമയവും ത്രിലോകും അടുത്തുതന്നെ കാണും. ഏതായാലും ഈ സമയത്തുതന്നെ സ്വാമിജിയുടെ ജന്മദിനവും ഒത്തുവന്നത് എന്തോ ഭാഗ്യമാണെന്ന് ത്രിലോക് കരുതി.

കാര്യത്തിന്റെ ഗൗരവം മനസ്സിലാക്കിക്കഴിഞ്ഞാൽ പാണ്ഡേജി സഹായിക്കുമെന്ന് ത്രിലോകിന് അറിയാമായിരുന്നു. പാണ്ഡേജി പറഞ്ഞാൽ സ്വാമിജി തള്ളിക്കളയില്ല.

ഏതുനേരവും മുഖവും വീർപ്പിച്ചു നടക്കുന്നൊരാളോട് എങ്ങനെ പറയാനാണ്?

അന്നത്തെ ദിവസത്തിന് ശേഷം ത്രിലോക് പ്രബീർദായെ കണ്ടിട്ടുപോലുമില്ലായിരുന്നു. ഇടയ്ക്ക് കുറ്റബോധം തോന്നുമെങ്കിലും, തൽക്കാലം അതാണ് നല്ലതെന്നാണ് അവൻ ചിന്തിച്ചത്.

അടുക്കളവാതിൽ വഴിയാണ് പാണ്ഡേജി എന്നും ഹോട്ടലിലേക്ക് വരാറുള്ളത്. ചീത്ത പറഞ്ഞാലും വേണ്ടില്ലെന്ന് വെച്ച് ഒരു സന്ധ്യയ്ക്ക് ത്രിലോക് പാണ്ഡേജിയെ കാത്തു വാതിൽക്കൽ നിൽപ്പുറപ്പിച്ചു. പാണ്ഡേജി പതിവുപോലെ മുഖത്തുനോക്കാതെ കടന്നുപോയി. ത്രിലോക് ധൈര്യം സംഭരിച്ചു വിളിച്ചു:

"ജീ..."

പാണ്ഡേജി തിരിഞ്ഞു നോക്കി. കുറച്ചുനേരം അയാൾ ഒന്നും പ്രതികരിച്ചില്ല. പെട്ടെന്ന് അയാളുടെ നെറ്റിത്തടം ചുളിഞ്ഞു. മൂക്കിന്റെ തുമ്പ് വെറുതേയിരുന്ന് വിറച്ചു. പാണ്ഡേജിയുടെ കണ്ണിനൊരു കലക്കം വന്നു. അടുത്തനിമിഷം അപ്രതീക്ഷിതമായി പാണ്ഡേജി ത്രിലോകിനെ ചുമരിലേക്ക് തള്ളി. തലയും പുറവും ഇടിച്ചു അടുക്കളച്ചുമരിലേക്ക് വീണ ത്രിലോകിന്റെ നേർക്ക് പാണ്ഡേജി കുതിച്ചു. എന്നിട്ട് വലതു കൈമുട്ട് അവന്റെ കഴുത്തിലേക്ക് ചേർത്തമർത്തി.

"രണ്ടും കൂടെ എന്താടാ തട്ടിക്കൂട്ടി വെച്ചിരിക്കുന്നേ?"

ത്രിലോകിന് ശ്വാസംമുട്ടി. കുറച്ചുനേരം പാണ്ഡേജി അങ്ങനെതന്നെ നിന്നു. കണ്ണ് രണ്ടും തുറിച്ചു അവൻ മരിച്ചുപോകുമെന്ന് തോന്നിയ നിമിഷം പാണ്ഡേജിപിടിത്തമയച്ചു. നിർത്താതെ ചുമയ്ക്കുന്ന ത്രിലോകിനെ ഒന്നുനോക്കി, പാണ്ഡേജി കൗണ്ടറിൽ കാത്തുനിന്ന കുറച്ചു സ്വാമിമാരുടെ അടുത്തേക്ക് പോയി.

ത്രിലോക് ആകപ്പാടെ നടുങ്ങി വിറച്ചുപോയിരുന്നു. ത്രിലോകിന് സങ്കടം വന്നു. ചുമരും ചാരി അവൻ കരയാൻ തുടങ്ങി. പ്രബീർദായുടെ മാന്ത്രികപ്പെട്ടിയിലെ നിവരുന്തോറും നീണ്ടുപോകുന്ന കടലാസ്സുചുരുൾ പോലെ, ഉള്ളിലെ മുഴുവൻ സങ്കടങ്ങളും അവന്റെ കണ്ണിൽനിന്ന് ഒലിച്ചിറങ്ങി.അടുക്കളയിലുണ്ടായിരുന്നവർ അത് കാണാത്ത മട്ടിൽ കനലൂതി ജ്വലിപ്പിച്ചുകൊണ്ടിരുന്നു.

ഈ നേരംകെട്ട നേരത്താണ് ടിക്കറ്റ് വിൽക്കാൻ ഒരാളെയും കൂട്ടി ഹിമാൻശു പുറത്ത് പ്രത്യക്ഷപ്പെട്ടത്. ത്രിലോകിന് അവനോട് ദേഷ്യം തോന്നി. ഒരു ടിക്കറ്റും വിൽക്കാതെ സകലതും നശിക്കട്ടെ!

എങ്കിലും മുഖംതുടച്ച് ത്രിലോക് പുറത്തുപോയി. കൗണ്ടറിലിരുന്ന് പാണ്ഡേജി ഏന്തി നോക്കുന്നത് ത്രിലോക് കണ്ടു. ത്രിലോക് കണ്ടുവെന്ന് ബോധ്യപ്പെട്ടപ്പോൾ പാണ്ഡേജി നോട്ടം മാറ്റി. ഒരുതരം നിർവികാരതയോടെ വളരെ യാന്ത്രികമായി ത്രിലോക് പുറത്തിറങ്ങി.

"ഇതാണോ ആള്."

കൂടെ വന്നയാൾ ത്രിലോകിനെ ചൂണ്ടി ഹിമാൻശുവിനോട് ചോദിച്ചു. ഹിമാൻശു തലയാട്ടി. അവന്റെ മുഖത്തു പതിവില്ലാത്തൊരു വെപ്രാളമുണ്ടായിരുന്നു. കൂടെയുള്ള ആളെ എവിടെയോ കണ്ടതുമാതിരി ത്രിലോകിന് തോന്നി.

"റോത്താങ് പാസിലേക്കുള്ള ടിക്കറ്റ് നിന്റെ കയ്യിലുണ്ടെന്ന് ഇവൻ പറയുന്നത് നേരാണോ?"

"അതെ സാർ..."

"എത്രയാണ് നിന്റെ റേറ്റ്?"

"ഒരു ടിക്കറ്റിന് ആയിരത്തിയഞ്ഞൂറ്. എത്ര ടിക്കറ്റാണ് സാർ വേണ്ടത്?"

ത്രിലോക് വലിയ താൽപ്പര്യമില്ലാത്ത മട്ടിൽ ചോദിച്ചു.

"ഹോ... അറന്നൂറ് രൂപേടെ ടിക്കറ്റ് ആണോടാ ഇങ്ങനെ കൊള്ള വിലയ്ക്ക് വിൽക്കുന്നത്?"

അയാൾ അത്ഭുതം ഭാവിച്ചു.

"അങ്ങനല്ല സാർ, റോത്താങ് പാസ്സിനെക്കുറിച്ചു സാർ കേട്ടിട്ടുണ്ടോ?"

പതിവുപോലെ ഫോട്ടോ കാട്ടാൻ ത്രിലോക് ഫോണെടുത്തു. ത്രിലോക് നീട്ടുന്നതിനു മുന്നേ, പിടിച്ചുവാങ്ങുംപോലെ അയാൾ ആ ഫോൺ അവന്റെ കയ്യിൽനിന്നെടുത്തു.

"കേട്ടിട്ടും ഉണ്ട്, പോയിട്ടും ഉണ്ട്."

ഇതും പറഞ്ഞയാൾ ത്രിലോകിന്റെ ഫോൺ സ്വന്തം പോക്കറ്റിലേക്ക് തള്ളി. ത്രിലോക് അമ്പരന്ന് ഹിമാൻശുവിനെനോക്കി. അവൻ താഴോട്ടുനോക്കി നിൽപ്പാണ്. ത്രിലോകിനെന്തോ പന്തികേട് തോന്നി.

"ടിക്കറ്റ് വേണ്ടെങ്കിൽ വേണ്ട. എന്റെ ഫോൺ ഇങ്ങുതന്നേക്ക് സാർ."

"ഫോണല്ലേ. ഇപ്പോത്തരാല്ലോ."

പക്ഷേ, അയാള് പുറത്തെടുത്തത് സ്വന്തം ഫോണാണ്. എന്നിട്ട് ത്രിലോകിനെ നോക്കി ഒരല്പം പരിഹാസം കലർത്തി ഒന്ന് ചിരിച്ചു.

"ആളിവിടുണ്ട് സാർ. ഇപ്പൊ വന്നാൽ കയ്യോടെ കൊണ്ട്പോകാം."

അയാൾ ആരോടാണ് സംസാരിച്ചതെന്ന് ത്രിലോകിന് മനസ്സിലായില്ല. അവൻ

വീണ്ടും ഹിമാൻശുവിനെ നോക്കി. ഹിമാൻശു മുഖമുയർത്തിയതേയില്ല. പെട്ടെന്ന്, സൈറണിട്ട് ഒരു പൊലീസ് ജീപ്പ് അവരുടെ മുന്നിൽ വന്നുനിന്നു. അതിൽനിന്ന് രണ്ടു പൊലീസുകാർ ചാടിയിറങ്ങി. അപ്പോഴാണ് ത്രിലോക് ഹിമാൻശുവിന്റെ കൂടെ വന്ന ആളുടെ കാലിലേക്ക് ശ്രദ്ധിക്കുന്നത് . അയാളും ധരിച്ചിരിക്കുന്നത് പൊലീസ് ബൂട്ടാണ്. ത്രിലോകിന്റെ പെരുവിരലിൽനിന്ന് ഉച്ചിയിലേക്ക് ഒരു തരിപ്പ് പാഞ്ഞു കയറി. അവൻ ബദ്ധപ്പെട്ട് പാണ്ഡേജിയുടെ നേർക്ക് തിരിഞ്ഞു. പാണ്ഡേജി, ഒരു ജേതാവിന്റെ ഭാവത്തിൽ മന്ദഹസിച്ചു.

"മണാലിയിൽ വന്നിട്ട് കള്ളത്തരം ചെയ്യുന്നോടാ നായേ?"

ഏറ്റവും മുന്നിലുള്ള പൊലീസുകാരൻ ത്രിലോകിന്റെ തലക്കിട്ട് കിഴുക്കി. അപ്പോഴേക്കും കാഴ്ച കാണാൻ വലിയൊരു ആൾക്കൂട്ടം അവർക്കു ചുറ്റും രൂപപ്പെട്ടിരുന്നു. പരിചയക്കാരും അല്ലാത്തവരുമായ നൂറുകണക്കിനുപേർ മുന്നിലെത്താൻ തിക്കിത്തിരക്കുന്നു. ആരൊക്കെയോ മൊബൈലും പുറത്തെടുക്കുന്നുണ്ട് . ത്രിലോക് ദയനീയമായി അവരെ നോക്കി. പൊലീസുകാരൻ ലാത്തി വീശി ത്രിലോകിന്റെ നടുപ്പുറത്തൊന്ന് കൊടുത്തു. ത്രിലോക് പുളഞ്ഞുപോയി.

"എന്താ കാര്യം?"

"പോലീസുകാർ ഒരു കള്ളനെ പിടിച്ചതാണ്."

ആരോ തമ്മിൽത്തമ്മിൽ പറയുന്നത് ത്രിലോക് കേട്ടു. അടുത്ത അടി മുഖമടച്ചായിരുന്നു. ത്രിലോകിന്റെ തലയിലൊരു മൂളക്കം വന്നു. പൊലീസുകാരും കാഴ്ചക്കാരും ഹിമാൻശുവും കെട്ടിടങ്ങളും വെളിച്ചവുമുൾപ്പടെ മണാലി നഗരം ഒന്നാകെ, ത്രിലോകിന്റെ കണ്ണിലേക്ക് ചുരുങ്ങിവീണു.

പിന്നീട് ബോധം വരുമ്പോൾ ത്രിലോക് വെളിച്ചം കടക്കാത്തൊരു മുറിയിലായിരുന്നു. എത്ര ശ്രമിച്ചിട്ടും എങ്ങനെയാണ് അവിടെ എത്തിപ്പെട്ടതെന്ന് അവനോർമ്മ കിട്ടിയില്ല. അവസാനത്തെഓർമ്മ, പ്രബീർദായുടെ വീട്ടിൽ ഇതിലും ചെറിയൊരു പെട്ടിയിലിരുന്നതാണ്. കഴുത്തിലും കവിളിലും നടുവിലും സഹിക്കാൻ പറ്റാത്ത വേദനയുണ്ട്. എന്തുകൊണ്ടാണെന്ന് ത്രിലോകിനൊരു പിടിയും കിട്ടിയില്ല. മുറിയിൽ താൻ ഒറ്റയ്ക്കാണെന്ന് ത്രിലോകിന് മനസ്സിലായി. പുറത്തു കുറച്ചുപേർ ഇരുന്ന് എന്തോ മന്ത്രം ചൊല്ലുന്നുണ്ട്. മുന്നേ ചെയ്തതു പോലെ, അനങ്ങാതെ, ശബ്ദമുണ്ടാക്കാതെ, ഒരത്ഭുതത്തിന് കാത്ത് ത്രിലോക് അവിടെ കണ്ണടച്ചു ചുരുണ്ടുകിടന്നു. എത്രനേരം കിടന്നു എന്നൊന്നും അറിയില്ല, കുറേക്കഴിഞ്ഞു പുറത്താരോ പൂട്ട് തുറക്കുന്ന ശബ്ദം കേട്ടു.അത്രയും നേരത്തെ ജാലവിദ്യയുടെ ഫലമറിയാൻ ത്രിലോകിന് ആകാംക്ഷയായി. മുഖത്തു വെട്ടം വീഴും മുന്നേ ത്രിലോക് ചിറിക്ക് മീതെ ഒന്നു വിരലോടിച്ചു. മീശയ്ക്ക് ഇതുവരെ ഇല്ലാത്തൊരു മുഴപ്പ്. കാത് രണ്ടിലും കടുക്കന്റെ കടുപ്പം. ഇരുട്ടുമുറിയിൽ ഒന്നാകെ ഒരു പച്ചത്തിളക്കം. ത്രിലോക് ഒന്ന് നീട്ടി ശ്വാസമെടുത്തു. എന്നിട്ട്, കുറെ നാളുകൾക്കുശേഷം ആശ്വാസത്തോടെ ഒന്ന് പുഞ്ചിരിച്ചു.

---

* ബാബ - അച്ഛൻ

* നാനി - ചേച്ചി

*മോസ്സ - അമ്മാവൻ

*ലഖ്മി - ലക്ഷ്മി

ക്ഷുദ്രക്കാരത്തി

അഖില കെ എസ്

ദേഹം മുഴുവൻ ഉമ്മ വയ്ക്കാൻ ഇഷ്ടമുള്ള, നെറ്റിയിൽ നിറയെ മുഴുത്ത മുഖക്കുരുവുള്ള ഒരു കോളേജ് വിദ്യാർത്ഥിയാണ് ആദ്യത്തെ ദിവസം വന്നത്. മുറിക്കുള്ളിലേക്ക് കേറിയപ്പോൾ തന്നെ അവൻ വിറയ്ക്കുന്നുണ്ടായിരുന്നു. ക്ലാസ് കട്ട് ചെയ്ത് ഇറങ്ങിയതാവണം. സാധാരണയായി കോളേജ് പിള്ളേർ കയ്യിൽ കരുതുന്നതുപോലെ അകമൊട്ടി വലിഞ്ഞൊരു ബാഗ് തോളിലുണ്ടായിരുന്നു. ഒന്നോ രണ്ടോ നോട്ടുബുക്കുകൾ അതിനകത്തുണ്ടാവാം. അവന്റെ മുടി എണ്ണമയമുള്ളതും പറ്റെ വെട്ടിയതുമായിരുന്നു. ഞാനതിശയിക്കുകയാണ്, ഇങ്ങനെ മുടി വെട്ടിക്കുന്ന കൗമാരപ്രായക്കാർ ഇപ്പോഴുമുണ്ടോ? ഒരുപക്ഷേ അവന്റെ അമ്മ നിർബന്ധിക്കുമായിരിക്കും. എന്നിട്ട് മുഴുക്കനെ എണ്ണയും തേപ്പിച്ച് ഹോ! ചിരി വരുന്നു. എന്നിട്ട് പൊന്നുമോൻ പോന്നതെങ്ങട്ടാ?

ഇപ്പോൾ മനസ്സിലാവുന്നുണ്ട്, ഇത്രയും മുഴുപ്പുള്ള മുഖക്കുരുക്കൾ അവന്റെ മെലിഞ്ഞ മുഖത്ത് മുളച്ചതെങ്ങനെയാണെന്ന്.

എന്റെ പൊന്നുമോനെ, നീയാ ബാഗ് മേശപ്പുറത്തുവയ്ക്ക്. അല്ലെങ്കിൽ മുറിയുടെ ഒരു മൂലയിലേക്ക് വലിച്ചെറിയ്. എന്നുവെച്ചാൽ ഞാനിരിക്കുന്ന ഈ മൂലയ്ക്കലേക്കല്ല; ഇവിടെ വേറെയുമുണ്ടല്ലോ ഒഴിഞ്ഞു കിടക്കുന്നയിടങ്ങൾ ധാരാളം. ഈ പയ്യൻ ഇപ്പൊഴൊന്നും വിറയൽ നിർത്തുന്ന ലക്ഷണം കാണുന്നില്ല. എന്നാൽ ഈ ദീപ്തിക്ക്... അയ്യയ്യോ! ഇവരെന്താ മിഴിച്ചുനോക്കിയിരിക്കുന്നത്? ഇടയ്ക്കിടെ അവളുടെ നോട്ടം ഈ താൽക്കാലിക ചുമർ തുളച്ച് ഇപ്പുറത്തേക്ക് വരുന്നുമുണ്ട്. എനിക്ക് സഹതാപം തോന്നുന്നു. ഒരാൾ തന്നെത്തന്നെ നോക്കിയിരിക്കുന്നതായി അറിവു കിട്ടിക്കഴിഞ്ഞാൽ ആർക്കെങ്കിലും സ്വാഭാവികമായി പെരുമാറാൻ കഴിയുമോ? പ്രത്യേകിച്ചും ഇങ്ങനെയൊരു സിറ്റുവേഷനിൽ. ഞാനവൾക്ക് സമയം കൊടുത്തേ പറ്റൂ.

ഒരു ചോക്ലേറ്റ് കഴിക്കാനുള്ള സമയം കിട്ടുമെന്ന് തോന്നുന്നു. ഒന്നു തിരിഞ്ഞ് കാൽച്ചുവട്ടിലിരുന്ന ബാഗിനുള്ളിൽ തപ്പി ചോക്ലേറ്റ് എടുത്ത് നിവർന്നപ്പോഴേക്കും മുറിക്കുള്ളിലെ ദൃശ്യങ്ങൾ അപ്പാടെ മാറിയിരുന്നു. ദീപ്തി വിവസ്ത്രയാക്കപ്പെട്ടിരുന്നു. ചെറുക്കൻ അവളുടെ കാലടികളിൽ ഉമ്മവയ്ക്കുന്നു. ചോക്ലേറ്റ് മുഴുവൻ കഴിച്ചു കഴി

യുമ്പോഴും അവന്റെ ഉമ്മകൾ ഇടതുകാലിന്റെ മുട്ടുവരെ പോലും എത്തിയിരുന്നില്ല. കയ്യിലിരുന്ന വലിയ നോട്ടുബുക്കിലെ ചാർട്ടിൽ ഞാൻ സമയക്രമങ്ങളും ചെറിയ വിവരണങ്ങളും എഴുതിച്ചേർക്കാൻ തുടങ്ങുമ്പോഴേക്കും വലിയൊരു കരച്ചിൽ കേട്ടു.

ഞെട്ടിപ്പോയി. ധൃതിപ്പെട്ട് നോക്കുമ്പോൾ ആ പയ്യൻ കട്ടിലിനുതാഴെ വെറും നിലത്ത് അടിവസ്ത്രം മാത്രം ധരിച്ച് കാൽമുട്ടുകളിൽ മുഖം ചേർത്തിരുന്ന് കരയുന്നു. തെരുവുപട്ടികൾ മോങ്ങുന്ന അതേ ശബ്ദം. ദീപ്തി കട്ടിലിൽ അതേ കിടപ്പ് കിടക്കുകയാണ്. അല്പം നേരം കൂടി അങ്ങനെയിരുന്നിട്ട് അവനെഴുന്നേറ്റ് ധൃതിയിൽ വസ്ത്രം ധരിച്ചു. ഒന്നും മിണ്ടാതെ വാതിലിന് നേരെ നടന്നു. എന്നിട്ട് തിരിഞ്ഞ് ദീപ്തിയുടെ നേരെ ദയനീയമായൊന്നു നോക്കിയ ശേഷം വാതിൽ തുറന്ന് പുറത്തേക്കിറങ്ങിപ്പോയി.

ദീപ്തിയെഴുന്നേറ്റ് വാതിൽ കുറ്റിയിട്ടതിനുശേഷം ഞാൻ ഒളിയിടത്തിൽ നിന്ന് പുറത്തിറങ്ങി.

““അവന്റെ പേരും ജാതകവും വരെ എനിക്കറിയാം.”

എന്തെങ്കിലും ചോദിക്കുന്നതിന് മുൻപ് തന്നെ ദീപ്തി വെളുക്കെച്ചിരിച്ച് കൊണ്ട് അവളുടെ നീളൻ ഉടുപ്പിലേക്ക് നൂഴ്ന്നുകയറി.

““എങ്ങനെ?" ഒരു ദിവസം നഷ്ടപ്പെട്ടതിന്റെ നിരാശ ഒളിപ്പിക്കാൻ ശ്രമിക്കാതെ തന്നെ ഞാൻ ചോദിച്ചു.

““അവന്റെ അപ്പൻ മാസത്തിൽ രണ്ടോ മൂന്നോ തവണ ഇവിടെ വന്നുപോകാറുണ്ട്. ഇവന്റെ തിരുമോന്ത എത്രയോ തവണ അയാളുടെ മൊബൈലിൽ ഞാൻ കണ്ടിരിക്കുന്നു. തന്തപ്പടിക്ക് മോനെ വലിയ കാര്യമാണ്.” അവൾ ചിരിച്ചു.

“എന്തിനാ അത് പറയാൻ പോയത്?"

“എനിക്കിന്നൊരു മൂഡില്ല. ഇയാളവിടെ നോക്കി നിക്കുമ്പം ...”

“എന്നാ ഇതൊക്കെ വേണ്ടാന്ന് വെക്കാം. വേറൊരാളെ കിട്ടുമോന്ന് നോക്കട്ടെ.” ഞാൻ നീരസപ്പെട്ടു. “അതു വേണ്ട. മേബിളിന്റെ അനിയത്തി വന്നൊരു കാര്യം

ചോദിക്കുമ്പോൾ, അതും പൊന്നും വില തന്നിട്ട്... നമുക്ക് ശരിയാക്കാം." ഞാൻ ഒരല്പ സമയം മുൻപെത്തിയതേയുള്ളൂ. വന്നയുടനെ ദീപ്തി കയ്യിലെ ബാഗുകളെല്ലാം വാങ്ങി. എന്നിട്ട് എന്റെ കയ്യും പിടിച്ച് അവരുടെ മുറിയിലേക്ക് ധൃതിയിൽ നടന്നു. പ്ലൈവുഡ് വച്ച് അലമാരയെന്ന് തോന്നിക്കുന്ന വിധത്തിലുണ്ടാക്കിയ താത്കാലിക ചുമർ കാണിച്ച് "ഇതുമതിയാവുമോ" എന്നു ചോദിച്ചു. എന്റെ ഉത്തരം കിട്ടുന്നതിന് മുൻപു തന്നെ എന്നെ അതിനുള്ളിലേക്ക് കയറ്റി വാതിലടച്ചു. ആരോ വരാൻ പോകുന്നുണ്ടെന്ന് മനസ്സിലായതു കാരണം 'ഇത്ര രാവിലെയോ', എന്ന് നീരസത്തോടെ ആലോചിച്ച് ഞാൻ മുറിക്കുള്ളിലേക്ക് ഒളിഞ്ഞു നോക്കിയിരിപ്പായിരുന്നു ഇത്ര നേരവും.

ഒരു കണക്കിന് നന്നായി. കണ്ണുകൾ അടഞ്ഞുപോകുന്ന മട്ടിലുള്ള ക്ഷീണമുണ്ടായിരുന്നു. കൂടുതൽ സംസാരിക്കാൻ നിൽക്കാതെ മുറിയിൽ നിന്നിറങ്ങിയിട്ട് ഞാൻ മൂന്ന് ദിക്കിലേക്കും തലതിരിച്ച് നോക്കി. ഇടത്തും വലത്തും ഒരുപോലെ ഓരോ നാലുപാളി വാതിൽ വീതം. ഈ ചുമരിന്റെ അങ്ങേ അറ്റത്ത് മറ്റൊരു ചെറിയ വാതിലും കാണുന്നുണ്ട്, അടുക്കളയിലേക്കുള്ളതാവാം. നേരെ മുന്നിൽ പുറത്തേക്കിറങ്ങാനുള്ള വലിയ ഒറ്റപ്പാളി വാതിൽ. ഞാനിപ്പോൾ നിൽക്കുന്നത് ഒരു ചെറിയ തളത്തിലും. എന്റെ മുറിയിലേക്ക് പോകാൻ ഇടത്തോട്ടാണോ വലത്തോട്ടാണോ പോകേണ്ടത് എന്നാലോചിച്ച് അൽപനേരം നിന്നു. ആ സമയം കൊണ്ട് ദീപ്തി പുറത്തുവന്നു.

"നീയെത്ര ദിവസം കാണും ഇവിടെ?"

"പത്തുപേര് തികയുന്ന ദിവസം പ്രോജക്ട് പൂർത്തിയാക്കി തിരിച്ചു പോവും."

പറയാൻ എനിക്കല്പം സങ്കോചമുണ്ടായിരുന്നു. അതുകാരണം അവളുടെ മുഖത്തേക്ക് നോക്കാതെ ഞാൻ രണ്ടും കൽപ്പിച്ച് വലത്തോട്ട് തിരിഞ്ഞു.

"നോ നോ അങ്ങോട്ടല്ല. അവിടെ വേറൊരാൾ താമസിക്കാൻ വരും. നീ ആ മുറിയെടുത്തോ."

ദീപ്തി ഇടതു വശത്തെ വാതിലിന് നേരെ ചൂണ്ടിക്കാണിച്ചു. "ചെറിയമട്ടിലൊന്ന് വൃത്തിയാക്കിയിട്ടുണ്ട്. കുളിക്കണേൽ പുറത്താ ബാത്റൂം. കഴിക്കണേൽ കിച്ചണീന്ന് എന്തേലുമെടുത്തോ. ഒന്ന് കിടക്കട്ടെ. ഇടയ്ക്ക് വിളിക്കല്ലേ."

പറഞ്ഞുകൊണ്ടു തന്നെ ആ വാതിലിലൂടെ അവൾ ഊർന്നു പോയി.

വൃത്തിയുള്ളതെങ്കിലും മുശിട് മണമുള്ള ഒരു ചെറിയ മുറിയിലേക്ക് ഞാൻ കടന്നു. അതിന്റെ മൂന്ന് വശങ്ങളും പുറത്തേക്ക് തള്ളി നിന്നിരുന്നു. ആ ചുവരുകളിലൊക്കെ ഒറ്റപ്പാളിയുള്ള ചില്ലു ജാലകങ്ങളുണ്ടായിരുന്നു. ആ ചില്ലുകൾ മഞ്ഞനിറവും വിരൽത്തുമ്പിന്റെ വട്ടങ്ങൾ പോലുള്ള തവിട്ടുനിറപ്പാടുകളുമണിഞ്ഞ് പഴകിപ്പൂതലിച്ചിരുന്നു. അവയിൽ കണ്ണുകൾ പതിപ്പിച്ച് ഞാൻ പുറത്തേക്ക് നോക്കാൻ ശ്രമിച്ചു. ഒന്നും കാണാൻ കഴിഞ്ഞില്ല. ആ പാളികൾ തുറക്കാൻ കഴിയാത്ത വിധം ഉറപ്പിച്ചിരിക്കുന്നതായും മനസ്സിലായി.

ഒരു ജനലിന് കീഴെയായിട്ടിരുന്ന ചെറിയ കട്ടിലിലേക്ക് ഞാനെന്നെ വലിച്ചെറിഞ്ഞു. എന്നിട്ട് ഒരു പഴന്തുണിക്കെട്ടു പോലെ ചുരുണ്ടു.

എത്ര നേരം ഉറങ്ങിയെന്നറിയില്ല. ഏതോ പേടിസ്വപ്നം കണ്ടെന്ന് തോന്നുന്നു. ദീപ്തി വന്ന് വിളിച്ചപ്പോൾ ഞെട്ടിയാണെഴുന്നേറ്റത്. നീളൻ കയ്യുള്ള കുർത്തയും

ഇളംനീല ജീൻസുമിട്ട്, മുടി മുകളിലൊതുക്കിക്കെട്ടി, ചൂണ്ടുവിരലിൽ കാറിന്റെ കീയിട്ട് കറക്കിക്കൊണ്ട് അവൾ മനോഹരമായി ചിരിക്കുന്നു.

"കൺസൾട്ടേഷൻ ടൈം! ഇനി മൂന്നുനാലു മണിക്കൂർ കഴിഞ്ഞേ വരൂ. രാത്രിയിലേക്കുള്ളത് വാങ്ങീട്ട് വരാം." അവൾ പോകാനായി ഒരുങ്ങിയിട്ട് വീണ്ടും തിരിഞ്ഞു നിന്നു. "പിന്നേയ് അപ്പുറത്തെ മുറിയിലുള്ള ആള് വന്നാൽ ഡിസ്റ്റർബ് ചെയ്യാൻ നിക്കണ്ട."

അവൾ പോയി.

ദീപ്തി സൈക്കോളജിസ്റ്റാണ്. സിറ്റിയിലെ പ്രധാനപ്പെട്ടയൊരു ഹോസ്പിറ്റലിൽ പാർട്ടൈമായി അവൾ ജോലി ചെയ്യുന്നുണ്ടെന്ന് മേബിൾ എന്നോട് പറഞ്ഞിരുന്നു.

തലയിൽ വന്നുകയറിയ പുതിയ പ്രോജക്ടിനെ ഒഴിവാക്കാൻ എത്ര നോക്കിയിട്ടും നടക്കാതെ വന്നപ്പോൾ ഗവേഷണവും മാങ്ങാത്തൊലിയും വേണ്ടാന്ന് വച്ച് ഓടിപ്പോയാലോ എന്ന് വിചാരിച്ച് നിരാശപ്പെട്ടിരിക്കുമ്പോഴാണ് മേബിളിന്റെ വിളി. കാര്യമറിഞ്ഞപ്പോൾ അവൾ കുറെ കളിയാക്കി. ഇതിലെന്താണ് കുഴപ്പം, നിന്റെ വിഷയം ഇതൊക്കെത്തന്നെയല്ലേ എന്നൊരു സത്യമായ കുനിഷ്ട് ചോദ്യവും. അത് ശരിയായിരുന്നു. പക്ഷേ, സായിപ്പിന്റെ പുതിയ പ്രൊജക്ടിന് വേണ്ടിയിരുന്നത് ഒരിന്ത്യൻ പ്രോസ്റ്റിറ്റ്യൂട്ടിന്റെ വികാരവിചാരങ്ങളുടെ തോതായിരുന്നു. പത്ത് വ്യത്യസ്തരായ പുരുഷന്മാരിൽ അവ എങ്ങനെ പ്രവർത്തിക്കുന്നു എന്നുള്ള വിശദമായ പഠനം. ഉടനെതന്നെ അവധിക്ക് നാട്ടിൽ പോകാനിരിക്കുന്നവളോട് തിരിച്ചുവരുമ്പോൾ വിശദമായ പഠന റിപ്പോർട്ടും കൊണ്ടുവന്നാൽ മതി എന്നൊരു ശാസനവും കഴിയുന്നതും അവരുടെ സ്വാഭാവിക ചുറ്റുപാടുകളിൽ വച്ച് തന്നെ വേണം പഠനം നടത്താൻ എന്നൊരു അളിഞ്ഞ ഉപദേശവും.

മേബിളിന്റെ ഉറപ്പിന്മേലാണ് അതൊക്കെയേറ്റ് വിമാനം കേറിയത്. ദീപ്തിയെക്കുറിച്ച് മേബിൾ പറഞ്ഞ് നേരത്തെതന്നെയറിയാം. 'അയ്യേ' എന്നൊരു വാക്ക് മാത്രമേ മുൻപ് അവരെക്കുറിച്ച് കേട്ടപ്പോഴൊക്കെ തോന്നിയിരുന്നുള്ളൂ. ഇപ്പൊ ഇങ്ങനെയൊരവസരത്തിൽ അവരുടെ സഹായം തേടേണ്ടി വരുമെന്നാരു കണ്ടു.

സിറ്റിയിൽ നിന്ന് വളരെ അകലെയാണ് ഈ സ്ഥലം. അയൽക്കാരുടെ ശല്യമൊന്നും ഉണ്ടാവാൻ വഴിയില്ല. കണ്ണെത്തുന്ന ദൂരത്തൊന്നും ആരെയും കാണാനില്ല. എന്നാലും ആവശ്യക്കാർ അറിഞ്ഞെത്തുന്നത് അത്ഭുതമാണ്. ഒരുപക്ഷേ അവരുടെ സിറ്റിയിലെ കൺസൾട്ടേഷൻ അതിന് സഹായമാവുന്നുണ്ടാവാം.

മുൻപൊരിക്കൽ ഇങ്ങനെയൊരു ഫ്രണ്ട്ഷിപ്പ് ആവശ്യമുണ്ടോ എന്ന് മേബിളിനോട് ചോദിച്ചിരുന്നു. "വൈ? പ്രൊഫഷണലി അവളൊരു സൈക്കോളജിസ്റ്റ് ആണെങ്കിലും അവളുടെ പാഷൻ കൂടി ഒപ്പം ഫോളോ ചെയ്യട്ടെ. അതിലെന്താ തെറ്റ്? വേണ്ട കരുതലുകളൊക്കെ എടുക്കുന്നുണ്ടല്ലോ" എന്നൊരു കലക്കൻ ഉത്തരം കിട്ടിയപ്പോൾ മതിയായി.

"പ്രോസ്റ്റിറ്റ്യൂഷൻ ഒരാളുടെ പാഷൻ ആകുന്നതെങ്ങനെ?" എന്ന രണ്ടാം ചോദ്യത്തെ തൊണ്ടയിൽ വച്ച് തന്നെ വീണ്ടും വിഴുങ്ങി. അല്ലെങ്കിലും മേബിളിന്റെയത്രയും പുരോഗമന ചിന്ത ഇന്നേവരെ, വിദേശത്തൊക്കെ പഠിക്കാൻ പോയിട്ടുണ്ടെങ്കിൽ പോലും, എനിക്ക് കിട്ടീട്ടില്ല.

ദീപ്തി വാതിൽ ചാരിയിട്ടിട്ടാവും പോയത്. അത് അടച്ചിടണ്ടേ എന്നുള്ള ആലോചന മനസ്സിൽ വന്നതും ഒറ്റപ്പാച്ചിലായിരുന്നു. വാസ്തവത്തിൽ ഇവിടെയിങ്ങനെ ശ്വാസം മുട്ടി താമസിച്ച് ഗവേഷിക്കേണ്ട ആവശ്യമൊന്നുമുണ്ടായിരുന്നില്ല. അതും മേബിളിന്റെ നിർബന്ധമാണ്. എത്രയും പെട്ടെന്ന് ഇത് തീർത്ത് ഹൈദരാബാദിന് വണ്ടി കയറണം. അവിടെ പൊന്നും കട്ടകളായ കിന്നരിക്കും കാന്താരിക്കുമൊപ്പം അവരുടെ ഇളയമ്മയായി കുറച്ചുദിവസം. പിന്നീട് സൂപ്പർ വാല്യൂ ഉള്ള, ജെനുവിനായ പ്രൊജക്ട് റിപ്പോർട്ടും കൊണ്ട് തിരിച്ച് വിമാനം കേറണം.

ദീപ്തി തിരികെ വന്നപ്പോൾ ഏറെ വൈകിയിരുന്നു. കയ്യിലിരുന്ന ചോക്ലേറ്റുകളിലും മിനറൽ വാട്ടറിലും അഭയം കണ്ടതല്ലാതെ അടുക്കള തിരഞ്ഞു പോകാനൊന്നും മിനക്കെടാതെ മുറിയിൽ ചുരുണ്ടു കൂടിക്കിടക്കുകയായിരുന്നു അപ്പോഴും ഞാൻ. ഒരുമിച്ചിരുന്ന് ഭക്ഷണം കഴിക്കുന്നതിനിടയിൽ വളർന്നുവരുന്ന സെക്കോളജിസ്റ്റ് എന്ന നിലയിൽ എന്റെ അനുഭവങ്ങൾ അറിയാൻ അവൾ വലിയ താൽപ്പര്യം കാണിച്ചു. മുക്കിയും മൂളിയും മറുപടി പറഞ്ഞതല്ലാതെ ഞാൻ കാര്യമായൊന്നും സംസാരിക്കാൻ നിന്നില്ല. എന്തുകൊണ്ടോ എനിക്കവരെ അത്ര കണ്ടിഷ്ടമായില്ല. ഇടയ്ക്ക് അവരുടെ കുടുംബത്തെക്കുറിച്ച് ചോദിച്ചപ്പോൾ തിരികെ സമ്മാനിച്ച പുച്ഛച്ചിരിയാകട്ടെ ഒട്ടുമിഷ്ടമായില്ല.

ഗുഡ്നൈറ്റ് പറഞ്ഞപ്പോൾ ദീപ്തി വലതുഭാഗത്തെ അടഞ്ഞ വാതിലിന് നേരെ കണ്ണു പായിച്ചു. ""ആളിന്ന് വന്നില്ല. ചിലപ്പോ നീയുള്ളതുകൊണ്ടാവും. ഇനി ചിലപ്പോ രാത്രിയെങ്ങാൻ വരാനും മതി." "

ആരാണെന്നറിയാൻ ഞാൻ വലിയ താൽപ്പര്യം കാണിച്ചില്ല. കുത്തഴിഞ്ഞ ജീവിതം നയിക്കുന്ന ഒരു സ്ത്രീക്ക് എത്ര പരിചയക്കാരുണ്ടെന്നുള്ളത് എന്റെ വിഷയമല്ല. എത്രയും പെട്ടെന്ന് ഈ പ്രോജക്ട് പൂർത്തിയാക്കുക, തിരികെ പോവുക. അതിൽക്കവിഞ്ഞ് ഈ സ്ത്രീയുമായി വലിയ കൂട്ടുകെട്ട് വയ്ക്കേണ്ട കാര്യമില്ലല്ലോ.

കിടക്കയുടെ പല ഭാഗങ്ങളും കട്ടിയായി മുഴച്ചു നിൽക്കുന്നുണ്ടായിരുന്നു. എങ്കിൽപ്പോലും കിടന്ന് അധികസമയം കഴിയുന്നതിനു മുൻപേ ഉറങ്ങിയെന്ന് തോന്നുന്നു. കാരണം ദീപ്തി വിളിക്കുമ്പോൾ ഞാനൊരു കുഴിയിലേക്ക് വീഴുകയായിരുന്നു. അവളുടെ ശബ്ദം അതിന്റെ ആഴങ്ങളിൽ തട്ടി പ്രതിധ്വനിച്ചു. ഞാൻ ഭയത്തോടെ കണ്ണു പിടപ്പിച്ചു.

ഇപ്പോൾ അവൾ താഴെ കട്ടിലിൽ ചാരി കാൽ നീട്ടിയിരിക്കുന്നു. പിണഞ്ഞ സർപ്പങ്ങളെപ്പോലുള്ള ചുരുൾമുടിയിഴകൾ എന്റെ മുഖത്ത് ഉരസുന്നത്രേയുള്ളൂ കട്ടിലിന്റെ ഉയരം.

എനിക്ക് പിടഞ്ഞെഴുന്നേൽക്കണമെന്നും നിലവിളിച്ചുകൊണ്ട് പുറത്തേക്കോടണമെന്നും തോന്നി. പക്ഷേ, കഴിഞ്ഞില്ല. കാലുകൾ മരത്തടി പോലെ മരവിക്കുകയും ദേഹം വിയർപ്പിൽ കുതിരുകയും ചെയ്തു.

"എടീ പെണ്ണേ, നിനക്ക് പാട്ടു പാടാൻ അറിയാമോ?"

എനിക്ക് മറുപടി പറയാനായില്ല. നാവൊരു തടിയൻ തവളയെപ്പോലെ തൊണ്ടക്കുഴിയിൽ പതുങ്ങി.

"നീ പാട്."

അവൾ ആജ്ഞാപിക്കുന്നു. അനുസരിക്കില്ലായെന്ന് ആ നിമിഷം തന്നെ പ്രതി

ഞ്ഞയെട്ടത്തെങ്കിലും, ചിലമ്പിച്ചലർന്ന ചില സ്വരങ്ങൾ പുറത്തേക്ക് ചാടി കണ്ട വഴിയൊക്കെ ഓടുന്നത് നിസ്സഹായതയോടെ ഞാൻ നോക്കിക്കിടന്നു. അതിനിടയിൽ വായ പൂട്ടിവയ്ക്കാൻ പലതവണ ശ്രമിച്ചുവെങ്കിലും സാധിച്ചില്ല. പരിചയമില്ലാത്ത ശബ്ദങ്ങളിലുഴറിയ നാവ് പലതവണ പല്ലുകൾക്കിടയിൽ കുരുങ്ങി പച്ച ച്ചോര വിസർജിച്ചു.

ഞാൻ തളർന്നു. വേട്ടയാടപ്പെട്ട കഴുതപ്പുലിയെപ്പോലെ ഭീരുത്വത്തെ അണച്ച് ശ്വാസം വലിച്ചു തുടങ്ങി.

"നീ കൊള്ളാലോ. ദേ, നോക്ക് അവന് പാട്ടിഷ്ടപ്പെട്ടു. അവൻ തലയിളക്കി ചിരിക്കുന്നത് നോക്കിക്കേ. കാണാൻ പറ്റുന്നുണ്ടോ?" മുഖം കട്ടിലിന്റെ വക്കിലേക്ക് പരമാവധി നിരക്കി നീക്കി. തൊട്ടടുത്തായി ഇരുട്ടൊരു മെലിഞ്ഞ നിഴൽ വരച്ചിരുന്നു. ആ നിഴലിനേറ്റവും മുകളിൽ രണ്ടു ചെറിയ തിളങ്ങുന്ന വൃത്തങ്ങൾ, അതിനും താഴെയായി നീണ്ട കൂർത്ത ചുണ്ടും മിനുത്ത വെള്ളത്തൂവലുകളും. ഒരു വിചിത്ര രൂപിയായ മനുഷ്യൻ! കൊക്കിന് താഴെയുള്ള അറ്റമുരുണ്ട നാവ് നീട്ടി അയാൾ പാടുകയാണ്. ഇല്ല! ആ ഭാഷ എനിക്ക് പരിചയമില്ല. എനിക്ക് ചെവിപൊത്തണമെന്ന് തോന്നി. പക്ഷേ, ആ തോന്നൽ മുഴുവനാകുന്നതിന് മുൻപ് തന്നെ ബോധം മറയുന്നതുപോലെ ഞാനുറങ്ങിപ്പോയി.

പിറ്റേന്നുണർന്നത് വളരെ വൈകിയാണ്. ഒരു ഭാഗത്തെ ജനാല വഴി ചൂടുള്ള വെയിൽ മുഖത്തടിക്കുന്നുണ്ടായിരുന്നു. രാത്രി കണ്ട പേടിപ്പിക്കുന്ന സ്വപ്നത്തെയോർത്തു കൊണ്ടാണ് എഴുന്നേറ്റത്. എന്നാൽ കിടക്കയിൽ തലഭാഗത്തായി ചെറിയ രണ്ടു ചോരത്തുള്ളികൾ കാണുകയും പൃഷ്ഠത്തിൽ നനവറിയുകയും ചെയ്തതോടെ ഞാൻ വിയർത്തു.

അൽപ്പനേരം ആലോചിച്ചു.

എന്തിനാണ് പേടിക്കുന്നത്?

പകൽവെളിച്ചം.

കയ്യെത്തുന്ന ദൂരത്ത് മൊബൈൽ ഫോൺ. പരിചയമില്ലാത്ത ഒരു സ്ഥലത്ത് ഇത്തരമൊരു ചുറ്റുപാടിൽ കിടക്കുമ്പോൾ പേടിസ്വപ്നങ്ങൾ കണ്ടില്ലെങ്കിലേ അത്ഭുതമുള്ളൂ.

കണ്ണുതിരുമ്മി പുറത്തേക്കിറങ്ങുമ്പോൾ വാതിൽപ്പടിയിൽ കുന്തിച്ചിരുന്ന് ദീപ്തി കട്ടൻകാപ്പി കുടിക്കുന്നതു കണ്ടു. ടീപ്പോയിക്ക് മേൽ വച്ചിരുന്ന കാപ്പിയുമെടുത്ത് ഞാൻ റൂമിന്റെ നേരെ തിരിഞ്ഞപ്പോൾ, "പതിനൊന്ന് മണിക്ക് റെഡിയാവണം" എന്നവൾ പിന്നിൽ നിന്ന് വിളിച്ചുപറഞ്ഞു.

ദീപ്തിയുടെ പ്രവർത്തികൾ വിചിത്രമായിരുന്നു. പഠനത്തിന്റെയും ജോലിയുടെയുമൊക്കെ ഭാഗമായി എത്രയോ സ്ത്രീകളോടും പുരുഷന്മാരോടും ഞാൻ സംസാരിച്ചിരിക്കുന്നു. അവർക്കൊന്നുമില്ലാത്ത, ഇതുവരെയും കണ്ടിട്ടില്ലാത്ത ചില പ്രത്യേക രീതികൾ അവൾ പിന്തുടരുന്നതായി പ്രൊജക്ട് റിപ്പോർട്ടിലെ ആദ്യ പുരുഷനെ അടയാളപ്പെടുത്തുമ്പോൾ തന്നെ ഞാൻ കണ്ടു. വരുന്ന പുരുഷന്റെ പൊക്കിളിന് ചുറ്റും മഞ്ഞൾപ്പൊടിയിടുന്നതു പോലുള്ളതൊക്കെ എന്തിനാണ് ചെയ്യുന്നതെന്ന് ഞാൻ അല്പം സങ്കോചത്തോടെ ചോദിക്കുകയും ചെയ്തു."അത് നിനക്ക് റിപ്പോർട്ടിലെഴുതണോ? വേണ്ടുന്ന കാര്യങ്ങൾ മാത്രം അറിഞ്ഞാൽ പോരെ?" എന്ന് പറു

ക്കനല്ലാത്ത, എന്നാൽ ഉറച്ച ശബ്ദത്തിൽ ഒരു മറുപടി കിട്ടിയതോടെ എന്റെ ജിജ്ഞാസയും പുച്ഛവും തെല്ല ശമിക്കുകയും ഭീതി അല്പം കൂടുകയും ചെയ്തു. ചെറിയ വ്യത്യാസങ്ങളോടെയുള്ള പേടിസ്വപ്നങ്ങൾ തുടർന്നുള്ള ദിവസങ്ങളിലും ആവർത്തിച്ചു. കിടക്കുന്നതിന് മുമ്പ് വാതിൽ കുറ്റിയിട്ടിട്ടുണ്ടോ എന്ന് രണ്ടോ മൂന്നോ തവണ ആവർത്തിച്ച് നോക്കുന്നത് ഞാൻ പതിവാക്കി. സ്വപ്നങ്ങളെക്കുറിച്ച് പറഞ്ഞപ്പോൾ മേബിൾ കളിയാക്കിച്ചിരിച്ചു. അവൾ ചിരിക്കുന്നതിലും കാര്യമുണ്ട്. ഓർമ വച്ച കാലം മുതൽ ഞാനും മേബിളും ഒറ്റയ്ക്കായിരുന്നു. ബോർഡിങ്ങിൽ പോലും അവളുടെ മുറി രണ്ടാം നിലയിലും എന്റേത് നാലാം നിലയിലുമായിരുന്നു. "അപരിചിതരോടൊപ്പം കഴിയുന്നത് നമുക്കൊട്ടും പുതിയതല്ലല്ലോ' എന്നവൾ പറഞ്ഞപ്പോൾ ശരിയാണല്ലോ എന്ന് ഞാനുമോർത്തു. പിരിമുറുക്കമൊന്ന് അയയുകയും ചെയ്തു. ഒൻപതുപേരെ കിട്ടാനായി പതിനാല് ദിവസമാണെടുത്തത്. ഇഷ്ടമുള്ളപ്പോൾ ഇഷ്ടമുള്ളവരെ മാത്രം സ്വീകരിക്കുക എന്നതാണ് ദീപ്തിയുടെ രീതിയെന്ന് എനിക്ക് മനസ്സിലായി. കാശിനുമപ്പുറം സ്വന്തം ശരീരത്തിനും മനസ്സിനും ബോധിക്കുന്നവരെ മാത്രം അവൾ തിരഞ്ഞെടുത്തു. "എനിക്ക് വേണ്ടപ്പോൾ അവന്മാർ വരുന്നു. ഇഷ്ടം പോലെ കാശ് തരുന്നു. അപ്പൊ ലാഭം മുഴുവൻ ആർക്കാണ്?" എന്ന് വലിയ ചിരിയോടെ ദീപ്തി പറഞ്ഞ ദിവസം എനിക്ക് പണ്ടത്തെയത്ര അറപ്പ് തോന്നിയില്ല. മാത്രമല്ല, അവൾക്കൊപ്പം ആ തമാശ ആസ്വദിച്ച് ചിരിക്കാൻ പോലും സാധിച്ചു. പിന്നത്തെ രണ്ടു ദിവസങ്ങൾ ദീപ്തി പതിവുപോലെ ഡ്യൂട്ടിക്ക് പോവുകയും ബാക്കിയുള്ള സമയം ഞങ്ങൾ അവരവരുടെ മുറിയിൽ തന്നെ ചടഞ്ഞുകൂടുകയും ചെയ്തു. ഇതിനിടയിൽ പലതവണ അവളെന്നെ സിറ്റിയിലേക്ക് ഒന്നിച്ച് പോകാനായി വിളിച്ചിരുന്നുവെങ്കിലും എനിക്കെന്തോ ആ ക്ഷണം സ്വീകരിക്കാൻ തോന്നിയില്ല. എന്തിനേറെ; കുളിക്കാനല്ലാതെ ആ വീടിന്റെ പുറത്തേക്കിറങ്ങി നിൽക്കാൻപോലും ഞാൻ മടിച്ചു.

"അകത്തൊരു കുളിമുറി പണിയാരുന്നു' എന്ന് ഇടയ്ക്ക് ഒരു പ്രാവശ്യം ഞാൻ പറഞ്ഞു പോയി. മഞ്ഞൾപ്പൊടിക്കാര്യം ചോദിച്ചതിന്റെ പിറ്റേന്നായിരുന്നു അത്. അതുകൊണ്ട് തന്നെ അങ്ങനെ പറയേണ്ടിയിരുന്നില്ല എന്നുള്ള വിമ്മിട്ടത്തോടെയാണ് അവളുടെ മുഖത്തേക്ക് നോക്കിയത്. പക്ഷേ, അവിടെ നീരസമൊട്ടുമുണ്ടായില്ല. മാത്രമല്ല പ്രസന്നമായ മുഖത്തോടെ ഈ വീട് നിരവധി തലമുറ കൈമാറ്റങ്ങൾക്കൊടുവിൽ അവളെത്തേടി വന്നതിനെപ്പറ്റിയുള്ള കഥകൾ സരസമായി അവതരിപ്പിക്കുകയും ചെയ്തു.

"ഇപ്പൊ ബന്ധുക്കാരൊന്നുമില്ല. എനിക്കിതിനെ വേണേൽ വിറ്റുകളയാം. പക്ഷേ,, അങ്ങനെ പോവാൻ പറ്റില്ലല്ലോ."

"അതെന്താ പറ്റാത്തെ?" എന്ന ഒരാവശ്യവുമില്ലാത്ത ചോദ്യം ഞാൻ ചോദിച്ചു.

അന്നാണ് തലമുറകളായി കൈമാറി വന്നിരുന്ന വച്ചാരാധനകളെപ്പറ്റി ദീപ്തി പറഞ്ഞത്. "പണ്ട് ഈ വീട് ഇങ്ങനൊന്നുമല്ലാരുന്നു. തളത്തിന്റെ തെക്കേഭാഗത്ത് ഒരു ഇറയം. അവിടുന്ന് പടിയിറങ്ങിപ്പോവുമ്പം ഒരു ഇടംചാടി. പിന്നെയാണ് അടുക്കളയും ഊണുഭാഗവും. ഇറയത്ത് നടുമ്പുറത്തിന് താഴെയായി ഒരു നിലവറയുണ്ടായിരുന്നു. അവിടെയാരുന്നു മാടൻ തമ്പുരാനേം കുറുഞ്ചാത്തനേം കുടിയിരുത്തിയിരുന്നത്. അപ്പൂപ്പനൊക്കെയുണ്ടായിരുന്ന കാലത്ത് ഇവിടെ സ്ഥിരം

പൂജയൊക്കെയുണ്ടാരുന്നു. പിന്നെ അമ്മാവന്റെ കാലത്ത് ഒക്കെ പൊളിച്ചു കളഞ്ഞു.''

"അതിലൊക്കെ വിശ്വാസമുണ്ടോ?"

ഞാൻ അത്ര ഉറപ്പില്ലാതെ ചോദിച്ചു.

"ഉണ്ടോന്ന് ചോദിച്ചാ... ആരെങ്കിലുമൊക്കെ കൂട്ടിനുണ്ടാവുന്നത് നല്ലതല്ലേ?"

ദീപ്തി കണ്ണിറുക്കിച്ചിരിച്ചു.

"എന്നാൽ പറ... ഈ ചാത്തനെയൊക്കെ കണ്ടാൽ എങ്ങനിരിക്കും?"

എന്റെ പേടിസ്വപ്നങ്ങളെ ഓർത്തുകൊണ്ട് എന്നാൽ കളി പറയുന്ന മട്ടിലൊരു ചോദ്യം കൂടി ചോദിച്ചു. "മാടൻ തമ്പുരാൻ കുറുകി കരിങ്കല്ല് പോലെ കരുത്തൻ. മനസ്സും അതുപോലെ. പെട്ടെന്നലിയില്ല. കരഞ്ഞ് കുമ്പിടേണ്ടി വരും. അതുകൊണ്ട് എനിക്കത്ര ഇഷ്ടായില്ല. പക്ഷേ, കുറുഞ്ചാത്തൻ ദയാലുവാണ്. പെട്ടെന്നനുഗ്രഹിക്കും. പ്രത്യേകിച്ച് പെണ്ണുങ്ങളെ. എന്റെ വല്യമ്മൂമ്മയ്ക്കൊക്കെ വലിയ ഇഷ്ടായിരുന്നു പുള്ളീനെ. മരിക്കണതു വരെ പൂജ മുടക്കീട്ടില്ല." അവൾ ഒരു തരം വാത്സല്യഭാവത്തോടെ തളത്തിൽ മുഴുവനും കണ്ണോടിച്ചു. വലത്തേ മുറിയിലേക്കുള്ള വാതിലിന് നേരെ അത് അൽപ്പസമയം കൂടുതൽ തറഞ്ഞു നിന്നുവെന്നും, അപ്പോൾ മുഖത്തെ ഭാവം അധികരിച്ചുവെന്നും എനിക്ക് തോന്നി.

ദീപ്തിയുടെ ഏതോ സ്ഥിരം കസ്റ്റമർക്കായി ഒരുക്കിയിട്ടിരിക്കുന്ന ആ മുറിയൊന്ന് തുറന്ന് കാണണമെന്ന് അന്നാദ്യമായി എനിക്കാഗ്രഹം തോന്നി. പക്ഷേ എന്തുകൊണ്ടോ ധൈര്യം വന്നില്ല.

ചിലപ്പോഴൊക്കെ ഞാൻ ഒന്നും ചോദിക്കാതെ തന്നെ ദീപ്തി അവളുടെ പാഷൻ ജീവിതത്തെപ്പറ്റി പറഞ്ഞു. "എന്റെ ആദ്യത്തെ കക്ഷി ഒരു വിഭാര്യനായിരുന്നു. റിട്ടയേഡ് അണ്ടർ സെക്രട്ടറി. ഞങ്ങളുടെ പ്രൊഫസറിന്റെയടുത്ത് സ്ഥിരമായി കൗൺസലിങ്ങിന് വന്നുകൊണ്ടിരുന്ന ആളായിരുന്നു. കുറെ നാളുകൾക്ക് ശേഷം സാർ ആ കേസ് എന്നെ ഏൽപ്പിച്ചു. എന്റെ വക ഏഴാമത്തെ കൗൺസലിങ് ഈ വീട്ടിൽ വച്ചായിരുന്നു. പിന്നെയൊരു അഞ്ചോ ആറോ തവണ ഇവിടെ വന്നിട്ടുണ്ട്. നമ്മളാകെ വണ്ടറടിക്കുന്ന പീക്ക് മൊമെന്റ്സില്ല, ആ സമയത്ത് അയാൾ പൊട്ടിക്കരയും. പിന്നെ നിലാവുദിക്കുന്നതു വരെ നിശ്ശബ്ദനായി കെട്ടിപ്പിടിച്ച് കിടക്കും. പുള്ളിയേക്കാൾ നാൽപ്പത് വയസ്സ് താഴെയുള്ള എന്നെ കല്യാണം കഴിച്ചോട്ടെ എന്നുവരെ ചോദിച്ചു കളഞ്ഞു. പക്ഷേ പാവം, എങ്ങനെയാണെന്നറിയില്ല, മരിച്ചുപോയി. തുറന്ന വാതിലിനരികിൽ മുഖമടച്ചു വീണു കിടക്കുകയായിരുന്നു എന്നാണ് സാർ പറഞ്ഞറിഞ്ഞത്. കുറച്ചുനാൾ അന്വേഷണമൊക്കെയുണ്ടായിരുന്നു."

ദീപ്തിയുടെ മുഖം സങ്കടം കൊണ്ട് കോടി. പക്ഷേ, ചുണ്ടുകളുടെ തുമ്പത്തൊരു ഗൂഢമായ ചിരി തെളിഞ്ഞുവെന്നും, ഇടം കണ്ണിൻകോൺകൊണ്ട് അവൾ വലത്തേ മുറിക്ക് നേരെയൊരു നോട്ടമെറിഞ്ഞുവെന്നൊരു മണ്ടൻ തോന്നൽ എനിക്കുണ്ടായി.

ഈ അനുഭവങ്ങളെല്ലാം മനസ്സിൽ കിടന്ന് വീർപ്പുമുട്ടിച്ചപ്പോൾ പതിനാറാം ദിവസം വൈകുന്നേരം അവൾ പോയിക്കഴിഞ്ഞ് ആ വാതിലൊന്ന് തുറന്നു നോക്കാനുള്ള ആഗ്രഹവും ധൈര്യവും എനിക്കൊരുമിച്ച് കിട്ടി. അത് പൂട്ടിയിട്ടുണ്ടായിരുന്നില്ല. ഞാൻ കിടക്കുന്നിടം പോലെ തന്നെ കുടുസ്സായ ഒരു മുറിയായിരുന്നു അത്.

പക്ഷേ, ജനലുകളിലെല്ലാം പേപ്പറൊട്ടിച്ച് വെളിച്ചം മറച്ചിരുന്നു. എങ്കിലും പഴയ ന്യൂസ് പേപ്പറിന്റെ മഞ്ഞപ്പിനെയും മറികടന്ന് അകത്തേക്ക് നൂണ്ടുകയറിയ മങ്ങിയ വെളിച്ചത്തിൽ ഞാൻ അതിനകം കണ്ടു. അവിടെയൊരു കട്ടിലോ മേശയോ ഒന്നുമുണ്ടായിരുന്നില്ല. പകരം നിലത്ത് വിരിച്ച ഒരു തഴപ്പായയും ഒരു ചെറിയ നിലവിളക്കും രണ്ടു തളികകളും. അതിലൊന്നിൽ മഞ്ഞൾപ്പൊടിയും മറ്റൊന്നിൽ കുങ്കുമവുമാണെന്ന് അടുത്തുചെന്ന് നോക്കിയപ്പോഴാണ് മനസ്സിലായത്. മനസ്സിൽ വല്ലാത്തൊരു തരം അസ്വസ്ഥത പടർന്നപ്പോൾ ഞാൻ അവിടെ നിന്ന് പോരാൻ തുനിഞ്ഞതായിരുന്നു. അപ്പോഴാണ് പായയിൽ എന്തോ കിടക്കുന്നതു കണ്ടത്. മുഖം പരമാവധി അടുപ്പിച്ച് ഞാൻ പരിശോധിച്ചു. അവിടെയുമിവിടെയുമായി ചില വെള്ളത്തുവലുകൾ! നേരത്തെ തോന്നിയ അസ്വസ്ഥത ഭയമായി വളർന്നു. മുറിയിലേക്ക് ഞാനോടുകയായിരുന്നു. ഏറെനേരം കഴിഞ്ഞ് ദീപ്തി തിരികെയെത്തുന്നതുവരെ ഞാൻ തലയണയ്ക്കുള്ളിൽ മുഖമൊളിപ്പിച്ച് കിടന്നു. ഭക്ഷണം കഴിക്കാൻ അവൾ വിളിച്ചപ്പോൾ തലവേദനയാണെന്ന് കള്ളം പറഞ്ഞു. കുറച്ചു കഴിഞ്ഞപ്പോൾ കയ്യിലൊരു പൊതിയുമായി ദീപ്തി എന്റെ മുറിയിലേക്ക് വന്നു.

"എന്തെങ്കിലും കഴിക്കണം. രാത്രിയിൽ ഉറക്കമിളയ്ക്കാനുള്ളതല്ലേ?" എന്ന് അവൾ മുന്നിൽ നിന്ന് ഗൂഢമായി ചിരിച്ചു. വിയർത്തിരുന്ന മുഖം മുകളിലേക്കുയർത്തി ഞാൻ അമ്പരന്നപ്പോൾ അവൾ വീണ്ടും ഇക്കിളിപ്പെട്ടതു പോലെ ചിരിച്ചു.

"പത്താമത്തെ ആൾ ഇന്ന് രാത്രിയാണ് വരിക."

"രാത്രിയിലങ്ങനെ നിങ്ങൾ ആരെയും കാണാറില്ലല്ലോ." എന്ന് ഞാൻ സംശയത്തോടെ ചോദിച്ചു.

"ഇദ്ദേഹം വിശേഷപ്പെട്ട ഒരാളാണ്. എനിക്ക് മറുത്തുപറയാൻ സാധിക്കാറില്ല." ദീപ്തിയുടെ സ്വരം ഇപ്പോൾ വളരെ ശാന്തമായിരുന്നു. ഇന്ന് വേണ്ട, പകൽ വരുന്ന മറ്റൊരാളെ കണ്ടു കൊള്ളാമെന്ന് പറയാൻ ഞാനാഗ്രഹിച്ച നിമിഷത്തിൽ അവളെന്റെ നേരെ തിരിഞ്ഞു.

"മേബിളിനോട് ഇപ്പൊത്തന്നെ വിളിച്ചു പറഞ്ഞേക്കു. നാളെ രാത്രിയോടെ എത്താൻ പറ്റുമെന്ന്. അവൾ വിചാരിച്ചാൽ ഒരു എയർ ടിക്കറ്റിന് ബുദ്ധിമുട്ടുണ്ടാവില്ലല്ലോ." ആ പ്രലോഭനം കൃത്യ സമയത്തായിരുന്നു. തിരിച്ചുപോകലിന്റെ ആ അണപൊട്ടിയ ആവേശത്തെ തടുക്കാൻ എന്റെ ഭയത്തിനോ ആശങ്കകൾക്കോ കഴിഞ്ഞില്ല. മേബിളിനെ വിളിച്ചു സന്തോഷം പറഞ്ഞതിന്റെ പിന്നാലെ എന്റെ വിശപ്പ് മടങ്ങിയെത്തി. വയറു നിറഞ്ഞതിന്റെ പിന്നാലെ പെട്ടെന്ന് തന്നെ ഉറങ്ങിപ്പോവുകയും ചെയ്തു. ആ ഉറക്കം മുറിഞ്ഞത് ദീപ്തി വന്ന് കുലുക്കിയുണർത്തുമ്പോഴായിരുന്നു. സാധാരണയിൽ നിന്ന് വ്യത്യസ്തമായി അവൾ സാരിയാണ് ധരിച്ചിരുന്നത്. ചുവന്ന സാരിയും, തലയിൽ കടുത്ത സുഗന്ധമുള്ള മുല്ലപ്പൂക്കളും. 'സമയമായി' എന്നവൾ പിറുപിറുത്തു. ദീപ്തിയുടെ മുറിയുടെ വാതിൽ അടച്ചിരിക്കുകയായിരുന്നു. ഞാൻ ചോദ്യഭാവത്തിൽ നോക്കിയപ്പോൾ, അവൾ വലതുഭാഗത്തെ മുറിക്ക് നേരെ കണ്ണുനീട്ടി. ആ വാതിൽ തുറന്നു കിടക്കുകയായിരുന്നു, അതിനുള്ളിൽ നിലാവ് പരന്നിരുന്നു. അവിടെ താഴെ വിരിച്ച തഴപ്പായയിൽ നീണ്ടു കൂർത്ത ചുണ്ടും, മിനുത്ത വെള്ളത്തുവലുകളുമുള്ള ഒരാൾ...

"നിന്നെ നേരിൽ കണ്ടതോടെ അദ്ദേഹത്തിന് എന്നെ വേണ്ട." ദീപ്തിയുടെ പരി

ഭവത്തിലുള്ള സ്വരം കേട്ടതാണ് എന്റെ അവസാനത്തെ ഓർമ.

******

മേബിളെന്നെ സൂക്ഷിച്ചു നോക്കി. കയ്യിലിരുന്ന പ്രോജക്ട് റിപ്പോർട്ട് അവൾ ആവർത്തിച്ച് വായിക്കുകയായിരുന്നു.

“നോക്ക്...” അവൾ പത്താമത്തെ ഫയൽ എന്റെ മുന്നിൽ നിവർത്തിവച്ചു. നീ പറഞ്ഞ ദിവസം, പറഞ്ഞ സമയത്തുതന്നെയാണ് ഇയാൾ വന്നിരിക്കുന്നത്. ഏതാണ്ട് ബാക്കിയുള്ള ഒമ്പതെണ്ണത്തെയും പോലെയൊക്കെ തന്നെയാണ് ഇതിലെ കാര്യങ്ങളും. ഹാൻഡ് റൈറ്റിങ് നിന്റേതു തന്നെയാണെന്ന് ഉറപ്പാണ്. പിറ്റേന്ന് നമ്മൾ പറഞ്ഞിരുന്നത് പോലെ കൃത്യമായി ഫ്ലൈറ്റ് പിടിച്ച് നീയിങ്ങോട്ട് പോരുകയും ചെയ്തു. പിന്നെപ്പോഴാണ് നീയീ സ്വപ്നമൊക്കെ കണ്ടത്?” ഞാൻ മറുപടി പറഞ്ഞില്ല. എനിക്ക് തന്നെ സ്വയം സംശയം തോന്നിത്തുടങ്ങിയിരുന്നു.

മേബിൾ സ്നേഹത്തോടെ എന്റെ കയ്യിൽ തഴുകി. “നീ കേറിക്കഴിഞ്ഞ് ദീപ്തി യെന്നെ വിളിച്ചിരുന്നു. ഇത്തിരി ഉറക്കക്ഷീണമുണ്ടാവും. അതുകഴിഞ്ഞാൽ ഉഷാറാവുമെന്നൊക്കെ പറഞ്ഞു.” ഞാൻ ഒന്നും പറയാതെ തന്നെ ഇരിക്കുന്നത് കണ്ടപ്പോൾ മേബിളിന് പേടി തോന്നിയിട്ടുണ്ടാവാം. അവളെഴുന്നേറ്റ് വന്ന് എന്റെ കഴുത്തിലൂടെ കൈകൾ ചുറ്റി.

“അവൾ പണ്ടും ഇങ്ങനൊക്കെ തന്നെയായിരുന്നു. പണ്ടൊരു മാസത്തെ ഫീസടക്കാൻ വേണ്ടി എനിക്ക് ഒന്നോ രണ്ടോ ദിവസത്തെ പാഷന്റെ പൈസയെടുത്തു തന്നിരുന്നു. എനിക്കവളെ നന്നായിട്ടറിയാം. ഒക്കെ നീ വെറുതെ...”

മേബിളിന്റെ കണ്ണുകൾ നനയുന്നത് പതിവില്ലാത്ത കാഴ്ചയായിരുന്നു. അതൊട്ടും സുഖമുള്ളതായിരുന്നില്ല. അതുകൊണ്ട് തന്നെ കൂടുതൽ തർക്കിക്കാൻ നിൽക്കാതെ ഞാൻ കുളിമുറിയിലേക്ക് നടന്നു. ഒന്ന് ഫ്രഷായി അവൾക്കൊപ്പമിരുന്നു ചിരിച്ച്, അവളുണ്ടാക്കിയതിനെ പൊക്കിപ്പറഞ്ഞ്... വയറുനിറയെ വല്ലതും കഴിക്കുന്നതോടെ മേബിൾ ഹാപ്പിയാവും. അപ്പോഴേക്കും കുഞ്ഞു സുന്ദരികൾ ഡാൻസ് ക്ലാസ്സിൽ നിന്ന് തിരിച്ചു വരും. പിന്നെ...

ബാഗിൽ കുത്തി നിറച്ചിരുന്ന തുണികൾ ലാൻഡ്രി ബാസ്ക്കറ്റിലേക്ക് വാരിയിടുന്നതിനിടയിൽ കയ്യിലെന്തോ കുത്തിക്കൊണ്ടു. ധൃതിയിൽ ബാക്കിയുള്ള തുണികൾ കൂടി പുറത്തേക്ക് വലിച്ചിട്ടു. ഏറ്റവുമടിയിലായി ഒരു വെളുത്ത ടുവൽ കിടന്നിരുന്നു. മിനുത്ത് മൃദുലമായ അതിന്റെയൊരറ്റത്തു നിന്ന് ചുവന്ന സിന്ദൂരത്തരികളടർന്നു വീണു.

സഡൻ ഡത്ത്

വി കെ സുധീർ കുമാർ

ഫസ്റ്റ് ഹാഫ്

മഴ കുറഞ്ഞിരുന്നെങ്കിലും അന്തരീക്ഷം കറുത്തുതന്നെയായിരുന്നു. എങ്ങുനിന്നോ കുത്തിയൊലിച്ചെത്തിയ വെള്ളം അഞ്ച് ജീവൻ കൊണ്ട് പോയിട്ടും ആർത്തിയടങ്ങാതെ... ആകാശത്ത് പിന്നെയും കരിമേഘങ്ങൾ ഇഴഞ്ഞുനീങ്ങുന്നുണ്ട്. പകൽ വീണ്ടും കറുത്തുവരുന്നത് ഉദ്യോഗസ്ഥരുടെ മുഖത്തും അസ്വസ്ഥതയുടെ ചുളിവുകൾ വീഴ്ത്തുന്നുണ്ട്. ഒരു രാത്രികൊണ്ട് നിശ്ശബ്ദമായിപ്പോയതാണ് ആ നാട്. മണ്ണിന്റെ ആഴങ്ങളിലെവിടെയോ ജീവന്റെ തുടിപ്പിനായി തിരയുന്ന എസ്കവേറ്ററിന്റെ ശബ്ദം മാത്രം മുഴങ്ങിക്കേൾക്കുന്നു. വട്ടത്തിൽ കെട്ടിയ ഒരു കയറിന് ചുറ്റും ആ ഗ്രാമത്തിന്റെ സങ്കടവും ആകാംക്ഷയും കാണാം.

ഇതൊക്കെയെന്ത് പട്ടാളമെറങ്ങണം. പട്ടാളം. അഞ്ച് മിനുട്ടുകൊണ്ട് ബോഡിയെടുത്ത് അവര് കൈയും കഴുകി സ്ഥലം വിടും. ആൾക്കൂട്ടത്തിൽനിന്നും ഒരു ചെറുപ്പക്കാരന്റെ അരിശം തിക്കിത്തിരക്കി പുറത്തേക്കുവന്നു.

ചെറിയൊരു മോനാണ് ബോഡീന്നൊന്നും പറേല്ല

അനാദിപ്പീട്യ നടത്തുന്ന ഖാദർക്ക അവനെ സ്നേഹത്തോടെ തിരുത്തി.

പെട്ടെന്നായിരുന്നു മണ്ണ്മാന്തി യന്ത്രമൊന്ന് നിശ്ചലമായത്. ഏറെ നേരത്തിന് ശേഷം കല്ലും മണ്ണുമല്ലാതെ വളരെ മൃദുലമായ എന്തോ തടഞ്ഞത് യന്ത്രത്തിന്റെ ഇരുമ്പ് കൈയിലൂടെ ഒരു സന്ദേശമെന്നോണം ഡ്രൈവറിലെത്തി. അയാൾ യന്ത്രത്തെ അവിടെ തന്നെ നിലയുറപ്പിച്ചു. നീല താർപ്പായകൊണ്ട് അൽപ്പമകലെയായി തൽക്കാലികമായി കെട്ടിയ ഷെഡ്ഡിൽ അക്ഷമരായി കാത്തിരുന്ന ഉദ്യോഗസ്ഥരുടെ മുഖത്തേയ്ക്ക് ഡ്രൈവർ ഒന്ന് നോക്കി. അതിന്റെ അർഥം മനസ്സിലാക്കിയ രണ്ട് ഉദ്യോഗസ്ഥർ മുന്നോട്ട് വന്നു. അപ്പോഴേക്കും അയാൾ വളരെ സൂക്ഷ്മതയോടെ ചെളിയിൽനിന്നും ആ കുഞ്ഞ് ശരീരം പുറത്തെടുത്തിരുന്നു.

ഉമ്മയുടെ മടിയിലെന്നപോലെ ഇരുമ്പ് തൊട്ടിലിൽ ആ കുട്ടി കിടന്നു. അൽപ്പമകലെ നെറ്റിയിൽ കൈവെച്ച് തല താഴ്ത്തിയിരിക്കുകയായിരുന്ന കുട്ടിയുടെ ഉപ്പ നൗഫൽ. ഉദ്യോഗസ്ഥരിൽ ഒരാൾ അയാളെ വിളിച്ചു. നൗഫൽ ഉദ്യോഗസ്ഥരുടെ

അടുത്തെത്തി.

ഇത് തന്നെയല്ലേ ? തഹസിൽദാർ ചോദിച്ചു.

വെള്ളമൊഴിച്ച് കുട്ടിയുടെ മുഖത്തെ ചെളി നീക്കാൻ വില്ലേജ് ഓഫീസറുടെ ശ്രമം കണ്ടപ്പോൾ അയാൾ പറഞ്ഞു.

എനിക്ക് കാണണ്ട. അവന്റെ ഇടങ്കാലിലെ പെരുവിരലിൽ ചെറിയൊരു മുറിവുണ്ടോയെന്ന് നോക്കിയാൽ മതി.

വില്ലേജ് ഓഫീസർ കുട്ടിയുടെ ഇടങ്കാലിലെ പാദം നന്നായി കഴുകിയപ്പോൾ പെരുവിരലിനു മുകളിൽ ചെറിയൊരു മുറിവ് ദൃശ്യമായി. അയാൾ ആ മുറിവിലേക്ക് തന്നെ കുറച്ച് നേരം നോക്കിയതിനുശേഷം തഹസിൽദാരെ നോക്കി ചെറുതായൊന്നു തലയാട്ടി.

പിന്നെ ഉദ്യോഗസ്ഥർ നടപടി ക്രമങ്ങളെല്ലാം പെട്ടെന്ന് പൂർത്തിയാക്കി.

കലക്ടറോട് ആയിരിക്കണം തഹസിൽദാർ ഫോണിൽ സംസാരിക്കുന്നത്.

കിട്ടി സർ... അവന്റെ ഉപ്പ തിരിച്ചറിഞ്ഞിട്ടുണ്ട്.

കഴിഞ്ഞ രണ്ട് ദിവസമായി നടത്തുന്ന തിരച്ചിലിൽ അവസാന മൃതദേഹവും കണ്ടെത്തിയതിന്റെ ആശ്വാസം തഹസിൽദാരുടെ വാക്കുകളിൽ പ്രകടമായിരുന്നു.

പെരുന്നാളിന് ഏതാനും ദിവസങ്ങൾക്കുമുമ്പായിരുന്നു പുലർച്ചെ പാണമ്പാട്ട്കുന്നിൽ ആ ദുരന്തം. ഉരുൾപൊട്ടലിൽ നൗഫലിന്റെ ഭാര്യയെയും ഉമ്മയെയും മകനെയുമാണ് മരണം തട്ടിയെടുത്തത്. അതിനും ഏതാനും ദിവസങ്ങൾക്കുമുമ്പായിരുന്നു പെരുന്നാൾ കണക്കാക്കി നൗഫൽ ഖത്തറിൽനിന്നും നാട്ടിലെത്തിയത്. അന്ന് പുലർച്ചെ പള്ളിയിൽ പ്രാർഥനയ്ക്ക് പോയതിനാൽ നൗഫൽ രക്ഷപ്പെട്ടു. അല്ല മരിച്ചതുപോലെ ഒറ്റപ്പെട്ടു.

പിറ്റേന്ന് വൈകീട്ടോടെ അൽപ്പമകലെ നിന്നും ഭാര്യയുടെയും ഉമ്മയുടെയും മൃതദേഹം കിട്ടിയിരുന്നു. മറ്റൊരു കുടുംബത്തിൽനിന്നും രണ്ട് പേരും മലവെള്ളപ്പാച്ചിലിൽ അവസാനിച്ചിരുന്നു. മിഷൻ അവസാനിച്ചതോടെ പൊലീസിന്റെ നിർദേശത്തെ തുടർന്ന് തടിച്ചുകൂടിയ ആളുകളും പിരിഞ്ഞുപോവാൻ തുടങ്ങിയപ്പോൾ അവരെ വേർതിരിച്ചുനിർത്തിയ കയർ മാത്രം വലിയൊരു ദുരന്തത്തിന്റെ ഓർമകളെ ചുറ്റിനിന്നു. ദിവസങ്ങളായി തുടരുന്ന തിരച്ചിലിന്റെ അസ്വസ്ഥതകൾ ആ മണ്ണിൽത്തന്നെ കുഴിച്ചുമൂടി ഉദ്യോഗസ്ഥരും അവിടം വിടാൻ തിടുക്കംകൂട്ടി.

പള്ളിപ്പറമ്പിലേക്ക് മൃതദേഹം കൊണ്ടുപോവുമ്പോൾ സുഹൃത്തുക്കളുടെ കൈകൾ അയാളുടെ ചുമലിലേക്ക് സാന്ത്വനമെന്നോണം വീഴുന്നുണ്ടായിരുന്നെങ്കിലും അയാളുടെ നെഞ്ചിലെ നീറ്റൽ മാറിയിരുന്നില്ല. അപ്പോഴും അയാൾ മകന്റെ മുഖത്തേക്ക് നോക്കിയില്ല. അയാൾക്കതിന് കഴിയുമായിരുന്നില്ല. പള്ളിയിലും ചെറിയ ചടങ്ങ് മാത്രമായിരുന്നുണ്ടായത്. കുളിപ്പിച്ച് വെള്ള പുതച്ച് കിടത്തിയപ്പോൾ ആരോ ചോദിച്ചു അവസാനമായി ഒന്ന് കാണണ്ടേ.

വേണ്ട. ഈ മുഖം കണ്ടാൽ പിന്നെയെന്റെയുള്ളിലെ അവന്റെ കളി ചിരിയുള്ള മുഖം മാഞ്ഞുപോകും

പിന്നെയാരും നിർബന്ധിച്ചില്ല. അവന്റെ ഉമ്മയ്ക്കും ഉമ്മൂമ്മയ്ക്കും അരികെ അവനും ഖബറൊരുക്കി.

ഹാഫ്ടൈം

താൽക്കാലികമായി ഒരുക്കിയ ദുരിതാശ്വാസ ക്യാമ്പായ സ്കൂളിലെ ബഞ്ചിൽ കിടക്കുകയാണ് നൗഫൽ മഴ കൊണ്ടുപോയവരുടെ ഓർമകൾ കയറി വരാതിരിക്കാൻ അയാൾ മറ്റുപലതും ഓർത്തു.

കൂട്ടുകാരൊത്ത് താമസിച്ച ഗൾഫിലെ ഇടുങ്ങിയ മുറിയിലെ ഓർമകളിലേക്ക് അയാൾ ബാക്ക് പാസ്സ് നൽകി. നാട്ടിലേക്കുള്ള യാത്രയുടെ തലേദിവസം എല്ലാവരും കൂടെയുണ്ടായിരുന്നു. മൊയ്തിക്കയായിരുന്നു പാക്കിങ്ങിന് സഹായിച്ചിരുന്നത്. നാളീകേരത്തിന്റെ നാട്ടിലെനിക്കൊരു നാഴിയിടങ്ങഴി മണ്ണുണ്ടെന്ന ഗാനം എപ്പോഴും ഈണം തെറ്റി പാടിയിരുന്ന തൃശ്ശൂർക്കാരൻ ഉണ്ണിയേട്ടനും പാടിയും വർത്തമാനം പറഞ്ഞും കൂട്ടിരുന്നു. ഒരുപാട് പഴയ ഗാനങ്ങൾ സ്റ്റോക്കുള്ളതിനാൽ ഉണ്ണിയേട്ടനായിരുന്നു റൂമിലെ ആസ്ഥാന ഗായകൻ. മകനുള്ള ഫുട്ബോൾ കൊണ്ടുപോകാൻ മറക്കണ്ടെന്ന് പറഞ്ഞ് ഫിറോസ് ചൂണ്ടുവിരലിൽ ബോൾ കറക്കിക്കൊണ്ടിരുന്നു.

കുറച്ചുകൂടി നല്ലത് വാങ്ങായിരുന്നു.

പന്തിന്റെ ചുറ്റിലും കണ്ണോടിച്ച് അവൻ പറഞ്ഞു.

അവൻ കളിച്ചുവരുന്നതല്ലേയുള്ളൂ. അയാളുടെ മറുപടിയിൽ ഫിറോസ് വെറുതെ തലയാട്ടി. അത് കാറ്റൊഴിച്ച് പെട്ടിയിൽ വെച്ചതും ഫിറോസ് തന്നെയായിരുന്നു. നൈറ്റ് ഷിഫ്റ്റുള്ളതിനാൽ വിനോദും സുരേഷും എത്തിയിരുന്നില്ല. എങ്കിലും പോകാൻ നേരത്ത് വാട്സാപ്പിൽ വിനോദിന്റെ മെസേജ് വന്നിരുന്നു. പോയിട്ട് പൊളിക്ക് മച്ചൂ... പിന്നെ കണ്ണിറുക്കി ചിരിക്കുന്ന രണ്ട് ഇമോജികളും.

എത്രതന്നെ ശ്രമിച്ചിട്ടും മറക്കാനാവാതെ ഓർമകൾ ബാക്ക്പാസുപോലെ മകനിലേക്ക് തന്നെ തിരിച്ചുവന്നു.

പെരുന്നാൾ കണക്കാക്കിയായിരുന്നു നൗഫൽ ഗൾഫിൽ നിന്നും നാട്ടിലെത്തിയത്. നസീമ തന്ന കാരക്കയും നാരങ്ങാവെള്ളവും കൊണ്ട് നോമ്പുതുറക്കുമ്പോഴാണ് അന്ന് കളി കഴിഞ്ഞ് മകൻ വന്നത്. ഞൊണ്ടി ഞൊണ്ടിയായിരുന്നു അവന്റെ വരവ്. അടുത്തെത്തിയപ്പോഴാണ് കാലിലെ പെരുവിരലിലെ മുറിവിൽ നിന്നും ചെറുതായി ചോരയൊലിക്കുന്നത് അയാൾ ശ്രദ്ധിച്ചത്.

ഉപ്പാ... ആ വിജേഷ് കരുതിക്കൂട്ടി ബൂട്ടിട്ട് ചവിട്ടിയതാ...പൈപ്പ് വെള്ളത്തിൽ ചോരയും മണ്ണും കഴുകിക്കളയുന്നതിനിടയിൽ അവൻ പറഞ്ഞു. അവൻ കോലായിലിരുന്നപ്പോൾ അയാൾ ആ മുറിവിലേക്ക് നോക്കി. ആഴത്തിലുള്ള മുറിവൊന്നുമല്ലാത്തതിനാൽ അയാൾ ഒന്നും പറഞ്ഞില്ല. ഉപ്പാ ഇങ്ങനെ മുറിഞ്ഞാൽ അടിക്കുന്നൊരു സ്പ്രേയുണ്ട് അത് വാങ്ങിത്തരുമോ.

ഇന്നെവിടയാ പരിക്ക്.

അയലിൽനിന്നും ഉണങ്ങിയ തുണികളുമായി ഉമ്മറത്തേക്ക് കയറുന്നതിനിടയിൽ നസീമയുടെ കളിയാക്കൽ അവനത്ര രസിച്ചിട്ടില്ല.

ലേശം ചായപ്പൊടിയിട്ടാൽ നാളെതന്നെ ഉണങ്ങും.

അതുംകൂടി കേട്ടപ്പോൾ അവന് നിയന്ത്രിക്കാനായില്ല.

ഉപ്പാ ഈ ഉമ്മയിപ്പോഴും പെലെന്റെ കാലത്താ ജീവിക്കുന്നത്. അത് കേട്ടപ്പോൾ അയാൾക്ക് ചിരിക്കാതിരിക്കാൻ കഴിഞ്ഞില്ല. എനിക്ക് ടിവിയിൽ കാണുന്ന പോലെ കളിക്കാർക്ക് പരിക്കേറ്റാലടിക്കുന്ന സ്പ്രേ മതി. അവൻ ഉപ്പയുടെ അടു

ത്തേക്ക് ഒന്നൂടി ചേർന്നിരുന്നു.

എനിക്കും ഒരു ഫുട്ബോൾ ബൂട്ട് വാങ്ങിത്തരണം. എന്നാ പിന്നെ ധൈര്യായി കളിക്കാല്ലോ.

മാറ്റിയിടാനില്ലാതെ തേഞ്ഞ ബൂട്ടിട്ട് ചോരപൊടിഞ്ഞ കാലുമായി കളിച്ച പോർച്ചുഗലിന്റെ യുസേബിയസിനെക്കുറിച്ചും കറുത്തവന് കളിക്കാനവകാശമില്ലാതിരുന്ന കാലത്ത് അരിമാവ് ദേഹത്തുപുരട്ടി കളിക്കുകയും വിയർത്തപ്പോൾ അരിമാവിളകി തനിനിറം പുറത്തായപ്പോൾ കളിക്കളത്തിൽ പരിഹാസ്യനാവുകയും ചെയ്ത കറുത്ത കളിക്കാരനെക്കുറിച്ചുമുള്ള കാൽപ്പന്തുകളിയുടെ ഇന്നലെകളെപ്പറ്റി അപ്പോഴവനോട് പറയാൻ വിചാരിച്ചെങ്കിലും ബൂട്ട് വാങ്ങിക്കൊടുക്കാതിരിക്കാനുള്ള ഒരച്ഛന്റെ സൈക്കോളജിക്കൽ മൂവായി അവൻ കരുതുമെന്നും കുറച്ചുകൂടി വലുതാവുമ്പോൾ പറഞ്ഞുകൊടുക്കാമെന്നും വിചാരിച്ച് അയാൾ ആ ചിന്തയെ ഗ്രൗണ്ടിന് പുറത്തേക്കടിച്ചുകളഞ്ഞു.

പക്ഷേ, എത്ര ഓർത്തിട്ടും അയാൾക്കപ്പോൾ ആ കറുത്ത വംശജന്റെ പേര് ഓർമയിൽ വന്നില്ല. ലോകകപ്പ് ഫുട്ബോൾ കാലത്ത് പുറത്തിറങ്ങിയ മാസികയിലെ ലേഖനത്തിൽ അയാളെക്കുറിച്ച് വായിച്ചപ്പോൾ ആ പേര് അയാൾ നന്നായി ഓർത്തുവെച്ചിരുന്നു. പക്ഷേ, ഇപ്പോഴത് ഓർമ വരാത്തതിൽ അയാൾക്ക് കടുത്ത നിരാശ തോന്നി.

ഇന്നത്തെ കളി ആരാ ജയിച്ചത്

അവനെയൊന്ന് സന്തോഷിപ്പിക്കാൻ കൂടിയായിരുന്നു നൗഫൽ ചോദിച്ചത്.

സമനിലയാണ്. ഒരു ഗോളടിച്ച് ജയിക്കാനുള്ള ചാൻസുണ്ടായിരുന്നു. അപ്പോഴാണ് രാജേഷേട്ടനും സംഘവും അവിടെയെത്തി എല്ലാവരെയും ഓടിപ്പിച്ചത്.

അതെന്തിനാ... അത് പൊതുമൈതാനമല്ലേ... അയാൾ ചോദിച്ചു.

ഫുട്ബോളല്ല കബഡിയാണ് കളിക്കേണ്ടതെന്നും പറഞ്ഞായിരുന്നു അവർ ഞങ്ങളെ ഓടിച്ചത്.

ഇതിനിടയിൽ ഗോളടിക്കാനുള്ള ഒരു ചാൻസ് കിട്ടിയതായിരുന്നു അന്നേരാണ് ഓന്റെ ബൂട്ടിന്റെ ചവിട്ട്കൊണ്ടത്. അവൻ പെരുവിരലിലെ മുറിവ് കെട്ടുന്നതിനിടയൽ ദേഷ്യം മുഴുവൻ പ്രകടിപ്പിച്ചു.

അവര് വേറെ എന്തൊക്കെ ചെയ്തു.

അവര് പിന്നെ ട്രൗസറിട്ട് എന്തൊക്കെയൊ കളിക്കുന്നുണ്ടായിരുന്നു. പോകാൻ നേരം ഞങ്ങളുടെ പോസ്റ്റിനുമുകളിൽ ഒരു കൊടിയും കെട്ടിയിരുന്നു.

ഉപ്പാ ഞാനിപ്പോളൊന്നും ഇപ്പന്ത് കളിക്കാനെടുക്കില്ല. ഗ്രൗണ്ടിൽ കളിക്കുന്നമ്പോള് പൊട്ടുമ്പോ എടുക്കാം. പുത്തൻ മാറാത്ത പന്ത് മണത്തുകൊണ്ട് അവൻ പറഞ്ഞു. രാത്രിയിൽ കട്ടിപ്പത്തിരിയും കോഴിക്കറിയും കഴിച്ച് അവർ കിടന്നു. നൗഫലിന്റെ നെഞ്ചിൽ നസീമ തലവെച്ചു. വീട് പണി തുടങ്ങുന്നതിനെക്കുറിച്ചായിരുന്നു അന്നും അവൾ ചോദിക്കാൻ തുടങ്ങിയത്. ഉപ്പാ ഇനി സീന് ഡാർക്കാകും വേഗം ഒറങ്ങിക്കോ. അവനെ സപ്പോർട്ട് ചെയ്യുന്നതുപോലെ അയാൾ ചിരിച്ചപ്പോൾ നസീമ നൗഫലിന്റെ നെഞ്ചിനെ മൊഴിചൊല്ലി തിരിഞ്ഞുകിടന്നു.

അവനൊരു തമാശ പറഞ്ഞതല്ലേ.

ഓനതിന് പുദ്യ വീട് ഇഷ്ടല്ല. ചൊമരുമ്മല് ഇങ്ങനെ പടങ്ങള് ഒട്ടിക്കാനാകില്ല

ല്ലോ. ഒലിച്ചിറങ്ങിയ മഴത്തുള്ളികൾ ഭൂപടം തീർത്ത നിറംമങ്ങിയ ചുമരിലേക്ക് അയാൾ നോക്കി. മെസ്സിയുടെയും മുഹമ്മദ്സലയുടെയും റൊണാൾഡോയുടെയും എംബാപ്പയുടെയും പശയടർന്ന ചിത്രങ്ങൾ ഫാനിന്റെ കാറ്റിൽ ഇളകിയാടുമ്പോൾ അവർ ചുമരിൽ കളിക്കുന്നപോലെയാണ് അയാൾക്ക് തോന്നിയത്.

ഇതിനിടയിലാണ് റിസ്‌വാൻ അത് ചോദിച്ചത്.

“അവരെന്താ ഉപ്പ അങ്ങിനെ പറഞ്ഞത്.”

“എന്ത്”

“ഇനി കബഡി കളിച്ചാൽ മതിയെന്ന്.”

നമുക്ക് എല്ലാ കളിയും വേണം. കബഡിയും ഷട്ടിലും വോളിബാളും ഫുട്ബോളു മെല്ലാം നിങ്ങൾക്ക് കളിക്കാൻ ബുദ്ധിമുട്ടൊന്നും ഉണ്ടാകില്ല. നൗഫൽ അവനെ സമാധാനിപ്പിച്ചു. നാട്ടിൽ പലകാര്യങ്ങളിലും വിലക്കുകളും വിഭജനങ്ങളും കൂടു മ്പോൾ അത്തരമൊരു ഉറപ്പ് കൊടുക്കുമ്പോഴും അയാളുടെ മുഖത്തെ ആത്മവിശ്വാ സമില്ലായ്മ ഇരുട്ടിൽ റിസ്‌വാൻ കണ്ടില്ല. നാട്ടിലെ സർക്കാർ യു പി സ്കൂളിലെ എഴാം ക്ലാസ്സിലാണ് റിസ്‌വാൻ പഠിക്കുന്നത്.

നാലുവർഷം മുമ്പുവരെ നൗഫലും കൂട്ടുകാരുമെല്ലാം കളിച്ച ഗ്രൗണ്ടായിരുന്നു അത്. എന്നാൽ രണ്ട് പഞ്ചായത്തുകൾക്കപ്പുറം അവന്റെയും സുഹൃത്തുക്കളുടെയും കാലുകളുടെ മികവ് ആരുമറിഞ്ഞില്ല. വർഷത്തിൽ ആ ഗ്രൗണ്ടിൽ നടത്താറുള്ള കുന്നോത്തുകണ്ടി അബൂബക്കർ സ്മാരക എവർ റോളിങ് ട്രോഫിക്ക് വേണ്ടിയുള്ള ടൂർണമെന്റാണ് ഇവരുടെ ലോകകപ്പ്. എന്നാൽ ഒരിക്കൽപ്പോലും ആ കപ്പ് സ്വ ന്തമാക്കാൻ ഇവർക്ക് കഴിഞ്ഞിട്ടില്ല. സെമിയിലോ അല്ലെങ്കിൽ ഫൈനലിലോ പുറത്താവുകയെന്നതാണ് കാലങ്ങളായി തുടരുന്ന ആചാരം. മൈക്ക് ദാസൻ എന്നുവിളിപ്പേരുള്ള ദാസന്റെ അനൗൺസ്മെന്റും നൗഫൽ അപ്പോളോർത്തു. ലോകത്ത് ഇത്രയും അരോചകമായ ശബ്ദം വേറെയില്ലെന്ന് ദാസൻ തന്നെ സമ്മ തിക്കുന്നുവെന്നതാണ് ആ ശബ്ദത്തിന്റെ പ്രത്യേകത.

വെടിയുണ്ടപോലെയുള്ള ഷോട്ട് കാലിലൊളിപ്പിച്ച അഫ്സലും അതിനെ പു ഷ്പംപോലെ പിടിക്കുന്ന ഗോൾകീപ്പർ രവീന്ദ്രനും നേർക്കുനേർ വരുന്ന പൊടി പാറുന്ന മത്സരം എന്നൊക്കെയുള്ള എനൗൺസ്മെന്റിൽ ഓരോ തവണയും കളിക്കാരുടെ പേര് മാറുമെങ്കിലും വാചകത്തിനിടയിൽ വെടിയുണ്ടയും പുഷ്പവും ദാസൻ തിരുകി കയറ്റും.

ഗ്രൗണ്ടിലെ കാര്യങ്ങള് ചോയ്ക്കാനും പറയാനൊന്നും പോണ്ടട്ടോ നസീമയുടെ ആശങ്ക തലപൊക്കി. അതിനയാൾ മറുപടിയൊന്നും പറഞ്ഞില്ല. ഗൾഫിന്റെ മണ മുള്ള ബോൾ കെട്ടിപ്പിടിച്ചായിരുന്നു അന്ന് രാത്രി റിസ്‌വാൻ ഉറങ്ങിയത്. പുറത്ത് മഴയുടെ ആരവം തുടങ്ങിയിരുന്നു.

“ങ്ങള് പള്ളീ പോണുണ്ടോ.”

“കൊറച്ചൊന്നുറങ്ങീട്ട് പോണം.” അയാൾ അലാറം വെച്ച് കിടന്നു.

“മഴയുണ്ടാകും. കൊടയെടുക്കാൻ മറക്കണ്ട.” അവൾ ഓർമിപ്പിച്ചു.

ഫൈനൽ വിസിൽ

ദുരിതാശ്വാസ ക്യാമ്പിലെ രാവിലത്തെ ബഹളം കേട്ടാണ് നൗഫലുണർന്നത്.

ചിലർ ഉരുൾപൊട്ടലിൽ നഷ്ടമായ സൗഭാഗ്യങ്ങളെയോർത്ത് സങ്കടം പറയുമ്പോൾ മറ്റു ചിലർ ക്യാമ്പിലെ പോരായ്മകളെക്കുറിച്ചുള്ള പരാതി നിരത്തുകയായിരുന്നു. പുറത്ത് പാത്രത്തിൽ സൂക്ഷിച്ചിരുന്ന വെള്ളമെടുത്ത് അയാൾ മുഖം കഴുകി. ആരും ശ്രദ്ധിക്കുന്നില്ലെന്ന് മനസ്സിലായതോടെ അയാൾ പതിയെ സ്കൂളിൽനിന്നും പുറത്തേക്കിറങ്ങി. പെരുന്നാളായിരുന്നെങ്കിലും അന്ന് പാണമ്പാട്ട് കുന്ന് അതാഘോഷിച്ചില്ല.

വീടിരുന്ന സ്ഥലത്തേക്കായിരുന്നു അയാൾ പോയത്. ഇടവഴി കഴിഞ്ഞ് അയാൾ വായനശാലയുടെ മുന്നിലെത്തി. മലവെള്ളപ്പാച്ചിലിന്റെ പരിക്കുകൾ ജ്ഞാനോദയം വായനശാലയുടെ മുറ്റത്തും കാണാമായിരുന്നു. കല്ലും മണ്ണും ചവിട്ടി മുന്നോട്ട് നടക്കുന്നതിനിടയിലാണ് വായനശാലയുടെ പൂമുഖത്ത് വീണുടഞ്ഞ ഫോട്ടോ അയാൾ കണ്ടത്. കാറ്റിൽ താഴെ വീണതാണ്. നൗഫൽ ആ ചിത്രമെടുത്ത് മുണ്ടിന്റെ ഒരറ്റംകൊണ്ട് മണ്ണും ചെളിയുമെല്ലാം തുടച്ച് ആണിയിൽ തൂക്കിയപ്പോൾ ഉടഞ്ഞ ചില്ലുകൾക്കുള്ളിലിരുന്ന് പല്ലില്ലാത്ത മോണകാട്ടി ഗാന്ധിജി ചിരിച്ചു.

വീടിരുന്ന ആ സ്ഥലമിപ്പോൾ ചെളിയുടെ വലിയൊരു കൂമ്പാരമാണ്. മലവെള്ളത്തെ അതിജീവിച്ച ഇരുമ്പ് പൈപ്പിന്റെ സ്ഥാനംനോക്കിയായിരുന്നു അയാൾ വീടിരിക്കുന്ന സ്ഥലം അതാണെന്ന് ഉറപ്പിച്ചത്. എങ്ങുനിന്നോ ഒലിച്ചെത്തിയ പാറകളും കല്ലുകളും മരിച്ചവരുടെ സ്മാരകശില പോലെ തോന്നിച്ചു. ആളുകളെ മാറ്റി നിർത്താനായി അന്ന് കെട്ടിയ കയർ പൊക്കി അയാൾ ഉള്ളിലേക്ക് കടന്നു. ആ ചെളിക്കുനയിൽ അയാളുടെ കണ്ണുകൾ എന്തോ തിരയുന്നുണ്ട്. ഓരോയിടത്തും പുതഞ്ഞ ചെളിയിൽ അയാൾ കൈ താഴ്ത്തി പരതിക്കൊണ്ടിരുന്നു. എസ്കവേറ്ററിന്റെ ഉരുക്ക് കൈകൾ ചാലിട്ടുപോയ വഴികളിലെല്ലാം പരതുമ്പോഴും അയാളുടെ മുഖത്ത് നിരാശ കാണാമായിരുന്നു.

അൽപ്പമകലെ തളംകെട്ടി നിൽക്കുന്ന വെള്ളത്തിൽ കൈ കഴുകാനായി അയാൾ നടന്നപ്പോൾ കാലിൽ എന്തോ തടഞ്ഞതുപോലെ അയാൾക്ക് തോന്നി. നിന്നിടത്തുനിന്നും അനങ്ങാതെ ഇടത്തെ കാലിലുടക്കിയ സാധനം അയാൾ ചെളിയിൽനിന്നും വലിച്ചെടുത്തു. ചെളിയോടെ തന്നെ അയാളത് നെഞ്ചോട് ചേർത്തു. ആ കണ്ണുകൾ പ്രാർഥനയെന്നോണം ആകാശത്തെയൊന്നു ചുംബിച്ചു.

അയാളത് വെള്ളത്തിൽ നന്നായി കഴുകിയപ്പോൾ അതിൽ കറുപ്പും വെള്ളയും കളങ്ങൾ പ്രത്യക്ഷപ്പെടാൻ തുടങ്ങി. അയാൾ കാറ്റുപോയ പന്തുമായി സ്കൂളിലേക്ക് തന്നെ തിരിച്ചുനടന്നു.

വൈകീട്ടോടെ പന്തിൽ കാറ്റുനിറച്ച് അയാൾ ഗ്രൗണ്ട് ലക്ഷ്യമാക്കി നടന്നു. ഇടവഴി കഴിഞ്ഞ് വളവുതിരിയുമ്പോഴായിരുന്നു അപ്രതീക്ഷിതമായി നൗഫലിന് ആ പേര് ഓർമ വന്നത്. മകന്റെ ചെവിയിലെന്നപോലെ അയാൾ ആ പേര് ശബ്ദമില്ലാതെ പറഞ്ഞു 'കാർലോസ് ആൽബർട്ടോ' ശരീരത്തിലെ കറുത്ത നിറം മറയ്ക്കാൻ അരിമാവ് ദേഹത്ത് പുരട്ടിയ ഫുട്ബോളർ.

വിജനമായിരുന്നു ഗ്രൗണ്ട്. താൽക്കാലികമായി കുഴിച്ചിട്ട കവുങ്ങിൻ പോസ്റ്റുകളിൽ ഒന്ന് ഏത് നിമിഷവും വീഴാവുന്ന അവസ്ഥയിൽ ചെരിഞ്ഞിട്ടുണ്ട്. നൗഫൽ ആ പോസ്റ്റ് നേരെ നിർത്തി. പെനാൾട്ടി പോയിന്റിലെന്നപോലെ അയാൾ

പോസ്റ്റിന് നിശ്ചിത അകലത്തായി പന്തുവെച്ചു. പോസ്റ്റിന് കീഴെ കാലം കൈകൾ വിടർത്തി നിന്നു. നാലോ അഞ്ചോ അടി പിന്നോട്ട് വെച്ച് തെല്ലിട നിന്നും സർവ ശക്തിയുപയോഗിച്ച് അയാൾ പന്ത് പോസ്റ്റിലേക്കടിച്ചു..

മനഃശാസ്ത്രജ്ഞനോട് ചോദിക്കാം

ഷബിത

എന്റെ മകൾ സ്തുതിയെച്ചൊല്ലിയാണ് ഇതെഴുന്നത്.

സ്തുതിയുടെ ഭർത്താവ് ഫോണിൽ ലൊക്കേഷൻ ട്രാക്ക് ചെയ്തുവെച്ചുവെന്നതാണ് ഒടുവിലത്തെ പ്രശ്നം. കാര്യങ്ങൾ ഇത്രയ്ക്കെത്തിയ സ്ഥിതിക്ക് അവൾ എവിടെപ്പോകുന്നു, എങ്ങനെ പോകുന്നു എന്നെല്ലാം സതീഷിന് അവന്റെ കസേരയിൽ ഇരുന്ന് കാണാൻ പറ്റുമെങ്കിൽ നല്ലതല്ലേ?

ഇവിടത്തെ അച്ഛന് വയസ്സായിട്ട് കാലം കുറേയായപ്പോൾ സ്തുതിയുടെ കല്യാണം കണ്ടിട്ട് കണ്ണടച്ചോട്ടെ എന്നുംപറഞ്ഞാണ് എല്ലാവരും കൂടി അവൾക്ക് പറ്റിയ ആലോചനകൾ തുടങ്ങിയത്. എന്തുചോദിച്ചാലും ചിരിച്ചുകൊണ്ട് മാത്രം മറുപടി പറയുന്ന എൽഡി ക്ലാർക്ക് സതീഷ്. വയസ്സുകൊണ്ടും നീളംകൊണ്ടും നിറംകൊണ്ടും സ്തുതിക്ക് പാകം. ഇരുപത്തിയെട്ട് വയസ്സ്, പുണർതം നക്ഷത്രം. ശ്രീരാമന്റെനാളാണ്. ഭാര്യയെച്ചൊല്ലി എക്കാലവും ദുഃഖിക്കാനേ നേരം കാണൂ. കണിയാൻ ജാതകം നോക്കിയപ്പോൾ ഒരു സൂചന തന്നതാണ്. ഞങ്ങൾക്ക് ഈ ആലോചന വിടാൻ പ്രയാസമുണ്ടെന്ന് കണ്ട കണിയാൻ മോളോട് നോക്കിയും കണ്ടുമൊക്കെ നിന്നോളാൻ പറഞ്ഞേക്ക് എന്നുംപറഞ്ഞാണ് ജാതകങ്ങൾ കൂട്ടിക്കെട്ടിത്തന്നത്. ജാതകത്തിലെ അവളുടെ പേരുകണ്ടപ്പോൾ സതീഷിന്റെ വീട്ടുകാര് ചിരിച്ചു. അവനെ വീട്ടിൽ സതിയെന്നാണ് വിളിക്കുന്നത്!

സ്തുതിയുടെ പേര് സതി എന്നായിരുന്നേ. ഇവിടത്തെ അച്ഛന് ദക്ഷയാഗം മനഃപാഠമായിരുന്നു. പത്താം ക്ലാസ്സുവരെ ആ പേരിന് കാര്യമായ പരിക്കൊന്നും സംഭവിച്ചിരുന്നില്ല. ചരിത്രപാഠത്തിൽ ഒരു രാജാറാം മോഹൻ റായിയും മറ്റൊരു സതിയും ഉണ്ടായതുനിമിത്തം പെണ്ണ് ആരോടും ചോദിക്കാതെയും പറയാതെയും പേരുമാറ്റി. എസ്എസ്എൽസിയിലെ പേരായിരിക്കും എക്കാലവും രേഖകളിൽ ഉണ്ടാവുക എന്ന് ക്ലാസ് മാഷ് അറിയിച്ചതും കുട്ടി പറഞ്ഞു; "മാഷേ എനിക്ക് സതിയാവണ്ട, സ്തുതിയായാൽ മതി." മുഴുവനും കേൾക്കാൻ നിൽക്കാതെ, രക്ഷിതാക്കളോട് ചോദിക്കാതെ, മാഷ് സ്തുതിയാക്കിക്കൊടുത്തു. തന്നിഷ്ടത്തിന് കൂട്ടുനിന്നത്

Kabita '22

ഒരു മാഷാണ്. ആരാന്റെ മുതൽ എന്ന അർഥത്തിൽ അവൾക്ക് ബിനാമി എന്ന പേരായിരുന്നു പണ്ടേ എന്റെ മനസ്സിലുണ്ടായിരുന്നത്. അച്ഛൻ ഇരുപത്തിയെട്ടു കെട്ടിന് സതി എന്നങ്ങ് വിളിച്ചു. സതി സ്തുതിയായത് ഇവിടുത്തെ അച്ഛൻ മരിക്കുന്നവരെ അറിഞ്ഞിട്ടില്ല. എവിടൊക്കെ പോയി പേര് മാറ്റിയാലും ജാതകത്തിൽ സതി തന്നെയാണല്ലോ.

അവളെ പറഞ്ഞയയ്ക്കുമ്പോൾ ലവലേശം ഞങ്ങൾ കുറച്ചിട്ടില്ല. അരപ്പട്ടയും നെറ്റിപ്പട്ടവും വരെ സ്വർണമാണ്. പക്ഷേ, സ്തുതി ഞങ്ങളെ നാണക്കേടിലാക്കി. നമ്മള് പെണ്ണിന്റെയാളുകൾ ഉള്ളത് വിറ്റും പെറുക്കിയും ലോണാക്കിയും മാനംമര്യാദകളൊക്കെ നടത്തും. സ്തുതിയെ പറഞ്ഞയച്ച വകയിലും അഞ്ചാറ് ലക്ഷം ലോണൊക്കെയുണ്ട്. അതൊക്കെ ഇനിയും ഒരേഴ് കൊല്ലംകൂടി അവളുടെയച്ഛൻ ഇങ്ങനെത്തന്നെ റിയൽ എസ്റ്റേറ്റിൽ നിൽക്കുകയാണേൽ, പഞ്ചായത്ത് റോഡ് കരാറെടുക്കുകയാണേൽ, മാർച്ചിൽ സമയത്തിന് ബില്ലുപാസ്സാകുകയാണേൽ തീരുന്നതേയുള്ളൂ. അതിന്റെ പേരും പറഞ്ഞ് ഇന്നേവരെ ഇവിടാരും അവളുടെ സമാധാനം കെടുത്തിയിട്ടില്ല, ഇനിയൊട്ടു കെടുത്തുകയുമില്ല. സതീഷിന്റെയാളുകൾ അവളെന്തെല്ലാം സ്വർണമിട്ടു, എത്രമാലയുണ്ട്, വളയുണ്ട്, എല്ലാം സ്വർണം തന്നെയാണോ എന്നൊന്നും അന്വേഷിക്കുന്ന കൂട്ടത്തിലുമല്ല.

സ്വർണമാകുമ്പോൾ അങ്ങോട്ടുമിങ്ങോട്ടും എടുത്തെന്നൊക്കെ വരും. പണയം വെച്ചിട്ട് തികഞ്ഞില്ലേൽ വിൽക്കുന്നേലും തെറ്റൊന്നുമില്ല. അതിന്റെയൊക്കെ നിയമം നോക്കിയാൽ നടക്കുന്ന കാര്യമല്ല. ഞങ്ങളുടെ കാലത്ത് അതൊക്കെത്തന്നെയാണ് നാട്ടുനടപ്പ്. സൽക്കാരം കഴിഞ്ഞ് പെണ്ണും ചെക്കനും വീട്ടുകൂടാൻ വന്നതിന്റെ നാലാംനാൾ അവളുടെ സെക്കന്റ് ചെയിൻ സതീഷ് പണയം വെക്കാൻ എടുക്കുകയാണെന്ന് പറഞ്ഞത് അവൾക്ക് തെറ്റായിപ്പോയി! ഒരു ഭർത്താവൊക്കെയായ സ്ഥിതിക്കുള്ള ഗൗരവത്തിലെങ്ങാനുമായിരിക്കണം അവൻ പറഞ്ഞുപോയത്. ഉടനടി സ്തുതി ഒരു ചോദ്യമാണ്, കാര്യമെന്താണെന്ന്! സതീഷിന്റെ അമ്മ ഫോൺ വിളിച്ച് അതുവിസ്തരിച്ചപ്പോൾ 'ഇടിവെട്ടീട്ടും വണ്ണം നടുങ്ങീരാജാക്കന്മാരു രഗങ്ങളെപ്പോൽ' എന്ന അവസ്ഥ ഞാനനുഭവിച്ചു.

കല്യാണത്തോടനുബന്ധിച്ച് വീട് പുതുക്കിപ്പണിത വകയിൽ ഒന്നര ലക്ഷം കടമുള്ളത് ഒരു മാല പണയം വെച്ചോ, വിറ്റോ തീർക്കാമെന്ന് വിചാരിച്ച് ചോദിച്ചുപോയതാണ് അവൻ. അതിപ്പോൾ എന്റെ കാര്യത്തിലും അങ്ങനെ തന്നായിരുന്നു. പത്ത് വിരലിലും മോതിരമുണ്ടായിരുന്നു ഇങ്ങോട്ട് കെട്ടിയെടുത്തപ്പോൾ. ഇവിടത്തെ അനിയന്റേം ചേട്ടന്റേം പെങ്ങന്മാരുടെയും ആവശ്യങ്ങൾക്കായി ഊരിയൂരിത്തീർന്നതാണ്. ഇന്നേവരെ അതേപ്പറ്റി കമാന്നൊരു ആക്ഷേപം ഞാൻ പറഞ്ഞിട്ടില്ല.

മാല കൊടുക്കില്ലെന്നമട്ടിൽ അവളുടെ ഭാഗത്തുനിന്നും സംസാരമുണ്ടായി. നിമിഷം കൊണ്ട് അവന്റെ പെങ്ങളറിഞ്ഞു. എന്റെ വീട്ടിൽ ഇങ്ങനെയൊരു സംഭവമുണ്ടായാൽ അന്നേരമന്നേരം ഞാനറിയില്ലേ. പെങ്ങളതാ ഓട്ടോറിക്ഷയും വിളിച്ചു വരുന്നു. 'കൊണ്ടുപോയി വിൽക്കുകയോ പണയം വെക്കുകയോ ചെയ്തോടാ, ആണായാൽ നാണം കെടരുത്' എന്നും പറഞ്ഞ് സ്തുതിയുടെ മുമ്പിൽ വെച്ച് നിന്നനിൽപ്പിൽ അവളുടെ നാലരപ്പവൻ താലിയും രണ്ട് പവൻ വരുന്ന

വളയും ഊരി അനിയന്റെ മുഖത്തേക്ക് ഒരേറ് കൊടുത്തു. ഇതെല്ലാം കണ്ടുനിന്ന സ്ലതിയെന്താക്കിയെന്നറിയോ, കാറിന്റെ ലോണും കൂടി അടച്ചോട്ടെ എന്നും പറഞ്ഞ് പെണ്ണുങ്ങളുടെ വലത്തേ കൈയിലെ ബാക്കിയുള്ള രണ്ട് വളകളിലേക്ക് കൈ ചൂണ്ടി.

സതീഷിന്റെ അമ്മയുടെ അമ്മയ്ക്ക് കല്യാണത്തിന് അവരുടെ മുത്തശ്ശി സമ്മാനിച്ചതാണ് ആ വളകൾ. അവരത് പരമ്പരാഗതമായി കൈമാറ്റം ചെയ്തുവരുന്നതാണ്. വലിയ തറവാടിത്തവും പാരമ്പര്യവുമൊക്കെയുള്ളവരാണ്. ഇവിടെ ആകെയൊരു മേലേടത്തെ കുറുപ്പിനെയേ എടുത്തുപറയാനുള്ളൂ. അവർക്കങ്ങനെയല്ല, മാർത്താണ്ഡവർമ ഇരിക്കുന്നതുപോലുള്ള അനവധി പടങ്ങളാണ് ചുവര് നിറയെ.

പറയുമ്പോൾ എല്ലാം പറയണമല്ലോ. സ്ലതി പറഞ്ഞതിലും കാര്യമില്ലാതെയില്ല- സ്വർണം അവള് പണയം വെച്ച് കാശ് കൊടുക്കാമെന്ന് പറഞ്ഞപ്പോൾ അതവർക്ക് ശരിയാവൂല. അവരുടെ തറവാട്ടിൽ പെണ്ണുങ്ങളാരും ബാങ്കിൽ പോവില്ല. അവിടത്തെ പെണ്ണുങ്ങൾക്ക് ഇന്നേവരെ പണം കൈകാര്യം ചെയ്യേണ്ടി വന്നിട്ടില്ലപോലും. വന്നുകയറിയ പെണ്ണ് പണയം വെക്കുന്നത് നാണക്കേടല്ലേ എന്നു കരുതിയിട്ടായിരിക്കുമല്ലോ അച്ഛന്റെ പേരിൽ പണയം വെക്കാമെന്ന് അവർ തീരുമാനിച്ചത്.

സ്ലതിക്ക് രാവിലെ ഏഴരയ്ക്ക് വീട്ടിൽ നിന്നിറങ്ങിയാലേ സമയത്തിന് ഓഫീസിലെത്താൻ പറ്റുള്ളൂ. സ്വർണ സംഭവമുണ്ടാവുന്നതുവരെ അവൾ എത്രമണിക്ക് എഴുന്നേറ്റാലും അവിടൊരു പ്രശ്നവുമില്ലായിരുന്നേ. കുറച്ചൊക്കെ കണ്ടും അറിഞ്ഞും അവളും നിൽക്കണമല്ലോ. സതീഷിനും അവൾക്കും ചോറു കൊണ്ടുപോകണം. അവന് പത്തുമിനിറ്റ് കൊണ്ട് ഓഫീസിലെത്താം. ഒരു എട്ട് എട്ടരയ്ക്കൊക്കെ എഴുന്നേറ്റാൽ മതി. പല്ലുതേച്ച് കുളിയും കഴിഞ്ഞുവരുമ്പോഴേക്കും അമ്മ ഡ്രസ്സെല്ലാം ഇസ്തിരിയിട്ട് വെച്ചിട്ടുണ്ടാകും. രാവിലെയൊരു കാപ്പി, പ്രാതലിനൊപ്പം വേറൊരു ചായ എന്ന നിർബന്ധമൊന്നും ഇല്ലാത്ത മോനാണ്. ഉറങ്ങിയെണീറ്റ ക്ഷീണവും കൊണ്ട് കസേരയിൽ ഒരേയിരിത്തമിരുന്ന് അമ്മ കൊടുക്കുന്നത് കഴിച്ചുതീരുമ്പോഴേക്കും ചോറ് പാത്രത്തിലായിട്ടുണ്ടാകും. അത് ബാഗിൽ വെച്ചുകൊടുത്തില്ലേൽ മറന്നുംപോകുമേ.

പ്രശ്നമതല്ല, അവൻ എപ്പഴാണോ എഴുന്നേൽക്കുന്നത് അതുവരെ സ്ലതി ഉണർന്നുകിടക്കുക എന്നുപറയുന്നത് ഇത്രയും കാലം ചോറുതിന്ന പെണ്ണിന് പറഞ്ഞതാണോ? അവൻ എഴുന്നേറ്റാലേ അവളും എഴുന്നേൽക്കുകയുള്ളൂപോലും! എഴുന്നേറ്റാലും പോരത്രേ, അലക്കുസോപ്പ് ഏതാണ്, കുളിക്കുന്ന സോപ്പ് ഏതാണ് നേരാംവണ്ണമറിയാത്ത അവനോടാണ്, അലക്ക് എന്നൊക്കെ പറയാൻ പറ്റുമോ എന്നറിയില്ല. എല്ലാം കൂടി മെഷീനിലിട്ട് വെള്ളവും തുറന്നുവെച്ച് സോപ്പുപൊടിയിട്ട് ആ സ്വിച്ചൊന്നു ഞെക്കാനുള്ള സംഗതിയാണ് അലക്ക് എന്നും പറഞ്ഞ് അവൾ നിന്നുതുള്ളുന്നത്.

സതീഷിന്റെ അമ്മ കാര്യങ്ങൾ എണ്ണിപ്പെറുക്കി പറയാൻ തുടങ്ങി. പെണ്ണുകാണാൻ വന്ന സമയത്തൊക്കെ അവര് എന്തെങ്കിലും പറഞ്ഞാൽ ശബ്ദം പുറത്തേക്ക് കേൾക്കില്ലായിരുന്നു. ഇതിപ്പോ എന്റെ ചെവി തുളഞ്ഞുതുടങ്ങി. അവരുടെ

മുഖത്ത് നോക്കാൻ പറ്റാതെ ചുവരിലേക്ക് നോക്കിയപ്പോൾ വി ടി ഭട്ടതിരിപ്പാടും വള്ളത്തോളും ഗാന്ധിയുമൊക്കെ ഒന്നിച്ചുനിന്ന് എന്നെ നോക്കി വേറൊരുഭാഗത്ത് നിന്ന് ചിരിക്കുന്നു! സത്യത്തിൽ അവരൊക്കെ അവിടെയുണ്ടായിരുന്നുവെന്ന് ഞാൻ അന്നാണ് കാണുന്നതുതന്നെ.

സ്മൃതിയെ എനിക്കറിയുന്നപോലെ മറ്റാർക്കുമറിയില്ലല്ലോ. തഞ്ചവും താളവും കിട്ടിയപ്പോൾ ഞാൻ അവളോട് അമറി. നിന്റെ തന്തേടേം അയാൾടെ തന്തേടേം കോണകം ഇന്നേവരെ ആര് അലക്കുന്നതാടീ നീ കണ്ടിട്ടുള്ളത്? ആ പോത്ത് അതിലും ഉറക്കെ എന്നോടമറാൻ തുനിഞ്ഞതും ഞാൻ വേഗം അവന്റെ അമ്മയുടെയടുത്തേക്കങ്ങ് രക്ഷപ്പെട്ടു.

അവൻ വൈകിട്ട് മണി പതിനൊന്നാവുമ്പോഴേക്കും എത്തും. എന്നും നട്ടരാത്രി എട്ടരയ്ക്കെത്തുന്നവൾ ഒരുദിവസമെങ്കിലും എട്ടുമണിക്ക് എത്താൻ ഉത്സാഹിക്കുന്നതിനുപകരം ഓഫീസ് വിട്ടാൽ കൂടെ ജോലിചെയ്യുന്നവരുടെ കല്യാണ റിസപ്ഷൻ, ഗൃഹപ്രവേശം, ബർത്ത് ഡേ സെലിബ്രേഷൻ, ആർട് ഗ്യാലറിയിലെ ചിത്രപ്രദർശനം തുടങ്ങിയ ഏനാന്തപ്പരിപാടികൾക്ക് തലയിടേണ്ട ആവശ്യമെന്താണ്?

മോൻ എണീറ്റുവന്നാൽ എന്നും രാവിലെ മുട്ടിക്കുളങ്ങര തൈലം രണ്ടുകാലിലും തേച്ചുപിടിപ്പിച്ചുകൊടുക്കുന്നത് അവിടത്തെ അമ്മയുടെ പതിവാണ്. പാതിപുഴുങ്ങിയ ഒരു മുട്ടയും. ഒരു ദിവസം പെണ്ണ് അവളുടെ കാലും നീട്ടിക്കൊടുത്തു! വയസ്സ് ഏഴായപ്പോൾ മുതൽ ആരാന്റെ കൈയും അവനാന്റെ വായയുമായി ജീവിക്കേണ്ടതാണെന്ന് മുട്ടിനും തട്ടിനും ഓർമിപ്പിച്ചുകൊണ്ട് ഇത്രടം വരെ എത്തിച്ച ഞാൻ ആരായി?

അവൾക്കൊരു സ്നേഹമില്ലായ്ക ഉണ്ടെന്നും പറഞ്ഞാണ് അവന്റെയമ്മ എന്നെ ആദ്യംതന്നെ വിളിക്കുന്നത്. നമുക്കൊരു കൗൺസിലറുടെയടുത്ത് കൊണ്ടുപോയാലോ എന്ന് അവര് തന്നെയാണ് പറഞ്ഞത്. വേറെ വല്ലോരുമായിരുന്നെങ്കിൽ നിങ്ങള് ഇതിനേം വിളിച്ചോണ്ട് പോയ്ക്കോ എന്നും പറഞ്ഞ് ഇവിടേക്ക് തള്ളിയിട്ടങ്ങ് പോകും. കൗൺസിലറാക്കണ്ട, ഡോക്ടറ് തന്നെയായിക്കോട്ടെ എന്ന് ഞാനാണ് അങ്ങോട്ട് പറഞ്ഞത്.

സ്മൃതിക്ക് ചെറുപ്പത്തിൽ ചൈൽഡ് അബ്യൂസ് ഉണ്ടായിട്ടുണ്ടോ? സ്മൃതിയോട് ഡോക്ടർ നേരെയങ്ങ് ചോദിച്ചു. അബ്യൂസ് എന്നൊക്കെ പറയാൻ പറ്റുമോന്ന് അറിയില്ല. തനിക്കറിയാവുന്നവരെയെല്ലാം തൊട്ടതും ഞെക്കിയതുംപോലെ ആരൊക്കെയോ ഞെക്കിയിട്ടുണ്ട് എന്നായി സ്മൃതി. ഇതിന്റെ വലിയ തരമൊക്കെ കണ്ടും അറിഞ്ഞുമല്ലേ ഞങ്ങളൊക്കെ ഇവിടെവരെ എത്തിയത്.

സ്മൃതിയ്ക്ക് പ്രണയനൈരാശ്യം ഉണ്ടായിരുന്നോ എന്നായി അടുത്ത ചോദ്യം. കല്യാണത്തിന്റെ വക്കോളമെത്തിയ ഒന്നുണ്ടായിരുന്നു. അതില്ലാന്നൊന്നും പറയാനൊക്കില്ല. ഹോസ്റ്റലിലേക്ക് ചമ്മന്തിപ്പൊടിയും അച്ചാറും കെട്ടിപ്പൊതിയുമ്പോൾ ആ ചെറുക്കനും കൂടി അവള് കൊണ്ടുപോയിട്ടുണ്ട്. ഫോട്ടോ ഞാൻ കണ്ടതുമാണ്. നല്ലോരു മോനായിരുന്നു. പിന്നെന്തോ അവള് തന്നെ പറഞ്ഞു, അതൊന്നും ശരിയാവൂലാന്ന്. വഴിക്ക് വെച്ചുതന്നെ തിരികെപ്പോയതുകൊണ്ട് ഞങ്ങൾക്ക് കൂടുതൽ സമാധാനവുമായി. ഡോക്ടറോട് ഇല്ല എന്ന് ഞാനാണ് മറുപടി പറഞ്ഞത്.

"സതീഷ് ആളൊരു കൂൾ ആൻഡ് കാം ആയതുകൊണ്ടാണ് പ്രശ്നം ഇതുവരെ സങ്കീർണമാവാത്തത്. സംഗതി ബോർഡറിൽ നിൽക്കുകയാണ്. സ്മൃതി അഗ്രസ്സീവാണ്. കുടുംബം മുന്നോട്ടുപോകൽ പ്രയാസമാണ്. കാലം ചെല്ലുമ്പോൾ പ്രശ്നങ്ങൾ സങ്കീർണമാകും. സ്മൃതി നമ്മുടെ വാല്യൂസിനും സിസ്റ്റത്തിനും വഴങ്ങുന്നില്ല. ഒരു ഗുളിക, വളരേ ചെറിയ അളവിൽ തുടങ്ങിയാൽ ആറുമാസം കൊണ്ട് ശരിയാകാനുള്ളതേയുള്ളൂ. സതീഷിന് ട്രീറ്റ്മെന്റ് ഒന്നും വേണ്ട. ഇങ്ങനെത്തന്നെ പോയാൽ മതി" ഡോക്ടർക്ക് പറയാനുള്ളത് പറഞ്ഞു.

ഒരു മണിക്കൂർ ഉപദേശവും കുറച്ച് കുടുംബസിദ്ധാന്തവുമൊക്കെ പറഞ്ഞ് കാര്യങ്ങൾ സെറ്റിൽ ചെയ്യാൻ പോയിട്ട് ഗുളികയുമായി തിരിച്ചുവന്നത് എനിക്ക് കുറച്ച് പ്രയാസം തന്നെയായിരുന്നു. അത് ഞാൻ സതീഷിന്റെ അമ്മയോട് പ്രകടിപ്പിക്കുകയും ചെയ്തു. "സ്മൃതി കുറച്ചുദിവസം വീട്ടിൽ നിക്കട്ടെ. അവൾക്ക് ജോലിക്ക് പോകാനും എളുപ്പം അതല്ലേ. അതിരാവിലെ എഴുന്നേൽക്കുന്നതും അടുക്കളയിൽ കയറുന്നതും അലക്കുന്നതും തറ തുടയ്ക്കുന്നതും അതുവരെ മുറ്റമടിക്കാൻ വന്നിരുന്ന ചേച്ചിയോട് ഇനിമുതൽ വരണ്ടാന്ന് പറഞ്ഞതും എല്ലാംകൂടി അവൾക്ക് ദേഷ്യം വന്നതായിരിക്കും." മയത്തിൽ ഞാനവരോട് താണുകേണപ്പോൾ അവര് ചോദിച്ച ചോദ്യമിതായിരുന്നു: "നിങ്ങളും ഞാനും ഇങ്ങനെത്തന്നെയല്ലായിരുന്നോ ആരാന്റെ അടുപ്പിലെ വെണ്ണീര് വാരിയത്?" കേട്ടിരിക്കുക തന്നെ.

സതീഷും അവളുടെ കൂടെ കുറച്ചുദിവസം നിന്നോട്ടെ എന്നു പറഞ്ഞതും അമ്മ തന്നെയാണ്. സമ്മതം കിട്ടിയപാടേ അവൻ പാവം ഞങ്ങളുടെ കാറിൽ കയറി ഇരുന്നു. അതു ഞാൻ സ്മൃതിയോട് പറഞ്ഞപ്പോൾ അവളെന്നോട് ചീറി. അവന്റമ്മേടെ സമ്മതവും കാത്തുകൊണ്ട് നിന്നതല്ലേ, അല്ലാതെ സ്വന്തം തീരുമാനമല്ലല്ലോ. എന്നാലും അവന്റമ്മ അങ്ങനെ പറയാൻ മനസ്സുകാണിച്ചില്ലേ, അതവള് കാണുന്നേയില്ല.

ഇവളുടെ അച്ചമ്മ പണ്ടെന്നോട് പറഞ്ഞൊരു ഡയലോഗുണ്ട്. "യെന്റെ കാലശേഷം നീയ്യവനെ പാവാടക്കയറാക്കി അരയിൽ കെട്ടിനടന്നോ" ഇവളൊക്കെ അക്കാലത്ത് ജീവിക്കണമായിരുന്നു. ഇല്ലം വെണ്ണീറാകും.

വീട്ടിലെത്തിയതും സ്മൃതി മുറിയിൽക്കയറി ചുരിദാറുമുതൽ അങ്ങ് അടിയിലുള്ളതുവരെ അഴിച്ച് അവന്റെ തോളത്തിട്ടു. അത് അവൻ പറഞ്ഞതാണേ, ഞങ്ങളാരും കണ്ടിട്ടില്ല. കുളിയും കഴിഞ്ഞ് നേരെ ഫോണുമെടുത്ത് കട്ടിലിൽ കിടന്ന് കാലാട്ടിക്കൊണ്ട് അവനോട് ഒരു ചായ കൊണ്ടുതാ' എന്ന് പറഞ്ഞത് ഞാൻ കേട്ടിട്ടുണ്ട്. പെരുത്തലമട്ടൽ എടുക്കാൻ ഞാൻ വിറകുപുരയിലേക്ക് ഓടിയപ്പോൾ സതീഷാണ് പിടിച്ചുവെച്ചത്. എന്റെ വീട്ടിൽ ഞാനിങ്ങനെയല്ലേ വേണ്ടത് എന്നായി പെണ്ണ്.

അവൾ സതീഷിനോട് വെള്ളം കൊണ്ടുതരാൻ പറയുന്നു, ജനാലകളിലെ പൊടി കാണിച്ചുകൊടുക്കുന്നു, തോർത്ത് മുണ്ട് മണത്തുനോക്കാൻ പറയുന്നു, കിടക്കവിരിയിലെ അഴുക്ക് കാണിച്ചു കൊടുക്കുന്നു, ഈ മാസം കിട്ടിയ ശമ്പളം എത്രയാണ്. എത്ര ചെലവാക്കി, എന്തൊക്കെ ചിലവുണ്ടായി? പുതിയ ഡ്രസ് വാങ്ങിയോ? ഇനി ഡ്രസ് വാങ്ങുമ്പോൾ അലമാര ഒന്നും കൂടി വാങ്ങിക്കോ, നമ്മൾ കാറിലിരിക്കുമ്പോൾ ഫോൺ വന്നില്ലേ, വിളിച്ചത് ആരായിരുന്നു തുടങ്ങി സ്മൃതിയങ്ങ് കയറുകയാണ്.

ഇതിലൊക്കെ എന്തുസന്തോഷമാടീ നീ കാണുന്നത് എന്നും ചോദിച്ച് ഒരൊറ്റൊന്ന് കൊടുക്കാൻ ചെന്നപ്പോൾ അവള് പടം വിടർത്തി: ഇതിലെന്താണ് സന്തോഷമില്ലാത്തത്?

ഡോക്ടർ എഴുതിത്തന്ന ഗുളികയും കൊണ്ട് ചെല്ലേണ്ട താമസമേയുണ്ടായിരുന്നുള്ളൂ, ഞങ്ങൾ എല്ലാവരും ഗുളിക കഴിക്കണം എന്നായി അവളുടെ നിലപാട്. പ്രശ്നം ഒരു സ്മൃതിയുടേതല്ല, സിസ്റ്റത്തിന്റേതാണ്പോലും! ഈ സിസ്റ്റം സിസ്റ്റം എന്ന് അവൾ നാഴികയ്ക്ക് നാല്പത് വട്ടം പറഞ്ഞുകൊണ്ടേയിരിക്കുന്നുണ്ട്. പറഞ്ഞ കാര്യം തന്നെ പിന്നേം പിന്നേം പറഞ്ഞുകൊണ്ടിരിക്കുന്നതിനാണല്ലോ ഗുളിക.

ഡോക്ടർ പലകാര്യങ്ങളും പറയുന്ന കൂട്ടത്തിൽ സതീഷിനോട് ഒരു കാര്യം ഒരു ഇത്തിരി ചിരിയോടെ സൂചിപ്പിച്ചിരുന്നു. ഇങ്ങനെയുള്ളവർ വളരെ പെട്ടെന്ന് മറ്റു ബന്ധങ്ങളിൽ ചെന്നുചാടുമത്രേ. അത്തരം ബന്ധങ്ങൾ ധനനഷ്ടവും മാനഹാനിയും ലൈംഗികചൂഷണവുമൊക്കെയുണ്ടാക്കി തടിയൂരുമ്പോൾ അതും ഭർത്താവ് മാനേജ് ചെയ്യേണ്ടി വരും പോലും. അതായത് സ്മൃതി ഒരു ബന്ധത്തിൽനിന്നും മറ്റൊരു ബന്ധത്തിലേക്ക് ചാടിച്ചാടിപ്പോയിക്കൊണ്ടേയിരിക്കുമത്രേ! സതീഷിനാണേൽ അതു കേട്ടതുമുതൽ സ്വാഭാവികമായിട്ടും കരളിൽ നിന്നൊരു വേദന തുടങ്ങി. എന്നും തലവേദന! തഞ്ചവും താളവും നോക്കി സതീഷ് അതവളോട് സൂചിപ്പിച്ചു. മനുഷ്യരൊന്നും പുറമേ കാണുന്നപോലെ അത്ര ഫ്ളക്സിബിൾ അല്ല. ഉള്ളതെല്ലാം ഊറ്റിയിട്ട് കടന്നുകളയും. അതുകൊണ്ട് സൗഹൃദത്തിനൊക്കെ ഒരു പരിധി വെക്കുന്നത് നല്ലതാണ്. സ്മൃതിയുടെ മുഖം മാറി. അവളുടെ ഭാഷയിൽ അത് ഇങ്ങനെയായി; സതീഷ് സ്മൃതിയുടെ സൗഹൃദങ്ങളെ ഭയക്കുന്നു.

അവൻ സ്മൃതിയുടെ ഫോണിൽ ലൊക്കേഷൻ ട്രാക്ക് ചെയ്തു. അവളെവിടെപ്പോയാലും ഞൊടിയിടയിൽ അവന്റെ ഫോൺ അറിയിച്ചുകൊണ്ടേയിരുന്നു. ഇത് സ്മൃതി അറിയാൻ വലിയ താമസമൊന്നുമില്ലല്ലോ. പ്രൈവസി, അവകാശം, പിന്നെന്തൊക്കെയോ പറഞ്ഞുള്ള പുകിലായി പിന്നെ.

ഞാനും അവന്റമ്മേം കൂടി ആരുമറിയാതെ കണിയാന്റെയടുക്കൽ പോയി നോക്കി. ഇത് എങ്ങോട്ട്പോകും എന്നറിയണമല്ലോ. ജാതകം തുറക്കാതെ തന്നെ കണിയാൻ പറഞ്ഞത് സൂര്യനും ചന്ദ്രനും തമ്മിൽ എങ്ങാനും പരസ്പരം കണ്ടുമുട്ടിപ്പോകുമോ എന്ന ഭയത്തിലുള്ള ഓട്ടത്തിലാണ് എന്നാണ്.

സ്മൃതിയെ ഒരു മനഃശാസ്ത്രജ്ഞയെക്കൂടി കാണിച്ചത് ഞാനാണ്. എന്റെയൊരു സമാധാനത്തിന് ഡോക്ടർ സന്ധ്യയെയും കാത്തിരിക്കുമ്പോൾ തന്നെ വലിയൊരു ആശ്വാസമായിരുന്നു. ചുറ്റും പച്ചപ്പ്. വിടർന്നുനിൽക്കുന്ന പൂക്കൾ. നല്ലൊരു വീട്. ഒരു തരി പൊടിയില്ല. മേശപ്പുറത്ത് വെച്ചിരിക്കുന്ന പത്രങ്ങളുടെ അടുക്കും ചിട്ടയും കാണണം. സ്മൃതി ഇതെങ്ങാനും കാണുന്നുണ്ടോ എന്ന് ഞാൻ നോക്കി. എവിടെക്കാണാൻ! സ്മൃതിക്കും ഒറ്റ നോട്ടത്തിൽ ഡോക്ടറെ ഇഷ്ടമായി. അവൾ അവരോട് ചിരിച്ചു. നല്ല സുഹൃത്തുക്കളെപ്പോലെ അവര് കാര്യങ്ങൾ പറഞ്ഞുകൊണ്ടിരിക്കുന്നതിന്റെ ഇടയിൽ ഡോക്ടർ ഒന്നെഴുന്നേറ്റത് സ്മൃതിക്ക് പിടിച്ചില്ല. അകത്ത് അവരുടെ മക്കൾ ഇരുന്ന് പഠിക്കുകയാണ്. അവർക്ക് ന്യൂഡിൽസ് ഉണ്ടാക്കിക്കൊടുക്കണം. പത്തുമിനിറ്റിന്റെ കാര്യമേയുള്ളൂ. അവരെഴുന്നേറ്റ് പോയതും സ്മൃതിയുടെ ഭാവം മാറി. അവൾ കസേര പിറകോട്ട് ആഞ്ഞൊരു നീക്കം കൊടുത്ത് ചവുട്ടിക്കുലുക്കി എഴു

ന്നേറ്റങ്ങ് പോയി. എന്തുപറയണം എന്നറിയാതെ ഞാൻ അവർ വരുന്നതുവരെ അവിടിരുന്നു. ഡോക്ടറുടെ ഭർത്താവും ഡോക്ടറാണ്. അയാളുടെ അച്ഛനും അമ്മയും ഡോക്ടർമാരാണ്. അവർക്കൊക്കെ ഈവനിങ് പ്രാക്ടീസ് ഉണ്ട്. പുറത്ത് ക്ലിനിക്കും ഉണ്ട്. വീടും മക്കളെയും നോക്കാനുള്ള സൗകര്യത്തിലാണ് ഈ ഡോക്ടർ വീട്ടിൽ നിന്നുതന്നെ പ്രാക്ടീസ് ചെയ്യുന്നത്. അവര് കാര്യങ്ങൾ പറഞ്ഞപ്പോൾ എനിക്കും സത്യത്തിൽ സങ്കടമായി.

മുമ്പ് കാണിച്ച ഡോക്ടർ തന്ന കുറിപ്പടി ഞാനവർക്കുകാണിച്ചുകൊടുത്തു അവളുടെ കാര്യങ്ങളൊക്കെ ഞാൻ തന്നെ കുത്തിയിരുന്ന് പറഞ്ഞു. എനിക്കെങ്കിലും മനസ്സമാധാനം കിട്ടണമല്ലോ. ഇതൊക്കെത്തന്നെയേ ആ ഡോക്ടർക്കും നിർദേശിക്കാനുള്ളൂ. അവരും പറഞ്ഞു ഒരു ഹോർമോണിന്റെ കുറവുണ്ട്-സിറോടോൺ. അതില്ലാതിരുന്നാൽ സ്നേഹം കുറയുമത്രേ. ദേഷ്യം കൂടും. രാവിലെ ഭക്ഷണം കഴിച്ചശേഷം ദിവസം ഒന്നുവീതം പതിനൊന്നുമണിക്കുമുമ്പായി എങ്ങനെയങ്കിലും അകത്തെത്തിക്കാനാണ് അവരും പറയുന്നത്.

സിറോടോൺ എങ്കിൽ സിറോടോൺ. പക്ഷേ, ഒരുകാര്യമെനിക്കറിയണം. ഈ സിറോടോൺ ഫെമിനിസ്റ്റാണോ? ആണേൽ അച്ചനാണേ, കുലഗുരു മേലേടത്ത് കുറുപ്പാണേ സത്യം ഞാനത് കൊടുക്കില്ല. അങ്ങനെയിപ്പം അവളുടെ സിസ്റ്റം നേരെയാവണ്ട.

ഓഷ്യൻ

ലിൻസി വർക്കി

ഒന്ന്

ഫോളാഷാഡി ഓഫീസിൽനിന്ന് നേരത്തേയിറങ്ങിയെങ്കിലും നാലരയ്ക്കുള്ള ട്രെയിൻ പിടിച്ച് ബ്രോഡ്‌വേയിലെത്തി, അവിടെനിന്ന് ടാക്സിയെടുത്ത് അനാസ്റ്റാസിയ അവന്യൂവിലുള്ള ഗാബിൾസ്റ്റേജ് തിയേറ്ററിലെത്തിയപ്പോഴേക്കും നാടകം തുടങ്ങിയിരുന്നു.

അരണ്ട വെളിച്ചത്തിൽ, റിസർവ് ചെയ്ത ഇരിപ്പിടംതേടി നടക്കുമ്പോൾ, സ്റ്റേജിൽ ഹാംലെറ്റ് രാജകുമാരൻ പാറാവുകാരോടുസംസാരിക്കുന്ന രംഗമായിരുന്നു. ജോണിന്റെ സ്വരം കേട്ട മാത്രയിൽ അവൾ കോരിത്തരിച്ചു. അവനെ ചമയങ്ങളണിഞ്ഞു കാണാനുള്ള ആവേശത്തോടെ, തുടികൊട്ടുന്ന ഹൃദയവുമായി, ആൾക്കൂട്ടമൊഴിവാക്കി വേഗം നടന്ന് സ്റ്റേജിനോടുചേർന്നുള്ള സീറ്റിൽ സ്ഥാനം പിടിച്ചു.

മിന്നിമറയുന്ന വെളിച്ചത്തിൽ, പെട്ടെന്ന് കാതിലെത്തിയ ഗോസ്റ്റ് തീം സ്കോർ പതുക്കെപ്പതുക്കെ കാലിന്റെ പെരുവിരലിലൂടെ അരിച്ചുകയറി. ഇടിമിന്നൽപോലെ ശക്തിയായി തെളിഞ്ഞ പ്രകാശത്തിൽ, അച്ഛൻ ഹാംലെറ്റിന്റെ പ്രേതം സത്യമോ മിഥ്യയോ എന്നറിയാത്ത രൂപത്തിൽ പ്രത്യക്ഷപ്പെട്ട്, സ്വന്തം മരണത്തെക്കുറിച്ചും അതിന്റെ പിന്നിലെ ചതിയെക്കുറിച്ചും മകനോടു ഗദ്ഗദകണ്ഠനായി. പ്രഗത്ഭനായ ഡി ജെ, ആ സ്വരവീചികളെ വലിച്ചുനീട്ടി പ്രകമ്പനംകൊള്ളിച്ച്, ഭയമുളവാക്കുന്നവയാക്കി മാറ്റി. അതിന്റെ ദോലനങ്ങൾ ചെവികൾ തുളച്ചുകയറി. പുകപടലങ്ങൾ എങ്ങും നിറഞ്ഞു. സദസ്സിൽനിന്ന് ഭീതിസീൽക്കാരങ്ങളുയർന്നു.

ഫോളാഷാഡി ജോണിനെ ഉറ്റുനോക്കി. അവൻ കറുത്ത നിറമുള്ള രാജകീയവസ്ത്രം ധരിച്ച് ഹാംലെറ്റിലേയ്ക്ക് പരകായപ്രവേശം നടത്തിയിരുന്നു. അത് സഹപാഠിയും കാമുകനുമായ ജോണല്ല, ഒരു രാജകുമാരൻതന്നെയാണെന്ന തോന്നലുണ്ടായപ്പോൾ അവൾ ഒരു രാജകുമാരിയായി സ്വയം പ്രതിഷ്ഠിച്ച് അവനോടൊപ്പം നൃത്തം ചെയ്തുതുടങ്ങി. പക്ഷേ, സ്റ്റേജിലേക്കുവന്ന അതീവസുന്ദരിയായ നായികയെ കണ്ടപ്പോൾ ഉള്ളിലൂറിവന്ന അപകർഷതാബോധം ആ സ്വപ്നത്തെ മായ്ച്ചുകളഞ്ഞു!

നാടകം കഴിഞ്ഞ് തിരക്കൊഴിഞ്ഞപ്പോൾ അവൾ മെല്ലെ ഗ്രീൻ റൂമിലേക്കുനടന്നു. ജോൺ ചമയങ്ങളഴിക്കാതെ അവളെ കാത്തിരിക്കുകയായിരുന്നു. അവളെക്കണ്ടതും അവൻ ചാടിയെഴുന്നേറ്റ്, കൈകൾ വിരിച്ചുപിടിച്ചുകൊണ്ടുപറഞ്ഞു:

"ഡൗട്ട് തൗ ദി സ്റ്റാഴ്സ് ആർ ഫയർ
ഡൗട്ട് തൗ ദി സൺ ഡോത് മൂവ്
ഡൗട്ട് ട്രൂത് ടു ബി എ ലയർ
ബട്ട് ഐ നെവർ ഡൗട്ട് ഐ ലവ്!"

അവൾ നിർത്താതെ കൈയടിച്ചു. നാടകാന്ത്യത്തിലേതുപോലെ, ജോൺ കൈകൾ ഇരുവശങ്ങളിലേക്കും വിടർത്തിപ്പിടിച്ച്, മൂന്നുതവണ തലകുനിച്ചു വണങ്ങി. ഫോളാഷാഡി വിടർന്ന ചിരിയോടെ ഓടിച്ചെന്ന് അവനെ കെട്ടിപ്പിടിച്ചു ചുംബിച്ചു.

എവർഗ്ലെയ്ഡ്സ് യൂണിവേഴ്സിറ്റിയിൽ ജേണലിസം വിദ്യാർഥികളായിരിക്കുമ്പോഴാണ് ജോണും ഫോളാഷാഡിയും കണ്ടുമുട്ടിയത്. ജോൺ എന്ന ജോനപ്പൻ കോട്ടയത്ത് കുടമണ്ണൂരിലെ, ഇട്ടുമൂടാൻ കാശുള്ള ക്നാനായക്കാരൻ അച്ചായന്റെ ഒറ്റമകനും ഫോളാഷാഡി നൈജീരിയയിലെ തെക്കുപടിഞ്ഞാറൻ പ്രവിശ്യയിലുള്ള ഓഗുനിൽ നിന്നുള്ള ഗോത്രവർഗക്കാരിയുമായിരുന്നു.

പഴമയെ തെല്ലും കൈവിടാതെ തന്നെ പുതുമകളെ ആവേശത്തോടെ ആശ്ലേഷിക്കുന്നവരാണ് ഫോളാഷാഡിയുൾപ്പെടുന്ന "യൊരുമ്പ" ഗോത്രവംശക്കാർ. അയ്യായിരം വർഷം പഴക്കമുള്ള ഈ മതവിഭാഗം ആരാധിക്കുന്നത് തങ്ങളുടെ തന്നെ ആത്മാവിന്റെ ദേവാംശമെന്നുകരുതപ്പെടുന്ന ദേവകളെയാണ്. ഈ ദേവകൾ മരവും കാടും മലയും പുഴയും ലോഹങ്ങളുമൊക്കെയായി മാറി ഭൂമിയിൽ വസിക്കുമെന്നും അവരെ പ്രസാദിപ്പിക്കുക വഴി അല്ലലുകൾ ഒഴിഞ്ഞ്, സന്തോഷവും സമാധാനവും ഐശ്വര്യവും നിറഞ്ഞ ജീവിതം സാധ്യമാകുമെന്നും അവർ വിശ്വസിക്കുന്നു.

ഓഷുൻ എന്ന ദേവതയായിരുന്നു ഫോളാഷാഡിയുടെ ആരാധനാമൂർത്തി. എട്ടാം വയസ്സിലാണ് ഓഷുൻ എന്നുപേരുള്ള നദിയിൽ അവൾ സ്നാനം ചെയ്യപ്പെട്ടത്. അന്നുമുതൽ ജീവിതത്തിൽ ലഭിച്ചതെല്ലാം ഓഷുന്റെ അനുഗ്രഹമായി കരുതി അവൾ തന്റെ ദേവതയെ മുടങ്ങാതെ ആരാധിച്ചുപോന്നു.

പഠനത്തിൽ അതിസമർഥയായിരുന്ന ഫോളാഷാഡി വിവിധ സ്കോളർഷിപ്പുകളോടെയാണ് ഉപരിപഠനത്തിനായി എത്തിയത്. ക്ലാസ്സിലെ ബുദ്ധിമതിയായ കുട്ടിയായിരുന്നു അവൾ. വിദേശവിദ്യാർഥികളിൽ പലരും സംശയനിവാരണം നടത്തിയിരുന്നത് അവളോടായിരുന്നു. എങ്കിലും അവളെ തങ്ങളിലൊരാളായി കണക്കാക്കാൻ പലപ്പോഴും അവർ മടി കാണിച്ചു.

ജോണിന്റെ നാടകപ്രണയം തുടങ്ങിയത് നാലാം ക്ലാസ്സിൽ പഠിക്കുമ്പോഴാണ്. സ്കൂൾ ആനിവേഴ്സറിക്കുള്ള നാടകത്തിൽ നായകനായി അഭിനയിക്കാൻ അവനെയാണ് തെരഞ്ഞെടുത്തിരുന്നത്. കുറേ റിഹേഴ്സലുകളും നടന്നു. പക്ഷേ അനവസരത്തിൽ വന്ന ഒരു പനി ആ നായകസ്ഥാനം തട്ടിയെടുത്ത് മറ്റാർക്കോ കൊടുത്തു. പഠിച്ച റോൾ മറ്റൊരാൾ സ്റ്റേജിൽ ചെയ്യുന്നതുകണ്ട് ജോൺ വാവിട്ടു നിലവിളിച്ചു; സ്റ്റേജിലേക്ക് ഓടിക്കയറാൻ ശ്രമിച്ചു.

പിന്നീടുനടന്ന എല്ലാ സ്കൂൾ-കോളേജ് നാടകങ്ങളിലും അവനായിരുന്നു നായകൻ. ബാലകലോത്സവങ്ങളിലും യുവജനോത്സവങ്ങളിലും അവന്റെ ടീം ഒന്നാമതായെത്തി. അതിനുവേണ്ടി എത്ര പണം മുടക്കാനും അവന്റെയപ്പൻ തയ്യാറായിരുന്നു.

ഫ്ളോറിഡയിലെത്തിയപ്പോൾ, 'നാഷണൽ എൻഡോവ്മെന്റ് ഓഫ് ആർട്സ്,' 'ഷേക്സ്പിയർ ഇൻ അമേരിക്കൻ കമ്യൂണിറ്റീസ്' എന്ന പേരിൽ വിവിധതുറകളിൽനിന്നുള്ള വിദ്യാർഥികൾക്കായി ഏർപ്പെടുത്തിയിരുന്ന സ്കോളർഷിപ്പിനർഹനായി, അവർ നടത്തുന്ന ഔട്ട്റീച്ച് പ്രോഗ്രാമിൽച്ചേർന്ന് പാർട് ടൈമായി അഭിനയം പഠിക്കാൻ അവന് അവസരം ലഭിച്ചു. നാലു വർഷത്തെ പഠനത്തിനൊടുവിൽ, നായകകഥാപാത്രമായി ആദ്യമായി സ്റ്റേജിലെത്തുന്ന ദിവസമായിരുന്നു അന്ന്.

വ്യക്തമായ സൗന്ദര്യസങ്കൽപ്പങ്ങൾ കാത്തുസൂക്ഷിക്കുകയും രക്തശുദ്ധിയിൽ അഭിമാനംകൊള്ളുകയും ചെയ്തിരുന്ന ജോൺ, ഒരു നീഗ്രോ പെൺകുട്ടിയുമായി എങ്ങനെ പ്രണയത്തിലായി എന്നതിനെപ്പറ്റി പല ഊഹാപോഹങ്ങളും സുഹൃത്തുക്കളുടെയിടയിൽ പ്രചാരത്തിലുണ്ട്.

ഫോളാഷാഡി ഒരു മന്ത്രവാദിനിയാണെന്നും അവളുടെ മുറിയിൽ നിന്ന് രാത്രികാലങ്ങളിൽ മന്ത്രോച്ചാരണങ്ങളും അപരിചിതമായ ഗന്ധങ്ങളും പുറത്തേക്കൊഴുകാറുണ്ടെന്നും, ഇറക്കം കുറഞ്ഞ ടോപ്പിനടിയിലൂടെ കാണപ്പെടുന്ന പല നിറങ്ങളുള്ള മുത്തുകൾകൊണ്ടുണ്ടാക്കിയ അരഞ്ഞാണത്തിൽ വശീകരണമന്ത്രമുണ്ടെന്നും അതല്ല, ജോൺ ഒരു 'സാപിയോസെക്ഷ്വ'ലാണെന്നും അവർ അടക്കം പറഞ്ഞു. പക്ഷേ, ആരെയും ഗൗനിക്കാതെ, കാരണങ്ങളൊന്നും തെരയാതെ, നാലുവർഷങ്ങളായി അവൻ അവളെ പ്രണയിച്ചുകൊണ്ടേയിരുന്നു.

"നേരം വളരെ വൈകിയിരിക്കുന്നു, വേനൽക്കാലമാണെന്ന് പറഞ്ഞിട്ടുകാര്യമില്ല. പുറത്ത് മഞ്ഞുപെയ്തുതുടങ്ങി. വരൂ, നമുക്ക് വേഗം പോകാം."

പെട്ടെന്ന് സ്ഥലകാലബോധമുണ്ടായതുപോലെ അവനെ ആശ്ലേഷത്തിൽനിന്ന് വിടുവിച്ച് ചമയങ്ങളഴിക്കാൻ സഹായിച്ചുകൊണ്ട് ഫോളാഷാഡി ധൃതിപിടിച്ചു.

"വേണ്ട ഷാഡീ... ഇന്ന് നമുക്കീ ഇരുട്ടിനെയണിയാം. മഞ്ഞിനെ പുതയ്ക്കാം. ഈ രാത്രി, നഗ്നമായ ആകാശത്തിനുകീഴിൽ ചെലവഴിക്കാം."

അവൻ മുഖത്ത് പ്രണയം നിറച്ച്, കൈകൾകൊണ്ട് ആകാശത്തിന്റെയും കുളിരിന്റെയും ആംഗ്യം കാണിച്ചു. പിന്നെയൊരു കള്ളച്ചിരിയോടെ തുടർന്നു:

"നാട്ടിൽ പോയാൽ പിന്നെ ഇങ്ങനെയുള്ള സുവർണാവസരങ്ങളൊന്നും ലഭിക്കില്ല"

"നീയെന്നാണ് നാട്ടിൽ പോകുന്നത്?"

ഫോളാഷാഡി, ചെറിയൊരു ഞെട്ടലോടെ ചോദിച്ചു.

"ഞാനല്ല, നമ്മൾ. നിന്റെയീ വീഞ്ഞിന്റെ നിറമുള്ള കണ്ണുകൾ എന്നെ തനിച്ചു പോകാൻ അനുവദിക്കുമെന്ന് തോന്നുന്നുണ്ടോ? അവയുടെ ആഴങ്ങളിലല്ലേ ഞാൻ എന്നെത്തന്നെ കണ്ടെത്തിയത്? അവയിൽനിന്നല്ലേ ഞാൻ പ്രണയം രുചിച്ചത്! അവയല്ലേ എന്നിൽ ലഹരി നിറച്ചത്!"

അവൻ അവളുടെ തോളിൽ കൈകൾ വെച്ച്, കണ്ണുകളിലേക്കുറ്റുനോക്കി

ക്കൊണ്ടുചോദിച്ചു.

"മഴയും വെയിലും പുഴയും കായലും മലകളും അരുവികളുമൊക്കെ നിറഞ്ഞ നിന്റെ നാട്ടിൽ നിന്റെയൊപ്പം ജീവിക്കുന്നതും നിന്റെ കുഞ്ഞുങ്ങളെ പ്രസവിച്ചുവളർത്തുന്നതുമൊക്കെ എന്റെ സ്വപ്നങ്ങളാണ് ജോൺ. പക്ഷേ, നിന്റെ വീട്ടുകാർ എന്നെ അംഗീകരിക്കില്ലെന്ന് ഞാൻ ഭയപ്പെടുന്നു."

അവളുടെ സ്വരമിടറി.

"ഞാനംഗീകരിച്ചല്ലോ. അപ്പോൾ അവരും അംഗീകരിക്കും."

ജോൺ ഉറച്ച ശബ്ദത്തിൽ പറഞ്ഞു.

"എന്തോ, എനിക്ക് പേടി തോന്നുന്നു. നിന്റെ നാട്ടുകാർ മാനസികമായി ഇപ്പോഴും വെള്ളക്കാരുടെ അടിമകളാണ്. തൊലിവെളുപ്പിനുമുമ്പിൽ ഓച്ഛാനിച്ചു നിൽക്കുന്നവർ; കറുത്ത നിറത്തെ വെറുക്കുന്നവർ. വെള്ളക്കാരിയായ ജെസ്സിനോടും കറുത്തവളായ എന്നോടുമുള്ള, നിന്റെ നാട്ടുകാരായ നമ്മുടെ കൊളീഗ്സിന്റെ പെരുമാറ്റത്തിൽ, എന്തിന്, നോട്ടത്തിൽപ്പോലുമുണ്ട് ആ വ്യത്യാസം. അത് തിരിച്ചറിയാൻ മനസ്സുവായിക്കുന്ന മാജിക്കൊന്നും വേണ്ട."

"അപ്പോൾ ഞാനോ? ഞാൻ നിന്നെ എന്നേക്കാൾ സ്നേഹിക്കുന്നില്ലേ? അംഗീകരിക്കുന്നില്ലേ?."

"നീ സ്നേഹിച്ചത് എന്റെ ശരീരത്തെയല്ലെന്നു മനസ്സിലാക്കാൻതക്ക ബോധമൊക്കെ എനിക്കുണ്ട്. എന്റെയീ കറുത്ത ശരീരത്തെ സ്നേഹിക്കാൻ നിനക്കാവില്ല."

"നിന്റെ ബുദ്ധി എന്നെ അത്ഭുതപ്പെടുത്തിയിട്ടുണ്ട് എന്നത് സത്യമാണ്. പക്ഷേ, ഞാൻ സ്നേഹിക്കുന്നതും സ്വന്തമാക്കാനാഗ്രഹിക്കുന്നതും നിന്നെയാണ്; ഈ ശരീരവും മനസ്സും ബുദ്ധിയും കൂടിച്ചേർന്ന, നീയെന്ന സത്യത്തെയാണ്."

"നിന്റെ വീട്ടുകാർ എനിക്കെതിരേ മുഖം തിരിക്കും. എന്നെയവർ വെറുക്കും. അപ്പോൾ നിന്റെ തീരുമാനമോർത്ത് നിനക്ക് ദുഃഖിക്കേണ്ടിവരും."

"നീ വേണ്ടാത്തതൊന്നും ചിന്തിച്ചുകൂട്ടണ്ട ഷാഡീ... ആരുവെറുത്താലും തള്ളിപ്പറഞ്ഞാലും നിന്നെ ഞാൻ വിട്ടുകളയില്ല. കാരണം, നീയില്ലാത്ത ഒരു ജീവിതം എനിക്കിപ്പോൾ ചിന്തിക്കാൻപോലുമാകുന്നില്ല. ഇപ്പോൾ എല്ലാം മറക്കൂ... എന്റെ നെഞ്ചിലണയൂ... നമ്മുടെ ശ്വാസവും നെഞ്ചിടിപ്പുകളും ഒന്നാകട്ടെ! അതുകണ്ട് ഭൂമി നാണിക്കട്ടെ; ആകാശം കണ്ണുകൾ പൊത്തട്ടെ."

ജോൺ കൈകൾ വിരിച്ചുപിടിച്ചു.

"ഇവിടെയോ?"

അവൾ പരിഹാസത്തോടെയും ഒരൽപ്പം ലജ്ജയോടെയും ചോദിച്ചു.

അവൻ അവളെ ചേർത്തുപിടിച്ചുകൊണ്ട്, ജനാലയിലൂടെ പുറത്തേക്ക് വിരൽ ചൂണ്ടി. അവിടെ, റിവൈറ ഗോൾഫ് കോർട്ടിലെ പുൽത്തകിടികൾ അവരെക്കാത്ത് ഉറങ്ങാതെ കിടക്കുന്നുണ്ടായിരുന്നു. അതിന്റെ അതിരുകളിൽ കാവൽനിന്ന ഗാർഡേനിയപ്പൂക്കൾ നിലാവിൽ തിളങ്ങി. അവയുടെ ധവളിമ നക്ഷത്രങ്ങളെ വെല്ലുവിളിച്ചു. മാദകഗന്ധംപേറിയ കാറ്റ്, മെല്ലെ ഒഴുകിവന്ന് ആ യുവഹൃദയങ്ങളിൽ മധു ചൊരിഞ്ഞു; ശരീരങ്ങളെ ത്രസിപ്പിച്ചു.

അവൾ, അവന്റെ നെഞ്ചോടുചേർന്നുനിന്നു. പിന്നെ കൊഞ്ചലോടെ പറഞ്ഞു.

"ഒരു കുഞ്ഞുജോണിനെയുംകൊണ്ട് തിരിച്ചുചെല്ലണമെന്നാണ് എഴുതപ്പെട്ടിരിക്കുന്നതെന്നുതോന്നുന്നു."

ജോൺ അവളുടെ കാതിൽ മെല്ലെ കടിച്ചു. പിന്നെ, ഉയരങ്ങളിലേക്ക് കണ്ണുകളുയച്ചു പറഞ്ഞു:

"തൗ ഷാൽ ബെയർ എ സൺ ആൻഡ് ഹീ ഷുഡ് ബി നെയിംഡ്..."

"നെയിംഡ്...?"

"ലൂക്ക്... ലൂക്കോസ്!"

രണ്ട്

ചെമ്പനാനിൽ ലൂക്കാച്ചന്റെ അത്യാധുനിക രീതിയിൽ പണികഴിപ്പിച്ച മണിമാളികയുടെ മുറ്റത്തെ, ക്രൂറൻ ആഞ്ഞിലിയുടെ പടിഞ്ഞാറേയ്ക്കുചാഞ്ഞ കൊമ്പിനുമുകളിൽ അമ്പിളിക്കല വിളറി. പുതുതായി പണികഴിപ്പിച്ച നീന്തൽക്കുളത്തിൽ പ്രഭാതനക്ഷത്രം തിളങ്ങി.

വീടിനുള്ളിൽ ഉച്ചത്തിൽ അലാറം മുഴങ്ങി. കൊച്ചുവെളുപ്പാൻ കാലത്തുണർന്ന് കട്ടിലിൽ കാൽ നീട്ടിയിരുന്ന് പ്രാർഥിച്ചുകൊണ്ടിരുന്ന കുഞ്ഞന്നാമ്മ കൊന്ത തലയണക്കടിയിൽ വച്ച്, പാതി തുറന്നുകിടന്ന വാതിലിലൂടെ അടുക്കളയിലേക്കുനോക്കി വിളിച്ചു പറഞ്ഞു.

"പെണ്ണേ... കാപ്പി"

മുറ്റത്തെ ജാതിത്തോട്ടത്തിലിരുന്ന് കിളികൾ കുർബാന ചൊല്ലിത്തുടങ്ങിയിരുന്നു. നാടൻ കാപ്പിക്കുരുവും ചിക്കരിയും ഉലുവയും പൊടിച്ചുചേർത്തുണ്ടാക്കിയ കട്ടൻകാപ്പിയുടെ ഗന്ധം, തുറന്നിട്ട വാതിലിലൂടെ പുറത്തേക്കൊഴുകി പ്രഭാതത്തിന് ഉന്മേഷം പകർന്നു.

കുഞ്ഞന്നാമ്മ വേഗത്തിൽ പ്രഭാതകൃത്യങ്ങൾ കഴിച്ച് ഉജാലമുക്കി വെളുപ്പിച്ച ചട്ടയും മുണ്ടുമണിഞ്ഞു. സ്വർണക്കസവുള്ള നേര്യതു ഞൊറിഞ്ഞുടുത്തു. അതിൽ വെള്ളക്കല്ലുപതിപ്പിച്ച ബ്രോഷ് കുത്തി. "പൊന്നിൻനിറമുള്ള" മുഖത്തൊരൽപ്പം നിവ്യ ക്രീം പുരട്ടി കണ്ണാടിയിൽനോക്കി തൃപ്തിവരുത്തി പള്ളിയിൽ പോകാൻ തയ്യാറായി.

പ്രശസ്തമായ കള്ളിയാങ്കൽ കുടുംബത്തിലെ സന്തതിയായിരുന്നു കുഞ്ഞന്നാമ്മ. ചേരമാൻ പെരുമാൾ, പതിനേഴ് ജാതികളുടെ മേൽ അവകാശമെഴുതി ക്നായിത്തൊമ്മനുകൊടുത്ത ചെമ്പുതകിടുകളിലൊരെണ്ണം തറവാടിന്റെ നിലവറയിൽ ഇപ്പോഴുമുണ്ടെന്നും, അന്നുകിട്ടിയ എഴുപത്തഞ്ചുപൊൻപണത്തിലൊന്നുരുക്കിപ്പണിത ഉരുപ്പടികളിലൊന്നാണ് പരമ്പരാഗതമായി കൈമാറിക്കിട്ടിയിരിക്കുന്ന ബ്രോഷ് എന്നും വരുന്നവരോടും പോകുന്നവരോടുമെല്ലാം പറയുന്നത് കുഞ്ഞന്നാമ്മയുടെ ശീലത്തിന്റെ ഭാഗമായിരുന്നു.

പതിനാറാം വയസ്സിലാണ് ചെമ്പനാനിൽ യോഹന്നാൻ ലൂക്കോസ് കുഞ്ഞന്നാമ്മയെ വിവാഹം കഴിക്കുന്നത്. എട്ടുകെട്ടും ആനക്കൊട്ടിലും ഏക്കറുകണക്കിന് ഭൂമിയും അടിയാന്മാരുമുണ്ടായിരുന്ന കുടുംബമായിരുന്നു യോഹന്നാന്റേത്. യോഹന്നാന്റെ അപ്പൻ പിടിപ്പുകേടുകൊണ്ട് പലതും കളഞ്ഞുകുളിച്ചെങ്കിലും പഴയപ്രതാപത്തിന് മങ്ങലൊന്നുമേൽക്കപ്പെട്ടിരുന്നില്ല.

കുഞ്ഞന്നാമ്മ ചെന്നുകയറി, മൂന്നാംമാസം അമ്മായിഅമ്മ മരണപ്പെട്ടു. അന്നു മുതൽ കുടുംബഭരണം അവർ ഏറ്റെടുത്തു. അമ്മായിഅച്ഛനോടും ഭർത്താവിനോടും കണക്കുകൾ ചോദിച്ചു. ചെലവുകൾ വെട്ടിച്ചുരുക്കി. അനാവശ്യ ജോലിക്കാരെ പിരിച്ചുവിട്ടു.

ലൂക്കാച്ചനും സിസിലിയാമ്മയും ഉണ്ടായി അധികം വൈകാതെ ഒരപകടത്തിൽ അമ്മായിഅച്ഛൻ മരിച്ചു. യോഹന്നാന്റെ ചിറകൊടിഞ്ഞു. കുഞ്ഞന്നാമ്മയുടെ ഉത്തരവാദിത്വങ്ങൾ കൂടി. പക്ഷേ, ഏതു പ്രതിസന്ധിയിലും അവരുടെ മുഖം വാടുകയോ തല താഴുകയോ ചെയ്തില്ല. അഭിമാനവും അഹങ്കാരവും നിറഞ്ഞ പ്രൗഢതയോടെ ഒരു രാജ്ഞിയെപ്പോലെ അവർ ജീവിച്ചുപോന്നു.

ഒരുങ്ങി ഹാളിലെത്തിയ കുഞ്ഞന്നാമ്മ ജോലിക്കാരി പകർന്നുവച്ച കട്ടൻകാപ്പി മൊത്തിക്കുടിച്ചുകൊണ്ട് അക്ഷമയോടെ ക്ലോക്കിൽ നോക്കി ഉറക്കെ ആജ്ഞാപിച്ചു.

"ഗ്രേസമ്മേ, നേരം അഞ്ചേമുക്കാലായി. ലൂക്കാച്ചനോട് കാറെടുക്കാൻ പറ".

കൂർക്കം വലിച്ചുറങ്ങുന്ന ലൂക്കോച്ചനെ ഗ്രേസമ്മ വീണ്ടും കുലുക്കി വിളിച്ചു. അയാൾ പിറുപിറുത്തുകൊണ്ട് കാലിനിടയിൽ കൈകൾ തിരുകി തിരിഞ്ഞുകിടന്നു.

"അച്ചായൻ പിന്നേം ഉറങ്ങി അമ്മച്ചീ, ഞാൻ ഡ്രൈവറിനെ വിളിക്കാം." ഗ്രേസമ്മ വിളിച്ചുപറഞ്ഞുകൊണ്ട് ധൃതിയിൽ മൊബൈൽ ഫോണിൽ നമ്പർ തിരഞ്ഞു.

കുഞ്ഞന്നാമ്മ അത് ഗൗനിക്കാതെ വീർത്ത മുഖവുമായി നടന്നുപോകാൻ തുനിഞ്ഞിറങ്ങി. അപ്പോൾ ഗേറ്റിന് പുറത്തൊരു വണ്ടി വന്നുനിൽക്കുന്ന ശബ്ദം മുഴങ്ങി.

വെളിയിലിറങ്ങി വാതിൽ വലിച്ചടച്ചുതിരിഞ്ഞ കുഞ്ഞന്നാമ്മ കണ്ടത്, കുഞ്ഞു നിക്കറും കൈയില്ലാത്ത ബനിയനും ധരിച്ച് മുറ്റത്തുനിൽക്കുന്ന ഒരു മനുഷ്യനെയാണ്. പണിക്കാരാരോ ആണെന്ന് തെറ്റിദ്ധരിച്ച് അവർ വിളിച്ചുചോദിച്ചു:

"കോൻ? ക്യാ?"

"വാട്ട്...?!"

മറുചോദ്യത്തോടെ ആ രൂപം കുഞ്ഞന്നാമ്മയുടെ നേർക്കുതിരിഞ്ഞു. പിന്നെ, "ഓ! ഗ്രാൻഡ്മാ" എന്ന് വിളിച്ചുകൊണ്ട് സന്തോഷത്തോടെ അവരുടെ നേർക്ക് ഓടിച്ചെന്നു. കുഞ്ഞന്നാമ്മ ഞെട്ടിപ്പോയി "അയ്യോ! നീഗ്രോ" എന്നലറിക്കരഞ്ഞുകൊണ്ട് അവർ അകത്തേക്കോടി.

കൈയിൽ മൊബൈലുമായി ഗ്രേസമ്മയും അഴിഞ്ഞുപോയ കൈലി കൈയിലെടുത്ത് ലൂക്കാച്ചനും വഴിയേപോയ പത്രക്കാരൻ അലോഷിയും അലർച്ചകേട്ട് ഓടിയെത്തി. ടാക്സിയിൽ നിന്നിറങ്ങി ഗേറ്റ് തുറന്നുകൊണ്ടുനിന്ന ജോനപ്പൻ ഓടിയെത്തി വല്യമ്മച്ചിയെ കെട്ടിപ്പിടിച്ചു.

ജോനപ്പനെ തിരിച്ചറിഞ്ഞതോടെ കുഞ്ഞന്നാമ്മ ഉഷാറായി. അവനെ ഉമ്മകൾകൊണ്ടുമൂടി. ഫോളാഷാഡിയെ അടിമുടി നോക്കി തലകുലുക്കിക്കൊണ്ട് അവർ ചോദിച്ചു:

"പണിക്ക് കൊണ്ടുവന്നതാ, അല്ലേടാ? ബംഗാളികളെപ്പോലല്ല, നല്ല ആരോഗ്യമുണ്ട്!"

"അല്ലമ്മച്ചീ... ഇതെന്റെ ഗേൾഫ്രണ്ടാണ്, ഷാഡി."

ജോനപ്പൻ ഫോളാഷാഡിയെ ചേർത്തുപിടിച്ചുകൊണ്ടുപറഞ്ഞു.

"നിനക്കു പ്രണ്ടാക്കാൻ അമേരിക്കയിൽ ആണങ്ങളൊന്നുമില്ലാരുന്നോടാ?."

ഫോളാഷാഡിയെ നോക്കി കുഞ്ഞന്നാമ്മ ചിറികോട്ടി.

"ആ ഫ്രണ്ടല്ലമ്മച്ചീ... ഗേൾഫ്രണ്ട്... എന്നുവച്ചാൽ കല്ല്യാണംകഴിക്കാൻ പോകുന്നവൾ. ഇവളെന്റെ കൊച്ചിനെ നാലുമാസം ഗർഭിണിയാണ്. വല്യമ്മച്ചി നാലാം തലമുറയെ കാണാൻപോകുന്നു!."

ഫോളാഷാഡിയുടെ വയറിൽ തഴുകിക്കൊണ്ട് ജോനപ്പൻ വല്യമ്മച്ചിയെ നോക്കി ചിരിച്ചു. അതു കേട്ടതും, 'എന്റെ മാതാവേ!' എന്നുവിളിച്ച് അവർ പുറകോട്ടുമറിഞ്ഞു.

"അത്രേം വെള്ളക്കാരികളൊണ്ടായിട്ട് അവന് ഒണ്ടാക്കാൻ ഈ തടിച്ചിക്കാപ്പിരിച്ചീനെയേ കണ്ടൊള്ളോ?! ഇതിപ്പോ എന്റെ കൊച്ചുമക്കൾ കരിമാക്കന്മാരെപ്പോലിരിക്കുമല്ലോ ദൈവമേ...!"

മുഖത്ത് വെള്ളംതളിച്ചപ്പോൾ കണ്ണുതുറന്നുകരച്ചിൽ തുടങ്ങിയ അമ്മയെ ഉള്ളിൽക്കയറ്റി കിടത്തുന്നതിനിടെ ലൂക്കാച്ചൻ ഗ്രേസമ്മയോടു പിറുപിറുത്തു.

"അപ്പന്റേം ഈ പറഞ്ഞ വെള്ളക്കാരികളുടേമൊക്കെ ഉത്ഭവം ഇവളുടെ നാട്ടീന്നാ... ആഫ്രിക്കേന്ന്. ബൈബിളുമാത്രം വായിച്ചോണ്ടിരുന്നാൽ അതൊന്നും മനസ്സിലാവുകേല." ഫോളാഷാഡിയുടെ കൈപിടിച്ച് അകത്തേക്കുനടക്കുന്നതിനിടയിൽ ജോനപ്പൻ പിറുപിറുത്തു.

കുഞ്ഞന്നാമ്മ ചാടിയെഴുന്നേറ്റ് നെഞ്ചത്തടിച്ചുകൊണ്ട് നിലവിളിച്ചു.

"എന്നാലും എന്റെ ക്നായത്തൊമ്മൻ പുണ്യാളാ... കാലങ്ങളോളം കറയേശാതെ കാത്തുസൂക്ഷിച്ച രക്തത്തെ ഈ അറാംപിറന്നോൻ അശുദ്ധമാക്കിക്കളഞ്ഞല്ലോ..."

കുഞ്ഞന്നാമ്മ പിന്നീടൊരിക്കലും പള്ളിയിൽ പോയില്ല. ലൂക്കാച്ചൻ നാട്ടുകാരുടെ മുൻപിൽ മുഖമുയർത്തിയില്ല. ഗ്രേസമ്മ മാത്രം പതിവുകളൊന്നും തെറ്റിച്ചില്ല.

മാസങ്ങൾ കഴിഞ്ഞു. ജോനപ്പന്റെ കറുത്തമദാമ്മയും അവനുപിറക്കാനിരിക്കുന്ന കുഞ്ഞും നാട്ടിലെ ചർച്ചാവിഷയമായി. ലൂക്കാച്ചന്റെ പദവിയിൽ അസൂയപൂണ്ടുമങ്ങിയിരുന്ന പല മുഖങ്ങളും തെളിഞ്ഞു. അവർ ആ വാർത്ത ആഘോഷിച്ചു!

മൂന്ന്

രാത്രിയുടെ യാമങ്ങളിലെങ്ങോ കുഞ്ഞന്നാമ്മ കണ്ണുതുറന്നു. എവിടെനിന്നോ ഒഴുകിയെത്തുന്ന നേർത്ത മണികിലുക്കം. ഒപ്പം, മുറിയിലെങ്ങും നിറയുന്ന സുഗന്ധം. അവർ ഭീതിയോടെ ഭിത്തിയിലേക്കുതിരിഞ്ഞുകിടന്ന്, പുതപ്പുവലിച്ച് തലവഴി മൂടി, മരണത്തിന്റെ ദൂതൻ തന്നെക്കാണാതെ കടന്നുപോകണമേയെന്ന് 'നന്മ നിറഞ്ഞ മറിയമേ' ചൊല്ലി പ്രാർഥിച്ചു.

പക്ഷേ, മണികിലുക്കം കൂടുതൽ ഉച്ചത്തിലായി. സുഗന്ധം തീവ്രമായി. കുഞ്ഞന്നാമ്മ പുതപ്പുമാറ്റി, കണ്ണുകൾ മാത്രം പുറത്താക്കി നോക്കി. ഭാഗ്യം! മുറിയിൽ ദൂതനില്ല! അവർ ആശ്വാസത്തോടെ ക്ലോക്കിൽ നോക്കി. സമയം കൃത്യം മൂന്നുമണി.

ആരോ ഉറക്കെ കരയുന്നതുപോലെ അവർക്കു തോന്നി. പേടിയോടെ മെല്ലെയെഴുന്നേറ്റ് ചെവി വട്ടംപിടിച്ചു. പിന്നെ, ഒരു സ്വപ്നത്തിലെന്നവണ്ണം, ശബ്ദം കേൾക്കുന്ന മുറി ലക്ഷ്യമാക്കി നടന്നു.

ആ വലിയ വീടിന്റെ താഴത്തെ നിലയിലെ നാലുമുറികളിലൊന്നിലായിരുന്നു കുഞ്ഞന്നാമ്മ കിടന്നിരുന്നത്. വെളുത്ത മാർബിൾ പതിച്ച പടവുകൾക്കുമുകളിൽ രാജകീയസൗകര്യങ്ങളോട്ടുകൂടിയ മറ്റു രണ്ട് മുറികളുമുണ്ടായിരുന്നു. അതിലൊന്നിലാണ് ജോനപ്പൻ ഫോളാഷാഡിയോടൊപ്പം താമസിച്ചത്. മറ്റൊന്ന് അതിഥികൾക്കുള്ളതായിരുന്നു.

കുഞ്ഞന്നാമ്മ കാതുകൾ കൂർപ്പിച്ചു. ജോനപ്പന്റെ മുറിക്കരികിൽനിന്നായിരുന്നു ആ ശബ്ദം വന്നിരുന്നത്. അവർ പിടിച്ചുപിടിച്ച് പതിയെ കോണിപ്പടികൾ കയറി.

ജോനപ്പന്റെ മുറിയുടെ വാതിലടച്ചിരുന്നു. അതിനുള്ളിൽനിന്ന് കൂർക്കംവലിയുടെ ഒച്ച, താളത്തിലുയർന്നുകേട്ടു. കുഞ്ഞന്നാമ്മ ശ്വാസംപിടിച്ചുനിന്നു ശ്രദ്ധിച്ചു. കരച്ചിൽ നിലച്ചിരിക്കുന്നു. നേർത്ത ഏങ്ങലടിശബ്ദങ്ങളും പിറുപിറുക്കലും ഇടയ്ക്കിടയ്ക്കു കേൾക്കാം. അതു ഗസ്റ്റ്റൂമിൽനിന്നായിരുന്നു!

ആ മുറിയുടെ വാതിലിന്റെയും ജനലിന്റെയും വിടവുകളിലൂടെ തിരിഞ്ഞും മറിഞ്ഞും നോക്കിയിട്ടും കുഞ്ഞന്നാമ്മയ്ക്ക് ഒന്നും കാണാൻ സാധിച്ചില്ല. കുറച്ചുസമയം അവിടെ ചുറ്റിപ്പറ്റിനിന്നശേഷം അവർ നിരാശയായി തിരിച്ചുപോയി.

പിന്നീടും പല ദിവസങ്ങളിലും മണിയടിശബ്ദവും കരച്ചിലുംകേട്ട് കുഞ്ഞന്നാമ്മ ഉറക്കമുണർന്നു. ആകാംക്ഷ അടക്കാനാവാതെ ഒരു ദിവസം രാവിലെ അടുക്കളയിലെത്തി ജോലിക്കാരിയോട് ചോദിച്ചു.

"എടീ പെണ്ണേ, രാത്രി ഒരു കരച്ചിലോ മണിയടിയോ വല്ലോം നീ കേട്ടാരുന്നോ?"

"ഇല്ലമ്മച്ചീ... ഞാൻ ഒറങ്ങിയാപ്പിന്നെ ഒന്നും അറിയത്തില്ല."

കുഞ്ഞന്നാമ്മ നേരെ നോക്കിയാൽ മുട്ടിടിക്കുന്ന ജോലിക്കാരി വിനീതയായി പറഞ്ഞു.

കുഞ്ഞന്നാമ്മ അതേ ചോദ്യവുമായി ഗ്രേസമ്മയെ സമീപിച്ചു.

"അതുപിന്നെ ചെറുപ്പക്കാരല്ല്യോ അമ്മച്ചീ... അവര് വല്ല സിനിമേം കണ്ടതാകും" ഗ്രേസമ്മ പറഞ്ഞൊഴിഞ്ഞു.

"കൂടെയിരുന്ന് സിനിമ കാണാൻ പറ്റിയ മൊതല്, എന്നെക്കൊണ്ടൊന്നും പറയിക്കണ്ട"

ആ മറുപടി കുഞ്ഞന്നാമ്മയെ അരിശംകൊള്ളിച്ചു.

"മൊകളിലത്തെ മുറീന്ന് നീ വല്ല ഒച്ചയും കേട്ടാരുന്നോടാ? കൊറേ ദിവസമായി ഏതാണ്ടൊക്കെ ഒച്ചയും ബഹളവും". കാപ്പി കുടിക്കുന്നതിനിടയിൽ കുഞ്ഞന്നാമ്മ ലൂക്കാച്ചനോടും ചോദിച്ചു.

"കാട്ടുജാതിയല്ലേ, വല്ല എലിയുടെയോ പട്ടിയുടെയോ കരച്ചിലാരിക്കും." ലൂക്കാച്ചൻ അരിശം കൊണ്ടു.

അന്നു പകൽ അവർ ജോനപ്പനോട് പറഞ്ഞു. "എടാ ജോനപ്പാ, നിന്റെ മുറീടടുത്തുന്ന് രാത്രീല് ഏതാണ്ടൊക്കെ ഒച്ച കേൾക്കുന്നുണ്ട് കേട്ടോ. നീയാ പെണ്ണിനെ സൂക്ഷിച്ചോണം. അവള് നിന്നെ എന്തേലും ചെയ്യുമൊന്നാ ഞങ്ങടെ പേടി."

"കുഞ്ഞന്നാമ്മയ്ക്ക് ചിന്നൻ കൂടിത്തുടങ്ങി അല്ലേ?"

അവൻ കുഞ്ഞന്നാമ്മയെ ചേർത്തുപിടിച്ചുകൊണ്ട് കളിയാക്കി. പിന്നെ നെറുകയിൽ ഒരു മുത്തം കൊടുത്തുകൊണ്ട് തുടർന്നു.

"എന്റെ വല്യമ്മച്ചീ അവൾക്കെന്നെ ജീവനാണ്. നിങ്ങളെന്തേലും ചെയ്താലും അവൾ ചെയ്യുകേല. നിങ്ങളുടെയൊക്കെ മനസ്സിൽ അവളോടുള്ള ദേഷ്യം കാരണം ഓരോന്ന് തോന്നുന്നതാണ്."

കുഞ്ഞന്നാമ്മ കെറുവിച്ച് മുഖം വീർപ്പിച്ചു.

നാലുദിവസങ്ങൾ ഉത്തരങ്ങളില്ലാതെ കടന്നുപോയി. അഞ്ചാംദിവസം രാത്രി, എന്താണ് സംഭവിക്കുന്നതെന്നറിയാൻ ഗസ്റ്റ് റൂമിൽ ഒളിച്ചിരിക്കാൻതന്നെ കുഞ്ഞന്നാമ്മ തീരുമാനിച്ചു. കാത്തുകാത്തിരുന്ന് എപ്പോഴോ ഉറങ്ങിപ്പോയ അവർ, ഉച്ചത്തിലുള്ള മണിയടിശബ്ദം കേട്ട് ഞെട്ടിയുണർന്നു. കണ്ണുകൾ തിരുമ്മി സൂക്ഷിച്ചുനോക്കി.

ആ വലിയ മുറിക്കുനടുവിലെ അണ്ഡാകാരമേശയിൽ മുത്തുകൾ പതിപ്പിച്ച, തിളങ്ങുന്ന വെള്ളത്തുണി വിരിച്ചിരുന്നു. അതിൽ കത്തിനിൽക്കുന്ന മഞ്ഞനിറമുള്ള മെഴുകുതിരികൾ! മേശയ്ക്കുനടുവിലായി, സ്വർണനിറമുള്ള, ചെറിയൊരു സ്ത്രീപ്രതിമ!

ഒരു പാത്രത്തിൽ കുറേ ഉണങ്ങിയ സൂര്യകാന്തിപ്പൂക്കളും ചെറിയ കഷണങ്ങളായി മുറിച്ച നാരങ്ങയും റോസാപ്പൂവിന്റെ ഉണങ്ങിയ ഇതളുകളും കുറച്ചു കറുവാപ്പട്ടയും വച്ചിരുന്നു. അതിനടുത്തായി, വലിയൊരുമയിൽപ്പീലിയും എന്തൊക്കെയോ കോറിവരച്ച വാൽക്കണ്ണാടിയും വലിയൊരു ശംഖും!

മേശയുടെ കോണിൽ, ഒരു ഗ്ലാസ്സിൽ മഞ്ഞനിറമുള്ള വെള്ളം നിറച്ചുവച്ചിരുന്നു. അതിനടുത്ത് മറ്റൊരു പാത്രത്തിൽ കുറേ ഓറഞ്ചല്ലികളും ചെറിയ കുപ്പികളിൽ തേനും സുഗന്ധയെണ്ണകളും കറുവാപ്പട്ടയുടെ പൊടിയുമുണ്ട്.

മുറിയോടുചേർന്നുള്ള കുളിമുറിയിലെ അരണ്ട വെളിച്ചത്തിൽ, ഉൾക്കാടിനെ അനുസ്മരിപ്പിക്കുംവിധം ഹരിതസസ്യങ്ങൾ തഴച്ചുവളർന്നുനിൽക്കുന്ന ചെടിച്ചട്ടികൾക്കരികിൽ, ഓട്ടുപാത്രത്തിൽനിന്ന് സുഗന്ധമുള്ള പുകയുയരുന്നു. അത് മുറിയിലാകെ കോടമഞ്ഞുപോലെ നിറഞ്ഞുനിന്നു.

കർട്ടൻപോളിൽ തൂക്കിയിട്ട കുരുത്തോലകൾക്കടിയിലെ വലിയ ബാത്ടബ്ബിൽ, കഴുത്തോളം വെള്ളത്തിൽ ഫോളാഷാഡി കണ്ണടച്ചുകിടന്നു. ഒഴുകിനടന്ന സൂര്യകാന്തിപ്പൂക്കൾ അവളുടെ നഗ്നതയെ മറച്ചു. ചുറ്റും മെഴുകുതിരികളെരിഞ്ഞു.

ബ്ലൂടൂത് സ്പീക്കറിലൂടെയുയർന്ന, ഉച്ചസ്ഥായിയിലുള്ള ദേവകീർത്തനങ്ങൾ കുളിമുറിക്ക് ഒരു യാഗവേദിയുടെ അന്തരീക്ഷമുണ്ടാക്കി.

കീർത്തനം നിലച്ചപ്പോൾ, അവൾ മെല്ലെ വെള്ളത്തിൽനിന്നുയർന്നു. തിരികളുടെ മങ്ങിയ വെളിച്ചത്തിൽ, കരിങ്കല്ലിൽ തീർത്ത പ്രതിമപോലെ ശരീരം തിളങ്ങി.

ഒരു കൈയിൽ തിരിയും മറുകൈയിൽ ഓട്ടുപാത്രവുമായി, പൂർണനഗ്നയായി അവൾ മുറിയിലേക്കുനടന്നു. ശരീരത്തിൽനിന്ന് വെള്ളം ഇറ്റിറ്റുവീണ് വെളുത്ത തറ മഞ്ഞൾക്കുറികളണിഞ്ഞു.

അവളുടെ കഴുത്തിലും കൈയിലും കാലിലും അരയിലും മുത്തുകൾ കോർത്ത മാലകളുണ്ടായിരുന്നു. നനഞ്ഞൊട്ടിയ മുടിയിൽ ചെറിയ കക്കകൾ കോർത്തിട്ടിരുന്നു. ചുണ്ടുകൾ നിർത്താതെ മന്ത്രങ്ങളുരുവിട്ടു.

അവൾ, തിരിയും ഓട്ടുപാത്രവും മേശമേൽ വെച്ച്, എണ്ണയെടുത്ത് ദേഹമാസകലം പുരട്ടി, ജനാലയ്ക്കരികിലേക്കു നടന്ന് നീലനിറമുള്ള വിരികൾ മാറ്റി. ആകാശത്ത് പൂർണചന്ദ്രൻ നിറഞ്ഞുതുളുമ്പി. പൗർണമി നിലാവ്, എണ്ണമയമുള്ള, നനഞ്ഞ ദേ

ഹത്തുതട്ടി പ്രതിഫലിച്ചു. നിറവയറും മാറിടവും തിളങ്ങി.

കണ്ണുകളടച്ച് കൈകൾ മുകളിലേക്കുയർത്തി നമസ്കരിച്ചശേഷം, മേശയ്ക്കരികിലെത്തി ഓട്ടുപാത്രത്തിലേക്ക് ഉണങ്ങിയ പൂക്കളും കറുവാപ്പട്ടയുമിട്ടു. അതിനുമുകളിലേക്ക് കുപ്പികളിലെ എണ്ണകളൊഴിച്ചു. തീ ആളിക്കത്തി. സ്വർഗീയമായ സുഗന്ധം മുറിയിൽ നിറഞ്ഞു.

പിന്നീട് മുറിയുടെ മൂലയിൽ ഒരു കുട്ടയ്ക്കടിയിൽ കാലുകൾ ബന്ധിച്ചിട്ടിരുന്ന പ്രാവിനെ കാലിൽ പിടിച്ചു തൂക്കിയെടുത്തു മേശമേൽ വച്ചു. പ്രാവ് ദയനീയസ്വരത്തിൽ കരഞ്ഞുകൊണ്ട് ചിറകിട്ടടിച്ചു.

ഭക്തി നിറഞ്ഞ മുഖത്തോടെ, കൂമ്പിയ കണ്ണുകളോടെ അവളതിനെ പ്രതിമയുടെ മുമ്പിൽ വച്ചു. പ്രാണനുവേണ്ടിയുള്ള രോദനങ്ങളെ ഗൗനിക്കാതെ, മന്ത്രോച്ചാരണങ്ങളോടെ, ആ ദുർബലമായ കഴുത്തിൽ ആഞ്ഞുവെട്ടി! ചുടുചോര, കറുത്ത ഉടലിലും വെളുത്ത മേശവിരിയിലും മന്ത്രക്കളങ്ങൾ വരച്ചു.

അറ്റ ശിരസ്സിൽനിന്ന് പ്രതിമയുടെമേൽ ഏതാനും ചോരത്തുള്ളികളിറ്റിച്ചശേഷം, പിടയുന്ന ശരീരം അവൾ തീയാളുന്ന ഓട്ടുപാത്രത്തിലേക്കിട്ടു. ചിറകുകൾ ചെറുചീറ്റലോടെ കത്തിയമർന്നു. മാംസം വേവുന്ന തീക്ഷ്ണഗന്ധം സുഗന്ധത്തെ ആട്ടിയോടിച്ചു.

ഓറഞ്ചല്ലികൾ നിറച്ച പാത്രമെടുത്ത് അതിൽ കറുവാപ്പട്ടപ്പൊടി തൂകി, തേൻകുപ്പി തുറന്ന് അൽപ്പം കൈവെള്ളയിലൊഴിച്ചു രുചിച്ചുനോക്കിയശേഷം ഓറഞ്ചല്ലികളിലേക്കു കമഴ്ത്തി, പാതി വെന്ത മാംസം അതിലേക്കിട്ട്, പ്രതിമയ്ക്കു സമർപ്പിച്ചു.

പിന്നീട് നിറഞ്ഞ കണ്ണുകളോടെ മേശയോടു ചേർന്നുനിന്ന്, വലിയ വയറെടുത്തു മേശയുടെ മുകളിൽവച്ച്, ഇരുകരങ്ങളും മുകളിലേക്കുയർത്തി അവൾ നിലവിളിച്ചു.

"ഹേ ഓഷുൻ, സ്നേഹത്തിന്റെയും സ്ത്രീത്വത്തിന്റെയും നാഥേ, നീയെന്റെ സങ്കടങ്ങൾ അറിയുന്നില്ലേ? ഞാനനുഭവിക്കുന്ന ഒറ്റപ്പെടലും എന്റെ നേരെ എറിയപ്പെടുന്ന വെറുപ്പിന്റെ നോട്ടങ്ങളും നീ കാണുന്നില്ലേ? മുത്തശ്ശിയെന്നെ നിന്നിൽ മുക്കിയെടുത്തപ്പോൾ മുതൽ ഇന്നുവരെ ഞാൻ ഉരുവിട്ട മന്ത്രങ്ങൾക്കും ചെയ്ത പൂജകൾക്കും നൽകിയ ബലികൾക്കും ശക്തിയുണ്ടെങ്കിൽ ഇപ്പോൾ നീയെനിക്കായി ഒരത്ഭുതം പ്രവർത്തിക്കുക. ഈ സങ്കടങ്ങളിൽ നിന്നെന്നെ മോചിപ്പിക്കുക."

അവളുടെ ഏങ്ങലടികൾ മുറിയിൽ മുഴങ്ങി. കണ്ണുനീർ വീണ് തിരികൾ കെട്ടു. എങ്ങും ഇരുട്ടുനിറഞ്ഞു. അപ്പോൾ ദിവ്യപ്രഭയുള്ള ഒരു സ്ത്രീരൂപം അവൾക്കുമുമ്പിൽ പ്രത്യക്ഷപ്പെട്ടു. അവരവളെ ചേർത്തുപിടിച്ച്, ദയയും വാത്സല്യവും നിറഞ്ഞ കണ്ണുകളോടെ നിറവയറിൽ തലോടി.

ആ സ്ത്രീക്ക്, കാട്ടുതേനിന്റെ നിറമായിരുന്നു. കണ്ണുൾക്ക് മരതകത്തിന്റെ പച്ചപ്പ്. ശരീരം, അതിപ്രഗത്ഭനായ ഒരു ശിൽപ്പിയുടെ ഉദാത്തസൃഷ്ടിപോലെ ഉത്കൃഷ്ടമായിരുന്നു.

കുഞ്ഞന്നാമ്മയുടെ കണ്ണുകൾ മഞ്ഞളിച്ചു. അവർ അത്ഭുതപരതന്ത്രയായി, "എന്റെ മാതാവേ" എന്നുറക്കെ വിളിച്ചുകൊണ്ട് ആ രൂപത്തിനുനേരെ ഓടിച്ചെന്നു. ഫോളാഷാഡിയുടെ ചുണ്ടുകൾ അപ്പോഴും ഉറക്കെ മന്ത്രങ്ങളുരുവിട്ടുകൊണ്ടിരുന്നു:

"ഇദെ വേരെ വേരെ...

ഇദെ വേരെ വേരെ നിതാ ഓഷുൻ..."

(Ide Were Were Nita Ochun...: A traditional prayer song to the Yoruban goddess Ochun.)

നാല്

"അസ്ഥിരമല്ലോ ഭുവനവുമതിലെ ജഢികാശകളും...
നീർപ്പോളകൾ പോൽ എല്ലാമെല്ലാം പോയ്മറയുന്നു..."

കുഞ്ഞന്നാമ്മയുടെ ഫോട്ടോയും പലതരം പൂക്കളും വച്ചലങ്കരിച്ച കല്ലറയുടെ മുമ്പിൽ നിന്ന് അച്ചൻ നീട്ടിപ്പാടി. കപ്യാരും കന്യാസ്ത്രീകളും ഉറക്കെ ഏറ്റുപാടി. നിറകണ്ണുകളോടെ ജോനപ്പനും ലൂക്കാച്ചനും കുറേ അടുത്ത ബന്ധുക്കളും പ്രാർഥനപ്പുസ്തകത്തിൽ നോക്കി ചുണ്ടനക്കി.

കുഞ്ഞന്നാമ്മയെ കാണാതായിട്ട് ഏറെ ദിവസങ്ങൾ കഴിഞ്ഞിരുന്നു. ഒരുപാടന്വേഷിച്ചിട്ടും യാതൊരു വിവരവും ലഭിക്കാതെ വന്നപ്പോൾ വികാരിയച്ചനാണ് കുഞ്ഞന്നാമ്മ മരണപ്പെട്ടിട്ടുണ്ടാകുമെന്നും ആത്മാവിന് ശാന്തി കിട്ടാനായി ഒപ്പീസ് ചൊല്ലി പ്രാർഥിക്കണമെന്നുമുപദേശിച്ചത്. മനസ്സില്ലാ മനസ്സോടെ ലൂക്കാച്ചാൻ അതു സമ്മതിച്ചു. കാണാതായി നാൽപത്തൊന്നാം ദിവസം ആചാരപ്രകാരം കുടുംബക്കല്ലറയ്ക്കു മുൻപിൽ ഒപ്പീസ് നടത്തപ്പെട്ടു.

അപ്പോഴാണ് ജോനപ്പന്റെ ഫോൺ ശബ്ദിച്ചത്. അമ്മയാണതെന്നുകണ്ട് അയാൾ അൽപ്പം മാറിനിന്ന് കോൾ എടുത്തു. ഫോളാഷാഡിക്കു പ്രസവവേദന തുടങ്ങിയെന്നും ആശുപത്രിയിലേക്കു പോകുകയാണെന്നും കേട്ടമാത്രയിൽ പ്രാർഥനാപുസ്തകം അപ്പനെയേൽപ്പിച്ച്, വല്യമ്മച്ചിക്കു സ്തുതിചൊല്ലി ധൃതിയിൽ കാറിലേക്കു നടന്നു.

ജോനപ്പൻ ആശുപത്രിയിലെത്തുന്നതിന് മുൻപുതന്നെ ഫോളാഷാഡി ഒരാൺകുഞ്ഞിനു ജന്മം നൽകിയിരുന്നു! കുഞ്ഞിനെപ്പൊതിഞ്ഞു ഗ്രേസമ്മയുടെ കൈയിൽക്കൊടുത്ത്, നഴ്സ് മറുപിള്ളയെടുക്കാൻ അകത്തേക്കുപോയി. പത്തുവർഷം മുൻപ് അറ്റാക്ക് വന്നു മരിച്ച അമ്മായിഅപ്പന്റെ തനിസ്വരൂപമായ കുഞ്ഞിനെ ഗ്രേസമ്മ കൺകുളിർക്കെ കണ്ടുനിന്നു.

ഓടിയെത്തിയ ജോനപ്പൻ സന്തോഷക്കണ്ണുനീരോടെ കുഞ്ഞിനെ വാങ്ങി, കുഞ്ഞിക്കാലുകൾ കണ്ണോടുചേർത്തു. അടഞ്ഞ കണ്ണുകളിലും ഇളംചുണ്ടിലും പതുപതുത്ത നെറ്റിയിലും മൃദുവായി ഉമ്മവച്ചു. നാലാംതലമുറയെ കാണാതെ വല്യമ്മച്ചി പൊയ്ക്കളഞ്ഞല്ലോ എന്ന് അമ്മയോടു സങ്കടപ്പെട്ടു. അപ്പോഴാണ്, അകത്തുനിന്നു ഫോളാഷാഡിയുടെ അലർച്ച മുഴങ്ങിയത്! നഴ്സുമാർ ഓടിനടക്കുന്നതും പുറത്തുനിന്ന് ഓടിയെത്തിയ ഡോക്ടർ, വാതിൽ തള്ളിത്തുറന്ന് അകത്തേക്കോടുന്നതും കണ്ട ജോനപ്പനും കുഞ്ഞിനേയുംകൊണ്ട് ധൃതിയിൽ ഉള്ളിലേക്കു കടക്കാൻ ശ്രമിച്ചു. ഒരു നഴ്സ് അവനെ തള്ളിമാറ്റി വാതിൽ വലിച്ചടച്ചു.

ഗ്രേസമ്മ ഓടിച്ചെന്ന് ഉറക്കെക്കരയുന്ന കുഞ്ഞിനെ വാങ്ങി ദേഹത്തോടുചേർത്തുപിടിച്ച് മെല്ലെ കുലുക്കി. വല്യമ്മയുടെ മാറിന്റെ ചൂടേറ്റപ്പോൾ അവൻ കരച്ചിൽ നിർത്തി വീണ്ടും ഉറങ്ങാൻ തുടങ്ങി.

ഫോളാഷാഡിക്ക് എന്താണു സംഭവിച്ചതെന്നറിയാതെ അമ്മയും മകനുമുഴറി. മനസ്സിൽ നിറയെ പ്രാർഥനകളോടെ, വിങ്ങിപ്പൊട്ടുന്ന ഹൃദയങ്ങളുമായി അവർ

പരസ്പരംനോക്കി മിണ്ടാതെ നിന്നു.

അൽപ്പസമയം കഴിഞ്ഞപ്പോൾ, ആകാംക്ഷ സഹിക്കാനാവാതെ ജോനപ്പൻ വാതിൽ തള്ളിത്തുറന്ന് അകത്തുകയറി. ഡോക്ടറുടെയും നഴ്സുമാരുടെയും നടുവിൽ, വീതികുറഞ്ഞ ഒരു ട്രോളിയിൽക്കിടന്ന ഫോളാഷാഡി അവനെ നോക്കി ചിരിച്ചു. അവളുടെ കാലുകൾക്കു നടുവിൽനിന്ന് ഉറക്കെക്കരയുന്ന ഒരു വലിയ ചോരക്കഷണത്തെ തൂക്കിയെടുത്ത്, ഒരു നഴ്സ് അവന്റെ കൈയിൽ വച്ചുകൊടുത്തു. ഇരട്ടകളാണെന്ന് സ്കാനിങ്ങിൽ അറിയാതിരുന്നതെങ്ങനെയെന്ന് അത്ഭുതപ്പെട്ടു.

സന്തോഷംകൊണ്ടുനിറഞ്ഞ മിഴികളോടെ, പ്രതീക്ഷിക്കാതെത്തിയ അതിഥിയെ നോക്കിയ ജോനപ്പൻ ഞെട്ടിത്തരിച്ചുപോയി! ചുവന്നൊരു തുണിക്കഷണംപോലെ, കുഞ്ഞു കുഞ്ഞന്നാമ്മ കൈയിലിരുന്നു തൊള്ളകീറിക്കരയുന്നു!

“വല്യമ്മച്ചീ...”

ജോനപ്പൻ ഇടറിയ സ്വരത്തിൽ വിളിച്ചു.

അവർ കരച്ചിൽ നിർത്തി ഏതാനും നിമിഷങ്ങൾ അവനെ സൂക്ഷിച്ചുനോക്കിയ ശേഷം, പല്ലില്ലാത്ത മോണകാട്ടി ചിരിച്ചു. പിന്നെ, വിരലുകൾ നൊട്ടിനുണഞ്ഞുകൊണ്ട് അവന്റെ നെഞ്ചോടുചേർന്നുകിടന്നു.

ഫോളാഷാഡി, സന്തോഷക്കണ്ണീരോടെ ആകാശത്തേക്കു കണ്ണുകളുയർത്തി ഉറക്കെ നിലവിളിച്ചു: “ഇ സേ ഹെയ്ൽ ഓഷുൻ.”

---

* ഓഷുൻ: നൈജീരിയയിലെ യൊരുബ ഗോത്രത്തിന്റെ വിശ്വാസപ്രകാരം നദിയുടെ/ ജലത്തിന്റെ ദേവത. നിർമലത, സ്നേഹം, ലൈംഗികത എന്നിവയുടെ ദേവതയായും സങ്കൽപ്പിക്കുന്നു.

*സാപിയോസെക്ഷ്വൽ: ബുദ്ധി കൂടുതലുള്ളവരോടു തോന്നുന്ന ശാരീരികാകർഷണം

*ഇ സേ: നന്ദി

ഖലീൽ ജിബ്രാനും പ്രിയപ്പെട്ട പാറ്റയും

ആർ സ്വാതി

തിരസ്കരിക്കപ്പെടുകയാണെന്ന് പൂർണബോധ്യമുണ്ടായിട്ടും അവസാനത്തെ ഒരു ശ്രമം എന്ന നിലയ്ക്കാണ് ഖലീൽ ജിബ്രാന്റെ പ്രണയലേഖനങ്ങളുടെ സമാഹാരം 'ദൈവത്തിന്റെ ചുംബനങ്ങൾ' അയാൾക്ക് അയച്ചുകൊടുക്കാൻ മിഥില തീരുമാനിക്കുന്നത്. 'ചുംബിക്കുമ്പോൾ മാത്രം ദൈവം നമുക്ക് ചിറകുകൾ നൽകുന്നു' എന്ന് അതിന്റെ ആമുഖത്തിൽ പറഞ്ഞിരുന്നു.

ഖലീൽ ജിബ്രാൻ കാമുകിയും അമേരിക്കൻ എഴുത്തുകാരിയുമായിരുന്ന ജോസഫൈന് അയച്ച പ്രണയലേഖനങ്ങളായിരുന്നു പുസ്തകത്തിൽ നിറയെ.

'പ്രിയപ്പെട്ട ജെ, ഒരു പകലിലും കാണാനാകാത്ത വെളിച്ചം നിന്റെ കണ്ണുകളിലുണ്ടല്ലോ. നീ എന്നെ അമർത്തി ചുംബിക്കുമ്പോഴെല്ലാം ഞാൻ കാറ്റേറ്റ പൂമരം പോലെ തളിർക്കുന്നു. തളിർക്കുമ്പോൾ ഞാനെന്നെ മറക്കുന്നു.'

പ്രണയം നിറഞ്ഞ വരികൾ ഒന്നുകൂടെ വായിച്ചപ്പോൾ അവൾക്ക് ഉള്ളംകൈ തണുക്കുന്നതുപോലെ തോന്നി. ശരീരത്തിലെ ഏതൊക്കെയോ കുഞ്ഞുരോമങ്ങൾ ഉച്ചയുറക്കത്തീന്ന് പെട്ടെന്ന് വിളിച്ചെഴുന്നേൽപ്പിച്ചപോലെ അന്തംവിട്ട് എഴുന്നേറ്റുനിന്നു.

ജോസഫൈനോട് വലിയ പകയും അസൂയയുമൊക്കെ തോന്നി മിഥിലയ്ക്ക്.

ദൈവത്തിന്റെ ചുംബനങ്ങൾ അയാളുടെ അഡ്രസ്സിൽ കൊറിയർ ചെയ്ത് തിരിച്ചുവരുമ്പോൾ താൻ ഒരു പരാജയപ്പെട്ട കാമുകിയായിപ്പോയതിന്റെ കാരണം മനസ്സിൽ അപഗ്രഥിക്കുകയായിരുന്നു മിഥില.

തിരികെ വീട്ടിലെത്തി നെറ്റിയിലെ വട്ടത്തിലുള്ള കറുത്ത പൊട്ട് കണ്ണാടിക്ക് മുകളിലേക്ക് പറിച്ചൊട്ടിച്ചപ്പോൾ കണ്ണാടിയിൽ ചിതറിക്കിടക്കുന്ന കുറേ പൊട്ടുകളിലേക്ക് അവൾ നോക്കി.

പാമ്പുപോലെ വളഞ്ഞവ, വലിയ വട്ടത്തിനുള്ളിൽ പച്ചയും ചുവപ്പും നിറത്തിൽ കല്ലുകൾ ഒളിപ്പിച്ചവ, ഗോപുരത്തിന്റെ ആകൃതിയിലുള്ള വേറെ കുറേയെണ്ണം... തിളങ്ങുന്ന പൊട്ടുകൾക്കിടയിൽ കടുകുപോലെ കറുത്തിരുണ്ട കുറച്ച് പൊട്ടുകൾ

കിടന്നു.

"വലിയ പൊട്ടുകൾ നിനക്ക് ചേരില്ല. കറുത്ത കുഞ്ഞ് പൊട്ടുകളാണ് ഭംഗി."

ഒരു നട്ടുച്ച നേരത്ത് സ്വകാര്യംപോലെ അയാളുടെ ശബ്ദം കേട്ടപ്പോഴാണ് പാമ്പുപൊട്ടുകളെ മിഥില ഉപേക്ഷിച്ചത്.

അയാൾക്ക് കാപ്പിയായിരുന്നു ഇഷ്ടം. മിഥിലയ്ക്കും (മൂന്നാറിൽ ടൂർ പോയപ്പോൾ വാങ്ങിയ മൂന്ന് പാക്കറ്റ് തേയില പഴകിയ പോലെ തോന്നീട്ട് കളഞ്ഞു).

അയാൾക്ക് കെ എസ് ചിത്രയുടെ പാട്ടുകളായിരുന്നു ഇഷ്ടം, മിഥിലയ്ക്കും (മ്യൂസിക് പ്ലെയറിൽ നിറഞ്ഞ ശ്രേയ ഘോഷാലിന്റെ പാട്ടുകൾക്ക് വോയ്സ് റസ്റ്റ് കൊടുത്തു).

അയാൾക്ക് പൂച്ചകളെന്നാൽ ജീവനായിരുന്നു, മിഥിലയ്ക്കും (പരിചയമില്ലാതെ പെട്ടെന്ന് എടുത്ത് കൊഞ്ചിക്കരുത്. കടി കിട്ടും. നാല് ഇഞ്ചക്ഷൻ വേണ്ടി വരും).

ആദ്യദിവസങ്ങളിൽത്തന്നെ ടീച്ചറുടെ ശ്രദ്ധയും ഇഷ്ടവും കിട്ടാൻ പാടുപെടുന്ന സ്കൂൾ കുട്ടിയെപ്പോലെയായിരുന്നു അവൾ. മുടി വൃത്തിയായി കോതിമിനുക്കിക്കെട്ടി ഭംഗിയുള്ള ഉടുപ്പിട്ട് കൃത്രിമമായ ഒരു കൗതുകവും കണ്ണിൽ വരുത്തിച്ച് അയാൾക്കുമുന്നിൽ അനുസരണയുള്ള കുട്ടിയാവാൻ മിഥില ഓരോ ദിവസവും കഷ്ടപ്പെട്ടു.

അനുസരണയുടെ (അവളുടെ ഭാഷയിൽ സ്വയം നവീകരണം) രണ്ട് വർഷങ്ങൾക്കിപ്പുറമാണ് വലിയ വിശദീകരണങ്ങളോ, ശബ്ദകോലാഹലങ്ങളോ ഇല്ലാതെ അയാളിറങ്ങിപ്പോയത്.

"എന്താ നിന്റെ പ്രശ്നം."

കഴിഞ്ഞ ദിവസം വായിക്കാൻ വാങ്ങിയ ആഴ്ചപ്പതിപ്പ് തിരികെത്തരാൻ വന്നപ്പോൾ മഞ്ജിമ ചോദിച്ചു. ഒന്നു മുതൽ പത്താംക്ലാസ് വരെ മിഥിലയുടെ തൊട്ടടുത്തിരുന്ന് പഠിച്ചതാണവൾ.

പത്തിന്റെ റിസൾട്ട് വന്നപ്പോൾ രണ്ടുപേർക്കും ഏതാണ്ടൊരേ മാർക്കായിരുന്നു. എന്നാലും മിഥിലയ്ക്കൊപ്പം ഹ്യുമാനിറ്റീസ് എടുത്ത് ചരിത്രം പഠിക്കാൻ മഞ്ജിമയ്ക്ക് ഒട്ടും താൽപ്പര്യമുണ്ടായിരുന്നില്ല. സയൻസ് എടുത്താൽ പാറ്റയെ ഓപ്പറേഷൻ ചെയ്യാമെന്ന് അവൾ പറഞ്ഞു. മിഥിലയ്ക്കാണെങ്കിൽ അതൊട്ടും താൽപ്പര്യമുള്ള വിഷയമായിരുന്നില്ല.

മരപ്പലകയിൽ മൊട്ടുസൂചിയിൽ കോർത്ത് കിടത്തിയ പാറ്റയുടെ വയർ തുറക്കുന്ന കാര്യം മഞ്ജിമ താൽപ്പര്യത്തോടെ പറഞ്ഞപ്പോൾ മിഥിലയ്ക്ക് ഓക്കാനം വന്നു. ഒടുവിൽ എങ്ങനെയൊക്കെയോ അമ്മയെക്കൊണ്ട് സമ്മതിപ്പിച്ച് ദൂരെയുള്ള ഒരു ഹയർ സെക്കൻഡറി സ്കൂളിൽ ബയോളജി സയൻസിന് മാനേജ്മെന്റ് ക്വാട്ടയിൽ സീറ്റ് ഒപ്പിച്ച് തന്റെ ആഗ്രഹപൂർത്തീകരണം മഞ്ജിമ നടത്തി.

"നിനക്ക് വേണോ..."

ആഴ്ചപ്പതിപ്പിനൊപ്പം രണ്ടുമൂന്ന് പഴുത്ത ചക്കച്ചുള കൂടി മഞ്ജിമ നീട്ടി.

പഴംചക്കയുടെ മണം അവളെ ചൂഴ്ന്നുനിന്നു.

"എന്തുപറ്റി നിനക്ക്... സുഖമില്ലേ?" മഞ്ജിമ അടുത്തേക്ക് വന്ന് മിഥിലയുടെ നെറ്റിയിൽ തൊട്ടുനോക്കി.

"ഒന്നുല്ല."

"ഇന്നാ തിന്നോ.'"

നീട്ടിയ ചക്കച്ചുളയിൽ ഒരെണ്ണം പകുതിയേയുള്ളൂവെന്ന് കണ്ട് മിഥില ഈർഷ്യയോടെ ചോദിച്ചു.

"നീ കടിച്ചല്ലേ..."

"ഓ... ഞാനോർത്തില്ല. നീ വല്യ വൃത്തിക്കാരിയാണല്ലോ..."

"മുഖത്തെന്താ കടന്നൽ കുത്തിയോ?" ആഴ്ചപ്പതിപ്പ് വാങ്ങി തിരിച്ചുനടന്ന മിഥിലയുടെ പിറകേ മഞ്ജിമ ഓടിച്ചെന്നു.

"അയാളുടെ പിറകേ പോവണ്ടാന്ന് എത്ര തവണ നിന്നോട് ഞാൻ പറഞ്ഞിട്ടുണ്ട്." കാര്യം മനസ്സിലായതുപോലെ മഞ്ജിമ പറഞ്ഞു.

പ്രണയക്കേസുകളുടെ കാര്യത്തിൽ എപ്പോഴും എതിർപ്രസ്താവം ഉന്നയിക്കുന്നയാളാണ് മഞ്ജിമ.

ഹൃദയത്തിലും തലച്ചോറിലും മറ്റൊരാളെയും കൊണ്ടുള്ള നടപ്പാണ് പ്രണയമെന്ന് അവൾ പറയും. അതിന് വല്ലാത്ത ഭാരമാണ്. ചിലപ്പോ ശരീരം കുഴഞ്ഞുപോകും. വേദനിക്കും. ഇതെവിടെയെങ്കിലും ഒന്നിറക്കിവെക്കാൻ കഴിഞ്ഞെങ്കിലെന്ന് ആശിക്കും. ഒന്നും നടക്കില്ല. ചലിക്കാൻ പറ്റാതാവും. സർവാംഗം തളരും. കാമുകനെ കൊന്നുകളഞ്ഞെങ്കിലും ഇതിൽനിന്ന് രക്ഷപ്പെടണമെന്ന് തോന്നും.

"നീ ഒരു കൊലപാതകി ആവുന്നത് ഞാൻ കാണേണ്ടി വരും മിഥിലേ..." മഞ്ജിമ മുന്നറിയിപ്പ് നൽകിക്കൊണ്ടിരുന്നു.

പക്ഷേ, മിഥിലയെന്നും പ്രേമരോഗിയായിരുന്നു. ചെറിയ പ്രായത്തിലേ അവൾ കാമുകന്മാരെ സങ്കൽപ്പിച്ചു തുടങ്ങി. വളരുംതോറും അതിന് വ്യാഖ്യാനങ്ങളും അലങ്കാരങ്ങളും ചാർത്തിക്കൊണ്ടിരുന്നു. സ്കൂളിൽ പഠിക്കുമ്പോ അവളുടെ പേരിനൊപ്പം '+' ചിഹ്നമിട്ട് ഒരാൺകുട്ടിയുടെ പേര് ക്ലാസ്സിന്റെ പിറകിലെ ചുമരിൽ കണ്ടതാണ് ആദ്യത്തെ പ്രണയാനുഭവം. അത് താനെഴുതിയതല്ലെന്നും വീട്ടിൽ പറഞ്ഞുകൊടുക്കരുതെന്നും അവൻ കണ്ണുനിറച്ച് വന്ന് പറഞ്ഞപ്പോൾ വലിയ നിരാശ തോന്നി. പക്ഷേ, അവൾ മെനഞ്ഞുണ്ടാക്കിയ ഉത്തമനായ കാമുകൻ അവളുടെ ഗർഭപാത്രത്തിൽ അവൾക്കൊപ്പം വളർന്നു. പൊക്കിൾക്കൊടിയിലൂടെ മിഥില അയാൾക്ക് പ്രേമവും കാമവും കലഹവും മുറിവും വേദനയും കൊടുത്തുകൊണ്ടിരുന്നു.

പ്ലസ്ടു പരീക്ഷയുടെ ചൂട് തലയ്ക്കുപിടിച്ച് നിൽക്കുന്ന സമയത്താണത്. അവളുടെ ലേഡി ബേർഡ് സൈക്കിളിന്റെ ഹാൻഡിലിൽ തിരുകിവച്ച ഒരു കത്ത് കണ്ടു. തുറക്കാതെ തന്നെ ഒറ്റനോട്ടത്തിൽ ഒരു പ്രണയലേഖനത്തിന്റെ എല്ലാ ലക്ഷണവും അതിനുണ്ടായിരുന്നു. അവളത് തുറന്ന് ആദ്യവരി വായിച്ചു.

"ഒരു കടലും കായലും പൂർണചന്ദ്രനും എനിക്കുണ്ട്. കാണാൻ വരുമോ..."

മിഥിലയുടെ അടിവയർ പിടഞ്ഞു. അവളറിയാതെ അയാൾ എപ്പോഴോ ഗർഭപാത്രത്തിൽനിന്ന് പുറത്തുചാടിയിരിക്കുന്നു. ബാക്കി വായിക്കാനായില്ല. അവൾക്കുറപ്പായിരുന്നു. റോഡിനപ്പുറത്തെ പഴയ ലൈബ്രറി കെട്ടിടത്തിന്റെ മുകൾനിലയിലെ ജനാലക്കരികിൽ അയാൾ നിൽപ്പുണ്ട്. അയാളുടെ ആഴത്തിലുള്ള കണ്ണുകൾകൊണ്ട് തൊട്ടപ്പോൾ ശരീരത്തിലൂടെ വൈദ്യുതി പാഞ്ഞു.

അവൾക്കയാളെ കാണണ്ടായിരുന്നു. കത്ത് ചുരുട്ടിയെറിഞ്ഞ് തലകുനിച്ച് സൈക്കിളും ഉന്തി മിഥില നടന്നു. ഗർഭപാത്രം പിന്നെ ശൂന്യമായിരുന്നു. അവൾ

അയാളെ നിഷ്കരുണം മറന്നു. അയാളുപേക്ഷിച്ച ആ ഒറ്റവരി മാത്രം അവളുടെ സങ്കൽപ്പ സാമ്രാജ്യത്തിൽ കുറേക്കാലം വേരുമുളച്ചിരുന്നു.

ഏതൊക്കെയോ സന്ദർഭങ്ങളിൽ ആ ഒറ്റവരിക്ക് മുളപൊട്ടി.

"അവന്റെ പൂച്ചക്കണ്ണ് കണ്ടോ. നോക്കിയിരിക്കാൻ തോന്നും..."

"എന്തു സുന്ദരൻ വിരലുകളാ അയാൾക്ക്, കടഞ്ഞെടുത്തതുപോലെ..."

"ശ്ശൊ! കേട്ടിരിക്കാൻ തോന്നുന്ന സംസാരം... അവനെ ഒന്ന് പരിചയപ്പെടണം..."

ഇങ്ങനെ ഓരോ നേരങ്ങളിൽ ഓരോ മുളപൊട്ടി. തളിർത്തു, കരിഞ്ഞു.

"നിൽക്ക്, ഞാനും വരാം."

ആഴ്ചപ്പതിപ്പ് വാങ്ങി മിണ്ടാതെ തിരികെ നടക്കാനൊരുങ്ങിയ മിഥിലയ്ക്ക് പിറകേ മഞ്ജിമ ചെന്നു.

"ഞാൻ വീട്ടിലേക്കല്ല, തോട്ടത്തിൽ പോണം. നനയ്ക്കാനുണ്ട്."

"ആയ്ക്കോട്ടെ, എനിക്ക് തിരക്കൊന്നുമല്ല, ഞാനും വരാം." രണ്ട് കൂട്ടുകാരികളും തോട്ടത്തിലേക്ക് നടന്നു.

വലിയ വാഴത്തോട്ടമുണ്ട് മിഥിലയുടെ അച്ഛന്. നല്ല ഫലഭൂയിഷ്ഠമായ ഈർപ്പാംശമുള്ള മണ്ണ്. പൂവനും ചെങ്കദളിയും പാളയംകോടനുമുണ്ട്. ഇടവിളയായി വെണ്ടയും വഴുതിനയും മുളകും ചീരയും. ചാണകക്കുഴമ്പ് പുരട്ടിപ്പിടിപ്പിച്ച കന്നുകൾ നല്ല വെയിൽ കിട്ടുന്നിടത്ത് ഉണക്കാനിട്ടിരിക്കുന്നതും കടന്ന് അവർ രണ്ടും തോട്ടത്തിലെത്തി.

കുലയുടെ ഭാരംകൊണ്ട് വളഞ്ഞുതുടങ്ങിയ ഒരു വാഴ മുളകൊണ്ടുള്ള താങ്ങുതണിയിൽ മിഥില അനായാസം ചേർത്തുകെട്ടുന്നത് മഞ്ജിമ നോക്കിനിന്നു.

പെട്ടെന്ന് നിലത്ത് ആഴ്ചപ്പതിപ്പിനുമേലെ വച്ചിരുന്ന മിഥിലയുടെ ഫോൺ ശബ്ദിച്ചു. അവൾ ഓടിച്ചെന്ന് എടുത്തുനോക്കിയെങ്കിലും നിരാശയോടെ തിരിച്ചുവന്നു.

"ഉം?" മഞ്ജിമ അന്വേഷിച്ചു.

"ആളല്ല." അവളുടെ ശബ്ദത്തിൽ നിരാശ മുറ്റിനിന്നു.

"ഇതില് തേനില്ലേ... ചവർപ്പാണല്ലോ." ഒരു കൂമ്പെടുത്ത് രുചിച്ച് മഞ്ജിമ ശ്രദ്ധിക്കാത്തതുപോലെ പറഞ്ഞു.

നിന്റെ ഖലീൽ ജിബ്രാൻ വെയിലുകൊള്ളുന്നത് വെറുതെയാവുമെന്നാ എനിക്ക് തോന്നുന്നത്." പറഞ്ഞുകഴിഞ്ഞ് മിഥിലയുടെ പാവം മുഖം കണ്ടപ്പോൾ വേണ്ടിയിരുന്നില്ലെന്ന് മഞ്ജിമയ്ക്ക് തോന്നി.

"പറ്റണില്ല ഇങ്ങനെ. ഞാൻ പോയൊന്ന് കണ്ടാലോ. വഴിയിലുപേക്ഷിക്കാൻ കാരണമെന്താണെന്ന് അറിയണമല്ലോ."

"നിൽക്ക് അതിനുമുമ്പ് ഞാനൊന്നു വിളിച്ചുനോക്കാം."

മിഥില വിശ്വസിക്കാനാവാതെ മഞ്ജിമയെ നോക്കി. അങ്ങനെയൊരു സഹായം അവളിൽനിന്ന് ഒരിക്കലും പ്രതീക്ഷിച്ചിരുന്നില്ല.

മിഥിലയിൽനിന്ന് നമ്പർ വാങ്ങി മഞ്ജിമ ഡയൽ ചെയ്തു.

അവൾ ഇത്തിരി മുന്നോട്ട് നടന്ന് സംസാരിക്കാൻ തുടങ്ങിയത് വാഴത്തടം നനയ്ക്കുന്നതിനിടെ ആകാംക്ഷയോടെ മിഥില ശ്രദ്ധിച്ചു.

വലിയൊരു തെറിയോടെ ഫോൺ കട്ട് ചെയ്ത് അവൾ തിരിച്ചുവരുന്നതാണ്

മിഥില കണ്ടത്.

"പോയി ചാകട്ടെ പുല്ല്." മിഥിലയ്ക്ക് മുഖം കൊടുക്കാതെ മഞ്ജിമ പറഞ്ഞു.

"സഹായിക്കാന്ന് പറഞ്ഞിട്ട്..." ദേഷ്യം കൊണ്ട് വിറച്ച മിഥില മഞ്ജിമയെ തള്ളിയിട്ടു. അവൾ മറിഞ്ഞുവീണു.

"എടുത്തോണ്ട് പോടീ. അവളും അവളുടെ ഒരു ഖലീൽ ജിബ്രാനും..." മഞ്ജിമയും വിട്ടില്ല. അവൾ എഴുന്നേൽക്കാൻ തുടങ്ങുമ്പോഴേക്കും മിഥില വാഴയ്ക്ക് കുത്തിവച്ച താങ്ങുതൂൺ വലിച്ചെടുത്തു. വലിയ കുലയടക്കം വാഴ ചരിഞ്ഞ് അവളുടെ ദേഹത്തേക്ക് വീണു.

അതിത്തിരി കൂടിപ്പോയതായി മിഥിലയ്ക്ക് തോന്നി. ഇലകൾക്കിടയിലൂടെ മഞ്ജിമയുടെ കൈ പിടിച്ച് എഴുന്നേൽപ്പിച്ചു.

"പറഞ്ഞ് തെറ്റിയപ്പോ അയാളെന്റെ അമ്മയെ പറഞ്ഞു. അതാ ഞാൻ...." മഞ്ജിമ ഉടുപ്പിൽ പറ്റിയ മണ്ണ് തട്ടിക്കൊണ്ട് എഴുന്നേറ്റു. അവളുടെ കണ്ണ് നിറയാൻ തുടങ്ങി.

അത് രണ്ടാം തവണയാണ് മഞ്ജിമ കരയുന്നത് മിഥില കാണുന്നത്. നിസ്സഹായയാവുമ്പോഴായിരുന്നു അവൾ കരഞ്ഞിരുന്നത്. പത്താം ക്ലാസ്സിൽ കണക്കിന്റെ ട്യൂഷൻ ക്ലാസ്സിൽ സുപ്രധാനമായൊരു ദിവസം വരാൻ പറ്റാതിരുന്നപ്പോഴാണ് ആദ്യത്തെ തവണ.

അന്ന് രഥോത്സവത്തിന് കൽപ്പാത്തിയിലെ ബന്ധുവീട്ടിൽ പോയതായിരുന്നു മഞ്ജിമ. ഒറ്റയ്ക്കുള്ള ട്യൂഷനും പഠിത്തവും ഓർത്തപ്പോൾ എസ്എസ്എൽസി പരീക്ഷയ്ക്ക് മാസങ്ങളേയുള്ളൂവെന്ന് പറഞ്ഞ് പേടിപ്പിച്ച് മഞ്ജിമയുടെ യാത്ര മുടക്കാനുള്ള ശ്രമമൊക്കെ മിഥില നടത്തിയെങ്കിലും നടന്നില്ല.

"അയ്യോ പോവാതിരിക്കാൻ പറ്റില്ല. കേട്ടിട്ടില്ലേ കാശിയിൽ പാതിയാ കൽപ്പാത്തി. അത് കഴിഞ്ഞിട്ടേയുള്ളൂ പരീക്ഷ."

മഞ്ജിമയെ പ്രാകിക്കൊണ്ടാണ് മിഥില ട്യൂഷൻ ക്ലാസ്സിന് ചെന്നതെങ്കിലും നേരത്തെ പറഞ്ഞതുപോലെ അതൊരു സുപ്രധാന ദിവസം ആയിരുന്നു.

"ഇതാണ് വൃത്തത്തിന്റെ ഡയമീറ്റർ..." നോട്ടുപുസ്തകത്തിൽ പുതിയ പേജെടുത്ത് മാസ്റ്റർ വലിയൊരു വൃത്തം വരച്ചു. വൃത്തത്തിനുള്ളിലെ ചതുരത്തിൽ കോണുകളും സമാന്തരരേഖകളും അടയാളപ്പെടുത്തി. "ആംഗിൾ എബിസി ഫിഫ്റ്റി ഡിഗ്രി, ആംഗിൾ ബിസിഡി തേർട്ടി ഫൈവ്. മിഥില എനിക്ക് ഈ ആംഗിൾ പറഞ്ഞു തരണം."

കസേര അൽപ്പം മുന്നോട്ട് വലിച്ച് നീങ്ങിയിരുന്ന് മാസ്റ്റർ പറഞ്ഞു.

"സിക്സ്റ്റീ... ഫൈവ്...?" മനസ്സിൽ എന്തൊക്കെയോ കണക്കുകൂട്ടിയതായി പുറമേ കാണിച്ച് ഏറ്റവും ദുർബലമായ ശബ്ദത്തിൽ മിഥില പറഞ്ഞു.

"സിക്സ്റ്റീ...?"

മേശയുടെ അടിയിൽ താളം പിടിച്ചുകൊണ്ടിരുന്ന അവളുടെ കാൽമുട്ടിൽ അയാൾ നീളൻ നഖങ്ങളുള്ള ഇടതുകൈ വച്ചു. ഫ്രോക്ക് മുട്ടുവരെ നീക്കി.

"ഇക്വേഷൻ മറന്നോ..."

മിഥില അമ്പരപ്പോടെ നോക്കിയപ്പോൾ മാസ്റ്റർ കൈ പിൻവലിച്ചു.

"അലമാരയിൽ ടെക്സ്റ്റുണ്ട്. എടുത്തിട്ട് വാ."

മിഥില എഴുന്നേറ്റ് പോയപ്പോൾ കണ്ണട അവിടെ എവിടെയൊ ആണല്ലോ വച്ചതെന്ന് പറഞ്ഞ് മാസ്റ്റർ പിറകെ വന്നു.

ഇരുകൈകളും കൊണ്ട് പിറകിലൂടെ ചുറ്റിപ്പിടിച്ച് അയാളിലേക്ക് മിഥിലയെ ചേർത്തുനിർത്തി.

അവളൊരു ഭീരുവാണെന്ന് അയാൾക്കറിയാമായിരുന്നു. ശബ്ദിക്കാൻ പോലു മാവാതെ വിറച്ച മിഥിലയെ തൂക്കിയെടുത്ത് അയാൾ മടിയിലിരുത്തി.

കൗമാരം തൊട്ട കുഞ്ഞുമാറിടം പിടിച്ചുഞെരിച്ചു.

അന്നുവരെയുള്ളതിൽ ഏറ്റവും വലിയ വേദനയായിരുന്നു.

അവൾ പുളഞ്ഞുപോയി.

“മാഷിനെന്തിഷ്ടാന്നറിയോ മോളെ... സുന്ദരിക്കുട്ടിയല്ലേ...”

ഒരു കൈകൊണ്ട് കവിളുകൾ കൂട്ടിപ്പിടിച്ച് അയാളുടെ മുഖത്തേക്ക് അടുപ്പിച്ചു.

“സർക്കിളിനകത്തെ ആംഗിൾ കാൽക്കുലേറ്റ് ചെയ്യാൻ ഞാൻ പറഞ്ഞുതന്ന തല്ലേ.”

എഴുപതിനോടടുക്കുന്ന ആ പുരുഷന്റെ കണ്ണിൽ അറപ്പുണ്ടാക്കുന്ന കാമം മിഥില കണ്ടു. അയാളുടെ വായിൽനിന്ന് വന്ന വെറ്റിലപ്പാക്കിന്റെ മണംകൊണ്ട് അവൾക്ക് ഓക്കാനം വന്നു.

“പറയ്...” അയാൾ ശബ്ദം കടുപ്പിച്ചു.

ഉടുപ്പ് മുട്ടിനുമീതെ നീക്കി കൈ കടത്തി. അഞ്ച് വിരലുകൾ തുടയിൽ കല്ലിച്ച് കിടന്നു.

ഭയം ഒരു സർപ്പമായി കഴുത്ത് വരിഞ്ഞു പിടിച്ചു. മിഥിലയ്ക്ക് ശബ്ദം പുറത്തുവ ന്നില്ല. സമവാക്യങ്ങൾ തൊണ്ടക്കുഴിയിൽ കിടന്ന് പിടച്ചു.

“സരസ്വതിയാണ്. ഇതിനുമുന്നിൽ കണ്ണ് നിറയ്ക്കരുത്. നല്ല മുഖത്തോടെ ഇരി ക്കണം...”പുസ്തകം തൊട്ട് അയാൾ പറഞ്ഞു.

ക്ലാസ് കഴിഞ്ഞ് ഇറങ്ങുമ്പോൾ കഴിഞ്ഞ ജന്മത്തിലെവിടെയോ ആണ് ഒരു കുട്ടിയായിരുന്നതെന്ന് അവൾക്ക് തോന്നി. അവളുടെ പിന്നിൽ, മുറിവേറ്റ ഒരു പുരാതന ഗ്രാമം കിടന്നു. അവിടെ നരകയറിയ ഒരു വീട്. അകത്ത് അപരിചിത മായ ഇടനാഴിയിലെവിടെയോ മറന്നുവച്ചൊരു കണക്കുപുസ്തകം!

വെറ്റിലപ്പാക്കിന്റെ മണമുള്ള ആ പ്രാചീന സ്മൃതികളെ വഴിവക്കിൽ കുടഞ്ഞുക ളഞ്ഞ് ഇരുണ്ട ആകാശത്തിനപ്പുറത്ത് വെളിച്ചം കണ്ടിടത്തേക്ക് മിഥില പ്രാണര ക്ഷാർഥം ഓടി.

രഥോത്സവം കഴിഞ്ഞെത്തിയ മഞ്ജിമയോട് ഇനി കണക്ക് ട്യൂഷൻ വേണ്ടെന്ന് മിഥില പറഞ്ഞു.

ആ അപമാനം മഞ്ജിമയ്ക്കും മുറിവേൽപ്പിച്ചിരുന്നു.

അവളുടെ മാറിടവും നൊന്തു. അവളുടെ തുടയിലും ചുവന്ന വരകളുണ്ടായി. അവൾ ക്കും ഓക്കാനം വന്നു.

ആ സങ്കടം അവർ സമാസമം പകുത്തു.

മഞ്ജിമ കണ്ണും മൂക്കും തുടച്ച് പറഞ്ഞു:

“അങ്ങനെ നിർത്തണ്ട... അയാക്ക് ആംഗിൾ നമുക്ക് പറഞ്ഞുകൊടുക്കണം.”

അടുത്ത ക്ലാസ്സിൽ പുതിയ ഒരു ചോദ്യത്തിന്റെ ഇടവേളയിൽ മേശയ്ക്കിപ്പുറം

മാസ്റ്ററുടെ അരികുചേർന്ന് മഞ്ജിമ ഇരുന്നു.

“എന്തേ ഡൗട്ടുണ്ടോ.” മാസ്റ്റർ ചോദിച്ചു.

മഞ്ജിമ നോട്ടുപുസ്തകത്തിൽ വൃത്തവും ഉള്ളിൽ കോൺവളഞ്ഞ ഒരു ചതുരവും വരച്ചു.

മാസ്റ്റർ പുസ്തകത്തിലേക്ക് ഏന്തി നോക്കുന്ന സമയം മഞ്ജിമ മിഥിലയുടെ തുറന്നുവച്ച ഇൻസ്ട്രുമെന്റ് ബോക്സിൽനിന്ന് പുറത്തെടുത്ത കോമ്പസ്സുകൊണ്ട് അയാളുടെ തുട തുളച്ചു. കൂർപ്പിച്ച പെൻസിലിന്റെ അറ്റം വെളുത്ത തുടയിൽ ആംഗിൾ രേഖപ്പെടുത്താത്ത ഒരു വൃത്തം വരച്ചു. അയാൾ പിടഞ്ഞെഴുന്നേൽക്കുമ്പോഴേക്കും 'ആംഗിൾ ത്രീ സിക്സ്റ്റി' എന്ന് ഉറക്കെ വിളിച്ചുപറഞ്ഞ് വലിയ ചാരുപടി ചാടിക്കടന്ന് പുറത്തേക്കോടി. രണ്ടുപേരുടേയും ബാഗും പുസ്തകങ്ങളും വാരിയെടുത്ത് മിഥിലയും പിറകേയോടി. ആവശ്യത്തിന് ഉപയോഗിക്കാനറിയാത്ത ഇതൊക്കെ എന്തിനാ ബോക്സിൽ കൊണ്ടുനടക്കുന്നതെന്ന് കോമ്പസ് തിരിച്ചുകൊടുക്കുമ്പോൾ മഞ്ജിമ ചൂടായി.

മിഥില അവളെ കെട്ടിപ്പിടിച്ച് ഒരുമ്മ കൊടുത്തു. അവളുടെ കളഞ്ഞുപോയ വെളിച്ചം ഒരു കുഞ്ഞുഡെപ്പിയിൽ ഭദ്രമായടച്ച് മഞ്ജിമ തിരികെക്കൊടുത്തു. പിന്നെ വാഴത്തോട്ടത്തിൽ വെറും മണ്ണിൽ അവർ കെട്ടിപ്പിടിച്ച് കിടന്നു. നനഞ്ഞ മണ്ണിൽ മഞ്ജിമ ചൂണ്ടുവിരൽ കൊണ്ട് ഒരു വൃത്തം വരച്ചു. അതിൽനിന്ന് ഒരു നേർരേഖ നീണ്ടുപോയി മിഥിലയുടെ മൂക്കിൻ തുമ്പത്തെത്തി. അവിടെനിന്ന് അവളുടെ നേർത്ത ചുണ്ടുകളിലേക്കുള്ള ദൂരം മഞ്ജിമ വിരലുകൾ കൊണ്ടളന്നു.

“ഈ ആംഗിൾ എത്രയാ...”

“ഒരു... ഫോർട്ടിത്രീ.” മിഥില കണ്ണടച്ച് പറഞ്ഞു.

“ഇതോ...” മഞ്ജിമയുടെ ചെറുവിരൽ മിഥിലയുടെ ചെവിയുടെ മാർദവമുള്ള അടിവശത്ത് തൊട്ടു.

“ഒരു... സിക്സ്റ്റിഫൈവ്...” മിഥില ഒരു കണ്ണ് തുറന്നു.

“ഈ കർവിന്റെ ആംഗിൾ എത്രയാന്നറിയോ...” മണ്ണു പറ്റിയ മിഥിലയുടെ മെലിഞ്ഞ കഴുത്തിലൂടെ അവൾ വിരലോടിച്ചു.

“പോടീ.” മിഥില പിടഞ്ഞെഴുന്നേറ്റു.

അതേ വാഴത്തോട്ടത്തിൽ വർഷങ്ങൾക്കിപ്പുറം അവർ തമ്മിലുണ്ടായ അടിപിടിക്കുശേഷം മിഥിലയുടെ കാമുകനെ നേരിൽ പോയി കാണാൻ തീരുമാനമെടുത്തായിരുന്നു രണ്ടുപേരും വീട്ടിലേക്ക് തിരിച്ചുപോയത്.

നഗരത്തിൽ ആകെയുള്ള ഒരു മാളിന്റെ എതിർവശത്തെ ഫ്ളാറ്റിന്റെ രണ്ടാം നിലയിലായിരുന്നു അയാളുടെ താമസം. അത് മിഥിലയ്ക്കറിയാം. അയാളുടെ താമസസ്ഥലവും പരിസരവുമെല്ലാം അവൾ വീഡിയോ കോളിൽ കണ്ടിട്ടുണ്ട്.

ബസ്സിറങ്ങി മഞ്ജിമ മുൻപേ നടന്നു. ഉച്ചതിരിഞ്ഞ സമയമായിരുന്നു. പോളിസ്റ്റർ കുർത്തയ്ക്കുള്ളിൽ മിഥില വെന്തുരുകി.

ഞാൻ മുൻപേ, പുറകേ വന്നാ മതി എന്ന ആജ്ഞയുണ്ടായിരുന്നു മഞ്ജിമയുടെ ശരീരഭാഷയിൽ. ചെവിയിൽ തിരുകിയ ഹെഡ്സെറ്റ് ഫോണിൽ കണക്ട് ചെയ്യാതെ മറ്റേയറ്റം വലത്തേ കൈയിലിട്ട് കറക്കിയായിരുന്നു മഞ്ജിമയുടെ നടത്തം. അല്ല ഒരു കണക്കിന് ഓട്ടമായിരുന്നു.

ഇടതുകാലിന് ചെറിയ സ്വാധീനക്കുറവുണ്ടവൾക്ക്. നടക്കുമ്പോൾ ചെറിയ മുടന്തും. അതവളുടെ അച്ഛൻ കൊടുത്തതാണ്. ആയകാലത്ത് നാട്ടിലെ ഒരിടത്തരം മോഷ്ടാവായിരുന്നു അയാൾ. ഓരോ സീസണനുസരിച്ച് മോഷണത്തിന്റെ രീതികൾ മാറും. കടലിൽ ട്രോളിങ് തുടങ്ങിക്കഴിഞ്ഞാൽ തീരത്ത് നങ്കൂരമിട്ടിരിക്കുന്ന ആളൊഴിഞ്ഞ മീൻപിടുത്തബോട്ടുകളിലെ ബാറ്ററികൾ മോഷ്ടിക്കുന്നതാണ് സ്ഥിരം പരിപാടി. മഞ്ജിമയ്ക്ക് അന്ന് അഞ്ചോ ആറോ വയസ്സേ കാണൂ. സ്കൂൾ വിട്ട് അച്ഛന്റെ കൂടെ വീട്ടിലേക്കുള്ള വരവായിരുന്നു. കരുവൻതിരുത്തിക്കടവെത്തിയപ്പോൾ പത്തുപന്ത്രണ്ട് ബോട്ട് തീരത്ത് നങ്കൂരമിട്ടിട്ടുണ്ടായിരുന്നു. ഉച്ചമയങ്ങിയനേരത്ത് പരിസരത്ത് ഒരീച്ചപോലുമില്ല.

അയാൾക്ക് കക്കാൻ കൊതി തോന്നി.

“ചക്കരക്കുട്ടി ഇവിടെ നിന്നോണം...” അയാൾ മഞ്ജിമയെ പെട്ടെന്നാരും ശ്രദ്ധിക്കാത്തവിധം കടവിലേക്കിറക്കി നിർത്തി. പിന്നെ അവിടെയുപേക്ഷിച്ച് കണ്ട പൊട്ടിയ ഒരു തുഴകൊണ്ട് ആദ്യത്തെ ബോട്ടിന്റെ വീൽഹൗസിൽ കയറി ആഞ്ഞു കുത്തി.

“നട്ടുച്ചയ്ക്ക് ഓന്റെ ധൈര്യം കള്ളനായേ.” ബോട്ടിൽ കിടന്നുറങ്ങുകയായിരുന്ന രണ്ട് തൊഴിലാളികൾ പുഴയിലേക്ക് ചാടി. അപ്രതീക്ഷിതമായി മുതുകത്ത് കിട്ടിയ അടിയിൽ അവളുടെ അച്ഛൻ പുഴയിലേക്ക് മറിഞ്ഞുവീണു. മഞ്ജിമ വാവിട്ടുകരഞ്ഞു കൊണ്ട് അയാളുടെ അടുത്തേക്ക് ഓടി.

വെള്ളത്തിൽ വീണുകിടക്കുന്ന അയാളെ തലങ്ങും വിലങ്ങും തല്ലുന്നതിനിടയിൽ അതിലൊരാൾ വലയിൽനിന്ന് ചാടിപ്പോവുന്ന പുഴമീനിനെപ്പോലെ മഞ്ജിമയെ ഒറ്റക്കയ്യിലെടുത്ത് കരയിലേക്കെറിയാനോങ്ങി.

“നീയെന്റെ കുഞ്ഞീനെ...” അവളുടെ അച്ഛൻ പിടഞ്ഞെഴുന്നേറ്റ് ഊക്കിൽ തുഴ ചുറ്റിയെറിഞ്ഞു. അടിപിടിക്കിടയിലെപ്പോഴോ അവളുടെ പുതിയ ഹവായി ചെരുപ്പ് പുഴയിൽ പോയിരുന്നു. ചെരിപ്പിടാത്ത കാലിൽ കൃത്യമായി പങ്കായം കൊണ്ടു. അവൾ ബോധം മറഞ്ഞ് പുഴയിൽ വീണു.

കുറേക്കാലം ചികിത്സയൊക്കെ കൊണ്ട് നടന്നെങ്കിലും അന്നത്തോടെ ഒരു കാല് ഇത്തിരി പയ്യെയായി.

നടത്തം പതുക്കെയാവുമ്പോൾ കാലിന്റെ സ്വാധീനക്കുറവ് പെട്ടെന്ന് ശ്രദ്ധയിൽപ്പെടുമെന്ന് മഞ്ജിമ വിചാരിച്ചു.

മിഥില ഓർത്തുനോക്കി. ഇല്ല, അവൾ നടക്കുന്നത് തന്റെ ഓർമയിലില്ല.

ഇടംകാൽ ഭൂമിയിൽ അമരാൻ തുടങ്ങുമ്പോഴേക്കും അവൾ വെപ്രാളപ്പെട്ട് വലംകാൽ വെക്കും. കുഞ്ഞ് ഇടംകാൽ ആ വെപ്രാളത്തിൽ വീണ്ടും ഭൂമിയിലേക്ക് വീഴും. ആ ചരിവ് പുറത്തു കാണാതിരിക്കാൻ വലംകാൽ തിടുക്കപ്പെടും. ആ വെപ്രാളവും തിടുക്കവും കാരണം സത്യത്തിൽ ആളുകൾ അവളെ കൂടുതൽ ശ്രദ്ധിച്ചു.

പത്തിരുപത് വർഷം പഴക്കം തോന്നിക്കുന്ന അയാളുടെ ഇടത്തരം ഫ്ളാറ്റ് അവരെളുപ്പത്തിൽ കണ്ടുപിടിച്ചു.

നാല് നില മാത്രമുള്ള ചെറിയ അപ്പാർട്‌മെന്റായിരുന്നു അത്. നഗരത്തിൽ ജോലി ചെയ്യുന്ന മധ്യവർഗ കുടുംബങ്ങൾ വേറെ ഒരു നിവൃത്തിയും ഇല്ലാത്തതുകാരണം കൊക്കിൽ കൊള്ളാത്ത വാടകയും കൊടുത്ത് പരസ്പരം പ്രാകിയും നിരാശ

മുറ്റിയും ജീവിക്കുന്നതിന്റെ ധർമസങ്കടം ആ കെട്ടിടം പേറി.

അന്വേഷിച്ചപ്പോൾ അയാളവിടെ ഇല്ലെന്ന് തീർത്തുപറഞ്ഞ സെക്യൂരിറ്റിയോട് മിഥില തർക്കിക്കാൻ തുടങ്ങി.

"നമ്മളെ കണ്ടുകാണും. സ്ഥലത്തില്ലെന്ന് പറയാൻ ചട്ടംകെട്ടി വച്ചേക്കുവാണ്." രണ്ടാം നിലയിലേക്ക് നോക്കി മിഥില പറഞ്ഞു. അവൾ ഫോണെടുത്ത് ഒന്നൂടെ ഡയൽ ചെയ്തു.

"എപ്പോ വരുമെന്നെങ്ങാനും പറഞ്ഞാരുന്നോ..." മഞ്ജിമ സെക്യൂരിറ്റി ക്യാബിനിൽ ചെന്ന് ചോദിച്ചു. അയാൾ ഇല്ലെന്ന് ചുമലിളക്കി.

മിഥില തുടരെത്തുടരെ വിളിച്ചുകൊണ്ടിരുന്നു. മഞ്ജിമ തിരികെ നടന്ന് ഗേറ്റിനടുത്തെത്തി മിഥിലയെ കാത്തുനിന്നു.

ബാൽക്കണിയിൽ തുണി ഉണക്കാനിടുകയായിരുന്ന അടുത്ത ഫ്ളാറ്റിലെ താമസക്കാരി "ആരെക്കാണാനാ' എന്ന് ആകാംക്ഷയോടെ അന്വേഷിച്ചു. മിഥില മറുപടി പറയാതെ തിരിച്ചുനടന്നു.

"എനിക്കറിയാം, ഇവിടെത്തന്നെയുണ്ട്..." അവളുടെ ശബ്ദം ഇടറിത്തുടങ്ങിയിരുന്നു.

"എന്നാ നീ ചെന്ന് വാതില് കുത്തിത്തുറന്ന് നോക്ക്." മഞ്ജിമ ഗേറ്റ് കടന്ന് പുറത്തുകടന്നു.

മിഥില ഒരു നിമിഷം സംശയിച്ച് നിന്നു.

"കളഞ്ഞിട്ട് വാ പെണ്ണേ..." മഞ്ജിമ ഹെഡ്സെറ്റും കറക്കി നടന്നു.

രണ്ടുവർഷം മാത്രം നീണ്ടുനിന്ന അവസാനത്തെ പ്രണയകാലം അന്തോം കുന്തോം ഇല്ലാതെ ദുഃഖകരമായി പര്യവസാനിച്ചതായി മിഥിലയ്ക്ക് മനസ്സിലായി. അവളൊന്നുകൂടി അയാളുടെ ഫ്ളാറ്റിലേക്ക് നോക്കി. പകുതി തുറന്ന ജനലിലൂടെ നോക്കുമ്പോ കരിമ്പനടിച്ച ഒരു തോർത്ത് ഉണക്കാനിട്ടിരിക്കുന്നതല്ലാതെ വേറൊന്നും കാണാനില്ലായിരുന്നു.

വേസ്റ്റ് നിറച്ച കോർപ്പറേഷൻ വണ്ടി, നാറ്റം.

റോട്ടിലെ മണ്ണും പൊടിയും.

അലോസരപ്പെടുത്തുന്ന ഹോണുകളുള്ള, പെയിന്റ് പോയിത്തുടങ്ങിയ ഒരു ബസ്സ്. അതില് പുറത്തേക്ക് കാർക്കിച്ചുതുപ്പുന്ന ഒരു ഡ്രൈവറ്.

വഴിയിൽ കാക്കക്കാഷ്ഠത്തിനടുത്ത് കിടന്നുറങ്ങുന്ന വൃത്തിയില്ലാത്ത ഒരു പൂച്ച.

വെയില്. വിയർപ്പ്. വരണ്ട കാറ്റ്.

റൊമാന്റിക്കായ യാതൊന്നും തനിക്കുചുറ്റും അവശേഷിക്കുന്നില്ലെന്ന് അവൾക്ക് തോന്നി.

മഞ്ജിമയ്ക്ക് പിറകേ മിഥില ബസ് സ്റ്റോപ്പിൽ ചെന്നിരുന്നു. "ആ സെക്യൂരിറ്റി ക്യാബിനീന്ന് കിട്ടിയതാ..." കൈയിലെ പ്ലാസ്റ്റിക് കവർ മഞ്ജിമ കാണിച്ചു.

അരപ്രാണനായ വലിയൊരു പാറ്റ കവറിനുള്ളിൽ മരണവെപ്രാളം കാണിച്ചു.

"ചത്തു." മഞ്ജിമ അതിനെ കൊമ്പിൽ തൂക്കി പുറത്തെടുത്തു.

"നിനക്കിതിന്റെ ഡിസക്ഷൻ കാണണോ."

"എനിക്കൊരു കോപ്പും കാണണ്ട." മിഥില ബസ് വരുന്നതും നോക്കിയിരുന്നു.

ശരീരത്തിനുപുറത്ത് അസ്ഥികൂടം പേറുന്ന ആ പുരാതനജീവിയുടെ ചിറകും

കാലും കൊമ്പും ഓരോന്നായി മഞ്ജിമ വേർപെടുത്തിക്കൊണ്ടിരുന്നു.

ചത്തിടത്തുനിന്നും വിധേയപ്പെട്ട് നിറമില്ലാത്ത രക്തം ഒഴുക്കി പാവം പാറ്റ.

വലിച്ചും വേച്ചും ഒരു ഞൊണ്ടി നിഴൽ കഴിഞ്ഞൊരു രാത്രി മിഥിലയുടെ കള്ള ക്കാമുകന്റെ മുറിയിലേക്ക് പൊട്ടിവീണത് അതറിഞ്ഞിരുന്നു.

ഡിസക്ഷൻ ടേബിളിലെ വലിയൊരു സ്പെസിമൻ പോലെ നെഞ്ചുകീറാൻ പാകത്തിന് അയാൾ കിടന്നത് അത് കണ്ടിരുന്നു.

നെഞ്ചിലെ രോമങ്ങളെ വകഞ്ഞ കത്രികത്തലപ്പിൽ ഭീതിയുടെ വിയർപ്പുകണ ങ്ങൾ പൊടിച്ച് ഞാനിനി വരില്ലെന്ന് ആണയിട്ടത് അത് കേട്ടിരുന്നു.

പാവം പാറ്റ.

“പണ്ട് പ്രാക്ടിക്കൽ എക്സാമിന് വന്ന സാറ് എന്റെ ഡിസക്ഷൻ കണ്ട് എന്താ പറഞ്ഞേന്നറിയോ... നീറ്റ് ആൻഡ് പെർഫെക്റ്റ് എന്ന്...” മഞ്ജിമ കള്ളച്ചിരി ചിരിച്ചു.

“പോ പ്രാന്തീ.” മിഥില പോകാനെഴുന്നേറ്റു.

പറിച്ചുകളഞ്ഞ പാറ്റച്ചിറക് ഉറുമ്പിന് കൊടുത്ത് മഞ്ജിമയും പിറകേ എഴുന്നേറ്റു .

www.ingramcontent.com/pod-product-compliance
Lightning Source LLC
LaVergne TN
LVHW100429051026
849518LV00004B/1430
* 9 7 8 8 1 1 9 1 3 1 0 7 5 *